ਪ੍ਰਸਤਾਵਨਾ

ਕਲਾ ਮਨੁੱਖੀ ਕਲਪਨਾ, ਕੌਸ਼ਲ ਅਤੇ ਖੋਜ ਰਾਹੀਂ ਬਣੇ ਵਿਚਾਰਾਂ ਦਾ ਇਕ ਪ੍ਰਗਟਾਵਾ ਹੈ। ਕਲਾ ਸਿੱਖਿਆ-ਸਿੱਖਣ ਦਾ ਇਕ ਪ੍ਰਾਇਮਰੀ ਰਾਹ ਹੈ, ਸੁੰਦਰ ਅਨੁਭਵ ਲਈ ਸਿੱਖਿਆ ਦੇ ਅਰਥ ਦੇ ਖੋਜ ਦੀ ਇਕ ਯਾਤਰਾ ਹੈ। ਕਲਾ ਇਕ ਕਿਸਮ ਦਾ ਮਸਨੂਈ ਨਿਰਮਾਣ ਹੈ ਜਿਸ ਵਿਚ ਸਰੀਰਿਕ ਅਤੇ ਮਾਨਸਿਕ ਹੁਨਰਾਂ ਦੀ ਵਰਤੋਂ ਹੁੰਦੀ ਹੈ। ਸਕੂਲੀ ਸਿੱਖਿਆ ਦਾ ਪਹਿਲਾਂ ਕਰਤੱਵ ਅਧਿਆਪਕਾਂ ਨੂੰ ਆਪਣੇ ਬੱਚਿਆਂ ਵਿਚ ਕਲਾਤਮਕ ਵਿਕਾਸ ਦੀ ਪ੍ਰਕਿਰਿਆ, ਉਨ੍ਹਾਂ ਦੇ ਰਚਨਾਤਮਕ ਪ੍ਰਗਟਾਵੇ ਦੀ ਪ੍ਰਕਿਰਿਆ ਅਤੇ ਉਨ੍ਹਾਂ ਵਿਚਕਾਰ ਅਨੁਭਵੀ ਸਿੱਖਿਆ ਲਈ ਅਨੁਕੂਲ ਵਾਤਾਵਰਣ ਬਣਾਉਣ ਦੀ ਉਮੀਦ ਹੈ।

ਦੂਜੇ ਪਾਸੇ, ਸਿਹਤ ਅਤੇ ਸਰੀਰਿਕ ਸਿੱਖਿਆ ਸਾਰੇ ਪੱਧਰਾਂ 'ਤੇ ਸਕੂਲੀ ਸਿੱਖਿਆ ਇਕ ਮਹੱਤਵਪੂਰਨ ਅੰਗ ਹੈ। ਅਧਿਆਪਕਾਂ ਲਈ ਇਕ ਚੰਗੀ ਤਰਾਂ ਨਾਲ ਸੰਰਚਿਤ ਅਧਿਆਪਕ ਪ੍ਰੋਗਰਾਮ ਦੀ ਜਰੂਰਤ ਹੈ ਤਾਂਕਿ ਉਨ੍ਹਾਂ ਨੂੰ ਗਿਆਨ ਸਿੱਖਿਆ ਅਤੇ ਹੁਨਰ ਪੈਦਾ ਕਰਨ ਦਾ ਮੌਕਾ ਪ੍ਰਦਾਨ ਕੀਤਾ ਜਾ ਸਕੇ ਜੋ ਬੱਚਿਆਂ ਅਤੇ ਅਧਿਆਪਕਾਂ ਵਿਚਕਾਰ ਜੀਵਨਸ਼ੈਲੀ ਨੂੰ ਵਧਾਉਣ ਵਿਚ ਮਦਦ ਕਰ ਸਕਦਾ ਹੈ।

ਇਹ GPH ਦੀ ਪੁਸਤਕ, **"ਐਲੀਮੈਂਟਰੀ ਪੱਧਰ 'ਤੇ ਕਲਾ, ਸਿਹਤ ਅਤੇ ਸਰੀਰਿਕ ਅਤੇ ਕੰਮਕਾਰੀ ਸਿੱਖਿਆ ਦੀ ਸਿਖਲਾਈ (D.EL.ED.-508)"** ਹਰੇਕ ਬੱਚੇ ਨੂੰ ਕਲਾ, ਸਿਹਤ ਅਤੇ ਸਰੀਰਿਕ ਅਤੇ ਕੰਮਕਾਰੀ ਸਿੱਖਿਆ ਪ੍ਰਦਾਨ ਕਰਨ ਲਈ ਤਿਆਰ ਕੀਤੀ ਗਈ ਹੈ। ਤਿੰਨਾਂ ਘਟਕਾਂ ਨੂੰ ਪੂਰਾ ਗਿਆਨ ਪ੍ਰਦਾਨ ਅਤੇ ਪ੍ਰਾਇਮਰੀ ਅਧਿਆਪਕਾਂ ਵਿਚਕਾਰ ਹੁਨਰ ਵਧਾਉਣ ਲਈ ਸ਼ਾਮਿਲ ਕੀਤਾ ਗਿਆ ਹੈ, ਤਾਂਕਿ ਉਹ ਇਨ੍ਹਾਂ ਖੇਤਰਾਂ ਵਿਚ ਸਿੱਖਣ ਲਈ ਆਪਣੇ ਬੱਚਿਆਂ ਨੂੰ ਸੁਵਿਧਾਜਨਕ ਬਣਾਉਣ ਵਿਚ ਸਮਰੱਥ ਹੋ ਸਕਣ।

ਪ੍ਰਸਤੁਤ ਕਿਤਾਬ ਦੀ ਵਿਸ਼ਾ-ਸੂਚੀ ਦੇ ਵਿਸਤਾਰ ਅਤੇ ਔਖੇ ਪ੍ਰਬੰਧ ਨੂੰ ਤਰਕਸ਼ੀਲ ਅਤੇ ਪ੍ਰਭਾਵੀ ਤਰੀਕੇ ਨਾਲ ਸੰਖੇਪ ਵਿਚ ਪ੍ਰਸਤੁਤ ਕੀਤਾ ਗਿਆ ਹੈ। ਕਿਤਾਬ ਦੀ ਭਾਸ਼ਾ ਉਚਿਤ, ਸੌਖੀ ਅਤੇ ਇਕਸਾਰ ਰੱਖਣ ਦਾ ਜਤਨ ਕੀਤਾ ਗਿਆ ਹੈ। ਕਿਤਾਬ ਦੇ ਹਰ ਅਧਿਐਨ ਦੇ ਅਰੰਭ ਵਿਚ ਅਧਿਆਇ ਦੀ ਭੂਮਿਕਾ ਦਿੱਤੀ ਗਈ ਹੈ ਜਿਸ ਨਾਲ ਵਿਦਿਆਰਥੀਆਂ ਨੂੰ ਅਧਿਆਇ ਨੂੰ ਸਮਝਣਾ ਸੌਖਾ ਹੋ ਜਾਵੇਗਾ।

ਸਾਡੀ ਕਿਤਾਬ ਦੀ ਸਭ ਤੋਂ ਵੱਡੀ ਅਤੇ ਮਹੱਤਵਪੂਰਨ ਖੂਬੀ ਇਹ ਹੈ ਕਿ ਇਸ ਵਿਚ ਤੁਹਾਨੂੰ ਪਿਛਲੇ ਸਾਲਾਂ ਦੇ ਪ੍ਰਸ਼ਨ ਪੱਤਰ ਹੱਲ ਸਹਿਤ ਦਿੱਤੇ ਜਾਂਦੇ ਹਨ ਜੋ ਤੁਹਾਡੀ ਪ੍ਰੀਖਿਆ ਨੂੰ ਨ ਕੇਵਲ ਸੌਖਾ ਬਨਾਉਂਦੇ ਹਨ ਸਗੋਂ ਤੁਹਾਨੂੰ ਪ੍ਰੀਖਿਆ ਵਿਚ ਚੰਗੇ ਨੰਬਰ ਪ੍ਰਾਪਤ ਕਰਨ ਵਿਚ ਵੀ ਮਦਦ ਕਰਦੇ ਹਨ। ਕਿਤਾਬ ਵਿਚ ਪ੍ਰਸ਼ਨ ਪੱਤਰਾਂ ਦੇ ਪ੍ਰਾਰੂਪ ਨੂੰ ਤੁਹਾਡੇ ਸਾਮਨੇ ਪਰਤੱਖ ਉਸੇ ਤਰ੍ਹਾਂ ਪ੍ਰਸਤੁਤ ਕੀਤਾ ਗਿਆ ਹੈ ਜਿਵੇਂ ਤੁਹਾਡੇ ਸਾਮਨੇ ਪ੍ਰੀਖਿਆ ਕੇਂਦਰ ਵਿਚ ਪ੍ਰਸਤੁਤ ਹੁੰਦਾ ਹੈ, ਜੋ ਤੁਹਾਨੂੰ ਆਪਣੇ ਆਪ ਵਿਚ ਇਕ ਵੱਖ ਕਿਸਮ ਦਾ ਭਰੋਸਾ ਵੱਧਾਣ ਵਿਚ ਮਦਦਗਾਰ ਹੁੰਦਾ ਹੈ।

ਮਗਰੋਂ ਸੰਸਕਰਨ ਵਿਚ ਤੁਹਾਡੇ ਵਿਚਾਰਾਂ ਨੂੰ ਆਦਰ ਸਤਿਕਾਰ ਨਾਲ ਸ਼ਾਮਲ ਕੀਤਾ ਜਾਵੇਗਾ। ਇਸ ਲਈ ਤੁਹਾਡੇ ਵਿਚਾਰ ਸਾਡੀ **Email : feedback@gullybaba.com** ਤੇ ਜਾਂ ਸਿੱਧੇ ਪ੍ਰਕਾਸ਼ਨ ਦੇ ਪਤੇ ਉੱਤੇ ਲਿਖੋਂ ਅਤੇ ਸਾਨੂੰ ਆਪਣੇ ਵਿਚਾਰਾਂ ਨਾਲ ਰੂ-ਬ-ਰੂ ਕਰਾਓ।

ਪ੍ਰਕਾਸ਼ਕ (GPH) ਆਪਣੇ ਸਹਾਇਕਾਂ ਅਤੇ ਲੇਖਕਾਂ ਦਾ ਸਤਕਾਰ ਕਰਦਾ ਹੈ, ਜਿਨ੍ਹਾਂ ਦੇ ਸਹਿਯੋਗ ਅਤੇ ਕੋਸ਼ਿਸ਼ਾਂ ਦੇ ਕਾਰਨ ਹੀ ਇਸ ਪੁਸਤਕ ਦਾ ਪ੍ਰਕਾਸ਼ਨ ਸੰਭਵ ਹੋ ਸਕਿਆ ਹੈ।

ਅਸੀਂ ਤੁਹਡੀ ਸਫਲਤਾ ਦੀ ਕਾਮਨਾ ਕਰਦੇ ਹਾਂ।

Acknowledgement

Our compliments go to the **GullyBaba Publishing House Pvt. Ltd.**, and its meticulous team who have been enthusiastically working towards the perfection of the book.

Their teamwork, initiative and research have been very encouraging. Had it not been for their unflagging support, this work wouldn't have been possible. The creative freedom provided by them along with their aim of presenting the best to the reader has been a major source of inspiration in this work. Hope that this book would be successful.

– Gullybaba.Com Panel

Publisher's Note

The present book D.El.Ed.-508 is targeted for examination purpose as well as enrichment. With the advent of technology and the Internet, there has been no dearth of information available to all; however, finding the relevant and qualitative information, which is focussed, is an uphill task.

We at **GullyBaba Publishing House Pvt. Ltd.,** have taken this step to provide quality material which can accentuate in-depth knowledge about the subject. GPH books are a pioneer in the effort of providing unique and quality material to its readers. With our books, you are sure to attain success by making use of this powerful study material. Provided book is just a reference book based on the syllabus of particular University/Board. For a profound information, see the textbooks recommended by the University/Board.

Our site **gullybaba.com** is a vital resource for your examination. The publisher wishes to acknowledge the significant contribution of the Team Members and our experts in bringing out this publication and highly thankful to Almighty God, without His blessings, this endeavor wouldn't have been successful.

– Publisher

ਐਲੀਮੈਂਟਰੀ ਪੱਧਰ 'ਤੇ ਕਲਾ, ਸਿਹਤ ਅਤੇ ਸਰੀਰਿਕ ਅਤੇ ਕੰਮਕਾਰੀ ਸਿੱਖਿਆ ਦੀ ਸਿਖਲਾਈ

(Learning in Art, Health & Physical and Work Education at Elementary Level)

D.El.Ed.-508

For

Diploma in Elementary Education [D.El.Ed.]

IMPORTANT STUDY MATERIAL FOR NIOS, SCERT, B.El.Ed. (DU), DIET, JBT, IGNOU

GULLYBABA PUBLISHING HOUSE PVT. LTD.
ISO 9001 & ISO 14001 CERTIFIED CO.

Developed and Produced by:

GullyBaba Publishing House Pvt. Ltd.

Regd. Office:
2525/193, 1st Floor, Onkar Nagar-A,
Tri Nagar, Delhi-110035
(From Kanhaiya Nagar Metro Station Towards Old Bus Stand)
Ph. 011-27387998, 27384836, 27385249

Branch Office:
1A/2A, 20, Hari Sadan,
Ansari Road, Daryaganj,
New Delhi-110002
Ph. 011-23289034
011-45794768

E-mail: hello@gullybaba.com, **Website:** GullyBaba.com

Distributor: ISH Book Shop
Tanda Adda Chowk, Jalandhar, Punjab-144008
Ph: 09781104786, 09888833438, 0181-5071743

First Edition: 2018

Author: Gullybaba.Com Panel
ISBN: 978-93-88149-38-9

Topics Covered

ਬਲਾਕ - 3 ਕੰਮਕਾਜੀ ਸਿੱਖਿਆ (Work Education)

ਇਕਾਈ - 12 ਕਾਰਜ ਸਿੱਖਿਆ ਦੀ ਧਾਰਨਾ
Concept of Work Education (Theory)

ਇਕਾਈ - 13 ਕਾਰਜ ਸਿੱਖਿਆ ਨੂੰ ਲਾਗੂ ਕਰਨਾ (ਸਿਧਾਂਤਕ ਅਤੇ ਵਿਵਹਾਰਕ)
Implementation of Work Edcation (Theory and Practical)

ਇਕਾਈ - 14 ਕਾਰਜ ਸਿੱਖਿਆ ਵਿਚ ਹੁਨਰ ਵਿਕਾਸ (ਸਿਧਾਂਤਕ)
Skill Development in Work Education (Practical)

ਇਕਾਈ - 15 ਸਮੁਦਾਏ ਅਤੇ ਕੰਕਾਜੀ ਸਿੱਖਿਆ
Community and Work Education

ਇਕਾਈ - 16 ਕਾਰਜ ਸਿੱਖਿਆ ਦਾ ਮੁਲਾਂਕਣ
Evaluation of Work Education

ਵਿਸ਼ਾ - ਸੂਚੀ (Index)

ਪ੍ਰਸ਼ਨ – ਪੱਤਰ (Question Papers)

ਪਾਠ - 1
ਕਲਾ ਸਿੱਖਿਆ
(Art Education)

ਭੂਮਿਕਾ

ਕਲਾ ਦਾ ਜੀਵਨ ਨਾਲ ਅਨੋਖਾ ਸੰਬੰਧ ਹੈ। ਸਾਡੇ ਆਲੇ ਦੁਆਲੇ ਕਲਾ ਦੀ ਖਿਲਰੀ ਹੋਈ ਚੀਜਾਂ ਨੂੰ ਵੇਖਿਆ ਜਾ ਸਕਦਾ ਹੈ। ਕਲਾ, ਕਿਸੇ ਵੀ ਵਿਸ਼ੇ ਨੂੰ ਦਿਲਚਸਪ ਬਣਾਉਣ ਦੇ ਯੋਗ ਹੈ, ਬੱਚਿਆਂ ਨੂੰ ਨਿਯਮਤ ਪਾਠ ਪੁਸਤਕਾਂ ਤੋਂ ਹਟਕੇ ਰਚਨਾਤਮਕ ਸ਼ੈਲੀ ਵੱਲ ਲੈ ਜਾਂਦੀ ਹੈ, ਜਿਸ ਨਾਲ ਬੱਚਾ ਸਵੈ-ਨਿਯਤ੍ਰੰਣ ਸਿੱਖਦਾ ਹੈ, ਅਤੇ ਉਸਦਾ ਸਵੈ-ਵਿਸ਼ਵਾਸ ਮਜ਼ਬੂਤ ਹੁੰਦਾ ਹੈ। ਬੱਚੇ ਦੀ ਇਕਾਗਰਤਾ ਵਿਚ ਸੁਧਾਰ ਲਾਂਦਾ ਹੈ। ਮਨੁੱਖੀ ਮਨੋਵਿਗਿਆਨ ਆਪਣੇ ਆਪ ਵਿਚ ਵਿਕਾਸ ਦੇ ਨਾਲ-ਨਾਲ ਸੁਧਾਰ ਕਰਨਾ ਜਾਰੀ ਰੱਖਦਾ ਹੈ। ਕਿਉਂਕਿ ਕਲਾ ਹੀ ਇਸਦੀ ਇਕੋ-ਇਕ ਰਚਨਾਤਮਕ ਵਿਧੀ ਹੈ। ਇਹ ਬੱਚੇ ਨੂੰ ਸਿੱਖਣ ਅਤੇ ਵਧੀਆ ਪ੍ਰਦਰਸ਼ਨ ਵਿਚ ਮਦਦ ਦਿੰਦੀ ਹੈ। ਕਲਾ ਦੇ ਵੱਖ-ਵੱਖ ਰੂਪ ਨਾਚ, ਸੰਗੀਤ, ਮਾਡਲ ਬਣਾਉਣੇ, ਮਿੱਟੀ ਦੇ ਬਰਤਨ, ਚਿੱਤਰ ਕਲਾ ਆਦਿ, ਕਿਸੇ ਵੀ ਦੁਆਰਾ ਸਿੱਖਣਾ ਬੱਚਿਆਂ ਵਿਚ ਰਚਨਾਤਮਕਤਾ ਦਾ ਵਿਕਾਸ ਕਰਦਾ ਹੈ। ਜੋ ਕਿ ਭਵਿੱਖ ਵਿਚ ਆਮਦਨੀ ਸਰੋਤਾਂ ਲਈ ਸਭ ਤੋਂ ਅਸਾਨ ਤਰੀਕਾ ਬਣ ਜਾਂਦਾ ਹੈ। ਭਾਰਤ ਕਲਾ ਖੇਤਰ ਵਿਚ ਅਮੀਰ ਸਭਿਆਚਾਰ ਵਾਲਾ ਦੇਸ਼ ਹੈ। ਅੱਜ ਖੇਤਰੀ ਕਲਾ ਆਪਣੀ ਸ਼ਾਨ ਖੋ ਜਾਣ ਦੀ ਕਗਾਰ ਤੇ ਹੈ, ਇਸ ਲਈ ਇਹ ਜ਼ਰੂਰੀ ਹੈ ਕਿ ਪ੍ਰਾਚੀਨ ਕਲਾ ਨੂੰ ਜਿਊਂਦਾ ਰੱਖਣ ਲਈ ਯਤਨ ਕੀਤੇ ਜਾਣੇ ਚਾਹੀਦੇ ਹਨ ਅਤੇ ਉਨ੍ਹਾਂ ਨੂੰ ਸੁਰੱਖਿਅਤ ਰੱਖਣਾ ਚਾਹੀਦਾ ਹੈ। ਇਹ ਸਕੂਲੀ ਸਿੱਖਿਆ ਦੁਆਰਾ ਹੀ ਹੋ ਸਕਦਾ ਹੈ।

ਪ੍ਰਸ਼ਨ 1. ਕਲਾ ਦੀ ਪਰਿਭਾਸ਼ਾ ਅਤੇ ਵਿਸ਼ੇਸ਼ਤਾਵਾਂ ਦਾ ਵਰਣਨ ਕਰੋ।

ਉੱਤਰ - ਸੰਸਾਰ ਵਿਚ ਸਾਰੇ ਮਨੁੱਖਾਂ ਦਾ ਪ੍ਰਗਟਾਵਾ (Express) ਕਰਨ ਦਾ ਤਰੀਕਾ ਵੱਖ-ਵੱਖ ਹੁੰਦਾ ਹੈ। ਕਿਸੇ ਦਾ ਪ੍ਰਗਟਾਓ ਬੋਲਣ ਦਾ ਅਤੇ ਕਿਸੇ ਦਾ ਭਾਵਨਾਤਮਕ ਹੋ ਸਕਦਾ ਹੈ। ਜਦੋਂ ਇਕ ਅਧਿਆਪਕ ਇਨ੍ਹਾਂ ਵੱਖ-ਵੱਖ ਪ੍ਰਗਟਾਵੇ ਦੇ ਤਰੀਕੇ ਨੂੰ ਆਪਣੀ ਸਿੱਖਿਆ ਵਿਚ ਸ਼ਾਮਲ ਕਰ ਲੈਂਦੇ ਹਨ, ਤਾਂ ਉਹ ਮਨੁੱਖ ਦੀ ਸੰਚਾਰ ਕਰਨ ਦੀ ਸਮਰੱਥਾਂ ਨੂੰ ਵਧ ਪ੍ਰਭਾਵਸ਼ਾਲੀ ਬਣਾਉਣ ਵਿਚ ਸਮਰੱਥ ਹੋ ਜਾਂਦੇ ਹਨ। ਪ੍ਰਗਟਾਵਾ ਕਲਾ ਸਿੱਖਿਆ (Expressive Art Education) ਦਾ ਮਤਲਬ ਕਲਾ (Art), ਸੰਗੀਤ (Music), ਨਾਚ (Dance), ਡਰਾਮਾ (Drama), ਕਵਿਤਾ (Poetry), ਰਚਨਾਤਮਕ ਲੇਖਨ (Creative Writing), ਖੇਡ (Play), ਰੇਤ ਚਿੱਤਰ (Sand Tray) ਆਦਿ ਵਿਧੀਆਂ ਦੇ ਸਿੱਖਿਆ ਸਿੱਖਣ ਦੀ ਪ੍ਰਕਿਰਿਆ ਵਿਚ ਉਪਯੋਗ ਨਾਲ ਹੈ ਤਾਂ ਕਿ ਇਹ ਪ੍ਰਕਿਰਿਆਵਾਂ ਅਤੇ ਪ੍ਰਭਾਵੀ ਹੋ ਸਕਣ ਅਤੇ ਬੱਚਿਆਂ ਦੇ ਚੁਗਿਰਦੇ ਵਿਕਾਸ ਵਿਚ ਮਦਦ ਕਰ ਸਕਣ।

ਕਲਾ ਦਾ ਮਤਲਬ ਵਿਚਾਰਾਂ, ਅਨੁਭਵਾਂ ਅਤੇ ਭਾਵਨਾਵਾਂ ਦਾ ਸੰਗੀਤ, ਚਿੱਤਰ, ਭਾਸ਼ਾ, ਮੁਦਰਾ ਅਤੇ ਗਤੀ ਦੁਆਰਾ ਯੋਜਨਾਬੱਧ ਵਿਚਾਰ ਹੈ। ਕਲਾਵਾਂ ਬੱਚੇ ਦੀ ਸੰਵੇਦੀ, ਭਾਵਨਾਤਮਕ, ਬੌਧਿਕ ਅਤੇ ਰਚਨਾਤਮਕ ਤਰੀਕੇ ਨੂੰ ਭਰਪੂਰ ਕਰਦੀਆਂ ਹਨ ਅਤੇ ਉਸਦੇ ਸਮੁੱਚੇ ਵਿਕਾਸ ਵਿਚ ਮਦਦ ਕਰਦੀਆਂ ਹਨ। ਸਮਾਜ ਵਿਚ ਉਪਲਬਧ ਕਈ ਪੱਧਰੀ ਵਸਤਾਂ ਕਈ ਪ੍ਰਕਾਰ ਦੀ ਕਲਾਵਾਂ ਤੋਂ ਵਿਕਸਿਤ ਹੋਈ ਹੈ ਅਤੇ ਉਹ ਸੱਭਿਆਚਾਰਕ ਵਿਕਾਸ ਵਿਚ ਸਹਾਇਕ ਅਤੇ ਸਮਾਜਕ ਭਲਾਈ ਦੀ ਭਾਵਨਾ ਦੇ ਵਿਕਾਸ ਵਿਚ ਸਹਾਇਕ ਹੈ। ਕਲਾ ਸਿੱਖਿਆ ਬੱਚਿਆਂ ਨੂੰ ਸੰਚਾਰ ਦੇ ਵੈਕਲਪਿਕ ਤਰੀਕੇ ਸਿੱਖਣ ਵਿਚ ਮਦਦ ਕਰਦਾ ਹੈ। ਇਹ ਵੱਖ-ਵੱਖ ਵਿਅਕਤੀਗਤ ਅਤੇ ਨਵੇਂ ਵਿਚਾਰਾਂ ਨੂੰ ਉਤਸ਼ਾਹਿਤ ਵੀ ਕਰਦਾ ਹੈ ਅਤੇ ਬੱਚੇ ਵਿਚ ਬਹੁ-ਬੁੱਧੀ ਦੇ ਵਿਕਾਸ ਵਿਚ ਮਦਦ ਕਰਦਾ ਹੈ। ਪ੍ਰਾਇਮਰੀ ਪੱਧਰ 'ਤੇ ਇਕ ਉਦੇਸ਼ਪੂਰਨ ਕਲਾ ਸਿੱਖਿਆ (Purposeful Art Education) ਜੀਵਨ ਨੂੰ ਸੁਧਾਰਨ ਲਈ ਅਤੇ ਰਚਨਾਤਮਕ ਸਮਰੱਥਾ ਨੂੰ ਉਤਸ਼ਾਹਿਤ ਕਰਨ ਲਈ, ਵੱਖ-ਵੱਖ ਹੁਨਰਾਂ ਨੂੰ ਵਧਾਉਣ ਅਤੇ ਬੱਚਿਆਂ ਦੇ ਸਮਾਈ ਵਿਚ ਸਹਾਇਕ ਹੁੰਦੀ ਹੈ।

ਕਲਾ ਦੀ ਵਿਸ਼ੇਸ਼ਤਾਵਾਂ ਹੇਠ ਹਨ-

- ਇਕ ਨਵਾਂ ਨਿਰਮਾਨ ਕਰਨਾ
- ਓਸ ਨਵੇਂ ਨਿਰਮਾਣ ਦਾ ਅਨੁਭਵ ਕਰਨਾ
- ਓਸ ਨਵੇਂ ਨਿਰਮਾਣ ਦੇ ਅਨੁਭਵ ਨੂੰ ਪ੍ਰਗਟਾਉਣਾ
- ਕਲਾਕਾਰ ਦਾ ਕਲਾ ਦੀ ਨਿਰਮਾਣ ਵਿਚ ਖੋ ਜਾਣਾ
- ਕਲਾਕਾਰ ਦੁਆਰਾ ਕਲਾ ਪ੍ਰਕਿਰਿਆ ਦਾ ਅਨੰਦ ਲੈਣਾ
- ਕਲਾ ਪ੍ਰਕਿਰਿਆ ਦੇ ਇਕ ਪੱਖ ਵਿਚ ਖੋ ਜਾਣਾ
- ਕਲਾਤਮਕ ਸਮੱਗਰੀ ਦਾ ਵਿਵਸਥਿਤ ਵਿਕਾਸ

- ਕਲਾ ਨਿਰਮਾਣ ਦੌਰਾਨ ਕਲਾਕਾਰ ਦੀ ਗਤੀਵਿਧੀ

ਪ੍ਰਸ਼ਨ 2. ਕਲਾ ਦੀਆਂ ਵਿਲੱਖਣ ਵਿਸ਼ੇਸ਼ਤਾਵਾਂ ਦੱਸੋ।

ਉੱਤਰ - ਕਲਾ ਦੀਆਂ ਕੁੱਝ ਵਿਲੱਖਣ ਵਿਸ਼ੇਸ਼ਤਾਵਾਂ ਹਨ ਜੋ ਸ਼ਾਬਦਿਕ ਪ੍ਰਤੱਖਾਂ ਵਿਚ ਨਹੀਂ ਲੱਭਦੀ। ਉਹ ਹਨ-

ਸਵੈ ਪ੍ਰਗਟਾਓ (Self Expression)

ਸਰਗਰਮ ਹਿੱਸੇਦਾਰੀ (Active Participation)

ਕਲਪਨਾ (Imagination)

ਮਨ ਅਤੇ ਸਰੀਰ ਦਾ ਸੰਬੰਧ (Mind Body Connections)

ਸਮੂਹ ਦਾ ਡਾਇਨਾਮਿਕਸ (Group Dynamics)

ਸਮੂਹ ਭਾਵਨਾ ਦਾ ਵਿਕਾਸ (Development of Team Spirit)

ਅਗਵਾਰਈ ਸਮਰੱਥਾ ਦਾ ਵਿਕਾਸ

ਸਮਾਜਕ ਸਮਾਯੋਜਨ (Social Adjustment)

ਸਹਿਣਸ਼ੀਲਤਾ (Tolerance)

ਧੀਰਜ ਅਤੇ ਸਥਿਰਤਾ (Patience and Persistence)

ਪ੍ਰਸ਼ਨ 3. ਕਲਾਵਾਂ ਦੇ ਪ੍ਰਕਾਰਾਂ ਦਾ ਉੱਲੇਖ ਕਰੋ।

ਉੱਤਰ - ਇੰਜ ਤਾਂ ਕਲਾ ਨੂੰ ਵੱਖ-ਵੱਖ ਪ੍ਰਕਾਰਾਂ ਅਤੇ ਰੂਪਾਂ ਵਿਚ ਬਨੰਣਾ ਸੰਭਵ ਨਹੀਂ ਹੈ ਪਰ ਆਪਣੇ ਅਧਿਐਨ ਦੀ ਸੁਵਿਧਾ ਲਈ ਕਲਾ ਅਤੇ ਨਾਟਕ ਸਿੱਖਿਆ ਦੇ ਖੇਤਰ ਵਿਚ ਪ੍ਰਚਲਿਤ ਉਪਾਗਮਮਾਂ ਨੂੰ ਦੋ ਵੱਡੇ ਭਾਗਾਂ- ਪ੍ਰਦਰਸ਼ਨ ਕਲਾ ਅਤੇ ਦ੍ਰਿਸ਼ ਕਲਾ ਵਿਚ ਵੰਡਿਆ ਜਾ ਸਕਦਾ ਹੈ, ਜਿਨ੍ਹਾਂ ਦਾ ਸੰਖੇਪ ਵਿਵਰਣ ਹੇਠ ਹੈ-

(1) ਪ੍ਰਦਰਸ਼ਨ ਕਲਾ (Performing Arts) - ਦ੍ਰਿਸ਼ ਕਲਾ ਤੋਂ ਕਲਾ ਪ੍ਰਦਰਸ਼ਨ ਕਲਾ, ਕਲਾ ਦੀ ਉਹ ਕਿਸਮ ਹੈ, ਜਿਸ ਵਿਚ ਸ਼ਬਦਾਵਲੀ, ਆਵਾਜ਼, ਸੰਵਾਦ ਅਤੇ ਸਰੀਰਕ ਗਤੀਵਿਧੀਆਂ ਰਾਹੀਂ ਵਿਚਾਰ ਜਾਂ ਭਾਵ ਨੂੰ ਪ੍ਰਗਟ ਕੀਤਾ ਜਾਂਦਾ ਹੈ। ਪ੍ਰਦਰਸ਼ਨੀ ਕਲਾ, ਪ੍ਰਗਟਾਵੇ/ਵਿਚਾਰਾਂ/ਕਹਾਣੀ ਆਦਿ ਦੇ ਦੌਰਾਨ ਥੀਏਟਰ, ਅਦਾਕਾਰੀ, ਡਰੈਸਿੰਗ, ਦ੍ਰਿਸ਼, ਰੋਸ਼ਨੀ, ਸੰਗੀਤ, ਆਵਾਜ਼ ਅਤੇ ਸੰਵਾਦ ਦੇ ਵੱਖ ਵੱਖ ਹਿੱਸਿਆਂ ਰਾਹੀਂ ਸੰਚਾਰ ਕੀਤਾ ਜਾਂਦਾ ਹੈ।

ਪ੍ਰਦਰਸ਼ਨ ਕਲਾ ਦੇ ਪ੍ਰਕਾਰ-

- ਰੰਗ ਕਲਾ (Drama)
- ਨਾਚ ਕਲਾ (Dance)
- ਸੰਗੀਤ (Music)

- ਪੁਤਲੀਆਂ (Puppetry)

ਪ੍ਰਦਰਸ਼ਨ ਕਲਾ ਦੇ ਅਧੀਨ ਮੁੱਲ ਰੂਪ ਤੋਂ ਨਾਚ, ਸੰਗੀਤ, ਰੰਗਮੰਚ ਅਤੇ ਸੰਬੰਧਤ ਕਲਾਵਾਂ ਆਉਂਦੀ ਹੈ ਅਤੇ ਜਾਦੂ, ਮੈਮ, ਪੁਤਲੀਆਂ, ਸਰਕਸ, ਗਾਨ ਅਤੇ ਭਾਸ਼ਣ ਦੇਣਾ ਆਦਿ ਇਸ ਗੱਲ ਦੇ ਦੂਜੇ ਰੂਪ ਹਨ। ਨਿਸ਼ਪਾਦਨ ਕਲਾ ਦਾ ਪ੍ਰਦਰਸ਼ਨ ਕਰਨ ਵਾਲਿਆਂ ਨੂੰ ਕਲਾਕਾਰ (performer) ਕਹਿੰਦੇ ਹਨ। ਇਹ ਕਲਾਕਾਰ ਹੀਰੋ, ਜੋਸ਼, ਨ੍ਰਿਤ, ਜਾਦੂਗਰ, ਸੰਗੀਤਕਾਰ, ਗਾਇਕ ਆਦਿ ਹੁੰਦੇ ਹਨ। ਨਿਸ਼ਪਾਦਨ ਕਲਾ ਦੇ ਕਲਾਕਾਰ ਉਹ ਵੀ ਹਨ ਜੋ ਇਸ ਕਲਾ ਨੂੰ ਪਰਦੇ ਦੀ ਪਿਛੋਂ ਸਹਾਰਾ ਦਿੰਦੇ ਹਨ, ਜਿਵੇਂ ਕਿ ਲੀਰਿਸਿਸਟ ਅਤੇ ਰੰਗਮੰਚ ਵਰਕਰ। ਕਲਾਕਾਰ ਆਪਣੇ ਆਵਰਣ ਤੋਂ ਪਛਾਣ ਕਰ ਸਕਦੇ ਹਨ ਅਤੇ ਇਸ ਵਿਚ ਸਿਮਟ ਜਾਂਦੇ ਹਨ। ਕਲਾਕਾਰਾਂ ਨੂੰ ਆਪਣੇ ਪਹਿਨਾਵੇ, ਰੰਗਮੰਚ ਦੇ ਆਵਰਣ, ਰੋਸ਼ਨੀ, ਸ਼ਬਦ ਆਦਿ ਦੀ ਆਦਤ ਪੜ੍ਹ ਜਾਂਦੀ ਹੈ।

(2) ਦ੍ਰਿਸ਼ ਕਲਾ (Visual Arts) - ਦ੍ਰਿਸ਼ ਕਲਾ ਚਿੱਤਰਾਤਮਕ ਨਿਰਮਾਣ ਦੁਆਰਾ ਰਚਨਾ ਅਤੇ ਸੰਚਾਰ ਦਾ ਇਕ ਮਜ਼ਬੂਤ ਮਧੱਮ ਹੈ। ਇਹ ਇਕ ਵਿਲੱਖਣ ਸੰਕੇਤਕ ਖੇਤਰ ਹੈ ਅਤੇ ਇਕ ਅਜਿਹਾ ਵਿਸ਼ੇ ਹੈ ਜਿਸਦੀ ਆਪਣੀ ਵਿਸ਼ੇਸ਼ ਉਮੀਦਾਂ ਅਤੇ ਸਿਖਲਾਈ ਹੈ। ਦ੍ਰਿਸ਼ ਕਲਾ ਬੱਚੇ ਨੂੰ ਕਾਲਪਨਿਕ ਜੀਵਨ ਅਤੇ ਅਸਲ ਸੰਸਾਰ ਦੇ ਵਿਚਕਾਰ ਸਿਹਤਮੰਦ ਰਿਸ਼ਤਾ ਬਣਾਉਣ ਵਿਚ ਅਤੇ ਆਪਣੇ ਵਿਚਾਰਾਂ, ਭਾਵਨਾਵਾਂ ਅਤੇ ਅਨੁਭਵਾਂ ਨੂੰ ਦ੍ਰਿਸ਼ ਰੂਪ ਵਿਚ ਨਿਯੋਜਿਤ ਕਰਨ ਅਤੇ ਪ੍ਰਗਟਾਓ ਕਰਨ ਵਿਚ ਮਦਦ ਕਰਦਾ ਹੈ। ਚਿੱਤਰਕਾਰੀ, ਪੇਂਟਿੰਗ ਆਦਿ ਦੀ ਰਚਨਾ ਕਰਦੇ ਹੋਏ ਬਾਲਕ ਨਵੇਂ ਗਿਆਨ ਨੂੰ ਪੁਰਾਨੇ ਅਨੁਭਵਾਂ ਨਾਲ ਜੋੜਕੇ ਉਨ੍ਹਾਂ ਦੀ ਅਰਥਪੂਰਨਤਾ ਨੂੰ ਸੰਮਝਣ ਦੀ ਕੋਸ਼ਿਸ਼ ਕਰਦੇ ਹਨ। ਦ੍ਰਿਸ਼ ਕਲਾ ਸਿੱਖਿਆ ਖੋਜ, ਪ੍ਰਯੋਗ ਆਦਿ ਰਾਹੀਂ ਬੱਚੇ ਦੀ ਰਚਨਾਤਮਕਤਾ ਅਤੇ ਸੁੰਦਰਤਾ ਦੇ ਅਨੁਭਵ ਨੂੰ ਵਧਾਉਂਦਾ ਹੈ।

ਦ੍ਰਿਸ਼ ਕਲਾ ਦੇ ਵੱਖ-ਵੱਖ ਪ੍ਰਕਾਰ -

- ਚਿੱਤਰਕਲਾ (Drawing)
- ਰੰਗ ਅਤੇ ਪੇਂਟਿੰਗ (Colour and Painting)
- ਪ੍ਰਿੰਟ (Print)
- ਮਿੱਟੀ ਅਤੇ ਮੂਰਤੀ (Clay and Sculpture)
- ਰੇਤ ਚਿੱਤਰ ਕਲਾ (Sand Tray Art)
- ਡਿਜਾਈਨ (ਗਹਿਣੇ, ਮਿੱਟੀ ਦੇ ਬਰਤਨ (Pottery), ਬੁਨਾਈ, ਕਪੜੇ ਆਦਿ ਅਤੇ ਇਸ ਤੋਂ ਇਲਾਵਾ ਡਿਜਾਈ ਦੇ ਵਿਵਹਾਰਕ ਖੇਤਰਾਂ, ਜਿਵੇਂ- ਵਪਾਰਕ ਗਰਾਫਿਕਸ ਅਤੇ ਹੋਮ ਫਰਨਿਸ਼ਿੰਗ)
- ਸਮਕਾਲੀਨ ਵਿਸ਼ੇ (ਫੋਟੋਗਰਾਫੀ, ਵੀਡਿਓ, ਫਿਲਮ, ਡਿਜਾਈਨ, ਕੰਪਿਉਟਰ ਕਲਾ ਆਦਿ)

ਸਾਡੇ ਆਲੇ ਦੁਆਲੇ ਕਲਾ ਹੈ- ਪੇਂਟਿੰਗ, ਆਰਕੀਟੈਕਚਰ, ਮਿੱਟੀ ਦੇ ਬਰਤਨ, ਮੁਰਤੀਕਲਾ ਆਦਿ। ਇਸਦੇ ਅਧੀਨ ਸਾਡਾ ਆਰਕੀਟੈਕਚਰ, ਸਾਡੇ ਘਰਾਂ ਦੇ ਅੰਦਰ, ਜਿਵੇਂ ਅਸੀਂ ਡਰੈਸ ਅਪ ਕਰਦੇ ਹਨ,

ਜਿਵੇਂ ਅਸੀਂ ਆਪਣਾ ਭੋਜਨ ਕਰਦੇ ਹਨ, ਜਿਵੇਂ ਅਸੀਂ ਖੜ੍ਹੇ ਹੁੰਦੇ ਹਨ, ਬੈਠਦੇ ਹਨ ਜਾਂ ਗੱਲ ਕਰਦੇ ਹਨ, ਇਹ ਸਾਰੇ ਇਕ ਵਿਅਕਤੀਗਤ ਸ਼ੈਲੀ ਦਾ ਬਿਯਾਨ ਕਰਦੇ ਹਨ। ਸਾਡੇ ਜੀਵਨ ਵਿਚ ਇਕ ਮੌਕੇ ਅਤੇ ਉਤਸਵ ਵਿਚ ਸੁਹਜਾਤਮਿਕ ਪ੍ਰਗਟਾਵਾ ਸ਼ਾਮਿਲ ਹੈ।

ਪ੍ਰਸ਼ਨ 4. ਕਲਾ ਸਿੱਖਿਆ ਦੀ ਪ੍ਰਕਿਰਤੀ ਅਤੇ ਦਾਯਰੇ (ਕਾਰਜ ਖੇਤਰ) ਦਾ ਵਰਣਨ ਕਰੋ।

ਉੱਤਰ - ਅੱਜ ਆਰਥਕ, ਸਮਾਜਕ, ਸਿੱਖਿਅਕ ਅਤੇ ਸੱਭਿਆਚਾਰਕ ਪੱਖਾਂ ਵਿਚ ਕਲਾ ਦੇ ਮਹੱਤਵ ਅਤੇ ਸੰਭਾਵਨਾ ਦੀ ਚੋਣ ਕੀਤੀ ਜਾ ਰਹੀ ਹੈ।

(1) ਵਿਅਕਤੀਤਵ ਵਿਕਾਸ (Personal Development) - ਬੱਚੇ ਆਪਣੀ ਕਲਾ ਸਿੱਖਿਆ ਤੋਂ ਮਹੱਤਵਪੂਰਨ ਜੀਵਨ ਹੁਨਰਾਂ ਦੀ ਚੋਣ ਕਰਦੇ ਹਨ ਜਿਵੇਂ- ਚੰਗੀ ਯਾਦਾਸ਼ਤ, ਸਮਝ ਵਧਾਉਣਾ ਅਤੇ ਪ੍ਰਤੀਕਾਤਮਕ ਸੰਚਾਰ ਦੀ ਯੋਗਤਾ।

ਚਿੱਤਰ 1.1

ਇਹ ਬੱਚਿਆਂ ਦੀ ਸਫਲਤਾ ਦੀ ਚਾਹਤ ਅਤੇ ਨਵੀਂ ਚੁਣੌਤੀਆਂ ਨੂੰ ਗ੍ਰਹਿਨ ਕਰਨ ਦੀ ਯੋਗਤਾ ਨੂੰ ਵਧਾ ਸਕਦਾ ਹੈ।

(2) ਸੰਪੂਰਨ ਗਿਆਨ ਪ੍ਰਾਪਤ ਕਰਨਾ (Gaining holistic Knowledge) - ਇਨ੍ਹਾਂ ਵਿਸ਼ੇਸ਼ ਰੂਪਾਂ ਨੂੰ ਸਿੱਖਣ, ਉਨ੍ਹਾਂ ਦਾ ਇਤਿਹਾਸ, ਉਨ੍ਹਾਂ ਦੀ ਰਚਨਾ, ਨਿਸ਼ਪਾਦਨ ਵਿਸ਼ਲੇਸ਼ਣ, ਸਮੀਖਿਆ ਅਤੇ ਮੁਲਾਂਕਣ ਆਪਣੇ ਆਪ ਵਿਚ ਸਿੱਖਣ ਦੀ ਪ੍ਰਗਤੀ ਹੈ।

(3) ਜ਼ਿੰਦਗੀ ਨੂੰ ਸੁੰਦਰ ਬਣਾਉ (Make Life Aesthetical) - ਸਾਡੇ ਰੋਜ਼ਾਨਾ ਜੀਵਨ ਵਿਚ ਇਸਦਾ ਇਕ ਮਹੱਤਵ ਹੈ ਜੋ ਮਾਪਣਯੋਗ ਨਹੀਂ ਹੈ- ਭੋਜਨ ਤੋਂ ਲੈ ਕੇ ਪਹਿਨਾਵੇ, ਘਰਾਂ ਤੋਂ ਲੈ ਕੇ ਉਤਸਵਾਂ ਤੱਕ ਸਰਿਆਂ ਦੀ ਵੱਖ-ਵੱਖ ਸੁੰਦਰਤਾ ਅਤੇ ਪ੍ਰਭਾਵ ਹੈ।

(4) ਬੋਧਾਤਮਕ ਸੰਵੇਦਨਾ (Cognitive Stimulation) -

- ਕਲਾ ਸਿੱਖਿਆ ਬੱਚਿਆਂ ਵਿਚ ਤਕਨੀਕੀ ਬੋਧਾਤਮਕ ਵਿਕਾਸ ਨਾਲ ਜੁੜ੍ਹ ਗਿਆ ਹੈ।
- 1998 ਦੀ ਇਕ ਰਿਪੋਰਟ "ਤਰੁਣ ਬੱਚੇ ਅਤੇ ਕਲਾ: ਬੋਧਾਤਮਕ ਸੰਯੋਜਨ ਬਣਾਉਣਾ"- ਖੋਜਕਰਤਾਵਾਂ ਨੇ ਇਹ ਪਾਇਆ ਕਿ ਕਲਾ ਸਿੱਖਿਆ ਬੱਚੇ ਦੇ ਬੋਧਾਤਮਕ, ਭਾਸ਼ਾ ਅਤੇ ਗਤੀ ਹੁਨਰਾਂ ਸਾਰਥਕ ਯੋਗਦਾਨ ਪ੍ਰਦਾਨ ਕਰ ਸਕਦਾ ਹੈ।

- "ਸਿਖਲਾਈ ਅਤੇ ਕਲਾਵਾਂ: ਸੀਮਾ ਪਾਰ-ਗਮਨ" ਕਹਿੰਦਾ ਹੈ ਕਿ ਮਾਨਸਿਕਤਾ ਦੀ ਜਾਂਚ ਸਾਬਤ ਕਰਦੀ ਹੈ ਕਿ ਜਦੋਂ ਸੰਗੀਤਕਾਰ ਸੰਗੀਤ ਬਜਾਉਂਦਾ ਹੈ ਉਦੋਂ ਮਰੀਜ਼ਾਂ ਦੀ ਛਾਤੀ ਦੇ ਸਾਰੇ ਅੰਗ ਸਰਗਰਮ ਹੋ ਜਾਂਦੇ ਹਨ।

(5) **ਅਕਾਦਮਿਕ ਪ੍ਰਾਪਤੀ** (Academic Achievement) -

- ਕਲਾ ਕਲਾਸਾਂ ਵਿਚ ਹਿੱਸਾ ਲੈਣ ਵਾਲੇ ਵਿਦਿਆਰਥੀ ਸਕੂਲ ਵਿਚ ਵਧੀਆ ਪ੍ਰਦਰਸ਼ਨ ਕਰਦੇ ਹਨ
- ਹਾਵਰਡ ਗਾਰਡੇਨਸ ਦੇ ਬਹੁ-ਬੁੱਧੀ ਸਿਧਾਂਤ ਦੇ ਅਨੁਸਾਰ ਜੋ ਬੱਚੇ ਕਲਾ ਕਲਾਸਾਂ ਵਿਚ ਹਿੱਸਾ ਲੈਂਦੇ ਹਨ ਉਹ ਸਿਖਣ ਦੀ ਇਕ ਵੱਡੀ ਸਮਰੱਥਾ ਦਾ ਵਿਕਾਸ ਕਰ ਲੈਂਦੇ ਹਨ ਕਿਉਂਕਿ ਉਹ ਆਪਣੀ ਪਰੰਪਰਾਗਤ ਕਲਾਸਾਂ ਵਿਚ ਭਾਸ਼ੀ ਅਤੇ ਗਣੀਤੀ ਤਰਕ ਤੋਂ ਇਲਾਵਾ ਆਪਣੀ ਸਿੱਖਣ ਦੀ ਵਿਧੀ ਦਾ ਵਿਸਥਾਰ ਕਰ ਲੈਂਦੇ ਹਨ।
- ਇਹ ਪਾਇਆ ਗਿਆ ਹੈ ਕਿ ਜੋ ਬੱਚੇ ਕਲਾ ਕਲਾਸਾਂ ਵਿਚ ਹਿੱਸਾ ਲੈਂਦੇ ਹਨ ਉਹ ਸਿੱਖਿਆ ਖੇਤਾ ਵਿਚ ਬਿਹਤਰ ਨਿਸ਼ਪਾਦਨ ਕਰਦੇ ਹਨ ਅਤੇ ਉਨ੍ਹਾਂ ਕੋਲ ਇਕ ਉੱਚ ਸੋਚਣ ਦੀ ਸਮਰੱਥਾ ਹੁੰਦੀ ਹੈ।

(6) ਸੰਚਾਰਿਤ ਸੰਦੇਸ਼ (Conveys Messages) **-** ਬੋਧਾਤਮਕ ਕਲਾਵਾਂ ਵਿਚ ਕਲਾਤਮਕ ਸਮਝ ਦੇ ਕਈ ਰੂਪ ਸ਼ਾਮਿਲ ਹੁੰਦੇ ਹਨ ਜੋ ਕਿ ਸਾਨੂੰ ਲਕਸ਼ ਦਰਸ਼ਕਾਂ ਨੂੰ ਨਿਸ਼ਚਿਤ ਸੰਦੇਸ਼ ਸੰਚਾਰਿਤ ਕਰਨ ਵਿਚ ਮਦਦ ਦਿੰਦੀ ਹੈ।

(7) **ਨਿੱਜੀ ਪ੍ਰੋਫਾਇਲ ਅਤੇ ਵਾਧਾ** (Personal profile and growth) -

- **ਪੇਸ਼ੇ ਦੇ ਵੱਖ ਵੱਖ ਵਿਕਲਪ** (Varied options of profession) - ਇਹ ਸਕੂਲਾਂ ਵਿਚ Kindergarten (ਬਾਲ ਵਿਹਾਰ) ਤੋਂ ਸ਼ੁਰੂ ਕਰ ਪ੍ਰਾਇਮਰੀ ਅਤੇ ਸੇਕੰਡਰੀ ਸਕੂਲਾਂ ਵਿਚ ਪੜ੍ਹਾਏ ਜਾਂਦੇ ਹਨ ਅਤੇ ਸਿੱਖਿਆ ਦੇ ਉੱਚ ਪੱਧਰਾਂ ਜਿਵੇਂ ਯੂਨੀਵਰਸੀਟੀ ਵਿਚ ਵੀ ਇਕ ਵਿਕਲਪ ਦੇ ਰੂਪ ਵਿਚ ਹੁੰਦੇ ਹਨ। ਕਲਾ ਵਿਚ ਵਧ ਰੂਚੀ ਨਾਲ ਤੁਸੀਂ ਸਫਲਤਾਪੂਰਵਕ ਕਈ ਵਪਾਰਾਂ ਵਿਚ ਅੱਡੇ ਵਧ ਸਕਦੇ ਹੋ ਜਿਵੇਂ- ਯੂਨੀਵਰਸੀਟੀ ਵਿਚ ਅਧਿਆਪਕ, ਵਪਾਰਕ, ਕਲਾਕਾਰ, ਰੰਗਮੰਚ ਜਾਂ ਦੂਰਦਰਸ਼ਨ ਧਾਰਾਵਾਹਿਕ ਵਿਚ ਅਦਾਕਾਰ/ਅਭਿਨੇਤਰੀ, ਅਧਿਆਪਕ, ਪੇਸ਼ਾਵਰ ਗਾਇਕ ਅਤੇ ਨਰਤਕੀ, ਡਿਜਾਈਨਰ, ਅੰਦਰੂਨੀ ਕਲਪਨਾ, ਫਿਲਮ ਸੰਸਾਰ ਆਦਿ।

ਪ੍ਰਸ਼ਨ 5. ਕਲਾ ਸਿੱਖਿਆ ਦਾ ਕੀ ਮਹੱਤਵ ਹੈ?

ਉੱਤਰ - ਕਲਾ ਸਿੱਖਿਆ ਦੇ ਮਹੱਤਵ ਹੇਠ ਲਿਖੇ ਹਨ-

(1) ਮਾਨਸਿਕ ਸ਼ਕਤੀਆਂ ਦੇ ਵਿਕਾਸ ਵਿਚ ਮਹੱਤਵਪੂਰਨ - ਕਲਾ ਸਿੱਖਿਆ ਰਾਹੀਂ ਬੱਚੇ ਦੀ ਮਾਨਸਿਕ ਸ਼ਕਤੀਆਂ ਦੇ ਵਿਕਾਸ ਨੂੰ ਤੇਜ਼ ਕੀਤਾ ਜਾ ਸਕਦਾ ਹੈ। ਕਲਾ ਰਾਹੀਂ ਬੱਚੇ ਦੀ ਕਲਪਨਾ ਸ਼ਕਤੀ,

ਯਾਦਾਸ਼ਤ, ਨਿਰਿਖੱਣ ਸ਼ਕਤੀ, ਸੁਤੰਤਰ ਸੋਚ ਸ਼ਕਤੀ, ਤੁਲਨਾ ਕਰਨ ਦੀ ਸ਼ਕਤੀ, ਸਵੈ-ਪ੍ਰਕਾਸ਼ਨ ਦੀ ਸ਼ਕਤੀ, ਸਵੈ-ਫੈਸਲਾ ਲੈਣ ਦੀ ਸ਼ਕਤੀ ਵਰਗੀ ਮਹੱਤਵਪੂਰਨ ਸ਼ਕਤੀਆਂ ਨੂੰ ਵਿਕਸਿਤ ਕੀਤਾ ਜਾਂਦਾ ਹੈ।

ਕਲਾ ਸਿੱਖਿਆ ਬੱਚੇ ਦੀ ਕਲਪਨਾ ਦੇ ਅਧਾਰ 'ਤੇ ਵੱਖ-ਵੱਖ ਵਿਚਾਰ ਅਤੇ ਭਾਵ ਪੈਦਾ ਕਰਨ ਦੀ ਆਦਤ, ਕਵਿਤਾ ਕਰਨ, ਚਿੱਤਰ ਦੀ ਕਲਪਨਾ ਕਰਨ, ਕੁਦਰਤ ਦੀ ਡੂੰਘੀ ਨਿਰੀਖਣ ਕਰਦੇ ਹੋਏ ਸੱਚ ਦੀ ਖੋਜ ਕਰਨ ਅਤੇ ਗਿਆਨ ਨੂੰ ਅਸਲੀ ਅਤੇ ਸਪਸ਼ਟ ਬਣਾਉਣ, ਨਾਪ ਅਤੇ ਅੰਦਾਜ਼ੇ ਦੇ ਅਧਾਰ 'ਤੇ ਤੁਲਨਾ ਕਰਨ ਵਰਗੀ ਕਿਰਿਆਵਾਂ ਰਾਹੀਂ ਇਨ੍ਹਾਂ ਸ਼ਕਤੀਆਂ ਦੇ ਵਿਕਾਸ ਵਿਚ ਮਹੱਤਵਪੂਰਨ ਯੋਗਦਾਨ ਦਿੰਦੀ ਹੈ। ਯਾਦਾਸ਼ਤ ਵਰਣਨ, ਪ੍ਰਕਰਿਤੀ-ਦ੍ਰਿਸ਼, ਵਰਣਨ ਆਦਿ ਕਿਰਿਆਵਾਂ ਨੂੰ ਕਰਨ ਵਿਚ ਯਾਦਾਸ਼ਤ ਦਾ ਵਿਕਾਸ ਹੁੰਦਾ ਹੈ। ਇਸ ਤਰਾਂ ਕਲਾ ਬੱਚੇ ਦੀ ਮਾਨਸਿਕ ਸ਼ਕਤੀ ਦੇ ਵਿਕਾਸ ਵਿਚ ਮਹੱਤਵਪੂਰਨ ਭੂਮਿਕਾ ਨਿਭਾਉਂਦੀ ਹੈ।

(2) **ਬੌਧਿਕ ਵਿਕਾਸ ਵਿਚ ਮਹੱਤਵਪੂਰਨ -** ਬੁਧੀ ਦੀ ਸ਼ਕਤੀ ਦਾ ਵਿਕਾਸ ਕਰਨ ਵਿਚ ਅਨੁਭਵ ਪ੍ਰਧਾਨ ਹੁੰਦੇ ਹਨ। ਕਲਾ ਰਾਹੀਂ ਜੇ ਅਨੁਭਵ ਪ੍ਰਾਪਤ ਕੀਤੇ ਜਾਣ ਤਾਂ ਬੁਧੀ ਦਾ ਵਿਕਾਸ ਆਰਾਮ ਨਾਲ ਹੋ ਜਾਂਦਾ ਹੈ, ਪਰ ਅਨੁਭਵ ਦੀ ਪ੍ਰਾਪਤੀ ਉਦੋਂ ਤਕ ਨਹੀਂ ਹੋ ਸਕਦੀ ਜਦੋਂ ਤਕ ਖੁਦ ਕਰਕੇ ਸਿੱਖਣ ਦੀ ਆਦਤ ਨਾ ਡਾਲੀ ਜਾਵੇ। ਇਸ ਲਈ ਕਲਾ ਸਿੱਖਿਆ ਰਾਹੀ ਬੱਚਿਆਂ ਵਿਚ ਖੁਦ ਕਰਦੇ ਸਿੱਖਣ ਦੀ ਆਦਤ ਪੈਦਾ ਕੀਤੀ ਜਾਂਦੀ ਹੈ, ਜਿਸ ਨਾਲ ਬੱਚੇ ਦੇ ਅਨੁਭਵ ਵਧਦੇ ਹਨ ਅਤੇ ਉਸਦਾ ਬੌਧਿਕ ਵਿਕਾਸ ਹੁੰਦਾ ਹੈ।

(3) **ਸਰੀਰਿਕ ਵਿਕਾਸ ਵਿਚ ਮਹੱਤਵਪੂਰਨ -** ਗਾਂਧੀ ਜੀ ਚਾਹੁੰਦੇ ਸਨ ਕਿ ਸਾਡੇ ਇਥੇ ਅਜਿਹੀ ਸਿੱਖਿਆ ਜਨਮ ਲਏ ਜੋ ਸਰੀਰਿਕ, ਮਾਨਸਿਕ ਅਤੇ ਰੂਹਾਨੀ ਤਿੰਨਾਂ ਸ਼ਕਤੀਆਂ ਦਾ ਵਿਕਾਸ ਕਰੇ। ਅੱਜ-ਕੱਲ ਦੀ ਸਿੱਖਿਆ ਜਿੰਨੀ ਬੁਧੀਵਾਦੀ ਹੋ ਗਈ ਹੈ, ਉਨ੍ਹੀ ਮਿਹਨਤੀ ਨਹੀਂ ਰਹੀ। ਪਰ ਕਲਾ ਸਿੱਖਿਆ ਰਾਹੀਂ ਸਿੱਖਿਆ ਵਿਚ ਮਿਹਨਤ ਦੇ ਮੁੱਲ ਨੂੰ ਆਂਕਣ ਦੀ ਸਮਰੱਥਾ ਬੱਚਿਆਂ ਵਿਚ ਪੈਦਾ ਕੀਤੀ ਜਾਂਦੀ ਹੈ। ਮਿੱਟੀ ਦੇ ਭਾਂਡੇ ਬਣਾਉਣਾ, ਲਕੜੀ, ਮੁਰਤੀਕਲਾ, ਖੇਤੀਬਾੜੀ, ਨਾਚਕਲਾ- ਸਾਰੇ ਕਾਰਜ ਬੱਚਿਆਂ ਵਿਚ ਸਰੀਰਿਕ ਵਿਕਾਸ ਨੂੰ ਵਿਕਸਿਤ ਕਰਦੇ ਹਨ। ਇਸ ਤਰਾਂ ਕਲਾ ਸਰੀਰਿਕ ਵਿਕਾਸ ਵਿਚ ਸਹਾਇਕ ਸਾਬਤ ਹੁੰਦੀ ਹੈ।

(4) **ਰੂਹਾਨੀ ਵਿਕਾਸ ਅਤੇ ਚਰਿੱਤਰ ਨਿਰਮਾਣ ਵਿੱਚ ਮਹੱਤਵਪੂਰਨ -** ਕਲਾ ਸਿੱਖਿਆ ਇਸ ਲਈ ਵੀ ਜਰੂਰੀ ਹੈ ਕਿਉਂਕਿ ਇਸ ਵਿਚ ਬੱਚੇ ਆਪਣੀ ਰੂਹਾਨੀ ਸ਼ਕਤੀ ਨੂੰ ਵਿਕਸਿਤ ਕਰਦੇ ਹੋਏ ਚਰਿੱਤਰ ਨਿਰਮਾਣ ਕਰ ਸਕਦੇ ਹਨ, ਜਿਵੇਂ- ਨਾਟਕ ਕਲਾ ਦਾ ਉਦੇਸ਼ ਸਾਡੀ ਭਾਵਨਾਵਾਂ ਨੂੰ ਸ਼ੁੱਧ ਕਰਨਾ ਹੈ। ਨਾਟਕ ਕਲਾ ਸਵੈ ਦੀ ਸ਼ੁੱਧੀ ਦਾ ਇਕ ਮੁੱਖ ਸਰੋਤ ਹੈ। "ਸਤਿਅਮ, ਸ਼ਿਵਮ, ਸੁੰਦਰਮ" ਦੇ ਟੀਚੇ ਨੂੰ ਦ੍ਰਿਸ਼ਟੀ ਵਿਚ ਰੱਖਦੇ ਹੋਏ ਕਲਾ ਸਿੱਖਿਆ ਸਵੈ ਦੇ ਸ਼ੋਧਨ ਅਤੇ ਉੱਚ ਟੀਚੇ ਦੀ ਪ੍ਰਾਪਤੀ ਵਿਚ ਲਾਸਾਨੀ ਸਹਿਯੋਗ ਦਿੰਦੀ ਹੈ। ਨੀਤਸੇ ਦੇ ਸ਼ਬਦਾਂ ਵਿਚ, "ਕਲਾ ਇਕ ਬੇਤਰਤੀਬ ਸ਼ਕਤੀ ਅਤੇ ਸਵੈ-ਪ੍ਰੇਰਣਾ ਹੈ, ਉਸਦੇ ਕਾਰਜ ਰਾਹੀਂ ਸਵੈ-ਗਿਆਨ ਹੋ ਜਾਂਦਾ ਹੈ ਇਸ ਲਈ ਆਪਣੀ ਯੋਗਤਾ ਦੀ ਜਾਣ-ਪਛਾਣ ਮਿਲ ਜਾਂਦੀ ਹੈ। ਅਸਲ ਵਿਚ ਸਵੈ-ਬੋਧ ਹੀ ਚਰਿੱਤਰ ਬਲ ਦਾ ਅਧਾਰ ਹੈ।"

(5) **ਪੂਰਨ ਸ਼ਖ਼ਸੀਅਤ ਅਤੇ ਵਿਦਿਅਕ ਵਿਕਾਸ ਵਿਚ ਮਹੱਤਵਪੂਰਨ** - ਬੱਚੇ ਦੇ ਪੂਰਨ ਸ਼ਖ਼ਸੀਅਤ ਦਾ ਵਿਕਾਸ ਕਾਰਜ ਵਿਵਹਾਰ ਦੀ ਖੋਜ ਰਾਹੀਂ ਹੁੰਦਾ ਹੈ। ਵਿਵਹਾਰ ਖੋਜ ਕਲਾ ਸਿੱਖਿਆ ਦਾ ਟੀਚਾ ਹੈ। ਇਸ ਲਈ ਕਲਾ ਨੂੰ ਪੂਰਨ ਸ਼ਖ਼ਸੀਅਤ ਅਤੇ ਵਿਦਿਅਕ ਵਿਕਾਸ ਦੇ ਦ੍ਰਿਸ਼ਟੀਕੋਣ ਤੋਂ ਬੇਸ਼ਕ ਹੀ ਪਾਠਕ੍ਰਮ ਵਿਚ ਉੱਚ ਥਾਂ ਦਿੱਤੀ ਜਾਣੀ ਚਾਹੀਦੀ ਹੈ। ਆਧੁਨਿਕ ਮਨੋਵਿਗਿਆਨਕ ਮਨੁੱਖ ਦੀ ਜਮਾਂਦਰੂ ਪ੍ਰਵਿਰਤੀ ਨੂੰ ਹੀ ਕਲਾਤਮਕ ਨਿਰਮਾਣ ਦਾ ਆਧਾਰ ਮੰਨਿਆ ਜਾਂਦਾ ਹੈ। ਇਹ ਪ੍ਰਵਿਰਤੀਆਂ ਇੱਕਲੇ ਵਿਚ ਪ੍ਰਕਟ ਨਹੀਂ ਹੁੰਦੀ, ਬਲਕਿ ਸਮਾਜ ਵਿਚ ਰਹਿੰਦੇ ਹੋਏ ਹੀ ਇਹ ਪ੍ਰਵਿਰਤੀਆਂ ਕਿਰਿਆਸ਼ੀਲ ਹੁੰਦੀ ਹਨ। ਜੋ ਪ੍ਰਵਿਰਤੀਆਂ ਸੁਚੇਤ ਮਨ ਦੇ ਅੱਗੇ ਰਹਿੰਦੀ ਹੈ, ਉਹ ਸਿੱਧੀ ਪ੍ਰਕਟ ਹੁੰਦੀ ਹੈ, ਇਨ੍ਹਾਂ ਪ੍ਰਵਿਰਤੀਆਂ ਨੂੰ ਸਿੱਖਿਆ-ਖੇਤਰ ਵਿਚ ਵੱਧ ਉਪਯੋਗ ਕੀਤਾ ਜਾਂਦਾ ਹੈ।

(6) **ਸਮਾਜਿਕਤਾ ਦੇ ਵਿਕਾਸ ਵਿਚ ਮਹੱਤਵਪੂਰਨ** - ਸਮਾਜ ਮਨੋਵਿਗਿਆਨ (Social Psychology) ਦੇ ਅਧਾਰ 'ਤੇ ਜਿਵੇਂ ਪਹਿਲਾਂ ਦੱਸਿਆ ਗਿਆ ਹੈ ਕਿ ਚੇਤਨ ਮੰਨ (Conscious Mind) ਦੇ ਅੱਗੇ ਸਿੱਧੇ (Direct) ਰੁਝਾਨ ਕੰਮ ਕਰਦੇ ਰਹਿੰਦੇ ਹਨ, ਉਸੇ ਤਰਾਂ ਚੇਤਨ ਮੰਨ ਦੇ ਪਿੱਛੇ ਅਸਿੱਧੇ (Indirectly) ਰੂਪ ਵਿਚ ਜਾਹਰ ਹੋਣ ਵਾਲੇ ਕੁੱਝ ਰੁਝਾਨ ਕਾਰਜ ਕਰਦੀ ਰਹਿੰਦੀ ਹੈ। ਇਹ ਰੁਝਾਨ ਅਚੇਤਨ ਮੰਨ ਵਿਚ ਪੈਦਾ ਹੁੰਦੀ ਹੈ।

ਇਹ ਰੁਝਾਨ ਛਿੱਪੇ ਰੂਪ ਵਿਚ ਅਚੇਤਨ ਮੰਨ ਵਿਚ ਰੋਸ਼ਨੀ ਡਾਲਦੀ ਰਹਿੰਦੀ ਹਨ ਅਤੇ ਅਸਮਾਜਿਕ ਕਾਰਜਾਂ ਨੂੰ ਕਰਨ ਲਈ ਪ੍ਰੇਰਿਤ ਕਰਦੀ ਰਹਿੰਦੀ ਹੈ। ਕਲਾ ਇਨ੍ਹਾਂ ਰੁਝਾਨਾਂ ਨੂੰ ਸ਼ੋਧਨ ਦੀ ਦਿਸ਼ਾ ਪ੍ਰਦਾਨ ਕਰਦੀ ਹੈ। ਵਿਦਿਆਰਥੀਆਂ ਨੂੰ ਪੇਂਟਿੰਗ, ਡਰਾਮਾ ਖੇਡਣ, ਕਵਿਤਾ ਦਾ ਪਾਠ ਕਰਨਾ, ਨੱਚਣਾ, ਮੂਰਤੀ ਬਣਾਉਣਾ ਆਦਿ ਵਰਗੀਆਂ ਸਰਗਰਮੀਆਂ ਨੂੰ ਇਕੱਠਾ ਕਰਕੇ ਅਜਿਹੀਆਂ ਰੁਝਾਨਾਂ ਨੂੰ ਪੂਰਾ ਕਰਨ ਦਾ ਮੌਕਾ ਮਿਲਦਾ ਹੈ। ਇਸ ਤਰਾਂ ਵਿਦਿਆਰਥੀਆਂ ਵਿਚ ਸਮਾਜਿਕਤਾ ਦਾ ਵਿਕਾਸ ਕਰਨਾ ਸਿੱਖਿਆ ਰਾਹੀਂ ਹੀ ਸੰਭਵ ਹੈ।

(7) **ਸੱਭਿਆਚਾਰਿਕ ਅਤੇ ਨੈਤਿਕ ਵਿਕਾਸ ਵਿਚ ਮਹੱਤਵਪੂਰਨ** - ਕਲਾਕਾਰੀ ਇਕ ਯੁਗ ਦੀ ਸੱਭਿਅਤਾ ਅਤੇ ਸੱਭਿਆਚਾਰ ਸੁਰੱਖਿਅਤ ਰੱਖਦੀ ਹੈ, ਜਿਸ ਦਾ ਅਧਿਐਨ ਕਰਨ ਨਾਲ ਉਸ ਸਮੇਂ ਦੀ ਸੱਭਿਆਚਾਰ ਅਤੇ ਸੱਭਿਅਤਾ ਦਾ ਪ੍ਰਮਾਣ ਮਿਲਦਾ ਹੈ। ਅਜੰਤਾ ਦੀਆਂ ਗੁਫਾਵਾਂ, ਏਲੋਰਾ ਗੁਫਾਵਾਂ, ਭਾਰਤੀ ਨਾਟਕ ਕਲਾਵਾਂ ਅਤੇ ਨਾਚ ਕਲਾਵਾਂ ਆਦਿ ਅੱਜ ਵੀ ਭਾਰਤੀ ਸੱਭਿਆਚਾਰਕ ਵਾਤਾਵਰਨ ਨੂੰ ਗਵਾਹੀ ਦੇ ਰਿਹਾ ਹੈ। ਇਨ੍ਹਾਂ ਕਲਾਕਾਰੀਆਂ ਦੇ ਅਧਿਐਨ ਨਾਲ ਦੇਸ਼ ਦੇ ਸੱਭਿਆਚਾਰਕ ਵਿਕਾਸ ਦੀ ਝਾਂਕੀ ਮਿਲਦੀ ਹੈ। ਇਸ ਲਈ ਕਲਾ ਸੱਭਿਆਚਾਰਕ ਵਿਕਾਸ ਦੇ ਪ੍ਰਸਾਰ ਵਿਚ ਸਹਿਯੋਗ ਕਰਦੀ ਹੈ। ਕਲਾ ਦੇ ਮੱਧਮ ਨਾਲ ਬੱਚੇ ਥਾਂ-ਥਾਂ ਦੀ ਸੱਭਿਆਚਾਰ ਨਾਲ ਜਾਣੂ ਹੋ ਪਾਂਦੇ ਹਨ। ਕਲਾ ਨੈਤਿਕਤਾ ਪ੍ਰਦਾਨ ਕਰਨ ਵਿਚ ਸਮਾਜਿਕ ਵਿਸ਼ਵਾਸਾਂ ਦਾ ਆਸਰਾ ਲੈਂਦੀ ਹਨ।

ਇਸ ਤਰਾਂ ਕੋਈ ਵੀ ਸਿੱਖਿਆ ਉਦੋਂ ਤੱਕ ਪੂਰੀ ਨਹੀਂ ਹੋ ਸਕਦੀ, ਜਦੋਂ ਤੱਕ ਉਹ ਬੱਚਿਆਂ ਦੇ ਜਜ਼ਬਾਤਾਂ ਦੇ ਵਿਕਾਸ ਵੱਲ ਧਿਆਨ ਕੇਂਦਰਿਤ ਨਹੀਂ ਕਰਦੀ। ਕਿਸੇ ਵੀ ਕਲਾ ਦੇ ਅਧਿਐਨ ਰਾਹੀਂ ਸੰਵੇਦਨਾਵਾਂ ਦੀ ਸਿਖਲਾਈ ਸਭ ਤੋਂ ਵਧੀਆ ਢੰਗ ਨਾਲ ਕੀਤੀ ਜਾ ਸਕਦੀ ਹੈ। ਕਲਾ ਸਿੱਖਿਆ ਰਾਹੀਂ

ਵਿਅਕਤੀਤਵ ਦੇ ਸਾਰੇ ਪਹਿਲੂਆਂ ਦਾ ਵਿਕਾਸ ਕਰਨ ਤੋਂ ਇਲਾਵਾ, ਅਜਿਹੀ ਸਿੱਖਿਆ ਦੀ ਲੋੜ੍ਹ ਦੀ ਉਪਯੋਗਤਾ ਹੈ ਜੋ ਸਧਾਰਣ ਅਤੇ ਪ੍ਰਾਕਿਰਤਕ ਢੰਗ ਨਾਲ ਹੁਨਰ ਅਤੇ ਸੰਵੇਦਨਾਵਾਂ ਨੂੰ ਵਿਕਸਿਤ ਕਰ ਸਕਣ। ਇਹ ਦੇਖਿਆ ਜਾ ਸਕਦਾ ਹੈ ਕਿ ਬੱਚਿਆਂ ਨੂੰ ਨਰਸਰੀ ਜਾਂ ਪ੍ਰਾਇਮਰੀ ਪੱਧਰ 'ਤੇ ਰੰਗਾਂ ਦੇ ਮਿਲਾਨ, ਵਸਤਾਂ ਦੇ ਅਕਾਰ ਅਤੇ ਮਾਪ ਰਾਹੀਂ ਬਹੁਤ ਚੰਗੇ ਤਰੀਕੇ ਨਾਲ ਸਿੱਖਾਇਆ ਜਾਂਦਾ ਹੈ ਕਿਉਂਕਿ ਇਸ ਪੱਧਰ 'ਤੇ ਬੱਚੇ ਕਿਰਿਆਸ਼ੀਲ ਵਿਧੀ ਰਾਹੀਂ ਸਿੱਖਣ ਵਿਚ ਆਪਣੀ ਰੁਚੀ ਦਿਖਾਉਂਦੇ ਹਨ। ਕਲਾ ਬੱਚਿਆਂ ਦੇ ਅੰਦਰੂਨੀ ਭਾਵਾਂ ਨੂੰ ਉਨ੍ਹਾਂ ਦੀ ਰਚਨਾਵਾਂ ਰਾਹੀਂ ਬਾਹਰ ਨਿਕਲਣ ਵਿਚ ਸਹਾਇਕ ਹੈ ਅਤੇ ਇਸ ਤਰਾਂ ਕਲਾ ਬੱਚਿਆਂ ਨੂੰ ਉਨ੍ਹਾਂ ਦੀ ਜਰੂਰਤ ਤੋਂ ਜ਼ਿਆਰਾ ਊਰਜਾ ਵਾਲੀ ਹਾਨੀਕਾਰਕ ਗਤੀਵਿਧੀਆਂ ਨੂੰ ਸਮਾਜਿਕ ਵਿਵਹਾਰ ਵਿਚ ਬਦਲ ਦਿੰਦੀ ਹੈ। ਉਸ ਤਰਾਂ ਬੱਚਿਆਂ ਦੀ ਭਾਵਨਾਵਾਂ ਅਤੇ ਰਚਨਾਤਮਕ ਹੁਨਰ ਦੇ ਵਿਕਾਸ ਦੀ ਦ੍ਰਿਸ਼ਟੀ ਤੋਂ ਕਲਾ ਸਿੱਖਿਆ ਦੇ ਮਹੱਤਵ ਨੂੰ ਸਿੱਖਿਆ ਵਿਚ ਅਣਦੇਖਾ ਨਹੀਂ ਕੀਤਾ ਜਾ ਸਕਦਾ ਹੈ।

ਪ੍ਰਸ਼ਨ 6. ਪ੍ਰਾਇਮਰੀ ਪੱਧਰ 'ਤੇ ਕਲਾ ਦੀ ਸਿੱਖਿਆ ਦਾ ਟੀਚਾ ਕੀ ਹੈ?

ਉੱਤਰ - ਪ੍ਰਾਇਮਰੀ ਪੱਧਰ 'ਤੇ ਕਲਾ ਦੀ ਸਿੱਖਿਆ ਦਾ ਨਿਰਦੇਸ਼ਨ ਬੱਚਿਆਂ ਦੇ ਸਵੈ-ਪ੍ਰਗਟਾਓ ਦਾ ਮੱਧਮ ਹੋਣਾ ਚਾਹੀਦਾ ਹੈ। ਕਲਾ ਸਿੱਖਿਆ ਦਾ ਉਦੇਸ਼ ਸਵੈ-ਪ੍ਰਕਟਨ, ਰਚਨਾ-ਸ਼ਕਤੀ, ਸੁਤੰਤਰਤਾ ਦੀ ਭਾਵਨਾ ਅਤੇ ਉੱਚ ਮਾਨਸਿਕ ਸਿਹਤ ਦਾ ਵਿਕਾਸ ਹੋਣਾ ਚਾਹੀਦਾ ਹੈ।

ਕਲਾ ਸਿੱਖਿਆ ਦੇ ਸਧਾਰਨ ਟੀਚੇ ਹਨ-

- ਬੱਚਿਆਂ ਨੂੰ ਵੱਖ-ਵੱਖ ਕਲਾਵਾਂ ਰਾਹੀਂ ਆਪਣੇ ਵਿਚਾਰ, ਭਾਵਨਾਵਾਂ ਅਤੇ ਅਨੁਭਵਾਂ ਦੀ ਖੋਜ, ਸਪੱਸ਼ਟਤਾ ਅਤੇ ਪ੍ਰਗਟਾਵੇ ਦਾ ਮੌਕਾ ਪ੍ਰਦਾਨ ਕਰਨਾ,
- ਬੱਚਿਆਂ ਨੂੰ ਸੁਹਜ ਪ੍ਰਦਾਨ ਕਰਨਾ ਅਤੇ ਬੱਚਿਆਂ ਵਿਚ ਦ੍ਰਿਸ਼ ਕਲਾਵਾਂ, ਸੰਗੀਤ ਨਾਟਕ, ਨਾਚ, ਸਾਹਿਤ ਦੇ ਪ੍ਰਤਿ ਸੁੰਦਰਤਾ ਚੇਤਨਾ ਦਾ ਵਿਕਾਸ ਕਰਨਾ,
- ਬੱਚਿਆਂ ਵਿਚ ਵਾਤਾਵਰਨ ਦੇ ਦ੍ਰਿਸ਼, ਮੌਖਿਕ, ਛੂਹਣ, ਸਥਾਨਕ ਗੁਣਾਂ ਦੇ ਪ੍ਰਤਿ ਜਾਗਰੂਕਤਾ ਅਤੇ ਸੰਵੇਦਨਸ਼ੀਲਤਾ ਦਾ ਵਿਕਾਸ ਕਰਨਾ,
- ਬੱਚਿਆਂ ਵਿਚ ਰਚਨਾਤਮਕ ਪ੍ਰਗਟਾਓ ਦੀ ਯੋਗਤਾ ਅਤੇ ਸਮਰੱਥਾ ਦਾ ਵਿਕਾਸ ਕਰਨਾ,
- ਬੱਚਿਆਂ ਦੇ ਰੋਜ਼ਾਨਾ ਜੀਵਨ ਦੀ ਸਮੱਸਿਆਵਾਂ ਨੂੰ ਉਚਿਤ ਕਲਪਨਾ ਦਾ ਪ੍ਰਯੋਗ ਕਰਕੇ ਰਚਨਾਤਮਕ ਤਰੀਕੇ ਨਾਲ ਹੱਲ ਕਰਨ ਦੇ ਯੋਗ ਬਣਾਉਣਾ ਅਤੇ ਉਸਦੀ ਮੌਲਿਕਤਾ ਨੂੰ ਵਧਾਉਣਾ,
- ਬੱਚੇ ਦੇ ਸਵੈ-ਪ੍ਰਗਟਾਓ ਰਾਹੀਂ ਉਸ ਵਿਚ ਸਵੈ-ਵਿਸ਼ਵਾਸ਼ ਅਤੇ ਸਵੈ-ਮਾਣ ਦੀ ਭਾਵਨਾ ਨੂੰ ਵਧਾਉਣਾ
- ਬੱਚੇ ਨੂੰ ਵੱਖ-ਵੱਖ ਸੱਭਿਆਚਾਰ ਨਾਲ ਜਾਣੂ ਕਰਾਉਣਾ ਅਤੇ ਉਸ ਵਿਚ ਆਪਣੇ ਰਾਸ਼ਟਰ, ਆਪਣੀ ਸੱਭਿਆਚਾਰ ਆਦਿ ਦੇ ਪ੍ਰਤਿ ਮਾਣ ਦਾ ਭਾਵ ਵਿਕਸਿਤ ਕਰਨਾ।

ਪ੍ਰਸ਼ਨ 7. ਪ੍ਰਦਰਸ਼ਨ ਕਲਾ ਦੇ ਰੂਪ ਵਿਚ ਨਾਚ ਦੀ ਵਿਆਖਿਆ ਕਰੋ। ਬੱਚਿਆਂ ਵਿਚ ਨਾਚ ਦੇ ਭਾਵ ਨੂੰ ਵਿਕਸਿਤ ਕਰਨ ਲਈ ਸੂਰਜ ਨਾਚ ਕਿਰਿਆ ਦੀ ਸੰਖੇਪ ਵਿਚ ਚਰਚਾ ਕਰੋ।

ਜਾਂ

ਪ੍ਰਦਰਸ਼ਨ ਕਲਾ ਦੇ ਰੂਪ ਵਿਚ ਨਾਚ ਨੂੰ ਸਮਝਾਓ। ਇਹ ਬੱਚਿਆਂ ਲਈ ਕਿਸ ਤਰਾਂ ਮਹੱਤਵਪੂਰਨ ਹਨ?

ਜਾਂ

ਵਿਦਿਆਰਥੀਆਂ ਨੂੰ ਨਾਚ ਸਿੱਖਣ ਲਈ ਕੁਝ ਬੁਨਿਆਦੀ ਗੱਲਾਂ 'ਤੇ ਚਰਚਾ ਕਰੋ।

ਜਾਂ

ਕਲਾ ਪ੍ਰਦਰਸ਼ਨ ਰਾਹੀਂ ਪ੍ਰਗਟਾਵੇ ਦੇ ਵੱਖ-ਵੱਖ ਢੰਗ ਕੀ ਹਨ?

ਉੱਤਰ - ਮਨੁੱਖ ਸਮਾਜ ਦੀ ਸ਼ੁਰੂਆਤ ਤੋਂ ਹੀਂ ਨਾਚ ਵੱਖ-ਵੱਖ ਸਮਾਰੋਹਾਂ ਦੇ ਨਾਲ ਕਿਸੇ-ਨਾ-ਕਿਸੇ ਰੂਪ ਵਿਚ ਜੁੜਿਆ ਹੋਇਆ ਹੈ, ਭਾਵੇਂ ਉਹ ਰਾਜਨੀਤੀਕ ਹੋਵੇ ਜਾਂ ਸਮਾਜਿਕ ਹੋਵੇ ਜਾਂ ਧਾਰਮਿਕ ਹੋਵੇ। ਇਸ਼ਾਰੇ, ਆਦਿ ਨਾਲ ਕੀਤੀ ਗਈ ਗਤੀ ਨੂੰ ਨਾਚ ਕਿਹਾ ਜਾਂਦਾ ਹੈ। ਨਾਚ ਵਿਚ ਕਰਣ, ਅੰਗਰਾ, ਭਾਵ, ਵਿਭਾਵ, ਅਨੁਭਾਵ ਅਤੇ ਰਸਾਂ ਦਾ ਪ੍ਰਗਟਾਓ ਕੀਤਾ ਜਾਂਦਾ ਹੈ।

(1) ਗਤੀ ਅਤੇ ਪ੍ਰਗਟਾਵਾ (Motion and Expression)

ਅਸੀਂ ਬੱਚਿਆਂ ਨੂੰ ਉਤਸ਼ਾਹਿਤ ਕਰ ਸਕਦੇ ਹਨ-

- ਗਤੀ ਸੰਚਾਲਨ ਸੰਭਾਵਨਾਵਾਂ ਦੇ ਇਕ ਪ੍ਰਸਾਰ ਦੀ ਖੋਜ ਕਰਨ ਲਈ
- ਉਨ੍ਹਾਂ ਦੀ ਤਕਨੀਕਾਂ ਨੂੰ ਵਧਾਉਣ ਲਈ ਅਤੇ
- ਵਿਸ਼ੇਸ਼ ਗਈ ਸੰਚਾਲਨਾਂ ਦੇ ਦੁਹਰਾਓ ਦੀ ਯੋਗਤਾ ਲਈ।

ਵਿਸ਼ੇ: ਸੂਰਜ ਨਾਚ: ਸੂਰਜ ਨਮਸਕਾਰ (Topic: Sun Dance: Surya Namaskar)

ਪ੍ਰਸਤਾਵਿਤ ਸਰੋਤ-

- ਪੁਸਤਕਾਂ ਅਤੇ ਵੀਡੀਓ

ਤੁਸੀਂ ਜਿਵੇਂ ਅਨੁਭਵ ਕਰਦੇ ਹੋ ਉਵੇਂ ਘੁੰਮੋ ਅਤੇ ਜਿਵੇਂ ਤੁਸੀਂ ਘੁੰਮਦੇ ਹੋ ਉਵੇਂ ਅਨੁਭਵ ਕਰੋ- ਘੁੰਮਣਾ ਅਤੇ ਨਿਸ਼ਪਾਦਨ ਕਰਨਾ ਸਿੱਖੋ।

(Move as you feel and feel as you move...learning to move and perform)

ਨਾਚ ਦੇ ਪ੍ਰਗਟਾਵੇ ਦੇ ਵਿਕਾਸ ਦੇ ਰੂਪ ਵਿਚ ਛੋਟੇ ਕਦਮਾਂ ਨੂੰ ਬੱਚਿਆਂ ਨਾਲ ਵਿਕਸਿਤ ਕਰਾਇਆ ਜਾ ਸਕਦਾ ਹੈ। ਇਥੇ ਕੇਂਦਰ ਬਿੰਦੂ ਸਰੀਰ ਦੀ ਗਤੀ ਕਾਰਜਸ਼ੀਲਤਾ ਹੈ ਜੋ ਕਿ ਸੂਰਜ ਦੀ ਹਲਕੀ ਗਰਮੀ/ਸੂਰਜ ਦੇ ਪ੍ਰਕੋਪ ਨੂੰ ਪ੍ਰਤੀਬਿੰਬਤ ਕਰਦਾ ਹੈ ਅਤੇ ਬੱਚੇ ਲਲਿਤ ਗਤੀ ਸੰਚਾਲਨਾਂ ਨਾਲ ਸੂਰਜ ਦੀ ਅਰਾਧਨਾ ਦੀ ਧਾਰਮਿਕ ਵਿਧੀ ਦਾ ਨਿਸ਼ਪਾਦਨ ਕਰਦੇ ਹਨ। ਵੱਧ ਗਤੀ ਲਾਉਣ ਅਤੇ ਹਰੇਕ ਬੱਚੇ ਨੂੰ ਸਾਹਮਣੇ ਆਉਣ ਅਤੇ ਉਨ੍ਹਾਂ ਦੀ ਯੋਗਤਾ ਨੂੰ ਪ੍ਰਦਰਸ਼ਿਤ ਕਰਨ ਲਈ ਸੰਰਚਨਾਵਾਂ ਨਾਲ ਜੋੜੋ।

(2) ਵਿਚਾਰ ਅਤੇ ਪ੍ਰੇਰਨਾ (Ideas and Inspirations)

ਪ੍ਰਗਟਾਓ ਲਈ ਵਿਚਾਰ ਨਾਚ ਰਾਹੀਂ ਵਾਤਾਵਰਨ ਤੋਂ ਆਉਂਦੇ ਹਨ ਜੋ ਕਿ ਵੱਖ-ਵੱਖ ਰੂਪਾਂ ਅਤੇ ਵਿਅਕਤੀਤਵ ਅਨੁਭਵਾਂ ਦੀ ਸ਼ੁਰੂਆਤ ਕਰਦੇ ਹਨ। ਜਦੋਂ ਅਸੀਂ ਵੱਖ-ਵੱਖ ਪ੍ਰਕਾਰ ਦੇ ਸ਼ਾਸਤਰੀ ਨਾਚ ਜਿਵੇਂ ਕਥਕ, ਕਥਕਲੀ, ਕੁਚੀਪੁੜੀ ਜਾਂ ਲੋਕਨਾਚ ਜਿਵੇਂ- ਬਿਹੁ, ਚੇਰਾਵ, ਨਾਗਾ ਨਾਚ, ਭੰਗੜਾ ਆਦਿ ਦੇਖਦੇ ਹਨ ਉਦੋਂ ਅਸੀਂ ਵੱਖ-ਵੱਖ ਗਤੀ ਸੰਚਾਲਨਾਂ, ਪ੍ਰਗਟਾਵਾ, ਸੰਗੀਤ, ਸਿਰਜਣਾਮਕਤਾ ਆਦਿ ਦਾ ਅਵਲੋਕਨ ਕਰਦੇ ਹਨ।

- ਗੁੱਸੇ, ਹਮਦਰਦੀ, ਹਿੰਮਤ, ਡਰ, ਖੁਸ਼ੀ, ਸ਼ਾਂਤੀ, ਦੁੱਖ ਅਤੇ ਅਚਰਜ ਵੱਲ ਧਿਆਨ ਦਿਓ
- ਵੱਖ-ਵੱਖ ਆਕਾਰਾਂ ਦੀ ਬਨਾਵਟ ਵਿਚ ਸ਼ਰੀਰ ਦਾ ਪ੍ਰਯੋਗ ਅਤੇ ਸੰਚਾਲਨ ਰਾਹੀਂ ਗਤੀ ਅਤੇ ਕਿਰਿਆਵਾਂ ਦਾ ਅਵਲੋਕਨ ਕਰੋ।
- ਵਿਚਾਰ/ਕਿਰਿਆ ਜ਼ਾਹਰ ਕਰਨ ਜਾਂ ਜ਼ਾਹਰ ਕਰਨ ਵਿਚ ਮਦਦ ਲਈ ਬਣਾਏ ਗਏ ਸੰਕੇਤਾਂ ਬਾਰੇ ਗੱਲ ਕਰੋ
- ਨਾਚ ਦੀ ਤੁਲਨਾ ਅਤੇ ਟਾਕਰਾਂ 'ਤੇ ਵਿਚਾਰ ਕਰਨ ਲਈ ਇਸ ਸੁਚਨਾ ਦਾ ਉਪਯੋਜ ਕਰੋ।

(3) ਵਸਤਾਂ ਦੀ ਸਮਝ ਬਣਾਉਣੀ (Making Sense of Things)

ਓਪੇਰ ਆਪਣੀ ਗਤੀ ਸੰਚਾਲਨ ਦੇ ਵਿਚਾਰਾਂ ਨੂੰ ਇਕ ਰੂਪ ਵਿਚ ਸੰਗਠਤ ਕਰਦੇ ਹਨ। ਬੇਤਰਤੀਬ ਗਤੀ ਸੰਚਾਲਨ ਬੇਲੋੜੀਦਾ ਹੈ ਜੇ ਦਿੱਤੇ ਗਏ ਰੂਪ ਵਿਚ ਨਹੀਂ ਹੈ। ਉਹ ਨਾਚ ਦੀ ਸਿਰਜਣਾ ਵਿਚ ਗਤੀ ਸੰਚਾਲਨ ਦੇ ਕ੍ਰਮ ਦੀ ਮਹੱਤਤਾ ਨੂੰ ਸਮਝਦੇ ਹਨ।

ਪ੍ਰਸ਼ਨ 8. ਨਾਟਕ (ਡ੍ਰਾਮਾ) ਕੀ ਹੈ? ਇਹ ਕਲਾ ਬੱਚਿਆਂ ਲਈ ਕਿਵੇਂ ਮਹੱਤਵਪੂਰਨ ਹੈ?

ਜਾਂ

ਨਾਟਕ ਦੀ ਕੁੱਝ ਗਤੀਵਿਧੀਆਂ 'ਤੇ ਸੰਖੇਪ ਵਿਚ ਚਰਚਾ ਕਰੋ।

ਜਾਂ

ਨਾਟਕਾਂ ਲਈ ਵਿਚਾਰ ਅਤੇ ਪ੍ਰੇਰਨਾ ਦੇ ਕਹਿੜੇ ਸਰੋਤ ਹੋ ਸਕਦੇ ਹਨ?

[ਅਕਤੂਬਰ-2016, ਪ੍ਰਸ਼ਨ 19]

ਉੱਤਰ - ਡ੍ਰਾਮਾ ਇਕ ਰਚਨਾਤਮਕ ਪ੍ਰਕਿਰਿਆ ਹੈ ਇਸਦੇ ਰਾਹੀਂ ਖ਼ੁਦ ਦੀ ਭਾਵਨਾਵਾਂ ਅਤੇ ਵਿਚਾਰਾਂ ਨੂੰ ਪ੍ਰਭਾਵੀ ਰੂਪ ਨਾਲ ਪੈਸ਼ ਕੀਤਾ ਜਾ ਸਕਦਾ ਹੈ। ਹੋਰ ਕਲਾ ਵਿਧਾਵਾਂ ਦੀ ਤਰਾਂ ਹੀ ਬੱਚੇ ਆਪਣੀ ਸੋਚ, ਆਪਣੇ ਅਨੁਭਵਾਂ ਨੂੰ ਆਪਣੀ ਨਿੱਜੀ ਸ਼ੈਲੀ ਵਿਚ ਕਲਾਤਮਕ ਰਾਹੀਂ ਪ੍ਰਦਰਸ਼ਿਤ ਕਰਦਾ ਹੈ। ਡ੍ਰਾਮਾ ਮਨੁੱਖੀ ਵਿਚਾਰਾਂ ਦੀ ਆਪਸੀ ਸਮਝ ਅਤੇ ਵਟਾਂਦਰਾ ਦਾ ਇਕ ਸ਼ਕਤੀਸ਼ਾਲੀ ਮਾਧਿਅਮ ਹੈ। ਇਸ ਵਿਚ ਮਨੁੱਖ ਮਾਨਸਿਕਤਾ ਅਤੇ ਹਿਰਦੇ ਦੀ ਭਾਵਨਾ ਨੂੰ ਸਮਝਣ ਦੀ ਅਟੁਟ ਸਮਰੱਥਾ ਹੁੰਦੀ ਹੈ। ਇਹ ਕਲਾ ਪੁਰਾਣੇ ਜ਼ਮਾਨੇ ਤੋਂ ਮਨੁੱਖੀ ਜੀਵਨ ਦੇ ਹਰੇਕ ਪਹਿਲੂ ਨਾਲ ਜੁੜੀ ਹੋਈ ਹੈ। ਡ੍ਰਾਮੇ ਰਾਹੀਂ ਅਸੀਂ ਸਮੂਹ ਵਿਚ ਬੱਚਿਆਂ ਨੂੰ ਰੋਚਕ ਢੰਗ ਨਾਲ ਪੜ੍ਹਾ ਸਕਦੇ ਹਨ। ਇਕ ਡਰਾਮੇ ਦਾ ਪ੍ਰਭਾਵ ਦਰਸ਼ਕਾਂ

ਦੇ ਮਨ-ਦਿਮਾਗ ਤੇ ਡੂੰਘਾ ਪ੍ਰਭਾਵ ਛੱਡਦਾ ਹੈ। ਜਿਸ ਰਾਹੀਂ ਮਨੋਰੰਜਨ ਦੇ ਨਾਲ-ਨਾਲ ਸਿੱਖਿਆ ਵੀ ਪ੍ਰਾਪਤ ਹੋ ਜਾਂਦੀ ਹੈ।

(1) **ਵਿਚਾਰ ਅਤੇ ਪ੍ਰੇਰਨਾ (Ideas and Inspirations) -** ਹੇਠ ਲਿਖੇ ਸਰੋਤਾਂ ਰਾਹੀਂ ਨਾਟਕ ਲਈ ਵਿਚਾਰ ਆ ਸਕਦੇ ਹਨ-

- ਕਲਪਨਾ
- ਵਾਤਾਵਰਨ
- ਵਿਅਕਤੀਤਵ ਅਨੁਭਵ
- ਇਤਿਹਾਸ/ਸਾਹਿਤ
- ਤਸਵੀਰਾਂ, ਚਿੱਤਰ
- ਮੀਡੀਆ

ਡਰਾਮਾ ਦਾ ਅਭਿਆਸ ਵੱਖ-ਵੱਖ ਤਰੀਕਿਆਂ ਨਾਲ ਕੀਤਾ ਜਾਂਦਾ ਹੈ- ਪ੍ਰਗਟਾਵਾਂ ਨਾਲ ਗੱਲ ਕਰਨਾ, ਜ਼ਾਹਰ ਕਰਨਾ ਮਾਸਕ ਦੁਆਰਾ, ਕਥਾਕਾਰੀ, ਵੱਖ-ਵੱਖ ਅੰਦੋਲਨਾਂ ਆਦਿ।

(2) **"ਮਾਸਕ ਮੈਜਿਕ" (ਮਾਸਕ ਅੱਖਾਂ, ਮੂੰਹ ਜਾਂ ਸਾਰੇ ਚਿਹਰਾ ਨੂੰ ਢੱਕਣ ਲਈ ਹੋ ਸਕਦਾ ਹੈ।) ["Mask Magic" (Mask may be for covering the eyes, mouth or the whole face.)]**- ਮਾਸਕ ਇਕ ਮਜ਼ੇਦਾਰ ਕਿਰਿਆ ਹੈ ਅਤੇ ਫਿਰ ਵੀ ਕਈ ਪਹਿਲੂਆਂ ਨੂੰ ਉਜਾਗਰ ਕਰਦਾ ਹੈ। ਇਹ ਪ੍ਰਤੀਕਾਤਮਕ ਚਿੱਤਰ ਬਣਾਉਂਦਾ ਹੈ ਉਦਾਹਰਨ- ਨੀਲਦਾਰ ਸਰੀਰ, ਮੋਰ ਖੰਬ ਦੇ ਨਾਲ ਭਗਵਾਨ ਕ੍ਰਿਸ਼ਨ, ਦਸ ਸਿਰਾਂ ਦਾ ਰਾਵਣ ਜਾਂ ਕੋਈ ਵੀ ਜਨਜਾਤੀ ਪ੍ਰਗਟਾਵਾ। ਜਿਸ ਵੇਲੇ ਬੱਚਾ ਮਾਸਕ ਬਦਲਦਾ ਹੈ ਉਹ ਤਬਦੀਲ ਹੋ ਜਾਂਦੇ ਹਨ ਉਹ ਭੂਮਿਕਾ ਨਿਭਾਉਣਾ ਸ਼ੁਰੂ ਕਰ ਦਿੰਦੇ ਹਨ, ਕਲਪਨਾ, ਡਾਇਲਾਗ ਬਣਾਉਣਾ, ਸੰਚਾਲਨ ਅਤੇ ਹੌਲੀ-ਹੌਲੀ ਇਸ ਦੀ ਅਸਲੀਅਤ ਨੂੰ ਮਹਿਸੂਸ ਕਰਦੇ ਹਨ। ਇਕ ਛੋਟਾ ਜਿਹਾ ਸਮਰਥਨ ਅਤੇ ਜਾਣਕਾਰੀ ਬੱਚਿਆਂ ਨੂੰ ਵਸਤਾਂ ਨੂੰ ਸਮਝਣ ਵਿਚ ਸਹਾਈ ਹੁੰਦੀ ਹੈ।

(3) **ਸਾਹਿਤ ਨੂੰ ਜਵਾਬ ਦੇਣਾ (Responding to Literature)-** ਮਹੱਤਵਪੂਰਨ ਲੋਕ ਕਹਾਣੀ ਸਮਕਾਲੀਨ ਸਮਾਜਿਕ ਘਟਨਾਵਾਂ, ਇਤਿਹਾਸਿਕ ਤੱਥਾਂ ਆਦਿ ਬਣਾਈ ਜਾ ਸਕਦੀ ਹੈ।

(4) **ਚੀਜ਼ਾਂ ਦੀ ਭਾਵਨਾ ਬਣਾਉਣਾ (Making Sense of Things)-** ਇੱਥੇ ਅਸੀਂ ਇਹ ਜਾਣ ਸਕਦੇ ਹਨ ਕਿ ਵਿਦਿਆਰਥੀਆਂ ਦੇ ਨਾਟਕਾਂ ਦੇ ਵਿਚਾਰ ਕਿੱਥੋਂ ਆਉਂਦੇ ਹਨ ਅਤੇ ਕਿਵੇਂ ਬੱਚੇ ਆਪਣਾ ਕੰਮ ਵਿਕਸਿਤ ਕਰਦੇ ਅਤੇ ਪੇਸ਼ ਕਰਦੇ ਹਨ। ਵਿਦਿਆਰਥੀ ਜਦੋਂ ਡਰਾਮਾ ਬਣਾਉਂਦੇ ਹਨ ਤਾਂ ਬਣਾਏ ਗਏ ਮਹੱਤਵਪੂਰਨ ਵਿਕਲਪਾਂ ਨੂੰ ਦੇਖਣਾ ਸ਼ੁਰੂ ਕਰ ਦਿੰਦੇ ਹਨ।

ਪ੍ਰਸ਼ਨ 9. ਸੰਗੀਤ ਨੂੰ ਪਰਿਭਾਸ਼ਿਤ ਕਰਦੇ ਹੋਏ ਦੱਸੋ ਕਿ ਇਹ ਬੱਚਿਆਂ ਲਈ ਕਿਵੇਂ ਮਹੱਤਵਪੂਰਨ ਹੈ?

ਜਾਂ

ਸੰਗੀਤ ਨਾਲ ਸੰਬੰਧਿਤ ਗਤੀਵਿਧੀਆਂ ਦੀ ਚਰਚਾ ਕਰੋ।

ਉੱਤਰ - ਆਦਿਕਾਲ ਤੋਂ ਸੰਗੀਤ ਦੀ ਮਹੱਤਤਾ ਕਲਾ ਦੇ ਖੇਤਰ ਵਿਚ ਅਨੰਤ ਹੈ। ਇਹ ਸਾਡੇ ਸੱਭਿਆਚਾਰ ਦਾ ਇਕਸਾਰ ਹਿੱਸਾ ਹੈ। ਸੰਗੀ ਵਿਚ ਕਲਾਕਾਰ ਸੁਰ ਅਤੇ ਤਾਲ ਰਾਹੀਂ ਆਪਣੀ ਚਾਲ ਦਾ ਪ੍ਰਗਟਾਓ ਕਰਦੇ ਹਨ।

ਪੂਰਵ ਪ੍ਰਾਇਮਰੀ ਅਤੇ ਪ੍ਰਾਇਮਰੀ ਪੱਧਰ ਦੇ ਅਧੀਨ ਗਾਣਾ, ਨਾਚ ਅਤੇ ਅਦਾਕਾਰੀ ਦੀ ਕਲਾ ਕਰਾਈ ਜਾਂਦੀ ਹੈ। ਇਸਦੇ ਅਧੀਨ ਖੇਡ ਗੀਤਾਂ ਦਾ ਆਯੋਜਨ ਕੀਤਾ ਜਾ ਸਕਦਾ ਹੈ, ਜਿਵੇਂ- ਕੋੜਾ ਬਦਾਮ ਛਾਈ ਪਿੱਛੇ ਦੇਖ ਮਾਰ ਖਾਈ ਆਦਿ। ਪਿੰਡਾ ਵਿਚ ਅਜਿਹੇ ਕਈ ਖੇਡ ਗੀਤਾਂ ਰਾਹੀਂ ਖੇਡਦੇ ਹਨ। ਆਪਣੇ ਘਰਾਂ ਵਿਚ ਜਾਂ ਸਥਾਨਕ ਲੋਕਗੀਤ ਬੱਚੇ ਆਪਣੇ ਇੱਛਾ ਨਾਲ ਗਾਉਣ। ਕੁਦਰਤੀ ਤੌਰ ਤੇ, ਬੱਚੇ ਵਧਦੇ ਹਨ ਅਤੇ ਆਪਣੀਆਂ ਭਾਵਨਾਵਾਂ ਨੂੰ ਦਿਖਾਉਂਦੇ ਹੋਏ ਖੁਸ਼ ਹੁੰਦੇ ਹਨ। ਇਸਤੋਂ ਇਲਾਵਾਂ ਇਸ ਉਮਰ ਵਿਚ ਬੱਚਿਆਂ ਵਿਚ ਦੂਜਿਆਂ ਦੀ ਆਵਾਜ਼ ਅਤੇ ਵਿਵਹਾਰ ਦੀ ਨਕਲ ਕਰਨ ਦਾ ਕੁਦਰਤੀ ਰੁਝਾਨ ਹੁੰਦਾ ਹੈ। ਬੱਚੇ ਕਿਸੇ ਮਨੁੱਖ, ਚਿੜੀਆ, ਜਾਨਵਰ ਦੇ ਕਿਸੇ ਵੀ ਵਿਵਹਾਰ ਜਾਂ ਆਵਾਜ਼ ਦੀ ਨਕਲ ਕਰ ਸਕਦੇ ਹਨ। ਇਸ ਰਾਹੀਂ ਉਹ ਆਪਣੀ ਪ੍ਰਤਿਭਾ ਨੂੰ ਪ੍ਰਦਰਸ਼ਿਤ ਕਰਨ ਦਾ ਮੌਕਾ ਪ੍ਰਾਪਤ ਕਰਦੇ ਹਨ। ਗੀਤ, ਨਾਚ ਦੇ ਨਾਲ ਬਜਾਏ ਜਾਣ ਵਾਲੇ ਬਾਜਿਆਂ ਨੂੰ ਬੱਚੇ ਆਪ ਬਜਾਉਣ। ਇਹ ਗਤੀਵਿਧੀਆਂ ਸਮੂਹ ਵਿਚ ਹੋਣ ਨਾਲ ਸਾਮੂਹਿਕਤਾ ਦੀ ਭਾਵਨਾ ਦਾ ਵਿਕਾਸ ਹੁੰਦਾ ਹੈ ਅਤੇ ਆਪਣੀ ਸੱਭਿਆਚਾਰ ਨਾਲ ਜਾਣੂ ਹੋਣ ਦਾ ਮੌਕਾ ਵੀ ਮਿਲਦਾ ਹੈ।

ਸੁਣਨਾ ਸਿੱਖਣਾ (Learning to Hear)- ਬੱਚਿਆਂ ਦੀ ਉਨ੍ਹਾਂ ਦੀ ਆਵਾਜ਼ ਦੀ ਖੋਜ ਕਰਨ ਵਿਚ ਮਦਦ ਕਰਨ ਦੀ ਲੋੜ ਹੈ। ਵਿਦਿਆਰਥੀਆਂ ਨੂੰ ਵੱਖ-ਵੱਖ ਸੰਗੀਤ ਯੰਤਰਾਂ ਜਿਵੇਂ ਢੋਲ, ਸਿਤਾਰ ਆਦਿ ਦੀ ਆਵਾਜ਼ਾਂ ਨੂੰ ਸੁਣਨ ਅਤੇ ਪੱਛਾਣ ਕਰਨ ਲਈ ਪ੍ਰੇਰਿਤ ਕਰ ਸਕਦੇ ਹਨ। ਉਨ੍ਹਾਂ ਦੀ ਅੱਖਾਂ 'ਤੇ ਪੱਟੀ ਬੰਨ ਕੇ ਉਨ੍ਹਾਂ ਨੂੰ ਆਵਾਜ਼ਾਂ ਦੀ ਨਿਸ਼ਚਿਤ ਸਮਝ ਬਣਾਉਣ ਨੂੰ ਕਿਹਾ ਜਾ ਸਕਦਾ ਹੈ।

ਦਿਲਚਸਪ ਗਤੀਵਿਧੀਆਂ (Interesting activities)

- ਪਾਣੀ ਦੇ ਭਰੇ ਸੱਤ ਵਸਰਾਵਿਕ ਕਟੋਰੇ ਦੀ ਵਰਤੋਂ ਕਰਕੇ 'ਜਲ ਤਰੰਗ' ਵਰਗੇ ਆਪਣੇ ਵਾਦਯ ਯੰਤਰ ਬਣਾਉਣ ਦੀ ਕੋਸ਼ਿਸ਼ ਕਰੋ।
- ਵੱਖੋ-ਵੱਖਰੀਆਂ ਮੋਟੀਆਂ ਦੇ ਰਬੜ ਬੈਂਡ ਵਰਤ ਕੇ ਅਤੇ ਸੱਤ ਕੋਕ ਦੀ ਬੋਤਲਾਂ ਦੀ ਵਰਤੋਂ ਕਰਦੇ ਹੋਏ ਗਿਟਾਰ ਬਣਾਉ।

ਹੁਣ ਵਿਦਿਆਰਥੀਆਂ ਨੂੰ ਉਨ੍ਹਾਂ ਦੁਆਰਾ ਬਣਾਈਆਂ ਗਈਆਂ ਧੁਨੀਆਂ ਜਾਂ ਕਿਸੇ ਸੰਯੋਜਨ 'ਤੇ ਇਕ ਦੂਜੇ ਲਈ ਜਾਂ ਦੂਜੀ ਕਲਾਸ ਲਈ, ਕੋਈ ਵੀ ਰਚਨਾ ਜਾਂ ਕੰਮ ਕਰਨ ਲਈ ਕਹੋ।

ਕਥਾਵਾਂ ਜਾਂ ਕਹਾਣੀਆਂ ਨਾਲ ਸੰਗੀਤ ਦਾ ਰਿਸ਼ਤਾ (Relationship of Music with acts or stories)

1. **ਸ਼ੁਰੂਆਤੀ ਕਿਰਿਆਵਾਂ** (Introductory Activities) -

- ਕਿਵੇਂ ਵੱਖ-ਵੱਖ ਕਿਸਮਾਂ ਦੇ ਕਲਾਕਾਰ ਸਦੀਆਂ ਤੱਕ ਇਕ ਦੂਜੇ ਨੂੰ ਪ੍ਰੇਰਿਤ ਕਰਦੇ ਆਏ ਹਨ ਚਰਚਾ ਕਰ ਸਕਦੇ ਹਨ।
- ਕਹਾਣੀਆਂ ਦੇ ਜਵਾਬ ਵਿਚ ਐਨੀਮੇਟਡ ਫਿਲਮਾਂ ਬਣਾਈਆਂ ਗਈਆਂ ਹਨ।

(ਐਨੀਮੇਟਡ ਫ਼ਿਲਮਾਂ ਹਨੂਮਾਨ ਜਾਂ ਮੋਗਲੀ ਜਾਂ ਵਾਲਟ ਡਿਜ਼ਨੀ ਦੇ ਪ੍ਰੋਗਰਾਮ ਆਪਣੇ ਚਰਚਿਤ ਸੰਗੀਤ ਸਿੱਖਣ ਲਈ ਚੰਗਾ ਹੁੰਦੇ ਹਨ)

2. ਮੁੱਖ ਕਿਰਿਆਵਾਂ (Main Activities)-

ਛੇ ਵਿਦਿਆਰਥੀਆਂ ਦਾ ਇਕ ਸਮੂਹ ਬਣਾਕੇ ਇਕ ਸਧਾਰਣ ਕਹਾਣੀ ਚੁਣੋ ਜਿਸ ਬਾਰੇ ਉਹ ਸੋਚਦੇ ਹਨ ਕਿ ਇਕ ਕਠਪੁਤਲੀ ਸੰਗੀਤ ਲਈ ਇਕ ਵਧੀਆ ਆਧਾਰ ਹੋਵੇਗਾ।

ਕਹਾਣੀ ਦੀ ਘਟਨਾਵਾਂ, ਪਾਤਰਾਂ ਅਤੇ ਪ੍ਰਸੰਗ ਨੂੰ ਨਿਰਧਾਰਤ ਕਰਨ ਲਈ ਉਨ੍ਹਾਂ ਦੀ ਕਹਾਣੀ ਦਾ ਵਿਸ਼ਲੇਸ਼ਣ ਕਰੋ। ਵਿਦਿਆਰਥੀ ਛੋਟੇ ਸਮੂਹਾਂ ਵਿਚ ਹੇਠ ਲਿਖੇ ਕੰਮ ਕਰ ਸਕਦੇ ਹਨ:

- ਕੁਝ ਛੋਟੇ ਗੀਤਾਂ ਦੀ ਰਚਨਾ ਕਰਨਾ
- ਇਕ ਛੋਟੀ ਕਹਾਣੀ ਲਿਖਣਾ
- ਸੰਗੀਤ ਦੇ ਲਈ ਕਠਪੁਤ ਦੇ ਪਾਤਰ ਬਣਾਉਣੇ
- ਇਕ ਕਠਪੁਤਲੀ ਸਟੇਜ ਬਣਾਉਣਾ
- ਕੋਈ ਲੋੜੀਂਦੇ ਪ੍ਰੋਤਸਾਹਨ ਕਰੋ
- ਵਿਗਿਆਪਨ ਸੰਬੰਧੀ ਸਮੱਗਰੀ ਬਣਾਓਣੀ

(3) ਸਰਗਰਮੀਆਂ ਦੀ ਸਮਾਪਤੀ (Concluding Activities)

ਇਸ ਅਵਸਥਾ ਵਿਚ ਵਿਦਿਆਰਥੀ ਹੋਰ ਕਲਾਸਾਂ ਲਈ ਆਪਣੀ ਕਠਪੁਤਲੀ ਪ੍ਰਦਰਸ਼ਨ ਕਰਨ ਦਾ ਨਿਸ਼ਪਾਦਨ ਕਰ ਸਦਕੇ ਹਨ। ਕੁਝ ਮਹੱਤਵਪੂਰਨ ਸਿੱਖਣ ਦੇ ਸੁਝਾਅ ਹਨ-

- ਵਿਦਿਆਰਥੀ ਕਿਸੇ ਇਕ ਕਲਾਕਾਰ ਦਾ ਇੰਟਰਵਿਊ ਲੈਣ ਅਤੇ ਖ਼ੁਦ ਕਲਾਕਾਰ ਤੋਂ ਕਲਾ ਰੂਪ ਨੂੰ ਸਮਝਣ।
- ਵਰਤੇ ਜਾਣ ਵਾਲੇ ਵੱਖ-ਵੱਖ ਰੂਪਾਂ ਦੀ ਖੋਜ ਕਰਨ ਲਈ ਕਈ ਕਿਸਮ ਦੇ ਰਿਕਾਰਡ ਕੀਤੇ ਸੰਗੀਤ ਨੂੰ ਸੁਣੋ।

ਕਰੀਅਰ ਦੇ ਰੂਪ ਵਿੱਚ ਜਾਗਰੂਕਤਾ (Awareness as a career)

ਕੈਰੀਅਰਾਂ ਦੀ ਸੂਚੀ ਬਣਾਈ ਜਾ ਸਕਦੀ ਹੈ ਜਿਨ੍ਹਾਂ ਵਿਚ ਸੰਗੀਤ ਅਹਿਮ ਭੂਮਿਕਾ ਨਿਭਾਉਂਦਾ ਹੈ। ਉਦਾਹਰਣ ਵਜੋਂ, ਗਾਇਕ, ਸੰਗੀਤਕਾਰ, ਡਿਸਕ ਜੌਕੀ, ਆਵਾਜ਼ ਤਕਨੀਸ਼ੀਅਨ, ਕੈਰਵਰ ਕੰਡਕਟਰ, ਸੰਗੀਤ ਅਧਿਆਪਕ ਅਤੇ ਸੰਗੀਤ ਕੰਪੋਜ਼ਰ ਆਦਿ।

ਪ੍ਰਸ਼ਨ 10. ਖੇਤਰੀ ਕਲਾ ਅਤੇ ਸ਼ਿਲਪ ਕਲਾ ਤੋਂ ਤੁਸੀਂ ਸਮਝਦੇ ਹੋ? ਨਾਲ ਹੀ ਸਮਝਾਓ ਕਿ ਖੇਤਰੀ ਕਲਾ ਅਤੇ ਸ਼ਿਲਪ ਦੇ ਬਾਰੇ ਵਿਚ ਜਾਗਰੂਕਤਾ ਪ੍ਰਾਇਮਰੀ ਪੱਧਰ 'ਤੇ ਕਿਵੇਂ ਮਦਦ ਕਰਦੀ ਹੈ।

ਉੱਤਰ - ਖੇਤਰੀ ਕਲਾ ਅਤੇ ਸ਼ਿਲਪ ਕਲਾ ਨੂੰ ਹੇਠ ਲਿਖੇ ਬਿੰਦੂਆਂ ਨਾਲ ਸਮਝਿਆ ਜਾ ਸਕਦਾ ਹੈ-

ਕਲਾ ਖੇਤਰ ਦੇ ਲੋਕਾਂ ਵਿਚਕਾਰ ਉਨ੍ਹਾਂ ਦੀ ਪਾਰੰਪਰਿਕ ਸੱਭਿਆਚਾਰ ਦੀ ਸ਼ੁਰੂਆਤ ਕਰਦਾ ਹੈ।

ਇਹ ਵੱਖ-ਵੱਖ ਸਮੂਹਾਂ ਜਿਵੇਂ- ਨਸਲੀ, ਕਬਾਇਲੀ, ਧਾਰਮਿਕ, ਵਪਾਰਿਕ ਅਤੇ ਭੂਗੋਲਿਕ ਸਮੂਹਾਂ ਦੇ ਰਵਾਇਤੀ ਕਲਾ ਰੂਪਾਂ ਨੂੰ ਦਰਸਾਉਂਦਾ ਹੈ।

ਇਹ ਨਾਜਾਇਜ਼ ਕਲਾਕਾਰਾਂ ਦੇ ਇਕ ਸਮੁਦਾਏ ਦਾ ਕਾਰਜ ਹੈ ਜਿਨ੍ਹਾਂ ਨੇ ਵਿਸ਼ੇਸ਼ ਪਰੰਪਰਾਵਾਂ ਨੂੰ ਇਸਦੇ ਵਿਸ਼ੇਸ਼ ਸੱਭਿਆਚਾਰ ਵਿਚ ਜਿਉਂਦਾ ਰੱਖਿਆ ਹੈ।

ਇਸ ਦੇ ਆਪਣੇ ਖੁਦ ਦੇ ਸੁਹਜ ਹਨ ਪਰ ਉਹ ਅਨੁਪਾਤ ਅਤੇ ਤਾਲ ਦੇ ਸਿਧਾਂਤਾਂ ਦੁਆਰਾ ਨਿਯੰਤ੍ਰਿਤ ਨਹੀਂ ਹੁੰਦੇ ਹਨ।

ਦ੍ਰਿਸ਼ ਕਲਾ ਵਿਚ ਇਹ ਮੁਢਲੇ ਤੌਰ ਤੇ ਉਪਯੋਗੀ ਅਤੇ ਸਜਾਵਟੀ ਮੀਡੀਆ ਹੈ, ਜਿਸ ਵਿਚ ਕੱਪੜੇ, ਕਾਗਜ਼, ਮਿੱਟੀ, ਲੱਕੜ, ਫ਼ਾਇਬਰ, ਧਾਤ ਅਤੇ ਹੋਰ ਚੀਜ਼ਾਂ ਦੀ ਵਰਤੋਂ ਆਦਿ ਸ਼ਾਮਲ ਹਨ।

ਐਲੀਮੈਂਟਰੀ ਸਿੱਖਿਆ ਨਾਲ ਖੇਤਰੀ ਕਲਾ ਅਤੇ ਸ਼ਿਲਪ ਕਲਾ ਦਾ ਸੰਬੰਧ (Teaching Students about Folk Objects and Traditional Arts) - ਖੇਤਰੀ ਕਲਾ ਅਤੇ ਸ਼ਿਲਪ ਦੀ ਜਾਣਕਾਰੀ ਹੇਠ ਲਿਖਿਆਂ ਵਿਚ ਮਦਦ ਕਰਦੀ ਹੈ-

1. ਬੱਚਿਆਂ ਨੂੰ ਭਾਰਤ ਦੇ ਬਹੁਲਵਾਦੀ ਸਭਿਆਚਾਰਕ ਵਿਰਾਸਤ ਬਾਰੇ ਸੰਵੇਦਨਸ਼ੀਲ ਬਣਾਉਣਾ (ਸਥਾਨਕ ਸ਼ਿਲਪ ਦੀ ਜਾਣਕਾਰੀ)

2. ਰਵਾਇਤੀ ਅਤੇ ਸਮਕਾਲੀ ਕਲਾ ਅਤੇ ਕਲਾਕਾਰਾਂ ਨੂੰ ਮਾਨਤਾ ਅਤੇ ਉਤਸ਼ਾਹਿਤ ਕਰਨ ਵਿਚ।

3. ਸ਼ਿਲਪਾਂ ਦੇ ਹੁਨਰਾਂ ਦੀ ਸ਼ਲਾਘਾ ਅਤੇ ਉਹਨਾਂ ਦੇ ਯੋਗਦਾਨ ਦਾ ਸਨਮਾਨ ਕਰਕੇ ਹੱਥ-ਤੇੜੇ, ਕਾਟੇਜ ਉਦਯੋਗ ਅਤੇ ਸਵੈ-ਰੁਜ਼ਗਾਰ ਦੀਆਂ ਸਰਗਰਮੀਆਂ ਨੂੰ ਵਧਾਉਣ ਵਿਚ। ਇਹ ਕਲਾ ਦੀ ਸੁਰੱਖਿਆ ਕਰਨ ਵਾਲੇ ਅਤੇ ਸਾਡੇ ਸਾਂਝੇ ਵਿਰਾਸਤ ਸਮਾਜ ਦੇ ਪ੍ਰਤੀ ਸਮਾਜਿਕ ਜ਼ਿੰਮੇਵਾਰੀ ਦੀ ਭਾਵਨਾ ਪੈਦਾ ਕਰਾਵੇਗਾ।

ਪ੍ਰਸ਼ਨ 11. ਲੋਕ ਪਦਾਰਥ ਕੀ ਹੈ? ਭਾਰਤ ਦੇ ਸੰਦਰਭ ਵਿਚ ਇਨ੍ਹਾਂ ਲੋਕ ਪਦਾਰਥਾਂ ਅਤੇ ਪਾਰੰਪਰਿਕ ਕਲਾ ਦਾ ਵਰਣਨ ਕਰੋ।

ਉੱਤਰ - ਲੋਕ ਵਸਤੂਆਂ (folk object) ਹੈਂਡ-ਮੇਡ ਵਸਤੂਆਂ ਹੁੰਦੀਆਂ ਹਨ ਜਿਸਨੂੰ ਲੋਕ ਤਿਆਰ ਕਰਦੇ ਹਨ ਅਤੇ ਲੋਕ ਸਮੂਹਾਂ ਵਿਚ ਸਾਂਝਾ ਕਰਦੇ ਹਨ। ਹਾਲਾਂਕਿ ਲੋਕ ਵਸਤੂ ਅਕਸਰ ਇਕ ਵਿਅਕਤੀ ਦੁਆਰਾ ਬਣਾਈ ਜਾਂਦੀ ਹੈ ਫੈਰ ਵੀ ਉਹ ਸਮੂਹ ਦੀ ਸ਼ੈਲੀ ਅਤੇ ਮਾਨਸਿਕਤਾ ਨੂੰ ਪ੍ਰਦਰਸ਼ਿਤ ਕਰਦੀ ਹੈ। ਇਕ ਲੋਕ ਪਦਾਰਥ ਦੀ ਸਿਰਜਣਾ ਵਿਚ ਹੁਨਰ, ਵਿਚਾਰ, ਸੁੰਦਰਤਾ, ਰੰਗ ਅਤੇ ਗਠਨ ਬੋਧ ਸ਼ਾਮਿਲ ਹੁੰਦਾ ਹੈ। ਬਹੁਤ ਸਾਰੇ ਲੋਕ ਵਸਤਾਂ ਵਿਸ਼ੇਸ਼ ਜਾਂ ਪਵਿਤਰ ਸਮਾਗਮਾਂ ਵਿਚ ਵਰਤੀਆਂ ਜਾਂਦੀਆਂ ਹਨ।

ਇਹ ਬਹੁਸਭਿਆਚਾਰਵਾਦ ਦੀ ਸ਼ੁਰੂਆਤ ਅਤੇ ਇਕ ਰਵਾਇਤੀ ਕਲਾ ਦੀ ਪ੍ਰਸ਼ੰਸਾ ਸਕਾਰਾਤਮਕ ਢੰਗ ਨਾਲ ਕਰੇਗਾ। ਹੱਥੀਂ ਬਣਾਈਆਂ ਚੀਜ਼ਾਂ ਦੀ ਸਿਰਜਣਾ ਦਾ ਅਧਿਐਨ ਕਰਨ ਨਾਲ ਸਾਨੂੰ ਸਮਰੱਥਾ ਅਤੇ ਸਮਝ ਦਾ ਗਿਆਨ ਮਿਲਦਾ ਹੈ। ਉਦਾਹਰਨ ਲਈ ਹੇਠ ਦਿੱਤੇ ਗਏ ਮਧੂਬਨੀ ਚਿੱਤਰ ਨੂੰ ਵੇਖਦੇ ਹੋਏ ਅਸੀਂ ਸਮਮਿਤੀ ਦੇ ਸਿਧਾਂਤਾਂ, ਟੈਕਸਟ, ਸੰਰਚਨਾ, ਜਗਹ ਦੀ ਵਰਤੋਂ ਆਦਿ ਬਾਰੇ ਵੀ ਵਿਚਾਰ ਕਰ ਸਕਦੇ ਹਨ।

ਚਿੱਤਰ 1.2

ਪ੍ਰਸ਼ਨ 12. ਸਮਕਾਲੀਨ ਕਲਾ, ਕਲਾਕਾਰ ਅਤੇ ਕਾਰੀਗਰਾਂ ਬਾਰੇ ਦੱਸਦੇ ਹੋਏ, ਪਾਰੰਪਰਿਕ ਭਾਰਤੀ ਥਿਏਟਰਾਂ ਦੇ ਪ੍ਰਕਾਰ ਵੀ ਲਿਖੋ।

ਜਾਂ

ਪਾਰੰਪਰਿਕ ਭਾਰਤੀ ਰੰਗਮੰਚ ਵਿਚ ਕੋਈ ਚਾਰ ਉਦਾਹਰਣ ਦਿਓ। [ਅਪ੍ਰੈਲ-2016, ਪ੍ਰਸ਼ਨ 17]

ਉੱਤਰ - ਅੱਜ ਭਾਰਤ ਵਿਚ ਕਲਾ ਦੇ ਸਾਰੇ ਖੇਤਰਾਂ ਦੇ ਵਿਸ਼ੇਸ਼ ਕਲਾਕਾਰ ਹਨ ਜੋ ਵੱਖ-ਵੱਖ ਖੇਤਰਾਂ ਦੇ ਸਭਿਆਚਾਰ ਨੂੰ ਵਿਸ਼ੇਸ਼ ਵਿਵਰਣ ਦਿੰਦੇ ਹਨ। ਸੰਗੀਤ ਦੇ ਖੇਤਰ ਵਿਚ ਸਾਡੇ ਕੋਲ ਜੀਵਨ ਦੇ ਮਨੁੱਖੀ ਦਰਸ਼ਨ 'ਤੇ ਗੀਤ ਗਾਉਣ ਵਾਲੇ ਬੀਰਭੂਮ ਦੇ ਬਾਉਲਸ (Bauls) ਜਾਂ ਕੇਰਲ ਦੇ ਲੋਕ ਥੀਏਟਰ ਸਮੂਹਾਂ ਦੇ ਯਖਸ਼ੀਗਾਨਾ ਦੇ ਨਿਸ਼ਪਾਦਨ ਕਰਤਾ ਵਰਗੇ ਕਲਾਕਾਰ ਹਨ। ਦ੍ਰਿਸ਼ ਕਲਾ ਵਿਚ ਸਾਡੇ ਕੋਲ ਪਟਚਿੱਤਰ (Patachitro), ਪਿਚੁਈ (Pichuai), ਅਲਪਨਾ (Alpna), ਕੋਲਮ (Kolam) ਆਦਿ ਵਰਗੇ ਧਾਰਮਿਕ ਕੋਲ ਕਲਾ ਹਨ। ਜ਼ਿਆਦਾਤਰ ਪੇਂਡੂ ਕਲਾਕਾਰ ਆਪਣੇ ਖੇਤਰ ਵਿਚ ਬਿਨਾਂ ਕਿਸੇ ਓਪਚਾਰਿਕ ਸਿਖਲਾਈ ਦੇ ਹਨ ਅਤੇ ਕਲਾਰੂਪ ਪੀੜ੍ਹੀ ਦਰ ਪੀੜ੍ਹੀ ਅੱਗੇ ਵੱਧ ਰਿਹਾ ਹੈ। ਰਸਮੀ ਤੌਰ 'ਤੇ ਖੇਤਰੀ ਸਿਖਲਾਈ ਦਿੱਤੀ ਜਾਂਦੀ ਹੈ ਕਿਉਂਕਿ ਉਨ੍ਹਾਂ ਵਿਚ ਵਿਸਤ੍ਰਿਤ ਰੂਪਾਂਤਰਣ ਦੇ ਨਾਲ ਵਿਸ਼ੇਸ ਸੂਖਮ ਭੇਦੂ ਹਨ।

ਨਾਚ, ਪੁਤਲੀਆਂ, ਸੰਗੀਤ, ਸੰਗੀਤ ਯੰਤਰ, ਪੇਂਟਿੰਗ, ਮੂਰਤੀ ਆਦਿ ਵੱਖ-ਵੱਖ ਖੇਤਰਾਂ ਨਾਲ ਕਲਾਕਾਰਾਂ ਦੀ ਸੂਚੀ ਲੰਮੀ ਹੈ। ਸਧਾਰਣ ਜਾਣਨ ਲਈ ਕਲਾਕਾਰਾਂ, ਨਾਚ ਸਮੂਹਾਂ, ਕਾਰੀਗਰਾਂ ਦੇ ਕੁਝ ਨਾਂ ਹੇਠ ਦਿੱਤੇ ਗਏ ਹਨ-

ਸਮਕਾਲੀ ਕਲਾਵਾਂ (Contemporary arts) - ਸਾਡੇ ਦੇਸ਼ ਵਿਚ ਕੁਝ ਵਿਜ਼ੂਅਲ ਆਰਟ ਕਿਸਮਾਂ ਹਨ-

ਕੋਲਮ ਜਾਂ ਅਲਪਨਾ - ਕੇਰਲ ਅਤੇ ਪੱਛਮੀ ਬੰਗਾਲ ਦੀ ਫਲੋਰ ਪੇਂਟਿੰਗ

ਫੁਲਕਾਰੀ - ਪੰਜਾਬ ਦੀ ਕਢਾਈ

ਹੈਂਡ ਬਲਾਕ ਪ੍ਰਿੰਟਿੰਗ- ਸੈਨਗੈਨਰ

ਪ੍ਰਦਰਸ਼ਨ ਕਲਾਵਾਂ ਵਿਚ (In performing arts) -

ਸ਼ਾਸਤਰੀ ਸੰਗੀਤ - ਹਿੰਦੁਸਤਾਨੀ ਅਤੇ ਕਾਰਨਾਟਕ ਸ਼ੈਲੀ

ਸ਼ਾਸਤਰੀ ਨਾਚ - ਕਥਕ, ਭਰਤਨਾਟਯਮ, ਕਥਕਲੀ ਆਦਿ

ਖੇਤਰੀ ਸੰਗੀਤ- ਸੂਫੀ, ਬਾਉਲ, ਗਿੱਦਾ ਆਦਿ

ਖੇਤਰੀ ਨਾਚ - ਭੰਗੜਾ, ਰਾਸ, ਬੀਹੂ ਆਦਿ

ਕਠਪੁਤਲੀ - ਦਸਤਾਨਾ ਵਰਗੀ ਪੁਤਲੀ ਜਿਵੇਂ- ਪਵਾ-ਕਥਾਕਲੀ, ਸਖੀ ਕੁੰਡਹੀ- ਨਾਚਾ ਆਦਿ।

ਸਮਕਾਲੀ ਕਲਾਕਾਰ ਅਤੇ ਕਾਰੀਗਰ (Contemporary artists and artisans) - ਸਾਡੇ ਦੇਸ਼ ਵਿਚ ਕੁਝ ਕਲਾਕਾਰ ਹਨ

ਬਨਮਾਲੀ ਮਹਾਪਾਤਰ - ਗੰਜੀਫਾ ਕਾਰਡ (Ganjifa cards)

ਵਿਜੇ ਜੋਸ਼ੀ - ਫਾਡ ਪੇਂਟਿੰਗ (Phad painting)

ਗੋਕੁਲ ਬਿਹਾਰੀ ਪਟਨਾਇਕ - ਪੱਟ ਚਿੱਤਰ

ਅਬਦੁਲ ਜੱਬਾਰ ਖਤਰੀ - ਬੰਧੀਨੀ (ਬੰਨਣਾ ਅਤੇ ਰੰਗਣਾ)

ਫਿਰਦੋਸ ਅਹਿਮਦ ਗਿਆਨ - ਪੱਛਮੀਨਾ ਸ਼ਾਲ ਬੁਣਾਈ

ਕਾਂਕੁਬੇਨ ਲਾਲਾਭਾਈ ਪਰਮਾਰ - ਗੋਟਾ-ਪੱਠਾ

ਕੁਝ ਪ੍ਰਦਰਸ਼ਨਕਾਰ ਕਲਾਕਾਰ (Some performing artists)

ਲੋਕ ਗਾਇਕ -

- ਅੱਲਾ ਜਿਲਾਈ ਬਾਈ
- ਪੱਮਿ ਬਾਈ
- ਤੀਜਨ ਬਾਈ
- ਰਮਮੀਏ ਬਾਲਕ੍ਰਿਸ਼ਨ
- ਪਬਨਦਾਸ ਬਾਓਲ
- ਭੋਪਾ

ਕੁਝ ਲੋਕ ਨਾਚ ਸਮੂਹ-

- ਗਰਬਾ

- ਨਾਮਜੇਨ
- ਕਿਨੈਰਿਨਾਤੀ
- ਤੇਰਤਲੀ
- ਚਰਕੁਲਾ
- ਲਾਂਵਨੀ
- ਤਮਾਸ਼ਾ
- ਥਾਂਗ ਤਾ
- ਚਾਂਗ ਲੋ

ਕੁਝ ਪਰੰਪਰਿਕ ਭਾਰਤੀ ਥੀਏਟਰ ਦੇ ਰੂਪ (Some Traditional Indian theatre forms) ਹੇਠ ਲਿਖੇ ਹਨ-

- ਕੁਟੀਆਟੱਟਮ ਪੁਰਾਤਨ ਸੰਸਕ੍ਰਿਤ ਥੀਏਟਰ ਦਾ ਇਕੋ ਇਕ ਬਚਿਆ ਹੋਇਆ ਨਮੂਨਾ ਹੈ
- ਗੁਜਰਾਤ ਦਾ ਭਿਵਈ ਰੂਪ (ਚਹਲਕਦਮੀ ਕਰਨ ਵਾਲੇ)
- ਬੰਗਾਲ ਵਿਚ ਜਾਤਾ
- ਹਰਿਆਣਾ, ਉੱਤਰ ਪ੍ਰਦੇਸ਼ ਅਤੇ ਮੱਧ ਪ੍ਰਦੇਸ਼ ਦੇ ਮਾਲਵਾ ਵਿਚ ਪ੍ਰਸਿੱਧ ਸਵਾਂਗ
- ਕਰਨਾਟਕ ਵਿਚ ਯਰਕਗਨਾ
- ਕਥਕਲੀ ਨਾਚ-ਨਾਟਕ ਦਾ ਇਕ ਰੂਪ ਹੈ, ਕੇਰਲਾ ਦੀ ਵਿਸ਼ੇਸ਼ਤਾ।

ਕਠਪੁਤਲੀ ਕਲਾਵਾਂ (Puppetry forms) ਦੇ ਪ੍ਰਕਾਰ ਹਨ:

- ਕੇਰਲਾ (ਪਵਾ-ਕਥਕਲੀ), ਉੜੀਸਾ (ਸਾਖੀ ਕੁੰਦਥੀ- ਨਚਾ) ਅਤੇ ਪੱਛਮੀ ਬੰਗਾਲ (ਬਿਨਰਪੁਟੁੱਲਾਚ) ਦੇ ਰਾਜਾਂ ਵਿਚ ਗਵੱਈਏ ਦੀ ਕਠਪੁਤਲੀ ਸ਼ੋਅ ਪ੍ਰਚਲਿਤ ਹਨ।
- ਆਂਧਰਾ ਪ੍ਰਦੇਸ਼ (ਥੋਲੂ ਬੋਮਾਲਤਾ), ਕਰਨਾਟਕ (ਟੋਗਾਲੂ ਗੋਮਬੇਤਾ), ਕੇਰਲਾ (ਟੋਲਪਾਵਾ ਕੁਥੂ), ਮਹਾਰਾਸ਼ਟਰ (ਚਮਯਾਚੇ ਬਾਹੁਲੀਆ), ਉੜੀਸਾ, ਅਤੇ ਤਾਮਿਲ ਨਾਡੂ (ਤੋਲਪਵਾਈ ਕੁਥੂ) ਰਾਜਾਂ ਵਿਚ ਛਾਯਾ ਕਠਪੁਤਲੀ ਦਾ ਪ੍ਰਦਰਸ਼ਨ ਕੀਤਾ ਜਾਂਦਾ ਹੈ।

ਪ੍ਰਸ਼ਨ 13. ਕਲਾ ਸਿੱਖਿਆ ਦੇ ਮੁੱਲ ਤੱਤਾਂ ਦਾ ਵਰਣਨ ਕਰੋ।

ਜਾਂ

ਕਲਾ ਸਿੱਖਣ ਦੇ ਮੁੱਲ ਤੱਤ ਕਿਹੜੇ ਹਨ?

ਉੱਤਰ - ਕਲਾ ਮਨੁੱਖ ਦੇ ਮੰਨ ਵਿਚ ਚਲ ਰਹੇ ਵਿਚਾਰਾਂ ਨੂੰ ਦ੍ਰਿਸ਼ ਰੂਪ ਵਿਚ ਪ੍ਰਗਟਾਵਾ ਪ੍ਰਦਾਨ ਕਰਦੀ ਹੈ। ਦ੍ਰਿਸ਼ ਰੂਪ ਵਿਚਾਰਾਂ ਦੇ ਪ੍ਰਗਟਾਓ ਨੂੰ ਸੰਯੁਕਤ ਤਰੀਕੇ ਤੋਂ ਪ੍ਰਸਤੁਤ ਕਰਨ ਵਿਚ ਕਲਾ ਦੇ ਮੁੱਲ ਤੱਤਾਂ ਦਾ ਮਹੱਤਵਪੂਰਨ ਯੋਗਦਾਨ ਹੁੰਦਾ ਹੈ। ਕਿਸੇ ਵੀ ਸੰਯੋਜਨ ਨੂੰ ਸੁੰਦਰ ਦ੍ਰਿਸ਼ਟੀ ਤੋਂ ਵਿਵਸਥਿਤ

ਕਰਨ ਵਿਚ ਜਿਨ੍ਹਾਂ ਤੱਤਾਂ ਦਾ ਮਹੱਤਵਪੂਰਨ ਯੋਗਦਾਨ ਹੁੰਦਾ ਹੈ, ਉਨ੍ਹਾਂ ਨੂੰ ਕਲਾ ਦੇ ਮੂੱਲ ਤੱਤਾਂ ਦੇ ਰੂਪ ਵਿਚ ਜਾਣਿਆ ਜਾਂਦਾ ਹੈ। ਕਿਸੇ ਵੀ ਪ੍ਰਕਿਰਿਆ ਦੀ ਸ਼ੁਰੂਆਤ ਕਲਾ ਦੇ ਤੱਤਾਂ ਤੋਂ ਬਿਨਾ ਸੰਭਵ ਨਹੀਂ ਹੈ।

ਕਲਾ ਦੇ ਵੱਖ-ਵੱਖ ਤੱਤ ਹੇਠ ਲਿਖੇ ਹਨ-

ਰੇਖਾ - ਕਲਾ ਦੇ ਤੱਤਾਂ ਵਿਚ ਰੇਖਾ ਵਿਸ਼ੇਸ਼ ਥਾਂ ਰੱਖਦੀ ਹੈ ਕਿਉਂਕਿ ਇਹੀ ਪ੍ਰਾਇਮਰੀ ਤੱਤ ਹੈ, ਇਸਤੋਂ ਬਾਅਦ ਹੀ ਹੋਰ ਤੱਤਾਂ ਦਾ ਮਹੱਤਵ ਹੁੰਦਾ ਹੈ। ਹਰ ਰੇਖਾ ਦਾ ਪ੍ਰਭਾਓ ਸਾਡੇ ਮਾਨਸ ਪਟਲ 'ਤੇ ਵੱਖ ਤਰਾਂ ਪੜ੍ਹਦਾ ਹੈ।

ਹਰ ਰੇਖਾ ਦੇ ਵੱਖਰੇ ਪ੍ਰਭਾਓ ਹੁੰਦੇ ਹੈ ਜੋ ਹੇਠ ਹਨ-

1. **ਸਧਾਰਨ ਰੇਖਾ** - ਇਸ ਤੋਂ ਸ਼ਕਤੀ ਜ਼ਾਹਿਰ ਹੁੰਦੀ ਹੈ।

ਚਿੱਤਰ 1.3

2. **ਡਾਟੇਡ ਰੇਖਾ** - ਇਹ ਪਰੇਸ਼ਾਨੀ ਦਾ ਸੰਦੇਸ਼ ਦਿੰਦੀ ਹੈ।

....

3. **ਹਰੀਜ਼ਟਲ ਰੇਖਾ** - ਸ਼ਾਤੀ ਆਰਾਮ ਅਤੇ ਖਾਮੋਸ਼ੀ ਨੂੰ ਪ੍ਰਕਟ ਕਰਦੀ ਹੈ।

ਚਿੱਤਰ 1.4

4. **ਸਮਾਂਤਰ ਰੇਖਾ** - ਇਸ ਨਾਲ ਡੂੰਗਾਈ ਦਾ ਪਤਾ ਲੱਗਦਾ ਹੈ।

ਚਿੱਤਰ 1.5

5. **ਵਕਰ ਰੇਖਾ** - ਸ਼ੋਭਾ ਅਤੇ ਧਨ ਨੂੰ ਜ਼ਾਹਿਰ ਕਰਦੀ ਹੈ।

ਚਿੱਤਰ 1.6

6. **ਸਧਾਰਨ ਲੰਬਕਾਰੀ ਰੇਖਾ** - ਦ੍ਰਿੜ੍ਹਤਾ ਅਤੇ ਲਗਨ ਦਾ ਪ੍ਰਤੀਕ ਹੈ।

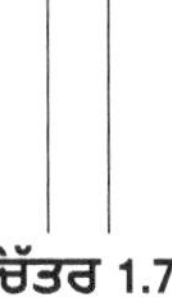

ਚਿੱਤਰ 1.7

7. **ਵਾਇਗਜ਼ੈਗ ਰੇਖਾ** - ਇਸ ਨਾਲ ਜੀਵਨ ਦੀ ਅਸਥਿਰਤਾ ਦਾ ਪਤਾ ਲੱਗਦਾ ਹੈ।

ਚਿੱਤਰ 1.8

8. ਕਰਾਸ ਰੇਖਾ - ਇਹ ਉਲਝਣ ਅਤੇ ਗੜਬੜੀ ਦਾ ਪ੍ਰਤੀਕ ਹੈ।

ਚਿੱਤਰ 1.9

9. ਭੰਗਾਊ ਰੇਖਾ - ਇਸ ਨਾਲ ਗਤੀ, ਸਾਹਸ ਅਤੇ ਸ਼ਕਤੀ ਪ੍ਰਕਟ ਹੁੰਦੀ ਹੈ।

ਚਿੱਤਰ 1.10

ਰੂਪ ਅਤੇ ਆਕਾਰ - ਰੂਪ ਅਤੇ ਆਕਾਰ ਨੂੰ ਬਹੁਤ ਸਾਰੇ ਲੋਕ ਇਕ ਹੀ ਸਮਝਦੇ ਹਨ। ਅਸਲ ਵਿਚ ਦੋਨਾਂ ਦਾ ਅਰਥ ਵੱਖ ਹੁੰਦਾ ਹੈ। ਜੇ ਅਸੀਂ ਇਕ ਔਰਤ ਦਾ ਵਰਣਨ ਕਰਿਏ ਤਾਂ ਉਸਦੇ ਲੰਮਾਈ ਅਤੇ ਚੌੜਾਈ ਨੂੰ ਆਕਾਰ ਕਹਿਣਗੇ; ਪਰ ਜੇ ਅਸੀਂ ਕਹਿਏ ਪਤਲੇ ਹੋਂਠ, ਲੰਮੇ ਵਾਲ, ਤਿੱਖੇ ਨੈਨ ਹਨ ਤਾਂ ਇਹ ਉਸਦੇ ਰੂਪ ਦਾ ਵਰਣਨ ਹੈ। ਆਕਾਰ ਦਾ ਮਤਲਬ ਸੂਖਮ ਸ਼ਰੀਰ ਤੋਂ ਹੈ ਅਤੇ ਰੂਪ ਸਰੀਰ ਦੇ ਹਿੱਸੇ ਦਾ ਸੰਕੇਤ ਹੈ। ਕਲਾਕਾਰ ਲਈ ਰੂਪ ਅਤੇ ਆਕਾਰ ਦੋਵੇਂ ਹੀ ਮਹੱਤਵ ਰੱਖਦੇ ਹਨ। ਰੂਪ ਤੋਂ ਪਹਿਲਾਂ ਉਹ ਆਕਾਰ ਦੀ ਕਲਪਨਾ ਕਰਦਾ ਹੈ। ਇਸਤੋਂ ਉਲਟ ਇਕ ਦਰਸ਼ਕ ਨੂੰ ਪਹਿਲਾਂ ਰੂਪ ਆਕਰਸ਼ਤ ਕਰਦਾ ਹੈ, ਉਸ ਤੋਂ ਬਾਅਦ ਧਿਆਨ ਆਕਾਰ 'ਤੇ ਜਾਂਦਾ ਹੈ। ਜਦ ਕਿਸੇ ਜੀਵ ਜਾਂ ਵਸਤੂ ਦੇ ਰੂਪ ਦਾ ਚਿੱਤਰਣ ਕਰਨਾ ਹੁੰਦਾ ਹੈ ਤਾਂ ਉਸਦੇ ਲਈ ਰੇਖਾ, ਰੂਪ, ਆਕਾਰ- ਸਾਰੇ ਸਹਾਇਕ ਹੁੰਦੇ ਹਨ। ਹਰ ਬਾਰੀਕ ਚੀਜ਼ ਦਾ ਧਿਆਨ ਰੱਖਕੇ ਉਸ ਚਿੱਤਰ ਨੂੰ ਸੰਵਾਰਿਆ ਜਾਂਦਾ ਹੈ, ਤਦ ਜਾਕੇ ਉਹ ਦਰਸ਼ਕ ਦੇ ਮੰਨ ਨੂੰ ਛੂ ਲੈਂਦਾ ਹੈ।

ਰੰਗ - ਰੰਗਾਂ ਰਾਹੀਂ ਸੰਵੇਗਾਂ ਦੀ ਤਬਦੀਲੀ ਤੇਜ਼ੀ ਨਾਲ ਹੁੰਦੀ ਹੈ। ਹੋਰ ਤੱਤਾਂ ਦੀ ਤੁਲਨਾ ਵਿਚ ਰੰਗਾਂ ਰਾਹੀਂ ਅੰਦਰੀ ਭਾਵਾਂ ਨੂੰ ਵਿਅਕਤ ਕਰਨਾ ਆਸਾਨ ਹੁੰਦਾ ਹੈ। ਸਾਡੀ ਦ੍ਰਿਸ਼ਟੀ ਦਾ ਪ੍ਰਭਾਓ ਸਭਤੋਂ ਪਹਿਲਾਂ ਪਦਾਰਥ ਦੇ ਰੰਗ 'ਤੇ ਪੈਂਦਾ ਹੈ, ਉਸ ਤੋਂ ਬਾਅਦ ਹੀ ਰੂਪ, ਰੇਖਾ, ਪੋਤ ਆਦਿ 'ਤੇ ਧਿਆਨ ਜਾਂਦਾ ਹੈ। ਹਰ ਰੰਗ ਦਾ ਆਪਣਾ ਇਕ ਗੁਣ ਹੁੰਦਾ ਹੈ। ਪ੍ਰਕਾਸ਼ ਦੇ ਕਾਰ ਹੀ ਉਹ ਸਾਨੂੰ ਦਿੱਖਾਈ ਦਿੰਦੇ ਹਨ। ਇਸ ਲਈ ਇਸਨੂੰ ਜਾਨਣ ਲਈ ਪ੍ਰਕਾਸ਼ ਅਤੇ ਦ੍ਰਿਸ਼ਟੀ ਦੋਨਾਂ ਦਾ ਹੋਣਾ ਲਾਜ਼ਮੀ ਹੈ। ਰੰਗਾਂ ਦੇ ਕਾਰਨ ਹੀ ਇਕ ਵਸਤੂ ਨੂੰ ਦੂਜੀ ਵਸਤੂ ਨਾਲ ਵੱਖ ਕਰ ਸਕਦੇ ਹਨ।

ਸਾਡੇ ਆਲੇ ਦੁਆਲੇ ਕਈ ਰੰਗ ਹਨ-

a) ਪ੍ਰਾਇਮਰੀ ਰੰਗ - ਲਾਲ, ਪੀਲਾ ਅਤੇ ਨੀਲਾ

b) ਸੈਕੰਡਰੀ ਰੰਗ - ਜਦੋਂ ਪ੍ਰਾਇਮਰੀ ਨੂੰ ਜੋੜ ਦਿੱਤਾ ਜਾਂਦਾ ਹੈ ਜਿਵੇਂ ਲਾਲ + ਪੀਲਾ = ਸੰਤਰੀ

c) ਚਮਕਦਾਰ ਰੰਗ - ਲਾਲ, ਪੀਲਾ ਅਤੇ ਸੰਤਰੀ

d) ਨਿਰਪੱਖ ਰੰਗ - ਪਰਪਲ, ਹਰਾ ਅਤੇ ਨੀਲਾ

ਥਾਂ - ਥਾਂ ਦਾ ਮਤਲਬ ਹੈ- ਚਿੱਤਰ ਵਿਚ ਉਹ ਥਾਂ ਜਿੱਥੇ ਚਿੱਤਰਕਾਰ ਰੂਪਾਕਾਰ ਨੂੰ ਸਥਾਪਿਤ ਕਰਦਾ ਹੈ। ਥਾਂ ਤੋਂ ਬਿਨਾ ਚਿੱਤਰ ਸੰਯੋਜਨ ਅਸੰਭਵ ਹੁੰਦਾ ਹੈ। ਦੋ-ਆਯਾਮੀ ਚਿੱਤਰ ਭੂਮੀ ਹੀ ਚਿੱਤਰ ਦੀ

ਥਾਂ ਹੈ। ਚਿੱਤਰਸਥਲ 'ਤੇ ਸਿਰਫ ਬਿੰਦੂ ਬਣਾਉਣ ਨਾਲ ਵੀ ਖੇਤਰ ਦਾ ਵੰਡ ਹੋ ਜਾਂਦਾ ਹੈ ਅਤੇ ਕਿਰਿਆ ਹੋਣ ਲੱਗਦੀ ਹੈ। ਇਸੇ ਕਾਰਨ ਚਿੱਤਰਕਾਰ ਚਿੱਤਰਣ ਸ਼ੁਰੂ ਕਰਨ ਤੋਂ ਪਹਿਲਾਂ ਹੀ ਖੇਤਰ ਵੰਡ ਕਰ ਲੈਂਦਾ ਹੈ, ਫੈਰ ਉਸੀ ਅਧਾਰ 'ਤੇ ਚਿੱਤਰ ਬਣਾਉਂਦਾ ਹੈ।

ਬਨਾਵਟ - ਕਿਸੇ ਵਸਤੂ ਦੇ ਧਰਾਤਲ ਦੀ ਵਿਸ਼ੇਸ਼ਤਾ ਨੂੰ ਬਨਾਵਟ ਕਹਿੰਦੇ ਹਨ। ਪ੍ਰਕਿਰਤੀ ਵਿਚ ਮੌਜੂਦ ਹਰੇਕ ਪਦਾਰਥ ਦਾ ਆਪਣਾ ਵੱਖਰਾ ਗੁਣ ਹੁੰਦਾ ਹੈ, ਜਿਵੇਂ- ਪੱਥਰ ਵਿਚ ਠੋਸਪਨ ਅਤੇ ਕਠੋਰਤਾ ਹੁੰਦੀ ਹੈ, ਇਸ ਤੋਂ ਉਲਟ ਫੁੱਲਾਂ ਵਿਚ ਕੋਮਲਤਾ ਅਤੇ ਨਾਜ਼ੁਕਪਨ ਹੁੰਦਾ ਹੈ। ਜੋ ਚੀਜ਼ ਜਿਹੋ ਜੀ ਹੁੰਦੀ ਹੈ ਚਿੱਤਰ ਵਿਚ ਉਸੇ ਤਰਾਂ ਬਣਾਉਣੀ ਚਾਹੀਦੀ ਹੈ। ਬਨਾਵਟ ਦੇ ਕਾਰਨ ਅਸੀਂ ਕਿਸੇ ਧਰਾਤਲ ਦੇ ਗੁਣਾਂ ਨੂੰ ਚਿੱਤਰ ਵਿਚ ਜਾਣ ਪਾਉਂਦੇ ਹਨ। ਚਿੱਤਰਕਾਰ ਕੱਪੜਾ, ਕਾਗਜ, ਜ਼ਿੰਕ ਆਦਿ ਵੱਖ-ਵੱਖ ਮਾੱਧਮਾਂ ਵਿਚ ਚਿੱਤਰਣ ਕਰਦਾ ਹੈ। ਹਰੇਕ ਮਾੱਧਮ ਆਪਣਾ ਇਕ ਵੱਖਰਾ ਪ੍ਰਭਾਓ ਛੱਡਦਾ ਹੈ।

ਮੁੱਲ - ਇਕ ਰੰਗ ਦੀ ਰੌਸ਼ਨੀ ਅਤੇ ਹਨੇਰੇ ਹੀ ਉਸ ਦਾ ਮੁੱਲ ਹੈ। ਇਹ ਰੰਗਤ ਵਿਚ ਸਫੇਦ ਅਤੇ ਕਾਲੇ ਦੇ ਨਤੀਜਾਂ ਦਾ ਸੰਕੇਤਕ ਹੈ। ਜੇ ਕਿਸੇ ਰੰਗ ਵਿਚ ਸ਼ਵੇਤ ਜਾਂ ਕਾਲਾ ਰੰਗ ਮਿਲਾ ਦਿੱਤਾ ਜਾਵੇ ਤਾਂ ਉਸਦਾ ਮਾਨ ਬਦਲ ਜਾਂਦਾ ਹੈ। ਸ਼ਵੇਤ ਅਤੇ ਕਾਲੇ ਰੰਗ ਦੀ ਮਾਤਰਾ ਨੂੰ ਘਟ ਜਾਂ ਵੱਧ ਕਰਕੇ ਕਿਸੇ ਵੀ ਰੰਗ ਦੇ ਵੱਖ-ਵੱਖ ਮੁੱਲ ਪ੍ਰਾਪਤ ਕਰ ਸਕਦੇ ਹਨ। ਕਿਸੇ ਵੀ ਇਕ ਰੰਗ ਦੀ ਵਸਤੂ 'ਤੇ ਜਦੋਂ ਸਮਾਨ ਰੂਪ ਤੋਂ ਪ੍ਰਕਾਸ਼ ਨਹੀਂ ਪੈਂਦਾ, ਉਦੋਂ ਉਸ ਵਿਚ ਵੱਖ-ਵੱਖ ਮੁੱਲ ਪ੍ਰਤੀਤ ਹੁੰਦੇ ਹਨ।

ਪ੍ਰਸ਼ਨ 14. ਦ੍ਰਿਸ਼ ਕਲਾ ਦੇ ਮੌਲਿਕ ਸਿਧਾਂਤਾ ਦੀ ਚਰਚਾ ਕਰੋ।

ਜਾਂ

ਕਲਾ ਦੇ ਕੋਈ ਚਾਰ ਮੁੱਖ ਸਿਧਾਂਤ ਲਿਖੋ। **[ਅਪ੍ਰੈਲ 2016, ਪ੍ਰਸ਼ਨ 16]**

ਉੱਤਰ - ਦ੍ਰਿਸ਼ ਕਲਾ ਦੇ ਮੌਲਿਕ ਸਿਧਾਂਤ ਹੇਠ ਲਿਖੇ ਹਨ-

1. ਪਰਿਪੇਖ - ਇਕ ਤਕਨੀਕ ਜੋ ਕਿ ਇਕ ਤਿੰਨ-ਅਯਾਮੀ ਸੰਸਾਰ ਨੂੰ ਇਕ ਦੋ-ਅਯਾਮੀ ਸਤਹ 'ਤੇ ਦਰਸਾਉਂਦਾ ਹੈ। ਇਕ ਸਮਤਲ ਸਤਹ 'ਤੇ ਇਹ ਸਥਾਨ ਅਤੇ ਡੂੰਘਾਈ ਦਾ ਭਰਮ ਪੈਦਾ ਕਰਦਾ ਹੈ। ਇਸ ਵਿਚ ਨੇੜੇ ਦੀ ਚਮਕਦਾਰ ਅਤੇ ਵੱਡੀ ਚੀਜ਼ਾਂ ਨੂੰ ਦੂਰ ਕਰਕੇ ਛੋਟੇ ਅਤੇ ਹਲਕੇ ਰੰਗ ਦੇ ਰੂਪ ਵਿਚ ਦਿਖਾਇਆ ਜਾਂਦਾ ਹੈ। ਆਮ ਤੌਰ 'ਤੇ ਇਸ ਸੰਕਲਪਨਾ ਨੂੰ ਉੱਚ ਪ੍ਰਾਇਮਰੀ ਪੱਧਰ ਦੇ ਛੋਟੇ ਬੱਚਿਆਂ ਨੂੰ ਵਿਆਖਿਤ ਕੀਤਾ ਜਾਂਦਾ ਹੈ।

2. ਸੰਤੁਲਨ - ਚਿੱਤਰ ਦੇ ਸੰਤੁਲਨ ਦੀ ਅਵਸਥਾ ਵਿਚ ਉਸਦਾ ਪ੍ਰਯੋਗ ਤੱਤ ਚਿੱਤਰ ਦੇ ਅੰਤਰਾਲ ਵਿਚ ਇਸ ਤਰਾਂ ਵੰਡਿਆ ਹੁੰਦਾ ਹੈ ਕਿ ਉਸਦਾ ਅੱਖਾਂ ਦਾ ਭਾਰ ਕਿਸੇ ਇਕ ਪਾਸੇ ਦੇ ਹੀ ਖੇਤਰ ਨੂੰ ਦੁੱਭਰ ਨਹੀਂ ਕਰਦਾ। ਅੱਖਾਂ ਦੇ ਭਾਰ ਦੇ ਰੂਪ ਵਿਚ ਸਾਰੇ ਅੰਗ- ਰੇਖਾ, ਰੂਪ, ਰੰਗ, ਮੁੱਲ, ਬਨਾਵਟ ਆਦਿ ਸ਼ਾਮਿਲ ਹੁੰਦੇ ਹਨ। ਚਿੱਤਰਾਂ ਵਿਚ ਸੰਤੁਲਨ ਦੀ ਤਿੰਨ ਸਥਿਤੀਆਂ ਹੁੰਦੀ ਹੈ-

ਅੰਤਰਾਲ ਵਿਚ ਕੇਂਦਰ ਦੇ ਹਰੀਜ਼ਟਲ ਰੂਪ ਦੇ ਦੋਵੇਂ ਪਾਸੇ ਸਮਾਨ ਭਾਰ ਦਾ ਸਮਾਨ ਭੂਜਾ 'ਤੇ ਸੰਤੁਲਿਤ ਹੋਣਾ।

ਹਰੀਜ਼ਟਲ ਰੂਪ ਤੋਂ ਹੀ ਅਸਮਾਨ ਭਾਰ ਦਾ ਅਸਮਾਨ ਭੁਜਾਵਾਂ ਰਾਹੀਂ ਸੰਤੁਲਿਤ ਹੋਣਾ।

ਉੱਪਰ ਜਾਂ ਹੇਠਾਂ ਰੇਖਾ 'ਤੇ ਕੇਂਦਰ ਦੇ ਉੱਪਰ ਦੇ ਭਾਰ ਦਾ ਹੇਠਾਂ ਦੇ ਵੱਧ ਭਾਰ ਰਾਹੀਂ ਸਮਾਨ ਦੂਰੀ 'ਤੇ ਸੰਤੁਲਿਤ ਹੋਣਾ।

a) ਸਮਮਿਤੀ - ਜਦੋਂ ਦੋਵੇਂ ਭੁਜਾਵਾਂ ਸਮਾਨ ਪ੍ਰਤੀਬਿੰਬਿਤ ਹੋਣ ਤਾਂ ਇਸ ਨੂੰ ਸਮਮਿਤੀ ਸੰਤੁਲਨ ਕਹਿੰਦੇ ਹਨ।

b) ਅਸੈਂਬਲੀ - ਜਦੋਂ ਦੋਵੇਂ ਭੁਜਾਵਾਂ ਸਮਾਨ ਪ੍ਰਤਿਬਿੰਬਤ ਨਹੀਂ ਹੁੰਦੀ ਤਾਂ ਇਸ ਨੂੰ ਅਸੈਂਬਲੀ ਸੰਤੁਲਨ ਕਹਿੰਦੇ ਹਨ।

3. ਏਕਤਾ - ਚਿੱਤਰ ਦੇ ਤੱਤਾਂ ਦੀ ਇਕ ਸੂਤਰਤਾ ਉਹ ਆਕਰਸ਼ਣ ਹੈ ਜੋ ਚਿੱਤਰ ਵਿਚ ਬਿਖਰਾਵ ਨੂੰ ਰੋਕਦੀ ਹੈ। ਅਸਲ ਵਿਚ ਏਕਤਾ ਇਕ ਸਹਿਯੋਗ ਦੀ ਭਾਵਨਾ ਹੈ ਜਿਸ ਵਿਚ ਸਾਰੇ ਚਿੱਤਰ ਇਕ-ਦੂਜੇ ਨਾਲ ਜੁੜੇ ਹੋਏ ਰਹਿੰਦੇ ਹਨ।

4. ਤਾਲ - ਤਾਲ ਦਾ ਅਰਥ ਚਿੱਤਰ ਭੂਮੀ 'ਤੇ ਦ੍ਰਿਸ਼ਟੀ ਦਾ ਸੁਤੰਤਰ ਅਤੇ ਮਧੁਰ ਵਿਚਰਣ ਅਤੇ ਗਤੀ ਹੁੰਦਾ ਹੈ। ਚਿੱਤਰ ਤੱਤਾਂ ਦੀ ਸੰਬੰਧਿਤ ਗਤੀ ਜਿਸ 'ਤੇ ਚੱਲ ਕੇ ਅੱਖਾਂ ਅਨੰਦ ਦਾ ਅਨੁਭਵ ਕਰਦੀ ਹੈ, ਉਸ ਨੂੰ ਤਾਲ ਕਹਿੰਦੇ ਹਨ। ਲੰਮੀ ਰੇਖਾਵਾਂ ਦਾ ਸੁੰਦਰ ਦੇ ਚਿੱਤਰਾਂ ਵਿਚ ਵਿਸ਼ੇਸ਼ ਉੱਲੇਖ ਹੈ।

ਪ੍ਰਸ਼ਨ 15. ਬਜ਼ਾਰ ਵਿਚ ਉਪਲਬਧ ਪੈਂਸਿਲਾਂ ਦੇ ਕਿੰਨੇ ਪ੍ਰਕਾਰ ਹਨ? ਰੰਗੀਨ ਅਤੇ ਵਾਟਰ ਕਲਰ ਪੈਂਸਿਲ ਦੇ ਉਪਯੋਗ ਕਰਨ ਦੀ ਕੁੱਝ ਤਕਨੀਕਾਂ ਅਤੇ ਯੁਕਤੀਆਂ ਦੱਸੋ।

ਉੱਤਰ - ਛੋਟੀ ਉਮਰ ਦੇ ਬੱਚੇ ਲਿਖਣਾ ਸ਼ੁਰੂ ਕਰਦੇ ਹਨ ਉਨ੍ਹਾਂ ਨੂੰ ਪੈਂਸਿਲ ਦਿੱਤੀ ਜਾਂਦੀ ਹੈ। ਕਾਗਜ਼ ਤੇ ਉਨ੍ਹਾਂ ਦੀ ਲਿੱਖਣ ਦੀ ਅੰਦਰੂਨੀ ਇੱਛਾ ਨੂੰ ਪ੍ਰਗਟ ਕਰਨ ਲਈ ਪੈਂਸਿਲ ਸਭ ਤੋਂ ਅਸਾਨੀ ਨਾਲ ਉਪਲਬਧ ਮਾਧਿਅਮ ਅਤੇ ਇਕ ਸਾਧਨ ਹੈ।

ਪੈਂਸਿਲ ਦੀਆਂ ਕਿਸਮਾਂ

1. ਗਰਾਫਟ ਪੈਂਸਿਲ - ਇਹ ਪੈਂਸਿਲਾਂ ਦੀ ਸਭ ਤੋਂ ਪ੍ਰਚਲਿਤ ਕਿਸਮ ਹੈ। ਇਹ ਮਿੱਟੀ ਅਤੇ ਗ੍ਰੇਫਾਈਟ ਦੇ ਮਿਸ਼ਰਣ ਦੇ ਬਣੇ ਹੁੰਦੇ ਹਨ। ਪੇਂਨਿਲਸ ਬਹੁਤ ਹਾਰਡ (H) ਤੋਂ ਲੈ ਕੇ ਬਹੁਤ ਨਰਮ ਅਤੇ ਕਾਲੇ (ਬੀ) ਹੁੰਦਾ ਹੈ। ਪੈਂਸਿਲ ਦੇ ਕਾਲੇਪਨ ਦੀ ਕਈ ਅਵਸਥਾਵਾਂ ਹੁੰਦੀ ਹੈ: H, 2H, B, HB, 3B, 2B, 5B, 6B।

HB - ਬਹੁਤ ਕਾਲਾ, ਲਿਖਤ ਵਿਚ ਵਰਤਿਆ ਜਾਂਦਾ ਹੈ

2B - ਦੋ ਗੁਣਾ ਕਾਲਾ, ਹਲਕਾ ਰੰਗਤ ਦੇਣ ਲਈ ਵਰਤਿਆ ਜਾਂਦਾ ਹੈ

4B - ਚਾਰ ਗੁਣਾ ਕਾਲਾ, ਮੱਧਮ ਰੰਗਤ ਦੇਣ ਲਈ ਵਰਤਿਆ ਜਾਂਦਾ ਹੈ

6B - ਛੈ ਗੁਣਾ ਕਾਲਾ, ਹਨੇਰੇ ਸ਼ੇਡ ਦੇਣ ਲਈ ਵਰਤਿਆ ਜਾਂਦਾ ਹੈ

2. ਰੰਗਦਾਰ ਪੈਨਸਿਲ - ਇਸ ਵਿਚ ਮੋਮ ਦੇ ਨਾਲ ਰੰਜਕ ਅਤੇ ਹੋਰ ਪੂਰਕ ਪਦਾਰਥ ਹੁੰਦੇ ਹਨ। ਕਈ ਰੰਗ ਇਕੱਠੇ ਮਿਲਕੇ ਬਣਾ ਦਿੱਤੇ ਜਾਂਦੇ ਹਨ।

ਕੁਝ ਸੁਝਾਓ - ਰੰਗੀਨ ਪੈਂਸਿਲ ਤਕਨੀਕ

- **ਫੇਦਰਿੰਗ** - ਇਕ ਹਿੱਸੇ ਨੂੰ ਰੰਗ ਕਰੋ ਅਤੇ ਇਸ ਉੱਤੇ ਇਕ ਹਲਕੇ ਰੰਗ ਨੂੰ ਹੌਲੀ ਹੌਲੀ ਖਿੱਚੋ ਤਾਂ ਜੋ ਉਸ ਰਾਹੀਂ ਅਸਲੀ ਹਿੱਸਾ ਦਿਖੇਗਾ।
- **ਮਿਲਾਉਣਾ** - ਵੱਖ-ਵੱਖ ਕਿਸਮ ਦੇ ਰੰਗ ਪ੍ਰਾਪਤ ਕਰਨ ਲਈ ਵੱਖ-ਵੱਖ ਰੰਗਾਂ ਨੂੰ ਇਕ-ਦੂਜੇ 'ਤੇ ਰੱਖ ਕੇ ਮਿਲਾਓ।
- **ਚਮਕਾਉਣਾ ਅਤੇ ਘੋਟਣਾ** - ਰੰਗਾਂ ਨੂੰ ਚਮਕਾਉਣ ਲਈ ਤੁਸੀਂ ਜਿਨ੍ਹਾਂ ਰੰਗਾਂ ਨੂੰ ਪਹਿਲਾਂ ਹੀ ਫੈਲਾਂ ਦਿੱਤਾ ਹੈ ਉਨ੍ਹਾਂ 'ਤੇ ਇਕ ਚਿੱਟੀ ਪੈਂਸਿਲ ਚਲਾਓ। ਉਸ ਤੋਂ ਬਾਅਦ ਇਸ ਤਕਨੀਕ ਨੂੰ ਰੰਗਾਂ ਦੀ ਸਤਹ ਨਾਲ ਮਿਲਾਓ ਜਦੋਂ ਤੱਕ ਕਿ ਇਹ ਰੰਗ ਚਮਕਣ ਨਾ ਲੱਗ ਜਾਣ।
- **ਨੱਕਾਸ਼ੀ ਕਰਨਾ** - ਆਪਣੇ ਚਿੱਤਰਕਲਾ ਦੇ ਕਾਗਜ ਦਾ ਇਕ ਟੁੱਕੜਾ ਵਿਛਾਓ। ਇਕ ਬੋਲ ਪਵਾਇੰਟ ਪੇਨ ਦੀ ਮਦਦ ਨਾਲ ਦਬਾਓ ਅਤੇ ਆਪਣੇ ਚਿੱਤਰ ਬਣਾਓ। ਕਾਗਜ ਦੇ ਟੁੱਕੜੇ ਨੂੰ ਹਟਾਓ ਅਤੇ ਨੱਕਾਸ਼ੀ ਖੇਤਰ 'ਤੇ ਪੈਂਸਿਲ ਦੇ ਸਿੱਰੇ ਨੂੰ ਰੱਗੜੋ।

3. **ਚਾਰਕੋਲ ਪੈਂਸਿਲ** - ਇਹ ਚਾਰਕੋਲ ਦੇ ਬਣੇ ਹੁੰਦੇ ਹਨ ਅਤੇ ਗ੍ਰੈਫਾਈਟ ਪੈਨਸਿਲ ਨਾਲੋਂ ਆਸਾਨੀ ਨਾਲ ਧੱਬੇ ਬਣਾਉਣ ਲਈ ਹੁੰਦੇ ਹਨ। ਇਸ ਤਰ੍ਹਾਂ ਇਹ ਚਿੱਤਰਕਲਾ ਵਿਚ ਆਸਾਨੀ ਨਾਲ ਰੰਗ ਬਣਾਉਣ ਲਈ ਵਰਤੀ ਜਾ ਸਕਦੀ ਹੈ।

4. **ਜਲਰੰਗ ਪੈਂਸਿਲ** - ਇਹ ਪੈਂਸਿਲ ਜਲਰੰਗ ਤਕਨੀਕ ਨਾਲ ਵਰਤਣ ਲਈ ਤਿਆਰ ਕੀਤੀ ਜਾਂਦੀ ਹੈ। ਇਹਨਾਂ ਪੈਨਸਿਲਾਂ ਦੁਆਰਾ ਬਣਾਏ ਗਏ ਸਟਰੋਕ ਨੂੰ ਪਾਣੀ ਨਾਲ ਸੰਤ੍ਰਿਪਤ ਕੀਤਾ ਜਾ ਸਕਦਾ ਹੈ ਅਤੇ ਬੁਰਸ਼ ਨਾਲ ਫੈਲਾਇਆ ਜਾ ਸਕਦਾ ਹੈ। ਜਿਹੜੇ ਬੱਚੇ ਬੁਰਸ਼ ਦਾ ਪ੍ਰਯੋਗ ਨਹੀਂ ਕਰ ਸਕਦੇ ਅਤੇ ਫੈਰ ਵੀ ਜਲਰੰਗ ਦਾ ਪ੍ਰਭਾਵ ਦੇਣਾ ਚਾਹੁੰਦੇ ਹਨ ਤਾਂ ਉਹ ਅਜਿਹੀ ਪੈਂਸਿਲ ਇਸਤੇਮਾਲ ਕਰ ਸਕਦੇ ਹਨ। ਇਨ੍ਹਾਂ ਨਾਲ ਰੰਗ ਭਰਤਨ ਤੋਂ ਬਾਅਦ ਪਾਣੀ ਦੀ ਇਕ ਪਰਤ ਨੂੰ ਲਾਗੂ ਕੀਤੀ ਜਾ ਸਕਦਾ ਹੈ ਜੋ ਕਿ ਜਲਰੰਗਾ ਦਾ ਇਕ ਚੰਗਾ ਪ੍ਰਭਾਵ ਦਿੰਦੀ ਹੈ।

ਕੁਝ ਸੁਝਾਅ - ਜਲਰੰਗ ਪੈਂਸਿਲ ਤਕਨੀਕ

ਇਕ ਚੁਟੱਕੀ ਲੂਣ - ਪਿਛੋਕੜ ਨੂੰ ਰੰਗਤ ਕਰੋ, ਇਸ ਨੂੰ ਗਿੱਲੇ ਕਰੋ, ਅਤੇ ਫਿਰ ਇਸ 'ਤੇ ਥੋੜ੍ਹਾ ਜਿਹਾ ਲੂਣ ਛਿੜਕੋ। ਤੁਸੀਂ ਇਕ ਬਰਫ਼ ਦੇ ਕ੍ਰਿਸਟਲ ਵਰਗੇ ਪ੍ਰਭਾਵ ਪ੍ਰਾਪਤ ਕਰਦੇ ਹੋ। ਇਕ ਵਾਰ ਪੇਂਟ ਸੁੱਖ ਜਾਂਦਾ ਹੈ ਉਦੋਂ ਤੁਸੀਂ ਆਪਣੀ ਚਿੱਤਰਕਲਾ ਜਾਰੀ ਰੱਖ ਸਕਦੇ ਹੋ।

ਬਿੰਦੂ ਚਿੱਤਰਣ - ਪੈਨਸਿਲ ਦੀ ਵਰਤੋਂ ਕਰਕੇ ਇਕ ਬਾਹਰੀ ਰੇਖਾ ਖਿੱਚੋ। ਜਲਰੰਗ ਪੈਨਸਿਲ ਦੀ ਨੋਕ ਨੂੰ ਬੁਰੱਸ਼ ਨਾਲ ਗਿੱਲਾ ਕਰੋ। ਇਸਨੂੰ ਕਾਗਜ਼ 'ਤੇ ਦਬਾਓ ਅਤੇ ਬਾਹਰੀ ਰੇਖਾਂ ਭਰਲ ਲਈ ਵਾਰ-ਵਾਰ ਅਜਿਹੇ ਬਿੰਦੂ ਬਣਾਓ। ਜੇ ਤੁਸੀਂ ਇਕ ਦੂਜੇ ਦੇ ਨੇੜੇ ਸਮਾਨ ਤਾਲ ਦੀ ਵਰਤੋਂ ਕਰਦੇ ਹੋ ਤਾਂ ਰੰਗਾਂ ਦੇ ਮਿਸ਼ਰਣ ਨਾਲ ਇਕ ਪ੍ਰਕਾਸ਼ਿਕ ਭਰਮ ਪੈਦਾ ਹੁੰਦਾ ਹੈ। ਤੁਹਾਨੂੰ ਇਸ ਤਕਨੀਕ ਦੀ ਵਰਤੋਂ ਲਾਈਟ ਪ੍ਰਭਾਵਾਂ ਲਈ ਵੀ ਕਰਨੀ ਚਾਹੀਦੀ ਹੈ, ਜਿਵੇਂ ਤੁਸੀਂ ਤਾਰੇ ਦੀ ਚਿੱਤਰਕਲਾ ਨਾਲ ਵੇਖ ਸਕਦੇ ਹੋ।

ਚਮਕਦਾਰ ਪ੍ਰਭਾਵ - ਆਪਣੇ ਮੁਕੰਮਲ ਚਿੱਤਰ ਵਿਚ ਇਕ ਚਮਕ ਲਾਉਣ ਲਈ ਜਲ ਅਧਾਰਿਤ ਗੋਂਦ ਨਾਲ ਪੇਂਟ ਕਰੋ। ਚਮਕ ਦੀ ਉੱਚ ਗੁਣਵੱਤਾ ਪ੍ਰਾਪਤ ਕਰਨ ਲਈ ਗੋਂਦ ਦੀ ਕਈ ਸਤਹ ਦਾ ਪ੍ਰਯੋਗ ਕਰੋ।

ਪ੍ਰਸ਼ਨ 16. ਪੇਸਟਲ ਰੰਗ ਕੀ ਹੈ? ਇਸਦੇ ਕੁੱਝ ਪ੍ਰਕਾਰਾਂ ਅਤੇ ਰੰਗ ਕਰਨ ਦੇ ਤਰੀਕਾਂ ਦਾ ਵਰਣਨ ਕਰੋ।

ਜਾਂ

ਕਿਸੇ ਵੀ ਸਤਹ 'ਤੇ ਗ੍ਰੈਫੀਟੋ ਤਕਨੀਕ ਨਾਲ ਚਿੱਤਰ ਬਣਾਉਣ ਦੀ ਪ੍ਰਕਿਰਿਆ ਦਾ ਸੰਖੇਪ ਵਿਚ ਵਰਣਨ ਕਰੋ। **[ਅਕਤੂਬਰ 2016, ਪ੍ਰਸ਼ਨ 35]**

ਉੱਤਰ - ਸਧਾਰਨ ਰੂਪ ਵਿਚ ਵੇਖਿਆ ਜਾਵੇ ਤਾਂ ਪੇਸਟਲ ਵੱਖ-ਵੱਖ ਤਰਾਂ ਨਾਲ ਅਨੁਬੱਧ ਰੰਜਕਾਂ ਦੀ ਸਟਿਕਸ ਹੈ। ਉਨ੍ਹਾਂ ਨੂੰ ਕਾਗਜ਼ 'ਤੇ ਉਪਯੋਗ ਕਰਕੇ 'ਪੇਂਟਿੰਗ' ਬਣਾਉਂਦੇ ਹਨ। ਪੇਸਟਲਸ ਕਈ ਰੂਪ ਦੇ ਹੁੰਦੇ ਹਨ-

ਸੁੱਕਾ ਪੇਸਟਲ - ਸੁਕਾਉਣ ਵਾਲੇ ਪੇਸਟਲ ਦੋ ਕਿਸਮ ਦੇ ਹੁੰਦੇ ਹਨ-

ਹਾਰਡ ਪੇਸਟਲ

- ਵੱਧ ਬਾਰੀਕ, ਘੱਟ ਰੰਗ
- ਬਾਹਰੀ ਰੇਖਾ ਖਿੱਚਣ ਲਈ ਵਰਤਿਆ ਜਾਂਦਾ ਹੈ
- ਰੰਗ ਘੱਟ ਚਮਕੀਲੇ ਹੁੰਦੇ ਹਨ
- ਸੁਧਾਰਨ ਦੀ ਲੋੜ ਨਹੀਂ ਹੁੰਦੀ

ਸਾਫਟ ਪੇਸਟਲ

- ਵੱਧ ਸੰਯੋਜਨ, ਘੱਟ ਰੰਗੀਨ
- ਬਾਹਰੀ ਰੇਖਾ ਖਿੱਚਣ ਲਈ ਵਰਤਿਆ ਜਾਂਦਾ ਹੈ
- ਰੰਗ ਚਮਕਦਾਰ ਹੁੰਦੇ ਹਨ
- ਸੁਧਾਰਨ ਦੀ ਲੋੜ ਨਹੀਂ ਹੁੰਦੀ

ਤੇਲ ਦੇ ਪੇਸਟਲ - ਇਨ੍ਹਾਂ ਦੀ ਅਨੁਕੂਲਤਾ ਨਰਮ ਅਤੇ ਰੰਗ ਚਮਕਦਾਰ ਹੁੰਦੇ ਹਨ। ਇਸਨੂੰ ਰਲਾਉਣਾ ਮੁਸ਼ਕਲ ਹੁੰਦਾ ਹੈ, ਪਰ ਚਿੱਤਰਕਲਾ ਵਿਚ ਰਿਥਮਿਕ ਪ੍ਰਭਾਵ ਬਣਾਉਣ ਲਈ ਕਪੜੇ ਜਾਂ ਕਪਾਹ ਦੇ ਟੁਕੜੇ ਦੀ ਵਰਤੋਂ ਕਰਕੇ ਮਿਲਾਇਆ ਜਾ ਸਕਦਾ ਹੈ। ਉਹਨਾਂ ਨੂੰ ਸੁਧਾਰਨ ਦੀ ਲੋੜ ਨਹੀਂ ਹੁੰਦੀ। ਰੰਗਾਂ ਨੂੰ ਸਹੀ ਤਰੀਕੇ ਨਾਲ ਰੱਖਣ ਲਈ ਇਕ ਚੰਗੀ ਕੁਆਲਿਟੀ ਕਾਰਟ੍ਰੀਜ ਸ਼ੀਟ ਜਾਂ ਪੈਸਲ ਸ਼ੀਟ ਵਰਤੀ ਜਾ ਸਕਦੀ ਹੈ।

ਰੰਗ ਕਰਨ ਦੇ ਕੁਝ ਮਜ਼ੇਦਾਰ ਪਰ ਪ੍ਰਭਾਵਸ਼ਾਲੀ ਢੰਗ-

1. **ਕ੍ਰੈਅਨ ਤਕਨੀਕ** - ਕ੍ਰੈਅਨ (crayons) ਵਰਤਦੇ ਹੋਏ ਜੇ ਤੁਸੀਂ ਇਸਨੂੰ ਬਹੁਤ ਹੌਲੀ ਹੌਲੀ ਦਬਾਉਂਦੇ ਹੋ ਤਾਂ ਰੰਗ ਬਹੁਤ ਨਾਜ਼ੁਕ ਹੋ ਸਕਦਾ ਹੈ।

2. **ਗ੍ਰੈਫੀਟੋ ਤਕਨੀਕ** - ਇਹ ਤਕਨੀਕ ਵੱਖਰੇ ਰੰਗ ਦੀਆਂ ਦੋ ਪਰਤਾਂ ਤੇ ਨਿਰਭਰ ਕਰਦੀ ਹੈ। ਪਹਿਲਾਂ ਇੱਕ ਹਲਕੇ ਰੰਗ ਨਾਲ ਕਾਗਜ਼ ਦੀ ਸ਼ੀਟ ਨੂੰ ਕਵਰ ਕਰਦਾ ਹੈ - ਇਹ ਵੱਖਰੇ-ਵੱਖਰੇ ਰੰਗ ਦੇ ਕਈ ਆਸਪਾਸ ਦੇ ਖੇਤਰਾਂ ਵਿਚ ਹੋ ਸਕਦੇ ਹਨ। ਹੁਣ ਹਲਕੇ ਰੰਗ ਨੂੰ ਕਾਲੇ ਕ੍ਰੈਅਨ ਨਾਲ ਕਵਰ ਕਰੋ। ਹੁਣ ਇਕ ਕਾਫ਼ੀ ਤਿੱਖੀ ਧਾਰ ਵਾਲੀ ਵਸਤੂ ਨਾਲ ਚਿੱਤਰਕਲਾ ਦੇ ਕਾਲੀ ਪਰਤ ਨੂੰ ਇਸ ਤਰਾਂ ਪਰੋਂਚੋ ਕਿ ਹੇਠਾਂ ਦਾ ਰੰਗ ਨਜ਼ਰ ਹੋਣ।

3. **ਬੈਟਿਕ** - ਪਹਿਲਾਂ ਮੋਮ ਦੇ ਕ੍ਰੈਅਨ ਨਾ ਆਕਾਰ ਖਿਚੋ। ਫਿਰ ਜਲਰੰਗਾਂ ਜਾਂ ਪਤਲੇ ਰੰਗੀਨ ਸਿਆਹੀ ਨੂੰ ਪਿਠਭੂਮੀ ਪੇਂਟ ਕਰੋ। ਪਾਣੀ ਮੋਮ 'ਤੇ ਫਿਸਲ ਜਾਂਦਾ ਹੈ ਅਤੇ ਇਸ ਆਕਾਰ ਵੇਖਿਆ ਜਾ ਸਕਦਾ ਹੈ।

4. **ਪੇਸਟਲ ਤਕਨੀਕ** - ਤੇਲ ਅਧਾਰਤ ਪੇਸਟਲ ਕ੍ਰੈਅਨ ਕਿਸੇ ਵੀ ਕਿਸਮ ਦੀ ਪਰਤ ਤੇ ਵਰਤੇ ਜਾ ਸਕਦੇ ਹਨ, ਜਿਵੇਂ ਕਿ ਕੱਚ, ਪਲਾਸਟਿਕ, ਜਾਂ ਮਿੱਟੀ ਦੇ ਭਾਂਡੇ ਆਦਿ।

ਪ੍ਰਸ਼ਨ 17. ਪੋਸਟਰ ਰੰਗ ਅਤੇ ਇਸਦੇ ਉਪਯੋਗ ਬਾਰੇ ਸੰਖੇਪ ਵਿਚ ਸਮਝਾਓ।

ਉੱਤਰ - ਇਕ ਪੋਸਟਰ ਦਾ ਰੰਗ ਗੋਂਦਯੁਕਤ ਜਲਰੰਗ ਹੁੰਦਾ ਹੈ, ਜੋ ਅਪਾਰਦਰਸ਼ੀ ਹੈ ਅਤੇ ਗਲੂ ਦੀ ਤਰਾਂ ਤੇਜ਼ ਸੁੱਕ ਜਾਂਦਾ ਹੈ। ਉਹ ਅਕਸਰ ਕੱਚ ਦੀਆਂ ਜਾਰਾਂ ਵਿਚ ਵੇਚੇ ਜਾਂਦੇ ਹਨ ਅਤੇ ਇਹਨਾਂ ਨੂੰ ਦ੍ਰਿਸ਼ ਕਾਰਡ ਜਾਂ ਡਿਸਟੈਂਪਰ ਰੰਗ ਵੀ ਕਿਹਾ ਜਾਂਦਾ ਹੈ। ਇਹ ਪੋਸਟਰ ਲਿਖਣ ਜਾਂ ਕਾਰਡ ਬਣਾਉਣ ਲਈ ਵਰਤੇ ਜਾਂਦੇ ਹੈ।

ਪੋਸਟਰ ਰੰਗਾਂ ਦੀ ਵਰਤੋਂ - ਇਹ ਵਿਆਪਕ ਤੌਰ ਤੇ ਪ੍ਰਾਕਿਰਤਕ ਦ੍ਰਿਸ਼, ਚਿੱਤਰਕਾਰੀ ਅਤੇ ਵਪਾਰਕ ਕਲਾ ਉਦੇਸ਼ਾਂ ਜਿਵੇਂ ਚਿੱਤਰਕਾਰੀ, ਪ੍ਰਦਰਸ਼ਨੀ ਅਤੇ ਵਿਦਿਅਕ ਕੰਮ ਆਦਿ ਵਿਚ ਵਰਤੇ ਜਾਂਦੇ ਹਨ।

ਅਧਿਆਪਕ ਵਿਦਿਆਰਥੀਆਂ ਨੂੰ ਪੋਸਟਰ ਰੰਗ ਦੀ ਵਰਤੋਂ ਕਰਨ ਲਈ ਤਕਨੀਕ ਨੂੰ ਧਿਆਨ ਵਿਚ ਰੱਖਣ ਲਈ ਮਾਰਗਦਰਸ਼ਨ ਕਰ ਸਕਦੇ ਹਨ। ਜਿਵੇਂ ਥੋੜ੍ਹਾ ਜਿਹਾ ਰੰਗ ਪਲੇਟ ਵਿਚ ਲਓ ਅਤੇ ਬਹੁਤ ਥੋੜ੍ਹਾ ਜਿਹੇ ਪਾਣੀ ਨਾਲ ਇਸਨੂੰ ਪਤਲਾ ਕਰੋ। ਉਹ ਗਾੜ੍ਹਾ ਅਤੇ ਨਿਰਮਲ ਰਹਿੰਦੇ ਹਨ। ਇਹਨਾਂ ਦੀ ਬਣਤਰ ਨੂੰ ਧਿਆਨ ਵਿਚ ਰੱਖਦੇ ਹੋਏ ਜਿਵੇਂ ਕਿ ਬਾਲੂ ਖੁਰਦੁਰਾ ਹੈ ਅਤੇ ਅਸਮਾਨ ਨਿਰਮਲ ਹੈ ਅਜਿਹੇ ਹੀ ਬੁਰਸ਼ ਦੀ ਅਜ਼ੀਬ ਵਰਤੋਂ ਨਾਲ ਖੁਦਰਾ ਪ੍ਰਭਾਵ ਦਿੱਤਾ ਜਾਂਦਾ ਹੈ ਅਤੇ ਬੁਰਸ਼ ਨੂੰ ਆਸਾਨੀ ਨਾਲ ਘੁੰਮਾ ਕੇ ਅਸਮਾਨ / ਪਾਣੀ ਦਾ ਚਿਕਨਾ ਪ੍ਰਭਾਵ ਦਿੱਤਾ ਜਾਂਦਾ ਹੈ। ਬੱਚਿਆਂ ਨੂੰ ਗਣਤੰਤਰ ਦਿਵਸ, ਕਿਸੇ ਵੀ ਤਿਉਹਾਰ, ਕੋਈ ਹੋਰ ਸਮਾਜਿਕ ਵਿਸ਼ੇ ਜਿਵੇਂ ਕਿ ਪ੍ਰਦੂਸ਼ਣ, ਜੰਗਲਾਤ ਜਾਂ ਗਲੋਬਲ ਵਾਰਮਿੰਗ ਆਦਿ 'ਤੇ ਪੋਸਟਰ ਤਿਆਰ ਕਰਨ ਲਈ ਉਤਸ਼ਾਹਿਤ ਕੀਤਾ ਜਾਣਾ ਚਾਹੀਦਾ ਹੈ। ਵਿਦਿਆਰਥੀਆਂ ਨੂੰ ਪਤਲੇ ਲਾਈਨਾਂ ਜਾਂ ਛੋਟੇ ਖੇਤਰਾਂ ਨੂੰ ਪ੍ਰਦਰਸ਼ਿਤ ਕਰਨ ਲਈ 0, 2, 4, ਨੰ. ਦੇ ਗੋਲ ਕਾਲੇ ਵਾਲ ਦੇ

ਬੁਰਸ਼ ਨੂੰ ਰੱਖਣਾ ਚਾਹੀਦਾ ਹੈ। ਵੱਡੇ ਖੇਤਰ ਨੂੰ ਰੰਗਣ ਲਈ 5, 6, 8, ਨੰ. ਦੇ ਬੁਰਸ਼ ਦਾ ਪ੍ਰਯੋਗ ਕਰਨਾ ਚਾਹੀਦਾ ਹੈ। ਚੌੜਾ ਬੁਰਸ਼ ਪੋਸਟਰ 'ਤੇ ਲਿਖਣ ਵਿਚ ਪ੍ਰਯੁਕਤ ਕੀਤਾ ਜਾਣਾ ਚਾਹੀਦਾ ਹੈ। ਇਹ ਚੰਗੀ ਤਰ੍ਹਾਂ ਬੁਰਸ਼ ਨੂੰ ਫੜਨ ਵਿਚ ਬੱਚੇ ਦੀ ਮਦਦ ਵੀ ਕਰਦਾ ਹੈ।

ਪ੍ਰਸ਼ਨ 18. ਕਲਮ ਅਤੇ ਸਿਆਹੀ ਤੋਂ ਤੁਸੀਂ ਕਿ ਸਮਝਦੇ ਹੋ? ਉਦਾਹਰਣ ਦੇ ਨਾਲ ਸਮਝਾਓ।

ਉੱਤਰ - ਕਲਮ ਜਾਂ ਪੇਨ ਉਹ ਵਸਤੂ ਹੈ ਜਿਸ ਨਾਲ ਕਾਗਜ਼ 'ਤੇ ਸਿਆਹੀ ਰਾਹੀਂ ਲਿਖਿਆ ਜਾਂਦਾ ਹੈ। ਕਲਮ ਨਾਲ ਬਹੁਤ ਸਾਰੇ ਹੋਰ ਚੀਜ਼ਾਂ 'ਤੇ ਵੀ ਲਿੱਖਿਆ ਜਾਂਦਾ ਹੈ। ਬਹੁਤ ਸਾਰੇ ਪੈਨ ਹਨ ਜੋ ਬਾਜ਼ਾਰ ਵਿਚ ਆਉਂਦੇ ਹਨ ਜਿਵੇਂ ਕਿ ਮੋਟੀ ਨੌਕ ਵਾਲਾ ਮਾਰਕਰ, ਫੁਆਨਟੇਨ ਪੇਨ ਆਦਿ। ਅਸੀਂ ਕੁਦਰਤ ਤੋਂ ਵੀ ਪੇਨ ਬਣਾ ਸਕਦੇ ਹਾਂ ਜਿਵੇਂ- ਛੱੜੀ, ਬਾਂਸ, ਨਰਕਟ, ਕੋਆ ਵਿੰਗ, ਨਿੱਬ-ਪੈਨ ਆਦਿ। ਹਰ ਪੈਨ ਕਾਗਜ਼ ਤੇ ਇਕ ਵਿਲੱਖਣ ਕਿਸਮ ਦੀ ਰੇਖਾ ਬਣਾਉਂਦੀ ਹੈ ਜਿਸ ਨੂੰ ਖੋਜਣ ਅਤੇ ਪ੍ਰਯੋਗ ਕਰਨ ਦੀ ਜ਼ਰੂਰਤ ਹੁੰਦੀ ਹੈ। ਚਿੱਤਰਕਲਾ ਬਣਾਉਣ ਅਤੇ ਚਿੱਤਰਕਲਾ ਵਿਚ ਰੁਚੀ ਪੈਦਾ ਕਰਨ ਲਈ ਸਿਆਹੀ ਵਾਲੀ ਕਲਮ ਦਾ ਪ੍ਰਯੋਗ ਕਰ ਸੁਲੇਖਨ ਲਿੱਖਣ ਵਿਚ ਬੱਚੇ ਨੂੰ ਉਤਸ਼ਾਹਿਤ ਕੀਤਾ ਜਾਣਾ ਚਾਹੀਦਾ ਹੈ।

ਵੱਖ ਵੱਖ ਕਲਮਾਂ ਦੇ ਕੁਝ ਉਦਾਹਰਣ:

ਬਾਰੀਕ ਰੇਖਾ ਵਾਲੀ ਕਲਮ - ਜੇਲ ਪੈਨ, ਐਡਿੰਗ, Staedtler, Rotring, Berol ਆਦਿ।

ਮਾਰਕਰ ਪੈਨ - Aquarelle Markers, Brush Markers; ਗਲਾਸ ਅਤੇ ਕਰਾਫਟ ਮਾਰਕਰਜ, ਗ੍ਰਾਫਿਕ ਮਾਰਕਰਸ ਆਦਿ।

ਮਹਿਸੂਸ ਹੋਇਆ ਕਲਮ - Aquarelle Pens, Berol Felt Pens, Crayola Felt Pens, Specialist Crafts, Felt Pens ਆਦਿ।

ਸਿਆਹੀ - ਸਿਆਹੀ ਪਾਣੀ, ਕਾਰਬਨ, ਕਾਲਿਖ ਸ਼ਲਕ ਲਾਕਸ਼ਾ ਅਤੇ ਹੋਰ ਦੂਜੇ ਬੰਧਕ ਸਮੱਗਰੀਆਂ ਦਾ ਮਿਸ਼ਰਣ ਹੈ। ਸਿਆਹੀ ਪਾਣੀ ਵਿਚ ਘੁਲਣਸ਼ੀਲ ਹੈ ਪਰ ਸਤਹ ਤੋਂ ਹਟਾਉਣ ਲਈ ਮੁਸ਼ਕਿਲ ਹੈ ਸਿਆਹੀ ਦੀ ਪ੍ਰਭਾਵੀ ਵਰਤੋਂ ਲਈ ਕਾਗਜ਼ ਦੀ ਸਹੀ ਚੋਣ ਲਾਜ਼ਮੀ ਹੈ।

ਸਿਆਹੀ ਦੀ ਕਿਸਮ - Acrylic Inks, Drawing Inks, Indian Inks.

ਪ੍ਰਸ਼ਨ 19. ਰੰਗੋਲੀ ਨੂੰ ਪਰਿਭਾਸ਼ਿਤ ਕਰੋ। ਰੰਗੋਲੀ ਬਣਾਉਣ ਲਈ ਕਿਸ ਤਰਾਂ ਦੀ ਸਮੱਗਰੀ ਦਾ ਉਪਯੋਗ ਕੀਤਾ ਜਾਂਦਾ ਹੈ?

ਜਾਂ

ਰੰਗੋਲੀ ਬਣਾਉਣ ਵਿਚ ਪ੍ਰਯੁਕਤ ਕਿਸੇ ਵੀ ਚਾਰੇ ਸਮੱਗਰੀਆਂ ਦੇ ਨਾਂ ਲਿੱਖੋ।

[ਅਪ੍ਰੈਲ 2016, ਪ੍ਰਸ਼ਨ 18]

ਉੱਤਰ - ਰੰਗੋਲੀ ਭਾਰਤ ਦੀ ਪ੍ਰਾਚੀਨ ਸੱਭਿਆਚਾਰਕ ਪਰੰਪਰਾ ਅਤੇ ਲੋਕ ਕਲਾ ਹੈ। ਵੱਖ-ਵੱਖ ਪ੍ਰਦੇਸ਼ਾਂ ਵਿਚ ਰੰਗੋਲੀ ਦੇ ਨਾਂ ਅਤੇ ਉਸਦੀ ਸ਼ੈਲੀ ਵੱਖ ਹੋ ਸਕਦੀ ਹੈ ਪਰ ਇਸਦੇ ਪਿੱਛੇ ਸ਼ਾਮਿਲ ਭਾਵਨਾ

ਅਤੇ ਸੱਭਿਆਚਾਰ ਵਿਚ ਸਮਾਨਤਾ ਸ਼ਾਮਲ ਹੈ। ਇਸਦੀ ਇਹੀ ਵਿਸ਼ੇਸ਼ਤਾ ਇਸ ਨੂੰ ਵੰਨ-ਸੁਵੰਨਤਾ ਕਰਦੀ ਹੈ ਅਤੇ ਇਸਦੇ ਵੱਖ-ਵੱਖ ਆਯਾਮਾਂ ਨੂੰ ਵੀ ਪ੍ਰਦਰਸ਼ਿਤ ਕਰਦੀ ਹੈ। ਇਸਨੂੰ ਆਮ ਤੌਰ 'ਤੇ, ਤਿਉਹਾਰ, ਵਰਤ, ਪੂਜਾ, ਉਤਸਵ, ਵਿਆਹ ਆਦਿ ਸ਼ੁਭ ਅਵਸਰਾਂ 'ਤੇ ਸੁੱਖੇ ਅਤੇ ਪ੍ਰਾਕਿਰਤਕ ਰੰਗਾ ਨਾਲ ਬਨਾਇਆ ਜਾਂਦਾ ਹੈ। ਇਸ ਵਿਚ ਸਧਾਰਣ ਜਿਉਮੈਟਰਿਕ ਆਕਾਰ ਹੋ ਸਕਦੇ ਹਨ ਜਾਂ ਫੈਰ ਦੇਵੀ-ਦੇਵਤਾਵਾਂ ਦੇ ਆਕਾਰ। ਇਨ੍ਹਾਂ ਦਾ ਪ੍ਰਯੋਜਨ ਸਜਾਵਟ ਅਤੇ ਸੁਮੰਗਲ ਹੈ।

ਇਸਦੇ ਲਈ ਪ੍ਰਯੋਗ ਵਿਚ ਲਾਏ ਜਾਣ ਵਾਲੇ ਪਾਰੰਪਰਿਕ ਰੰਗਾਂ ਵਿਚ ਪਿੱਸਿਆ ਹੋਇਆ ਸੁੱਖਾ ਜਾਂ ਗੀਲਾ ਚੌਲ, ਸਿੰਦੂਰ, ਰੌਲੀ, ਹਲਦੀ, ਸੁੱਖਾ ਆਟਾ ਅਤੇ ਹੋਰ ਪ੍ਰਾਕਿਰਤਕ ਰੰਗਾਂ ਦਾ ਪ੍ਰਯੋਗ ਕੀਤਾ ਜਾਂਦਾ ਹੈ। ਕਦੇ-ਕਦੇ ਇਸਨੂੰ ਫੁੱਲਾਂ, ਲਕੜੀ ਜਾਂ ਕਿਸੇ ਹੋਰ ਵਸਤੂ ਦੇ ਬੁਰਾਦੇ ਜਾਂ ਚੌਲ ਆਦਿ ਨਾਲ ਵੀ ਬਨਾਇਆ ਜਾਂਦਾ ਹੈ। ਰੰਗੋਲੀ ਨੂੰ ਦਰਵਾਜ਼ੇ ਦੀ ਦੇਹਰੀ, ਆਂਗਨ ਦੇ ਕੇਂਦਰ ਅਤੇ ਉਤਸਵ ਲਈ ਨਿਸ਼ਚਿਤ ਥਾਂ ਦੇ ਵਿਚਕਾਰ ਜਾਂ ਚਾਰੇ ਪਾਸੇ ਬਣਾਇਆ ਜਾਂਦਾ ਹੈ।

ਰੰਗੋਲੀ ਇਕ ਸਜਾਵਟੀ ਕਲਾ ਹੈ ਜਿਸਦਾ ਭਾਰਤ ਦੇ ਵੱਖ-ਵੱਖ ਪ੍ਰਦੇਸ਼ਾਂ ਵਿਚ ਵੱਖ-ਵੱਖ ਨਾਂ ਹੈ। ਉੱਤਰ ਪ੍ਰਦੇਸ਼ ਵਿਚ ਚੌਕ ਪੂਰਨਾ, ਰਾਜਸਥਾਨ ਵਿਚ ਮਾਂਡਨਾ, ਬਿਹਾਰ ਵਿਚ ਅਰਿਪਨ, ਬੰਗਾਲ ਵਿਚ ਅਲਪਨਾ, ਮਹਾਰਾਸ਼ਟਰ ਵਿਚ ਰੰਗੋਲੀ, ਕਰਨਾਟਕ ਵਿਚ ਰੰਗਵੱਲੀ, ਤਮਿਲਨਾਡੂ ਵਿਚ ਕੋਲੱਮ, ਉੱਤਰਾਂਚਲ ਵਿਚ ਏਪਣ, ਆਂਧਰਾ ਪ੍ਰਦੇਸ਼ ਵਿਚ ਮੁੱਗੁ ਜਾਂ ਮੁੱਗੁਲੁ, ਹਿਮਾਚਲ ਪ੍ਰਦੇਸ਼ ਵਿਚ ਅਦੂਪਨਾ ਅਤੇ ਕੇਰਲ ਵਿਚ ਕੋਲਮ ਦੇ ਨਾਂ ਨਾਲ ਜਾਣਿਆਂ ਜਾਂਦਾ ਹੈ।

ਕੀਚੜ, ਟਹਿਨੀਆਂ, ਪੱਤੇ, ਸੀਪੀ, ਸਫਟਿਕ ਆਦਿ ਦਾ ਪ੍ਰਯੋਗ ਕਰਕੇ ਰੰਗੋਲੀ ਬਣਾਉਣ ਲਈ ਬੱਚਿਆਂ ਦੀ ਸਿਰਜਨਾਤਮਕ ਸੋਚ ਨੂੰ ਉਤਸ਼ਾਹਿਤ ਕੀਤਾ ਜਾਂਦਾ ਹੈ। ਉਹ ਆਪਣੇ ਆਲੇ-ਦੁਆਲੇ ਤੋਂ ਸਮੱਗਰੀ ਦੀ ਚੋਣ ਕਰਦੇ ਹਨ ਜੋ ਕਿ ਉਨ੍ਹਾਂ ਦੀ ਅਵਲੋਕਨ ਸਮੱਰਥਾ ਅਤੇ ਪ੍ਰਕਿਰਤੀ ਦੀ ਸਿਰਜਨਾਤਮ ਸਮੱਰਥਾ ਨੂੰ ਵੱਧਾ ਸਕਦਾ ਹੈ।

ਪ੍ਰਸ਼ਨ 20. ਸ਼ਿਲਪ ਸਮੱਗਰੀ ਕੀ ਹੈ? ਤੁਸੀਂ ਅਨੁਪਯੋਗੀ ਵਸਤਾਂ ਤੋਂ ਕਿਵੇਂ ਇਕ ਵਸਤੂ ਬਣਾ ਸਕਦੇ ਹੋ?

ਉੱਤਰ - ਵੱਖ-ਵੱਖ ਪ੍ਰਕਾਰ ਦੇ ਕੱਚਰੇ ਤੋਂ ਅਸੀਂ ਸ਼ਿਲਪ ਸਮੱਗਰੀਆਂ ਖੋਜ ਜਾਂ ਪਤਾ ਲਗਾ ਸਕਦੇ ਹਨ ਜਿਸ ਨਾਲ ਮਜ਼ੇਦਾਰ ਸ਼ਿਲਪ ਵਸਤਾਂ ਉਤਪਾਦਿਤ ਕੀਤੀ ਜਾ ਸਕਦੀ ਹੈ। ਕੂੜੇ-ਕਰਕਟ ਦੀ ਮੁੜ ਵਰਤੋਂ ਇਕ ਸ਼ਾਨਦਾਰ ਤਜਰਬਾ ਹੈ। ਵਸਤਾਂ ਜਿਹੋ ਜੀ ਹੈ, ਉਸ ਰੂਪ ਵਿਚ ਨਹੀਂ ਬਲਕਿ ਉਹ ਕਿਵੇਂ ਹੋ ਸਕਦੀ ਹੈ ਉਸ ਰੂਪ ਵਿਚ ਦੇਖਣ ਦੀ ਮਾੜ੍ਹੀ ਜਿਹੀ ਕਲਪਨਾ, ਰਚਨਾਤਮਕਤਾ, ਹੁਨਰ ਅਤੇ ਸਮਰੱਥਾ ਇਕ ਯਾਦਗਾਰੀ ਅਤੇ ਫ਼ਾਇਦੇਮੰਦ ਅਨੁਭਵ ਹੋ ਸਕਦਾ ਹੈ। ਇਹ ਬਜਟ ਨੂੰ ਵੀ ਘਟਾ ਦਿੰਦਾ ਹੈ। ਕੁੱਝ ਅਜਿਹੀ ਖੋਜ ਨਾਲ ਅਣਿਆਈ ਨਤੀਜੇ ਦੇ ਸਕਦੇ ਹਨ।

ਉਪਲੱਬਧ ਸ਼ਿਲਪ ਸਮੱਗਰੀ ਹੇਠ ਲਿਖੇ ਅਨੁਸਾਰ ਹੋ ਸਕਦੇ ਹਨ:

1. ਪਲਾਸਟਿਕ ਜਾਰ ਅਤੇ ਬੋਤਲਾਂ
2. ਖਾਲੀ ਡੱਬਿਆਂ

3. ਖਾਲੀ ਗੱਤੇ ਦੇ ਬਕਸੇ ਅਤੇ ਡੱਬੇ

4. ਪੁਰਾਣਾ ਟੂਥਬਰਸ਼

5. ਪੁਰਾਣੇ ਬੋਤਲਾਂ ਦੇ ਵੱਖ ਵੱਖ ਪਲਾਸਟਿਕ ਡਕੱਣ

6. ਰਸਾਲੇ ਅਤੇ ਅਖ਼ਬਾਰ

7. ਪੁਰਾਣੇ ਅਤੇ ਫੱਟੇ ਕੱਪੜੇ 8. ਸਤਰ, ਧਾਗੇ, ਮਣਕੇ, ਸੋਨੇ ਦਾ ਰਿਬਨ (ਗੋਟਾ), ਸਤੀ, ਬਿੰਦੀ, ਕਪਾਹ

9. ਚੂੜੀਆਂ, ਟਾਇਲ, ਸਵਿੱਚ

10. ਤੂੜੀ, ਪਾਈਪ, ਆਈਸ-ਕਰੀਮ ਵਾਲੇ ਟੱਬ ਅਤੇ ਚੱਮਚ

11. ਬਲਬ, ਟਿਊਬ ਲਾਈਟਾਂ, ਤਾਰਾਂ

12. ਨਾਰੀਅਲ ਦੇ ਗੋਲੇ, ਪਿਸ਼ਤਾ ਦਾ ਖੋਲ, ਅਖਰੋਟ ਦਾ ਖੋਲ ਆਦਿ।

ਅਸੀਂ ਪ੍ਰਕਿਰਤੀ ਵਿਚ ਆਵਰਣ, ਛਾਲ, ਟਹਿਨੀਆਂ, ਪੱਤੀਆਂ ਸਫਟਿਕ, ਖੰਬ, ਬੀਜ, ਬਾਲੂ ਆਦਿ ਦਾ ਪਤਾ ਲਗਾ ਸਕਦੇ ਹਨ ਜਿਨ੍ਹਾਂ ਨੂੰ ਜੇ ਖੋਜਿਆਂ ਜਾਵੇਂ ਤਾਂ ਸ਼ਾਨਦਾਰ ਕਲਾ ਕਾਰਜ ਪੈਦਾ ਕਰ ਸਦਕੇ ਹਨ। ਇਨ੍ਹਾਂ ਸਮੱਗਰੀਆਂ ਦਾ ਪ੍ਰਯੋਗ ਕਰਦੇ ਸਮੇਂ ਕੋਈ ਵਿਸ਼ੇਸ਼ ਤਕਨੀਕ ਸਿੱਖਣ ਦੀ ਲੋੜ ਨਹੀਂ ਹੁੰਦੀ। ਬੱਚਿਆਂ ਨੂੰ ਇਕ ਛੋਟੀ ਜਿਹੀ ਸਹਿਯੋਗੀ ਸੇਧ ਪ੍ਰਦਾਨ ਕਰਕੇ ਲੋੜੀਦਾ ਢਾਂਚਾ ਪ੍ਰਾਪਤ ਕਰਨ ਲਈ ਨਵੀਨਤਾ ਨਾਲ ਵਰਤਿਆ ਜਾ ਸਕਦਾ ਹੈ।

ਪ੍ਰਸ਼ਨ 21. ਚਿੱਤਰਕਲਾ ਅਤੇ ਪੇਂਟਿੰਗ ਦੇ ਬਾਰੇ ਸੰਖੇਪ ਵਿਚ ਚਰਚਾ ਕਰੋ। ਇਹ ਬੱਚਿਆਂ ਲਈ ਕਿਵੇਂ ਉਪਯੋਗੀ ਹੈ?

ਜਾਂ

ਚਿੱਤਰਕਲਾ ਲਈ ਵਰਤੇ ਜਾਣ ਵਾਲੇ ਸਧਾਰਨ ਉਪਕਰਣ ਕਿਹੜੇ ਹਨ? ਪੇਂਟਿੰਗ ਵਿਚ ਉਪਯੋਗ ਕੀਤੇ ਜਾਣ ਵਾਲੇ ਵੱਖ-ਵੱਖ ਪ੍ਰਕਾਰ ਦੇ ਰੰਗਾ 'ਤੇ ਚਰਚਾ ਕਰੋ।

ਉੱਤਰ - ਚਿੱਤਰਕਲਾ ਇਕ ਦੋ-ਅਯਾਮੀ (Two-dimensional) ਕਲਾ ਹੈ। ਆਪਣੇ ਹਿਰਦੇ ਦੇ ਭਾਵਾਂ ਨੂੰ ਤੂਲਿਕਾ ਰਾਹੀਂ ਚਿੱਤਰ ਰੂਪ ਵਿਚ ਪੇਸ਼ ਕਰਨਾ ਹੀ ਚਿੱਤਰਕਲਾ ਹੈ। ਚਿੱਤਰਕਲਾ ਵਿਚ ਅਨੇਕਾਂ ਕਿਸਮਾਂ ਦੀ ਆਕਾਰਾਂ ਨੂੰ ਪੇਂਸਿਲ, ਬੁਰਸ਼ ਅਤੇ ਰੰਗਾਂ ਦੀ ਸਹਾਇਤਾ ਵਿਚ ਦਰਸਾਉਂਦਾ ਹੈ। ਚਿਤਰਣ ਸਮੱਗਰੀ ਦੇ ਰੂਪ ਵਿਚ ਬੱਚਿਆਂ ਨੂੰ ਹੇਠ ਲਿਖੀ ਵਸਤਾਂ ਦੀ ਲੋੜ ਹੁੰਦੀ ਹੈ-

- ਚਾਕ
- ਚਾਰਕੋਲ
- ਕੰਟੇ
- ਕ੍ਰੈਅਨ
- ਗਰਾਫਾਈਟ
- ਪੇਸਟਲ

- ਮਾਰਕਰ
- ਕਲਮ ਅਤੇ ਸਿਆਹੀ
- ਪੈਂਸਿਲ
- ਸਿਆਹੀ ਬ੍ਰਸ਼

ਇਹ ਇਕ ਤਿੱਖੀ ਛੜੀ ਦੇ ਰੂਪ ਵਿਚ ਹੁੰਦੇ ਹਨ ਜੋ ਮੀਡੀਆ ਦੇ ਕਣਾਂ ਨੂੰ ਅਧਾਰ 'ਤੇ ਰੱਖਦੇ ਹਨ। ਇਹਨਾਂ ਵਿਚ ਜ਼ਿਆਦਾਤਰ ਸਮੱਗਰੀ ਜਾਂ ਤਾਂ ਸੁੱਕੀ (ਉਦਾਹਰਨ ਲਈ ਗ੍ਰੈਫਾਈਟ, ਚਾਰਕੋਲ, ਪੇਸਟਲ, ਕੰਟ) ਜਾਂ ਇਕ ਤਰਲ ਘੋਲਨ ਵਾਲਾ (ਉਦਾਹਰਨ ਲਈ ਮਾਰਕਰ, ਕਲਮ ਅਤੇ ਸਿਆਹੀ) ਹੁੰਦੇ ਹਨ।

ਚਿੱਤਰਕਲਾ ਦੇ ਲਈ ਅਧਾਰ - ਚਿੱਤਰਕਲਾ ਦੇ ਆਧਾਰ ਇਹ ਹੋ ਸਕਦੇ ਹਨ:

1. ਪੇਪਰ
2. ਕੈਨਵਾਸ
3. ਮੈਟਲ
4. ਲਕੜੀ
5. ਪਲਾਸਟਰ
6. ਕੰਧ (ਭਿੱਤੀਆਂ ਲਈ)

ਪੇਂਟਿੰਗ - ਪੇਂਟਿੰਗ ਰੰਗਾਂ ਨੂੰ ਇਕ ਸਤ੍ਹਾ 'ਤੇ ਰੱਖਣ ਦਾ ਤਰੀਕਾ ਹੈ। ਇਹ ਰੰਗ ਪੇਂਟ, ਕ੍ਰੈਅਨ ਜਾਂ ਕੋਈ ਹੋਰ ਸਾਮੱਗਰੀ ਜਿਸ ਨੂੰ ਹੱਥਾਂ / ਉਂਗਲਾਂ, ਚਾਕੂ, ਸਪਤਾਉਲਸ ਆਦਿ ਨਾਲ ਵੀ ਕੀਤਾ ਜਾ ਸਕਦਾ ਹੈ।

ਪੇਂਟਿੰਗ ਵਿਚ ਵਰਤੇ ਜਾਣ ਵਾਲੇ ਰੰਗਾਂ ਦੀ ਕਿਸਮ:

1. ਸਿੱਧਾ ਰੰਗ - ਰੰਗ ਦੀ ਇਸ ਸ਼੍ਰੇਣੀ ਵਿਚ ਸੁਕਾਉਣ ਵਾਲੇ ਪੇਸਟਲ, ਕ੍ਰੈਅਨ, ਕਲਰ ਪੈਂਸਿਲ ਆਉਂਦੇ ਹਨ। ਇਹ ਛੋਟੇ ਬੱਚਿਆਂ ਦੁਆਰਾ ਆਸਾਨੀ ਨਾਲ ਵਰਤੇ ਜਾ ਸਕਦੇ ਹਨ ਰੰਗ ਕਰਨ ਲਈ ਪ੍ਰਾਇਮਰੀ ਪੱਧਰ 'ਤੇ ਬੱਚੇ ਨੂੰ ਜਾਣੂ ਕਰਾਇਆ ਜਾਣਾ ਚਾਹੀਦਾ ਹੈ ਕਿਉਂਕਿ ਉਹ ਕਿਸੇ ਸਖਤ ਉਪਕਰਣ ਨੂੰ ਨਹੀਂ ਚਾਹੁੰਦੇ।

2. ਆਯਲ ਰੰਗ - ਇਹ ਟਿਊਬਾਂ ਵਿਚ ਉਪਲਬਧ ਹਨ। ਇਨ੍ਹਾਂ ਨੂੰ ਤਾਰਪਾਈਨ ਦੇ ਤੇਲ ਨਾਲ ਪਤਲਾ ਕੀਤਾ ਜਾਂਦਾ ਹੈ। ਪੇਂਟਿੰਗ ਆਮ ਤੌਰ 'ਤੇ ਕੈਨਵਸ ਤੇ ਕੀਤੀ ਜਾਂਦੀ ਹੈ। ਇਹ ਵੱਡੇ ਬੱਚਿਆਂ ਦੁਆਰਾ ਵਰਤੇ ਜਾਂਦੇ ਹਨ ਜਿਨ੍ਹਾਂ ਲਈ ਵੱਧ ਉਪਕਰਣ ਦੀ ਦੀ ਆਸ ਕੀਤੀ ਜਾਂਦੀ ਹੈ ਜੋ ਵਿਵਸਥਿਤ ਕਰਨ ਵਿਚ ਘਟ ਔਖਾ ਹੈ।

3. ਵਾਟਰ ਕਲਰ / ਪੋਸਟਰ ਰੰਗ - ਤੇਲ ਪੇਂਟਿੰਗ ਦੇ ਨਾਲੋਂ ਵਾਟਰ ਕਲਰ ਪੇਂਟਿੰਗ ਪੁਰਾਣੀ ਹੈ। ਆਮ ਤੌਰ ਤੇ ਸਿਰਫ ਇਕੋ ਮਾਤਰ ਮਾਧਿਅਮ ਪਾਣੀ ਦੀ ਲੋੜ ਹੈ। ਜਲਰੰਗ ਪਾਰਦਰਸ਼ੀ ਹੁੰਦੇ ਹਨ

ਇਸ ਲਈ ਇਸਦੀ ਇਕ ਜਾਂ ਇਕ ਤੋਂ ਵੱਧ ਪਰਤ ਪੇਂਟ ਕੀਤੀ ਜਾ ਸਕਦੀ ਹੈ। ਜਲਰੰਗ ਪੇਂਟਿੰਗ ਵਿਚ ਹਰੇਕ ਨੂੰ ਵਿਸ਼ਾਲ ਖੇਤਰ ਪ੍ਰਦਾਨ ਕਰਦਾ ਹੈ। ਜਿਵੇਂ ਰੰਗਦਾਰ ਪੈਂਸਿਲ, ਪੇਸਟਲ, ਕਲਮ ਅਤੇ ਸਿਆਹੀ, ਜਾਂ ਕੋਈ ਵੀ ਚੀਜ਼ ਜੋ ਪਾਣੀ ਨਾਲ ਜੋੜ੍ਹ ਕੇ ਵਰਤਿਆ ਜਾ ਸਕਦਾ ਹੈ।

ਪ੍ਰਸ਼ਨ 22. ਬਲਾਕ ਪੇਂਟਿੰਗ ਜਾਂ ਛਪਾਈ ਕੀ ਹੈ? ਵਰਣਨ ਕਰੋ।

ਉੱਤਰ - ਬਲਾਕ ਪੇਂਟਿੰਗ ਜਾਂ ਛਪਾਈ ਪ੍ਰਭਾਓ ਕਮਾਉਣ ਦਾ ਇਕ ਦਿਲਚਸਪ ਤਰੀਕਾ ਹੈ। ਇਹ ਉਨ੍ਹੀ ਹੀ ਸਧਾਰਨ ਹੋ ਸਕਦੀ ਹੈ ਜਿਨ੍ਹੀ ਕਿ ਉਂਗਲੀ ਦਾ ਨਿਸ਼ਾਨ ਹੋਣ ਲਈ ਅੰਗੂਠੇ ਨੂੰ ਸਟੈਂਪ ਪੈਡ 'ਤੇ ਰੱਖ ਕੇ ਦਬਾਉਣਾ ਹੁੰਦਾ ਹੈ।

ਸਬਜ਼ੀਆਂ ਦੀ ਛਪਾਈ - ਆਲੂ, ਪਿਆਜ਼, ਗੋਭੀ, ਸ਼ਿਮਲਾ-ਮਿਰਚ ਆਦਿ ਸਬਜ਼ੀਆਂ ਨੂੰ ਕੱਟ ਕੇ ਰੰਗ ਜਾਂ ਪੇਂਟ ਨਾਲ ਗੀਲਾ ਕਰ ਕੇ ਛਾਪਣ ਲਈ ਕਾਗਜ਼ ਤੇ ਦੱਬਿਆ ਜਾਂਦਾ ਹੈ। ਸਿੱਖਿਆ ਜਾਂ ਮਨੋਰੰਜਨ ਲਈ ਇਹ ਛਪਾਈ ਬਣਾਈ ਜਾ ਸਕਦੀ ਹੈ।

ਕੁਦਰਤ ਦੀ ਛਪਾਈ - ਪ੍ਰਕਿਰਤੀ ਵਿਚ ਮਿਲੀਆਂ ਚੀਜ਼ਾਂ ਨੂੰ ਛਪਾਈ ਲਈ ਵਰਤਿਆ ਜਾ ਸਕਦਾ ਹੈ, ਜਿਵੇਂ ਕਿ ਪੱਤੇ ਜਾਂ ਫੇਰ, ਖੰਭ, ਲੱਕੜ ਦਾ ਇੱਕ ਟੁਕੜਾ ਜਾਂ ਇਕ ਰੁੱਖ ਦੀ ਸ਼ਾਖਾ ਆਦਿ।

ਹੱਥ / ਉਂਗਲੀ / ਅੰਗੂਠੇ ਦੀ ਛਪਾਈ - ਬੱਚੇ ਆਪਣੀਆਂ ਉਂਗਲਾਂ, ਅੰਗੂਠਾਂ ਜਾਂ ਇੱਥੋ ਤੱਕ ਕਿ ਹੱਥਾਂ ਨੂੰ ਵੀ ਰੰਗਣਾ ਪਸੰਦ ਕਰਦੇ ਹਨ। ਹੱਥਾਂ ਅਤੇ ਉਂਗਲਾਂ ਨੂੰ ਮੋਟੇ ਪੇਂਟ ਵਿਚ ਡੁਬੋ ਕੇ ਛਪਾਈ ਛੱਡਣ ਲਈ ਕਾਗਜ਼ 'ਤੇ ਦਬਾ ਦਿੰਦੇ ਹਨ। ਫੈਰ ਇਹ ਛਾਪ ਵੱਖ ਵੱਖ ਜਾਨਵਰ, ਪੰਛੀ, ਫਲ, ਸਬਜ਼ੀਆਂ, ਚਿਹਰੇ ਆਦਿ ਨੂੰ ਬਣਾਉਣ ਲਈ ਵਰਤੀ ਜਾ ਸਕਦੀ ਹੈ।

ਪ੍ਰਸ਼ਨ 23. ਕੋਲਾਜ ਤੋਂ ਤੁਸੀਂ ਕਿ ਸਮਝਦੇ ਹੋ? ਵਿਸਥਾਰ ਨਾਲ ਲਿਖੋ।

ਜਾਂ

ਕੋਲਾਜ ਕੀ ਹੈ? ਇਸਦੇ ਕਿੰਨੀ ਕਿਸਮਾਂ ਹੁੰਦੀ ਹੈ? ਬੱਚਿਆਂ ਲਈ ਇਸਦੀ ਕੀ ਉਪਯੋਗੀਤਾ ਹੈ?

ਜਾਂ

"ਕੋਲਾਜ ਵੱਖ-ਵੱਖ ਸਮੱਗਰੀਆਂ ਨੂੰ ਇਕੱਠਾ ਕਰਨ ਵਾਲਾ ਕਲਾ ਦਾ ਕੰਮ ਹੈ।" ਸਮਝਾਓ।

ਉੱਤਰ - ਵੱਖ-ਵੱਖ ਬੇਕਾਰ ਵਸਤਾਂ ਜਾਂ ਕਾਰਜ਼ ਦੀ ਗੋਂਦ, ਫੇਵੀਕੋਲ ਅਤੇ ਹੋਰ ਚਿਪਕਾਉਣ ਯੋਗ ਪਦਾਰਥ ਨਾਲ ਕੋਈ ਕਲਾਤਮਕ ਆਕਾਰ ਜਾਂ ਰੂਪ ਪ੍ਰਦਾਨ ਕਰਨਾ ਹੀ ਕੋਲਾਜ ਹੈ। ਇਸਦੇ ਅਧੀਨ ਸਾਰੇ ਪ੍ਰਕਾਰ ਦੇ ਕਾਗਜ਼, ਕੱਪੜੇ, ਤੀਲੀਆਂ, ਮਾਚਿਸ, ਸਿਗਰੇਟ ਦੀ ਡੱਬੀਆਂ, ਟੁੱਟੇ ਹੋਏ ਵੱਖ-ਵੱਖ ਕੱਚ, ਮਿੱਟੀ ਦੀ ਵਸਤਾਂ ਅਤੇ ਹੋਰ ਬੇਕਾਰ ਵਸਤਾਂ ਆਉਂਦੀਆ ਹਨਪ ਇਨ੍ਹਾਂ ਸਾਰਿਆਂ ਨੂੰ ਗੋਂਦ, ਫੇਵੀਕੋਲ ਅਤੇ ਹੋਰ ਚਿਪਕਾਉਣ ਯੋਗ ਪਦਾਰਥ ਨਾਲ ਚਿਪਕਾ ਕੇ, ਆਪਣੀ ਇੱਛਾ ਦੇ ਅਨੁਸਾਰ ਅੰਤਰਾਲ ਵਿਚ ਇਸ ਤਰਾਂ ਸੱਯੋਜਿਤ ਕੀਤਾ ਜਾਵੇ ਕਿ ਕਿਸੇ ਤਰਾਂ ਦੇ ਕਲਾਤਮਕ ਰੂਪ ਦਾ ਪ੍ਰਗਟਾਓ ਹੋ ਸਕੇ। ਇਸਨੂੰ ਹੀ ਕੋਲਾਜ ਦਾ ਨਾਂ ਦਿੱਤਾ ਗਿਆ ਹੈ। ਇਸ ਆਧੁਨਿਕ ਕਲਾ ਦੀ ਇਕ ਪ੍ਰਚਲਿਤ ਸ਼ੈਲੀ ਹੈ। ਬੱਚੇ ਪਾਰੰਪਰਿਕ ਸਮੱਗਰੀ (ਰੰਗੀਨ ਕਾਗਜ਼, ਮੁਦਰਿਤ ਸਮੱਗਰੀ) ਆਦਿ ਨਾਲ ਕੋਲਾਜ ਬਣਾਉਂਦੇ ਰਹੇ ਹਨ, ਪਰ ਉਨ੍ਹਾਂ

ਨੂੰ ਪ੍ਰਕਿਰਤੀ ਦੀ ਵਸਤਾਂ, ਜਿਵੇਂ- ਖੰਬ, ਪੱਤੇ, ਟੀਨ, ਢਕੱਣ, ਖਾਲੀ ਡੱਬੇ, ਰੰਗੀਨ ਧਾਗੇ, ਤਿਨਕੇ ਆਦਿ ਦੇ ਉਪਯੋਗ ਦੀ ਜਾਣਕਾਰੀ ਦਿੱਤੀ ਜਾਵੇ। ਇਸ ਯੋਜਨਾ ਲਈ ਚੁਣੀ ਗਈ ਸਮੱਗਰੀ ਅਜਿਹੀ ਹੋਣੀ ਚਾਹੀਦੀ ਹੈ ਜੋ ਕਾਗਜ ਦੀ ਪਰਤ 'ਤੇ ਆਸਾਨੀ ਨਾਲ ਚਿਪਕ ਜਾਵੇ।

ਕੋਲਾਜ ਦੋ ਕਿਸਮ ਦੇ ਹੁੰਦੇ ਹਨ-

1. ਪੇਪਰ ਕੋਲਾਜ

2. ਮਿਸ਼ਰਿਤ ਕੋਲਾਜ

ਕੋਲਾਜ ਦੀ ਮਹੱਤਤਾ

- ਇਹਬੱਚਿਆਂ ਰਾਹੀਂ ਕਟੱਣ ਅਤੇ ਚਿਪਕਾਉਣ ਰਾਹੀਂ ਉਨ੍ਹਾਂ ਦੇ ਗਿਯਾਤਮਕ ਹੁਨਰਾਂ ਨੂੰ ਵਿਕਸਤ ਕਰਨ ਵਿਚ ਮਦਦ ਕਰਦਾ ਹੈ।
- ਅਜਿਹੇ ਗਤੀਵਿਧੀਆਂ ਦੁਆਰਾ ਬੱਚਿਆਂ ਵਿਚ ਸਿਰਜਣਾਤਮਕ ਹੁਨਰ ਵਧਦਾ ਹੈ।
- ਅਜਿਹੇ ਬੱਚੇ ਜੋ ਪ੍ਰਭਾਵੀ ਢੰਗ ਨਾਲ ਖੀਂਚ ਨਹੀਂ ਸਕਦੇ ਅਤੇ ਨਿਰਾਸ਼ ਅਨੁਭਵ ਕਰਦੇ ਹਨ। ਅਜਿਹੇ ਬੱਚਿਆਂ ਵਿਚ ਕਲਾ ਕਾਰਜ ਦੇ ਪ੍ਰਤੀ ਰੁਚੀ ਵਧਾਉਣ ਲਈ ਕੋਲਾਜ ਇਕ ਵਧੀਆ ਤਰੀਕਾ ਹੈ।
- ਕੋਲਾਜ ਬਣਾਉਣ ਦੌਰਾਨ ਗਰੁੱਪ ਵਰਕ ਨੂੰ ਵਧਾਇਆ ਜਾ ਸਕਦਾ ਹੈ।
- ਮਿਸ਼ਰ ਸਮੱਗਰੀ ਨੂੰ ਚਿੱਪਕਾ ਕੇ ਬਣਇਆ ਹੋਇਆ ਕੋਲਾਜ ਬੱਚਿਆਂ ਨੂੰ ਪ੍ਰਕਿਰਤੀ, ਵਿਅਕਤੀਗਤ ਸਫਾਈ, ਹੋਰ ਸਮਾਜਿਕ ਮੁੱਦਾਂ ਨੂੰ ਸ਼ਾਨਦਾਰ ਤਰੀਕਾਂ ਦੇ ਪ੍ਰਤੀ ਸਚੇਤ ਕਰ ਸਕਦਾ ਹੈ ਅਤੇ ਬਿਨਾ ਵੱਧ ਚਿੱਤਰਕਾਰੀ ਦੇ ਪ੍ਰਭਾਵੀ ਪੋਸਟਰ ਬਣਾ ਸਕਦਾ ਹੈ।

ਪ੍ਰਸ਼ਨ 24. 'ਕਠਪੁਤਲੀ' ਅਤੇ 'ਮਾਸਕ' ਤੋਂ ਤੁਸੀਂ ਕੀ ਸਮਝਦੇ ਹੋ? ਇਸਦੀ ਕਿਸਮਾਂ ਅਤੇ ਤਕਨੀਕਾਂ ਦਾ ਵਰਣਨ ਕਰੋ।

ਉੱਤਰ - ਕਠਪੁਤਲੀ - ਕਠਪੁਤਲੀ ਕਲਾ ਨਾ ਸਿਰਫ ਭਾਰਤ (ਰਾਜਸਥਾਨ) ਦੀ ਹੀ ਕਲਾ ਹੈ, ਬਲਕਿ ਵਿਦੇਸ਼ਾਂ ਵਿਚ ਵੀ ਇਸਦਾ ਪ੍ਰਸਾਰਣ ਹੈ। ਕਠਪੁਤਲੀ ਰਾਹੀਂ ਵੱਖ-ਵੱਖ ਸਿੱਖਿਆ ਮੁੱਲਾਂ, ਪੌਰਾਣਿਕ ਕਥਾ, ਲੋਕ ਕਥਾ, ਵੇਸ਼ਭੂਸ਼ਾਂ ਆਦਿ ਦਾ ਪ੍ਰਦਰਸ਼ਨ ਕੀਤਾ ਜਾਂਦਾ ਹੈ ਜਿਸ ਨਾਲ ਬੱਚਿਆਂ ਦਾ ਗਿਆਨ ਵੱਧਦਾ ਹੈ। ਕਠਪੁਤਲੀ ਰਾਹੀਂ ਬੱਚਿਆਂ ਨੂੰ ਉਚਿਤ ਇਸ਼ਾਰੇ ਅਤੇ ਅਦਾਕਾਰੀ ਕਰਨ ਦੀ ਕਲਾ ਸਿੱਖਾਈ ਜਾਂਦੀ ਹੈ। ਨਾਲ ਹੀ ਇਸ ਨਾਲ ਬੱਚਿਆਂ ਨੂੰ ਚੰਗਾ ਆਚਰਣ, ਸਮਾਜਿਕ ਗੁਣ ਅਤੇ ਚੰਗੀ ਆਦਤਾਂ ਸਫਲ ਅਤੇ ਪ੍ਰਭਾਵਸ਼ਾਲੀ ਢੰਗ ਨਾਲ ਸਿਖਾਈ ਜਾ ਸਕਦੀ ਹੈ।

ਛੋਟੇ ਬੱਚਿਆਂ ਦੀ ਕਲਾਸ ਵਿਚ ਕਠਪੁਤਲੀਆਂ ਕਾਫੀ ਬਹੁ-ਉਪਯੋਗੀ ਸਰੋਤ ਹੁੰਦੀ ਹੈ। ਬੱਚੇ ਉਨ੍ਹਾਂ ਨੂੰ ਬਣਾਉਂਦੇ ਸਮੇਂ ਭਾਸ਼ਾ ਦਾ ਉਪਯੋਗ ਕਰਦੇ ਹਨ। ਕਈ ਵਾਰ ਉਹ ਅਧਿਆਪਕ ਦੀ ਤੁਲਨਾ ਵਿਚ ਕਠਪੁਤਲੀਆਂ ਦੀ ਸਹਾਇਤਾ ਵਿਚ ਸਮਝਾਈ ਗਈ ਗੱਲ ਜਲਦੀ ਸਮਝਦੇ ਹਨ ਅਤੇ ਆਮ ਤੌਰ 'ਤੇ ਬੱਚਿਆਂ ਵਿਚ ਕਠਪੁਤਲੀਆਂ ਨੂੰ ਚਲਾਉਣ ਦੇ ਪ੍ਰਤੀ ਉਤਸ਼ਾਹ ਰਹਿੰਦਾ ਹੈ। ਕਠਪੁਤਲੀ ਬਣਾਉਣ ਦੀ

ਪ੍ਰਕਿਰਿਆ ਆਪਣੇ ਆਪ ਵਿਚ ਇਕ ਲਾਭਕਾਰੀ ਕਲਾ ਦੀ ਗਤੀਵਿਧੀ ਹੈ। ਕਠਪੁਤਲੀ ਬਣਾਉਣ ਦੇ ਕੁੱਝ ਸਧਾਰਨ ਤਕਨੀਕ ਹੇਠ ਲਿਖੀ ਹਨ-

ਉਂਗਲੀ ਕਠਪੁਤਲੀ - ਬਿਨਾਂ ਕਿਸੇ ਉਪਕਰਣ ਦੇ ਕਠਪੁਤਲੀ ਬਣਾਉਣ ਦਾ ਤਰੀਕਾ ਇਹ ਤਰੀਕਾ ਬਹੁਤ ਸੌਖਾ ਹੈ। ਕੋਈ ਵੀ ਉਂਗਲੀ 'ਤੇ ਕੱਪੜੇ ਦਾ ਇਕ ਟੁਕੜਾ ਬੰਨ੍ਹ ਕੇ ਅਤੇ ਪੇਂਟਿੰਗ ਦੁਆਰਾ ਅੰਗੂਠੇ 'ਤੇ ਅੱਖ, ਨੱਕ, ਮੂੰਹ ਆਦਿ ਬਣਾ ਕੇ ਇਕ ਚਿੱਤਰ ਬਣਾ ਸਕਦਾ ਹੈ ਅਤੇ ਉਂਗਲਾਂ ਨਾਲ ਵੱਖ ਵੱਖ ਚਿੱਤਰਾਂ ਨੂੰ ਦਰਸਾਉਂਦਾ ਹੈ।

ਚਿੱਤਰ 1.11

(2) **ਮੋਜੇ ਦੀ ਕਠਪੁਤਲੀ** - ਮੋਜੇ ਦੀ ਕਠਪੁਤਲੀ ਬਣਾਉਣਾ ਇਕ ਮਨੋਰੰਜਕ ਕਲਾ ਹੈ। ਇਸਦੀ ਵਿਸ਼ੇਸ਼ਤਾ ਇਸ ਗੱਲ 'ਤੇ ਹੈ ਕਿ ਅਸੀਂ ਹਰੇਕ ਕਠਪੁਤਲੀ ਨੂੰ ਆਪਣੇ ਢੰਗ ਦੀ, ਇਕ ਖਾਸ ਚਿੱਤਰਾਵਾਲੀ, ਵਿਸ਼ੇਸ਼ ਰੂਪ ਦੀ ਬਣਾ ਸਕਦੇ ਹਾਂ। ਜਰੂਰੀ ਨਹੀਂ ਕਿ ਉਹ ਮਨੁੱਖੀ ਰੂਪ ਵਿਚ ਹੋਵੇ। ਮਨੁੱਖੀ ਆਕਾਰ ਦੇ ਇਲਾਵਾ ਹੋਰ ਪਸ਼ੂ ਅਤੇ ਅਜਨਬੀ ਰੂਪਾਂ ਵਿਚ ਵੀ ਕਠਪੁਤਲੀ ਬਣਾਉਣਾ ਸੰਭਵ ਹੈ।

ਚਿੱਤਰ 1.12

(3) ਕਾਗਜ ਦੇ ਥੈਲੇ ਦੀ ਕਠਪੁਤਲੀ - ਇਕ ਚਿੱਟੇ ਜਾਂ ਭੂਰੇ ਕਾਗਜ਼ ਬੈਗ ਦੀ ਵਰਤੋਂ ਕਰੋ। ਪੇਪਰ ਬੈਗ ਦੇ ਹੇਠਲੇ ਪਾਸੇ ਇਕ ਚਿਹਰਾ ਬਣਾਉਣ ਲਈ ਮਾਰਕਰ ਵਰਤੋ। ਮੂੰਹ ਤਲ ਦੇ ਕਿਨਾਰੇ ' ਤੇ ਹੋਵੇਗਾ ਜਿੱਥੇ ਬੈਗ ਮੁੜ੍ਹਦਾ ਹੈ। ਤੁਸੀਂ ਉਂਗਲੀਆਂ ਦੇ ਲਈ ਕਲਮ ਦੀ ਵਰਤੋਂ ਵੀ ਕਰ ਸਕਦੇ ਹੋ ਅਤੇ ਅੱਖ, ਨੱਕ ਆਦਿ ਨੂੰ ਕੱਟ ਕੇ ਬਣਾਓ। ਪੇਪਰ ਬੈਗ ਦੇ ਹੇਠਲੇ ਕਿਨਾਰੇ 'ਤੇ ਕਾਗਜ ਨੂੰ ਕੱਟ ਕੇ ਛੋਟੇ ਨੁਕੀਲੇ ਆਕਾਰ ਦਾ ਕੰਨ ਕਾਗਜ ਅਤੇ ਗੋਂਦ ਨਾਲ ਚਿਪਕਾਓ। ਜਦੋਂ ਤੁਹਾਡਾ ਚਿਹਰਾ ਪੂਰਾ ਹੋ ਜਾਂਦਾ ਹੈ, ਤਾਂ ਤੁਸੀਂ ਉਸ ਦੇ ਸਰੀਰ ਨੂੰ ਬਣਾ ਕੇ ਪੂਰਾ ਕਰ ਸਕਦੇ ਹੋ। ਤੁਹਾਡੀ ਪੇਪਰ ਬੈਗ ਕਠਪੁਤਲੀ ਦਿਖਾਉਣ ਲਈ ਤਿਆਰ ਹੈ।

ਚਿੱਤਰ 1.13

4) ਮਾਸਕ - ਇਹ ਆਮ ਤੌਰ ' ਤੇ ਚਿਹਰੇ' ਤੇ ਪਹਿਨਿਆ ਜਾਂਦਾ ਹੈ। ਨਾਟਕ ਕਲਾ ਵਿਚ ਮਾਸਕ ਇਕ ਵੱਡਾ ਮਹੱਤਵ ਹੈ। ਮਾਸਕ ਰਾਹੀਂ ਵਿਅਕਤੀ ਵੱਖ-ਵੱਖ ਪਾਤਰਾਂ ਨੂੰ ਪ੍ਰਦਰਸ਼ਿਤ ਕਰ ਸਕਦਾ ਹੈ। ਇਸਨੂੰ ਵੀ ਸਿੱਖਿਆ ਦੇ ਖੇਤਰ ਵਿਚ ਬਹੁਤ ਪ੍ਰਭਾਵਸ਼ਾਲੀ ਢੰਗ ਨਾਲ ਵਰਤਿਆ ਜਾਂਦਾ ਹੈ। ਇਸ ਤਰਾਂ ਸਾਰੇ ਪ੍ਰਕਾਰ ਦੇ ਦ੍ਰਿਸ਼, ਸੁਣਨ, ਦ੍ਰਿਸ-ਸੁਣਨ ਸਮੱਗਰੀ ਰਾਹੀਂ ਅਸੀਂ ਬਹੁਤ ਪ੍ਰਭਾਵਸ਼ਾਲੀ ਢੰਗ ਨਾਲ ਆਪਣੇ ਵਿਦਿਅਕ ਉਦੇਸ਼ਾਂ ਦੀ ਪ੍ਰਾਪਤੀ ਕਰ ਪਾਉਂਦੇ ਹਨ।

ਇਸ ਲਈ ਮਾਧਿਅਮ ਕੁੱਝ ਵੀ ਹੋਵੇ, ਕਲਾਕਾਰ ਦਾ ਇਰਾਦਾ ਇਕੋ ਹੀ ਹੁੰਦਾ ਹੈ- ਆਪਣੇ ਆਪ ਨੂੰ ਪ੍ਰਗਟਾਉਣਾ।

ਜਿਵੇਂ ਪੁਤਲੀਆਂ ਬਣਾਈਆਂ ਜਾਂਦੀਆਂ ਹਨ, ਉਸੇ ਤਰ੍ਹਾਂ ਬੱਚੇ ਵੀ ਵੱਖ ਵੱਖ ਸਾਮੱਗਰੀਆਂ ਦੀ ਖੋਜ ਅਤੇ ਆਪਣੀ ਕਲਪਨਾ ਦੀ ਵਰਤੋਂ ਮਾਸਕ ਬਣਾਉਣ ਲਈ ਕਰਦੇ ਹਨ। ਕੁਝ ਕਿਸਮ ਦੇ ਮਾਸਕ ਜਿਹੜੇ ਪ੍ਰਾਇਮਰੀ ਬੱਚਿਆਂ ਲਈ ਢੁਕਵੀਂ ਸਾਮੱਗਰੀ ਤੋਂ ਬਣਾਏ ਜਾ ਸਕਦੇ ਹਨ ਜੋ ਇਸ ਪ੍ਰਕਾਰ ਹੋ ਸਕਦੇ ਹੈ:

ਪੇਪਰ ਮਾਸਕ - ਅਸੀਂ ਮਾਸਕ ਬਣਾਉਣ ਲਈ ਕੋਈ ਕਾਗਜ਼ ਵਰਤ ਸਕਦੇ ਹਾਂ। ਬੱਚੇ ਚਿੱਤਰ ਅਨੁਸਾਰ ਰੇਖਾ ਖੀਚ ਕੇ ਕੱਟ ਦਿੰਦੇ ਹਨ ਅਤੇ ਫਿਰ ਉਸ ਵਿਚ ਗੁਣ ਜੋੜ੍ਹ ਦਿੰਦੇ ਹਨ। ਆਕਾਰ ਬਣਾਉਣ ਲਈ ਵੱਖਰੇ ਰੰਗ ਦੇ ਕਾਗਜ ਅਤੇ ਸਜਾਵਟ ਲਈ ਵੱਖ-ਵੱਖ ਸਮੱਗਰੀ ਨੂੰ ਅਪਣਾਇਆ ਜਾਂਦਾ ਹੈ।

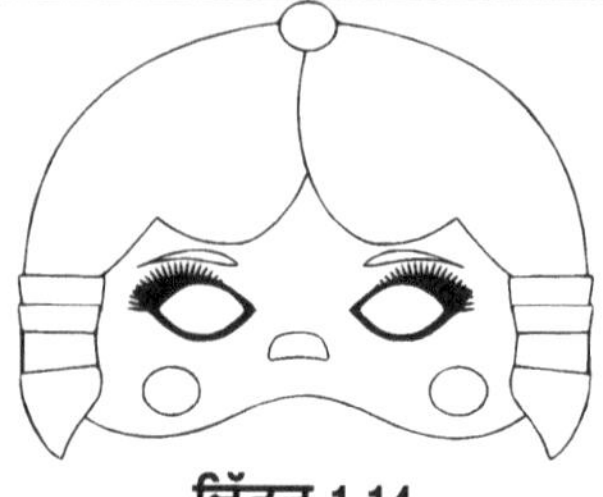

ਚਿੱਤਰ 1.14

ਮਾਸਕ ਬਣਾਉਣਾ - ਸਮੱਗਰੀ- ਪੇਸਟਲ ਸ਼ੀਟ, ਕਾਰਟ੍ਰਿਜ ਸ਼ੀਟ, ਫੀਵੀਕੋਲ, ਕੈਚੀ।

ਕਦਮ:

1. ਪੇਸਟਲ ਸ਼ੀਟ ਦਾ 1/8 ਵਾਂ ਹਿੱਸਾ ਲਓ
2. ਇਸ ਨੂੰ ਅੰਡੇ ਦੀ ਸ਼ਕਲ ਵਿਚ ਕੱਟੋ
3. ਪੱਤਿਆਂ ਦੇ ਆਕਾਰ ਵਿਚ ਅੱਖਾਂ ਦੀ ਥਾਂ ਨੂੰ ਕੱਟੋ ਅਤੇ ਇਸ ਵਿਚ ਅੱਖਾਂ ਦੀ ਪੁਤਲੀ ਲਗਾ ਦਿਓ
4. ਨੱਕ ਕੱਟੋ ਅਤੇ ਪੇਸਟ ਕਰੋ
5. ਆਪਣੀ ਚੋਣ ਦੇ ਅਨੁਸਾਰ ਹੱਸਦਾ ਚਿਹਰਾ ਜਾਂ ਉਦਾਸ ਚਿਹਰੇ ਦੀ ਮੁਦਰਾਏ ਬਣਾਓ ਆਦਿ।

ਪੇਪਰ ਬੈਗ ਮਾਸਕ - ਇਹ ਬਣਾਉਣ ਵਿਚ ਸਭ ਤੋਂ ਆਸਾਨ ਹੁੰਦੇ ਹਨ। ਵੱਡੇ ਲਿਫਾਫੇ ਜਾਂ ਪੇਪਰ ਬੈਗ ਲਓ ਜਿਸ ਵਿਚ ਬੱਚੇ ਦਾ ਸਿਰ ਚਲਾ ਜਾਵੇ। ਦੇਖਣ, ਸਾਹ ਲੈਣ ਅਤੇ ਬੋਲਣ ਲਈ ਉਪਯੁਕਤ ਛੇਕ ਬਣਾਉਣ ਲਈ ਅੱਖ, ਨੱਕ ਅਤੇ ਮੂੰਹ ਅੰਕਿਤ ਕਰੋ। ਬੱਚੇ ਨੂੰ ਉਸਦੀ ਕਲਪਨਾ ਨਾਲ ਪੇਂਟ ਕਰਨ ਨੂੰ ਕਹੋ। ਤੁਸੀਂ ਉਨ੍ਹਾਂ ਰਾਹੀਂ ਬਣਾਏ ਗਏ ਚਿੱਤਰਾਂ ਨੂੰ ਦੇਖ ਕੇ ਹੈਰਾਨ ਹੋਵੋਗੇ।

ਪੇਪਰ ਦੀ ਪਲੇਟ ਦੇ ਸਾਸਕਸ - ਇਹ ਵੀ ਬਣਾਉਣੇ ਬਹੁਤ ਆਸਾਨ ਹੁੰਦੇ ਹਨ। ਇਕ ਪੇਪਰ ਪਲੇਟ ਲਵੋ, ਮੋਰੀਆਂ ਬਣਾਉ, ਮੋੜ੍ਹਨ ਲਈ ਚਾਰੇ ਕੋਨਾਂ ਨੂੰ ਕੱਟ ਦਿਓ ਅਤੇ ਚਿਹਰੇ ਦੇ ਅਨੁਸਾਰ ਅੰਡੇ ਦੇ ਆਕਾਰ ਵਿਚ ਚਿਪਕਾ ਦਓ, ਦੋ ਕਿਨਾਰਾਂ 'ਤੇ ਰਬਰ ਲਗਾਓ ਅਤੇ ਇਸ ਨੂੰ ਪਹਿਨ ਲਓ। ਖੇਡਣ ਲਈ ਮਾਸਕ ਨੂੰ ਪੇਂਟ ਕਰ ਦਿਓ।

ਪੇਪਰ ਪੈਸੀ ਦੇ ਮਾਸਕ - ਇਹ ਮਾਸਕ ਕਾਗਜ਼ ਦੀ ਲੁਗਦੀ ਜਾਂ ਕਾਗਜ਼ ਨੂੰ ਗੀਲਾ ਕਰ ਕੇ ਕਣਕ ਦੀ ਲੇਈ ਨਾਲ ਬਣਾਏ ਜਾਂਦੇ ਹਨ। ਇਸ ਸਮੱਗਰੀ ਵਿਚ ਕੋਈ ਵੀ ਚਿਹਰੇ ਦੀ ਦਿਲਚਸਪ ਰੂਪ ਰੇਖਾ ਬਣਾ ਸਕਦੇ ਹਨ। ਜਦੋਂ ਇਹ ਸੁੱਕ ਜਾਂਦਾ ਹੈ ਤਾਂ ਇਹ ਕਠੋਰ ਅਤੇ ਟਿਕਾਊ ਹੋ ਜਾਂਦਾ ਹੈ। ਚਿੱਤਰ ਬਣਾਉਣ ਲਈ ਇਸਨੂੰ ਰੰਗ ਕਰ ਦਓ। ਲੋੜ ਦੇ ਅਨੁਸਾਰ ਪੂਰੇ ਜਾਂ ਅੱਧੇ ਮਾਸਕ ਬਣਾਇਆ ਜਾ ਸਕਦਾ ਹੈ।

ਪ੍ਰਸ਼ਨ 25. ਕਲੇ ਮੋਡਲਿੰਗ ਕੀ ਹੈ? ਮਿੱਟੀ ਦੇ ਨਾਲ ਕੰਮ ਕਰਦੇ ਸਮੇਂ ਸਾਵਧਾਨੀ ਲੈਣ ਲਈ ਸੁਝਾਓ ਦਓ।

ਉੱਤਰ - ਮਿੱਟੀ ਨਾਲ ਖੋਜ ਕਰਕੇ ਉਸ ਨੂੰ ਇਕ ਰੂਪ ਦੇਣ ਨੂੰ ਮਿੱਟੀ ਪ੍ਰਾਰੂਪਣ ਜਾਂ ਕਲੇ ਮੋਡਲਿੰਗ ਕਹਿੰਦੇ ਹਨ। ਖੋਜ ਲਈ ਮਿੱਟੀ ਨੂੰ ਇਕ ਚੰਗਾ ਮਾਧਿਅਮ ਮੰਨਿਆ ਜਾਂਦਾ ਹੈ ਕਿਉਂਕਿ ਇਹ ਮੁਲਾਯਮ

ਅਤੇ ਨਰਮ ਹੈ। ਕਿਉਂਕਿ ਇਸ ਆਸਾਨੀ ਨਾਲ ਸਾਂਚੇ ਵਿਚ ਢਾਲਿਆ ਜਾ ਸਕਦਾ ਹੈ, ਛੋਟੇ ਬੱਚਿਆਂ ਲਈ ਮਿੱਟੀ ਤੋਂ ਵਸਤਾਂ ਬਣਾਉਣਾ ਕੁਦਰਤੀ ਗੱਲ ਹੈ। ਆਪਣੇ ਬਚਪਨ ਵਿਚ ਅਸਾਂ ਵਿਚੋਂ ਬਹੁਤਾਂ ਨੇ ਮਿੱਟੀ ਦੇ ਘਰ, ਆਕਾਰ ਬਣਾਏ ਹਨ ਅਤੇ ਮੈਦਾਨਾਂ ਵਿਚ ਖੇਡੇ ਹਨ। ਉਹ ਮਿੱਟੀ ਦੀ ਕੋਮਲਤਾ ਦਾ ਅਨੰਦ ਲੈਂਦੇ ਹਨ ਕਿਉਂਕਿ ਉਹ ਅਜਿਹੀ ਗਤੀਵਿਧੀਆਂ ਨੂੰ ਕਰਨਾ ਪਸੰਦ ਕਰਦੇ ਹਨ।

ਮਿੱਟੀ ਦੇ ਨਾਲ ਕੰਮ ਕਰਦੇ ਸਮੇਂ ਕੁਝ ਸਾਵਧਾਨੀ ਲੈਣ ਦੀ ਲੋੜ ਹੁੰਦੀ ਹੈ:

- ਬਹੁਤ ਜ਼ਿਆਦਾ ਪਾਣੀ ਦੀ ਵਰਤੋਂ ਮਿੱਟੀ ਨੂੰ ਕਮਜ਼ੋਰ ਬਣਾ ਦੇਵੇਗੀ ਅਤੇ ਬਾਅਦ ਵਿਚ ਪੱਟਾਂ ਵਿਚ ਦਰਾਰ ਆ ਜਾਵੇਗੀ।
- ਇਹ ਵੀ ਯਕੀਨੀ ਬਣਾਉ ਕਿ ਮਿੱਟੀ ਵਿੱਚ ਕੋਈ ਚੀਰ ਨਹੀਂ ਹੋਣੀ ਚਾਹੀਦੀ, ਇਸ ਨੂੰ ਰਗੜ-ਰਗੜ ਕੇ ਚਿਕਨਾ ਕਰਨਾ ਚਾਹੀਦਾ ਹੈ।
- ਜੇ ਤੁਹਾਡਾ ਕੰਮ ਪਹਿਲੇ ਦਿਨ ਪੂਰਾ ਨਹੀਂ ਹੁੰਦਾ ਤਾਂ ਇਸ ਨੂੰ ਸੁੱਕਣ ਤੋਂ ਰੋਕਣ ਲਈ ਗਿੱਲੇ ਕੱਪੜੇ ਦੇ ਨਾਲ ਢੱਕਿਆ ਜਾਣਾ ਚਾਹੀਦਾ ਹੈ। ਇਸ ਨਾਲ ਦੂਜੇ ਦਿਨ ਕੰਮ ਕੀਤਾ ਜਾ ਸਕਦਾ ਹੈ।
- ਮਿੱਟੀ ਦੇ ਨਾਲ ਕੰਮ ਕਰਦੇ ਸਮੇਂ ਬੱਚਿਆਂ ਨੂੰ ਸਫਾਈ ਦਾ ਧਿਆਨ ਰੱਖਣਾ ਚਾਹੀਦਾ ਹੈ। ਇਸ ਲਈ, ਉਹਨਾਂ ਨੂੰ ਅਪ੍ਰੇਨ ਬੰਨਣਾ ਚਾਹੀਦਾ ਹੈ ਅਤੇ ਨਿਸ਼ਚਿਤ ਕਰਨਾ ਚਾਹੀਦਾ ਹੈ ਕਿ ਉਨ੍ਹਾਂ ਦੇ ਹੱਥ ਫਰਸ਼ ਜਾਂ ਕੰਧਾਂ ਨੂੰ ਗੰਦਾ ਨਾ ਕਰਣ।
- ਮਿੱਟੀ ਨਾਲ ਕੰਮ ਪੂਰਾ ਕਰਨ ਤੋਂ ਬਾਅਦ ਉਹਨਾਂ ਨੂੰ ਆਪਣੇ ਹੱਥ ਸਹੀ ਤਰੀਕੇ ਨਾਲ ਧੋਣੇ ਚਾਹੀਦੇ ਹਨ।
- ਮਿੱਟੀ ਦੇ ਉਹ ਲੇਖ ਜਿਨ੍ਹਾਂ ਨੂੰ ਸੁਰੱਖਿਅਤ ਰੱਖਣ ਦੀ ਜ਼ਰੂਰਤ ਹੈ, ਉਨ੍ਹਾਂ ਨੂੰ ਇਕ ਵੱਖਰੇ ਸ਼ੈਲਫ 'ਤੇ ਪ੍ਰਦਰਸ਼ਿਤ ਕਰਨਾ ਚਾਹੀਦਾ ਹੈ।

ਪ੍ਰਸ਼ਨ 26. ਕਾਗਜ਼ ਕੱਟਣ ਅਤੇ ਕਾਗਜ਼ ਮੋੜਨ ਦੀ ਕਲਾ ਦਾ ਵਰਣਨ ਕਰੋ।

ਜਾਂ

ਕਲਾ ਦੇ ਰੂਪ ਵਿਚ 'ਕਾਗਜ਼ ਮੋੜ੍ਹਨਾ ਕਿਸ ਕਿਸਮ ਦੇ ਬੱਚਿਆਂ ਲਈ ਉਪਯੋਗੀ ਹੈ?

[ਅਪ੍ਰੈਲ 2016, ਪ੍ਰਸ਼ਨ 31]

ਉੱਤਰ - ਕਾਗਜ਼ ਕੱਟਣਾਂ - ਇਹ ਕਾਗਜ਼ ਨੂੰ ਇਕ ਆਕਾਰ ਦੇ ਰੂਪ ਵਿਚ ਕੱਟਣ ਦੀ ਕਲਾ ਹੈ। ਇਹ ਲੋਕ ਕਲਾ ਦਾ ਇਕ ਪ੍ਰਾਚੀਨ ਰੂਪ ਹੈ। ਪੂਰੀ ਦੁਨੀਆ ਵਿਚ ਵੱਖੋ-ਵੱਖਰੀਆਂ ਸਭਿਆਚਾਰਾਂ ਨੇ ਇਸ ਕਲਾ ਨੂੰ ਵੱਖ-ਵੱਖ ਸ਼ੈਲੀਆਂ ਵਿਚ ਆਪਣਾਇਆ ਹੈ। ਇਹ ਸਾਂਝੀ ਕਾਗਜ਼ ਕੱਟਣ ਦੀ ਭਾਰਤੀ ਕਲਾ ਹੈ।

ਅੱਜ, ਕਾਗਜ਼ ਦੀਆਂ ਕਟਿੰਗ ਨੂੰ ਸਜਾਵਟ ਦੇ ਤੌਰ 'ਤੇ ਇਸਤੇਮਾਲ ਕੀਤਾ ਜਾਂਦਾ ਹੈ। ਇਹ ਘਰਾਂ ਵਿਚ ਕੰਧ, ਵਿੰਡੋਜ਼, ਦਰਵਾਜ਼ੇ, ਕਾਲਮ, ਸ਼ੀਸ਼ਾ, ਦੀਵੇ ਅਤੇ ਲਾਲਟੇਨਾਂ ਆਦਿ ਸਜਾਏ ਜਾਂਦੇ ਹਨ ਅਤੇ ਇਹ ਤਿਉਹਾਰਾਂ ਤੇ ਸਜਾਵਟ ਲਈ ਵਿ ਵਰਤੇ ਜਾਂਦੇ ਹਨ। ਤਿਉਹਾਰਾਂ ਅਤੇ ਛੁੱਟੀਆਂ ਵਿਚ ਇਨ੍ਹਾਂ ਦਾ

ਵਿਸ਼ੇਸ਼ ਮਹੱਤਵ ਹੈ ਉਦਾਹਰਣ ਵਜੋਂ, ਦੀਵਾਲੀ ਅਤੇ ਨਵੇਂ ਸਾਲ 'ਤੇ ਪ੍ਰਵੇਸ਼ ਦੁਆਰ ਨੂੰ ਪੇਪਰ ਕਟਿੰਗਜ਼ ਨਾਲ ਸਜਾਇਆ ਜਾਂਦਾ ਹੈ ਜੋ ਕਿ ਚੰਗੀ ਕਿਸਮਤ ਲਿਆਉਣ ਵਾਲਾ ਮੰਨਿਆ ਜਾਂਦਾ ਹੈ। ਕਾਗਜ਼ ਕੱਟਣ ਦੇ ਦੋ ਤਰੀਕੇ ਹਨ - ਕੈਚੀ ਅਤੇ ਚਾਕੂ ਦੀ ਵਰਤੋਂ। ਕਾਗਜ਼ ਦੇ ਅੱਠ ਟੁਕੜਿਆਂ ਤੱਕ ਨੂੰ ਇਕਠੇ ਬੰਨਿਆ ਜਾਂਦਾ ਹੈ। ਇਸਦਾ ਮੁੱਲ ਭਾਵ ਹੈ ਕਾਗਜ਼ ਨੂੰ ਤੇਜ਼ ਧਾਰੀ ਵਾਲੀ ਕੈਚੀ ਨਾਲ ਕੱਟਣਾ। ਚਾਕੂ ਨਾਲ ਕਾਗਜ਼ ਕੱਟਣ ਦੇ ਲਾਭ ਵੱਧ ਹਨ ਕਿਉਂਕਿ ਕੈਚੀ ਨਾਲ ਕੱਟਣ ਦੀ ਉਮੀਦ ਚਾਕੂ ਨਾਲ ਇਕ ਬਾਰ ਵਿਚ ਵੱਧ ਕਾਗਜ਼ ਕੱਟੇ ਜਾ ਸਕਦੇ ਹਨ। ਦੋ ਆਯਾਮੀ ਅਤੇ ਤਿੰਨ-ਪਸਾਰੀ ਕੱਟਣਾ ਸਧਾਰਨ ਹੈ ਜੋ ਕਿ ਡੂੰਘਾਈ, ਅਨੁਪਾਤ ਆਦਿ ਦਾ ਭਰਮ ਪੈਦਾ ਕਰਦਾ ਹੈ।

ਪੱਚੀਕਾਰੀ ਲਈ ਪੇਪਰ ਕੱਟਣਾ

ਕਦਮ:

1. ਕਾਗਜ਼ ਦੇ ਤਿਨ ਪਤਲੇ ਟੁਕੜੇ ਕੱਟੋ ਅਤੇ ਫਿਰ ਉਹ੍ਹਾਂ ਨੂੰ 1 ਸੈਂਟੀਮੀਟਰ ਦੇ ਵਰਗਾਕਾਰ ਛੋਟੇ ਟੁਕੜੇ ਪ੍ਰਾਪਤ ਕਰਨ ਲਈ ਇਨ੍ਹਾਂ ਨੂੰ ਖਿਤਿਜੀ ਕੱਟੋ।
2. ਇਕ ਕਾਗਜ਼ 'ਤੇ ਇਕ ਪੈਟਰਨ, ਡਿਜ਼ਾਇਨ ਜਾਂ ਇਕ ਚਿੱਤਰ ਬਣਾਓ।
3. ਇਨ੍ਹਾਂ ਦੇ ਅਨੁਸਾਰ ਇਨ੍ਹਾਂ ਨੂੰ ਰੰਗਦਾਰ ਕਾਗਜ਼ ਦੇ ਵਰਗ ਨਾਲ ਭਰੋ।
4. ਸਕੇਚ ਪੇਨ ਨਾਲ ਸੂਖਮ ਵਿਵਰਣ ਖੀਂਚੋ ਜਿਵੇਂ ਫੁੱਲ ਦਾ ਤਨਾ।
5. ਪੂਰੀ ਤਸਵੀਰ ਇਕ ਪੱਚੀਕਾਰੀ ਵਰਗੀ ਲਗਦੀ ਹੈ।

ਪੇਪਰ ਫੋਲਡਿੰਗ

ਇਸ ਸੰਦਰਭ ਵਿਚ ਜਾਪਾਨੀ ਸ਼ੈਲੀ 'ਓਰਿਗਾਮੀ' (ਓਰੀ ਦਾ ਅਰਥ ਮੋੜ੍ਹਨਾ ਅਤੇ ਗਾਮੀ ਦਾ ਅਰਥ ਕਾਰਜ਼) ਬਹੁਤ ਲੋਕਪ੍ਰਿਯ ਹੈ। ਕਾਗਜ਼ ਨੂੰ ਮੋੜ ਕੇ ਕਈ ਰੋਚਕ ਅਤੇ ਜਟਿਲ ਆਕਾਰ ਬਣਾਏ ਜਾ ਸਕਦੇ ਹਨ। ਇਸ ਕਲਾ ਦਾ ਟੀਚਾ ਪਦਾਰਥ ਦੇ ਇਕ ਸਮਤਲ ਸ਼ੀਟ ਨੂੰ ਮੋੜ੍ਹਨ ਅਤੇ ਸ਼ਿਲਪ ਤਕਨੀਕਾਂ ਦੁਆਰਾ ਪੂਰੇ ਸ਼ਿਲਪ ਵਿਚ ਤਬਦੀਲ ਕਰਨਾ ਅਤੇ ਅਜਿਹੀ ਕਾਟ ਅਤੇ ਗੋਂਦ ਵਿਚਾਰਿਤ ਨਹੀਂ ਹੈ ਸਿਰਫ ਇਕ ਜ਼ਰੂਰਤ ਹੈ ਕਿ ਇਸ ਵਿਚ ਇਕ ਚੁਨੰਟ ਹੋਣੀ ਚਾਹੀਦੀ ਹੈ। ਪੇਪਰ ਬੁੱਤ ਬਹੁਤ ਹਲਕਾ ਅਤੇ ਸੰਭਾਲਣ ਵਿਚ ਆਸਾਨ ਹੈ। ਪੁਰਾਣੇ ਅਖ਼ਬਾਰਾਂ ਦੀ ਵਰਤੋਂ ਇਸ ਤਰ੍ਹਾਂ ਦੇ ਬੁੱਤ ਬਣਾਉਣ ਲਈ ਕੀਤਾ ਜਾ ਸਕਦਾ ਹੈ।

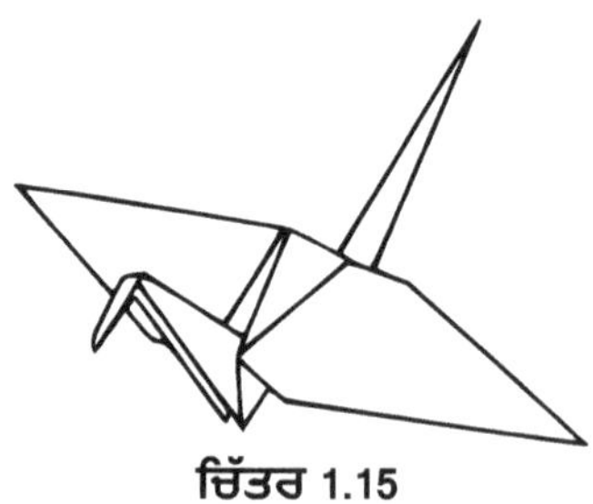

ਚਿੱਤਰ 1.15

ਪ੍ਰਸ਼ਨ 27. ਫੋਲਡਰ ਦਾ ਕੀ ਅਰਥ ਹੈ? ਫੋਲਡਰ ਦੇ ਪ੍ਰਯੋਗ ਅਤੇ ਇਸ ਨੂੰ ਬਣਾਉਣ ਦੀ ਵਿਧੀ ਦਸੋ।

ਉੱਤਰ - ਫੋਲਡਰ ਰਾਹੀਂ ਵੱਖ-ਵੱਖ ਕਿਸਮ ਦੇ ਅਭਿਲੇਖਾਂ ਨੂੰ ਸੁਰੱਖਿਅਤ ਅਤੇ ਸੰਗਠਿਤ ਰੱਖਿਆ ਜਾ ਸਕਦਾ ਹੈ। ਇਸਦਾ ਆਵਰਣ ਸ਼ੀਟਾਂ ਨੂੰ ਅੰਦਰ ਪਕੜਨ ਲਈ ਕਲਿਪ ਨਾ ਮੋਟੇ ਕਾਗਜ਼ ਨਾਲ ਬਣਿਆ ਹੁੰਦਾ ਹੈ।

ਫੋਲਡਰ ਦਾ ਉਪਯੋਗ - ਫੋਲਡਰਾਂ ਦੀ ਵਰਤੋਂ, ਬੱਚਿਆਂ ਅਨੁਛੇਦਾਂ, ਸ਼ਿਲਪ ਸਾਮੱਗਰੀ ਅਤੇ ਕਲਾ ਕਾਰਜ ਦੀਆਂ ਤਸਵੀਰਾਂ ਨੂੰ ਸੰਭਾਲਣ ਲਈ ਕੀਤੀ ਜਾਂਦੀ ਹੈ। ਇਹ ਅਭਿਲੇਖ ਹੈ ਜੋ ਵੱਖ-ਵੱਖ ਤਜਰਬਿਆਂ ਨੂੰ ਯਾਦ ਕਰਨ ਵਿਚ ਬੱਚਿਆਂ ਦੀ ਮਦਦ ਕਰਦਾ ਹੈ ਅਤੇ ਅਧਿਆਪਕਾਂ ਲਈ ਇਹ ਸਤੱਤ ਅਤੇ ਵਿਆਪਕ ਮੁਲਾਂਕਣ ਵਿਚ ਸਹਾਇਕ ਹੈ।

ਫੋਲਡਰ ਬਣਾਉਣ ਦਾ ਤਰੀਕਾ - ਫੋਲਡਰ ਹੱਥੀਂ ਕਾਗਜ਼ਾਂ, ਗੱਤੇ ਆਦਿ ਤੋਂ ਬਣਾਏ ਜਾ ਸਕਦੇ ਹਨ। ਬਾਜ਼ਾਰ ਵਿਚ ਕਾਗਜ਼ ਦੇ ਫੋਲਡਰ ਉਪਲਬਧ ਹੈ। ਸਾਡੀ ਲੋੜ ਅਨੁਸਾਰ ਫੋਲਡਰਾਂ ਨੂੰ ਨਾਂ ਦੇਣਾ ਮਹੱਤਵਪੂਰਨ ਹੈ।

ਪ੍ਰਸ਼ਨ 28. ਪ੍ਰਦਰਸ਼ਨ ਕਲਾ ਦੇ ਵੱਖ-ਵੱਖ ਤੱਤ ਕਿਹੜੇ ਹਨ? ਵਰਣਨ ਕਰੋ।

ਜਾਂ

ਨਿਸ਼ਪਾਦਨ ਕਲਾ ਵਿਚ ਪ੍ਰਯੁਕਤ ਤੱਤ 'ਖੋਜ' ਨੂੰ ਪਰਿਭਾਸ਼ਿਤ ਕਰੋ। [ਅਪ੍ਰੈਲ 2016, ਪ੍ਰਸ਼ਨ 20]

ਜਾਂ

ਵੱਖ-ਵੱਖ ਨਿਸ਼ਪਾਦਨ ਕਲਾਵਾਂ ਦੇ ਮੁੱਖ ਤੱਤਾਂ ਨੂੰ ਨਿਸ਼ਾਨਬੱਧ ਕਰੋ।

[ਅਕਤੂਬਰ 2016, ਪ੍ਰਸ਼ਨ 18]

ਉੱਤਰ - ਨਿਸ਼ਪਾਦਨ ਕਲਾ ਉਹ ਕਲਾਵਾਂ ਹਨ ਜਿਸ ਵਿਚ ਕਲਾਕਾਰ ਆਪਣੇ ਹੀ ਸ਼ਰੀਰ, ਮੁੱਖਮੰਡਲ, ਭਾਵ ਆਦਿ ਦਾ ਪ੍ਰਯੋਗ ਕਰ ਕਲਾ ਦਾ ਪ੍ਰਦਰਸ਼ਨ ਕਰਦੇ ਹਨ। ਦ੍ਰਿਸ਼ ਕਲਾ ਵਿਚ ਨਿਸ਼ਪਾਦਨ ਕਲਾ ਦੇ ਉਲਟ ਕਲਾਕਾਰ ਆਪਣੀ ਕਲਾ ਦਾ ਉਪਯੋਗ ਕਰ ਭੌਤਿਕ ਵਸਤਾਂ ਬਣਾਉਂਦੇ ਹਨ, ਜਿਵੇਂ ਕਿ ਇਕ ਚਿੱਤਰ ਜਾਂ ਸ਼ਿਲਪ। ਨਿਸ਼ਪਾਦਨ ਕਲਾ ਦੇ ਅਧੀਨ ਕਈ ਕਲਾ ਸ਼ਾਮਿਲ ਹੁੰਦੀ ਹੈ, ਇਨ੍ਹਾਂ ਸਭ ਵਿਚ ਸਮਾਨਤਾ ਇਹ ਹੈ ਕਿ ਇਨ੍ਹਾਂ ਨੂੰ ਸਿੱਧੇ ਤੌਰ 'ਤੇ ਦਰਸ਼ਕਾਂ ਦੇ ਸਾਹਮਣੇ ਪੇਸ਼ ਕੀਤਾ ਜਾ ਸਕਦਾ ਹੈ। ਸੁਣਨਾ, ਦੇਖਣਾ, ਆਚਮਨ, ਅਨਕਰਣ, ਖੋਜ, ਪ੍ਰਗਟਾਵਾ, ਪ੍ਰਦਰਸ਼ਨ, ਸਾਰੇ ਪ੍ਰਦਰਸ਼ਨ ਕਲਾ ਲਈ ਅਧਾਰ ਹੈ। ਪ੍ਰਦਰਸ਼ਨ ਕਲਾ ਦੇ ਵੱਖ-ਵੱਖ ਤੱਤ ਹੇਠ ਲਿਖੇ ਹਨ-

- **ਪ੍ਰਗਟਾਓ** - ਸੰਵੇਦੀ ਅੰਗ ਦੇਖਣਾ, ਸੁੰਘਣਾ, ਛੂਹਣਾ ਅਤੇ ਸਵਾਦ ਲੈਣ ਵਿਚ ਮਦਦ ਕਰਦੇ ਹਨ। ਜਦੋਂ ਅਸੀਂ ਅਸਲ ਵਿਚ ਉਪਯੁਕਤ ਗਤੀਵਿਧੀਆਂ ਨੂੰ ਕਰਦੇ ਹਨ ਜੋ ਕਿ ਕਿਸੇ ਵਿਚ ਮਨੁੱਖ ਜਾਤੀ ਲਈ ਇੱਛਕ ਹੈ ਤਾਂ ਅਸੀਂ ਵੱਖ-ਵੱਖ ਪ੍ਰਗਟਾਓ ਦਿੰਦੇ ਹਨ। ਇਹ ਪ੍ਰਗਟਾਓ ਦੂਜਿਆਂ ਨੂੰ ਸਾਡੇ ਵਿਚਾਰ ਸਮਝਣ ਵਿਚ ਮਦਦ ਕਰਦੇ ਹਨ। ਉਸੇ ਤਰਾਂ ਜਦੋਂ ਵੀ ਅਸੀਂ

ਕਿਸੇ ਵੀ ਕਲਾ ਰਾਹੀਂ ਆਪਣੀ ਪੇਸ਼ਕਾਰੀ ਨੂੰ ਪ੍ਰਸਤੁਤ ਕਰਦੇ ਹਾਂ ਤਾਂ ਪ੍ਰਗਟਾਓ ਇਕ ਮੁੱਖ ਭੂਮਿਕਾ ਅਦਾ ਕਰਦੀ ਹੈ। ਜਦੋਂ ਇਕ ਬੱਚਾ ਇਕ ਸੁੰਦਰ ਫੁੱਲ ਵੇਖਦਾ ਹੈ ਜਾਂ ਇਕ ਗੁਲਾਬ ਸੁੰਘਦਾ ਹੈ ਜਾਂ ਅਸਮਾਨ ਵਿਚ ਉਢਦੇ ਪੱਛੀਆਂ ਨੂੰ ਅਚਾਨਕ ਵੇਖਦਾ ਹੈ ਤਾਂ ਉਸਦਾ ਪ੍ਰਗਟਾਓ ਸਵੈਚਾਲਿਤ ਹੁੰਦਾ ਹੈ ਅਤੇ ਕੋਈ ਵੀ ਜੋ ਉਸਦੇ ਆਲੇ-ਦੁਆਲੇ ਹੁੰਦਾ ਹੈ ਉਸਦੀ ਭਾਵ ਨੂੰ ਸਮਝਣ ਵਿਚ ਸਮਰੱਥ ਹੁੰਦਾ ਹੈ। ਸਾਰੇ ਨਿਸ਼ਪਾਦਨ ਕਲਾਵਾਂ ਵਧੀਆ ਪ੍ਰਦਰਸ਼ਨ ਦੀ ਹੁੰਦੀ ਹੈ ਜਦੋਂ ਪ੍ਰਗਟਾਵੇ ਦੇ ਤੱਤ ਮਜ਼ਬੂਤ ਹੁੰਦੇ ਹਨ।

- **ਸੁਣਨਾ** - ਸਾਡੇ ਆਲੇ-ਦੁਆਲੇ ਅਤੇ ਵਾਤਾਵਰਣ ਵਿਚ ਵੱਖ-ਵੱਖ ਆਵਾਜ਼ਾਂ ਹੈ ਜਿਵੇਂ- ਪੰਛੀਆਂ ਦਾ ਚਹਿਚਾਨਾ, ਪਾਣੀ ਦਾ ਬਹਿਨਾ, ਜਾਨਵਰਾਂ ਦੀ ਆਵਾਜ਼ਾਂ, ਬਾਰਿਸ਼ ਦੀ ਬੂੰਦਾਂ ਦਾ ਪਿਟ-ਪਿਟ, ਪੱਤਾਂ ਦਾ ਖੜਖੜਾਉਣਾ, ਕਦਮਾਂ ਦੀ ਆਵਾਜ਼, ਵੱਖ-ਵੱਖ ਮਨੁੱਖ ਜਾਤੀ ਦੀ ਆਵਾਜ਼ ਆਦਿ। ਮਨੁੱਖ ਜਾਤੀ ਵੱਖ-ਵੱਖ ਸਥਿਤੀਆਂ ਵਿਚ ਵੱਖ-ਵੱਖ ਆਵਾਜ਼ਾਂ ਪੈਦਾ ਕਰਦਾ ਹੈ ਜਿਵੇਂ- ਬੱਚੇ ਦੇ ਜਨਮ 'ਤੇ, ਪਰਿਵਾਰ ਵਿਚ ਮੌਤ 'ਤੇ, ਵੱਖ-ਵੱਖ ਪ੍ਰਕਾਰ ਦੇ ਉਤਸਵਾਂ ਆਦਿ 'ਤੇ। ਇਸ ਲਈ ਸੁਣਨਾ ਇਕ ਮਹੱਤਵਪੂਰਨ ਅਤੇ ਜਰੂਰੀ ਅਭਿਆਸ ਹੈ।
- **ਅਵਲੋਕਨ** - ਹੁਣ ਇਕ ਨਜ਼ਰ ਆਪਣੇ ਚਾਰੋ ਪਾਸੇ ਮਾਰੋ- ਸਾਡੀ ਅੱਖਾਂ ਕਈ ਵਸਤਾਂ ਦੀ ਗਵਾਹ ਹੋਵੇਗੀ ਪਰ ਜਦੋਂ ਅਸੀਂ ਅਸਲ ਵਿਚ ਸਾਰੀ ਵਸਤਾਂ ਨੂੰ ਵੇਖਦੇ ਹਾਂ ਤਾਂ ਸਾਡੀ ਅੱਖਾਂ ਆਪਣੀ ਪਸੰਦ ਦੀ ਕੁੱਝ ਹੀ ਵਸਤਾਂ ਦੀ ਚੋਣ ਕਰਣੀ ਹੈ।
- **ਖੋਜ** - ਸੁਣਨਾ, ਅਨੁਕਰਣ ਕਰਨਾ, ਸੰਬੋਧਿਤ ਕਰਨਾ ਆਦਿ ਖੋਜ ਲਈ ਮੂਲਾਧਾਰ ਹੈ। ਅਧਿਆਪਕ ਨਿਸ਼ਪਾਦਨ ਕਲਾ ਰੂਪਾਂ ਰਾਹੀਂ ਉਤਸੁਕਤਾ ਵਧਾ ਕੇ ਖੋਜ ਕਰਨ ਲਈ ਬੱਚਿਆਂ ਨੂੰ ਪ੍ਰੇਰਿਤ ਕਰ ਸਕਦੇ ਹਨ। ਖੋਜ ਦੀ ਇਹ ਮਨੋਵਰਿਤੀ ਵਿਸ਼ੇਸ਼ ਅਤੇ ਨਵੇਂ ਗਿਆਨ ਅਰਜਿਤ ਕਰਨ ਵਿਚ ਸਹਾਇਤਾ ਕਰਦਾ ਹੈ।

ਪ੍ਰਸ਼ਨ 29. ਸੰਗੀਤ ਦੀ ਅਵਧਾਰਨਾ ਸਪੱਸ਼ਟ ਕਰੋ।

ਉੱਤਰ - ਗਾਯਨ, ਵਾਦਨ ਅਤੇ ਨਾਚ ਦੇ ਤ੍ਰਿਵੇਣੀ ਸੰਗਮ ਨੂੰ ਸੰਗੀਤ ਕਹਿੰਦੇ ਹਨ। ਸੰਗੀਤ ਸ਼ਬਦ 'ਗੀ' (ਗੈ) ਧਾਤੂ ਵਿਚ 'ਸਮ' ਉਪਸਰਗ ਅਤੇ 'ਕਤ' ਪਛੇਤਰ ਲਗਾ ਕੇ ਬਨਿਆ ਹੈ ਮਤਲਬ ਸਮ+ਗੀ+ਕਤ = ਸੰਗੀਤ। ਇਸ ਲਈ ਸ਼ਾਬਦਿਕ ਉਤਪੱਤੀ ਦੇ ਅਧਾਰ 'ਤੇ ਸੰਗੀਤ ਦਾ ਅਰਥ ਹੋਇਆ- ਚੰਗੀ ਤਰਾਂ ਗਾਉਣ ਯੋਗ। ਸੰਗੀਤ ਨੂੰ ਸਭ ਤੋਂ ਵੱਧ ਲਲਿਤ ਕਲਾ ਮੰਨਿਆ ਜਾਂਦਾ ਹੈ, ਕਿਉਂਕਿ ਇਹ ਕਲਾ ਮਨੁੱਖ ਹਿਰਦੇ ਵਿਚ ਛਿਪੇ ਹੋਏ ਸੁੰਦਰ ਤੱਤਾਂ ਨੂੰ ਉਭਾਰਨ ਵਿਚ ਦੂਜੀ ਕਲਾਵਾਂ ਤੋਂ ਵੱਧ ਸਮਰੱਥ ਹੈ।

ਮਨੁੱਖ ਜਾਤੀ ਨੇ ਆਪਣੇ ਪੜੋਸ ਅਤੇ ਵਾਤਾਵਰਣ ਦੀ ਆਵਾਜ਼ਾਂ ਦਾ ਅਨੁਕਰਨ ਕੀਤਾ ਅਤੇ ਦੁਬਾਰਾ ਉਤਪਾਦਿਤ ਕੀਤਾ ਹੈ ਅਤੇ ਸੱਤ ਸੁਰਾਂ ਅਤੇ ਹੋਰ ਸੁਰਾਂ ਵਿਚਕਾਰ ਆਵਾਜ਼ਾਂ ਨੂੰ ਵਿਵਸਥਿਤ ਕਰਨ ਦਾ ਰਾਹ ਤਿਆਰ ਕੀਤਾ, ਅਸੀਮਿਤ ਸੰਯੋਜਨ ਸੰਗੀਤ ਬਣਾਇਆ ਗਿਆ ਹੈ। ਇਨ੍ਹੀਂ ਸੱਤ ਸੁਰਾਂ ਨਾਲ ਵੱਖ-ਵੱਖ ਤਰਾਂ ਦੇ ਸੰਗੀਤ ਬਣਾਏ ਗਏ ਹਨ।

ਆਦਿਕਾਲ ਤੋਂ ਸੰਗੀਤ ਦੀ ਮਹੱਤਤਾ ਕਲਾ ਦੇ ਖੇਤਰ ਵਿਚ ਬੇਅੰਤ ਹੈ। ਇਹ ਸਾਡੇ ਸੱਭਿਆਚਾਰ ਦਾ ਇਕਸਾਰ ਹਿੱਸਾ ਹੈ। ਸੰਗੀਤ ਵਿਚ ਕਲਾਕਾਰ ਸੁਰ ਅਤੇ ਤਾਲ ਰਾਹੀਂ ਆਪਣੇ ਸੰਵੇਗਾਂ ਨੂੰ ਪ੍ਰਗਟਾਉਂਦਾ ਹੈ।

ਸੰਗੀਤ ਦੇ ਉਦੇਸ਼

- ਸੰਗੀਤ ਦਾ ਅਨੰਦ ਤਾਲ, ਸੁਰ, ਲਯ ਰਾਹੀਂ ਪ੍ਰਾਪਤ ਕਰਨ ਦੇ ਹੁਨਰ ਦਾ ਵਿਕਾਸ।
- ਗਾਯਨ ਅਤੇ ਵਾਦਨ ਦੀ ਮੁੱਖ ਸ਼ੈਲੀਆਂ ਵਿਚ ਭੇਦ ਕਰਨ ਦੀ ਸਮਰੱਥਾ ਦਾ ਵਿਕਾਸ।

ਪ੍ਰਸਨ 30. ਗਾਯਨ ਸੰਗੀਤ (Vocal Music) ਕੀ ਹੈ?

ਉੱਤਰ - ਗਾਯਨ ਇਕ ਅਜਿਹੀ ਕਿਰਿਆ ਹੈ ਜਿਸ ਨਾਲ ਸੁਰ ਦੀ ਸਹਾਇਤਾ ਨਾਲ ਸੰਗੀਤਮਯ ਧੁਨੀ ਪੈਦਾ ਕੀਤੀ ਜਾਂਦੀ ਹੈ ਅਤੇ ਜੋ ਸਧਾਰਨ ਗੱਲਬਾਤ ਦੀ ਗੁਣਵੱਤਾ ਨੂੰ ਰਾਗ ਅਤੇ ਤਾਲ ਦੋਵੇਂ ਦੀ ਵਰਤੋਂ ਨਾਲ ਵਧਾਉਂਦੀ ਹੈ। ਭਾਰਤੀ ਸੰਗੀਤ ਅਧਾਰਿਤ ਹੈ- ਸੁਰਾਂ ਅਤੇ ਤਾਲ ਦੇ ਅਨੁਸ਼ਾਸਤ ਪ੍ਰਯੋਗ 'ਤੇ। ਸੱਤ ਸੁਰਾਂ ਦੇ ਸਮੂਹਾਂ ਨੂੰ ਸਪਤਕ ਕਿਹਾ ਜਾਂਦਾ ਹੈ। ਭਾਰਤੀ ਸੰਗੀਤ ਸਪਤਕ ਦੇ ਸੱਤ ਸੁਰ ਹੈ-

ਸਾ (ਸ਼ੜਜ), ਰੇ (ਰਿਸ਼ਬ), ਗ (ਗੰਧਾਰ), ਮ (ਮਾਧਿਅਮ), ਪ (ਪੰਚਮ), ਧ (ਧੈਵਤ), ਨਿ (ਨਿਸ਼ਾਦ)

ਤਾਲਿਕਾ 1.1

ਸਥਾਈ			
ਸਾ ਸਾ ਧਾ ਪਾ	ਗਾ ਰੇ ਸਾ ਰੇ	ਗਾ... ਪਾ ਗਾ	ਧਾ ਪਾ ਗਾ...
ਗਾ ਪਾ ਧਾ ਸਾ	ਰੇ ਸਾ ਧਾ ਪਾ	ਸਾ ਪਾ ਧਾ ਪਾ	ਗਾ ਰੇ ਸਾ....
0	3	×	2
ਅੰਤਰਾ			
ਗਾ ਗਾ ਪਾ ਧਾ	ਪਾ ਸਾ... ਸਾ	ਧਾ ਧਾ ਸਾ ਰੇ	ਗਾ ਰੇ ਸਾ ਧਾ
ਗਾ ਗਾ ਰੇ ਸਾ	ਰੇ ਰੇ ਸਾ ਧਾ	ਸਾ ਸਾ ਧਾ ਪਾ	ਗਾ ਰੇ ਸਾ...
0	3	×	2

ਇਹ 16 ਤਾਲਾਂ ਦੀ ਰਿਥਮਿਕ ਬਣਤਰ 'ਤੇ ਅਧਾਰਿਤ ਹੈ। ਇਸੇ ਤਰਾਂ ਕਈ ਤਾਲੀਕਾਵਾਂ ਨੂੰ ਵੱਖ-ਵੱਖ ਤਾਲਬੱਧ ਬਣਤਰ ਵਿਚ ਬਨਾਇਆ ਜਾਂਦਾ ਹੈ। ਇਹ ਕਿਸੇ ਵੀ ਗੀਤ ਜਾਂ ਰਚਨਾ ਦਾ ਅਧਾਰ ਹੈ।

ਇਸਤੋਂ ਇਲਾਵਾ ਸੰਗੀਤ ਲੋਕਾਂ ਦੀ ਭਾਵਨਾ ਦਾ ਪ੍ਰਤਿਨਿਧਿਤਵ ਕਰਦਾ ਹੈ, ਖੇਤਰੀ ਸੰਗਿਤ ਅਤੇ ਸ਼ਾਸਤਰੀ ਸੰਗੀਤ ਦੋਵੇਂ ਰੂਪ ਵਿਚ ਭਾਰਤ ਨੂੰ ਇਕ ਵੱਡੀ ਵਿਰਾਸਤ ਪ੍ਰਾਪਤ ਹੋਈ ਹੈ।

ਪ੍ਰਸ਼ਨ 31. ਵਾਦ ਸੰਗੀਤ ਤੋਂ ਕੀ ਸਮਝਦੇ ਹੋ? ਇਨ੍ਹਾਂ ਸੰਗੀਤ ਵਾਦ ਯੰਤਰਾਂ ਨੂੰ ਕਿਨ੍ਹੀ ਸ਼੍ਰੈਣੀਆਂ ਵਿਚ ਵੰਡਿਆ ਗਿਆ ਹੈ?

ਉੱਤਰ - ਭਾਰਤੀ ਸੰਗੀ ਦੀ ਪਰੰਪਰਾ ਨੂੰ ਦੁਨਿਆ ਦੀ ਸਭ ਤੋਂ ਪੁਰਾਨੀ ਅਤੇ ਅਟੁਟ ਪਰੰਪਰਾ ਮੰਨਿਆ ਜਾਂਦਾ ਹੈ, ਜੋ ਅੱਜ ਵੀ ਬਰਕਰਾਰ ਹੈ। ਸਾਡੇ ਇੱਥੇ ਸੰਗੀਤ ਨੂੰ ਇਕ ਧਰੋਹਰ ਦੇ ਰੂਪ ਵਿਚ

ਸੰਜੋਕੇ ਰੱਖਿਆ ਗਿਆ ਹੈ। ਮਨੁੱਖ ਜੀਵਨ ਵਿਚ ਸੰਗੀਤ ਦਾ ਅਤੇ ਸੰਗੀਤ ਵਿਚ ਵਾਦਾਂ ਦਾ ਹਮੇਸ਼ਾਂ ਮਹੱਤਵਪੂਰਨ ਯੋਗਦਾਨ ਰਿਹਾ ਹੈ ਅਤੇ ਰਹੇਗਾ।

ਸੰਗੀਤ ਵਿਚ ਗਾਯਨ ਅਤੇ ਨਾਚ ਦੇ ਨਾਲ-ਨਾਲ ਵਾਦਨ ਦਾ ਵੀ ਬਹੁਤ ਮਹੱਤਵਪੂਰਨ ਸਥਾਨ ਹੈ। ਵਾਦਨ ਦਾ ਮਤਲਬ ਵਿਸ਼ੇਸ਼ ਵਿਧੀ ਵਿਚ ਨਿਰਮਿਤ ਕਿਸੇ ਵਾਦ ਯੰਤਰ 'ਤੇ ਥਾਪ ਦੇ ਕੇ, ਫੂੰਕ ਕੇ ਜਾਂ ਤਾਰਾਂ ਵਿਚ ਕੰਪਨ ਪੈਦਾ ਕਰ ਕੇ ਰਿਥਮਿਕ ਤਰੀਕੇ ਨਾਲ ਸੰਗੀਤਮਯ ਧੁਨੀ ਪੈਦਾ ਕਰਦਾ ਹੈ। ਸਪੱਸ਼ਟ ਹੈ ਕਿ ਵਾਦਨ ਲਈ ਕਿਸੇ ਵਾਦ ਯੰਤਰ ਦਾ ਹੋਣਾ ਜਰੂਰੀ ਹੈ। ਭਾਰਤ ਦੇ ਵੱਖ-ਵੱਖ ਖੇਤਰਾਂ ਵਿਚ ਕਈ ਕਿਸਮ ਦੇ ਵਾਦ ਯੰਤਰਾਂ ਦਾ ਵਿਕਾਸ ਹੋਇਆ ਹੈ ਜਿਨ੍ਹਾਂ ਨੂੰ ਮੁੱਖ ਰੂਪ ਤੋਂ ਚਾਰ ਵਰਗਾਂ ਵਿਚ ਵੰਡਿਆ ਜਾ ਸਕਦਾ ਹੈ-

(1) ਤੱਤ ਵਾਦ - ਲਕੜੀ ਦੇ ਬਣੇ ਢਾਂਚੇ 'ਤੇ ਤਾਂਬੇ, ਲੋਹੇ ਦੀ ਤਰਾਂ ਚੜ੍ਹਾ ਕੇ, ਉਨ੍ਹਾਂ ਨੂੰ ਮਿਜਰਾਬ, ਗਜ, ਸੈਲੋਲਾਇਡ ਜਾਂ ਉਂਗਲੀਆਂ ਰਾਹੀਂ ਪ੍ਰਹਾਰ ਕਰਕੇ ਧੁਨੀ ਪੈਦਾ ਕਰਨ ਵਾਲੇ ਵਾਦਾਂ ਨੂੰ ਤੱਤ ਵਾਦ ਕਹਿੰਦੇ ਹਨ। ਤੱਤ ਵਾਦਾਂ ਨੂੰ ਹੀ ਤੰਤਰ ਵਾਦ ਕਿਹਾ ਜਾਂਦਾ ਹੈ ਕਿਉਂਕਿ ਇਨ੍ਹਾਂ ਵਾਦਾਂ ਵਿਚ ਤਾਰ ਲੱਗੇ ਹੁੰਦੇ ਹਨ। ਤੱਤ ਵਾਦਾਂ ਨੂੰ ਸੁਰ ਦੇ ਬਾਜੇ ਕਿਹਾ ਜਾਂਦਾ ਹੈ।

ਚਿੱਤਰ 1.16

(2) ਸੁਸ਼ਿਰ ਵਾਦ - ਜਿਸ ਵਿਚ ਹਵਾ ਰਾਹੀਂ ਸੁਰ ਪੈਦਾ ਹੁੰਦਾ ਹੈ, ਉਹ ਸੁਸ਼ਿਰ ਵਾਦਾਂ ਦੀ ਸ਼੍ਰੈਣੀ ਵਿਚ ਆਉਂਦੇ ਹਨ, ਜਿਵੇਂ- ਸ਼ਹਿਨਾਈ, ਹਾਰਮੋਨਿਯਮ, ਵੰਸ਼ੀ, ਸ਼ੰਖ ਆਦਿ। ਸੁਸ਼ਿਰ ਵਾਦਾਂ ਵਿਚ ਇਕ ਖੋਖਲੀ ਨਲਿਕਾ ਵਿਚ ਹਵਾ ਭਰ ਕੇ ਧੁਨੀ ਪੈਦਾ ਕੀਤੀ ਜਾਂਦੀ ਹੈ। ਹਵਾ ਦੇ ਰਾਹ ਨੂੰ ਨਿਯਤ੍ਰਿੰਤ ਕਰਕੇ ਸੁਰ ਦੀ ਉਚਾਈ ਨਿਸ਼ਚਿਤ ਕੀਤੀ ਜਾਂਦੀ ਹੈ ਅਤੇ ਵਾਦ ਵਿਚ ਬਣੇ ਛੇਕਾਂ ਨੂੰ ਉਂਗਲੀਆਂ ਦੀ ਮਦਦ ਨਾਲ ਖੋਲ ਅਤੇ ਬੰਦ ਕਰਕੇ ਰਾਗ ਨੂੰ ਬਜਾਇਆ ਜਾਂਦਾ ਹੈ। ਇਨ੍ਹਾਂ ਸਾਰੇ ਵਾਦਾਂ ਵਿਚ ਸਭ ਤੋਂ ਸਧਾਰਰਨ ਵਾਦ ਹੈ- ਬਾਂਸੁਰੀ। ਆਮ ਤੌਰ 'ਤੇ ਬਾਂਸੁਰੀਆਂ ਬਾਂਸ ਅਤੇ ਲਕੜੀ ਦੀ ਬਣੀ ਹੁੰਦੀ ਹੈ ਅਤੇ ਭਾਰਤੀ ਸੰਗੀਤਕਾਰ ਸੰਗੀਤਾਤਮਕ ਅਤੇ ਸੁਰ ਸੰਬੰਧੀ ਵਿਸ਼ੇਸ਼ਤਾਵਾਂ ਦੇ ਕਾਰਨ ਲਕੜੀ ਅਤੇ ਬਾਂਸ ਦੀ ਬਾਂਸੁਰੀ ਨੂੰ ਪਸੰਦ ਕਰਦੇ ਹਨ।

ਚਿੱਤਰ 1.17

(3) ਝਿੱਲੀ (ਪਰਦੇ) ਵਾਦ - ਵਾਦਾਂ ਦੇ ਵਰਗ, ਤਾਲ ਵਾਦ ਵਿਚ ਜਾਨਵਰ ਦੀ ਖਾਲ 'ਤੇ ਵਾਰ ਕਰਕੇ ਧੁਨੀ ਨੂੰ ਪੈਦਾ ਕਿਤਾ ਜਾਂਦਾ ਹੈ, ਜੋ ਮਿੱਟੀ, ਧਾਤੂ ਦੇ ਭਾਂਡੇ ਜਾਂ ਫੇਰ ਲਕੜੀ ਦੇ ਢੋਲ ਜਾਂ ਢਾਂਚੇ ਦੇ ਉੱਪਰ ਖੀਂਚ ਕੇ ਲਗਾਈ ਜਾਂਦੀ ਹੈ। ਸਾਨੂੰ ਅਜਿਹੇ ਵਾਦਾਂ ਦੇ ਪ੍ਰਾਚੀਨਤਮ ਉੱਲੇਖ ਵੈਦਾਂ ਵਿਚ ਮਿਲਦੇ ਹਨ। ਵੈਦਾਂ ਵਿਚ ਭੂਮੀ ਦੰਦੁਭਿ ਦਾ ਉੱਲੇਖ ਹੈ। ਇਹ ਭੂਮੀ 'ਤੇ ਖੁਦਿਆ ਹੋਇਆ ਇਕ ਖੋਖਲਾ ਗੱਢਾ ਹੁੰਦਾ ਸੀ, ਜਿਸਨੂੰ ਬੈਲ ਜਾਂ ਮੱਜ ਦੀ ਖਾਲ ਨਾਲ ਖੀਂਚ ਕੇ ਢੱਕਿਆ ਜਾਂਦਾ ਸੀ। ਇਸ ਗੱਢੇ ਦੇ ਖਾਲ ਢੱਕੇ ਹਿੱਸੇ 'ਤੇ ਵਾਰ ਕਰਨ ਲਈ ਪਸ਼ੂ ਦੀ ਪੁੱਛਾਂ ਨੂੰ ਵਰਤਿਆ ਜਾਂਦਾ ਸੀ ਅਤੇ ਇਸ ਤਰਾਂ ਧੁਨੀ ਪੈਦਾ ਕੀਤੀ ਜਾਂਦੀ ਸੀ।

ਚਿੱਤਰ - 1.18

(4) ਘਨ ਵਾਦ - ਮਨੁੱਖ ਰਾਹੀਂ ਖੋਜੀ ਸਭ ਤੋਂ ਪ੍ਰਾਚੀਨ ਵਾਦਾਂ ਨੂੰ ਘਨ ਵਾਦ ਕਿਹਾ ਜਾਂਦਾ ਹੈ। ਇਹ ਵਾਦ ਲਕੜੀ ਜਾਂ ਧਾਤੂ ਦੇ ਬਣੇ ਹੁੰਦੇ ਹਨ ਅਤੇ ਵਾਰ ਕਰਕੇ ਬਜਾਏ ਜਾਂਦੇ ਹਨ। ਇਹ ਵਾਰ ਜਾਂ ਤਾਂ ਦੋ ਹਿੱਸਿਆਂ ਵਿਚ ਟਕਰਾਕੇ ਜਾਂ ਕਿਸੇ ਵਸਤੂ ਰਾਹੀਂ ਕੀਤਾ ਜਾਂਦਾ ਹੈ। ਜਿਵੇਂ ਮੰਜੀਰਾ, ਕਰਤਾਲ, ਘੰਟਾ ਆਦਿ।

ਚਿੱਤਰ 1.19

ਪ੍ਰਸ਼ਨ 32. ਨਾਚ ਨੂੰ ਪਰਿਭਾਸ਼ਿਤ ਕਰੋ। ਨਾਲ ਹੀ, ਇਸਦੀ ਵੱਖ-ਵੱਖ ਕਿਸਮਾਂ ਦਾ ਵਰਣਨ ਕਰੋ।

ਉੱਤਰ - ਨਾਚ ਮਨੁੱਖ ਪ੍ਰਗਟਾਓ ਦਾ ਇਕ ਰਸਮਯ ਪ੍ਰਦਰਸ਼ਨ ਹੈ। ਇਹ ਅੰਦਰੂਨੀ ਉਰਜਾ ਅਤੇ ਪ੍ਰਗਟਾਓ ਨੂੰ ਨਿਸ਼ਪਾਇਤ ਕਰਨ ਲਈ ਵੱਖ-ਵੱਖ ਗਤੀਮਯ ਕਿਰਿਆਵਾਂ, ਭਾਵ ਰਾਹੀਂ ਖੁਦ ਨੂੰ ਪੇਸ਼ ਕਰਨ ਦੀ ਪ੍ਰਕਿਰਿਆ ਹੁੰਦੀ ਹੈ। ਓਪਚਾਰਿਕ ਪਾਠਕ੍ਰਮ ਵਿਚ ਨਾਚ, ਵਿਧਾ ਰਾਹੀਂ ਪੂਰੇ ਪਾਠਕ੍ਰਮ ਵਿਚ ਇਸਦੀ

ਵਰਤੋਂ ਨਾਲ ਲਾਭ ਪ੍ਰਾਪਤ ਹੁੰਦਾ ਹੈ। ਸ਼ਾਸਤਰੀ ਨਾਜ ਦੇ ਅਧੀਨ ਸੁੰਦਰ, ਗਤੀਪੂਰਨ ਕਿਰਿਆਵਾਂ, ਸੰਗੀਤ, ਪ੍ਰਗਟਾਓ, ਸਾਹਿੱਤ, ਦਰਸ਼ਨ ਸ਼ਾਸਤਰ, ਤਾਲ ਅਤੇ ਯੋਗ ਸਾਧਨਾ ਸਾਰੇ ਸ਼ਾਮਿਲ ਹਨ।

ਨਾਚ ਏਕਲ, ਯੁਗਲ ਅਤੇ ਸਮੂਹਾਂ ਵਿਚ ਕੀਤਾ ਜਾਂਦਾ ਹੈ।

ਏਕਲ (Solo) - ਏਕਲ ਨਾਚ ਇਕ ਵਿਅਕਤੀ ਰਾਹੀਂ ਕੀਤਾ ਜਾਂਦਾ ਹੈ।

ਯੁਗਲ (Duet) - ਇਹ ਨਾਚ ਦੋ ਵਿਅਕਤੀਆਂ ਰਾਹੀਂ ਕੀਤਾ ਜਾਂਦਾ ਹੈ।

ਸਮੂਹ (Group) - ਕਿਸੇ ਅਵਸਰ ਦਾ ਜਸ਼ਨ ਮਨਾਉਣ ਲਈ ਇਕੱਠੇ ਨਾਚ ਕਰਨ ਵਾਲੇ ਲੋਕਾਂ ਦੇ ਵੱਢੇ ਸਮੂਹ ਨੂੰ ਸਾਮੂਹਿਕ ਨਾਚ ਕਹਿੰਦੇ ਹਨ।

ਧੀਮਸਾ (ਦੇਵੀ ਪੂਜਾ) .... ਆਂਧਰਾ ਪ੍ਰਦੇਸ਼

ਗਰਬਾ .... ਗੁਜਰਾਤ

ਬਿਹੂ .... ਬੰਗਾਲ

ਨਾਚ ਦੀ ਕਿਸਮਾਂ

ਲੋਕ ਨਾਚ - ਮਨੋਰੰਜਨ ਦੀ ਦ੍ਰਿਸ਼ਟੀ ਨਾਲ ਲੋਕ ਨਾਚ ਇਕ ਮਹੱਤਵਪੂਰਨ ਵਿਧਾ ਹੈ। ਕਿਸੇ ਵੀ ਸਮਾਜ ਦੇ ਲੋਕ ਨਾਚ ਵਿਚ ਆਪਣੀ ਵਿਸ਼ੇਸ਼ਤਾ ਹੁੰਦੀ ਹੈ। ਉੱਤਰ ਭਾਰਤ ਲੋਕ ਨਾਚਾਂ ਨਾਲ ਭਰਿਆ ਹੈ। ਇਨ੍ਹਾਂ ਨਾਚਾਂ ਵਿਚ ਕੁਦਰਤੀਤਾ ਛੂੰਹਦੀ ਰਹਿੰਦੀ ਹੈ, ਨਕਲੀਤਾ ਨਹੀਂ ਰਹਿੰਦੀ। ਮਨੁੱਖ ਦੇ ਹਿਰਦੇ ਵਿਚ ਉਭਰਦੇ ਭਾਵਾਂ ਨੂੰ ਆਸਾਨੀ ਨਾਲ ਪ੍ਰਗਟਾਉਣਾ ਹੀਂ ਉਸਦੀ ਵਿਸ਼ੇਸ਼ਤਾ ਹੈ।

ਚਿੱਤਰ 1.20

ਉਦਾਹਰਣ ਵਿਚ ਦਿੱਤਾ ਗਿਆ ਚਿੱਤਰ ਗੁਜਰਾਤ ਦਾ ਪ੍ਰਸਿੱਧ ਡਾਂਡਿਆ ਲੋਕ ਨਾਚ ਹੈ। ਇਸ ਵਿਚ ਹੱਥਾਂ ਵਿਚ ਛੋਟੀ-ਛੋਟੀ ਡੰਡਿਆਂ ਨੂੰ ਲੈ ਕੇ ਸਮੂਹ ਵਿਚ ਨਾਚ ਕੀਤਾ ਜਾਂਦਾ ਹੈ।

ਸ਼ਾਸਤਰੀ ਨਾਚ - ਭਾਰਤ ਵਿਚ ਸ਼ਾਸਤਰੀ ਅਤੇ ਲੋਕ ਪਰੰਪਰਾਵਾਂ ਰਾਹੀਂ ਇਕ ਕਿਸਮ ਦਾ ਨਾਚ ਨਾਟਿਕਾ ਪੈਦਾ ਹੋਇਆ ਹੈ ਜੋ ਪੂਰੀ ਤਰਾਂ ਇਕ ਨਾਟਕ ਦਾ ਸਰੂਪ ਹੈ। ਇਸ ਵਿਚ ਅਭਿਨੇਤਾ ਜਟਿਲ ਭਾਸ਼ਾ ਰਾਹੀਂ ਇਕ ਕਥਾ ਨੂੰ ਨਾਚ ਰਾਹੀਂ ਪੇਸ਼ ਕਰਦਾ ਹੈ।

ਇਸਦੀ ਇਕ ਵਿਸ਼ੇਸ਼ ਸ਼ੈਲੀ ਹੈ ਅਤੇ ਹੁਨਰੀ ਗੁਰੂਆਂ ਰਾਹੀਂ ਸਿੱਖੇ ਜਾਂਦੇ ਹਨ। ਨਾਚ ਦਾ ਸ਼ਾਸਤਰੀ ਰੂਪ ਮੰਦਿਰਾ ਦੇ ਨਾਲ-ਨਾਲ ਸ਼ਾਹੀ ਰਾਜ ਦਰਬਾਰਾਂ ਵਿਚ ਪੇਸ਼ ਕਿਤਾ ਜਾਂਦਾ ਸੀ। ਮੰਦਿਰਾਂ ਵਿਚ ਨਾਚ ਦਾ ਇਕ ਧਾਰਮਿਕ ਉਦੇਸ਼ ਸੀ ਜਦਕਿ ਰਾਜਦਰਬਾਰਾਂ ਵਿਚ ਇਹ ਸ਼ੁਧ ਮਨੋਰੰਜਨ ਲਈ ਪੇਸ਼ ਹੁੰਦਾ ਸੀ। ਹੁਣ ਇਹ ਲੋਕ ਨਿਸ਼ਪਾਦਨ ਅਤੇ ਕਲਾਸ ਵਿਚ ਵਿਵਸਥਿਤ ਸਿੱਖਣ ਲਈ ਮੰਚ 'ਤੇ ਆ ਚੁਕਿਆ ਹੈ। ਸ਼ਾਸਤਰੀ ਨਾਚ ਦੀ ਕੁਝ ਕਿਸਮਾਂ ਹੈ- ਕੱਥਕ, ਭਰਤਨਾਟਯਮ, ਮਣਿਪੁਰੀ, ਓਡੀਸਾ ਆਦਿ।

ਸਿਰਜਨਾਤਮਕ ਨਾਚ - ਪੱਛਮੀ ਰੰਗਮੰਚ ਤਕਨੀਕਾਂ ਦੇ ਰੂਪਾਂਤਰ ਦਾ ਭਾਰਤੀ ਸ਼ਾਸਤਰੀ, ਲੋਕ ਅਤੇ ਜਨਜਾਤੀ ਨਾਚ ਦੇ ਤੱਤਾਂ ਦੇ ਨਾਲ ਪ੍ਰਾਣਿਤ ਹੋਣਾ ਹੀ ਇਕ ਸਿਰਜਨਾਤਮਕ ਨਾਚ ਰੂਪ ਹੈ। ਸਿਰਜਨਾਤਮਕ ਨਾਚ ਰੂਪ ਆਪਣੇ ਆਪ ਨੂੰ ਪਾਰੰਪਰਿਕ ਅਤੇ ਸ਼ਾਸਤਰੀ ਨਾਚ ਰੂਪਾਂ ਨੂੰ ਅਨੁਕਰਨ ਤੋਂ ਵੱਖ ਰੱਖਦਾ ਹੈ।

ਪ੍ਰਸ਼ਨ 33. ਲੋਕ ਥਿਏਟਰ ਜਾਂ ਰੰਗਮੰਚ ਕੀ ਹੈ? ਖੇਤਰੀ ਰੰਗਮੰਚ ਦੀ ਕਿਸਮਾਂ ਦਾ ਉੱਲੇਖ ਕਰੋ।

ਉੱਤਰ - ਲੋਕ ਰੰਗਮੰਚ ਇਸ ਗੱਲ ਨੂੰ ਵਿਅਕਤ ਕਰਦਾ ਹੈ ਕਿ ਇਸਦਾ ਸਰਜਨ ਕੋਈ ਵਿਅਕਤੀ ਵਿਸ਼ੇਸ਼ ਨਾ ਹੋ ਕੇ ਪੂਰਾ ਲੋਕ ਹੈ। ਇਸ ਲਈ ਇਹ ਪੂਰੇ ਲੋਕ ਦਾ ਵਰਿਤ ਹੈ। ਲੋਕ ਦਾ ਜੀਵਨ, ਉਦੀ ਆਸ਼ਾਵਾਂ-ਉਮੀਦਾ ਇਸ ਵਿਚ ਪ੍ਰਤਿਬਿੰਬਤ ਹੈ।

ਭਾਰਤੀ ਸਮਾਜ ਵਿਚ ਪਾਰੰਪਰਿਕਤਾ ਦੀ ਵਿਸ਼ੇਸ਼ ਥਾਂ ਹੈ। ਪਰੰਪਰਾ ਇਕ ਸਹਿਜ ਪ੍ਰਵਾਹ ਹੈ। ਯਕੀਨੀ ਹੀ, ਪਾਰੰਪਰਿਕ ਕਲਾਵਾਂ ਸਮਾਜ ਦੀ ਜਿਜੀਵਿਸ਼ਾ, ਸੰਕਲਪਨਾ, ਭਾਵਨਾ, ਸੰਵੇਦਨਾ ਅਤੇ ਇਤਿਹਾਸਕਤਾ ਨੂੰ ਪ੍ਰਗਟਾਉਂਦੀ ਹੈ। ਨਾਟਕ ਆਪਣੇ ਆਪ ਵਿਚ ਪੂਰੀ ਵਿਧਾ ਹੈ, ਜਿਸ ਵਿਚ ਅਭਿਨਯ, ਸੰਵਾਦ, ਕਵਿਤਾ, ਸੰਗੀਤ ਆਦਿ ਇਕੱਠੇ ਉਪਸਥਿਤ ਰਹਿੰਦੇ ਹਨ। ਪਰੰਪਰਾ ਵਿਚ ਨਾਟਕ ਇਕ ਕਲਾ ਦੀ ਤਰਾਂ ਹੈ।

ਲੋਕ ਜੀਵਨ ਵਿਚ ਗੇਯਤਾ ਇਕ ਪ੍ਰਮੁੱਖ ਤੱਤ ਹੈ। ਸਾਰੇ ਪਾਰੰਪਰਿਕ ਭਾਰਤੀ ਨਾਟਕ ਸ਼ੈਲੀਆਂ ਵਿਚ ਗਾਯਨ ਦੀ ਪ੍ਰਮੁੱਖਤਾ ਹੈ। ਇਹ ਜਾਤੀਯ ਸੰਵੇਦਨਾ ਦਾ ਪ੍ਰਕਟੀਕਰਣ ਹੈ।

ਭਾਰਤ ਦੇ ਵੱਖ-ਵੱਖ ਖੇਤਰਾਂ ਵਿਚ ਤੀਜ-ਤਿਉਹਾਰ, ਮੇਲੇ, ਸਮਾਰੋਹ, ਪੂਜਾ ਆਦਿ ਹੁੰਦੇ ਰਹਿੰਦੇ ਹਨ, ਉਨ੍ਹਾਂ ਅਵਸਰਾਂ 'ਤੇ ਇਹ ਪ੍ਰਸਤੁਤੀਆਂ ਵੀ ਹੁੰਦੀ ਹੈ। ਇਸ ਲਈ ਇਨ੍ਹਾਂ ਵਿਹ ਜਨਤਾ ਦਾ ਸਮਾਜਿਕ ਦ੍ਰਿਸ਼ਟੀਕੋਣ ਪ੍ਰਕਟ ਹੁੰਦਾ ਹੈ। ਇਸ ਸਮਾਜਿਕਤਾ ਵਿਚ ਡੂੰਗੀ ਸ਼ਖਸੀਅਤ ਵੀ ਹੁੰਦੀ ਹੈ।

ਖੇਤਰੀ ਰੰਗਮੰਚ ਦੀਆਂ ਕਿਸਮਾਂ

(1) ਭਾਂਡ-ਪੱਥਰ - ਇਹ ਕਸ਼ਮੀਰ ਦਾ ਪਾਰੰਪਰਿਕ ਨਾਟਕ ਹੈ। ਇਹ ਨਾਚ, ਸੰਗੀਤ ਅਤੇ ਨਾਟਕ ਕਲਾ ਦਾ ਅਨੂਠਾ ਸੰਗਮ ਹੈ। ਵਿਅੰਗਮਈ, ਮਜਾਕ ਅਤੇ ਨਕਲ ਉਤਾਰਨ ਲਈ ਇਸ ਵਿਚ ਹੱਸਣ ਅਤੇ

ਹੱਸਾਉਣ ਨੂੰ ਪ੍ਰਾਥਮਿਕਤਾ ਦਿੱਤੀ ਗਈ ਹੈ। ਸੰਗੀਤ ਲਈ ਸੁਰਨਾਈ, ਨਗਾੜਾ ਅਤੇ ਢੋਲ ਆਦਿ ਦਾ ਪ੍ਰਯੋਗ ਕੀਤਾ ਜਾਂਦਾ ਹੈ। ਆਮ ਤੌਰ 'ਤੇ ਭਾਂਡ ਕਿਸਾਨ ਵਰਗ ਦੇ ਹਨ, ਇਸ ਲਈ ਨਾਟਕ ਕਲਾ 'ਤੇ ਖੇਤੀਬਾੜੀ ਦਾ ਡੂੰਗਾ ਪ੍ਰਭਾਓ ਹੈ।

(2) ਕ੍ਰਿਸ਼ਨਾਟੱਮ - ਕੇਰਲ ਦਾ ਲੋਕ ਨਾਟਕ ਕ੍ਰਿਸ਼ਨਾਟੱਮ 17ਵੀਂ ਸ਼ਤਾਬਦੀ ਦੇ ਮੱਧ ਕਾਲੀਕਟ ਦੇ ਮਹਾਰਾਜ ਮਨਵੇਦਾ ਦੇ ਸ਼ਾਸਨ ਦੇ ਅਧੀਨ ਮੌਜੂਦ ਹੋਇਆ। ਕ੍ਰਿਸ਼ਨਾਟੱਮ ਅੱਠ ਨਾਟਕਾਂ ਦਾ ਵਰਿਤ ਹੈ, ਜੋ ਕ੍ਰਮਾਗਤ ਰੂਪ ਵਿਚ ਅੱਠ ਦਿਨ ਪੇਸ਼ ਕੀਤਾ ਜਾਂਦਾ ਹੈ। ਨਾਟਕ ਹੈ- ਅਵਤਾਰਮ, ਕਾਲਿਯਮਰਦਨ, ਰਾਸਕ੍ਰਿੜਾ, ਕੰਸਵਧਾਮ, ਸਵਅਮਰਮ, ਵਾਣਯੁਧਮ, ਵਿਵਿਧਵਿਧਮ। ਵਰਿਤਾਂਤ ਭਗਵਾਨ ਕ੍ਰਿਸ਼ਨ ਦੀ ਥੀਮ 'ਤੇ ਅਧਾਰਿਤ ਹੈ- ਸ਼੍ਰੀ ਕ੍ਰਿਸ਼ਨ ਜਨਮ, ਬਾਲਕਾਲ ਅਤੇ ਬੁਰਾਈ 'ਤੇ ਚੰਗਿਆਈ ਦੀ ਜੀਤ ਨੂੰ ਪੇਸ਼ ਕਰਦੇ ਵੱਖ-ਵੱਖ ਕਾਰਜ।

ਖੇਤਰੀ ਰੰਗਮੰਚ ਦੇ ਕੁੱਝ ਹੋਰ ਉਦਾਹਰਣ ਹੇਠ ਦਿੱਤੇ ਗਏ ਹਨ-

ਸਵਾਂਗ	-	ਹਰਿਯਾਣਾ, ਪੰਜਾਬ
ਨੌਟੰਕੀ	-	ਉੱਤਰ ਭਾਰਤ
ਰਾਸਲੀਲਾ	-	ਉੱਤਰ ਪ੍ਰਦੇਸ਼
ਭਵਾਈ	-	ਗੁਜਰਾਤ ਅਤੇ ਰਾਜਸਥਾਨ
ਜਾਤਰਾ	-	ਬੰਗਾਲ ਅਤੇ ਉੜੀਸਾ
ਤਮਾਸ਼ਾ	-	ਮਹਾਰਾਸ਼ਟਰ
ਯਕਸ਼ਗਾਨ	-	ਕਰਨਾਟਕ

ਪ੍ਰਸ਼ਨ 34. ਪ੍ਰਾਇਮਰੀ ਪੱਧਰ 'ਤੇ ਖੇਤਰੀ ਕਲਾ ਦੇ ਰੂਪਾਂ ਦੇ ਮਹੱਤਵ ਦਾ ਵਿਸ਼ਲੇਸ਼ਣ ਕਰੋ।

ਉੱਤਰ - ਪ੍ਰਾਇਮਰੀ ਪੱਧਰ 'ਤੇ ਖੇਤਰੀ ਕਲਾ ਦਾ ਮਹੱਤਵ ਹੇਠ ਲਿਖੀ ਬਿੰਦੂਆਂ ਰਾਹੀਂ ਸਮਝਿਆ ਜਾ ਸਕਦਾ ਹੈ-

- ਦ੍ਰਿਸ਼ ਅਤੇ ਪ੍ਰਦਰਸ਼ਨਕਾਰੀ ਕਲਾਵਾਂ ਰਾਹੀਂ ਬੱਚਿਆਂ ਦੀ ਸਿਰਜਨਾਤਮਕਾ ਵਿਚ ਵਾਧਾ ਅਤੇ ਹੋਰ ਵਿਸ਼ਾਂ ਵਿਚ ਉਸਦੇ ਯੋਗਦਾਨ ਦੀ ਸਮਰੱਥਾ ਦਾ ਵਿਕਾਸ ਹੋਣਾ ਚਾਹੀਦਾ ਹੈ।
- ਵੱਖ-ਵੱਖ ਕਲਾਵਾਂ ਨਾਲ ਸੰਬੰਧਿਤ ਕਿਰਿਆਵਾਂ ਦੇ ਆਯੋਜਨ ਜਰੂਰੀ ਕਲਾ ਉਪਕਰਣਾਂ ਅਤੇ ਸਮੱਗਰੀ ਨਾਲ ਜਾਣੂ ਅਤੇ ਉਨ੍ਹਾਂ ਦੇ ਸਿਰਜਨਾਤਮਕ ਪ੍ਰਯੋਗ ਅਤੇ ਤਕਨੀਕੀ ਪ੍ਰਯੋਗ ਨੂੰ ਸਮਝਣਾ।
- ਵੱਖ-ਵੱਖ ਵਿਸ਼ਾਂ ਨੂੰ ਸਮਝਣ ਲਈ ਮੁੱਖ ਰੋਚਕ ਸਰੋਤ ਦੇ ਰੂਪ ਵਿਚ ਦ੍ਰਿਸ਼ ਅਤੇ ਪ੍ਰਦਰਸ਼ਨਕਾਰੀ ਕਲਾਵਾਂ ਹੀ ਹਨ ਜਿਸ ਵਿਚ ਆਕਾਰ, ਰੰਗਾਂ, ਰੂਪਾਂ, ਤਾਲ, ਧੁਨੀ, ਫਿਲਮ, ਨਾਟਕ, ਸੰਗੀਤ ਆਦੇ ਸਰੋਤ ਦੇ ਰੂਪ ਵਿਚ ਪੇਸ਼ ਕਿਤੇ ਜਾ ਸਕਦੇ ਹਨ।

- ਬੱਚਿਆਂ ਵਿਚ ਸਰੀਰਿਕ ਅਤੇ ਮਾਨਸਿਕ ਸੰਤੁਲਨ ਨੂੰ ਸਥਾਪਿਤ ਕਰਦੇ ਹੋਏ ਆਪਣੀ ਕਲਪਨਾ ਦੀ ਸਹਾਇਤਾ ਨਾਲ ਵਿਸ਼ਾਂ ਨੂੰ ਕਲਾਤਮਕ ਸਰੂਪ ਦੇਣ ਦੀ ਸਮਰੱਥਾ ਹੋਣੀ ਚਾਹੀਦੀ ਹੈ।
- ਵੱਖ-ਵੱਖ ਕਲਾਤਮਕ ਗਤੀਵਿਧੀਆਂ ਰਾਹੀਂ ਵਿਸ਼ੇ ਨੂੰ ਕਲਾਸ ਵਿਚ ਪੜ੍ਹਾਇਆ ਜਾਣਾ ਚਾਹੀਦਾ ਹੈ।
- ਅਧਿਆਪਕ ਨੂੰ ਇਕ ਸਹਾਇਕ ਦੇ ਰੂਪ ਵਿਚ ਬੱਚਿਆਂ ਦੇ ਸਹਿਯੋਗੀ ਦੇ ਰੂਪ ਵਿਚ ਕਾਰਜ ਕਰਨਾ ਚਾਹੀਦਾ ਹੈ।
- ਅਭਿਨਯ ਰਾਹੀਂ ਵੱਖ-ਵੱਖ ਵਿਸ਼ਾਂ ਦੀ ਜਾਣਕਾਰੀ ਦੇਣਾ।
- ਦ੍ਰਿਸ਼ ਕਲਾਵਾਂ ਦੇ ਦੋ-ਆਯਾਮੀ ਅਤੇ ਤਿਨ-ਆਯਾਮੀ ਸਿਰਜਨਾਤਮਕ ਸਾਰੋਤਾਂ, ਪ੍ਰਯੋਗਾਂ ਅਤੇ ਵੱਖ-ਵੱਖ ਕਿਰਿਆਵਾਂ ਰਾਹੀਂ ਪਾਠਕ੍ਰਮ ਦੇ ਹੋਰ ਵਿਸ਼ਾਂ ਨੂੰ ਪੜ੍ਹਾਇਆ ਜਾਣਾ ਚਾਹੀਦਾ ਹੈ।
- ਬੱਚੇ ਆਪਣੀ ਸੰਵੇਦਨਾਵਾਂ ਨੂੰ ਸੂਖਮ ਨਿਰਿਖੱਣ ਅਤੇ ਪ੍ਰਗਟਾਓ ਰਾਹੀਂ ਪੇਸ਼ ਕਰਣ।
- ਬੱਚੇ ਨੂੰ ਵੱਖ-ਵੱਖ ਸੱਭਿਆਚਾਰ, ਲੋਕ ਕਲਾਵਾਂ, ਸਥਾਨਕ ਕਲਾਵਾਂ, ਰਾਸ਼ਟਰੀ ਵਿਰਾਸਤਾਂ ਨਾਲ ਜਾਣੂ ਕਰਾਇਆ ਜਾਣਾ ਚਾਹੀਦਾ ਹੈ ਅਤੇ ਉਨ੍ਹਾਂ ਦੇ ਮਹੱਤਵ ਅਤੇ ਸਤਿਕਾਰ ਬਾਰੇ ਸਿੱਖਾਇਆ ਜਾਣਾ ਚਾਹੀਦਾ ਹੈ।
- ਬੱਚੇ ਸੁਤੰਤਰ ਰੂਪ ਤੋਂ ਆਪਣੇ ਜੀਵਨ ਦੇ ਅਨੁਭਵਾਂ ਨੂੰ ਵੱਖ-ਵੱਖ ਵਿਧਾਵਾਂ ਵਿਚ ਪ੍ਰਦਰਸ਼ਿਤ ਕਰਨ ਵਿਚ ਸਮਰੱਥ ਹੋਣ।
- ਕਲਾ ਸਿੱਖਿਆ ਬੱਚੇ ਦੀ ਕਲਪਨਾ, ਉਤਸੁਕਤਾ, ਖੋਜ ਅਤੇ ਸੁੰਦਰ ਗਿਆਨ ਨੂੰ ਵਿਕਸਿਤ ਕਰਨ ਉਨ੍ਹਾਂ ਦੀ ਸੰਵੇਦਨਸ਼ੀਲਤਾ ਅਤੇ ਸਿਰਜਨਸ਼ੀਲਤਾ ਨੂੰ ਵਿਕਸਿਤ ਕਰਦੀ ਹੈ।

ਪ੍ਰਸ਼ਨ 35. ਕਿਸੇ ਵੀ ਕਲਾ ਦੇ ਪ੍ਰਦਰਸ਼ਨ ਤੋਂ ਪਹਿਲਾਂ ਕੀਤੀ ਜਾਣ ਵਾਲੀ ਯੋਜਨਾ ਅਤੇ ਤਿਆਰੀ 'ਤੇ ਚਰਚਾ ਕਰੋ।

ਉੱਤਰ - ਕਿਸੇ ਵਿਸ਼ੇ ਦੇ ਆਯੋਜਨ ਅਤੇ ਉਸਦੀ ਸਫਲਤਾ ਵਿਚ ਯੋਜਨਾ ਅਤੇ ਤਿਆਰੀ ਮਹੱਤਵਪੂਰਨ ਭੂਮਿਕਾ ਨਿਭਾਉਂਦੀ ਹੈ।

ਯੋਜਨਾ

- ਪ੍ਰਸੰਗ ਦੀ ਚੋਣ ਵਿਸ਼ੇ ਦੇ ਅਨੁਰੂਪ ਹੋਣੀ ਚਾਹੀਦੀ ਹੈ। ਕਲਾਂ ਰੂਪਾਂ ਦੀ ਚੋਣ ਕਰਦੇ ਸਮੇਂ ਸਾਨੂੰ ਵਿਸ਼ੇ ਦੇ ਟੀਚੇ ਅਤੇ ਉਦੇਸ਼ ਦੇ ਪ੍ਰਤੀ ਜਾਗਰੂਕ ਹੋਣਾ ਚਾਹੀਦਾ ਹੈ। ਇਹ ਮੌਕੇ ਦੀ ਜਰੂਰਤ ਨਾਲ ਸਹਿ-ਸੰਬੰਧਿਤ ਹੋਣਾ ਚਾਹੀਦਾ ਹੈ।
- ਕਲਾ ਰੂਪ ਦੀ ਸੂਚਨਾ ਪ੍ਰਮਾਣਿਕ ਹੋਣਾ ਬਹੁਤ ਜਰੂਰੀ ਹੈ ਜੋ ਕਿ ਵੱਖ-ਵੱਖ ਸਰੋਤਾਂ ਨਾਲ ਇਕੱਠੀ ਕੀਤੀ ਜਾ ਸਕਦੀ ਹੈ। ਸੂਚਨਾ ਇਕੱਠੀ ਕਰਨੇ ਅਤੇ ਦੇਣ ਦੀ ਇਸ ਪ੍ਰਕਿਰਿਆ

ਵਿਚ ਮਾਤਾ-ਪਿਤਾ, ਸਮੁਦਾਏ, ਪੁਸਤਕਾਂ, ਇੰਟਰਨੇਟ, ਹੋਰ ਖੇਤਰਾਂ ਦੇ ਲੋਕ, ਬੱਚੇ ਆਦਿ ਨੂੰ ਸ਼ਾਮਿਲ ਕੀਤਾ ਜਾ ਸਕਦਾ ਹੈ। ਬੱਚਿਆਂ ਲਈ ਇਹ ਚੰਗੀ ਖੋਜ ਹੋ ਸਕਦੀ ਹੈ।

- ਇਹ ਧਿਆਨ ਰੱਖਣ ਦੀ ਲੋੜ ਹੁੰਦੀ ਹੈ ਕਿ ਨਿਸ਼ਪਾਦਨ ਕਿਸਦੇ ਲਈ ਪ੍ਰਾਯੋਜਿਤ ਹੋ ਰਿਹਾ ਹੈ। ਕਲਾ ਰੂਪਾਂ ਦੀ ਚੋਣ ਕਰਦੇ ਸਮੇਂ ਦਰਸ਼ਕਾਂ ਦੇ ਦ੍ਰਿਸ਼ਟੀਕੋਣ ਅਤੇ ਗੁਣਵੱਤਾ ਨੂੰ ਧਿਆਨ ਵਿਚ ਰੱਖਣਾ ਹੁੰਦਾ ਹੈ।
- ਵਿਸ਼ੇ ਦੀ ਸਥਿਤੀ, ਮੰਚ ਜਾਂ ਪਰਿਵੇਸ਼ ਦੀ ਥਾਂ ਦਾ ਫੈਸਲਾ ਕੋਸ਼ ਦੀ ਉਪਲਬਧਤਾ, ਪਹੁੰਚਣ ਵਿਚ ਆਸਾਨੀ, ਦਰਸ਼ਕ ਲਈ ਥਾਂ, ਵਿਸ਼ੇ ਦਾ ਪੱਧਰ, ਸਕੂਲੀ ਪੱਧਰ ਦੇ ਅਧਾਰ 'ਤੇ ਹੁੰਦਾ ਹੈ।
- ਨਿਯਮਿਤ ਸਕੂਲ ਪਾਠਕ੍ਰਮ ਵਿਚ ਥਾਂ ਦੀ ਉਪਲਬਧਤਾ ਨੂੰ ਧਿਆਨ ਵਿਚ ਰੱਖਦੇ ਹੋਏ ਤਾਰੀਖ ਅਤੇ ਸਮੇਂ ਦਾ ਨਿਰਧਾਰਨ ਹੁੰਦਾ ਹੈ। ਸਕੂਲ ਪ੍ਰੋਗਰਾਮ ਜਿਵੇਂ ਪ੍ਰੀਖਿਆ, ਛੁਟਿੱਆਂ ਨੂੰ ਜਾਨਣਾ ਲਾਜ਼ਮੀ ਹੈ।
- ਵਿਸ਼ੇ ਦੇ ਆਯੋਜਨ ਵਿਚ ਵੱਖ-ਵੱਖ ਮੱਦਾਂ ਦੇ ਅਧੀਨ ਕੋਸ਼ ਦਾ ਆਵੰਟਨ ਅਤੇ ਵਿਤਰਣ ਇਕ ਨਿਰਨਾਯਕ ਭੂਮਿਕਾ ਅਦਾ ਕਰਦਾ ਹੈ।
- ਨਿਸ਼ਪਾਦਨ ਲਈ ਪ੍ਰਯੁਕਤ ਸੰਗੀਤ, ਕਥਾਲੇਖਨ ਅਤੇ ਵਾਦ ਯੰਤਰਾਂ ਨੂੰ ਅਜਿਹਾ ਹੋਣਾ ਚਾਹੀਦਾ ਹੈ ਜੋ ਨਿਸ਼ਪਾਦਨ ਦੀ ਜਰੂਰਤਾਂ ਨੂੰ ਪੂਰਾ ਕਰਦਾ ਹੋਵੇ ਨਾਲ-ਹੀ-ਨਾਲ ਕਲਾ ਦੀ ਪ੍ਰਮਾਣਿਕਤਾ ਨੂੰ ਬਨਾਏ ਰੱਖਦਾ ਹੋਵੇ।
- ਨਿਸ਼ਪਾਦਨ ਲਈ ਕੱਪੜੇ ਅਤੇ ਆਭੂਸ਼ਣ ਦੀ ਚੋਣ ਅਤੇ ਨਿਰਧਾਰਣ ਵਿਚ ਇਹ ਬਹੁੱਤ ਮਹੱਤਵਪੂਰਨ ਹੈ।
- ਕੰਮ ਦੇ ਵੰਡ ਅਤੇ ਕਰਤੱਵਾਂ ਦੇ ਤਬਾਦਲੇ ਨੂੰ ਪ੍ਰੋਗਰਾਮਾਂ ਵਿਚ ਵਿਦਿਆਰਥੀਆਂ ਅਤੇ ਸਟਾਫ ਮੈਂਬਰਾਂ ਦੀ ਵੱਧ ਤੋਂ ਵੱਧ ਭਾਗੀਦਾਰੀ ਨੂੰ ਪ੍ਰਵਾਨਤ ਕੀਤਾ ਜਾਣਾ ਚਾਹੀਦਾ ਹੈ। ਵੱਖ-ਵੱਖ ਖੇਤਰਾਂ ਵਿਚ ਵੱਧ ਖੋਜ ਅਤੇ ਉਨ੍ਹਾਂ ਦੀ ਸਮਰੱਥਾ ਦੇ ਪ੍ਰਦਰਸ਼ਨ ਲਈ ਉਨ੍ਹਾਂ ਨੂੰ ਇਕ ਪਲੇਟਫਾਰਮ ਵੀ ਦੇਣਾ ਚਾਹੀਦਾ ਹੈ।

ਤਿਆਰੀ

- ਇਕ ਨਿਸ਼ਪਾਦਨ ਦੀ ਤਿਆਰੀ ਲਈ ਕਾਰਜ ਦੇ ਵੱਖ-ਵੱਖ ਪੱਧਰਾਂ 'ਤੇ ਇਕ ਜਾਗਰੂਕ ਟੀਮ ਦਾ ਹੋਣਾ ਜਰੂਰੀ ਹੈ।
- ਬੱਚਿਆਂ ਦੀ ਧੁਨੀ-ਪ੍ਰੀਖਿਆ ਅਤੇ ਚੋਣ ਨਿਸ਼ਪਾਦਨ ਦੀ ਜਰੂਰਤ ਦੇ ਅਨੁਸਾਰ ਹੋਣਾ ਚਾਹੀਦਾ ਹੈ।
- ਨਿਯਮਿਤ ਸਕੂਲ ਵਾਤਾਵਰਣ ਨੂੰ ਬਾਧਿਤ ਕੀਤੇ ਬਗੈਰ ਕਥਾ, ਗੀਤ, ਸੰਗੀਤ, ਕਠਪੁਤਲੀ ਵਰਗੇ ਸੰਵਾਦ ਪ੍ਰੇਖਣ, ਆਵਾਜ਼ ਅਨੁਕੂਲਨ, ਸਰੀਰਿਕ ਗਤੀ ਸੰਚਾਲਨਾ, ਮੁਦਰਾਵਾਂ ਆਦਿ ਦੇ ਪੂਰਵ ਅਭਿਆਸ ਲਈ ਸਮੇਂ ਦਾ ਉਚਿਤ ਪ੍ਰਬੰਧ ਹੋਣਾ ਚਾਹੀਦਾ ਹੈ। ਅਜਿਹੇ ਪ੍ਰੋਗਰਾਮਾਂ

ਵਿਚ ਸਮੇਂ ਦੀ ਵਿਵਸਥਾ ਜਰੂਰੀ ਹੈ। ਅਜਿਹੇ ਕੇਸਾਂ ਵਿਚ ਸਤਰ ਦੀ ਸ਼ੁਰੂਆਤ ਤੋਂ ਪਹਿਲਾਂ, ਅਰਗਿਮ ਤਿਆਰੀ ਲਾਭਦਾਇਕ ਸਾਬਤ ਹੁੰਦੀ ਹੈ।

- ਮੰਚ ਦੀ ਬਨਾਵਟ ਵੱਖ-ਵੱਖ ਨਿਸ਼ਪਾਦਨਾਂ ਵਿਚ ਪ੍ਰਤੀਭਾਗੀਆਂ ਦੀ ਗਿਣਤੀ ਦੇ ਅਨੁਸਾਰ ਹੋਣੀ ਚਾਹੀਦੀ ਹੈ। ਪੌੜੀਆਂ ਦਾ ਪ੍ਰਬੰਧ ਮੰਚ ਦੇ ਦੋਵੇਂ ਕਿਨਾਰਾਂ 'ਤੇ ਹੋਣਾ ਚਾਹੀਦਾ ਹੈ। ਮੰਚ ਦੇ ਪਿੱਛੇ ਉਚਿਤ ਥਾ ਹੋਣੀ ਚਾਹੀਦੀ ਹੈ ਤਾਂਕਿ ਪ੍ਰਤਿਭਾਗੀ ਆਸਾਨੀ ਨਾਲ ਆਪਣੀ ਥਾਂ ਲੈ ਸਕਣ।
- ਮੰਚ ਦਾ ਵਿਨਯਾਸ, ਦਰਸ਼ਕਾਂ ਅਤੇ ਨਿਸ਼ਪਾਦਨਕਰਤਾਵਾਂ ਦੇ ਵਿਚਕਾਰ ਦ੍ਰਿਸ਼ਟੀ ਸੰਯੋਜਨ ਦਾ ਵਿਸਥਾਰ ਦੇਣ ਵਾਲਾ ਹੋਣਾ ਚਾਹੀਦਾ ਹੈ।
- ਧੁਨੀ-ਪ੍ਰਣਾਲੀ ਦੀ ਵਿਵਸਥਾ ਨਿਸ਼ਪਾਦਨ ਦੀ ਜਰੂਰਤ ਦੇ ਅਨੁਸਾਰ ਵਿਵਸਥਿਤ ਹੋਣੀ ਚਾਹੀਦੀ ਹੈ ਕਲਾ ਰੂਪ ਦੇ ਅਨੁਸਾਰ ਮੰਚ ਦੀ ਸਜਾਵਟ ਅਤੇ ਪ੍ਰਦਰਸ਼ਨ ਅਗਰਿਮ ਵਿਚ ਸਥਾਈ ਅਤੇ ਪ੍ਰਾਕਿਰਤੀਕ ਕੱਚੇ ਮਾਲ ਦੇ ਪ੍ਰਯੋਗ ਨਾਲ ਹੋਣੀ ਚਾਹੀਦੀ ਹੈ।
- ਕੱਪੜੇ, ਆਭੂਸ਼ਣ ਅਤੇ ਸਜਾਵਟ, ਕਿਰਾਏ 'ਤੇ ਜਾਂ ਸਕੂਲ ਵਿਚ ਪਹਿਲਾਂ ਤੋਂ ਉਪਲਬਧ ਹੋ ਸਕਦੇ ਹੈ। ਕੱਪੜੇ ਮੌਸਮ ਨੂੰ ਧਿਆਨ ਵਿਚ ਰੱਖਦੇ ਹੋਏ ਭਾਗੀਦਾਰਾਂ ਨੂੰ ਸੁਰੱਖਿਅਤ ਅਤੇ ਆਰਾਮ ਦੇਣ ਵਾਲੇ ਹੋਣੇ ਚਾਹੀਦੇ ਹਨ। ਗੁਣਵੱਤਾ ਜਾਂਚ ਤੋਂ ਬਾਅਦ ਹੀ ਮੇਕ-ਅਪ ਕੀਤਾ ਜਾਣਾ ਚਾਹੀਦਾ ਹੈ। ਇਸ ਖੇਤਰ ਵਿਚ ਕੋਈ ਸਮਝੌਤਾ ਨਹੀਂ ਕਰਨਾ ਚਾਹੀਦਾ। ਅਧਿਆਪਕ ਨੂੰ ਭਾਗੀਦਾਰੀ ਨੂੰ ਖੁਦ ਉਨ੍ਹਾਂ ਦੇ ਮੇਕਅਪ ਕੀਟ ਲਾਉਣ ਲਈ ਕਹਿਣਾ ਚਾਹੀਦਾ ਹੈ।
- ਕਠਪੁਤਲੀ ਲਈ ਮੰਚ ਵਿਨਯਾਸ ਕਠਪੁਤਲੀ ਦੇ ਪ੍ਰਕਾਰ ਜਿਵੇਂ- ਰੱਸੀ, ਛਾਯਾ, ਦਸਤਾਨਾ ਆਦਿ ਦੇ ਅਨੁਸਾਰ ਹੋਣਾ ਚਾਹੀਦਾ ਹੈ। ਕਠਪੁਤਲੀਆਂ ਸਵੈ-ਨਿਰਮਿਤ ਹੋ ਸਕਦੀ ਹੈ ਜਾਂ ਬਣਾਉਣ ਲਈ ਬੱਚਿਆਂ ਦੇ ਨਾਲ ਕਾਰਜ ਕਰਨ ਲਇ ਮਾਹਿਰਾਂ ਨੂੰ ਬੁਲਾਇਆ ਜਾ ਸਕਦਾ ਹੈ। ਅਸੀਂ ਇਕ ਪ੍ਰੋਗਰਾਮ ਵਿਚ ਵੱਖ-ਵੱਖ ਪ੍ਰਕਾਰ ਦੀ ਕਠਪੁਤਲੀਆਂ ਦਾ ਪ੍ਰਯੋਗ ਕਰ ਸਕਦੇ ਹਨ।
- ਰੰਗਮੰਚ ਲਈ ਕਥਾ ਨੂੰ ਸਾਵਧਾਨੀ ਨਾਲ ਆਖਰੀ ਰੂਪ ਦਿੱਤਾ ਜਾਣਾ ਚਾਹੀਦਾ ਹੈ। ਪੂਰੇ ਨਾਟਕ ਨਾਲ ਇਕ ਸੰਬੰਧ ਹੋਣ ਲਈ ਭਾਗੀਦਾਰਾਂ ਕੋਲ ਕਥਾ ਦੀ ਇਕ ਪ੍ਰਤੀ ਹੋਣੀ ਚਾਹੀਦੀ ਹੈ।
- ਕੋਸ਼ ਜਾਇਜ਼ ਵਿਵਸਥਿਤ ਹੋਣੇ ਚਾਹੀਦੇ ਹਨ ਕਿਉਂਕਿ ਪ੍ਰਮੁੱਖ ਕਿਰਿਆ ਦੀ ਪੂਰੀ ਯੋਜਨਾ ਕੋਸ਼ ਦੀ ਉਪਲਬਧਤਾ 'ਤੇ ਅਧਾਰਿਤ ਹੈ।

ਪ੍ਰਸ਼ਨ 36. ਕਿਸੇ ਵੀ ਕਲਾ ਨੂੰ ਤਿਆਰ ਕਰਨ ਲਈ ਕੁੱਝ ਸੁਝਾਓ ਦਓ।

ਉੱਤਰ - ਕਿਸੇ ਵੀ ਕਲਾ ਨੂੰ ਤਿਆਰ ਕਰਨ ਲਈ ਕੁੱਝ ਸੁਝਾਓ ਹੇਠ ਲਿਖੇ ਹਨ-

ਵਿਸ਼ੇ ਨਾਲ ਸੰਬੰਧਿਤ

1. ਨਿਸ਼ਪਾਦਨ ਕਲਾਵਾਂ ਵਿਚ ਚੁਣੇ ਗਏ ਵਿਸ਼ੇ ਹੋਣੇ ਚਾਹੀਦੇ ਹਨ-

- ਬੱਚੇ ਦੇ ਵਿਕਾਸ ਦੇ ਪਹਿਲੂਆਂ ਨਾਲ ਸੰਬੰਧ ਰੱਖਣ ਵਾਲੇ।
- ਪਾਠਕ੍ਰਮ ਦੇ ਖੇਤਰਾਂ ਨਾਲ ਜੁੜ੍ਹੇ ਹੋਏ।
- ਇਕ ਬੱਚੇ ਲਈ ਸੁਰੱਖਿਅਤ ਹੋਣੇ ਚਾਹੀਦੇ ਹਨ।
- ਬੱਚਿਆਂ ਰਾਹੀਂ ਚਿੰਤਨ ਨੂੰ ਉਤਸ਼ਾਹਿਤ ਕਰਨ ਵਾਲੇ ਹੋਣੇ ਚਾਹੀਦੇ ਹਨ।

2. ਕੋਈ ਵੀ ਕਲਾ ਰੂਪ ਜੋ ਕਿ ਚੁਣਾ ਗਿਆ ਹੋਵੇ ਨੂੰ ਸਟੀਕਤਾ ਨਾਲ ਪੜ੍ਹਾਇਆ ਜਾਣਾ ਚਾਹੀਦਾ ਹੈ ਨਾ ਦੀ ਬੇਤਰਤੀਬ ਤਰੀਕੇ ਨਾਲ।

3. ਖੇਤਰੀ ਕਲਾਵਾਂ ਨੂੰ ਪ੍ਰੋਂਤ ਕੀਤਾ ਜਾਣਾ ਹੈ। ਸਿਨੇਮਾ ਜਗਤ ਵਿਚ ਸੰਗੀਤ ਦੀ ਹਰੇਕ ਥਾਂ ਬਹੁਤ ਵੱਧ ਦਬਦਬੀ ਹੈ।

4. ਉਤਸਵਾਂ ਨਾਲ ਜੁੜ੍ਹੇ ਕੁੱਝ ਵਿਸ਼ੇ ਸਕੂਲ ਵਿਚ ਲਿੱਤੇ ਜਾਣੇ ਚਾਹੀਦੇ ਹਨ ਜੋ ਕਿ ਸਮੁਦਾਏ ਵਿਚ ਜੋਸ਼ ਅਤੇ ਖੁਸ਼ੀ ਲਈ ਬੱਚਿਆਂ ਨੂੰ ਹੋਰ ਕਈ ਸੂਚਨਾ ਪ੍ਰਾਪਤ ਕਰਨ ਵਿਚ ਮਦਦ ਕਰਦੇ ਹਨ।

5. ਵੱਖ-ਵੱਖ ਭਾਸ਼ਾਵਾਂ ਅਤੇ ਸ਼ਬਦਕੋਸ਼ਾਂ ਦੀ ਜਾਣਕਾਰੀ ਵਧਾਉਣ ਦੇ ਉਦੇਸ਼ ਵਾਲਾ ਹੋਣਾ ਚਾਹੀਦਾ ਹੈ।

6. ਪ੍ਰਭਾਵਾਂ ਨੂੰ ਪੇਸ਼ ਕਰਦਾ ਹੋਵੇ।

ਸੰਭਾਰ-ਤੰਤਰ ਨਾਲ ਸੰਬੰਧਿਤ

1. ਕਿਸੇ ਵਿਚ ਨਿਸ਼ਪਾਦਨ ਦੇ ਰਿਹਰਸਲ ਲਈ ਸਥਾਨ ਉਚਿਤ ਆਕਾਰ ਦਾ ਹੋਣਾ ਚਾਹੀਦਾ ਹੈ। ਬੱਚੇ ਹੋਏ ਸਕੂਲਾਂ ਦਾ ਕਾਰਜ ਬਾਧਿਤ ਨਹੀਂ ਹੋਣਾ ਚਾਹੀਦਾ।

2. ਕਿਸੇ ਪ੍ਰਕਾਰ ਦੀ ਦੁਰਘਟਨਾ ਨੂੰ ਟਾਲਣ ਜਾਂ ਵਿਵਸਥਿਤ ਕਰਨ ਲਈ ਸਾਰੇ ਪ੍ਰਕਾਰ ਦੀ ਹੋਰ ਸਮੱਗਰੀ ਜਿਵੇਂ- ਸੇਫਟੀ ਪਿਨ, ਹੇਯਰ ਪਿਨ, ਸੂਈ ਅਤੇ ਧਾਗਾ, ਮੇਕਅਪ ਕਿਟ ਆਦਿ ਹੱਥ ਵਿਚ ਉਪਲਬਧ ਹੋਣੇ ਚਾਹੀਦੇ ਹਨ।

3. ਉਪਕਰਣ ਅਤੇ ਕਠਪੁਤਲੀਆਂ ਸਥਾਈ ਅਤੇ ਉਪਯੋਗ ਕਰਨ ਵਿਚ ਆਸਾਨ ਹੋਣੀ ਚਾਹੀਦੀ ਹੈ।

4. ਸੁਰੱਖਿਆ ਲਈ ਸੁਣਨ ਕੈਸੇਟ ਜਿਵੇਂ CD ਦੀ ਦੋ ਜਾਂ ਵੱਧ ਪ੍ਰਤਿਆਂ ਰੱਖੀ ਹੋਣੀ ਚਾਹੀਦੀ ਹੈ।

5. ਨਿਸ਼ਪਾਦਨ ਦੇ ਦਿਨ ਲਈ ਪ੍ਰਾਇਮਰੀ ਚਿਕਿਤਸਾ ਦੀ ਵਿਵਸਥਾ ਬਣਾਈ ਜਾਣੀ ਚਾਹੀਦੀ ਹੈ।

6. ਮੌਸਮ ਸੰਬੰਧਿਤ ਮੁੱਦਾਂ ਨੂੰ ਵਿਵਸਥਿਤ ਕਰਨ ਲਈ ਇਕ ਹੋਲ ਜਾਂ ਇਕ ਢੱਕੇ ਹੋਏ ਵੱਡੇ ਖੇਤਰ ਦੀ ਵਿਕਲਪਿਕ ਵਿਵਸਥਾ ਹੋਣੀ ਚਾਹੀਦੀ ਹੈ।

7. ਸਮੇਂ ਅਤੇ ਪਰਿਸਥਿਤੀ ਦੀ ਜਰੂਰਤ ਦੇ ਅਨੁਸਾਰ ਤਬਦੀਲੀ ਕਰਨ ਦਾ ਪ੍ਰਬੰਧ ਅਤੇ ਯੋਗਤਾ ਹੋਣੀ ਚਾਹੀਦੀ ਹੈ।

ਪ੍ਰਸਨ 37. ਕਲਾ ਗਿਆਨ ਤੋਂ ਤੁਸੀਂ ਕਿ ਸਮਝਦੇ ਹੋ? ਸਪੱਸ਼ਟ ਕਰੋ।

ਉੱਤਰ - ਕਲਾ ਦਾ ਗਿਆਨ ਇਕ ਪ੍ਰਕਿਰਿਆ ਹੈ ਜਿਸਦਾ ਮੌਲਿਕ ਤੱਤ ਕਲਾ ਕਾਰਜ ਦੀ ਸਮੱਗਰੀ ਅਤੇ ਯਾਂਤਰਿਕਤਾ ਜਿੰਨਾਂ ਵੱਧ ਲੰਮਾਂ ਤਾਂ ਨਹੀਂ ਪਰ ਅਨੁਭਵ ਦੇ ਪੱਧਰਾਂ ਦੀ ਉਮੀਦ ਮਾੜ੍ਹਾ ਜਿਹਾਂ ਲੰਮਾ

ਹੈ। ਇਕ ਗਿਆਨ ਵਿਅਕਤੀਤਵ ਰੂਪ ਨਾਲ ਤੁਹਾਡੇ ਜੀਵਨ ਨੂੰ ਪ੍ਰਭਾਵਿਤ ਕਰਦਾ ਹੈ। ਕਲਾ ਗਿਆਨ ਇਸ ਬਹੁ-ਆਯਾਮੀ ਸਿੱਖਿਆ ਨੂੰ ਉਪਲਬਧ ਕਰਉਂਦਾ ਹੈ। ਕਲਾ ਗਿਆਨ ਵਿਚ ਕੀ ਰੰਗ ਪ੍ਰਯੋਗ ਕੀਤੇ ਜਾਣ? ਕਿਵੇਂ ਇਕ ਰੇਖਾ ਬਣਾਈ ਜਾਵੇ? ਕਿਸੇ ਚੀਜ਼ ਦਾ ਕੀ ਆਕਾਰ ਹੋਵੇ? ਕੀ ਨਿਸ਼ਪਾਦਨ ਕਰਨਾ ਹੈ? ਆਦਿ ਹਰੇਕ ਕਦਮ ਫੈਸਲੇ ਦੇ ਨਿਰਮਾਣ ਨੂੰ ਸ਼ਾਮਿਲ ਕਰਦਾ ਹੈ। ਹਰੇਕ ਪਸੰਦ ਦੇ ਨਾਲ ਬਹੁਤਾਂ ਰਾਹੀਂ ਸਾਂਝਾ ਅਨੁਭਵ ਵਿਅਕਤੀਗਤ ਹੋ ਜਾਂਦਾ ਹੈ।

ਕਲਾ ਗਿਆਨ ਰਾਹੀਂ ਬੱਚਾ ਅਮੂਰਤ ਵਿਚਾਰਾਂ ਦਾ ਦ੍ਰਿਸ਼ ਪ੍ਰਗਟਾਉਂਦਾ ਹੈ। ਕਲਾ ਗਿਆਨ ਦੇ ਖੇਤਰਾਂ ਵਿਚ ਸਮਾਹਿਤ ਕਰਨਾ ਚਾਹੀਦਾ ਹੈ-

- ਸੰਸਾਰ ਜਿਸ ਵਿਚ ਉਹ ਰਹਿੰਦੇ ਅਤੇ ਜਾਨੰਦੇ ਹਨ।
- ਲੋਕ ਅਤੇ ਹੋਰ ਜੀਵ ਨੂੰ।
- ਸੁਪਨੇ ਚਿੱਤਰਾਂ ਅਤੇ ਭੇਦਾਂ ਨੂੰ।

ਪ੍ਰਸ਼ਨ 38. ਇਕ ਅਧਿਆਪਕ ਰਾਹੀਂ ਅਨੁਭਵ ਲਈ ਕਿਵੇਂ ਯੋਜਨਾ ਬਣਾਈ ਜਾਵੇਗੀ?

ਜਾਂ

ਪ੍ਰਾਇਮਰੀ ਸਿੱਖਿਆ ਲਈ ਕਲਾ ਅਨੁਭਵ ਦੀ ਯੋਜਨਾ ਕਿਵੇ ਬਣਾਓਗੇ?

ਉੱਤਰ - ਇਕ ਅਧਿਆਪਕ ਪੜ੍ਹਾਉਂਦਾ ਨਹੀਂ ਹੈ ਬਲਕਿ ਕਲਾ ਗਤੀਵਿਧੀ ਵਿਚ ਬੱਚੇ ਦੀ ਰੂਚਿ ਅਤੇ ਭਾਗੀਦਾਰੀ ਵਧਾਉਣ ਵਿਚ ਇਕ ਗਾਇਡ ਦੇ ਰੂਪ ਵਿਚ ਕਾਰਜ ਕਰਦਾ ਹੈ। ਸਭ ਤੋਂ ਪਹਿਲਾ, ਅਧਿਆਪਕ ਇਕ ਕਲਾ ਰੂਪ ਦੇ ਬਾਰੇ ਸੋਚਦਾ ਹੈ। ਅਧਿਆਪਕ ਸੰਭਾਵਨਾ ਨਾਲ ਕਾਰਜ ਕਰਦਾ ਹੈ ਅਤੇ ਰੋਜ਼ਾਨਾ ਕੁੱਝ ਨਵਾਂ ਕਰਨ ਦੀ ਯੋਜਨਾ ਬਣਾਉਂਦਾ ਹੈ। ਇਹ ਸਭ ਤੋਂ ਵੱਧ ਚੁਣੋਤੀ ਪੂਰਨ ਕਾਰਜਾਂ ਵਿਚੋਂ ਇਕ ਹੈ ਜਿਸਦਾ ਅਧਿਆਪਕ ਰੋਜ਼ਾਨਾ ਸਾਹਮਣਾ ਕਰਦਾ ਹੈ। ਬੱਚਾ ਬੁੱਧੀ, ਅਤਿ ਸਕਰਿਯ, ਵਯਰਗ, ਕੋਲਾਹਲਪੂਰਨ ਸਿਰਜਨਾਤਮਕ ਅਤੇ ਹੋਰ ਕਈਆਂ ਦਾ ਇਕ ਪੁੰਜ ਹੈ। ਇਸ ਉਰਜਾਂ ਅਤੇ ਯੋਗਤਾ ਨੂੰ ਸਾਂਚੇ ਵਿਚ ਢਾਲਣਾ ਆਸਾਨ ਕਾਰਜ ਨਹੀਂ ਹੈ। ਇਸ ਲਈ ਕਲਾ ਦੀ ਕੋਈ ਗਤੀਵਿਧੀ ਜੋ ਬੱਚੇ ਵਿਚ ਰੁਚਿ ਅਤੇ ਕਲਪਨਾਸ਼ਿਲਤਾ ਨੂੰ ਪੈਦਾ ਕਰਦੀ ਹੈ ਨੂੰ ਨਵੀਨਤਾ ਨਾਲ ਨਿਯੋਜਿਤ ਕੀਤਾ ਜਾਂਦਾ ਹੈ।

ਬੱਚਿਆਂ ਦੀ ਸਿੱਖਿਆ ਅਤੇ ਗਿਆਨ ਲਈ ਸਾਰਥਕ ਪ੍ਰਸੰਗ ਦੀ ਚੋਣ ਅਰਗਿਮ ਵਿਚ ਕੀਤੀ ਜਾਣੀ ਚਾਹੀਦੀ ਹੈ। ਵਿਚਾਰ ਕਰਕੇ ਪਾਠਕ੍ਰਮ ਦੇ ਸਤਰਾਂ ਦੇ ਦੌਰਾਨ ਪ੍ਰਸੰਗ ਦੇ ਅਨੁਸਾਰ ਵਿਚਾਰ ਆਪਣੇ ਆਪ ਆ ਸਕਦੇ ਹਨ। ਬੱਚਿਆਂ ਨੂੰ ਉਨ੍ਹਾਂ ਦੇ ਸਾਰਥਕ ਵਿਚਾਰਾਂ, ਬਿੰਬਾਂ, ਭਾਵਨਾਵਾਂ ਅਤੇ ਗਿਆਨਾਂ ਨੂੰ ਸਾਂਝਾ ਕਰਨ ਲਈ ਪ੍ਰੇਰਿਤ ਕੀਤਾ ਜਾਣਾ ਚਾਹੀਦਾ ਹੈ। ਉਦਾਹਰਣ ਲਈ ਕਵਿਤਾ ਨੂੰ ਸਪੱਸ਼ਟ ਕਰਨ ਲਈ ਜਾਂ ਵਿਗਤ ਸਾਲਾਂ ਨਾਲ ਸੰਬੰਧਿਤ ਕਿਸੇ ਹੋਰ ਕਲਾਕਾਰ ਰਾਹੀਂ ਬਣੀ ਕਲਾਕਰਿਤਿਆਂ ਦੀ ਨਕਲ ਕਰਨ ਲਈ ਅਧਿਆਪਕ ਰਾਹੀਂ ਸਹੀ ਅਤੇ ਉਮੀਦੀ ਵਾਤਾਵਾਰਣ ਉਪਲਬਧ ਕਰਾਉਣਾ ਚਾਹੀਦਾ ਹੈ। ਉਸਨੂੰ ਸਾਰੇ ਪਹਿਲੂਆਂ ਜਿਵੇਂ ਉਦੇਸ਼ਾ, ਕਲਾਸ ਦਾ ਪੱਧਰ, ਉਪਲਬਧ ਸੁਵਿਧਾਵਾਂ, ਬੱਚਿਆਂ ਦੀ ਗਿਣਤੀ, ਸਮੱਗਰੀ ਅਤੇ ਸਮੇਂ ਦੀ ਉਪਲਬਧਤਾ ਆਦਿ 'ਤੇ ਵਿਚਾਰ ਕਰਨਾ ਚਾਹੀਦਾ ਹੈ।

ਪਾਠ ਪੁਸਤਕ ਤੋਂ ਬਾਹਰ ਦੇ ਵਿਸ਼ੇ ਦੀ ਖੋਜ ਕਰਨ ਲਈ ਬੱਚਿਆਂ ਨੂੰ ਸਮੇਂ ਦੇਣਾ ਚਾਹੀਦਾ ਹੈ। ਗਿਆਨ ਨੂੰ ਬਹੁ-ਸੰਵੇਦੀ ਨਿਯੋਜਿਤ ਕੀਤਾ ਜਾਣਾ ਚਾਹੀਦਾ ਹੈ। ਅਧਿਆਪਕ ਨੂੰ ਸਮੇਂ ਸਾਰਣੀ ਅਤੇ ਯੋਜਨਾ ਸਮੇਂ 'ਤੇ ਵੀ ਵਿਚਾਰ ਕਰਨਾ ਚਾਹੀਦਾ ਹੈ।

ਕਲਾ ਗਿਆਨ ਦੀ ਯੋਜਨਾ ਸ਼ਾਮਿਲ ਕਰਦੀ ਹੈ-

- ਇਕ ਵਿਚਾਰ ਕਿ ਕੀ ਕਰਨਾ ਹੈ?
- ਉਤਪ੍ਰੇਰਕ ਦੇ ਰੂਪ ਵਿਚ ਸਮੱਗਰੀਆਂ ਅਤੇ ਉਪਕਰਣਾਂ ਦਾ ਪ੍ਰਯੋਗ ਕਰਨਾ।
- ਸਥਾਨ ਅਤੇ ਸਮੇਂ ਦਾ ਸੰਗਠਨ ਕਰਨਾ।
- ਇੱਕ ਸਹਾਇਕ ਵਾਤਾਵਰਣ ਬਣਾਉਣਾ।
- ਪ੍ਰਦਰਸ਼ਨ ਖੇਤਰ ਲਈ ਇਕ ਦ੍ਰਿਸ਼ਟੀਕੋਣ ਹੋਣਾ।
- ਕਾਰਜ ਦੇ ਦੌਰਾਨ ਅਤੇ ਅੰਤ ਦੇ ਬਾਅਦ ਮੁਲਾਂਕਣ ਲਈ ਅਭਿਲੇਖ ਰੱਖਣਾ।

ਪ੍ਰਸ਼ਨ 39. ਕਲਾਤਮਕ ਗਤੀਵਿਧੀਆਂ ਨੂੰ ਕਰਨ ਲਈ ਕੁੱਝ ਵਿਸ਼ਾਂ ਦਾ ਸੁਝਾਓ ਦਓ।

ਜਾਂ

ਕੁੱਝ ਵਿਸ਼ਾਂ ਦਾ ਸੁਝਾਓ ਦਓ ਜਿਨ੍ਹਾਂ ਨੂੰ ਕਲਾ ਗਤੀਵਿਧੀਆਂ ਵਿਚ ਵਰਤਿਆ ਜਾ ਸਕਦਾ ਹੈ।

ਉੱਤਰ - ਕਲਾ ਗਤੀਵਿਧੀਆਂ ਨੂੰ ਕਰਨ ਵਿਚ ਅਧਿਆਪਕ ਹੇਠ ਲਿਖੇ ਵਿਸ਼ਾਂ ‘ਤੇ ਵਿਚਾਰ ਕਰ ਸਕਦਾ ਹੈ-

- ਅਧਿਆਪਕ ਇਕ ਸੂਚਨਾ ਪੱਟ ਤਿਆਰ ਕਰਣ ਅਤੇ ਵਿਸ਼ੇਸ਼ ਪ੍ਰਸੰਗਾਂ ‘ਤੇ ਸਮਾਚਾਰ ਪੱਤਰਾਂ ਦੇ ਸੰਬੰਧਿਤ ਧਾਰਾਂ ਦੀ ਕਤਰਨ, ਕਹਾਣੀਆਂ, ਕਵਿਤਾ, ਆਤਮਕਥਾ ਆਦਿ ਨੂੰ ਚਿਪਕਾਓ ਅਤੇ ਇਸ ਨੂੰ ਆਪਣੇ ਤਰੀਕੇ ਨਾਲ ਸਜਾਓ।
- ਅਧਿਆਪਕ ਨੂੰ ਚਾਹੀਏ ਕਿ ਉਹ ‘ਧਰਤੀ ਦਿਵਸ’ ਮਨਾਉਣ। ਧਰਤੀ ਦੀ ਜਰੂਰਤਾਂ ਬਾਰੇ ਬੱਚਿਆਂ ਨੂੰ ਪੜ੍ਹਨ ਨੂੰ ਕਹਿਣ। ਧਰਤੀ ਦੀ ਜਰੂਰਤਾਂ ਬਾਰੇ ਬੱਚੇ ਜੋ ਸੋਚਦੇ ਹਨ ਉਂਹਾਂ ਦੀ ਤਸਵੀਰ ਬਣਾ ਸਕਦੇ ਹਨ ਜਾਂ ਰੰਗ ਸਕਦੇ ਹਨ। ਆਪਣੇ ਵਿਚਾਰਾਂ ਨੂੰ ਰੱਖਣ ਲਈ ਉਹ ਸਲੋਗਨ ਲਿੱਖ ਸਕਦੇ ਹਨ।
- ਅਧਿਆਪਕ ਬੱਚਿਆਂ ਨੂੰ ਖੁਦ ਦੀ ਇਕ ਤਸਵੀਰ ਬਣਾਉਣ ਲਈ ਕਹਿਣ ਅਤੇ ਉਨ੍ਹਾਂ ਨੂੰ ਇਸ ‘ਤੇ ਕੁੱਝ ਸ਼ਬਦ ਲਿੱਖਣ ਨੂੰ ਕਹਿਣ। ਤਸਵੀਰ ਰੋਜ਼ਾਰਾ ਕੁੱਝ ਸ਼ਬਦਾਂ ਨਾਲ ਆਪਣੇ ਆਪ ਨੂੰ ਤਬਦੀਲ ਕਰ ਲੈਂਦੀ ਹੈ। ਪੁਛੱਣ ‘ਤੇ ਬੱਚੇ ਆਪਣੇ ਲਈ ਭਵਿੱਖ ਦੀ ਯੋਜਨਾਵਾਂ ਨੂੰ ਪੇਸ਼ ਕਰਨਗੇ। ਕੁੱਝ ਪ੍ਰੇਰਕ ਸ਼ਬਦ ਇਕ ਚੰਗੇ ਭਵਿੱਖ ਬਾਰੇ ਉਨਾਂ ਦੀ ਮਦਦ ਕਰ ਸਕਦੇ ਹਨ।
- ਬੱਚੇ ਛਪਾਈ ਲਈ ਪੱਤੀਆਂ ਨੂੰ ਰਗੜ੍ਹ ਕੇ ਇਕ ਸੁੰਦਰ ਡਿਜਾਇਨ ਬਣਾ ਸਕਦੇ ਹਨ- ਇਕ ਮਜ਼ੇਦਾਰ ਸ਼ਿਲਪ ਗਤੀਵਿਧੀ।

- ਅਧਿਆਪਕ ਕਾਗਜ਼ ਨਾਲ ਮਾਸਕ ਬਣਾਉਣ ਅਤੇ ਪਾਉਣ ਲਈ ਉਨ੍ਹਾਂ ਨੂੰ ਉਤਸ਼ਾਹਿਤ ਕਰਣ। ਰੋਲ ਪਲੇ ਲਈ ਉਨ੍ਹਾਂ ਮਾਸਕ ਦਾ ਪ੍ਰਯੋਗ ਕਰਨ ਵਿਚ ਕਲਾਸ ਨੂੰ ਮੰਜ਼ੂਰੀ ਦੇਣ।
- ਬੱਚੇ ਆਪਣੀ ਕਹਾਣੀ ਜਾਂ ਤਸਵੀਰ ਦੀ ਪੁਸਤਕ ਬਣਾ ਸਕਦੇ ਹਨ।
- ਅਧਿਆਪਕ ਇਕ ਉਤਸਵ ਦਾ ਸੰਗਠਨ ਜਾਂ ਯੋਜਨਾ ਬਣਾਉਣ ਜਿੱਥੇ ਬੱਚੇ ਨਿਸ਼ਪਾਦਨ ਕਰ ਸਕਣ।
- ਅਧਿਆਪਕ ਡਾਇਨਾਸੋਰ ਜਾਂ ਜਿਰਾਫ ਜਾਂ ਮਿਕੀ ਮਾਉਸ ਦਾ ਇਕ ਸਮੂਹ ਵਿਚ ਇਕ ਵਿਸ਼ਾਲ ਸੰਰਚਨਾ ਬਣਾਉਣ ਅਤੇ ਸਕੂਲ ਦੇ ਮੁੱਖ ਸਥਾਨ 'ਤੇ ਲਗਾਉਣ।
- ਅਧਿਆਪਕ ਕੁੱਝ ਸਮੂਹ ਬਣਾਉਣ ਅਤੇ ਵੱਖ-ਵੱਖ ਪ੍ਰਕਾਰ ਦੀ ਕਠਪੁਤਲੀਆਂ ਅਤੇ ਇਕ ਕਠਪੁਤਲੀ ਪ੍ਰਦਰਸ਼ਨੀ ਦੀ ਯੋਜਨਾ ਬਣਾਉਣ।
- ਅਧਿਆਪਕ ਇਕ ਪ੍ਰਦਰਸ਼ਨੀ ਦਾ ਆਯੋਜਨ ਕਰਣ ਜਿੱਥੇ ਉਹ ਬੱਚਿਆਂ ਰਾਹੀਂ ਬਣਾਈ ਕਲਾ ਜਾਂ ਉਤਸਵ ਦਾ ਪ੍ਰਦਰਸ਼ਨ ਕਰ ਸਕਦੇ ਹਨ।
- ਅਧਿਆਪਕ ਆਪਣੇ ਕਾਰਟੂਨ ਤਸਵੀਰ ਬਣਾਉਣ ਅਤੇ ਉਸ ਨੂੰ ਨਾਂ ਦੇਣ ਅਤੇ ਉਨ੍ਹਾਂ ਦਾ ਇਕ ਪ੍ਰਹਸਨ ਵਿਚ ਪ੍ਰਯੋਗ ਕਰਣ।
- ਅਧਿਆਪਕ ਬੱਚਿਆਂ ਨੂੰ ਇਕ ਰੰਗ ਨੂੰ ਵੱਖ-ਵੱਖ ਵਸਤਾਂ ਨਾਲ ਸੰਬੰਧਿਤ ਕਰਨ ਨੂੰ ਕਹਿਣ। ਉਸ ਵਿਸ਼ੇ ਵਸਤੂ 'ਤੇ ਰੰਗ ਦੇ ਪ੍ਰਭਾਵ ਬਾਰੇ ਲਿਖਣ।

ਪ੍ਰਸ਼ਨ 40. ਸਕੂਲ ਸਮੇਂ ਸਮੱਗਰੀ ਵਿਚ ਕਲਾ ਸਿੱਖਿਆ ਦੀ ਥਾਂ ਬਾਰੇ ਚਰਚਾ ਕਰੋ।

ਉੱਤਰ - ਪ੍ਰਾਇਮਰੀ ਸਕੂਲ ਵਿਚ ਸਮੇਂ ਸਾਰਣੀ ਵੱਧ ਮਨੁੱਖੀ ਫੈਸਲਾਂ ਨੂੰ ਸ਼ਾਮਿਲ ਕਰਦਾ ਹੈ। ਕਲਾ ਲਈ ਵੱਖ ਸਮੇਂ ਰੱਕਣਾ ਚਾਹੀਦਾ ਹੈ ਅਤੇ ਇਹ ਕਲਾਸਾਂ ਨਿਯਮਿਤ ਅਤੇ ਲਗਾਤਾਰ ਹੋਣੀ ਚਾਹੀਦੀ ਹਨ। ਬਹੁਤ ਨਿੱਕੇ ਬੱਚੇ ਰੋਜ਼ਾਨਾ ਕਲਾ ਲਈ ਸਮੇਂ ਦੇ ਸਕਣਗੇ ਕਿਉਂਕਿ ਉਨ੍ਹਾਂ ਦਾ ਧਿਆਨ ਵਿਸਥਾਰ ਛੋਟਾ ਹੈ, ਉਨ੍ਹਾਂ ਦਾ ਅਨੁਭਵ 5 ਤੋਂ 10 ਮਿਨਟ ਦਾ ਹੋਵੇਗਾ।

ਉਦੇਸ਼ ਪੂਰਨ ਅਤੇ ਅਨੰਦਾਈ ਕਲਾ ਗਤੀਵਿਧੀਆਂ ਲਈ ਸਮੇਂ ਦੀ ਪ੍ਰਭਾਵੀ ਵਿਵਸਥਾ ਬਹੁੱਤ ਮਹੱਤਵਪੂਰਨ ਹੈ। ਇਕ ਵਿਸ਼ੇਸ਼ ਜਰੂਰੀ ਕਾਰਜ ਦੇ ਸੰਵੇਗਾਂ ਨੂੰ ਬਣਾਏ ਰੱਖਣ ਦੇ ਕ੍ਰਮ ਵਿਚ ਸਮੇਂ ਦਾ ਕਾਲਾਵਿਧੀ ਦੀ ਛੋਟੀ ਇਕਾਈਆਂ ਵਿਚ ਵੰਡਣਾ ਸਮੇਂ ਦੀ ਜਰੂਰਤ 'ਤੇ ਹੋ ਸਕਦਾ ਹੈ। ਕਲਾ ਗਤੀਵਿਧੀਆਂ ਲਈ ਦਿੱਤੇ ਗਏ ਸਮੇਂ ਦੀ ਮਾਤਰਾ ਹੋਰ ਵਿਸ਼ੇ ਦੀ ਗਤੀਵਿਧੀਆਂ ਦੇ ਬਰਾਬਰ ਹੋਣੀ ਚਾਹੀਦੀ ਹੈ। ਅਧਿਆਪਕ ਨੂੰ ਵਿਅਕਤੀਤਵ ਅਤੇ ਸਮੂਹ ਕਾਰਜ ਦੋਨਾਂ ਵਿਚ ਸਹਿਯੋਗ ਲਈ ਮੰਜ਼ੂਰੀ ਦੇਣੀ ਚਾਹੀਦੀ ਹੈ ਜਿੱਥੇ ਬੱਚੇ ਵਿਚਾਰਾਂ ਨੂੰ ਸਾਂਝਾ ਕਰ ਸਕਦੇ ਹਨ। ਕੱਥ ਪਰਕ ਕਾਰਜ ਜਿਵੇਂ ਵਰਿਹਦ ਪੱਧਰ 'ਤੇ ਪ੍ਰਾਰੂਪਣ ਕਦੇ-ਕਦੇ ਵੱਧ ਸਮੇਂ ਮੰਗ ਸਕਦੇ ਹਨ ਅਤੇ ਅਧਿਆਪਕ ਨੂੰ ਵੱਧ ਵਿਵਸਥਾ ਕਰਨੀ ਪੈਂਦੀ ਹੈ। ਇਸ ਲਈ ਸਮੇਂ ਦੇ ਵਿਤਰਣ ਦੀ ਯੋਜਨਾ ਅਗਰਿਮ ਹੋਣੀ ਚਾਹੀਦੀ ਹੈ।

ਜਦੋਂ ਅਧਿਆਪਕ ਕਲਾ ਦੇ ਨਾਲ ਹੋਰ ਵਿਸ਼ਾਂ ਨੂੰ ਇਕੱਠਾ ਕਰਦੇ ਹਨ ਤਾਂ ਪਾਠਕ੍ਰਮ ਦੇ ਬਹੁਤ ਸਾਰੇ ਖੇਤਰ ਸਿਰਫ ਦ੍ਰਿਸ਼ ਅਤੇ ਕਾਲਪਨਿਕ ਪ੍ਰੇਰਣ ਪੇਸ਼ ਕਰਦੇ ਹਨ। ਅਧਿਆਪਕ ਕਲਾ ਕਲਾਸ ਲਈ ਉਪਯੋਗੀ ਹੋ ਸਕਦੇ ਹਨ। ਇਸ ਪ੍ਰਕਾਰ ਉਨ੍ਹਾਂ ਵਿਸ਼ੇਸ ਵਿਸ਼ਾਂ ਲਈ ਆਵੰਟਿਤ ਸਮੇਂ ਨੂੰ ਕਲਾ ਗਿਆਨ ਲਈ ਪ੍ਰਯੁਕਤ ਕੀਤਾ ਜਾ ਸਕਦਾ ਹੈ। ਕਹਾਣੀਆਂ, ਕਵਿਤਾਵਾਂ, ਡ੍ਰਾਮਾ, ਚਿੱਤਰਕਲਾ ਵਿਚ ਇਤਿਹਾਸਿਕ ਘਟਨਾਵਾਂ, ਪੇਂਟਿੰਗ ਨੂੰ ਸਮਝਣਾ, ਉਸ ਕਾਲਾਵਿਧੀ ਨੂੰ ਕਲਾ ਲਈ ਵਰਤਣਾ ਪ੍ਰਤੱਖ ਮੌਕਾ ਹੈ। ਅਧਿਆਪਕ ਰਾਹੀਂ ਇਹ ਨਿਸ਼ਚਿਤ ਕਰਨਾ ਚਾਹੀਦਾ ਹੈ ਕਿ ਕਲਾ ਦੇ ਉਦੇਸ਼ ਸਪੱਸ਼ਤਾ ਨਾਲ ਕੇਂਦਰਿਤ ਹੋਵਣ, ਨਹੀਂ ਤਾਂ ਅਜਿਹੀ ਕਲਾ ਕਲਾਸਾਂ ਨਿਰਥਕ ਹੋਵੇਗੀ।

ਪ੍ਰਸ਼ਨ 41. ਕਲਾ ਅਨੁਭਵ ਲਈ ਜਰੂਰੀ ਸਮੱਗਰੀਆਂ ਦੀ ਚਰਚਾ ਕਰੋ।

ਉੱਤਰ - ਇਕ ਅਧਿਆਪਕ ਨੂੰ ਬੱਚਿਆਂ ਦੀ ਜਰੂਰਤਾਂ ਨੂੰ ਧਿਆਨ ਵਿਚ ਰੱਖਕੇ ਸਮੱਗਰੀ ਦਾ ਸੰਘਟਨ ਕਰਨਾ ਚਾਹੀਦਾ ਹੈ। ਕਲਾ ਅਨੁਭਵ ਲਈ ਜਰੂਰੀ ਸਮੱਗਰੀਆਂ ਹੇਠ ਲਿਖੀ ਹਨ-

(1) ਦ੍ਰਿਸ਼ ਕਲਾ ਲਈ - ਦ੍ਰਿਸ਼ਕਲਾ ਵਿਚ ਇਕ ਅਧਿਆਪਕ ਕਈ ਵਿਕਲਪਾਂ ਨੂੰ ਆਪਣਾ ਸਕਦਾ ਹੈ-

- ਛਪਾਈ
- ਪੇਂਟਿੰਗ
- ਚਿੱਤਰਕਲਾ
- ਰੰਗੋਲੀ
- ਸ਼ਿਲਪ
- ਕੋਲਾਜ
- ਮਿੱਟੀ ਪ੍ਰਤਿਰੁਪਣ
- ਕਠਪੁਤਲੀ ਨਿਰਮਾਣ
- ਪੇਪਰ ਮੇਂਸੀ
- ਕਾਗਜ਼ ਸ਼ਿਲਪ
- ਪ੍ਰਤਿਸ਼ਠਾਪਨ

ਉਪਰੋਕਤ ਦ੍ਰਿਸ਼ ਕਲਾ ਅਤੇ ਸ਼ਿਲਪਾਂ ਲਈ ਜਰੂਰੀ ਸਮੱਗਰੀ ਵੱਖ ਹੈ-

- ਪੇਂਟ ਅਤੇ ਬੁਰਸ਼
- ਮਿੱਟੀ ਅਤੇ ਲੋਈ
- ਗੋਂਦ ਅਤੇ ਟੇਪ
- ਬਾਲੂ
- ਕਿਤਾਬਾਂ
- ਕਲਮ, ਮਾਰਕਰ, ਪੇਂਸਿਲ

- ਕੈਂਚੀ ਅਤੇ ਕਟਰ
- ਸਟੇਨਸਿਲ
- ਦ੍ਰਿਸ਼, ਸੁਣਨ ਸਮੱਗਰੀ
- ਪੇਪਰ ਮੈਸੀ
- ਮੋਮ
- ਲਕੜੀ ਦੇ ਆਕਾਰ
- ਸਮਾਚਾਰ ਪੱਤਰ ਅਤੇ ਅਖਬਾਰਾਂ

(2) ਨਿਸ਼ਪਾਦਨ ਕਲਾ ਲਈ - ਦ੍ਰਿਸ਼ ਕਲਾ ਲਈ ਨਿਰਮਿਤ ਕੱਥਪਰਕ ਸਮੱਗਰੀਆਂ ਨਿਸ਼ਪਾਦਨ ਕਲਾ ਦੇ ਨਾਲ ਸਾਂਝਾ ਕੀਤੀ ਜਾ ਸਕਦੀ ਹੈ। ਦ੍ਰਿਸ਼ ਕਲਾ ਵਿਚ ਬਣੇ ਮਾਸਕ, ਤਾਜ, ਕੱਪੜੇ, ਰੋਲ ਪਲੇ ਆਦਿ ਵਿਚ ਪ੍ਰਯੁਕਤ ਹੋ ਸਕਦੇ ਹਨ।

ਸਧਾਰਨ ਰੂਪ ਨਾਲ ਉਪਲਬਧ ਵੱਖ-ਵੱਖ ਪ੍ਰਕਾਰਾਂ ਦੀ ਸਮੱਗਰੀ ਇਨ੍ਹਾਂ ਰੂਪਾਂ ਵਿਚ ਪ੍ਰਯੁਕਤ ਹੋ ਸਕਦੀ ਹੈ-

- ਮੋਤੀਆਂ ਦੀ ਮਾਲਾ ਦੇ ਰੂਪ ਵਿਚ
- ਕਾਗਜ਼ ਦੇ ਆਭੂਸ਼ਣ
- ਸਧਾਰਨ ਪਾਰੰਪਰਿਕ ਸਾੜੀ
- ਸਧਾਰਨ ਰੂਪ ਨਾਲ ਬਜਾਏ ਜਾਣ ਵਾਲੇ ਵਾਦ ਯੰਤਰ
- ਵੱਖ ਪ੍ਰਿਸ਼ਠ ਪਟ ਬਣਾਉਣ ਲਈ ਕਾਗਜ਼
- ਫੁੱਲਾਂ, ਪੱਤੀਆਂ, ਮੋਮ ਅਤੇ ਮਿੱਟੀ ਵਿਚ ਨਿਰਮਿਤ ਆਭੂਸ਼ਣ
- ਵੱਖ-ਵੱਖ ਮਾਸਕ
- ਸਜਾਵਟ ਲਈ ਕ੍ਰੇਪ ਪੇਪਰ
- ਵੱਖ-ਵੱਖ ਪ੍ਰਕਾਰ ਦੀ ਕਠਪੁਤਲੀਆਂ
- ਵੱਖ-ਵੱਖ ਉਪਕਰਣ
- ਮਾਇਕ ਅਤੇ ਧੁਨੀ ਵਿਵਸਥਾ
- ਵੱਖ-ਵੱਖ ਕਿਸਮ ਦੇ ਕੱਪੜੇ

ਪ੍ਰਸ਼ਨ 42. ਇਕ ਅਧਿਆਪਕ ਨੂੰ ਕਲਾ ਅਨੁਭਵ ਲਈ ਸਮੱਗਰੀ ਦਾ ਸੰਗਰਹਿ ਕਰਦੇ ਸਮੇਂ ਕਿਹੜੀ ਬਿੰਦੂਆਂ ਨੂੰ ਧਿਆਨ ਵਿਚ ਰੱਖਣਾ ਚਾਹੀਦਾ ਹੈ?

ਉੱਤਰ - ਇਕ ਅਧਿਆਪਕ ਨੂੰ ਕਲਾ ਅਨੁਭਵ ਲਈ ਸਮੱਗਰੀ ਦਾ ਸੰਗਰਹਿ ਕਰਦੇ ਸਮੇਂ ਹੇਠ ਲਿਖੀ ਬਿੰਦੂਆਂ ਨੂੰ ਧਿਆਨ ਵਿਚ ਰੱਖਣਾ ਚਾਹੀਦਾ ਹੈ-

- ਬੱਚਿਆਂ ਨੂੰ ਸਮੱਗਰੀ ਨੂੰ ਲਾਉਣ ਲਈ ਉਤਸ਼ਾਹਿਤ ਕੀਤਾ ਜਾਣਾ ਚਾਹੀਦਾ ਹੈ, ਦਬਾਅ ਨਹੀਂ ਪਾਉਣਾ ਚਾਹੀਦਾ।
- ਸਮੱਗਰੀ ਦਾ ਸੰਗਰਹਿ ਗਤੀਵਿਧੀ ਦੇ ਸਮੇਂ ਤੋਂ ਠੀਕ ਪਹਿਲਾਂ ਹੋਣਾ ਚਾਹੀਦਾ ਹੈ। ਤੁਹਾਡੇ ਆਯੋਜਨ ਵਿਚ ਸਮੱਗਰੀਆਂ ਆਸਾਨੀ ਨਾਲ ਉਪਲਬਧ ਹੋਣੀ ਚਾਹੀਦੀ ਹੈ।
- ਸਮੱਗਰੀ ਬੱਚਿਆਂ ਲਈ ਸੁਰੱਖਿਅਤ ਹੋਣੀ ਚਾਹੀਦੀ ਹੈ।
- ਕਲਾਸ ਵਿਚ ਜਾਦੂ ਦੀ ਟੋਕਰੀ ਜਾਂ ਬਾਕਸ ਬਣਾਏ ਜਾਣੇ ਚਾਹੀਦੇ ਹਨ ਜਿੱਥੇ ਬੱਚਿਆਂ ਰਾਹੀਂ ਸੰਗਰਹਿਤ ਸਮੱਗਰੀਆਂ ਨੂੰ ਰੱਖਿਆ ਜਾ ਸਕੇ।
- ਮਾਤਾ-ਪਿਤਾ 'ਤੇ ਬੋਝ ਡਾਲਣ ਤੋਂ ਬਚੋ, ਸਮੱਗਰੀਆਂ ਲਈ ਆਗਰਿਹ ਕਰਨਾ ਚਾਹੀਦਾ ਹੈ।
- ਬੱਚਿਆਂ ਰਾਹੀਂ ਖਰੀਦੀ ਗਈ ਸਮੱਗਰੀਆਂ ਤੋਂ ਬਚਨਾ ਚਾਹੀਦਾ ਹੈ।
- ਸਮੱਗਰੀ ਵਾਤਾਵਰਣ ਦੇ ਅਨੁਕੂਲ ਹੋਣੀ ਚਾਹੀਦੀ ਹੈ।
- ਸਮੱਗਰੀਆਂ ਨੂੰ ਇਕੱਠਾ ਕਰਨ ਅਤੇ ਗਤੀਵਿਧੀ 'ਤੇ ਕਾਰਜ ਕਰਨ ਲਈ ਬੱਚਿਆਂ ਨੂੰ ਸਮੂਹਾਂ ਵਿਚ ਵੰਡ ਦੇਣਾ ਚਾਹੀਦਾ ਹੈ।
- ਕਲਾਸ ਵਿਚ ਬੈਠਨ ਦੀ ਵਿਵਸਥਾ ਨਮਨੀਯ ਰੱਖਣੀ ਚਾਹੀਦੀ ਹੈ।
- ਬੱਚਿਆਂ ਨੂੰ ਸਮੂਹਾਂ ਵਿਚ ਰੱਖ ਕੇ ਸਮੱਗਰੀਆਂ ਦਾ ਪ੍ਰਭਾਰ ਦਓ ਅਤੇ ਉਨ੍ਹਾਂ ਦਾ ਸਥਾਨ ਨਿਯਮਿਤ ਰੂਪ ਤੋਂ ਬਦਲਦੇ ਰਹਿਣਾ ਚਾਹੀਦਾ ਹੈ।
- ਸਮੱਗਰੀ ਨੂੰ ਸੱਭਿਆਚਾਰਕ ਸੰਦਰਭ ਵਿਚ ਸਰਾਹਨਾ ਚਾਹੀਦਾ ਹੈ।
- ਸਮੱਗਰੀ ਵਿਸ਼ੇਸ਼ ਉਮਰ ਸਮੂਹ ਦੀ ਹੋਣੀ ਚਾਹੀਦੀ ਹੈ।

ਬੱਚੇ ਆਪੂਰਤੀਆਂ ਨੂੰ ਸੁਰੱਖਿਅਤ ਰੱਖਚ ਦੀ ਆਪਣੀ ਭੂਮਿਕਾ ਨਿਭਾਉਣਗੇ ਇਕ ਵਾਰ ਜਦੋਂ ਉਹ ਸਮਝ ਜਾਣ ਕਿ ਕਿਉਂ ਅਤੇ ਕਿਵੇਂ ਦੇਖਭਾਲ ਕੀਤੀ ਜਾਵੇ। ਸਫਾਈ ਦੀ ਪ੍ਰਕਿਰਿਆ ਵੀ ਪਹਿਲਾਂ ਹੀ ਨਿਯੋਜਿਤ ਕਰ ਲੈਣੀ ਚਾਹੀਦੀ ਹੈ।

ਪ੍ਰਸ਼ਨ 43. ਕਲਾ ਅਨੁਭਵ ਲਈ ਸਮੱਗਰੀ ਅਤੇ ਸਥਾਨ ਨੂੰ ਵਿਵਸਥਿਤ ਕਿਵੇਂ ਕਰਣਗੇ? ਦੱਸੋ।

ਉੱਤਰ - ਸਿੱਖਿਆ-ਸਿੱਖਣ ਗਿਆਨ ਨੂੰ ਵਿਵਸਥਿਤ ਕਰਨ ਲਈ ਇਕ ਅਧਿਆਪਕ ਵਿਚ ਉਤਸ਼ਾਹ, ਦ੍ਰਿਢ ਸੰਕਲਪ, ਵਿਅਕਤੀਤਵ ਉਰਜਾ, ਸੁੰਦਰ ਸਮਝ, ਉਪਕਰਣਾਂ ਦਾ ਵਿਸਥਾਰ ਤੜੀ, ਬਿਹਤਰ ਕਲਪਨਾਸ਼ੀਲਤਾ ਅਤੇ ਚੰਗੇ ਸੰਚਾਰ ਹੁਨਰ ਜਰੂਰੀ ਹੈ। ਇਹ ਅਧਿਆਪਕ ਦੀ ਸੰਵੇਦਨਸ਼ੀਲਤਾ 'ਤੇ ਨਿਰਭਰ ਕਰਦਾ ਹੈ ਕਿ ਕਿੰਨੀ ਚੰਗੀ ਤਰਾਂ ਨਾਲ ਉਹ ਬੱਚੇ ਦੀ ਜਰੂਰਤ ਦਾ ਪ੍ਰਬੰਧ ਕਰਦਾ ਹੈ।

ਦ੍ਰਿਸ਼ ਕਲਾ ਲਈ

ਸਮੱਗਰੀ

ਦ੍ਰਿਸ਼ ਕਲਾ ਲਈ ਬੱਚਿਆਂ, ਮਾਪਿਆਂ, ਸਕੂਲ ਅਤੇ ਸਮੁਦਾਏ ਨੂੰ ਸ਼ਾਮਿਲ ਕਰਦੇ ਹੋਏ ਉਪਰੋਕਤ ਸਮੱਗਰੀ ਦਾ ਸੰਘਟਨ ਕਰਨਾ ਇਕ ਪਰਾਮਰਸ਼ੀ ਅਤੇ ਸਹਿਯੋਗੀ ਪ੍ਰਕਿਰਿਆ ਹੈ। ਰੂਚੀ ਅਤੇ ਉਤਸ਼ਾਹ

ਬਣਾਏ ਰੱਖਣ ਲਈ ਸਮੱਗਰੀ ਅਤੇ ਉਪਕਰਣਾਂ ਦੀ ਇਕ ਨਿਯਮਿਤ ਅਤੇ ਕਾਫ਼ੀ ਆਪੂਰਤਿ ਲਾਜ਼ਮੀ ਹੈ। ਸਾਰੇ ਸੰਭਵ ਸਰੋਤਾਂ ਬਾਰੇ ਸੋਚਨਾ ਵੀ ਮਹੱਤਵਪੂਰਨ ਹੈ। ਸਮੱਗਰੀ ਦੋ ਪੱਧਰ ਦੀ ਹੋਣੀ ਚਾਹੀਦੀ ਹੈ-

- ਅਧਿਆਪਕ/ਸਕੂਲ ਰਾਹੀਂ ਪ੍ਰਦੱਤ
- ਬੱਚਿਆਂ/ਸਮੁਦਾਏ ਰਾਹੀਂ ਵਿਵਸਥਿਤ

ਸਧਾਰਨ ਉਦੇਸ਼ ਨੂੰ ਵਿਕਸਿਤ ਕਰਨ ਅਤੇ ਸਮੱਗਰੀ ਦੀ ਉਪਲਬਧਤਾ ਨਿਸ਼ਚਿਤ ਕਰਨ ਵਿਚ ਅਧਿਆਪਕ, ਬੱਚਿਆਂ, ਪ੍ਰਿੰਸੀਪਲ ਅਤੇ ਮਾਪਿਆਂ ਵਿਚਕਾਰ ਚੰਗਾ ਸੰਵਾਦ ਸਹਾਇਕ ਹੋਵੇਗੀ। ਇੱਥੇ ਅਧਿਆਪਕ ਦੀ ਭੂਮਿਕਾ ਬਹੁਤ ਮਹੱਤਵਪੂਰਨ ਹੈ। ਉਸਨੂੰ ਸਮੱਗਰੀ ਨੂੰ ਹੇਠ ਲਿਖੇ ਨਾਲ ਸੰਘਟਿਤ ਕਰਨਾ ਚਾਹੀਦਾ ਹੈ-

1. **ਬੱਚੇ -** ਕਲਾ ਗਤੀਵਿਧੀਆਂ ਦੀ ਯੋਜਨਾ ਕਰਦੇ ਸਮੇਂ ਅਧਿਆਪਕ ਬੱਚਿਆਂ ਨੂੰ ਉਨ੍ਹਾਂ ਦੇ ਗੁਆਂਢ ਤੋਂ ਸਮੱਗਰੀ ਸੰਚਿਤ ਕਰਨ ਲਈ ਸ਼ਾਮਿਲ ਕਰ ਸਕਦਾ ਹੈ। ਸਥਾਜਕ ਪੱਧਰ 'ਤੇ ਉਪਲਬਧ, ਘਟ ਜਾਂ ਬਿਨਾ ਲਾਗਤ ਵਾਲੇ ਸਮੱਗਰੀ ਦੇ ਪ੍ਰਯੋਗ ਨੂੰ ਉਤਸ਼ਾਹਿਤ ਕੀਤਾ ਜਾਣਾ ਚਾਹੀਦਾ ਹੈ। ਬੱਚਿਆਂ ਨੂੰ ਸਧਾਰਨ ਰੂਪ ਨਾਲ ਉਪਲਬਧ ਸਮੱਗਰੀ ਦੇ ਉਦਾਹਰਣ ਹੈ- ਖਾਲੀ ਕਾਰਡ ਬੋਰਡ ਦੇ ਡੱਬੇ, ਖਾਲੀ ਬੋਤਲ, ਸੁੱਕੀ ਪੱਤੀਆਂ ਅਤੇ ਫੁੱਲ, ਸੱਫਟਿਕ, ਪ੍ਰਯੁਕਤ ਪੁਸਤਕਾਂ, ਅਖਬਾਰਾਂ, ਪੇੜ੍ਹ ਦੀ ਛੋਟੀ ਸ਼ਾਖਾਂ, ਗੁਬਾਰੇ, ਸਿੱਕੇ, ਤਸਵੀਰ ਆਦਿ।

2. **ਮਾਤਾ-ਪਿਤਾ -** ਮਾਤਾ-ਪਿਤਾ ਕੁੱਝ ਵਸਤਾਂ ਅਤੇ ਸਮੱਗਰੀਆਂ ਨੂੰ ਦੇਕੇ ਕਲਾ ਨੂੰ ਲਾਗੂ ਕਰਨ ਵਿਚ ਮਦਦ ਪ੍ਰਦਾਨ ਕਰ ਸਕਦੇ ਹਨ। ਬੱਚਿਆਂ ਦੀ ਹਰ ਸੰਭਵ ਸਹਾਇਤਾ ਵਿਚ ਉਨ੍ਹਾਂ ਦੀ ਰੂਚੀ ਦੀ ਸਾਰਥਕ ਭੂਮਿਕਾ ਹੈ। ਘਰ ਤੋਂ ਜੋ ਸਮੱਗਰੀਆਂ ਇਕੱਠੀ ਕੀਤੀ ਜਾ ਸਕਦੀ ਹੈ ਉਹ ਹੈ- ਪੁਰਾਣੇ ਕੱਪੜੇ, ਬੱਚੇ ਹੋਏ ਉੱਨ, ਪੁਰਾਣੇ ਕੈਲੇਂਡਰ, ਪੇਪਰ ਪਲੇਟ, ਥਰਮਾਕੋਲ ਗਲਾਸ, ਪੈਕਿੰਗ ਸਮੱਗਰੀ, ਪੁਰਾਣੇ ਮੋਜੇ, ਆਇਸਕ੍ਰੀਮ ਕਪ ਅਤੇ ਪ੍ਰਯੁਕਤ CD ਆਦਿ।

3. **ਮਿਊਜ਼ੀਅਮ ਅਤੇ ਗੈਲਰੀਆਂ -** ਅਧਿਆਪਕ ਆਪਣੇ ਮਿਊਜ਼ੀਅਮ ਲਈ ਮਸ਼ਹੂਰ ਗੈਲਰੀਆਂ ਨਾਲ ਸੰਪਰਕ ਕਰ ਸਕਦੇ ਹਨ। ਕੁੱਝ ਮਿਊਜ਼ੀਅਮ ਅਤੇ ਗੈਲਰੀਆਂ ਜਿਵੇਂ ਰਾਸ਼ਟਰੀ ਮਿਊਜ਼ੀਅਮ ਅਤੇ ਰਾਸ਼ਟਰੀ ਗੈਲਰੀ ਦੇ ਕੋਲ ਪੋਸਟਕਾਰਡ, ਪੋਸਟਰ, ਕੈਲੇਂਡਰ ਅਤੇ ਚੁਣੇ ਹੋਏ ਉਤਪਾਦ ਹਨ। ਅਧਿਆਪਕ ਅਤੇ ਪ੍ਰਿੰਸੀਪਲ ਆਪਣੇ ਸ਼ਹਿਰ ਅਤੇ ਰਾਜ ਦੇ ਮਿਊਜ਼ੀਅਮ ਅਤੇ ਗੈਲਰੀਆਂ ਨਾਲ ਸੰਪਰਕ ਕਰ ਸਕਦੇ ਹਨ ਅਤੇ ਕਲਾ ਦੇ ਬੱਚਿਆਂ ਲਈ ਕੁਝ ਸਮੱਗਰੀਆਂ ਦੀ ਆਪੁਰਤੀ ਲਈ ਕਹਿ ਸਕਦੇ ਹਨ।

4. **ਸਮੁਦਾਏ -** ਵੱਖ-ਵੱਖ ਕਲਾਵਾਂ ਦੇ ਪਾਰੰਪਰਿਕ ਸਿੱਖਿਆ ਲਈ ਵੱਖ-ਵੱਖ ਸਮੁਦਾਏ ਦੀ ਕਲਾ ਅਤੇ ਸਕੂਲ ਦੀ ਕਲਾ ਵਿਚਕਾਰ ਇਕ ਸੰਬੰਧ ਬਣਾਇਆ ਜਾਣਾ ਚਾਹੀਦਾ ਹੈ। ਉਦਾਹਰਣ ਵਜੋਂ- ਪੇਂਟਰ, ਕੁਮਹਾਰ, ਸੰਗਤਰਾਸ਼, ਸੰਗੀਤਾਤਮਕ ਵਾਦ ਨਿਰਮਾਣਕਰਤਾ, ਤਰਖਾਣ, ਜੁਲਾਹਾ, ਸ਼ਿਲਪਕਾਰ, ਟੋਕਰੀ ਨਿਰਮਾਤਾ, ਛਪਾਈ ਕਰਨ ਵਾਲਾਂ ਨੂੰ ਸਮੱਗਰੀਆਂ ਅਤੇ ਹੁਰ ਪ੍ਰਦਾਨ ਕਰ ਬੱਚਿਆਂ ਦੇ ਨਾਲ ਸੰਯੋਜਨ ਕੀਤਾ ਜਾ ਸਕਦਾ ਹੈ। ਹੁਨਰ ਸ਼ਿਲਪਕਾਰਿਤਾ ਪ੍ਰਦਾਨ ਕਰਨ ਵਿਚ ਵੱਖ-ਵੱਖ ਵਪਾਰਕ ਹੁਨਰ ਇਕ ਵਿਸ਼ਾਲ ਸਰੋਤ ਹੈ।

5. ਟੈਲੀਵਿਜ਼ਨ ਅਤੇ ਵੀਡੀਓ - ਕਲਾਕਾਰਾਂ ਦੇ ਪ੍ਰੋਗਰਾਮਾਂ ਨੂੰ ਸਮੇਂ-ਸਮੇਂ 'ਤੇ ਟੈਲੀਵਿਜ਼ਨ 'ਤੇ ਦਿੱਖਾਇਆ ਜਾਂਦਾ ਹੈ ਅਤੇ ਕੁੱਝ ਵੀਡੀਓ 'ਤੇ ਉਪਲਬਧ ਹਨ। ਇਨ੍ਹਾਂ ਵੀਡੀਓ ਪ੍ਰੋਗਰਾਮਾਂ ਨਾਲ ਬਹੁਤ ਸਾਰੇ ਵਿਚਾਰਾਂ ਨੂੰ ਸਮਾਵਿਸ਼ਟ ਕੀਤਾ ਜਾ ਸਕਦਾ ਹੈ। ਕੁੱਝ ਵਿਸ਼ੇਸ਼ ਤਕਨੀਕਾਂ ਨਾਲ ਸੰਬੰਧਿਤ ਪ੍ਰੋਗਰਾਮ ਵੀ ਬੱਚਿਆਂ ਲਈ ਲਾਭਦਾਇਕ ਹੈ।

ਸਥਾਨ

ਅਧਿਆਪਕ ਨੂੰ ਇਹ ਧਿਆਨ ਰੱਖਣਾ ਚਾਹੀਦਾ ਹੈ ਕਿ ਬੱਚੇ ਜਿਸ ਸਥਾਨ 'ਤੇ ਕਾਰਜ ਕਰ ਰਹੇ ਹਨ ਉਹ ਆਰਾਮਦਾਇਕ ਹੋਵੇ। ਗਤੀ ਸੰਚਾਲਨ ਨੂੰ ਸਰਲ ਬਣਾਉਣ ਲਈ ਅਤੇ ਬੱਚਿਆਂ ਨੂੰ ਉਨ੍ਹਾਂ ਦੇ ਕਾਰਜਾਂ ਨੂੰ ਵੱਖ-ਵੱਖ ਕੋਨਾਂ ਨਾਲ ਦੇਖਣ ਵਿਚ ਸਮਰੱਥ ਬਣਾਉਣ ਅਤੇ ਕਾਰਜ ਲਈ ਸਤਹਿ ਪ੍ਰਦਾਨ ਕਰਨ ਲਈ ਵੀ ਫਰਨੀਚਰ ਨੂੰ ਵਿਵਸਥਿਤ ਕੀਤਾ ਜਾਣਾ ਚਾਹੀਦਾ ਹੈ। ਸਮੱਗਰੀਆਂ ਲਈ ਉਪਾਗਮ ਆਸਾਨ ਹੋਣਾ ਚਾਹੀਦਾ ਹੈ। ਬੱਚਿਆਂ ਲਈ ਬਾਹਰ ਕਾਰਜ ਕਰਦੇ ਸਮੇਂ ਇਹ ਇਕ ਸਰੋਤ ਹੋਣਾ ਚਾਹੀਦਾ ਹੈ। ਗਤੀਵਿਧੀਆਂ ਜੋ ਕਿ ਸਕੂਲ ਵਾਤਾਵਰਣ ਦਾ ਉਪਯੋਗ ਕਰਦੀ ਹੈ ਅਤੇ ਹਰੇਕ ਬੱਚੇ ਦੇ ਯੋਗਦਾਨ ਨੂੰ ਸਵੀਕਾਰ ਕਰਦੀ ਹੈ। ਇਕ ਬੱਚੇ ਦੀ ਕਲਾ ਦੇ ਸ਼ੈਤਿਜ ਅਨੁਭਵ ਦਾ ਕਲਾਸ ਦੀ ਸੀਮਾ ਦੇ ਬਾਹਰ ਵਿਸਥਾਰ ਕਰਦਾ ਹੈ।

ਨਿਸ਼ਪਾਦਨ ਕਲਾ ਲਈ

ਸਮੱਗਰੀ

ਸਿੱਖਣ ਪ੍ਰਕਿਰਿਆ ਦੇ ਰੂਪ ਵਿਚ ਅਧਿਆਪਕ ਸੰਗੀਤ ਅਤੇ ਨਾਚ ਗਤੀਵਿਧੀ ਨੂੰ ਵੱਧ ਜੀਵੰਤ, ਮਨੋਰੰਜਕ, ਸਾਰਥਕ ਅਤੇ ਹਿਤਕਰ ਬਣਾ ਸਕਦਾ ਹੈ। ਬੱਚੇ ਫੁੱਲਾਂ, ਪੱਤੀਆਂ ਅਤੇ ਖੰਬਾਂ ਦਾ ਪ੍ਰਯੋਗ ਕਰਕੇ ਆਭੂਸ਼ਣ ਬਣਾ ਸਕਦੇ ਹਨ। ਇਯਰ ਰਿੰਗ ਬਣਾਉਣ ਲਈ ਛੋਟੀ ਚੂੜੀਆਂ ਪ੍ਰਯੁਕਤ ਕੀਤੀ ਜਾ ਸਕਦੀ ਹੈ। ਸੁੰਦਰ ਅਤੇ ਸਸਤੇ ਆਭੂਸ਼ਣ ਬਣਾਉਣ ਲਈ ਕਾਰਡਬੋਰਡ, ਗਲੇਜ ਪੇਪਰ, ਗਲੀਟਰ ਅਤੇ ਬਟਨਾਂ ਦਾ ਵੀ ਪ੍ਰਯੋਗ ਕਿਤਾ ਜਾ ਸਕਦਾ ਹੈ। ਕੱਪੜੇ ਅਤੇ ਆਭੂਸ਼ਣ ਲਈ ਹਰੇਕ ਖੇਤਰ ਵਿਚ ਕਈ ਕਲਾਕਾਰ ਅਤੇ ਸ਼ਿਲਪਕਾਰ ਹਨ ਜਿਨ੍ਹਾਂ ਨੂੰ ਪਛਾਣਿਆ ਜਾ ਸਕਦਾ ਹੈ, ਅਤੇ ਉਪਰੋਕਤ ਹੁਨਰਾ ਨੂੰ ਸਿੱਖਣ ਲਈ ਉਪਯੁਕਤ ਦਿਸ਼ਾ ਨਿਰਦੇਸ਼ ਦਿੱਤੇ ਜਾ ਸਕਦੇ ਹਨ।

ਸਥਾਨ

ਜੇ ਕਿਸੇ ਸਕੂਲ ਵਿਚ ਨਿਸ਼ਪਾਦਨ ਕਲਾ ਲਈ ਵੱਖਰਾ ਸਥਾਨ ਉਪਲਬਧ ਨਹੀਂ ਹੈ ਤਾਂ ਕਲਾਸਾਂ ਨੂੰ ਸੰਗਠਿਤ ਕਰਨਾ ਚਾਹੀਦਾ ਹੈ, ਕੁੱਝ ਖਾਲੀ ਸਥਾਨ ਬਣਾਉਣ ਲਈ ਡੇਸਕਾਂ ਅਤੇ ਕੁਰਸਿਆਂ ਨੂੰ ਦੁਬਾਰਾ ਵਿਵਸਥਿਤ ਕੀਤਾ ਜਾ ਸਕਦਾ ਹੈ। ਬੱਚਿਆਂ ਨੂੰ ਆਪਣੇ ਜੁਤਾਂ ਨੂੰ ਹਟਾਉਣਾ ਚਾਹੀਦਾ ਹੈ ਅਤੇ ਉਨ੍ਹਾਂ ਨੂੰ ਉਚਿਤ ਪੰਕਤੀ ਤੋਂ ਬਾਹਰ ਰੱਖਣਾ ਚਾਹੀਦਾ ਹੈ। ਉਨ੍ਹਾਂ ਨੂੰ ਵਰਿਤਾਕਾਰ ਸਥਿਤੀ ਵਿਚ ਜਾਂ ਜਿਵੇਂ ਅਧਿਆਪਕ ਚਾਹੁੰਦਾ ਹੈ ਉੱਜ ਬਿਠਾ ਸਕਦਾ ਹੈ।

ਪ੍ਰਸ਼ਨ 44. ਅਧਿਆਪਕ ਸਮੱਗਰੀ ਦਾ ਭੰਡਾਰਣ ਅਤੇ ਦੇਖਭਾਲ ਕਿਵੇਂ ਕਰਣਗੇ? ਸੰਖੇਪ ਵਿਚ ਵਰਣਨ ਕਰੋ।

ਉੱਤਰ - ਬਿਨਾ ਵੱਧ ਕੋਸ਼ ਅਤੇ ਕੋਸ਼ਿਸ਼ ਦੇ ਸਮੱਗਰੀ ਦਾ ਸੰਗਠਨ ਅਤੇ ਭੰਡਾਰਣ ਇਕ ਸਧਾਰਨ ਅਤੇ ਆਸਾਨ ਤਰੀਕੇ ਨਾਲ ਕੀਤਾ ਜਾ ਸਕਦਾ ਹੈ। ਸਮੱਗਰੀ ਦੀ ਦੇਖਭਾਵ ਵਿਚ ਬੱਚੇ ਅਧਿਆਪਕ ਦੀ ਸਹਾਇਤਾ ਪ੍ਰਾਪਤ ਕਰ ਸਕਦੇ ਹਨ। ਉਹ ਬੱਚਿਆਂ ਦੀ ਪ੍ਰਭਾਰੀ ਬਣਾ ਸਕਦੇ ਹਨ ਅਤੇ ਨਿਯਮਿਤ ਅੰਤਰਾਲ 'ਤੇ ਪ੍ਰਭਾਰਿਆਂ ਨੂੰ ਬਦਲ ਸਕਦੇ ਹਨ। ਬੱਚਿਆਂ ਵਿਚ ਜ਼ਿੰਮੇਵਾਰੀ ਦੀ ਸਮਝ ਹੋ ਜਾਂਦੀ ਹੈ। ਉਹ ਦੇਖਭਾਲ ਵਿਚ ਸੰਵੇਦੀ ਹਨ।

ਤਸ਼ਤਰੀਆਂ ਜਾਂ ਪੁਰਾਣੀ ਟੋਕਰੀਆਂ ਜਾਂ ਜੁਤੇ ਦੇ ਡੱਬੇ ਦਾ ਪ੍ਰਯੋਗ ਵੱਖ-ਵੱਖ ਵਸਤਾਂ ਨੂੰ ਰੱਖਣ ਲਈ ਕੀਤਾ ਜਾ ਸਕਦਾ ਹੈ। ਇਸਨੂੰ ਇਕ 'ਜਾਦੂ ਦਾ ਬਾਕਸ' ਕਹਿ ਸਕਦੇ ਹਨ। ਸਮੇਂ-ਸਮੇਂ 'ਤੇ ਨਵੀਂ ਸਮੱਗਰੀਆਂ ਜੋੜੀ ਜਾ ਸਕਦੀ ਹੈ। ਇਸ ਲਈ ਬੱਚੇ ਉਤਸੁਕ ਰਹਿੰਦੇ ਹਨ ਕਿ ਅੱਜ ਬਾਕਸ ਵਿਚ ਕੀ ਨਵਾਂ ਆਵੇਗਾ।

ਕਲਾ ਦੀ ਸਮੱਗਰੀਆਂ ਦੀ ਦੇਖਭਾਲ ਵੀ ਬਹੁਤ ਜਰੂਰੀ ਹੈ। ਇਸ ਉਦੇਸ਼ ਲਈ ਇਕ ਅਧਿਆਪਕ ਸਮੱਗਰੀ ਦਾ ਪ੍ਰਦਰਸ਼ਨ ਕਲਾਸ ਦੇ ਅੰਦਰ ਅਤੇ ਬਾਹਰ ਕਰ ਸਕਦੇ ਹਨ ਜਿਵੇਂ- ਪ੍ਰਦਰਸ਼ਨ ਬੋਰਡ, ਦੀਵਾਰੋਂ, ਬਰਾਮਦਾਂ, ਖੰਬਾਂ ਆਦਿ 'ਤੇ। ਇਸ ਤਰਾਂ ਤੁਸੀਂ ਬੱਚਿਆਂ ਵਿਚ ਕਲਾ ਦੇ ਪ੍ਰਤੀ ਸਤਿਕਾਰ ਵੱਧਾ ਸਕਦੇ ਹਨ ਅਤੇ ਸਹਿਪਾਠੀਆਂ ਦੇ ਮੁਲਾਂਕਣ ਦਾ ਲਾਭ ਵੀ ਉਠਾ ਸਕਦੇ ਹਨ। ਉਤਪਾਦਿਤ ਵਸਤਾਂ ਦੀ ਦੇਖਭਾਲ ਦਾ ਦੂਜਾ ਤਰੀਕਾ ਹੈ 'ਬੱਚਿਆਂ ਦਾ ਕੋਨਾ' ਜਾਂ 'ਕਲਾਸ ਮਿਊਜ਼ੀਅਮ' ਨੂੰ ਬਣਾਉਣਾ।

ਪ੍ਰਸ਼ਨ 45. ਕਲਾ ਸਿੱਖਿਆ ਵਿਚ ਸਰਲੀਕਰਨ ਕੀ ਹੈ?

ਉੱਤਰ - ਆਸਾਨ ਸ਼ਬਦਾਂ ਵਿਚ ਸਰਲੀਕਰਨ ਦਾ ਅਰਥ ਹੈ ਕਿਸੇ ਵਿਸ਼ੇ ਨੂੰ ਆਸਾਨ ਬਣਾਉਣਾ। ਮਤਲਬ ਉਹ ਕਿਰਿਆ ਜੋ ਕਿਸੇ ਕਾਰਜ ਨੂੰ ਆਸਾਨ ਬਣਾਏ ਉਸ ਨੂੰ ਸਰਲੀਕਰਨ ਕਿਹਾ ਜਾਂਦਾ ਹੈ ਅਤੇ ਇਕ ਵਿਅਕਤੀ ਜੋ ਇਹ ਭੂਮਿਕਾ ਕਰਦਾ ਹੈ ਉਸਨੂੰ ਸਰਲੀਕਰਨ ਕਰਤਾ ਕਹਿੰਦੇ ਹਨ। ਸਰਲੀਕਰਨ ਸਿੱਖਿਆ ਦੀ ਇਕ ਕਲਾ ਹੈ-

- ਬੱਚਾ ਗਤੀਵਿਧੀ ਨੂੰ ਪੁਰਾ ਕਰਣ ਇਸਦੇ ਲਈ ਅਭਿਆਸ ਕਰਨਾ।
- ਨਵੀਂ ਸਮੱਗਰੀ ਦੀ ਚੋਣ ਕਰਨਾ ਅਤੇ ਗ੍ਰਹਿਨ ਕਰਨ ਵਿਚ ਬੱਚੇ ਦੀ ਮਦਦ ਕਰਨ ਲਈ ਬਹੁਤ ਸਾਰੀ ਸਮੱਗਰੀ ਉਪਲਬਧ ਕਰਾਉਣਾ।
- ਸਵੈ-ਪ੍ਰਗਟਾਵੇ ਲਈ ਭਰੋਸਾ ਪ੍ਰਦਾਨ ਕਰਨਾ।
- ਬੱਚਿਆਂ ਨੂੰ ਕੱਪੜੇ ਅਤੇ ਵਾਤਾਵਰਣ ਨੂੰ ਸਾਫ਼ ਰੱਖਣ ਦੇ ਤਰੀਕਿਆਂ ਬਾਰੇ ਜਾਗਰੂਕ ਕਰਨਾ।
- ਸੰਗੀਤਾਤਮਕ ਵਾਦਯੰਤਰਾਂ ਦੀ ਸੁਰੱਖਿਆ ਲਈ ਸਾਵਧਾਨੀ ਨਾਲ ਦੇਖਭਾਲ ਕਰਨ ਲਈ ਆਸਾਨ ਰਾਹ ਦੇ ਕੇ ਬੱਚਿਆਂ ਦੀ ਮਦਦ ਕਰਨਾ।
- ਨੇੜੇ ਦੇ ਵਾਤਾਵਰਣ ਵਿਚ ਸਥਿਤ ਵਸਤਾਂ ਰਾਹੀਂ ਬੱਚੇ ਨੂੰ ਇਕ ਸੰਕਲਪਨਾ ਦੇ ਨੇੜੇ ਲਾਉਣਾ।
- ਵੱਖ-ਵੱਖ ਵਿਚਾਰਾਂ ਨੂੰ ਸੁਣਨ ਰਾਹੀਂ ਬੱਚੇ ਨੂੰ ਸੋਚਣ ਲਈ ਪ੍ਰੇਰਿਤ ਕਰਨਾ।

- ਬੱਚੇ ਨੂੰ ਸਰੋਤ ਜਿਵੇਂ- ਪੁਸਤਕਾਂ, ਵੇਬਸਾਇਟ, ਸੀ.ਡੀ, ਸੱਭਿਆਚਾਰਕ ਸੰਮੇਲਨਾ ਆਦਿ ਨਾਲ ਜੋੜ੍ਹਨਾ।

ਪ੍ਰਸ਼ਨ 46. ਕਲਾਤਮਕ ਗਤੀਵਿਧੀਆਂ ਵਿਚ ਇਕ ਅਧਿਆਪਕ ਨੂੰ ਸਰਲੀਕਰਤਾ ਦੇ ਰੂਪ ਵਿਚ ਬੱਚਿਆਂ ਨੂੰ ਸੁਵਿਧਾ ਪ੍ਰਾਪਤ ਕਰਵਾਉਂਦੇ ਸਮੇਂ ਕਿਹੜੀ ਗੱਲਾਂ ਨੂੰ ਧਿਆਨ ਵਿਚ ਰੱਧਣਾ ਚਾਹੀਦਾ ਹੈ?

ਉੱਤਰ - ਕਲਾਸ ਵਿਚ ਸਮੱਗਰੀ ਅਤੇ ਸਥਾਨ ਉਪਲਬਧ ਕਰਾਉਣ ਦੀ ਜ਼ਿੰਮੇਵਾਰੀ ਇਕ ਸਰਲੀਕਰਤਾ ਦੇ ਰੂਪ ਵਿਚ ਅਧਿਆਪਕ ਦੀ ਹੁੰਦੀ ਹੈ। ਕਲਾਤਮਕ ਗਤੀਵਿਧੀਆਂ ਵਿਚ ਇਕ ਅਧਿਆਪਕ ਨੂੰ ਸਰੀਲਕਰਤਾ ਦੇ ਰੂਪ ਵਿਚ ਬੱਚਿਆਂ ਨੂੰ ਸੁਵਿਧਾ ਪ੍ਰਾਪਤ ਕਰਾਉਣ ਵੇਲੇ ਹੇਠ ਲਿਖੀ ਗੱਲਾਂ ਨੂੰ ਧਿਆਨ ਵਿਚ ਰੱਖਣਾ ਚਾਹੀਦਾ ਹੈ-

- ਮੈਦਾਨਾਂ ਦਾ ਦੌਰਾ ਆਯੋਜਿਤ ਕਰੋ ਤਾਂਕਿ ਬੱਚੇ ਅਸਲ ਸੰਸਾਰ ਦੀ ਸੰਕਲਪਨਾ ਦਾ ਗਿਆਨ ਪ੍ਰਾਪਤ ਕਰ ਸਕਣ।
- ਇਕੱਠੇ ਗਾਓ। ਬੱਚਿਆਂ ਨੂੰ ਉਨ੍ਹਾਂ ਦੇ ਪੰਸਦੀਦਾ ਗੀਤ ਗਾਉਣ ਦੀ ਮੰਜ਼ੂਰੀ ਦਓ ਇਸ ਤੋਂ ਬਾਅਦ ਉਨ੍ਹਾਂ ਦਾ ਅਨਵੇਸ਼ਣ ਕਰੋ।
- ਸਕੂਲ ਤੋਂ ਬਾਅਦ ਕਲਾ ਪ੍ਰੋਗਰਾਮਾਂ ਦਾ ਅਨੰਦ ਲੈਣ ਲਈ ਉਨ੍ਹਾਂ ਨੂੰ ਉਤਸਾਹਿਤ ਕਰੋ, ਸਾਪਤਾਹਿਕ ਅਵਕਾਸ਼ਾਂ ਦੌਰਾਨ ਬਹੁਤ ਸਾਰੇ ਸਮੁਦਾਏ ਦੇ ਪਾਰਕ ਅਤੇ ਮਨੋਰੰਜਨ ਕੇਂਦਰ ਇਨ੍ਹਾ ਨੂੰ ਉਪਲਬਧ ਕਰਾਉਂਦੇ ਹਨ।
- ਕਲਾਸ ਵਿਚ 'ਜਾਦੂ ਦਾ ਪਿਟਾਰਾ' ਵਰਗਾ ਬਾਕਸ ਰਖੋ। ਇਸਨੂੰ ਵੱਖ-ਵੱਖ ਉਪਕਰਣਾਂ ਅਤੇ ਸਮੱਗਰੀਆਂ ਜਿਵੇਂ- ਕ੍ਰੈਅਨ, ਮਾਰਕਰ, ਪੇਸਟਲ, ਜਲਰੰਗ, ਗੋਂਦ, ਕਾਗਜ਼ ਅਤੇ ਪੇਂਸਿਲ ਆਦਿ ਨਾਲ ਭਰੋ।
- ਗੀਤ, ਨਾਚ, ਰੰਗਮੰਚ ਕਲਾਸ ਵਿਸ਼ਾਂ ਜਿਵੇਂ- ਪ੍ਰਕਿਰਤੀ,ਆਕਾਰ, ਸੰਤੁਲਨ ਜਾਂ ਮਾਪ 'ਤੇ ਅਧਾਰਿਤ ਹੋ ਸਕਦੇ ਹਨ।
- ਆਪਣੀ ਕਲਾ ਨੂੰ ਸੀ.ਡੀ. ਸੰਗੀਤਾਤਮਕ ਵਾਦਯੰਤਰਾਂ, ਟੀ.ਵੀ. ਜਾਂ ਕੰਪਿਊਟਰ ਪੂਰਾ ਕਰੋ।
- ਬੱਚਿਆਂ ਰਾਹੀਂ ਪੁੱਛੇ ਜਾ ਸਕਣ ਵਾਲੇ ਕਿਸੇ ਪ੍ਰਸ਼ਨ ਦਾ ਜਵਾਬ ਦੇ ਵਿਚ ਸਮਰੱਥ ਹੋਣ ਲਈ ਵਿਸ਼ੇ ਦਾ ਪੂਰਾ ਗਿਆਨ।
- ਵੀਡੀਓ ਕਲਿਪਾਂ ਦੇ ਅਧਿਐਨ ਲਈ ਕੰਪਿਉਟਰ ਜਾਂ ਪ੍ਰੋਜੇਕਟਰ ਦਾ ਪਹਿਲਾਂ ਤੋਂ ਸੰਗਠਨ।
- ਕਲਾਸ ਵਿਚ ਪ੍ਰਯੋਗ ਕਰਨ ਤੋਂ ਪਹਿਲਾਂ ਵੀਡੀਓ ਕਲਿਪ ਨੂੰ ਦੇਖ ਲਓ।
- ਪ੍ਰਸਤੁਤੀ ਵਿਚ ਪ੍ਰਯੋਗ ਕਰਨ ਲਈ ਸਧਾਰਨ ਸੰਗੀਤਮਯਕ ਵਾਦਯੰਤਰ ਅਤੇ ਹੋਰ ਵਸਤਾਂ ਜਿਵੇਂ ਦੁਪੱਟਾ, ਛੜੀ, ਕੰਕੜ ਅਤੇ ਰੰਗਿਆ ਹੋਇਆ ਪ੍ਰਿਸ਼ਠ ਪੱਟ ਆਦਿ ਹੋਵੇ।

ਪ੍ਰਸ਼ਨ 47. ਕਲਾ ਸਿੱਖਿਆ ਵਿਚ ਮੁਲਾਂਕਣ ਦੇ ਮਹੱਤਵ ਦਾ ਉੱਲੇਖ ਕਰੋ।

ਜਾਂ

ਵਾਈਗੋਤਸਕੀ ਦੇ ਅਨੁਸਾਰ, "ਇਕ ਅਧਿਆਪਕ ਦਾ ਕਾਰਜ ਬੱਚੇ ਨੂੰ ਉਸਦੇ 'ਵਰਤਮਾਨ ਪੱਧਰ' ਤੋਂ 'ਸੰਭਵਯ ਪੱਧਰ' ਤੱਕ ਲਾਉਂਦਾ ਹੈ।" ਉਦਾਹਰਣ ਦਿੰਦੇ ਹੋਏ ਇਸ ਕਥਨ ਨੂੰ ਸਪੱਸ਼ਟ ਕਰੋ।

[ਅਕਤੂਬਰ 2016, ਪ੍ਰਸ਼ਨ 31]

ਉੱਤਰ - ਮੁਲਾਂਕਣ ਅਧਿਆਪਨ-ਸਿੱਖਿਆ ਪ੍ਰਕਿਰਿਆ ਦਾ ਇਕ ਮਹੱਤਵਪੂਰਨ ਅੰਗ ਹੈ। ਇਹ ਪੜ੍ਹਾਉਣ ਵਿਚ ਅਧਿਆਪਕਾਂ ਦੀ ਅਤੇ ਸਿੱਖਣ ਵਿਚ ਵੱਚਿਆਂ ਦੀ ਮਦਦ ਕਰਦਾ ਹੈ। ਮੁਲਾਂਕਣ ਇਕ ਨਿਰੰਤਰ ਚਲੱਣ ਵਾਲੀ ਪ੍ਰਕਿਰਿਆ ਹੈ ਨਾ ਕਿ ਆਵਧਿਕ। ਇਹ ਮੁੱਲ ਨਿਰਧਾਰਣ ਵਿਚ ਸਿੱਖਿਅਕ ਪੱਧਰ ਅਤੇ ਬੱਚਿਆਂ ਦੀ ਉਪਲਬਧੀਆਂ ਨੂੰ ਜਾਨਣ ਵਿਚ ਸਹਾਇਕ ਹੁੰਦਾ ਹੈ। ਵਾਈਗੋਤਸਕੀ ਦੇ ਅਨੁਸਾਰ "ਇਕ ਅਧਿਆਪਕ ਦਾ ਕਾਰਜ ਬੱਚੇ ਨੂੰ ਉਸਦੇ 'ਵਰਤਮਾਨ ਪੱਧਰ' ਤੋਂ 'ਸੰਭਵਯ ਪੱਧਰ' ਤੱਕ ਲਾਉਂਦਾ ਹੈ।" ਬੱਚਿਆਂ ਦਾ ਆਵਰਤੀ ਮੁਲਾਂਕਣ ਬੱਚਿਆਂ ਨੂੰ ਕਲਾ ਗਤੀਵਿਧੀਆਂ ਨਾਲ ਪ੍ਰਾਪਤ ਹੋ ਰਹੇ ਲਾਭਾਂ ਦਾ ਨਿਰਧਾਰਨ ਕਰਨ ਵਿਚ ਮਹੱਤਵਪੂਰਨ ਹੈ। ਇਕ ਗਤੀਵਿਧੀ ਦੇ ਸਮਾਪਨ 'ਤੇ ਇਕ ਅਧਿਆਪਕ ਨੂੰ ਪ੍ਰਤਿਪੁਸ਼ਟੀ ਪ੍ਰਾਪਤ ਕਰਨ ਦੀ ਲੋੜ ਹੈ।

ਭਾਵੇਂ ਕਿ ਮੁਲਾਂਕਣ ਦਾ ਉਦੇਸ਼ ਹੈ ਇਕ ਸਮਾਂ ਅੰਤਰਾਲ ਵਿਚ ਬੱਚੇ ਨੇ ਜੋ ਪ੍ਰਗਤੀ ਕੀਤੀ ਹੈ ਉਸਦਾ ਪਤਾ ਲਗਾਉਣਾ ਜਿਵੇਂ-

- ਇਕ ਵਿਸ਼ੇਸ਼ ਵਿਸ਼ੇ ਦਾ ਗਿਆਨ
- ਦ੍ਰਿਸ਼/ਨਿਸ਼ਪਾਦਨ ਕਲਾ ਦਾ ਸਿਰਜਨਾਤਮਕ ਅਨੁਭਵ
- ਕਿਸੇ ਵੀ ਸੰਕਲਪਨਾਵਾਂ ਦੇ ਬੋਧ ਦਾ ਸਿਰਜਨਾਤਮਕ ਪ੍ਰਗਟਾਓ
- ਬੱਚੇ ਦੇ ਵਿਅਕਤੀਤਵ ਵਿਚ ਆਈ ਤਬਦੀਲੀ ਦਾ ਮੁਲਾਂਕਣ
- ਇਕ ਬੱਚੇ ਨਾਲ ਸੰਬੰਧਿਤ ਵਿਅਕਤੀਗਤ ਅਤੇ ਵਿਸ਼ੇਸ਼ ਜਰੂਰਤਾਂ ਅਤੇ ਲੋੜ੍ਹਾਂ ਦਾ ਪਤਾ ਲਗਾਉਣਾ।
- ਬੱਚਿਆਂ ਵਿਚ ਉਨ੍ਹਾਂ ਦੀ ਅੰਦਰੂਨੀ ਸ਼ਕਤੀ ਬਾਹਰ ਕੱਢਣ ਵਿਚ ਉਨ੍ਹਾਂ ਨੂੰ ਸਮਰੱਥਨ ਦੇ ਅਤੇ ਅਤੇ ਸੁਧਾਰਨਾ।
- ਬੱਚਿਆ ਵਿਚ ਉਨ੍ਹਾਂ ਦੀ ਸਿਰਜਨਾਤਮਕ ਵਿਕਸਿਤ ਕਰਨ ਵਿਚ ਮਦਦ ਦੇਣ ਲਈ ਚੰਗਾ ਵਾਤਾਵਰਣ ਉਪਲਬਧ ਕਰਾਉਣਾ।
- ਬੱਚਿਆਂ ਵਿਚ ਉਨ੍ਹਾਂ ਦੀ ਉਪਲਬਧੀਆਂ ਦੀ ਸਰਾਹਨਾ ਕਰਕੇ ਸਵੈ-ਭਰੋਸ਼ਾ ਵਧਾਉਣਾ ਅਤੇ ਉਸਨੂੰ ਉਸਦੇ ਮਾਤਾ-ਪਿਤਾ ਨੂੰ ਪ੍ਰੇਰਿਤ ਕਰਨਾ।
- ਵੱਧ ਉਪਯੁਕਤ ਤਰੀਕੇ ਤੋਂ ਸਿੱਖਣ ਦੀ ਸਥਿਤੀਆਂ ਦੀ ਯੋਜਨਾ ਬਣਾਉਣਾ।

- ਬੱਚਿਆਂ ਨੂੰ ਉਸਦੇ ਸਮਾਜਿਕ ਅਤੇ ਸੰਵੇਦਨਾਤਮਕਿ ਵਿਵਹਾਰ ਉਨ੍ਹਾਂ ਦੀ ਮਾਨਸਿਕ ਅਤੇ ਮੁੱਲਾਂ ਦੇ ਸੰਦਰਭ ਵਿਚ ਸਮਝਣਾ।

ਸਿੱਖਿਆ ਦੀ ਪ੍ਰਕਿਰਿਆ ਨੂੰ ਜਾਂਚਣ ਲਈ ਸਿੱਖਣ ਤੋਂ ਬਾਅਦ ਮੁਲਾਂਕਣ ਇਕ ਜਰੂਰੀ ਕਰਦ ਹੁੰਦਾ ਹੈ। ਇਸਦੇ ਰਾਹੀਂ ਕਈ ਮਹੱਤਵਪੂਰਨ ਬਿੰਦੂਆਂ ਦੀ ਜਾਂਚ ਕੀਤੀ ਜਾਂਦੀ ਹੈ। ਇਹ ਬਿੰਦੂ ਹੇਠ ਦਿੱਤੀ ਗਇਆਂ ਹਨ-

1. ਮੁਲਾਂਕਣ ਰਾਹੀ ਇਹ ਪਤਾ ਕੀਤਾ ਜਾਂਦਾ ਹੈ ਕਿ ਸਿੱਖਿਆ ਉਦੇਸ਼ਾਂ ਦੀ ਪ੍ਰਾਪਤੀ ਕਿੱਥੇ ਤੱਕ ਹੋ ਸਕੀ ਹੈ?

2. ਮੁਲਾਂਕਣ ਰਾਹੀਂ ਇਹ ਨਿਸ਼ਚਿਤ ਕੀਤਾ ਜਾਂਦਾ ਹੈ ਕਿ ਕਿਹੜੇ ਵਿਸ਼ੇਸ਼ ਉਦੇਸ਼ਾਂ ਦੀ ਪ੍ਰਾਪਤੀ ਨਹੀਂ ਹੋ ਸਕੀ ਤਾਂਕਿ ਉਪਚਾਰਾਤਮਕ ਆਦੇਸ਼ ਦਿੱਤੇ ਜਾਣ।

3. ਕਲਾਸ ਵਿਚ ਬੱਚਿਆਂ ਦਾ ਪੱਧਰੀਕਰਣ ਕਰਨ ਵਿਚ ਵੀ ਮੁਲਾਂਕਣ ਮਹੱਤਵਪੂਰਨ ਪ੍ਰਕਿਰਿਆ ਮੰਨੀ ਗਈ ਹੈ।

4. ਮੁਲਾਂਕਣ ਕਲਾਸ ਸਿੱਖਿਆ ਵਿਚ ਪ੍ਰਯੁਕਤ ਹੋਣ ਵਾਲੀ ਸਿੱਖਿਆ ਵਿਧੀਆਂ ਦੀ ਉਪਯੋਗੀਤਾ ਅਤੇ ਕਮਜ਼ੋਰੀਆਂ ਦਾ ਪੱਤਾ ਲਗਾਉਣ ਵਿਚ ਸਹਾਇਕ ਹੁੰਦਾ ਹੈ।

5. ਮੁਲਾਂਕਣ ਪਾਠਕ੍ਰਮ ਦੀ ਤਬਦੀਲੀ ਵਿਚ ਸਹਾਇਕ ਹੁੰਦਾ ਹੈ।

6. ਬੱਚਿਆਂ ਦੀ ਸਮੱਸਿਆਵਾਂ ਨੂੰ ਸਮਝਣ ਵਿਚ ਉਨ੍ਹਾਂ ਨੂੰ ਸਹਾਇਤਾ ਪ੍ਰਦਾਨ ਕਰਦਾ ਹੈ।

7. ਬੱਚਿਆਂ ਦੀ ਕਮਜ਼ੋਰੀਆਂ ਅਤੇ ਸਿੱਖਣ ਦੀ ਪਰੇਸ਼ਾਨੀਆਂ ਨੂੰ ਸਮਝਣਾ ਅਤੇ ਮਾਰਗਦਰਸ਼ਨ ਦੇਣਾ।

ਪ੍ਰਸ਼ਨ 48. ਕਲਾ ਸਿੱਖਿਆ ਮੁਲਾਂਕਣ ਦੇ ਦੋ ਪਹਿਲੂਆਂ ਨੂੰ ਪਰਿਭਾਸ਼ਿਤ ਕਰੋ।

ਜਾਂ

ਸਤੱਤ ਮੁਲਾਂਕਣ ਅਤੇ ਵਿਆਪਕ ਮੁਲਾਂਕਣ ਬਾਰੇ ਵਿਚਾਰ ਕਰੋ।

ਉੱਤਰ - ਕਲਾ ਸਿੱਖਿਆ ਵਿਚ ਮੁਲਾਂਕਣ ਦੇ ਦੋ ਪਹਿਲੂ ਹਨ-

- ਸਵੈ-ਮੁਲਾਂਕਣ
- ਬੱਚਿਆਂ ਦਾ ਮੁਲਾਂਕਣ

ਸਵੈ-ਮੁਲਾਂਕਣ - ਇਸ ਆਕਲਨ ਵਿਚ ਬੱਚੇ ਕਲਾਸ ਅਧਿਆਪਨ ਦੇ ਰਾਹੀਂ ਸਿੱਖਦੇ ਹਨ ਅਤੇ ਆਪਣੇ ਸਿੱਖਣ ਦਾ ਮੁਲਾਂਕਣ ਕਰਦੇ ਹਨ। ਇਹ ਪਾਠਕ੍ਰਮ ਦਾ ਇਕ ਮਹੱਤਵਪੂਰਨ ਤੱਤ ਹੈ, ਕਿਉਂਕਿ ਜੋ ਬੱਚੇ ਬੀ.ਐਡ. ਦੇ ਵਿਦਿਆਰਥੀ-ਅਧਿਆਪਕ ਹਨ, ਉਹ ਖੁਦ ਦੇ ਕੰਮ ਨੂੰ ਆਲੋਚਨਾਤਮਕ ਦ੍ਰਿਸ਼ਟੀਕੋਣ ਤੋਂ ਵੇਖ ਕੇ ਖੁਦ ਦੀ ਕਮੀਆਂ ਨੂੰ ਜਾਨਣ ਦੀ ਕੋਸ਼ਿਸ਼ ਕਰਦੇ ਹਨ ਅਤੇ ਉਸਨੂੰ ਦੂਰ ਕਰਨ ਦੀ ਕੋਸ਼ਿਸ਼ ਕਰਦੇ ਹਨ। ਉਹ ਆਪਣੇ ਆਪ ਤੋਂ ਇਹ ਪ੍ਰਸ਼ਨ ਪੁੱਛ ਸਕਦੇ ਹਨ-

- ਮੈਂ ਆਪਣੇ ਬੱਚਿਆਂ ਨਾਲ ਕਿਹੜੀ ਸੀਮਾਂ ਤੱਕ ਜਾਣੂ ਹੂੰ?

- ਮੈਂ ਆਪਣੇ ਬੱਚਿਆਂ ਦਾ ਕਿੰਨਾ ਅਵਲੋਕਨ ਕਰ ਰਿਹਾ ਹੂੰ?
- ਮੈਂ ਕਿਵੇਂ ਇੱਕ ਆਰਟ ਗਤੀਵਿਧੀ ਬਣਾਈ ਅਤੇ ਆਯੋਜਿਤ ਕੀਤੀ?
- ਮੈਂ ਜੋ ਅਨੁਭਵ ਪ੍ਰਦਾਨ ਕਰਦਾ ਹਾਂ, ਉਸ ਨਤੀਜੇ ਵਜੋਂ ਕਿੰਨੇ ਹੱਦ ਤੱਕ ਵਿਦਿਆਰਥੀ ਸਿੱਖ ਰਿਹਾ ਹੈ?
- ਸਿੱਖਣ ਅਤੇ ਖੋਜਣ ਲਈ ਮੈਂ ਕਿੰਨੇ ਮੌਕਿਆਂ ਨੂੰ ਨਿਯਮਿਤ ਕੀਤਾ?

ਅਧਿਆਪਕ ਨੂੰ ਇਹ ਜਾਨਣਾ ਚਾਹੀਦਾ ਹੈ ਕਿ ਕਲਾ ਗਿਆਨ ਬੱਚੇ ਦੀ ਜਰੂਰਤ ਵਿਚ ਯੋਗਨਦਾਨ ਦੇ ਰਹੀ ਹੈ ਜਾਂ ਨਹੀਂ। ਇਹ ਮੁਲਾਂਕਣ ਕਲਾ ਗਤੀਵਿਧੀ ਦੀ ਪਸੰਦ ਅਤੇ ਇਸਦੇ ਪ੍ਰਭਾਵਿਤਾ ਬਾਰੇ ਇਕ ਫੈਸਲਾ ਕਰਨ ਵਿਚ ਸ਼ਾਮਿਲ ਕਰਦਾ ਹੈ। ਇਸ ਮੁਲਾਂਦਣ ਦਾ ਕਾਰਜ ਹੈ ਕਿ ਆਉਣ ਵਾਲੇ ਸਮੇਂ ਲਈ ਕੁੱਝ ਸੁਧਾਰ ਦੀ ਯੋਜਨਾ ਹੋਵੇ। ਅਜਿਹੇ ਸੁਝਾਵ ਵਿਧੀਆਂ, ਸਥਾਨਾਂ, ਸਰੋਤਾਂ ਜਾਂ ਸਮੱਗਰੀਆਂ ਨੂੰ ਸ਼ਾਮਿਲ ਕਰਨਗੇ ਜਿਨ੍ਹਾਂ ਨੂੰ ਅਧਿਆਪਕਾਂ ਨੇ ਸਰਲੀਕਰਨ ਲਈ ਅਨੁਮਾਨਿਤ ਕੀਤਾ ਹੈ। ਕੋਈ ਵੀ ਮੁਲਾਂਕਣ ਸਤਰ ਦੇ ਅੰਤ ਵਿਚ ਆਯੋਜਿਤ ਨਹੀਂ ਕੀਤਾ ਜਾਣਾ ਚਾਹੀਦਾ ਬਲਕਿ ਇਹ ਇਕ ਸੰਤੁਸ਼ਟ ਪ੍ਰਕਿਰਿਆ ਹੋਣੀ ਚਾਹੀਦੀ ਹੈ।

ਬੱਚਿਆਂ ਦਾ ਮੁਲਾਂਕਣ - ਕਲਾ ਦਾ ਮੁਲਾਂਕਣ ਅਧਿਆਪਕ ਦੇ ਸਿੱਖਣ ਦੀ ਪ੍ਰਕਿਰਿਆ ਦੇ ਨਾਲ-ਨਾਲ ਚੱਲਦਾ ਹੈ ਜਦਕਿ ਅਧਿਆਪਕ ਪ੍ਰਗਤੀ ਦਾ ਨਿਯਮਿਤ ਅਵਲੋਕਨ ਕਰ ਰਹੇ ਹਨ। ਕੁੱਝ ਆਵਰਤਨ ਵੀ ਲਾਜ਼ਮੀ ਹੋਣੇ ਚਾਹੀਦੇ ਹਨ। ਮੁਲਾਂਕਣ ਸਵੈ ਅਤੇ ਸੰਪੂਰਨ ਹੋਣਾ ਚਾਹੀਦਾ ਹੈ। ਸਵੈ ਜਾਂ ਸਤੱਤ ਜਾ ਅਰਥ ਹੈ ਮੁਲਾਂਕਣ ਵਿਚ ਨਿਯਮਿਤਤਾ। ਸੰਪੂਰਨ ਦਾ ਅਰਥ ਹੈ ਸਤਰ ਦੇ ਅੰਤ 'ਤੇ ਬੱਚੇ ਦਾ ਅੱਖੀਰਲਾ ਗ੍ਰੇਡ ਨਿਰਧਾਰਣ ਕਰਨਾ।

1. ਇਹ ਜਰੂਰੀ ਹੈ ਕਿ ਬੱਚੇ ਦੇ ਵਿਅਕਤੀਤਵ ਦਾ ਪੂਰਾ ਖੇਤਰ ਜਿਵੇਂ- ਮਨੋਗਤੀ, ਸਮਾਜਿਕ ਅਤੇ ਪ੍ਰਭਾਵੀ ਆਦਿ। ਇਹ ਪਾਠਕ੍ਰਮ ਅਤੇ ਪਾਠ ਸਮੱਗਰੀ ਦੋਵੇਂ ਦੀ ਰੁਚਿਆਂ, ਮਾਨਸਿਕਤਾ ਅਤੇ ਮੁੱਲਾਂ ਨੂੰ ਆਵਰਿਤ ਕਰਦਾ ਹੈ।

2. ਪ੍ਰਾਇਮਰੀ ਪੱਧਰ 'ਤੇ ਉਤਪਾਦ ਦੀ ਉਮੀਦ ਪ੍ਰਕਿਰਿਆ ਵੱਧ ਜਰੂਰੀ ਹੈ। ਬਲਕਿ ਕਲਾ ਕਰਨ ਦੀ ਗਤੀਵਿਧੀ ਅਨੰਦ ਲਈ ਵੱਧ ਹੋਣੀ ਚਾਹੀਦੀ ਹੈ ਨਾ ਕਿ ਨਿਪੁਣਤਾ ਲਈ।

3. ਬੱਚੇ ਮੁਲਾਂਕਣ ਦੀ ਦੋ ਮਹੱਤਵਪੂਰਨ ਚੁਣੋਤੀਆਂ ਹਨ ਅਵਲੋਕਨ ਦਾ ਪਰਿਖੇਤਰ ਨਿਸ਼ਚਿਤ ਕਰਨਾ ਅਤੇ ਅਭਿਲੇਖ ਰੱਖਣਾ। ਅਧਿਆਪਕ ਨੂੰ ਹਰੇਕ ਬੱਚੇ ਦਾ ਪੋਰਟਫੋਲਿਯੋ ਰੱਖਣਾ ਜਰੂਰੀ ਹੈ।

ਪ੍ਰਸ਼ਨ 49. ਕਲਾ ਗਿਆਨ ਦਾ ਮੁਲਾਂਕਣ ਕਰਦੇ ਵੇਲੇ ਧਿਆਨ ਰੱਖਣ ਵਾਲੀ ਬਿੰਦੂਆਂ ਦਾ ਵਰਣਨ ਕਰੋ।

ਉੱਤਰ - ਕਲਾ ਗਿਆਨ ਦਾ ਮੁਲਾਂਕਣ ਕਰਦੇ ਵੇਲੇ ਕਈ ਗੱਲਾਂ ਦਾ ਧਿਆਨ ਰੱਖਣਾ ਚਾਹੀਦਾ ਹੈ-

- ਬੱਚੇ ਦੀ ਕਲਾ ਦੇ ਨਾਲ ਕੁੱਝ ਸਮਾਂ ਦਓ।
- ਉਤਸ਼ਾਹ ਵਿਖਾਓ ਅਤੇ ਪੁੱਛੋ ਕਿ ਉਹ ਕਲ ਗਤੀਵਿਧੀ ਦੇ ਸਮੇਂ ਕੀ ਅਨੁਭਵ ਰਹੇ ਸੀ?
- ਇਹ ਬੱਚੇ ਦੀ ਵਿਅਕਤੀਗਤ ਪ੍ਰਗਤੀ ਦਾ ਮੁਲਾਂਕਣ ਹੈ।

- ਜਦੋਂ ਤੱਕ ਮੁਲਾਂਕਣ ਪ੍ਰਕਿਰਿਆ ਪੂਰੀ ਨਹੀਂ ਹੋ ਜਾਂਦੀ ਕਲਾ ਕਾਰਜ ਨੂੰ ਸੁਰੱਖਿਅਤ ਰੱਖੋ।
- ਵਿਸ਼ੇਸ਼ ਪ੍ਰਤੀਪੁਸ਼ਟੀ ਦੇਣੀ ਚਾਹੀਦੀ ਹੈ ਜਿਸ 'ਤੇ ਬੱਚੇ ਨੂੰ ਕਾਰਜ ਕਰਨਾ ਜਰੂਰੀ ਹੈ।
- ਕਹਿਣ ਤੋਂ ਪਹਿਲਾਂ ਸੋਚੋ, ਤੁਹਾਡੀ ਟਿੱਪਣੀ ਬੌਧਿਕ, ਲਾਭਦਾਇਕ ਅਤੇ ਬੱਚੇ ਦੀ ਬਿਹਤਰੀ ਦੇ ਲਈ ਹੋਣੀ ਚਾਹੀਦੀ ਹੈ।
- ਨਤੀਜੇ 'ਤੇ ਉਸੀ ਵੇਲੇ ਨਾ ਪਹੁੰਚੋ।
- ਅਧਿਆਪਕ ਰਾਹੀਂ ਦਿੱਤੀ ਗਈ ਪ੍ਰਤੀਪੁਸ਼ਟੀ ਸਪੱਸ਼ਟ ਹੋਣੀ ਚਾਹੀਦੀ ਹੈ ਤਾਂਕਿ ਬੱਚਾ ਆਸਾਨੀ ਨਾਲ ਸਮਝ ਸਕੇ।
- ਫੈਸਲਾ ਚੰਗੇ ਜਾਂ ਬੁਰੇ ਦੇ ਸੰਬੰਧ ਵਿਚ ਨਹੀਂ ਹੋਣਾ ਚਾਹੀਦਾ ਹੈ।
- ਇਕ ਬੱਚੇ ਦੀ ਦੂਜੇ ਬੱਚੇ ਨਾਲ ਤੁਲਨਾ ਨਾ ਕਰੋ।
- ਉਨ੍ਹਾਂ ਰਾਹੀਂ ਦਿੱਤੇ ਗਏ ਕੰਮ ਦਾ ਸਤਿਕਾਰ ਕਰੋ।

ਪ੍ਰਸ਼ਨ 50. ਇਕ ਅਧਿਆਪਕ ਫੀਡਬੈਕ ਬਾਰੇ ਬੱਚਿਆਂ ਨਾਲ ਕਿਵੇਂ ਗੱਲ ਕਰਦਾ ਹੈ?

ਜਾਂ

ਬੱਚਿਆਂ ਨੂੰ ਉਨ੍ਹਾਂ ਦੇ ਕਲਾ-ਕਾਰਜ ਦੇ ਸੰਬੰਧ ਵਿਚ ਫੀਡਬੈਕ ਦੇਣਾ ਕਿਉਂ ਜਰੂਰੀ ਹੈ?

[ਅਪ੍ਰੈਲ 2016, ਪ੍ਰਸ਼ਨ 33]

ਉੱਤਰ - ਬੱਚਿਆਂ ਦੇ ਕਾਰਜ ਪ੍ਰਦਰਸ਼ਨ ਵਿਚ ਸੁਧਾਰ ਕਰਨ ਵਿਚ ਲਗਾਤਾਰ ਅਵਲੋਕਨ ਕਰਨਾ ਅਤੇ ਉਨ੍ਹਾਂ ਨੂੰ ਫੀਡਬੈਕ ਦੇਣਾ ਸ਼ਾਮਿਲ ਹੈ, ਤਾਂਕਿ ਉਨ੍ਹਾਂ ਨੂੰ ਪਤਾ ਲੱਗਦਾ ਰਹੇ ਕਿ ਉਨ੍ਹਾਂ ਕੀ ਉਮੀਦ ਕੀਤੀ ਜਾਂਦੀ ਹੈ। ਅਧਿਆਪਕ ਦੇ ਰਚਨਾਤਮਕ ਫੀਡਬੈਕ ਰਾਹੀਂ ਉਹ ਆਪਣੇ ਕਾਰਜ ਪ੍ਰਦਰਸ਼ਨ ਵਿਚ ਸੁਧਾਰ ਕਰ ਸਕਦੇ ਹਨ। ਸਮੇਂ ਦੀ ਇਕ ਕਲਾਵਿਧੀ ਵਿਚ ਬੱਚੇ ਬਹੁਤ ਸਾਰੇ ਕਾਰਜ ਅਤੇ ਨਿਸ਼ਪਾਦਨ ਕਰਦੇ ਹਨ। ਜੇ ਅਧਿਆਪ ਸਾਰੀ ਗਤੀਵਿਧੀਆਂ ਦੀ ਸੂਚਨਾ, ਸਬੂਤ ਅਤੇ ਰਿਕਾਰਡ ਇਕ ਉਚਿਤ ਢੰਗ ਨਾਲ ਰੱਖਦੇ ਹਨ ਤਾਂ ਉਹ ਸਮੇਂ-ਸਮੇਂ 'ਤੇ ਬੱਚੇ ਅਤੇ ਉਸਦੇ ਮਾਤਾ-ਪਿਤਾ ਨੂੰ ਫੀਡਬੈਕ ਦੇ ਸਕਦੇ ਹਨ।

ਅਧਿਆਪਕ ਇਹ ਫੀਡਬੈਕ ਬੱਚਿਆਂ ਨੂੰ ਕਲਾ ਨਾਲ ਸੰਬੰਧਿਤ ਉਨ੍ਹਾਂ ਦੀ ਸ਼ਕਤੀਆਂ ਅਤੇ ਕਮੀਆਂ ਦੇ ਪ੍ਰਤੀ ਜਾਗਰੂਕ ਕਰਨ ਲਈ ਪ੍ਰਦਾਨ ਕਰਦਾ ਹੈ। ਕਿਹੜਾ ਅੰਗ ਹੈ ਜਿਸ 'ਤੇ ਉਨ੍ਹਾਂ ਨੂੰ ਭਵਿੱਖ ਵਿਚ ਕਾਰਜ ਕਰਨਾ ਜਰੂਰੀ ਹੈ। ਟਿੱਪਣੀਆਂ ਪ੍ਰਤਿਯੋਗੀਤਾ ਅਤੇ ਇਨਾਮ ਦੀ ਉਮੀਦ ਬੱਚਿਆਂ ਲਈ ਪ੍ਰੇਰਕ ਹੋਣੀ ਚਾਹੀਦੀ ਹੈ। ਇਸਨੂੰ ਗੁਣਾਤਮਕ ਢੰਗ ਨਾਲ ਰਿਪੋਰਟ ਕਾਰਡ ਵਿਚ ਸ਼ਾਮਿਲ ਕਰਨਾ ਬਿਹਤਰ ਹੋਵੇਗਾ। ਸਧਾਰਨ ਅਤੇ ਸੁਬੋਧ ਕਥਨਾਂ ਤੋਂ ਯੁਕਤ ਇਕ ਪਰਾਵਰਤਨ ਕਾਰਡ ਹੋ ਸਕਦਾ ਹੈ ਜਿਸ ਵਿਚ ਅਧਿਆਪਕ ਦਾ ਅਵਲੋਕਨ ਦਿੱਤਾ ਜਾ ਸਕਦਾ ਹੈ।

ਇਸ ਪੱਧਰ 'ਤੇ ਮੁਲਾਂਕਣ ਨਮੀਨਯ ਹੋਣਾ ਚਾਹੀਦਾ ਹੈ ਅਤੇ ਬੱਚਿਆਂ ਨੂੰ ਮੁਲਾਂਕਣ ਨੂੰ ਜਰੂਰੀ ਅਨੁਭਵ ਕਰਨਾ ਚਾਹੀਦਾ ਹੈ ਕਿਉਂਕਿ ਉਹ ਚੰਗੀ ਤਰਾਂ ਸਿੱਖ ਸਕਦੇ ਹਨ ਜਦ ਉਨ੍ਹਾਂ ਦੀ ਆਲੋਚਨਾ ਨਾ ਹੋਵੇ। ਜਦਕਿ ਉਨ੍ਹਾਂ ਖੇਤਰਾਂ ਜਿਸ ਵਿਚ ਉਨ੍ਹਾਂ ਦੇ ਧਿਆਨ ਅਤੇ ਸੁਧਾਨ ਦੀ ਜਰੂਰਤ ਹੈ ਕਿ ਬੱਚਿਆਂ ਨੂੰ ਉਪਯੁਕਤ ਸਮਝ ਲਈ ਫੀਡਬੈਕ ਦਾ ਯਥਾਰਥ ਹੋਣਾ ਜਰੂਰੀ ਹੈ।

ਹਰ 3-4 ਮਹੀਨੇ ਵਿਚ ਸਕੂਲ ਵਿਚ ਅੰਦਰ ਇਕ ਛੋਟੀ ਪ੍ਰਦਰਸ਼ਨੀ ਦਾ ਆਯੋਜਨ ਕਰਨਾ ਫੀਡਬੈਕ ਨੂੰ ਸੰਚਾਰਿਤ ਕਰਨ ਦਾ ਇਕ ਦੂਜਾ ਤਰੀਕਾ ਹੈ। ਜਿੱਥੇ ਬੱਚਿਆਂ ਨੂੰ ਦ੍ਰਿਸ਼ ਕਲਾ ਕਾਰਜਾਂ ਨੂੰ ਦੂਜੇ ਬੱਚਿਆਂ ਅਤੇ ਮਾਪਿਆਂ ਲਈ ਪ੍ਰਦਰਸ਼ਿਤ ਕੀਤਾ ਜਾ ਸਕੇ। ਬੱਚਿਆਂ ਦੇ ਲਾਭ ਲਈ ਕੁੱਝ ਸੱਭਿਆਚਾਰਕ ਨਿਸ਼ਪਾਦਨ ਵੀ ਕੀਤੇ ਜਾ ਸਕਦੇ ਹਨ।

ਰਿਪੋਰਟਾਂ ਲਈ ਸਹਿਪਾਠੀ ਮੁਲਾਂਕਣ ਰਾਹੀਂ ਅਧਿਆਪਕ ਨੂੰ ਸੂਚਨਾ ਇਕੱਠੀ ਕਰਨੀ ਚਾਹੀਦੀ ਹੈ ਅਤੇ ਬਾਅਦ ਵਿਚ ਇਹ ਸਾਲਾਨਾ ਰਿਪੋਰਟ ਕਾਰਡ ਵਿਚ ਲਾਭਦਾਇਕ ਹੋ ਸਕਦਾ ਹੈ।

ਪ੍ਰਸ਼ਨ 51. ਕਲਾ ਮੁਲਾਂਕਣ ਵਿਚ ਉਪਕਰਣ ਅਤੇ ਤਕਨੀਕ ਕਿਉਂ ਜਰੂਰੀ ਹੈ? ਵੱਖ-ਵੱਖ ਉਪਕਰਣਾਂ ਅਤੇ ਤਕਨੀਕਾਂ ਦੀ ਸੂਚੀ ਬਣਾਓ ਅਤੇ ਉਨ੍ਹਾਂ ਦਾ ਵਰਣਨ ਕਰੋ।

ਉੱਤਰ - ਮੁਲਾਂਕਣ ਪ੍ਰਕਿਰਿਆ ਵੱਖ-ਵੱਖ ਰੂਪ ਗ੍ਰਹਿਣ ਕਰ ਸਕਦਾ ਹੈ ਜਿਸਦੇ ਵੱਖ-ਵੱਖ ਉਦੇਸ਼ ਜਾ ਨਤੀਜੇ ਹੋ ਸਕਦੇ ਹਨ। ਕਲਾ ਦੇ ਮੁਲਾਂਕਣ ਲਈ ਬਹੁਤ ਸਾਰੇ ਉਪਕਰਣ ਅਤੇ ਤਕਨੀਕ ਹਨ। ਪਰ ਕੋਈ ਕੱਲਾਂ ਉਪਕਰਣ ਮੁਲਾਂਕਣ ਲਈ ਭਰੋਸੇਮੰਦ, ਵੈਧ ਅਤੇ ਸੰਪੂਰਨ ਨਹੀਂ ਹੋ ਸਕਦਾ। ਮੁਲਾਂਕਣ ਦੇ ਵੱਖ-ਵੱਖ ਉਦੇਸ਼ ਜਾਂ ਨਤੀਜੇ ਹਨ। ਇਕ ਅਧਿਆਪਕ ਨੂੰ ਉਨ੍ਹਾਂ ਉਪਕਰਣਾਂ ਨਾਲ ਜਾਣੂ ਹੋਣ ਚਾਹੀਦਾ ਹੈ ਜਿਨ੍ਹਾਂ ਨੂੰ ਆਮ ਤੌਰ 'ਤੇ ਕਲਾ ਦੇ ਮੁਲਾਂਕਣ ਵਿਚ ਪ੍ਰਯੁਕਤ ਕੀਤਾ ਜਾਂਦਾ ਹੈ। ਇਹ ਜਰੂਰੀ ਹੈ ਕਿਉਂਕਿ ਸਿਰਫ ਉਪਯੁਕਤ ਉਪਕਰਣ ਦਾ ਉਪਯੋਗ ਕਰ ਕੇ ਕੋਈ ਵੀ ਸ਼ੁੱਧ ਨਤੀਜਾ ਪਾ ਸਕਦਾ ਹੈ।

ਵਾਧੇ ਦਾ ਸੰਪੂਰਨ ਰਿਕਾਰਡ ਬਣਾਉਣ ਦੇ ਕ੍ਰਮ ਵਿਚ ਇਕ ਅਧਿਆਪਕ ਨੂੰ ਵੱਖ-ਵੱਖ ਕਿਸਮ ਦੇ ਮੁਲਾਂਕਣ ਤਕਨੀਕਾਂ ਅਤੇ ਸ਼ੁੱਧ ਅਵਲੋਕਨ ਅਤੇ ਰਿਕਾਰਡ ਸੁਰੱਖਿਆ ਦੇ ਵਿਸਥਾਰ 'ਤੇ ਭਰੋਸਾ ਰੱਖਣਾ ਪੈਂਦਾ ਹੈ। ਭੰਡਾਰਣ ਸਮਰੱਥਾ ਦੇ ਅਭਾਵ ਵਿਚ ਸਤਰ ਦੇ ਅੰਤ ਵਿਚ ਵੱਡੇ ਕਾਰਜ ਦੀ ਦੇਖਭਾਲ ਬਹੁਤ ਮੁਸ਼ਕਿਲ ਹੋ ਸਕਦੀ ਹੈ। ਇਸ ਲਈ ਨਿਸ਼ਪਾਦਨ ਬਣਾਉਣ ਵੇਲੇ ਮੁਲਾਂਕਣ ਲਈ ਇਹ ਜਰੂਰੀ ਹੈ। ਇਕ ਅਧਿਆਪਕ ਨੂੰ ਮੁਲਾਂਕਣ ਲਈ ਉਪਯੁਕਤ ਉਪਕਰਣ ਦੀ ਚੋਣ ਦਾ ਫੈਸਲਾ ਲੈਂਦਾ ਹੁੰਦਾ ਹੈ।

1) **ਅਵਲੋਕਨ -** ਜੋ ਕੁੱਝ ਵੇਖਿਆ ਜਾਂਦਾ ਹੈ, ਉਸਦੀ ਚੰਗੀ ਯੋਜਨਾ ਬਣਾਕੇ ਮਾਨਦੰਢ ਨਿਰਧਾਰਿਤ ਕਰਨ ਨੂੰ ਪ੍ਰੇਖਣ ਕਿਹਾ ਜਾਂਦਾ ਹੈ। ਇਹ ਵੀ ਕੋਸ਼ਿਸ਼ ਕੀਤੀ ਜਾਂਦੀ ਹੈ ਕਿ ਪ੍ਰੇਖਣ ਸੰਭਵ ਨਿਰਪੱਖ ਰੂਪ ਤੋਂ ਕੀਤਾ ਜਾਵੇ। ਪ੍ਰੇਖਣ ਵਿਚ ਵੀ ਭਰੋਸਾ, ਵੈਧਤਾ ਆਦਿ ਗੁਣ ਹੋਣੇ ਚਾਹੀਦੇ ਹਨ। ਵੱਖ-ਵੱਖ ਨੈਤਿਕ ਗੁਣਾਂ ਦੇ ਪ੍ਰੇਖਣ ਲਈ ਇਹ ਵੀ ਜਰੂਰੀ ਹੈ ਕਿ ਬੱਚਿਆਂ ਨੂੰ ਅਜਿਹੀ ਸਥਿਤੀਆਂ ਪ੍ਰਦਾਨ ਕੀਤੀ ਜਾਵੇ ਜਿਸ ਵਿਚ ਉਨ੍ਹਾਂ ਗੁਣਾਂ ਦੀ ਚੰਗੀ ਤਰਾਂ ਨਿਰਪੱਖ ਜਾਂਚ ਹੋ ਸਕਦੇ। ਸੁਣਨਾ, ਬੋਲਣਾ, ਪੜ੍ਹਨਾ, ਲਿੱਖਣਾ ਆਦਿ ਵਰਗੇ ਵੱਖ-ਵੱਖ ਹੁਨਰ ਇਸੀ ਤਕਨੀਕ ਰਾਹੀਂ ਮਾਪੇ ਜਾ ਸਕਦੇ ਹਨ।

2) **ਪਰਿਯੋਜਨਾ -** ਪਰਿਯੋਜਨਾ ਬੱਚਿਆਂ ਦੇ ਜੀਵਨ ਅਤੇ ਪਾਠ ਪੁਸਤਕ ਦੇ ਅੰਦਰ ਦੇ ਗਿਆਨ ਵਿਚਕਾਰ ਇਕ ਸੰਬੰਧ ਸਥਾਪਿਤ ਕਰਨ ਵਿਚ ਕਾਫੀ ਉਪਯੋਗੀ ਹੈ। Ballard ਦੇ ਅਨੁਸਾਰ, "ਇਕ ਪਰਿਯੋਜਨ ਅਸਲ ਜੀਵਨ ਦਾ ਇਕ ਛੋਟਾ ਜਿਹਾ ਹਿੱਸਾ ਹੈ ਜਿਸਨੂੰ ਸਕੂਲ ਵਿਚ ਸ਼ਾਮਿਲ ਕੀਤਾ ਗਿਆ ਹੈ। ਸਕੂਲ ਦੇ ਵੱਖ-ਵੱਖ ਵਿਸ਼ਾਂ ਵਿਚ ਕਾਰਜ ਪਰਿਯੋਜਨਾ ਉਚ ਪੱਧਰ ਦੇ ਹੁਨਰਾਂ ਨੂੰ ਸਿੱਖਣ ਲਈ ਜਿਵੇਂ- ਸੰਰਚਨਾਤਮਕ ਅਤੇ ਰਚਨਾਤਮਕ ਚਿੰਤਨ ਮੌਕਿਆਂ ਦੀ ਰਚਨਾ ਕਰਦਾ ਹੈ। ਪਰਿਯੋਜਨਾ ਵਿਚ ਬੱਚਿਆਂ

ਲਈ ਇਕ ਸਮੱਸਿਆ ਪੈਦਾ ਕੀਤੀ ਜਾਂਦੀ ਹੈ ਜਿਸਦਾ ਹੱਲ ਬੱਚਿਆਂ ਨੂੰ ਖੋਜਣਾ ਹੁੰਦਾ ਹੈ। ਪਰਿਯੋਜਨਾ ਵਿਅਕਤੀਗਤ ਬੱਚੇ ਜਾਂ ਬੱਚਿਆਂ ਦੇ ਇਕ ਛੋਟੇ ਸਮੂਹ ਰਾਹੀਂ ਲਈ ਜਾਂਦੀ ਹੈ।

3) **ਪੋਰਟਫੋਲਿਓ** - ਪੋਰਟਫੋਲਿਓ ਬੱਚੇ ਦਾ ਕਿਸੇ ਵਿਸ਼ੇਸ਼ ਉਦੇਸ਼ ਦੀ ਪ੍ਰਾਪਤ ਲਈ ਕੀਤੇ ਗਏ ਕੰਮ ਦੇ ਚੁਣੇ ਹੋਏ ਹੱਸਾਂ ਦਾ ਸੰਕਲਨ ਹੁੰਦਾ ਹੈ। ਇਸ ਸਿਰਫ ਬੱਚੇ ਦੇ ਕਾਰਜ ਨੂੰ ਹੀ ਨਹੀਂ ਰੱਖਦਾ ਹੈ ਬਲਕਿ ਉਸਦੇ ਸਭ ਤੋਂ ਵਧੀਆ ਕੰਮ-ਕਾਜ ਭੰਡਾਰ ਹੁੰਦਾ ਹੈ। ਪੋਰਟਫੋਲਿਓ ਦਾ ਬੱਚਿਆਂ ਦਾ ਅਕਲਨ ਕਰਨ ਲਈ ਇਕ ਪ੍ਰਭਾਵਕਾਰੀ ਉਪਕਰਣ ਦੇ ਰੂਪ ਵਿਚ ਇਸਤੇਮਾਲ ਕੀਤਾ ਜਾਂਦਾ ਹੈ। ਪੋਰਟਫੋਲਿਓ ਸਵੈ-ਮੁਲਾਂਕਣ ਕਰਨ ਦੇ ਹੁਨਰਾਂ ਦੇ ਪਰਿਪਾਲਨ ਦਾ ਇਕਕ ਪ੍ਰਭਾਵੀ ਉਪਕਰਣ ਸਾਬਤ ਹੋ ਸਕਦਾ ਹੈ ਜੋ ਕਿ ਬੱਚਿਆਂ ਦੀ ਇਕ ਸੁਤੰਤਰ ਚਿਤੰਨ ਲਈ ਪ੍ਰੇਰਿਤ ਕਰਦਾ ਹੈ।

4) **ਜਾਂਚ ਸੂਚੀ** - ਜਾਂਚ ਸੂਚੀ ਇਕ ਉਪਕਰਣ ਹੈ ਜੋ ਬੱਚੇ ਦੇ ਵਿਸ਼ੇਸ਼ ਕਿਰਿਆਕਲਾਪਾਂ ਦੇ ਨਿਸ਼ਪਾਦਨ ਦਾ ਰਿਕਾਰਡ ਕਰਨ ਵਿਚ ਅਧਿਆਪਕ ਦੀ ਸਹਾਇਤਾ ਕਰਦਾ ਹੈ। ਜਾਂਚ ਸੂਚੀ ਬੱਚਿਆਂ ਦੀ ਵਿਸ਼ੇਸ਼ਤਾਵਾਂ, ਵਿਵਹਾਰ ਅਤੇ ਇਕ ਘਟਨਾ ਦੀ ਉਪਸਥਿਤੀ ਬਾਰੇ ਅਵਲੋਕਨ ਕਰਕੇ ਵਿਵਹਾਰ ਵਰਿਤੀ ਲਈ ਨਿਰਧਾਰਿਤ ਸਤੰਭ ਵਿਚ ਸਹੀ (√) ਦਾ ਨਿਸ਼ਾਨ ਲਗਾਉਣ ਦੇ ਯੋਗ ਬਨਾਉਂਦਾ ਹੈ। ਜਾਂਚ ਸੂਚੀ ਨੂੰ ਪੂਰਾ ਭਰਨ ਤੋਂ ਬਾਅਦ ਅਸੀਂ ਇਸਦਾ ਉਪਯੋਗ ਰਣਨੀਤੀਆਂ ਵਿਚ ਸੁਧਾਰ ਕਰਨ ਦੀ ਯੋਜਨਾ ਬਣਾਉਣ ਵਿਚ ਕਰ ਸਕਦੇ ਹਨ ਜਿਸ ਨਾਲ ਬਿਹਤਰ ਸਿੱਖਿਆ ਲਈ ਅਨੁਕੂਲ ਵਾਤਾਵਰਣ ਬਨਾਇਆ ਜਾ ਸਕੇ।

5) **ਨਿਰਧਾਰਣ ਸਮੱਗਰੀ** - ਇਸ ਵਿਚ ਕੁੱਝ ਵਿਸ਼ੇਸ਼ਤਾਵਾਂ ਦੀ ਵਿਧੀ ਹੁੰਦੀ ਹੈ ਜਿਸ ਵਿਚ ਹਰੇਕ ਦੇ ਸਾਹਮਣੇ ਕੁੱਝ ਵਿਚਾਰ ਅਤੇ ਅੰਕ ਅਤੇ ਵਿਸ਼ੇਸ਼ਣ ਦਿੱਤੇ ਹੁੰਦੇ ਹਨ। ਨਿਰਧਾਰਕ ਆਪਣੇ ਗਿਆਨ ਦੇ ਅਧਾਰ 'ਤੇ ਲੋੜੀਂਦੇ ਵਿਅਕਤੀ ਦੇ ਵਿਸ਼ੇ ਵਿਚ ਉੱਲੇਖਿਤ ਨਿਰਧਾਰਣ ਕਿਰਿਆ ਵਿਚੋਂ ਇਕ 'ਤੇ ਨਿਸ਼ਾਨ ਲਗਾਉਣਾ ਹੁੰਦਾ ਹੈ। ਨਿਰਧਾਰਣ ਮਾਪਨੀ 3 ਬਿੰਦੂ/5 ਬਿੰਦੂ/7 ਬਿੰਦੂ ਤੱਕ ਵਿਵਹਾਰਿਕਤਾ ਦੇ ਅਧਾਰ 'ਤੇ ਨਿਸ਼ਚਿਤ ਕੀਤੀ ਜਾ ਸਕਦੀ ਹੈ।

6) **ਘਟਨਾ ਰਿਕਾਰਡ** - ਸਕੂਲ ਦੇ ਬੱਚਿਆਂ ਅਤੇ ਉਸ ਨਾਲ ਸੰਬੰਧਿਤ ਮਹੱਤਵਪੂਰਨ ਘਟਨਾਵਾਂ ਦਾ ਸੰਖੇਪ ਵਰਣਨ ਘਟਨਾ ਰਿਕਾਰਡ ਹੈ। ਘਟਨਾ ਰਿਕਾਰਡ ਵੱਖ ਵੱਖ ਪ੍ਰਕਾਰ ਨਾਲ ਤਿਆਰ ਕੀਤਾ ਜਾ ਸਕਦਾ ਹੈ। ਇਸ ਵਿਚ ਕਿਸੇ ਬੱਚੇ ਵਿਸ਼ੇਸ਼ ਨਾਲ ਸੰਬੰਧਿਤ ਸੂਚਨਾਵਾਂ ਦਾ ਸੰਗਰਹਿ ਕੀਤਾ ਜਾਂਦਾ ਹੈ।

7) **ਪ੍ਰਦਰਸਨ** - ਸੰਚਾਰ ਦੇ ਇਕ ਸਰੋਤ ਦੇ ਰੂਪ ਵਿਚ ਪ੍ਰਦਰਸ਼ਨ ਦਾ ਪ੍ਰਯੋਗ ਕੀਤਾ ਜਾ ਸਕਦਾ ਹੈ। ਜਦੋਂ ਸਮੂਹ ਕਾਰਜ ਮੁਲਾਂਕਿਤ ਕੀਤਾ ਜਾ ਚੁਕਿਆ ਹੋਵੇਗਾ ਅਤੇ ਅਧਿਆਪਕ ਇਸਨੂੰ ਬਾਕੀ ਕਲਾਸ ਦੇ ਨਾਲ ਸਾਂਝਾ ਕਰਨਾ ਚਾਹੁੰਦਾ ਹੈ ਤਾਂ ਇਹ ਪ੍ਰਯੁਕਤ ਹੋ ਸਕਦਾ ਹੈ। ਇਹ ਉਪਕਰਣ ਸਾਹਿਪਾਠੀ ਮੁਲਾਂਕਣ ਦੇ ਨਾਲ-ਨਾਲ ਸਵੈ-ਮੁਲਾਂਕਣ ਲਈ ਵੀ ਲਾਭਦਾਇਕ ਹੈ।

ਪ੍ਰਸ਼ਨ 52. ਸੰਕੇਤਕ ਦਾ ਅਰਥ ਕੀ ਹੈ? ਇਕ ਚੰਗੇ ਸੰਕੇਤਕ ਦੀ ਕੀ ਵਿਸ਼ੇਸ਼ਤਾਵਾਂ ਹਨ?

ਉੱਤਰ - ਉਹ ਉਪਕਰਣ ਜੋ ਕਿਸੇ ਵਿਚ ਸੂਚਨਾ ਪ੍ਰਦਾਨ ਕਰਦੇ ਹਨ, ਉਨ ਨੂੰ ਸੂਚਕ ਕਹਿੰਦੇ ਹਨ। ਸੂਚਕ ਇਕ ਗੁਣਾਤਮਕ ਅਤੇ ਮਾਤਰਾਤਮਕ ਵੈਰਿਏਬਲ ਹੈ ਜੋ ਉਪਲਬਧੀਆਂ ਨੂੰ ਮਾਪਨ, ਇਕ ਮਾਧਿਅਮ ਨਾਲ ਜੁੜੇ ਤਬਦੀਲਾਂ ਦੇ ਪ੍ਰਵਰਤਨ ਜਾਂ ਨਿਸ਼ਪਾਦਨ ਦੇ ਮੁਲਾਂਕਣ ਵਿਚ ਮਦਦ ਕਰਨ ਵਿਚ

ਇਕ ਸਧਾਰਨ ਅਤੇ ਭਰੋਸੇਮੰਦ ਸਰੋਤ ਹੈ। ਸੂਚਕ ਉਪਲਬਧੀਆਂ ਦੇ ਬਾਰੇ ਵਿਚ ਹੈ ਪਰ ਇਹ ਆਪਣੇ ਆਪ ਵਿਚ ਅੰਤ ਨਹੀਂ ਹੈ।

ਇਕ ਏਕਲ ਸੂਚਕ ਸਿੱਖਿਆ ਦੇ ਰੂਪ ਵਿਚ ਇਕ ਅਜਿਹੇ ਜਟਿਲ ਤੱਥ ਬਾਰੇ ਬਿਰਲੇ ਹੀ ਲਾਭਦਾਇਕ ਸੂਚਨਾ ਪ੍ਰਦਾਨ ਕਰ ਸਕਦਾ ਹੈ। ਸੂਚਕ ਆਮ ਤੌਰ 'ਤੇ ਸਥਿਤੀਆਂ ਬਾਰੇ ਵੱਧ ਤੋਂ ਵੱਧ ਸਟੀਕ ਸੂਚਨਾ ਪੈਦਾ ਕਰਨ ਲਈ ਪ੍ਰਾਰੂਪਿਤ ਕੀਤੇ ਜਾਂਦੇ ਹਨ। ਸੂਚਕ ਦਾ ਉਦੇਸ਼ ਪ੍ਰਣਾਲੀ ਦੀ ਪ੍ਰਕਿਰਤੀ ਦਾ ਚਰਿੱਤਰ ਚਿੱਤਰਣ ਇਸਦੇ ਘਟਕਾਂ ਰਾਹੀਂ ਕਰਨਾ ਹੈ।

ਇਕ ਚੰਗੇ ਸੂਚਕ ਦੀ ਵਿਸ਼ੇਸ਼ਤਾਵਾਂ-

- ਇਹ ਸਮੱਸਿਆਤਮਕ ਸਥਿਤੀਆਂ ਦੀ ਪਛਾਣ ਕਰਨ ਵਿਚ ਮਦਦ ਕਰਦਾ ਹੈ।
- ਇਹ ਹੋਰ ਸੂਚਕਾਂ ਦੇ ਨਾਲ ਜੁੜਨ ਦੀ ਮੰਜ਼ੂਰੀ ਦਿੰਦਾ ਹੈ।
- ਇਹ ਇਸਦੇ ਮੁੱਲਾਂ ਦਾ ਮਾਨਕ ਨਾਲ ਤੁਲਨਾ ਕਰਨ ਵਿਚ ਮਦਦ ਕਰਦਾ ਹੈ।
- ਇਹ ਅਧਿਆਪਕਾਂ ਨੂੰ ਲਾਭਦਾਇਕ ਸੂਚਨਾ ਪ੍ਰਦਾਨ ਕਰਦਾ ਹੈ।
- ਕੋਈ ਉਦੇਸ਼ ਤੋਂ ਕਿੰਨਾ ਦੂਰ ਅਤੇ ਕਿੰਨਾ ਨੇੜੇ ਹੈ ਇਸਨੂੰ ਮਾਪਦਾ ਹੈ।
- ਇਸਦੀ ਯੋਗਤਾ ਹੈ ਸੂਚਨਾ ਦਾ ਸੰਚਾਰ।

ਪ੍ਰਸ਼ਨ 53. ਵਿਕਾਸ ਸੂਚਕਾਂ ਦੀ ਸੂਚੀ ਬਣਾਓ।

ਉੱਤਰ - ਵਿਕਾਸ ਸੂਚਕ ਹੇਠ ਲਿਖੇ ਹਨ-

ਭੌਤਿਕ ਅਤੇ ਗਤਿਕ ਵਿਕਾਸ

- ਸ਼ਾਨ
- ਸਮਰੱਥਾ ਅਤੇ ਸਰਗਰਮੀ ਦਾ ਪੱਧਰ
- ਸਤਕਰਤਾ
- ਸਥੂਲ ਗਤੀ ਵਿਕਾਸ
- ਸ਼ਾਨਦਾਰ ਗਤੀ ਵਿਕਾਸ
- ਅੰਖਾਂ-ਹੱਥਾਂ ਦਾ ਸੰਯੋਜਨ

ਮਾਨਸਿਕ ਵਿਕਾਸ

- ਯਾਦਾਸ਼ਤ
- ਭਾਸ਼ਾ ਵਿਕਾਸ
- ਅਵਲੋਕਨ
- ਸੰਕਲਪਨਾ ਦੀ ਸਪੱਸ਼ਟਤਾ
- ਤਾਰਕਿਕ ਚਿੰਤਨ
- ਸਮੱਸਿਆ ਦਾ ਹੱਲ

- ਚੀਜ਼ਾਂ, ਘਟਨਾਵਾਂ ਆਦਿ ਨੂੰ ਮਹਿਸੂਸ ਕਰਨਾ
- ਸੂਚਨਾ ਦੀ ਸਮਝ ਬਣਾਉਣਾ

ਸਮਾਜਿਕ ਸੰਵੇਦਨਾਤਮਕ ਵਿਕਾਸ

- ਬਾਲਗਾਂ ਅਤੇ ਸਹਿਪਾਠੀਆਂ ਨਾਲ ਸਬੰਧਤ
- ਭਾਵਨਾਵਾਂ, ਵਿਚਾਰਾਂ ਦਾ ਪ੍ਰਗਟਾਓ
- ਸਹਿਯੋਗ
- ਪਹਿਲ ਕਰਨਾ
- ਹੋਰਾਂ ਨਾਲ ਸਾਂਝਾ ਕਰਨਾ
- ਸਮਾਯੋਜਨ

ਪ੍ਰਸ਼ਨ 54. ਪੋਰਟਫੋਲਿਓ ਦੀ ਦੇਖਭਾਲ ਅਤੇ ਉਸਦ ਉਪਯੋਗ ਕਿਵੇਂ ਕਰਿਏ? ਚਰਚਾ ਕਰੋ।

ਜਾਂ

ਬੱਚਿਆਂ ਦੇ ਮੁਲਾਂਕਣ ਲਈ ਅਸੀਂ ਪੋਰਟਫੋਲਿਓ ਦਾ ਉਪਯੋਜ ਕਿਵੇਂ ਕਰਦੇ ਹਨ? ਸੰਖੇਪ ਵਿਚ ਵਿਵਰਣ ਦਓ।

ਉੱਤਰ - ਪੋਰਟਫੋਲਿਓ ਦੀ ਦੇਖਭਾਲ - ਪੋਰਟਫੋਲਿਓ ਵਿਚ ਵੱਖ-ਵੱਖ ਕਿਸਮ ਦੇ ਕਾਰਜਾਂ ਨੂੰ ਵੱਖ ਮਾਤਰਾ ਵਿਚ ਸ਼ਾਮਿਲ ਕਰ ਸਕਦੇ ਹਨ।

ਇਕ ਢੰਗਾਈ ਵਿਚ ਖੋਜ ਕਰ ਸਕਦਾ ਹੈ ਅਤੇ ਵੱਖ-ਵੱਖ ਕਿਸਮ ਦੇ ਕਲਾ ਕਾਰਜਾਂ ਬਾਰੇ ਸੋਚਦਾ ਹੈ। ਕਾਰਜ ਨੂੰ ਪੋਰਟਫੋਲਿਓ ਵਿਚ ਸ਼ਾਮਿਲ ਕਰਨਾ ਚੰਗਾ ਹੈ ਜੋ ਕਿ ਬੱਚੇ ਦੀ ਸਿਰਜਨਾਤਮਕਤਾ ਨੂੰ ਰਦਾ ਹੈ। ਇਕ ਬੱਚਾ ਜੋ ਪੋਰਟਫੋਲਿਓ ਸ਼ਾਮਿਲ ਕਰ ਰਿਹਾ ਹੈ ਮੌਲਿਕ ਚਿੰਤਨ, ਕਲਪਨਾ ਹੁਨਰਾਂ ਦਾ ਸਬੂਤ ਪੇਸ਼ ਕਰ ਸਕਦਾ ਹੈ। ਇਸ ਵਿਚ ਗੁਣਾਤਮਕਤਾ ਵੱਧ ਹੈ। ਇਕ ਪੋਰਟਫੋਲਿਓ ਵਿਚ ਹੇਠ ਲਿਖੇ ਸ਼ਾਮਿਲ ਹੋ ਸਕਦੇ ਹਨ-

1. **ਡਿਜਾਇਨ** - ਇਸ ਵਿਚ ਪੋਸਟਰ, ਲੇਯਆਉਟ, ਗ੍ਰਾਫ, ਨਕਸ਼ਾ ਆਦਿ ਸ਼ਾਮਿਲ ਹੁੰਦੇ ਹਨ।
2. **ਚਿੱਤਰਕਲਾ** - ਇਕ ਪੋਰਟਫੋਲਿਓ ਵਿਚ ਚਿੱਤਰਕਲਾ ਦੇ ਚੰਗੇ ਉਦਾਹਰਣ ਵੱਖ-ਵੱਖ ਮਾਧਿਅਮਾਂ ਵਿਚ ਹੋਣੇ ਚਾਹੀਦੇ ਹਨ। ਚਿੱਤਰਕਲਾ ਵਿਚ ਵਸਤਾਂ, ਲੋਕ, ਪ੍ਰਕਿਰਤੀ ਅਤੇ ਵਾਤਾਵਰਣ ਸ਼ਾਮਿਲ ਹੋ ਸਕਦੇ ਹਨ।
3. **ਪੇਂਟਿੰਗ** - ਇਸ ਵਿਚ ਤੇਲੀ ਪੇਸਟਲ, ਜਲਰੰਗ, ਪੇਂਟਿੰਗਸ, ਰੰਗੀਨ ਮਾਧਿਅਮਾਂ ਤੋਂ ਬਣੀ ਚਿੱਤਰਕਲਾ, ਸਥਾਨ ਆਦਿ ਸ਼ਾਮਿਲ ਹੋ ਸਕਦੇ ਹਨ।
4. **ਛਪਾਈ** - ਇਸ ਵਿਚ ਸਟੈਂਪ ਪੈਡ, ਪੱਤੀਆਂ, ਸਬਜ਼ੀਆਂ, ਰਬਰ ਆਦਿ ਸ਼ਾਮਿਲ ਹੋ ਸਕਦੇ ਹਨ।
5. **ਕੋਲਾਜ** - ਇਸ ਵਿਚ ਸਮਾਚਾਰ ਪੱਤਰ, ਅਖਬਾਰ, ਰੰਗੀਨ ਕਾਗਜ਼ ਜਾਂ ਹੋਰ ਵਸਤਾਂ ਜਿਵੇਂ- ਕੱਪੜੇ, ਬਟਨ, ਖੰਬ ਆਦਿ ਸ਼ਾਮਿਲ ਹੋ ਸਕਦੇ ਹਨ।

ਪੋਰਟਫੋਲਿਓ ਦਾ ਉਪਯੋਗ - ਇਕ ਪੋਰਟਫੋਲਿਓ ਦਾ ਉਪਯੋਗ ਕਈ ਤਰੀਕੇ ਨਾਲ ਕੀਤਾ ਜਾ ਸਕਦਾ ਹੈ-

1. ਪੋਰਟਫੋਲਿਓ ਦੇ ਉਦੇਸ਼ ਦੀ ਸਥਾਪਨਾ - ਸਭ ਤੋਂ ਪਹਿਲਾਂ ਨਿਰਧਾਰਨ ਕਰਨਾ ਚਾਹੀਦਾ ਹੈ ਕਿ ਪੋਰਟਫੋਲਿਓ ਕਿਸ ਉਦੇਸ਼ ਤੋਂ ਬਣਾਇਆ ਜਾ ਰਿਹਾ ਹੈ- (ੳ) ਵਾਧਾ ਦਰਜ ਕਰਨ ਲਈ, (ਅ) ਵਧੀਆਂ ਕਾਰਜ ਦਿਖਾਉਣ ਲਈ। ਇਸ ਤਰਾਂ ਦੋ ਉਦੇਸ਼ਾਂ ਦੇ ਪੋਰਟਫੋਲਿਓ ਬਣਾਏ ਜਾ ਰਹੇ ਹਨ-

- **ਵਿਕਾਸਾਤਮਕ ਪੋਰਟਫੋਲਿਓ** - ਇਸ ਕਿਸਮ ਦੇ ਪੋਰਟਫੋਲਿਓ ਤੋਂ ਇਹ ਪਤਾ ਲੱਗਦਾ ਹੈ ਕਿ ਇਕ ਨਿਸ਼ਚਿਤ ਅਵਧੀ ਵਿਚ ਬੱਚੇ ਵਿਚ ਕਿੰਨੀ ਤਬਦੀਲੀ ਆਈ। ਇਸ ਕਿਸਮ ਦੇ ਪੋਰਟਫੋਲਿਓ ਤੋਂ ਬੱਚੇ ਅਤੇ ਅਧਿਆਪਕ ਦੋਵੇਂ ਦੇ ਕਾਰਜ ਨਿਸ਼ਪਾਦਨ ਵਿਚ ਹੋਏ ਲਗਾਤਾਰ ਵਾਧੇ ਦਾ ਆਕਲਨ ਹੁੰਦਾ ਹੈ।
- **ਸਭ ਤੋਂ ਵਧੀਆ ਕਾਰਜ ਪੋਰਟਫੋਲਿਓ** - ਇਸ ਕਿਸਮ ਦੇ ਪੋਰਟਫੋਲਿਓ ਦਾ ਉਦੇਸ਼ ਬੱਚੇ ਦੇ ਵਧੀਆਂ ਕਾਰਜਾਂ ਨੂੰ ਦਰਸਾਉਣਾ ਹੈ।

2. ਪੋਰਟਫੋਲਿਓ ਸਮੱਗਰੀ ਦੀ ਚੋਣ ਵਿਚ ਬੱਚਿਆਂ ਨੂੰ ਸ਼ਾਮਿਲ ਕਰਨਾ - ਅਧਿਆਪਕਾਂ ਨੂੰ ਬੱਚਿਆਂ ਨੂੰ ਪੋਰਟਫੋਲਿਓ ਸਮੱਗਰੀ ਦੀ ਚੋਣ ਵਿਚ ਫੈਸਲਾ ਲੈਣ ਦਾ ਮੌਕਾ ਦੇਣਾ ਚਾਹੀਦਾ ਹੈ। ਇਸ ਨਾਲ ਬੱਚਿਆਂ ਵਿਚ ਸਵੈ-ਵਿਸ਼ਵਾਸ ਦੀ ਸਮਰੱਥਾ ਵੱਧਦੀ ਹੈ।

3. ਬੱਚਿਆਂ ਨਾਲ ਵਿਸ਼ਲੇਸ਼ਣ ਕਰਨਾ - ਵਰਗ ਦੀ ਸ਼ੁਰੂਆਤ ਵਿਚ ਬੱਚਿਆਂ ਨੂੰ ਇਹ ਸਮਝਾ ਦੇਣਾ ਚਾਹੀਦਾ ਹੈ ਕਿ ਪੋਰਟਫੋਲਿਓ ਕੀ ਹੁੰਦਾ ਹੈ ਅਤੇ ਉਸਦਾ ਉਪਯੋਗ ਕਿਵੇਂ ਕੀਤਾ ਜਾਵੇਗਾ। ਸਾਲ ਭਰ ਅਧਿਆਪਕ ਅਤੇ ਬੱਚਿਆਂ ਦੀ ਬੈਠਕ ਆਯੋਜਿਤ ਕੀਤੀ ਜਾਂਦੀ ਹੈ ਅਤੇ ਬੱਚਿਆਂ ਦੇ ਵਾਧੇ ਦੀ ਉਮੀਦ ਕੀਤੀ ਜਾਂਦੀ ਹੈ। ਇਸ ਉਮੀਦ ਦਾ ਪੋਰਟਫੋਲਿਓ ਵਿਚ ਉੱਲੇਖ ਕੀਤਾ ਜਾਂਦਾ ਹੈ।

4. ਮੁਲਾਂਕਣ ਦੇ ਮਾਪਦੰਡ ਸਥਾਪਿਤ ਕਰਨਾ - ਪੋਰਟਫੋਲਿਓ ਦੇ ਪ੍ਰਭਾਵਸ਼ਾਲੀ ਉਪਯੋਗ ਲਈ ਸਪੱਸ਼ਟ ਅਤੇ ਵਿਵਸਥਿਤ ਮਾਪਦੰਡ ਨੂੰ ਸਥਾਪਿਤ ਕਰਨਾ ਜਰੂਰੀ ਹੈ।

5. ਅੰਕ ਅਤੇ ਫੈਸਲਾ - ਪੋਰਟਫੋਲਿਓ ਦੀ ਸਕੋਰਿੰਗ ਕਰਨ ਅਤੇ ਫੈਸਲਾ ਲੈਣ ਵਿਚ ਕਾਫੀ ਸਮਾਂ ਲੱਗਦਾ ਹੈ। ਅਧਿਆਪਕ ਪੋਰਟਫੋਲਿਓ ਦੇ ਉਦੇਸ਼ ਦੇ ਅਨੁਰੂਪ ਸਾਰਾਂਸ਼ ਦੇ ਰੂਪ ਵਿਚ ਟਿੱਪਣੀ ਦਿੰਦੇ ਹਨ।

ਬਹੁ-ਪੱਖੀ ਪ੍ਰਸ਼ਨ

ਪ੍ਰਸ਼ਨ 1. ਨਿਸ਼ਪਾਦਨ ਕਰਤਾ ਕਿਸਨੂੰ ਕਿਹਾ ਜਾਂਦਾ ਹੈ?

(ੳ) ਕਲਾਕਾਰ ਜੋ ਕੈਨਵਸ 'ਤੇ ਚਿੱਤਰਕਾਰੀ ਕਰਦੇ ਹਨ।

(ਅ) ਕਲਾਕਾਰ ਜੋ ਦਰਸ਼ਕਾਂ ਦੇ ਸਾਹਮਣੇ ਆਪਣੀ ਕਲਾ ਦਾ ਪ੍ਰਦਰਸ਼ਨ ਕਰਦੇ ਹਨ।

(ੲ) ਕਲਾਕਾਰ ਜੋ ਮਿੱਟੀ ਦੇ ਭਾਂਡੇ ਬਣਾਉਂਦੇ ਹਨ।

(ਸ) ਕਲਾਕਾਰ ਜੋ ਸਮੁੱਚਿਤ ਚਿੱਤਰ ਬਣਾਉਂਦੇ ਹਨ।

ਉੱਤਰ - (ਅ) ਕਲਾਕਾਰ ਜੋ ਦਰਸ਼ਕਾਂ ਦੇ ਸਾਹਮਣੇ ਆਪਣੀ ਕਲਾ ਦਾ ਪ੍ਰਦਰਸ਼ਨ ਕਰਦੇ ਹਨ।

ਪ੍ਰਸ਼ਨ 2. ਚਿੱਤਰਕਲਾ ਕਿਸ ਕਲਾ ਰੂਪ ਵਿਚ ਸ਼ਾਮਿਲ ਹੈ?

(ੳ) ਨਿਸ਼ਪਾਦਨ ਕਲਾ **(ਅ) ਮੂਰਤ ਕਲਾ**

(ੲ) ਦ੍ਰਿਸ਼ ਕਲਾ **(ਸ) ਇਨ੍ਹਾਂ ਵਿਚੋਂ ਕੋਈ ਨਹੀਂ**

ਉੱਤਰ - (ੲ) ਦ੍ਰਿਸ਼ ਕਲਾ

ਪ੍ਰਸ਼ਨ 3. ਹੇਠਾਂ ਲਿਖਿਆਂ ਵਿਚੋਂ ਕਿਹੜਾ 'ਰੇਖਾ' ਦਾ ਪ੍ਰਕਾਰ ਨਹੀਂ ਹੈ?

(ੳ) ਮੋਟੀ **(ਅ) ਪਤਲੀ**

(ੲ) ਸਿੱਧੀ **(ਸ) ਸੰਖਿਪਤ**

ਉੱਤਰ - (ਸ) ਸੰਖਿਪਤ

ਪ੍ਰਸ਼ਨ 4. ਨਾਟਕਾਂ ਲਈ ਵਿਚਾਰ ਕਿਹੜੇ ਸਰੋਤ ਤੋਂ ਆ ਸਕਦੇ ਹਨ?

(ੳ) ਮੀਡੀਆ **(ਅ) ਵਿਅਕਤੀਤਵ ਅਨੁਭਵ**

(ੲ) ਕਲਪਨਾ **(ਸ) ਉਪਰੋਕਤ ਸਾਰੇ**

ਉੱਤਰ - (ਸ) ਉਪਰੋਕਤ ਸਾਰੇ

ਪ੍ਰਸ਼ਨ 5. ਕੋਲਮ ਜਾਂ ਸਤਹ ਚਿੱਤਰਕਾਰੀ ਕਿਹੜੇ ਰਾਜ ਨਾਲ ਸੰਬੰਧਿਤ ਹੈ?

(ੳ) ਪੰਜਾਬ **(ਅ) ਕੇਰਲ ਅਤੇ ਪੱਛਮੀ ਬੰਗਾਲ**

(ੲ) ਗੁਜਰਾਤ **(ਸ) ਰਾਜਸਥਾਨ**

ਉੱਤਰ - (ਅ) ਕੇਰਲ ਅਤੇ ਪੱਛਮੀ ਬੰਗਾਲ

ਪ੍ਰਸ਼ਨ 6. ________ ਪ੍ਰਾਇਮਰੀ ਰੰਗ ਹੈ।

(ੳ) ਲਾਲ, ਪੀਲਾ, ਨੀਲਾ **(ਅ) ਲਾਲ, ਪੀਲਾ, ਸੰਤਰੀ**

(ੲ) ਬੈਂਗਨੀ, ਹਰਾ, ਨੀਲਾ **(ਸ) ਲਾਲ, ਨੀਲਾ, ਬੈਂਗਨੀ**

ਉੱਤਰ - (ੳ) ਲਾਲ, ਪੀਲਾ, ਨੀਲਾ

ਪ੍ਰਸ਼ਨ 7. ਬੱਚਿਆਂ ਨੂੰ ਪਤਲੀ ਰੇਖਾਵਾਂ ਜਾਂ ਛੋਟੇ ਖੇਤਰ ਨੂੰ ਪ੍ਰਦਰਸ਼ਿਤ ਕਰਨ ਲਈ ਕਿਹੜੇ ਨੰ. ਦੇ ਗੋਲ ਕਾਲੇ ਬਾਲ ਦੇ ਬੁਰਸ਼ ਨੂੰ ਰੱਖਣਾ।

(ੳ) 5, 6. 8 **(ਅ) 8, 4, 3**

(ੲ) 0, 2, 4 **(ਸ) 2, 0, 3**

ਉੱਤਰ - (ੲ) 0, 2, 4

ਪ੍ਰਸਨ 8. ਮਹਾਰਾਸ਼ਟਰ ਵਿਚ ਕਿਹੜੇ ਲੋਕ ਨਾਚ ਮਸ਼ਹੂਰ ਹਨ?

(ੳ) ਗਰਬਾ **(ਅ) ਚਰਕੁਲਾ**

(ੲ) ਲਾਵਨੀ **(ਸ) ਭਾਂਗੜਾ**

ਉੱਤਰ - (ੲ) ਲਾਵਨੀ

ਪ੍ਰਸ਼ਨ 9. ਪੱਤੀਆਂ, ਘਾਸ, ਪਾਲਕ ਤੋਂ ਕਿਹੜਾ ਰੰਗ ਬਨਾਇਆ ਜਾ ਸਕਦਾ ਹੈ?

(ੳ) ਕਾਲਾ **(ਅ) ਹਰਾ**

(ੲ) ਨੀਲਾ **(ਸ) ਪੀਲਾ**

ਉੱਤਰ - (ਅ) ਹਰਾ

ਪ੍ਰਸ਼ਨ 10. ਇਨ੍ਹਾਂ ਵਿਚੋਂ ਕਿਹੜਾ ਵਿਕਲਪ ਪੇਂਟਿੰਗ ਵਿਚ ਪ੍ਰਯੁਕਤ ਹੋਣ ਵਾਲੇ ਰੰਗਾਂ ਦਾ ਪ੍ਰਕਾਰ ਨਹੀਂ ਹੈ?

(ੳ) ਪ੍ਰਤੱਖ **(ਅ) ਜਲ**

(ੲ) ਤੈਲ **(ਸ) ਕੋਲਾਜ**

ਉੱਤਰ - (ਸ) ਕੋਲਾਜ

ਪ੍ਰਸ਼ਨ 11. ਰਾਮਲੀਲਾ, ਰਾਸਲੀਲਾ, ਨੌਟੰਕੀ, ਵਾਂਗ ਅਤੇ ਜਾਤਰਾ ਕਿਸਦੇ ਉਦਾਹਰਣ ਹਨ?

(ੳ) ਰੋਲ ਪਲੇ **(ਅ) ਕਹਾਣੀ ਕਹਿਣਾ**

(ੲ) ਲੋਕ ਰੰਗਮੰਚ **(ਸ) ਇਨ੍ਹਾਂ ਵਿਚੋਂ ਕੋਈ ਨਹੀਂ**

ਉੱਤਰ - (ੲ) ਲੋਕ ਰੰਗਮੰਚ

ਪ੍ਰਸ਼ਨ 12. ਕਠਪੁਤਲੀ ਕਲਾ ਪ੍ਰਗਟਾਵੇ ਦੀ ਸਭ ਤੋਂ ਰੂਚੀਕਰ ਅਤੇ ______ ਮਾਧਿਅਮ ਹੈ।

(ੳ) ਆਕਰਸ਼ਕ **(ਅ) ਅਨਾਕਰਸ਼ਕ**

(ੲ) ਕੁਰੂਪ **(ਸ) ਘਰਿਣਿਤ**

ਉੱਤਰ - (ੳ) ਆਕਰਸ਼ਕ

ਪ੍ਰਸ਼ਨ 13. ਜਦੋਂ ਦੋਵੇਂ ਭੂਜਾਵਾਂ ਸਮਾਨ ਪ੍ਰਤੀਬਿੰਬਤ ਨਾ ਹੋਵੇ ਤਾਂ ਇਹ ______ ਕਹਿਲਾਉਂਦਾ ਹੈ।

(ੳ) ਸੰਤੁਲਿਤ ਭੋਜਨ **(ਅ) ਅਸੰਤੁਲਿਤ ਭੋਜਨ**

(ੲ) ਅਸਮਾਨ **(ਸ) ਇਨ੍ਹਾਂ ਵਿਚੋਂ ਕੋਈ ਨਹੀਂ**

ਉੱਤਰ - (ਅ) ਅਸੰਤੁਲਿਤ ਭੋਜਨ

ਪ੍ਰਸ਼ਨ 14. ਭਾਂਡ ਪਾਥੇਰ ਇਕ ਖੁਤਰੀ ਰੰਗਮੰਚ ਰੂਪ ਹੈ ਜੋ ______ ਨਾਲ ਸੰਬੰਧਿਤ ਹੈ।

(ੳ) ਕਸ਼ਮੀਰ **(ਅ) ਬੰਗਾਲ**

(ੲ) ਮਹਾਰਸ਼ਟਰ **(ਸ) ਗੁਜਰਾਤ**

ਉੱਤਰ - (ੳ) ਕਸ਼ਮੀਰ

ਪ੍ਰਸ਼ਨ 15. ਕਿਸਦੇ ਅਨੁਸਾਰ ਇਕ ਅਧਿਆਪਕ ਦਾ ਕਾਰਜ ਬੱਚੇ ਨੂੰ ਉਸਦੇ 'ਵਰਤਮਾਨ ਪੱਧਰ' ਤੋਂ 'ਸੰਭਾਵ ਪੱਧਰ' ਤੱਕ ਲਾਉਣਾ ਹੈ?

(ੳ) ਏਰਿਕ ਏਰਿਕਸਨ **(ਅ) ਵਾਇਗੋਤਸਕੀ**

(ੲ) ਜੇਰੋਮ ਬਰਨਰ **(ਸ) ਡੇਵਿਡ ਓਸਬੇਲ**

ਉੱਤਰ - (ਅ) ਵਾਇਗੋਤਸਕੀ

ਪਾਠ - 2

ਸਿਹਤ ਅਤੇ ਸਰੀਰਿਕ ਸਿੱਖਿਆ

(Health and Physical Education)

ਭੂਮਿਕਾ

ਸਿਹਤਮੰਦ ਸਰੀਰ ਵਿਚ ਹੀ ਸਿਹਤਮੰਦ ਮੰਨ ਦਾ ਵਿਕਾਸ ਹੁੰਦਾ ਹੈ। ਸਿਹਤ ਤੋਂ ਮਤਲਬ, ਸਿਰਫ "ਕਿਸੇ ਸਰੀਰਿਕ ਪੀੜ੍ਹਾ ਜਾਂ ਚੋਟ ਦਾ ਨਾ ਹੋਣਾ" ਤੋਂ ਨਹੀਂ ਹੈ। ਇਹ ਸਾਡੇ ਸਰੀਰ ਦੀ ਪੂਰੀ ਸਿਹਤ ਅਵਸਥਾ ਜਿਵੇਂ- ਸਰੀਰਿਕ, ਸਮਾਜਿਕ, ਭਾਵਨਾਤਮਕ ਅਤੇ ਆਧਿਆਤਮਕ ਸਾਰੇ ਪੱਧਰਾਂ 'ਤੇ ਨਿਰੋਗ ਰਹਿਣ ਦੀ ਸਥਿਤੀ ਹੈ। ਸਿਹਤ, ਆਮ ਤੌਰ 'ਤੇ, ਸਮਾਜਿਕ, ਸੱਭਿਆਚਾਰਕ, ਆਰਥਿਕ, ਰਾਜਨੀਤੀਕ ਅਤੇ ਵਿਵਹਾਰਕ ਕਾਰਨਾਂ ਤੋਂ ਪ੍ਰਭਾਵਿਤ ਹੁੰਦੀ ਹੈ। ਸਰੀਰ ਦੀ ਸਿਹਤ ਲਈ ਸਰੀਰਿਕ ਸਿੱਖਿਆ ਦਾ ਵੱਧ ਮਹੱਤਵ ਹੈ। ਸਰੀਰਿਕ ਸਿੱਖਿਆ ਰਾਹੀਂ ਬੱਚੇ ਦਾ ਸਰੀਰਿਕ, ਪ੍ਰਾਇਕ, ਮਾਨਸਿਕ, ਨੈਤਿਕ ਅਤੇ ਆਤਮਿਕ ਵਿਕਾਸ ਹੁੰਦਾ ਹੈ। ਉਸਦਾ ਪੂਰਾ ਵਿਅਕਤੀਤਵ ਚੰਗੀ ਤਰਾਂ ਸੰਗਠਿਤ ਹੁੰਦਾ ਹੈ। ਸਰੀਰਿਕ ਸਿੱਖਿਆ ਸਿਰਫ ਸਰੀਰਿਕ ਕਿਰਿਆ ਨਹੀਂ ਹੈ ਬਲਕਿ ਇਹ ਉਹ ਸਿੱਖਿਆ ਹੈ ਜੋ ਸਰੀਰਿਕ ਕਿਰਿਆਵਾਂ ਰਾਹੀਂ ਬੱਚੇ ਦੇ ਪੂਰੇ ਵਿਅਕਤੀਤਵ, ਸਰੀਰ, ਮੰਨ ਅਤੇ ਆਤਮਾ ਦੇ ਪੂਰੇ ਵਿਕਾਸ ਲਈ ਦਿੱਤੀ ਜਾਂਦੀ ਹੈ।

ਸਿਹਤਮੰਦ ਬੱਚੇ ਦੇ ਪੂਰੇ ਵਿਕਾਸ ਦਾ ਅਧਾਰ ਹੁੰਦਾ ਹੈ। ਇਸਦੀ ਪ੍ਰਭਾਵਹੀਨਤਾ ਦਾ ਬੱਚੇ 'ਤੇ ਨਾਮਾਂਕਨ, ਪ੍ਰਤਿਧਾਰਣ ਅਤੇ ਸਕੂਲ ਦੇ ਪੂਰੇ ਹੋਣ 'ਤੇ ਨਾਕਾਰਾਤਮਕ ਪ੍ਰਭਾਵ ਪੈਂਦਾ ਹੈ। ਇਸ ਲਈ ਬੱਚਿਆਂ ਨੂੰ ਸਿਹਤਮੰਦ ਰੱਖਚ ਲਈ ਸਕੂਲਾਂ ਵਿਚ ਵੀ ਸਿਹਤ ਦੀ ਸਿੱਖਿਆ ਦਿੱਤੀ ਜਾਂਦੀ ਹੈ। ਉਨ੍ਹਾਂ ਨੂੰ ਕਿਵੇਂ ਸਿਹਤਮੰਦ ਰਹਿਣਾ ਹੈ, ਕਿਸ ਤਰਾਂ ਦਾ ਭੋਜਨ ਖਾਣਾ ਹੈ, ਇਸ ਵਿਸ਼ੇ ਵਿਚ ਵੀ ਜਾਣਕਾਰੀ ਦਿੱਤੀ ਜਾਂਦੀ ਹੈ। ਬੱਚੇ ਨੂੰ ਸਿਹਤਮੰਦ ਰੱਖਣ ਲਈ ਕਈ ਤਰਾਂ ਦੇ ਪ੍ਰੋਗਰਾਮ ਵੀ ਚਲਾਏ ਗਏ ਹਨ। ਬੱਚੇ ਸਾਡੇ ਦੇਸ਼ ਦਾ ਭੱਵਿਖ ਹਨ। ਇਸ ਲਈ ਉਨ੍ਹਾਂ ਦੀ ਸਿਹਤ ਦੀ ਸੁਰੱਖਿਆ ਕਰਨਾ ਮਾਤਾ-ਪਿਤਾ ਦੇ ਨਾਲ-ਨਾਲ ਅਧਿਆਪਕਾਂ ਦੀ ਵੀ ਜ਼ਿੰਮੇਵਾਰੀ ਹੈ।

ਪ੍ਰਸ਼ਨ 1. ਸਿਹਤ ਤੋਂ ਤੁਸੀਂ ਕੀ ਸਮਝਦੇ ਹੋ? ਸਿਹਤ ਨੂੰ ਪ੍ਰਭਾਵਿਤ ਕਰਨ ਵਾਲੇ ਕਾਰਕਾਂ ਦਾ ਸੰਖੇਪ ਵਿਚ ਵਰਣਨ ਕਰੋ।

ਉੱਤਰ - 'ਸਿਹਤ' ਸ਼ਬਦ ਲਈ ਅੰਗਰੇਜ਼ੀ ਭਾਸ਼ਾ ਵਿਚ Health ਸ਼ਬਦ ਦਾ ਪ੍ਰਯੋਗ ਕੀਤਾ ਜਾਂਦਾ ਹੈ ਜੋ Hale ਸ਼ਬਦ ਤੋਂ ਬਣਾ ਹੈ। 'Hale' ਸ਼ਬਦ ਦਾ ਅਰਥ ਹੈ- ਠੀਕ-ਠਾਕ ਸਥਿਤੀ ਜਾਂ ਸਲਾਮਤ। ਇਸ ਲਈ ਸਿਹਤ ਦਾ ਸਧਾਰਨ ਅਰਥ ਹੈ-

"ਠੀਕ-ਠਾਕ ਹੋਣਾ ਜਾਂ ਸਰੀਰ ਦਾ ਸਹੀ ਸਲਾਮਤ (Safe and Sound) ਹੋਣਾ। ਆਮ ਧਾਰਨਾ ਇਹੀ ਹੈ ਕਿ ਬਿਮਾਰੀ ਦੀ ਕਮੀ ਹੀ ਸਿਤਮੰਦ ਹੈ। ਜੇ ਕਿਸੇ ਵਿਅਕਤੀ ਦਾ ਸਰੀਰ ਤੰਦਰੁਸਤ ਹੈ ਤਾਂ ਉਸ ਨੂੰ ਇਕ ਸਿਹਤਮੰਦ ਵਿਅਕਤੀ ਮੰਨਿਆ ਜਾਂਦਾ ਹੈ।

ਵਿਸ਼ਵ ਸਿਹਤ ਸੰਗਠਨ ਦੇ ਅਨੁਸਾਰ-

"ਸਿਹਤ ਸਿਰਫ ਰੋਗ ਜਾਂ ਅਸਮਰੱਥਤਾ ਜਾਂ ਅਪਾਹਜਤਾ ਦੀ ਗੈਰਹਾਜ਼ਰੀ ਹੀ ਨਹੀਂ ਬਲਕਿ ਪੂਰੇ ਸਰੀਰਿਕ, ਮਾਨਸਿਕ ਅਤੇ ਸਮਾਜਿਕ ਖੁਸ਼ਹਾਲੀ ਦੀ ਸਥਿਤੀ ਹੈ।"

(Health is a state of complete physical, mental and social well-being and not merely the absence of disease or infirmity) - W.H.O.- 1947

ਮਤਲਬ ਕੋਈ ਵਿਅਕਤੀ ਸਰੀਰਿਕ ਰੂਪ ਤੋਂ ਕਿੰਨਾ ਵੀ ਸਿਹਤਮੰਦ ਕਿਉਂ ਨਾ ਹੋਵੇ ਪਰ ਜੇ ਉਹ ਮਾਨਸਿਕ ਰੂਪ ਤੋਂ ਸਿਹਤਮੰਦ ਨਹੀਂ ਹੈ ਤਾਂ ਉਸ ਨੂੰ ਸਿਹਤਮੰਦ ਨਹੀਂ ਮੰਨਿਆ ਜਾ ਜਾਂਦਾ। ਇਸ ਸੰਬੰਧ ਵਿਚ ਸਾਨੂੰ ਅਰਸਤੂ ਦਾ ਕਥਨ ਨਹੀਂ ਭੂਲਣਾ ਚਾਹੀਦਾ ਹੈ, "ਸਿਹਤਮੰਦ ਸਰੀਰ ਵਿਚ ਹੀ ਸਿਹਤਮੰਦ ਦਿਮਾਗ ਦਾ ਵਿਕਾਸ ਹੁੰਦਾ ਹੈ।" ਸਰੀਰ ਅਤੇ ਦਿਮਾਗ ਦੇ ਪੂਰੀ ਤਰਾਂ ਸਿਹਤਮੰਦ ਹੋਣ ਤੇ ਹੀ ਵਿਅਕਤੀ ਸਮਾਜਿਕ ਪ੍ਰਾਣੀ ਹੋਣ ਦੀ ਜ਼ਿੰਮੇਵਾਰੀ ਨੂੰ ਪੂਰ ਕਰ ਸਕਦਾ ਹੈ। ਇਸ ਲਈ ਉਪਰੋਕਤ ਪਰਿਭਾਸ਼ਾ ਬਿਲਕੁਲ ਸਹੀ ਹੈ ਕਿ ਸਰੀਰਿਕ, ਮਾਨਸਿਕ ਅਤੇ ਸਮਾਜਿਕ ਖੁਸ਼ਹਾਲੀ ਦੀ ਸਥਿਤੀ ਹੀ ਸਿਹਤ ਹੈ।

ਸਿਹਤ ਨੂੰ ਪ੍ਰਭਾਵਿਤ ਕਰਨ ਵਾਲੇ ਕਾਰਕ ਹੇਠ ਲਿਖੇ ਹਨ-

- ਸਿੱਖਿਆ ਅਤੇ ਸਾਖਰਤਾ ਸਰੀਰਿਕ ਵਾਤਾਵਰਣ
- ਜੈਵਿਕੀ ਅਤੇ ਆਨੂੰਸ਼ਕ
- ਸੱਭਿਆਚਾਰ
- ਲਿੰਗ
- ਉਮਰ ਅਤੇ ਸਮਾਜਿਕ ਸਥਿਤੀ
- ਰੁਜ਼ਗਾਰ/ਕੰਮ ਕਰਨ ਦੀ ਸਥਿਤੀ
- ਸਿਹਤ ਦੇਖਭਾਲ ਸੇਵਾਵਾਂ
- ਸਿਹਤ ਬਾਲ ਵਿਕਾਸ

ਪ੍ਰਸ਼ਨ 2. ਸਿਹਤ ਦੇ ਵੱਖ-ਵੱਖ ਪੱਖ ਕਿਹੜੇ ਹਨ? ਵਿਸਥਾਰ ਵਿਚ ਚਰਚਾ ਕਰੋ।

ਜਾਂ

ਸੰਵੇਦਨਾਤਮਕ ਰੂਪ ਤੋਂ ਸਿਹਤਮੰਦ ਹੋਣ ਦੇ ਮੁੱਖ ਲੱਛਣ ਕੀ ਹੁੰਦੇ ਹਨ?

[ਅਕਤੂਬਰ 2016, ਪ੍ਰਸ਼ਨ 36]

ਉੱਤਰ - ਸਿਹਤ ਦੇ ਵੱਖ-ਵੱਖ ਪੱਖ ਹਨ, ਜਿਵੇਂ- ਸਰੀਰਿਕ ਸਿਹਤ, ਮਾਨਸਿਕ ਸਿਹਤ, ਸਮਾਜਿਕ ਸਿਹਤ, ਭਾਵਨਾਤਮਕ ਸਿਹਤ ਅਤੇ ਆਤਮਕ ਸਿਹਤ। ਸਿਹਤ ਦੇ ਸਾਰੇ ਪੱਖ ਇਕ-ਦੂਜੇ 'ਤੇ ਨਿਰਭਰ ਕਰਦੇ ਹਨ। ਜਦੋਂ ਵੀ ਅਸੀਂ ਪੂਰੀ ਸਿਹਤ ਬਾਰੇ ਗੱਲ ਕਰਦੇ ਹਾਂ ਤਾਂ ਸਿਹਤ ਦੇ ਇਨ੍ਹਾਂ ਸਾਰੇ ਪੱਖਾਂ ਦੇ ਬਿਨਾ ਸਿਹਤ ਦਾ ਅਰਥ ਅਧੂਰਾ ਮੰਨਿਆ ਜਾਂਦਾ ਹੈ।

ਚਿੱਤਰ 2.1

1) **ਸਰੀਰਿਕ ਪੱਖ** - ਸਰੀਰਿਕ ਪੱਖ ਦਾ ਸੰਬੰਧ ਸਰੀਰ ਦੇ ਬਾਹਰੀ ਅਤੇ ਅੰਦਰੂਨੀ ਤੌਰ 'ਤੇ ਪੂਰੀ ਤਰਾਂ ਦੇ ਨਾਲ ਕੰਮ ਕਰਨ ਤੋਂ ਹੈ। ਸਰੀਰਿਕ ਪੱਖ ਦਾ ਮਤਲਬ ਹੈ- ਸਰੀਰਿਕ ਪ੍ਰਣਾਲੀਆਂ ਅਤੇ ਅੰਗਾਂ ਦਾ ਠੀਕ ਢੰਗ ਨਾਲ ਕੰਮ ਕਰਨਾ ਅਤੇ ਵਿਅਕਤੀ ਦਾ ਤੰਦਰੁਸਤ ਹੋਣਾ। ਇਸਤੋਂ ਇਲਾਵਾ ਰੋਜ਼ਾਨਾ ਜੀਵਨ ਦੇ ਕੰਮਾ ਨੂੰ ਸੁਚਾਰੂ ਰੂਪ ਤੋਂ ਕਰਨ ਲਈ ਸਰੀਰਿਕ ਯੋਗਤਾ ਦਾ ਹੋਣਾ ਵੀ ਜਰੂਰੀ ਹੈ।

2) **ਮਾਨਸਿਕ ਪੱਖ** - ਮਾਨਸਿਕ ਸਿਹਤ ਕਿਸੇ ਵੀ ਮਨੁੱਖ ਦਾ ਵਿਅਕਤੀਤਵ ਅਤੇ ਭਾਵਨਾਤਮਕ ਦ੍ਰਿਸ਼ਟੀਕੋਣ ਦਾ ਸੰਤੁਲਨ ਵਿਕਾਸ ਹੈ ਜੋ ਉਸ ਨੂੰ ਆਲੇ-ਦੁਆਲੇ ਦੇ ਲੋਕਾਂ ਨਾਲ ਸਹੀ ਢੰਗ ਨਾਲ ਰਹਿਣਾ ਸਿਖਾਉਂਦਾ ਹੈ। ਚੰਗੀ ਸਿਹਤ ਸਰੀਰ ਅਤੇ ਮੰਨ ਦੀ ਸਥਿਤੀ 'ਤੇ ਨਿਰਭਰ ਕਰਦੀ ਹੈ। ਇਹ ਦੋਵੇਂ ਇਕ-ਦੂਜੇ ਨੂੰ ਪ੍ਰਭਾਵਿਤ ਕਰਦੀ ਹੈ। ਕੋਈ ਵੀ ਵਿਅਕਤੀ ਸਰੀਰਿਕ ਰੂਪ ਤੋਂ ਕਿੰਨਾ ਵੀ ਸਿਹਤਮੰਦ ਹੋਵੇ ਪਰ ਜੇ ਉਹ ਮਾਨਸਿਕ ਰੂਪ ਤੋਂ ਸਿਹਤਮੰਦ ਨਹੀਂ ਹੈ ਤਾਂ ਉਸ ਨੂੰ ਸਿਹਤਮੰਦ ਨਹੀਂ ਮੰਨਿਆ ਜਾਂਦਾ। ਮਾਨਸਿਕ ਤੌਰ 'ਤੇ ਤੰਦਰੁਸਤ ਜਾਂ ਸਿਹਤਮੰਦ ਵਿਅਕਤੀ ਅੰਦਰੂਨੀ ਖੀਚਤਾਨ ਤੋਂ ਮੁਕਤ ਹੁੰਦਾ ਹੈ, ਆਪਣੀ ਕਮੀਆਂ ਨੂੰ ਪਛਾਣਦਾ ਅਤੇ ਸਟੀਕਾਰ ਕਰਦਾ ਹੈ, ਆਪਣੀ ਜ਼ਿੰਮੇਵਾਰੀਆਂ ਨਿਭਾਉਂਦਾ ਹੈ ਅਤੇ ਜੀਵਨ ਦੀ ਜਰੂਰਤਾਂ ਤੋਂ ਨਿਪਟਣ ਵਿਚ ਸਮਰੱਥ ਹੁੰਦਾ ਹੈ। ਉਸ ਵਿਚ ਜੀਵਨ ਜੀਣ ਦੀ ਚਾਹ ਹੁੰਦੀ ਹੈ।

3) **ਸਮਾਜਿਕ ਪੱਖ** - ਸਮਾਜਿਕ ਰੂਪ ਤੋਂ ਸਿਹਤਮੰਦ ਕਹਿਲਾਉਣ ਅਤੇ ਹੋਣ ਲਈ ਮਨੁੱਖ ਨੂੰ ਆਪਣੇ ਪਰਿਵਾਰ, ਸਮੁਦਾਏ ਅਤੇ ਸਮਾਜ ਲਈ ਸਕਾਰਾਤਮਕ ਯੋਗਦਾਨ ਦੇਣਾ ਪੈਂਦਾ ਹੈ। ਜੋ ਮਾਤਾ-ਪਿਤਾ ਆਪਣੀ ਜ਼ਿੰਮੇਵਾਰੀਆਂ ਨੂੰ ਚੰਗੀ ਤਰਾਂ ਨਿਭਾਉਂਦੇ ਹਨ, ਉਹ ਸਮਾਜਿਕ ਰੂਪ ਤੋਂ ਸਿਹਤਮੰਦ ਕਹਿਲਾਉਂਦੇ ਹਨ, ਜੋ ਇਸ ਵਿਸ਼ੇ ਵਿਚ ਦੋਸ਼ੀ, ਲਾਪਰਵਾਹ ਜਾਂ ਅਸਫਲ ਪਾਏ ਜਾਂਦੇ ਹਨ, ਉਨ੍ਹਾਂ ਮਾਤਾ-

ਪਿਤਾ ਨੂੰ ਸਮਾਜਿਕ ਬੁਰਾਈ ਜਾਂ ਅਭਿਸ਼ਾਪ ਮੰਨਿਆ ਜਾਂਦਾ ਹੈ। ਇਸ ਲਈ ਕਿਵੇ ਵੀ ਮਨੁੱਖ ਦੇ ਸਮਾਜਿਕ ਸਿਹਤ ਦੇ ਪੱਧਰ ਦਾ ਮਾਪਨ ਉਨ੍ਹਾਂ ਦੀ ਵਿਅਕਤੀਗਤ ਭਾਵਨਾਵਾਂ ਦੇ ਅਧਾਰ 'ਤੇ ਨਹੀਂ ਹੁੰਦਾ, ਬਲਕਿ ਦੂਜਿਆਂ ਦੀ ਖੁਸ਼ਹਾਲੀ ਅਤੇ ਸਿਹਤ 'ਤੇ ਪਏ ਪ੍ਰਭਾਵਾਂ ਦੇ ਮਾਪਦੰਡ ਤੋਂ ਮੁਲਾਂਕਿਤ ਕੀਤਾ ਜਾਂਦਾ ਹੈ।

4) ਭਾਵਨਾਤਮਕ ਪੱਖ - ਆਪਣੇ ਵਿਵਹਾਰ, ਦ੍ਰਿਸ਼ਟੀਕੋਣ ਅਤੇ ਆਪਣੇ ਕਾਰਜਾਂ ਰਾਹੀਂ ਜੋ ਵਾਤਾਵਰਣ ਅਸੀਂ ਤਿਆਰ ਕਰਦੇ ਹਨ, ਉਸ ਨੂੰ ਭਾਵਨਾਤਮਕ ਵਾਤਾਵਰਣ ਕਿਹਾ ਜਾਂਦਾ ਹੈ। ਇਹ ਵਾਤਾਵਰਣ ਵਿਅਕਤੀ ਦੇ ਵਿਅਕਤੀਤਵ 'ਤੇ ਅਸਲ ਕਰਦਾ ਹੈ। ਭਾਵਨਾਤਮਕ ਸਿਹਤ ਤੋਂ ਭਾਵ ਹੈ- ਸਾਨੂੰ ਆਪਣੀ ਭਾਵਨਾਵਾਂ 'ਤੇ ਨਿਯੰਤ੍ਰਣ ਹੋਣਾ ਚਾਹੀਦਾ ਹੈ। ਕਿਸੇ ਵਿਅਕਤੀ ਨੂੰ ਭਾਵਨਾਤਮਕ ਤੌਰ 'ਤੇ ਸਿਹਤਮੰਦ ਉਦੋਂ ਮੰਨਿਆ ਜਾਂਦਾ ਹੈ ਜਦੋਂ ਉਸਦੀ ਭਾਵਨਾਵਾਂ ਸਕਾਰਾਤਮਕ ਹੋਣ ਅਤੇ ਉਸਦਾ ਓਸ 'ਤੇ ਪੂਰਾ ਨਿਯੰਤ੍ਰਣ ਹੋਵੇ।

5) ਆਤਮਕ ਪੱਖ - ਆਤਮਕ ਸਿਹਤ ਤੋਂ ਭਾਵ ਹੈ- ਮਨੁੱਖ ਦੇ ਵਿਅਕਤੀਤਵ ਦਾ ਉਹ ਹਿੱਸਾ ਜਿਸਦੇ ਵੱਲ ਜਿੰਦਗੀ ਦਾ ਮਕਸਦ ਅਤੇ ਅਰਥ ਜਾਨਣ ਦੀ ਕੋਸ਼ਿਸ਼ ਕੀਤੀ ਜਾਂਦੀ ਹੈ। ਮਨੁੱਖ ਜੀਵਨ ਵਿਚ ਉਤਾਰ-ਚੜ੍ਹਾਵ ਆਉਂਦੇ ਰਹਿੰਦੇ ਹਨ, ਉਸ ਦੌਰਾਨ ਆਤਮਕ ਪੱਖ ਉਸਨੂੰ ਚੰਗਾ ਜੀਵਨ ਜਿਉਣ ਅਤੇ ਸਹੀ ਫੈਸਲਾ ਲੈਣ ਵਿਚ ਮਾਰਗਦਰਸ਼ਨ ਕਰਦਾ ਹੈ।

ਪ੍ਰਸ਼ਨ 3. ਮਨੁੱਖ, ਪਰਿਵਾਰ ਅਤੇ ਸਮਾਜ ਲਈ ਸਿਹਤ ਦਾ ਕੀ ਮਹੱਤਵ ਹੈ? ਵਰਣਨ ਕਰੋ।

ਜਾਂ

ਬੱਚਿਆਂ ਨੂੰ ਸਿਹਤਮੰਦ ਰੱਖਣ ਕਿਉਂ ਜਰੂਰੀ ਹੈ? ਚਰਚਾ ਕਰੋ।

ਜਾਂ

ਸਿਹਤਮੰਦ ਜੀਵਨ ਜਿਉਣ ਦੇ ਦੋ ਲਾਭ ਲਿਖੋ। [ਅਪ੍ਰੈਲ 2016, ਪ੍ਰਸ਼ਨ 21]

ਉੱਤਰ - ਮਨੁੱਖ ਲਈ ਸਿਹਤ ਦਾ ਮਹੱਤਵ - ਬੇਕਨ ਮਹੋਦਯ ਦੇ ਸਿਹਤ ਦਾ ਮਹੱਤਵ ਦੱਸਦੇ ਹੋਏ ਕਿਹਾ ਹੈ- "ਸਿਹਤਮੰਦ ਸਰੀਰ ਆਤਮਾ ਦਾ ਮਹਿਮਾਨ ਘਰ (guest house) ਹੈ ਅਤੇ ਕਮਜ਼ੋਰ ਅਤੇ ਬੀਮਾਰ ਸਰੀਰ ਆਤਮਾ ਦਾ ਜੇਲ੍ਹ ਹੈ।" ਕਿਹਾ ਜਾਂਦਾ ਹੈ- "ਤੰਦਰੁਸਤੀ ਹਜ਼ਾਰ ਨਿਯਾਮਕ ਹੈ।" ਅਸਲ ਵਿਚ ਚੰਗੀ ਸਿਹਤ ਰੱਬ ਦਾ ਦਿੱਤਾ ਹੋਇਆ ਸਭ ਤੋਂ ਵੱਡਾ ਵਰਦਾਨ ਹੈ। ਬਿਨਾ ਸਿਹਤ ਦੇ ਕੋਈ ਵੀ ਵਿਅਕਤੀ ਜੀਵਨ ਦੇ ਸੁੱਖਾਂ ਦਾ ਆਨੰਦ ਨਹੀਂ ਲੈ ਸਕਦਾ। ਇਸ ਸਿਹਤਮੰਦ ਵਿਅਕਤੀ ਹੀ ਉਤਸ਼ਾਹ ਨਾਲ ਆਪਣੇ ਜੀਵਨ ਪਥ 'ਤੇ ਅੱਗੇ ਵੱਧਦਾ ਹੈ ਅਤੇ ਸਫਲਤਾਵਾਂ ਉਸਦੇ ਕਦਮ ਚੁਮੰਦੀ ਹੈ।

ਇਸ ਲਈ ਵਿਅਕਤੀ ਦਾ ਸਿਹਤਮੰਦ ਹੋਣਾ ਬਹੁਤ ਜਰੂਰੀ ਹੈ। ਸਰੀਰ ਦੇ ਨਿਰੋਗ, ਸੰਤੁਲਿਤ ਦਿਮਾਗ ਦੇ ਹੋਣ 'ਤੇ ਹੀ ਵਿਅਕਤੀ ਆਪਣੇ ਕਰਤੱਵਾਂ ਦਾ ਪਾਲਨ ਠੀਕ ਤਰੀਕੇ ਨਾਲ ਕਰ ਸਕਦਾ ਹੈ।

ਬੱਚੇ ਦੀ ਸਿਹਤ ਉਸਦੇ ਦਿਮਾਗ ਅਤੇ ਸਰੀਰ ਦੇ ਉਚਿਤ ਵਾਧੇ ਅਤੇ ਵਿਕਾਸ ਵਿਚ ਜਰੂਰੀ ਹੈ। ਸਕੂਲ ਵਿਚ ਪੂਰਾ ਦਿਨ ਬਿਤਾਉਣ ਲਈ ਉਨ੍ਹਾਂ ਨੂੰ ਲੋੜੀਂਦੀ ਊਰਜਾ ਦੀ ਜ਼ਰੂਰਤ ਹੈ। ਇਸ ਲਈ ਉਨ੍ਹਾਂ

ਨੂੰ ਕਲਾਸਰੂਮ ਵਿਚ ਉਚਿਤ ਪੋਸ਼ਣ ਦੇਣਾ ਜਰੂਰੀ ਹੈ ਜਿਸ ਵਿਚ ਕਾਰਬੋਹਾਈਡਰੇਟ, ਪ੍ਰੋਟੀਨ, ਕੈਲਸ਼ੀਯਮ, ਖਨਿਜ ਲਵਣ ਆਦਿ ਸ਼ਾਮਿਲ ਹੈ। ਅੱਜ ਜ਼ਿਆਦਾਤਰ ਮਾਤਾ-ਪਿਤਾ ਨੂੰ ਭੋਜਨ ਅਤੇ ਸਿਹਤ ਨਾਲ ਸੰਬੰਧਿਤ ਮੁੱਧਾ ਦੀ ਮੁੱਖ ਜਾਣਕਾਰੀ ਹੈ। ਇਸਤੋਂ ਬਾਅਦ ਵੀ ਉਹ ਆਪਣੇ ਬੱਚਿਆਂ ਨੂੰ ਸਿਹਤ ਦੀ ਦੇਖਭਾਲ ਦੇ ਮਹੱਤਵ ਨੂੰ ਸਮਝਾਉਣ ਵਿਚ ਅਸਫਲ ਹੁੰਦੇ ਹਨ। ਸਿਹਤ ਦੇ ਹੋਰ ਕਈ ਪਹਿਲੂ ਹਨ ਜੋ ਕਿ ਮੋਨਿਟਰ ਕੀਤੇ ਜਾਂਦੇ ਹਨ ਉਹ ਹੈ- ਉਨ੍ਹਾਂ ਦਾ ਵਿਵਹਾਰ, ਮੌਖਿਕ ਸਿਹਤ ਅਤੇ ਅੱਖਾਂ ਦੀ ਜਾਂਚ ਜੋ ਸਮਾਨ ਰੂਪ ਤੋਂ ਮਹੱਤਵਪੂਰਨ ਹੈ ਇਹ ਭਵਿੱਖ ਵਿਚ ਕਿਸੇ ਤਰਾਂ ਦੀ ਸਿਹਤ ਤੋਂ ਜੁੜੀ ਸਮੱਸਿਆਵਾਂ ਨੂੰ ਵੀ ਰੋਕੇਗਾ।

ਪਰਿਵਾਰ ਲਈ ਸਿਹਤ ਦਾ ਮਹੱਤਵ - ਸਮਾਜਿਕ ਜੀਵ ਦੇ ਰੂਪ ਵਿਚ ਇਕ ਪਰਿਵਾਰ ਵਿਚ ਰਹਿਣ ਵਾਲੇ ਮਨੁੱਖ ਦਾ ਮਨੋਵਿਗਿਆਨਕ ਸਮਾਜਿਕ ਜੈਵਿਕ ਦ੍ਰਿਸ਼ਟੀਕੋਣ ਸਿਹਤ ਦੀ ਸੰਕਲਪਨਾ ਵਿਚ ਸ਼ਾਮਿਲ ਹੈ। ਇਕ ਸਮਾਜਿਕ ਸੰਸਥਾ ਦੇ ਰੂਪ ਵਿਚ ਪਰਿਵਾਰ ਦੇ ਕੇਂਦਰਿਕ ਸੰਬੰਧ ਹੈ ਜਿੱਥੇ ਦੋ ਮਾਤਾ-ਪਿਤਾ ਇਕ-ਦੂਜੇ ਨਾਲ ਭਾਵਨਾਤਮਕ ਰੂਪ ਤੋਂ ਜੁੜੇ ਹੋਏ ਹਨ ਜਿਸ ਨਾਲ ਕਈ ਭਾਵਨਾਵਾਂ, ਜਰੂਰਤਾਂ ਅਤੇ ਕਿਰਿਆਵਾਂ ਪੈਦਾ ਹੁੰਦੀ ਹੈ ਜੋ ਖੁਦ ਮਾਤਾ-ਪਿਤਾ ਰਾਹੀਂ ਅਸਿਹਤ ਤਰੀਕੇ ਨਾਲ ਸਮਝ ਜਾਂਦੇ ਹੈ। ਹਰੇਕ ਪਰਿਵਾਰ ਆਪਣਾ ਭਾਵਨਾਤਮਕ ਵਾਤਾਵਰਣ ਵਿਕਸਿਤ ਕਰਦਾ ਹੈ ਅਤੇ ਇਸ ਭਾਵਨਾਤਮਕ ਵਾਤਾਵਰਣ ਦਾ ਬੱਚੇ ਦੀ ਸਿਹਤ 'ਤੇ ਸੰਚਰਨਾਤਮਕ ਪ੍ਰਭਾਵ ਹੋ ਸਕਦਾ ਹੈ।

ਬੱਚਾ ਜਨਮ ਤੋਂ ਪਰਿਵਾਰ ਦੀ ਵਿਵਸਥਾ ਵਿਚ ਅਨਵਰਤ ਵਿਕਾਸ ਕਰਦਾ ਹੈ। ਜਿਸਦਾ ਕਾਰਜ ਜੀਵਾਂ ਦੇ ਜੋਖਿਮ ਤੋਂ ਸੁਰੱਖਿਆ ਪ੍ਰਦਾਨ ਕਰਦਾ ਹੈ ਅਤੇ ਸਿਹਤ ਨੂੰ ਵਧਾਉਂਦਾ ਅਤੇ ਰੋਗਾਂ ਨੂੰ ਰੋਕਦਾ ਹੈ। ਪਰਿਵਾਰ ਵਿਚ ਸਿਹਤ ਸੰਬੰਧ ਬੱਚਿਆਂ ਲਈ ਸਥਾਇਤਵ ਦਾ ਵਿਕਾਸ ਅਤੇ ਭਾਵਨਾਤਮਕ ਪਰਿਪਕਤਾ ਵਧਾਉਣ ਦਾ ਮੌਕਾ ਪ੍ਰਦਾਨ ਕਰਦਾ ਹੈ। ਪਰਿਵਾਰ ਦੇ ਦੋ ਕਾਰਜ ਹਨ- ਇਸਦੇ ਮੈਂਬਰਾਂ ਦਾ ਸਮਾਜੀਕਰਨ ਅਤੇ ਬੱਚਿਆਂ ਲਈ ਸੰਸਕ੍ਰਿਤੀ ਦਾ ਅਰਥ ਪ੍ਰਦਾਨ ਕਰਨਾ- ਗੁਆਂਢ ਵਿਚ, ਸਕੂਲ ਵਿਚ, ਨੌਕਰੀ ਵਿਚ ਅਤੇ ਸਮੁਦਾਏ ਵਿਚ ਸੰਬੰਧਾਂ ਦੀ ਆਧਾਰਸ਼ੀਲਾ ਰੱਖਦਾ ਹੈ।

ਸਮੁਦਾਏ ਲਈ ਸਿਹਤ ਦਾ ਮਹੱਤਵ - ਜਦੋਂ ਇਕ ਵਿਅਕਤੀ ਆਪਣੇ ਆਪ ਨੂੰ ਸਿਹਤਮੰਦ ਨਹੀਂ ਰੱਖਦਾ ਹੈ ਤਾਂ ਇਹ ਸਮਾਜ ਲਈ ਉਸਦੇ ਲਈ ਉਸਦੇ ਕੰਮਾਂ ਨੂੰ ਸੰਪਾਦਿਤ ਕਰਨ ਨੂੰ ਪ੍ਰਭਾਵਿਤ ਕਰ ਸਕਦਾ ਹੈ। ਸਿਹਤ ਨੂੰ ਉਤਸ਼ਾਹ ਅਤੇ ਰੋਕਣ ਦੀ ਸਾਡੀ ਕੋਸ਼ਿਸ਼ ਨਾ ਸਿਰਫ ਵਿਅਕਤੀ ਲਈ ਬਲਕਿ ਵਾਤਾਵਰਣ ਜਿਸ ਵਿਚ ਲੋਕ ਰਹਿੰਦੇ ਹਨ ਉਨ੍ਹਾਂ ਲਈ ਵੀ ਨਿਰਦੇਸ਼ਿਤ ਹੋਣੀ ਚਾਹੀਦੀ ਹੈ। ਉਪਯੁਕਤ ਵਾਤਾਵਰਣ ਪ੍ਰੋਗਰਾਮਾਂ ਨੂੰ ਵਿਕਸਿਤ ਕਰਨ ਵਿਚ ਅਸੀਂ ਉਨ੍ਹਾਂ ਮੁੱਪ ਵਾਤਾਵਰਣ ਸ਼ਕਤੀਆਂ 'ਤੇ ਜਰੂਰ ਟੀਚਾ ਕਰਨਾ ਚਾਹੀਦਾ ਹੈ ਜੋ ਸਿਹਤ 'ਤੇ ਪ੍ਰਭਾਵ ਪਾਉਂਦੇ ਹਨ।

ਸਮਾਜਿਕ ਕਲਾਸ ਇਕ ਅਜਿਹੀ ਹੀ ਮੁੱਖ ਸ਼ਕਤੀ ਹੈ। ਸਮਾਜਿਕ ਕਲਾਸ ਪ੍ਰਵਣਤਾ 'ਤੇ ਸ਼ੋਧ ਵਿਅਕਤੀਆਂ ਨੂੰ ਉਨ੍ਹਾਂ ਦੀ ਸਥਿਤੀ ਨੂੰ ਨਿਯੰਤ੍ਰਿਤ ਕਰਨ ਵਿਚ ਸਮਰੱਥ ਹੋਣ ਲਈ ਸਿਹਤ ਦੇ ਮਹੱਤਵ ਦਾ ਸੁਝਾਓ ਦਿੰਦੀ ਹੈ ਅਤੇ ਸਮਾਜਿਕ ਕਾਰਕਾਂ ਜੋ ਉਨ੍ਹਾਂ ਦੇ ਜੀਵਨ ਨੂੰ ਪ੍ਰਭਾਵਿਤ ਕਰਦੇ ਹਨ, ਵਿਚ ਭਾਗੀਦਾਰ ਹੋਣ ਵਿਚ ਸਮਰੱਥ ਹੋਣ ਦੀ ਸਲਾਹ ਦਿੰਦੀ ਹੈ। ਸਮੁਦਾਏ ਵਿਕਾਸ ਪ੍ਰੋਗਰਾਮ ਜੋ ਕਿ ਨਿਯੰਤ੍ਰਣ

ਅਤੇ ਭਾਗੀਦਾਰੀ ਦੇ ਮੁੱਦਾਂ ਨੂੰ ਲੈਣ ਵਿਚ ਅਸਫਲ ਹੁੰਦੇ ਹਨ ਉਨ੍ਹੇ ਪ੍ਰਭਾਵੀ ਨਹੀਂ ਹੁੰਦੀ ਜਿਨ੍ਹੇ ਹੋਣੇ ਚਾਹੀਦੇ ਹਨ।

ਪ੍ਰਸ਼ਨ 4. ਸਿਹਤ ਅਤੇ ਸਿੱਖਿਆ ਵਿਚਕਾਰ ਸੰਬੰਧ ਦਸੋ।

ਜਾਂ

ਸਿੱਖਿਆ 'ਤੇ ਸਿਹਤ ਦਾ ਕੀ ਪ੍ਰਭਾਵ ਪੈਂਦਾ ਹੈ? ਚਰਚਾ ਕਰੋ।

ਜਾਂ

ਸਿਹਤ ਤੇ ਪੈਣ ਵਾਲੇ ਸਿੱਖਿਆ ਦੇ ਸਕਾਰਾਤਮਕ ਅਤੇ ਨਾਕਾਰਾਤਮਕ ਪ੍ਰਭਾਵਾਂ ਦਾ ਉੱਲੇਖ ਕਰੋ।

ਜਾਂ

"ਸਿਹਤ ਜੀਵਨਸ਼ੈਲੀ ਸਹੀ ਮਾਯਨਾਂ ਵਿਚ ਪ੍ਰਾਪਤ ਕੀਤੀ ਗਈ ਚੰਗੀ ਸਿੱਖਿਆ ਦਾ ਨਤੀਜਾ ਹੈ।" ਉਦਾਹਰਣ ਦਿੰਦੇ ਹੋਏ ਇਸ ਕਥਨ ਨੂੰ ਸਪੱਸ਼ਟ ਕਰੋ।

[ਅਕਤੂਬਰ 2016, ਪ੍ਰਸ਼ਨ 37]

ਉੱਤਰ - ਸਿੱਖਿਆ ਅਤੇ ਸਿਹਤ ਦੇ ਵਿਚਕਾਰ ਜਟਿਲ ਸੰਬੰਧ ਹੈ। ਇਸ ਸੰਬੰਧ ਦੇ ਕੁੱਝ ਸਪੱਸ਼ਟੀਕਰਨ ਇਸ ਤਰਾਂ ਹੈ-

- ਖਰਾਬ ਸਿਹਤ ਕਈ ਸਕੂਲੀ ਪੱਧਰਾਂ ਦੀ ਅਗਵਾਈ ਕਰਦਾ ਹੈ, ਜਦਕਿ ਬਚਪਨ ਵਿਚ ਖਰਾਬ ਸਿਹਤ ਕਿਸ਼ੋਰਅਵਸਥਾ ਵਿਚ ਖਰਾਬ ਸਿਹਤ ਨਾਲ ਸੰਬੰਧਤ ਹੈ।
- ਪੜ੍ਹੇ-ਲਿਖਿਆ ਦਾ ਪਰਿਵਾਰ ਸਕੂਲੀ ਸਿੱਖਿਆ ਅਤੇ ਸਿਹਤ ਨੂੰ ਵੀ ਸੁਧਾਰਦਾ ਹੈ।
- ਵੱਧੀ ਹੋਈ ਸਿੱਖਿਆ ਸਿੱਧੇ ਤੌਰ 'ਤੇ ਸਿਹਤ ਨੂੰ ਸੁਧਾਰਦੀ ਹੈ।

ਜਦਕਿ ਸਿਹਤ ਦੇ ਪ੍ਰਤੀ ਜਾਗਰੂਕਤਾ ਪੈਦਾ ਕਰਨ ਅਤੇ ਸਿਹਤ ਦੀ ਸਥਿਤੀ ਸੁਧਾਰਨ ਵਿਚ ਭੂਮਿਕਾ ਨਿਭਾਉਣ ਦੇ ਸੰਦਰਭ ਵਿਚ ਸਿਹਤ ਅਤੇ ਸਿੱਖਿਆ ਵਿਚਕਾਰ ਸੰਬੰਧ ਵੱਧ ਵੇਖੇ ਜਾਂਦੇ ਹਨ। ਸਿਹਤ ਅਤੇ ਸਿੱਖਆ ਵਿਚਕਾਰ ਪਾਰਸਪਰਿਕ ਸੰਬੰਧ ਵਿਚਾਰ ਵਿਚ ਪੂਰੇ ਰੂਪ ਵਿਚ ਪੇਸ਼ ਨਹੀਂ ਹੁੰਦੇ ਹਨ ਵਿਸ਼ੇਸ਼ ਤੌਰ 'ਤੇ ਜਦੋਂ ਇਹ ਬੱਚਿਆਂ ਤੱਕ ਆਉਂਦਾ ਹੈ। ਬੱਚਿਆਂ ਦੀ ਖਰਾਬ ਸਿਹਤ ਅਤੇ ਪੋਸ਼ਕ ਸਥਿਤੀ ਉਪਸਥਿਤੀ ਵਿਚ ਬਾਧਕ ਹੈ ਅਤੇ ਸਿਖਿਅਕ ਉਪਲਬਧੀ ਇਸ ਲਈ ਨਾਮਾਂਕਨ ਅਤੇ ਸਕੂਲੀ ਸਿੱਖਿਆ ਵਿਚ ਇਕ ਮਹੱਤਵਪੂਰਨ ਭੂਮਿਕਾ ਨਿਭਾਉਂਦਾ ਹੈ।

ਸਿਹਤ 'ਤੇ ਸਿੱਖਿਆ ਦਾ ਪ੍ਰਭਾਵ - ਸਿੱਖਿਆ ਹੋਰ ਕਾਰਕਾਂ ਤੋਂ ਇਕੱਲਤਾ ਵਿਚ ਸਿਹਤ 'ਤੇ ਕਾਰਜ ਨਹੀਂ ਕਰਦਾ ਹੈ। ਉਮਰ ਦੂਜਾ ਮਹੱਤਵਪੂਰਨ ਕਾਰਕ ਹੈ ਜੋ ਸਿਹਤ 'ਤੇ ਪ੍ਰਭਾਵ ਦੇ ਰੂਪ ਵਿਚ ਸਿੱਖਿਆ ਦੇ ਨਾਲ ਬਹੁਤ ਮਹੱਤਵਪੂਰਨ ਤਰੀਕਾਂ ਵਿਚ ਕਿਰਿਆ ਕਰਦਾ ਹੈ। ਪਰ ਅਨੁਭਵੀ ਖੋਜਾਂ ਨੇ ਇਕ ਪਾਇਆ ਹੈ ਕਿ ਸਿੱਖਿਆ ਦਾ ਸਿਹਤ 'ਤੇ ਪ੍ਰਭਾਵ ਘੱਟ ਤੋਂ ਘੱਟ ਉਨ੍ਹਾਂ ਹੀ ਵੱਧ ਹੈ ਜਿਨ੍ਹਾਂ ਕਿ ਉਮਰ ਦਾ।

ਇਸ ਤੇ ਵਿਸਥਾਰ ਨਾਲ ਪ੍ਰਕਾਸ਼ ਪਾਉਣਾ ਵੀ ਜਰੂਰੀ ਹੈ ਕਿ ਸਿੱਖਿਆ ਸਿਹਤ 'ਤੇ ਪ੍ਰਕਾਸ਼ ਪਾਉਂਦੀ ਹੈ ਜੋ ਖੁਦ ਦੇ ਪ੍ਰਭਾਵ ਦੇ ਨਤੀਜੇ ਸਰੂਪ ਪੈਦਾ ਹੁੰਦੀ ਹੈ, ਵਿਸ਼ੇਸ਼ ਤੌਰ 'ਤੇ ਖੁਦ ਸੰਕਲਪਨਾ ਅਤੇ

ਮਾਨਸਿਕਤਾ ਫੇਰ ਜੇਕਰ ਸਿੱਖਿਆ ਦੀ ਗੁਣਵੱਤਾ ਵਿਅਕਤੀਗਤ ਸਿੱਖਿਆ ਦੀ ਵਿਕਾਸਾਤਮਕ ਜਰੂਰਤਾਂ ਦੇ ਅਨੁਰੂਪ ਨਹੀਂ ਹੈ ਤਾਂ ਇਸਦੇ ਸਾਹਮਣੇ ਹਾਨਿਕਾਰਕ ਪ੍ਰਭਾਵ ਹੋ ਸਕਦਾ ਹੈ।

ਸਿੱਖਿਆ 'ਤੇ ਸਿਹਤ ਦਾ ਪ੍ਰਭਾਵ - ਬੱਚੇ ਦੀ ਸਿਹਤ ਅਤੇ ਸਕੂਲੀ ਸਿੱਖਿਆ ਦੇ ਵਿਚਕਾਰ ਸੰਬੰਧ ਬਹੁਤ ਜਟਿਲ ਹੈ ਅਤੇ ਸਿਖਿਅਕ ਹੁਨਰਾਂ, ਮਾਨਕ ਮੰਗ ਕਾਰਜਾਂ ਨੂੰ ਸ਼ਾਮਿਲ ਕਰਦੇ ਹੋਏ ਉਨ੍ਹਾਂ ਦੀ ਰੂਚਿਆਂ ਦੇ ਵੱਖ-ਵੱਖ ਸੰਬੰਧ ਜਰੂਰੀ ਹੈ। ਬੱਚੇ ਦੀ ਸਿਹਤ ਅਤੇ ਸਿੱਖਿਆ ਦੇ ਵਿਚਕਾਰ ਸੰਬੰਧਾਂ ਦਾ ਭਰੋਸੇਮੰਦ ਆਕਲਨ ਬਹੁਤ ਮੁਸ਼ਕਿਲ ਹੈ ਪਰ ਅਸੰਭਵ ਨਹੀਂ ਹੈ।

ਖਰਾਬ ਸਿਹਤ ਕਈ ਕਾਰਣਾਂ ਤੋਂ ਸਿਖਲਾਈ ਨੂੰ ਘੱਟ ਕਰ ਸਕਦਾ ਹੈ ਜਿਵੇਂ ਘੱਟ ਸਾਲਾਂ ਦਾ ਨਾਮਾਂਕਨ ਘੱਟ ਦੈਨਿਕ ਉਪਸਥਿਤੀ ਅਤੇ ਪ੍ਰਤੀਦਿਨ ਸਕੂਲ ਵਿਚ ਦੱਸੇ ਗਏ ਘੱਟ ਸਿਖਲਾਈ ਸਮਰੱਥਾ। ਬਚਪਨ ਵਿਚ ਖਰਾਬ ਸਿਹਤ ਅਤੇ ਪੋਸ਼ਣ ਦਦਾ ਬੱਚੇ ਦੀ ਸਿੱਖਿਆ 'ਤੇ ਅਸਲ ਵਿਚ ਕਿੰਨਾ ਲੰਮਾ ਦੁਸ਼ਪ੍ਰਭਾਵ ਹੋ ਸਕਦਾ ਹੈ? ਬਦਕਿਸਮਤੀ ਨਾਲ ਇਸ ਪ੍ਰਸ਼ਨ ਦਾ ਉੱਤਰ ਦੁਰਗਾਰਹਯ ਰਿਹਾ ਹੈ। ਬੱਚਿਆਂ ਵਿਚ ਲੋਕ ਸਿਹਤ ਲਾਗਤ ਉਨ੍ਹਾਂ ਦੇ ਜੀਵਨ ਦੇ ਦੌਰਾਨ ਹੁਨਰਾਂ ਅਤੇ ਵੱਧ ਸੰਪਨਤਾ ਦਾ ਬੀਜ ਬੋ ਸਕਦਾ ਹੈ।

ਪ੍ਰਸ਼ਨ 5. ਸਕੂਲੀ ਸਿਹਤਮੰਦ ਵਾਤਾਵਰਣ ਤੋਂ ਕੀ ਭਾਵ ਹੈ? ਸਕੂਲ ਦੇ ਵਾਤਾਵਰਣ ਨੂੰ ਸਿਹਤਮੰਦ ਬਣਾਉਣ ਲਈ ਕੀ ਕਰਨਾ ਚਾਹੀਦਾ ਹੈ?

ਜਾਂ

ਤੁਸੀਂ ਕਲਾਸ ਪੰਜ ਦੇ ਬੱਚਿਆਂ ਨੂੰ ਕਲਾਸ ਦੇ ਕਚਰਾ ਨਿਸਤਾਰਨ ਲਈ ਕੀ ਗਤੀਵਿਧੀ ਕਰਵਾਓਗੇ? [ਅਪ੍ਰੈਲ 2016, ਪ੍ਰਸ਼ਨ 22]

ਜਾਂ

ਸਕੂਲੀ ਕਲਾਸਾਂ ਵਿਚ ਉਚਿਤ ਹਵਾਸੰਚਾਰ ਲਈ ਕਿਸ ਕਿਸਮ ਦੇ ਪ੍ਰਬਧ ਹੋਣੇ ਚਾਹੀਦੇ ਹਨ? [ਅਪ੍ਰੈਲ 2016, ਪ੍ਰਸ਼ਨ 38]

ਉੱਤਰ - ਸਿਹਤਮੰਦ ਵਾਤਾਵਰਣ ਤੋਂ ਭਾਵ ਬੱਚੇ ਦੇ ਉਸ ਸੰਪੂਰਨ ਪਰਿਵੇਸ਼ ਤੋਂ ਹੈ ਜਿਸ ਵਿਚ ਉਹ ਰਹਿੰਦਾ ਹੈ। ਇਸਦੇ ਅਧੀਨ ਘਰ, ਗੁਆਂਢ ਅਤੇ ਸਕੂਲ ਦੀ ਸਿਰਫ ਸਫਾਈ ਹੀ ਨਹੀਂ ਆਉਂਦੀ ਬਲਕਿ ਰੋਜ਼ਾਨਾ ਜੀਵਨ ਦੀ ਸਾਰੀ ਕਿਰਿਆਵਾਂ ਲਈ ਉਚਿਤ ਸੁਵਿਧਾਵਾਂ ਵੀ ਸ਼ਾਮਿਲ ਹੈ। ਮਾਤਾ-ਪਿਤਾ ਦੀ ਤਰਾਂ ਅਧਿਆਪਕ ਵੀ ਸਿਹਤਮੰਦ ਵਾਤਾਵਰਣ ਦਾ ਅੰਗ ਹੈ, ਇਸ ਲਈ ਅਧਿਆਪਕ ਅਤੇ ਬੱਚਿਆਂ ਵਿਚਕਾਰ ਮਧੁਰ ਸੰਬੰਗ ਵੀ ਇਸਦੇ ਅਧੀਨ ਆਉਂਦੇ ਹਨ।

ਸਾਫ ਪੀਣ ਦੇ ਪਾਣੀ ਦੀ ਆਪੂਰਤੀ

ਪੀਣ ਦੇ ਪਾਣੀ ਦੇ ਮੁੱਖ ਸਰੋਤ ਹੈ- ਖੂਹ, ਨਦੀਆਂ, ਹੈਂਡਪੰਪ ਆਦਿ। ਅੱਜਕਲ ਕੱਪੜੇ ਅਤੇ ਭਾਂਡੇ ਧੋਨੇ, ਰਸਾਇਨਾ ਦਾ ਨਿਕਾਸ ਅਤੇ ਨਦੀਆਂ ਵਿਚ ਕੁੱਝ ਕਰਮਕਾਂਡਾਂ ਦੇ ਨਿਸ਼ਪਾਦਨ ਤੋਂ ਪਾਣੀ ਪ੍ਰਦੂਸ਼ਿਤ ਹੋ ਗਿਆ ਹੈ। ਨਗਰੀ ਸ਼ਹਿਰਾਂ ਵਿਚ RO ਪ੍ਰਣਾਲੀ ਅਤੇ ਹੋਰ ਸ਼ੁੱਧ ਪ੍ਰਣਾਲੀਆਂ ਦੀ ਸਹਾਇਤਾ ਨਾਲ ਸਾਫ ਜਲ ਪ੍ਰਾਪਤ ਕਰਨ ਦੀ ਬਹੁਤ ਸਾਰੀ ਵਿਧੀਆਂ ਹਨ।

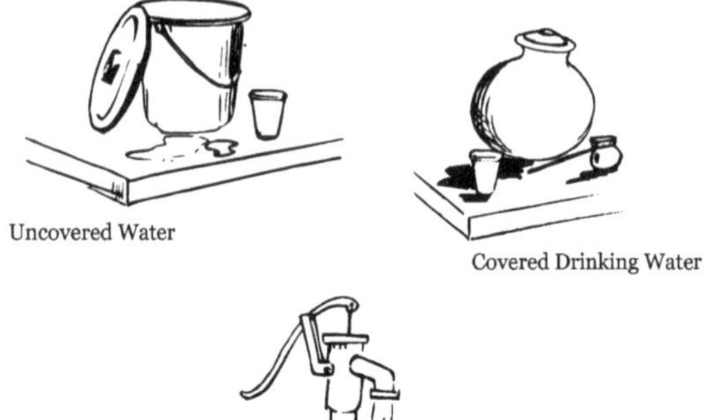

Uncovered Water

Covered Drinking Water

Shallow Hand Pump-Unsafe
for Drinking Water

ਚਿੱਤਰ 2.2

ਸ਼ਹਿਰਾਂ ਵਿਚ ਜਲ ਦੀ ਪੂਰਤੀ ਨੂੰ ਸਥਾਨਕ ਨਿਕਾਯਾਂ ਵਰਗੇ ਦਿੱਲੀ ਵਿਚ MCD ਅਤੇ ਮੁੰਬਈ ਵਿਚ BMC ਰਾਹੀਂ ਮੋਨੀਟਰ ਕੀਤਾ ਜਾਂਦਾ ਹੈ। ਆਪੂਰਤੀ ਤੋਂ ਪਹਿਲਾਂ ਪਾਣੀ ਨੂੰ ਨਵੀ ਤਕਨੀਕਾਂ ਤੋਂ ਸ਼ੁੱਧ ਕੀਤਾ ਜਾਂਦਾ ਹੈ। ਭਾਰਤ ਦੇ ਅੰਦਰੂਨੀ ਭਾਗਾਂ ਵਿਚ ਅਤੇ ਛੋਟੇ ਪਿੰਡਾ ਵਿਚ ਲੋਕ ਬਾਲਟੀਆਂ ਵਿਚ, ਭਾਂਡਾ ਵਿਚ ਪਾਣੀ ਸੰਚਿਤ ਕਰਦੇ ਹਨ ਅਤੇ ਕੱਪੜੇ ਤੋਂ ਛਾਨ ਕੇ ਜਾਂ ਉਬਾਲ ਕੇ ਇਸ ਨੂੰ ਸਾਫ ਕਰਦੇ ਹਨ।

ਸਾਫ ਟਾਇਲਟ ਅਤੇ ਯੂਰੀਨਲ

ਸਕੂਲ ਟਾਇਲਟ ਦਾ ਸਿਹਤਮੰਦ ਵਾਤਾਵਰਣ ਸਕੂਲ ਦੇ ਬੱਚਿਆਂ ਲਈ ਸਿਹਤਮੰਦ ਪ੍ਰੋਗਰਾਮਾਂ ਦਾ ਦਰਪਣ ਹੁੰਦਾ ਹੈ। ਟਾਇਲਟ ਲੋੜੀਂਦੀ ਮਾਤਰਾ ਵਿਚ ਹੋਣ ਦੇ ਨਾਲ-ਨਾਲ ਸਾਫ ਅਤੇ ਕੀਟਾਣੂ ਰਹਿਤ ਹੋਣਾ ਚਾਹੀਦਾ ਹੈ। ਬੱਚਿਆਂ ਅਤੇ ਸਟਾਫ ਲਈ ਵੱਖ-ਵੱਖ ਟਾਇਲਟਾਂ ਦੀ ਵਿਵਸਥਾ ਹੋਣੀ ਚਾਹੀਦੀ ਹੈ। ਇਸ ਸੰਦਰਭ ਵਿਚ ਸਕੂਲ ਅਧਿਕਾਰੀ ਅਤੇ ਅਧਿਆਪਕਾਂ ਦੀ ਸਾਰਥਕ ਭੂਮਿਕਾ ਹੁੰਦੀ ਹੈ।

ਸੁਰੱਖਿਅਤ ਆਹਾਰ

ਬੱਚੇ ਭੋਜਨਾ ਅਵਕਾਸ਼ ਲਈ ਭੋਜਨ ਤੋਂ ਲਾਉਂਦੇ ਹਨ। ਉਹ ਦੁਪਹਿਰ ਦਾ ਭੋਜਨ ਵੀ ਪ੍ਰਾਪਤ ਕਰਦੇ ਹਨ। ਕੁੱਝ ਸਕੂਲਾਂ ਵਿਚ ਸਨੈਕਸ ਵੀ ਹੁੰਦੇ ਹਨ। ਬੱਚਿਆਂ ਨੂੰ ਸਿਹਤ ਅਤੇ ਰੋਗਾਂ ਤੋਂ ਮੁਕਤ ਰੱਖਣ ਲਈ ਸੁਰੱਖਿਅਤ ਆਹਾਰ ਬਹੁਤ ਜਰੂਰੀ ਹੈ।

- ਅਧਿਆਪਕ ਬੱਚਿਆਂ ਨੂੰ ਪੜ੍ਹਾ ਕੇ ਭੋਜਨ ਤੋਂ ਹੋਣ ਵਾਲੀ ਬੀਮਾਰੀਆਂ ਤੋਂ ਬਚਿਆ ਜਾ ਸਕਦਾ ਹੈ।
- ਭੋਜਨ ਤੋਂ ਪਹਿਲੇ ਅਤੇ ਬਾਅਦ ਵਿਚ ਹੱਥ ਧੋਣ ਨੂੰ ਉਤਸ਼ਾਹਿਤ ਕਰੋ।
- ਭੋਜਨ ਲਈ ਪਲਾਸਟਿਕ ਦੀ ਪਲੇਟਾਂ ਦਾ ਪ੍ਰਯੋਗ ਨਾ ਕਰਨ ਦੇ ਬਾਰੇ ਵਿਚ ਬੱਚਿਆਂ ਨੂੰ ਪੜ੍ਹਾਓ।

- ਜਦੋਂ ਕਲਾਸ ਵਿਚ ਭੋਜਨ ਵਿਤਰਿਤ ਕੀਤਾ ਜਾ ਰਿਹਾ ਹੋਵੇ ਤਾਂ ਬੱਚਿਆਂ ਦੇ ਵਿਵਹਾਰ ਨੂੰ ਮੋਨੀਟਰ ਕਰੋ।

ਹੱਥ ਧੋਣ ਦੀ ਸੁਵਿਧਾ

ਅਧਿਆਪਕਾਂ ਰਾਹੀਂ ਬੱਚਿਆਂ ਨੂੰ ਜਾਨਵਰਾਂ ਨੂੰ ਸੰਭਾਲਣ , ਕੂੜਾ ਫੈਂਕਣ, ਬੀਮਾਰ ਨੂੰ ਦੇਖਣ, ਖੇਡਣ, ਛੀਂਕਣ, ਖਾਂਸਣ, ਟਾਇਲਟ ਦਾ ਪ੍ਰਯੋਗ ਕਰਨ ਤੋਂ ਬਾਅਦ ਹੱਥ ਧੋਣ ਲਈ ਉਤਸ਼ਾਹਿਤ ਕਰਨਾ ਚਾਹੀਦਾ ਹੈ।

ਚਿੱਤਰ 2.3

ਸਕੂਲ ਵਿਚ ਕੁੱਝ ਪ੍ਰਬੰਧ ਕੀਤੇ ਗਏ ਹੈ ਜੋ ਇਸ ਤਰਾਂ ਹੈ-

- ਲੋੜੀਂਦੀ ਅਤੇ ਨਿਰੰਤਰ ਜਲ ਆਪੂਰਤੀ
- ਘੱਟੋ-ਘੱਟ ਉਚਾਈ 'ਤੇ ਬੱਚਿਆਂ ਦੇ ਉਪਯੁਕਤ ਵਾਸ਼ ਬੇਸਿਨ
- ਹੱਥ ਧੋਣ ਲਈ ਸਾਬਣ ਦੀ ਉਚਿਤ ਵਿਵਸਥਾ
- ਸਕੂਲ ਵਿਚ ਬੱਚਿਆਂ ਦੀ ਗਿਣਤੀ ਦੇ ਅਨੁਸਾਰ
- ਪੇਂਡੂ ਖੇਤਰਾਂ ਵਿਚ ਪਾਣੀ ਦੀ ਬਾਲਟੀਆਂ, ਸਾਬਣ ਅਤੇ ਜਗ ਜਰੂਰ ਰੱਖੇ ਹੋਣੇ ਚਾਹੀਦੇ ਹਨ।

ਡਰੇਨੇਜ

ਜੇਕਰ ਜਲ ਨਿਕਾਸੀ ਪ੍ਰਣਾਲੀ ਚੰਗੀ ਨਹੀਂ ਹੈ ਤਾਂ ਰੁੱਕੇ ਹੋਏ ਗੰਦੇ ਪਾਣੀ ਵਿਚ ਮੱਛਰ ਮੁਕਤ ਰੂਪ ਤੋਂ ਪੈਦਾ ਹੋਣਗੇ ਅਤੇ ਸਧਾਰਨ ਬੀਮਾਰੀਆਂ ਜਿਵੇਂ- ਮਲੇਰੀਆ, ਡੇਂਗੂ, ਆਦਿ ਹੋਣਗੀ। ਇਹ ਅਨੁਪਸਥਿਤੀ ਨੂੰ ਵਧਾਏਗਾ। ਇਸ ਲਈ ਵਾਤਾਵਰਣ ਨੂੰ ਸਾਫ ਅਤੇ ਸਿਹਤਮੰਦ ਰੱਖਣ ਲਈ ਹਰੇ ਸਕੂਲ ਵਿਚ ਉਪਯੁਕਤ ਜਲ ਨਿਕਾਸੀ ਪ੍ਰਣਾਲੀ ਜਰੂਰੀ ਹੈ। ਸਕੂਲ ਦੇ ਵਾਤਾਵਰਣ ਨੂੰ ਸਿਹਤਮੰਦ ਬਣਾਉਣ ਵਿਚ ਸਕੂਲ ਸੱਤਾ ਅਤੇ ਅਧਿਆਪਕਾਂ ਨੂੰ ਇਕ ਵੱਖਰੀ ਭੂਮਿਕਾ ਨਿਭਾਉਣੀ ਹੁੰਦੀ ਹੈ।

- ਰੁਕਾਵਟਾਂ ਨੂੰ ਦੂਰ ਕਰਨ ਲਈ ਸਥਾਨਕ ਨਿਕਾਸਾਂ ਰਾਹੀਂ ਨਾਲੀਆਂ ਦੀ ਨਿਯਮਿਤ ਸਫਾਈ।

- ਨਾਲੀਆਂ ਨੂੰ ਢੱਕ ਕੇ ਰੱਖੋ ਤਾਂਕਿ ਕੋਈ ਦੁਰਘਟਨਾ ਨਾ ਹੋਵੇ।
- ਪਾਣੀ ਦੇ ਅਵਰੋਧ ਨੂੰ ਦੂਰ ਕਰਨ ਲਈ ਪਾਇਪਲਾਈਨ ਦੀ ਨਿਯਮਿਤ ਮੁੱਰੰਮਤ ਹੋਵੇ।
- ਦੁਰਘਟਨਾਵਾਂ ਤੋਂ ਬੱਚਣ ਲਈ ਖੁੱਲੀ ਨਾਲੀਆਂ ਦੇ ਕੋਲ ਕੋਈ ਬੱਚਾ ਨਹੀਂ ਖੇਡਣਾ ਚਾਹੀਦਾ ਹੈ।
- ਗੰਦੇ ਪਾਣੀ ਨਾਲ ਕੋਈ ਬੱਚਾ ਨਹੀਂ ਖੇਡਣਾ ਚਾਹੀਦਾ ਹੈ।

ਕਚਰਾ ਨਿਸਤਾਰਣ

ਵੱਡੇ ਸ਼ਹਿਰਾਂ ਵਿਚ ਤੀਬਰ ਵਿਕਾਸ ਅਤੇ ਪਿੰਡ ਤੋਂ ਸ਼ਹਿਰਾਂ ਦੇ ਵੱਲ ਪਲਾਯਨ ਹਵਾ ਅਤੇ ਜਲ ਪ੍ਰਦੂਸ਼ਣ ਅਸਿਹਤਮੰਦ ਵਾਤਾਵਰਣ ਦੇ ਮੁੱਖ ਭੂਮਿਕਾ ਨਿਭਾਉਂਦੇ ਹਨ। ਇਸ ਵਿਚ ਕਚਰਾ ਨਿਸਤਾਰਣ ਵੀ ਇਕ ਮੁੱਖ ਸਮੱਸਿਆ ਹੈ। ਜੇਕਰ ਅਸੀਂ ਸਕੂਲ ਪੱਧਰ 'ਤੇ ਪਹਿਲ ਕਰਨਾ ਸ਼ੁਰੂ ਕਰ ਦੇਣ ਤਦ ਇਹ ਆਸਾਨੀ ਨਾਲ ਨਿਯੋਜਿਤ ਹੋ ਸਕਦਾ ਹੈ। ਅਸੀਂ 4 'R' ਰਾਹੀਂ ਕੁੱੜੇ ਦਾ ਪਬੰਧ ਕਰ ਸਕਦੇ ਹਨ- Refuse (ਨਿਸਤਾਰਣ), Re-use (ਦੁਬਾਰਾ ਪ੍ਰਯੋਗ), Reduce (ਘੱਟ ਕਰਕੇ), Recycle (ਦੁਬਾਰਾ ਪ੍ਰਯੋਗ ਕਰਕੇ)। ਕਲਾਸ ਵਿਚ ਇਕ ਗਤੀਵਿਧੀ ਕੀਤੀ ਜਾ ਸਕਦੀ ਹੈ- ਕਲਾਸ ਵਿਚ ਤਿਨ ਵੱਖਰੇ ਕੁੱੜਾਦਾਨ ਰੱਖੋ, A,B,C । A ਬੱਚੇ ਹੋਏ ਭੋਜਨ ਲਈ, B ਸਿਰਫ ਕਾਗਜ਼ਾਂ ਲਈ, C ਪਲਾਸਟਿਕ, ਪਾਲੀਥੀਨ, ਵਸਤਾਂ ਲਈ। ਆਪਣੇ ਵੱਚਿਆਂ ਨੂੰ ਕਚਰੇ ਨੂੰ ਪਛਾਨਣ ਲਈ ਕਹੋ ਅਤੇ ਉਸਦੇ ਅਨੁਸਾਰ ਕੁੱੜੇਦਾਨ ਵਿਚ ਡਾਲਣ ਲਈ ਕਹੋ।

ਪ੍ਰਕਾਸ਼ ਵਿਵਸਥਾ

ਧੁੱਪ ਦਾ ਦਿਨ ਹੋ ਜਾਂ ਬਦਲੀ ਦਾ, ਕਲਾਸਰੂਮਾਂ ਵਿਚ ਸਮੁਚਿਤ ਪ੍ਰਕਾਸ਼ ਵਿਵਸਥਾ ਹੋਣੀ ਚਾਹੀਦੀ ਹੈ। ਸਿਖਲਾਈ ਕਰਤਾਵਾਂ ਦੀ ਯੋਗਤਾ ਅਤੇ ਮਾਨਸਿਕ ਵਾਧੇ ਲਈ ਦ੍ਰਿਸ਼ ਵਾਤਾਵਰਣ ਬਹੁਤ ਜਰੂਰੀ ਹੈ। ਉਚਿਤ ਪ੍ਰਕਾਸ਼ ਉਲਟ ਪ੍ਰਭਾਓ ਪਾਉਂਦਾ ਹੈ ਜਿਵੇਂ ਨੀਂਦ ਲੈਣਾ ਆਸਾਨ ਹੋ ਜਾਂਦਾ ਹੈ।

ਪੇਂਡੂ ਖੇਤਰਾਂ ਵਿਚ ਕੁੱਝ ਸਕੂਲ ਖੁਲ੍ਹੇ ਹੁੰਦੇ ਹਨ ਅਤੇ ਬੱਚਿਆਂ ਨੂੰ ਪ੍ਰਕਾਸ਼ ਦੀ ਸਮੱਸਿਆ ਦਾ ਸਾਹਮਣਾ ਨਹੀਂ ਕਰਦਾ ਪੈਂਦਾ।

- ਸ਼ਹਿਰੀ ਖੇਤਰਾਂ ਵਿਚ ਕਲਾਸਰੂਮਾਂ ਵਿਚ ਲੋੜੀਂਦੀ ਪ੍ਰਕਾਸ਼ ਵਿਵਸਥਾ ਹੋਣੀ ਚਾਹੀਦੀ ਹੈ। ਇਕ ਕਮਰੇ ਵਿਚ ਚਾਰ ਜਾਂ ਪੰਜ ਟਿਊਬਲਾਈਟਾਂ ਹੋਣੀ ਚਾਹੀਦੀ ਹੈ।
- ਬਿਜਲੀ ਦੀ ਮੁਰੰਮਤ ਸਮੇਂ-ਸਮੇਂ 'ਤੇ ਹੋਣੀ ਚਾਹੀਦੀ ਹੈ।
- ਕਲਾਸਰੂਮਾਂ ਵਿਚ ਵੱਧ ਪ੍ਰਕਾਸ਼ੀ ਪ੍ਰਭਾਓ ਲਈ ਦੀਵਾਰਾਂ 'ਤੇ ਚਟਕੀਲੇ ਰੰਗ ਹੋਣੇ ਚਾਹੀਦੇ ਹਨਪ।
- ਦ੍ਰਿਸ਼ਟੀ ਬਾਧਤ ਬੱਚਿਆਂ ਨੂੰ ਬੈਠਾਣਾ ਚਾਹੀਦਾ ਹੈ ਜਿੱਥੇ ਵੱਧ ਪ੍ਰਕਾਸ਼ ਉਪਲਬਧ ਹੋਵੇ।

ਹਵਾ ਸੰਚਾਰ

ਸਕੂਲ ਵਿਚ ਤਾਜੀ ਹਵਾ ਅਤੇ ਜਲਵਾਯੂ ਨਿਯੰਤ੍ਰਣ ਲਈ ਖਿੜਕੀਆਂ ਸਸਤੀ ਅਤੇ ਸਮਰੱਥ ਹੱਲ ਹੈ। ਪੇਂਡੂ ਖੇਤਰਾਂ ਦੀ ਉਮੀਦੀ ਸ਼ਹਿਰੀ ਖੇਤਰਾਂ ਵਿਚ ਇਹ ਸਮੱਸਿਆ ਵੱਧ ਆਉਂਦੀ ਹੈ। ਪੇਂਡੂ ਖੇਤਰਾਂ

ਵਿਚ ਕਲਾਸਰੂਪ ਖੁਲ੍ਹੇ ਵਿਚ ਹੁੰਦੇ ਹਨ, ਜਾਂ ਟੈਂਟਾਂ ਵਿਚ ਹੁੰਦੇ ਹਨ ਜਦਕਿ ਸ਼ਹਿਰਾਂ ਵਿਚ ਸਕੂਲ ਭਵਨਾਂ ਵਿਚ ਹਨ ਇਸ ਲਈ ਹਵਾ ਸੰਚਾਰ ਇਕ ਸਮੱਸਿਆ ਹੈ।

ਸਕੂਲ ਦੇ ਕਲਾਸਰੂਮਾਂ ਵਿਚ ਉਚਿਤ ਖਿੜਕੀਆਂ ਦੇ ਨਾਲ ਲੋੜੀਂਦਾ ਹਵਾ ਸੰਚਾਰ ਹੋਣਾ ਚਾਹੀਦਾ ਹੈ ਤਾਂਕਿ ਗਰਮੀ ਵਿਚ ਕਲਾਸਰੂਮ ਨਾ ਵੱਧ ਗਰਮ ਹੋਵੇ ਨਾ ਠੰਡ ਵਿਚ ਵੱਧ ਠੰਡਾ।

ਬੈਠਣ ਦੀ ਆਰਾਮਦਾਇਕ ਵਿਵਸਥਾ

ਕਲਾਸ ਵਿਚ ਬੈਠਣ ਦੀ ਆਰਾਮਦਾਇਕ ਵਿਵਸਥਾ ਸਿਖਲਾਈ ਨੂੰ ਵੱਧ ਪ੍ਰਭਾਵੀ ਬਣਾਉਂਦਾ ਹੈ। ਪ੍ਰਾਇਮਰੀ ਕਲਾਸਾਂ ਵਿਚ ਕੀਤੀ ਜਾਣ ਵਾਲੀ ਗਤੀਵਿਧੀਆਂ ਜਿਵੇਂ- ਸਮੂਹ ਕਾਰਜ, ਵਿਚਾਰ, ਲੇਖਨ ਕਾਰਜ, ਨਿਸ਼ਪਾਦਨ ਕਲਾ ਆਦਿ ਦੇ ਅਨੁਸਾਰ ਬੈਠਣ ਦੀ ਵੱਖ-ਵੱਖ ਅਵਸਥਾਵਾਂ ਹੋਣੀ ਚਾਹੀਦੀ ਹੈ।

ਵਿਕਲਾਂਗ ਬੱਚਿਆਂ ਦੇ ਬੈਠਣ ਦੀ ਵਿਵਸਥਾ ਦੇ ਪ੍ਰਤੀ ਅਧਿਆਪਕ ਨੂੰ ਵੱਧ ਸਜਗ ਹੋਣਾ ਚਾਹੀਦਾ ਹੈ। ਜੇਕਰ ਅਧਿਆਪਕ ਦੇ ਕੋਲ ਵਿਕਲਾਂਗ ਬੱਚੇ ਵੱਧ ਹਨ ਤਾਂ ਉਸ ਨੂੰ ਤਦਨੁਸਾਰ ਵਿਵਸਥਾ ਕਰਨੀ ਚਾਹੀਦੀ ਹੈ।

ਪ੍ਰੇਰਕ ਸੰਵੇਦਨਾਤਮਕ ਅਤੇ ਸਮਾਜਿਕ ਵਾਤਾਵਰਣ

ਵਾਤਾਵਰਣ ਦਾ ਵਿਸਥਾਰ ਕਮਰੇ ਤੋਂ ਸ਼ੁਰੂ ਹੁੰਦਾ ਹੈ ਅਤੇ ਅਧਿਆਪਕ ਦੇ ਨਾਲ-ਨਾਲ ਬੱਚਿਆਂ ਦੇ ਵਿਵਹਾਰ ਤੱਕ ਹੁੰਦਾ ਹੈ। ਅਸੀਂ ਸਿਰਫ ਭੌਤਿਕ ਵਾਤਾਵਰਣ ਨਹੀਂ ਬਲਕਿ ਸੰਵੇਦਨਾਤਮਕ ਅਤੇ ਸਮਾਜਿਕ ਵਾਤਾਵਰਣ ਨੂੰ ਵੀ ਸਮਝਦੇ ਹਨ। ਅਧਿਆਪਕ ਨੂੰ ਇਕ ਵਾਤਾਵਰਣ ਸਥਾਪਿਤ ਕਰਨਾ ਚਾਹੀਦਾ ਹੈ ਜੋ ਵਿਅਕਤੀਆਂ ਵਿਚ ਸਾਰੀ ਭਿੰਨਤਾਵਾਂ ਦਾ ਆਦਰ ਕਰਦਾ ਹੈ।

ਬੱਚਿਆਂ ਦੇ ਕੋਲ ਸਕੂਲ ਦੇ ਸਮਰੱਥ, ਸੰਬੰਧਤ ਅਤੇ ਯੋਗਦਾਨ ਦੇਣ ਵਾਲੇ ਮੈਂਬਰਾਂ ਨੂੰ ਮਹਿਸੂਸ ਕਰਨ ਦਾ ਮੌਕਾ ਹੁੰਦਾ ਹੈ। ਬੱਚਿਆਂ ਨੂੰ ਉਨ੍ਹਾਂ ਦੇ ਸਕੂਲ ਅਤੇ ਕਲਾਸਰੂਮ ਗਤੀਵਿਧੀਆਂ ਵਿਚ ਭਾਗੀਦਾਰ ਹੋਣ ਲਈ ਉਤਸ਼ਾਹਿਤ ਹੋਣਾ ਚਾਹੀਦਾ ਹੈ।

ਪ੍ਰਸ਼ਨ 6. ਭੋਜਨ ਅਤੇ ਸੰਤੁਲਿਤ ਆਹਾਰ ਤੋਂ ਕੀ ਭਾਵ ਹੈ? ਸੰਤੁਲਿਤ ਭੋਜਨ ਦੇ ਜਰੂਰੀ ਪੋਸ਼ਕ ਤੱਤਾਂ ਦਾ ਵਰਣਨ ਕਰਦੇ ਹੋਏ ਆਹਾਰ ਨੂੰ ਪ੍ਰਭਾਵਿਤ ਕਰਨ ਵਾਲੇ ਕਾਰਕਾਂ ਦਾ ਉੱਲੇਖ ਕਰੋ।

ਜਾਂ

ਪੋਸ਼ਕ ਤੱਤਾਂ ਦੀ ਵੱਖ-ਵੱਖ ਕਿਸਮਾਂ ਦੀ ਚਰਚਾ ਕਰੋ।

ਜਾਂ

ਸੰਤੁਲਿਤ ਆਹਾਰ ਤੋਂ ਤੁਸੀਂ ਕੀ ਸਮਝਦੇ ਹੋ? ਅਪ੍ਰੈਲ 2016, ਪ੍ਰਸ਼ਨ 26

ਜਾਂ

ਕਿਸੇ ਵਿਅਕਤੀ ਦੇ ਆਹਾਰ ਨੂੰ ਪ੍ਰਭਾਵਿਤ ਕਰਨ ਵਾਲੇ ਕੋਈ ਦੋ ਕਾਰਕ ਲਿੱਖੋ।

[ਅਕਤੂਬਰ 2016, ਪ੍ਰਸ਼ਨ 21]

ਉੱਤਰ - ਉਹ ਖਾਦ ਪਦਾਰਥ, ਜਿਨ੍ਹਾਂ ਦੇ ਸੇਵਨ ਤੋਂ ਸਰੀਰ ਵਿਚ ਸ਼ਕਤੀ, ਉਰਜਾ ਅਤੇ ਸਰੀਰਿਕ ਵਿਕਾਸ ਹੁੰਦਾ ਹੈ ਉਸਨੂੰ ਭੋਜਨ ਜਾਂ ਆਹਾਰ ਕਿਹਾ ਜਾਂਦਾ ਹੈ। ਭੋਜਨ ਜੀਵਨ ਲਈ ਬਹੁਤ ਜਰੂਰੀ ਹੈ

ਜਿਸਦਾ ਪ੍ਰਭਾਵ ਮਨੁੱਖ ਦੀ ਉਮਰ, ਚਰਿੱਤਰ, ਆਚਰਣ ਆਦਿ 'ਤੇ ਪੈਂਦਾ ਹੈ। ਭੋਜਨ ਦਾ ਮੁੱਖ ਸਰੋਤ ਪੇੜ-ਪੌਦੇ ਅਤੇ ਜਾਨਵਰ ਹੈ।

ਪੌਦੇ ਅਤੇ ਜੜ੍ਹਾਂ ਰਾਹੀਂ ਜ਼ਮੀਨ ਤੋਂ ਪਾਣੀ ਅਤੇ ਪੋਸ਼ਕ ਤੱਤ, ਹਵਾ ਤੋਂ ਕਾਰਬਨ ਡਾਇਓਕਸਾਇਡ ਅਤੇ ਸੂਰਜ ਤੋਂ ਪ੍ਰਕਾਸ਼ ਉਰਜਾ ਲੈ ਕੇ ਆਪਣੇ ਵੱਖ-ਵੱਖ ਹਿੱਸਾ ਦਾ ਨਿਰਮਾਣ ਕਰਦੇ ਹਨ। ਪੌਦੇ ਸਾਨੂੰ ਅਨਾਜ, ਦਾਲਾਂ, ਸਬਜ਼ੀਆਂ, ਫਲ, ਚੀਨੀ, ਤੇਲ, ਮਸਾਲੇ, ਮੇਵਾ ਆਦਿ ਪਦਾਰਥ ਪ੍ਰਦਾਨ ਕਰਦੇ ਹਨ। ਪਸ਼ੂਆਂ ਤੋਂ ਅਸੀਂ ਦੁੱਧ, ਮਾਂਸ, ਅੰਡਾ, ਮੱਛਲੀ ਅਤੇ ਸ਼ਹਿਦ ਦੇ ਰੂਪ ਵਿਚ ਭੋਜਨ ਪ੍ਰਾਪਤ ਹੁੰਦਾ ਹੈ।

ਪੋਸ਼ਕ ਤੱਤਾਂ ਦੇ ਪ੍ਰਕਾਰ - ਪੋਸ਼ਕ ਤੱਤਾਂ ਦੇ ਪ੍ਰਕਾਰ ਹੇਠ ਲਿੱਖੇ ਹਨ-

1. ਪ੍ਰੋਟੀਨ - ਇਹ ਤੱਤ ਸਰੀਰ ਦੀ ਰਚਨਾ ਅਤੇ ਨਿਰਮਾਣ ਵਿਚ ਸਹਾਇਕ ਹੈ। ਇਹ ਫੋਸਫੋਰਸ, ਗੰਧਕ, ਨਾਈਟ੍ਰੋਜਨ, ਆਕਸੀਜ਼ਨ, ਹਾਈਡਰੋਜਨ ਅਤੇ ਕਾਰਬਨ ਦੇ ਰਸਾਯਨਿਕ ਮੇਲ ਤੋਂ ਬਣਿਆ ਹੋਇਆ ਤੱਤ ਹੈ। ਪ੍ਰੋਟੀਨ ਦੀ ਘਾੱਟ ਤੋਂ ਸਰੀਰਿਕ ਵਿਕਾਸ ਰੁਕ ਜਾਂਦਾ ਹੈ ਅਤੇ ਸ਼ਕਤੀ ਸ਼ੀਣ ਹੋਣ ਲੱਗਦੀ ਹੈ, ਅਤੇ ਵੱਧ ਗੁਰਦਾਂ 'ਤੇ ਹਾਨੀਕਾਰਕ ਪ੍ਰਭਾਵ ਪੈਂਦਾ ਹੈ।

2. ਕਾਰਬੋਹਾਇਡਰੇਟਸ - ਇਹ ਕਾਰਬਨ, ਹਾਇਡਰੋਜਨ ਅਤੇ ਆਕਸੀਜਨ ਦਾ ਰਸਾਯਨਿਕ ਮਿਸ਼ਰਣ ਹੁੰਦਾ ਹੈ। ਕਾਰਬੋਜ ਸਰੀਰ ਵਿਚ ਕਾਰਜ ਕਰਨ ਲਈ ਸ਼ਕਤੀ ਪ੍ਰਦਾਨ ਕਰਦਾ ਹੈ, ਇਹ ਨਵੇਂ ਕੋਸ਼ਾਂ ਦਾ ਨਿਰਮਾਣ ਕਰਦਾ ਹੈ। ਸਰੀਰਿਕ ਪਰਿਸ਼ਮ ਕਰਨੇ ਵਾਲਾਂ ਲਈ ਇਸਦਾ ਸੇਵਨ ਬਹੁਤ ਜਰੂਰੀ ਹੈ। ਇਸਦੇ ਵੱਧ ਹੋਣ 'ਤੇ ਸਰੀਰ ਵਿਚ ਮੋਟਾਪਾ ਆਉਂਦਾ ਹੈ। ਇਹ ਦੋ ਕਿਸਮ ਦੇ ਹੁੰਦੇ ਹਨ- 1. ਸ਼ਵੇਤਸਾਰ, 2. ਸ਼ਰਕਰਾ।

3. ਵਸਾ - ਇਹ ਕਾਰਬੋਜ ਵਾਂਗ ਕਾਰਬਨ, ਹਾਇਡਰੋਜਨ ਅਤੇ ਆਕਸੀਜਨ ਦਾ ਮਿਸ਼ਰਣ ਹੁੰਦਾ ਹੈ। ਵਸਾ ਰਾਹੀਂ ਸਰੀਰ ਦੀ ਚਰਬੀ ਵਿਚ ਵਾਧਾ ਹੁੰਦਾ ਹੈ ਜਿਸ ਨਾਲ ਸਰੀਰ ਸੁੰਦਰ ਦਿੱਖਾਈ ਦਿੰਦਾ ਹੈ।

ਵਸਾ ਵੀ ਦੋ ਪ੍ਰਕਾਰ ਦਾ ਹੁੰਦਾ ਹੈ- ਵਨਸਪਤੀ ਵਸਾ ਅਤੇ ਪਸ਼ੂ ਵਸਾ। ਵਨਸਪਤੀ ਵਸਾ ਬਾਦਾਮ, ਅਖਰੋਟ, ਸੁੱਖੇ ਫਲ, ਫਲਾਂ ਦੇ ਬੀਜਾਂ ਦਾ ਤੇਲ ਆਦਿ ਵਿਚ ਵੱਧ ਪਾਇਆ ਜਾਂਦਾ ਹੈ। ਪਸ਼ੂ ਵਸਾ ਦੁੱਧ, ਘਿਓ, ਮੱਛਲੀ ਦਾ ਤੇਲ, ਜਾਨਵਰਾਂ ਦੀ ਚਰਬੀ, ਅੰਡੇ ਦੇ ਮਖੱਣ ਆਦਿ ਵਿਚ ਵੱਧ ਪਾਇਆ ਜਾਂਦਾ ਹੈ।

4. ਖਨਿਜ ਪਦਾਰਥ - ਇਹ ਪਦਾਰਥ ਸਾਡੇ ਸਰੀਰ ਵਿਚ ਸ਼ਾਰੀਯ ਅਵਸਥਾ ਵਿਚ ਹੁੰਦੇ ਹਨ। ਇਨ੍ਹਾਂ ਨਾਲ ਸਰੀਰ ਦੇ ਕਈ ਰੋਗ ਦੂਰ ਹੁੰਦੇ ਹਨ, ਇਸ ਲਈ ਇਨ੍ਹਾਂ ਨੂੰ ਸੁਰੱਖਿਅਤ ਪਦਾਰਥ ਵੀ ਕਹਿੰਦੇ ਹਨ। ਕੈਲਸ਼ਿਯਮ, ਸੋਡੀਯਮ, ਤਾਂਬਾ, ਪੋਟੇਸ਼ਿਯਮ, ਫੋਸਫੋਰਸ, ਲੋਹਾ, ਮੈਗਨੀਸ਼ੀਯਮ, ਆਯੋਡੀ, ਕਲੋਰੀਨ, ਫਲੋਰਿਨ, ਸਿਲਿਕਾਨ ਅਤੇ ਸਲਫਰ ਆਦਿ ਕਈ ਖਨਿਜ ਪਦਾਰਥ ਭੋਜਨ ਵਿਚ ਪਾਏ ਜਾਂਦੇ ਹਨ। ਇਹ ਖਨਿਜ ਪਦਾਰਥ ਸਾਡੀ ਪਾਚਨ ਸ਼ਕਤੀ ਨੂੰ ਵਧਾਉਂਦੇ ਹਨ, ਖੂਨ ਨੂੰ ਲਾਲ ਬਣਾਏ ਰੱਖਦੇ ਹਨ, ਹੱਡੀਆਂ ਅਤੇ ਦਾਂਤਾਂ ਤੋਂ ਮਜ਼ਬੂਤ ਬਣਾਉਂਦੇ ਹਨ।

5. ਜਲ - ਜਲ ਹਾਇਡਰੋਜਨ ਅਤੇ ਆਕਸੀਜਨ ਦਾ ਮਿਸ਼ਰਣ ਹੈ। ਸਾਰੇ ਪਾਦ ਪਦਾਹਥਾਂ ਵਿਚ ਪਾਣੀ ਦੀ ਕੁੱਝ-ਨਾ-ਕੁੱਝ ਮਾਤਰਾ ਜਰੂਰ ਹੁੰਦੀ ਹੈ। ਇਹ ਖਾਦ ਪਦਾਰਥਾਂ ਵਿਚ ਜਲ ਦੀ ਕੁੱਝ-ਨਾ-ਕੁੱਝ ਮਾਤਰਾ ਲਾਜ਼ਮੀ ਹੁੰਦੀ ਹੈ। ਇਹ ਖੁਦ ਤਾਂ ਸ਼ਕਤੀਦਾਇਕ ਨਹੀਂ ਹੈ ਪਰ ਪਾਚਕ ਰਸਾਂ ਨਾਲ ਮਿਲਕੇ

ਸਰੀਰ ਦੇ ਕੋਸ਼ਾਂ ਦਾ ਪੋਸਣ ਕਰਦਾ ਹੈ। ਜਲ ਸਰੀਰ ਦੇ ਅੰਦਰ ਤੋਂ ਵਿਜਾਤੀ ਅਤੇ ਵਿਸ਼ੈਲੇ ਪਦਾਰਥਾਂ ਨੂੰ ਨਿਕਲਾਣ ਵਿਚ ਮਦਦ ਕਰਦਾ ਹੈ ਅਤੇ ਸਰੀਰ ਦਾ ਤਾਪਕ੍ਰਮ ਨਿਮਮਿਤ ਰੱਖਦਾ ਹੈ। ਜਲ ਦੀ ਉਚਿਤ ਮਾਤਰਾ ਨਾ ਹੋਣ ਤੇ ਸਾਡੀ ਪਾਚਨ ਕਿਰਿਆ ਵਿਚ ਬਾਧਾ ਪਹੁੰਚਦਾ ਹੈ।

6. ਵਿਟਾਮਿਨ - ਹੋਰ ਤੱਤਾਂ ਦੀ ਵਾਂਗ ਵਿਟਾਮਿਨ ਵੀ ਸਾਡੇ ਸਰੀਰ ਦੇ ਵਿਕਾਸ ਲਈ ਬਹੁਤ ਜਰੂਰੀ ਹੈ। ਵਿਟਾਮਿਨ ਫਲਾਂ, ਸਬਜ਼ੀਆਂ, ਅੰਡੇ, ਦੁੱਧ, ਘਿਓ, ਦਾਲ ਆਦਿ ਵਿਚ ਪਾਇਆ ਜਾਂਦਾ ਹੈ।।

7. ਰੇਸ਼ੇ ਜਾਂ ਫੋਕ - ਪੱਧਤੀ ਰੇਸ਼ੇ ਪੌਸ਼ਟਿਕਤਾ ਪ੍ਰਦਾਨ ਨਹੀਂ ਕਰਦੇ, ਨਾ ਹੀ ਤਾਪ ਉਤਪਾਦਨ ਕਰਦੇ ਹਨ, ਫੇਰ ਵੀ ਭੋਜਨ ਦੇ ਰਸਾਯਨਿਕ ਤੱਤਾਂ ਨੂੰ ਕੱਢ ਕੇ ਪਾਚਕ ਕਿਰਿਆ ਨੂੰ ਠੀਕ ਬਣਾਏ ਰੱਖਣ ਵਿਚ ਸਹਾਇਕ ਹੈ। ਭੋਜਨ ਵਿਚ ਰੇਸ਼ੇ ਦੀ ਉਚਿਤ ਮਾਤਰਾ ਹੋਣ 'ਤੇ ਭੋਜਨ ਦੇ ਵਿਜਾਤੀ ਦ੍ਰਵ ਆਂਤਾਂ ਵਿਚ ਨਹੀਂ ਚਿਪਕਦੇ। ਇਹ ਚੰਗੀ ਤਰਾਂ ਤੋਂ ਵਿਜਾਤੀ ਦ੍ਰਵ ਨੂੰ ਵਿਸਰਜਿਤ ਕਰਨ ਵਿਚ ਸਹਾਇਤਾ ਕਰਦੇ ਹਨ ਭਾਵ ਕਬਜ ਨੂੰ ਰੋਕਦਾ ਹੈ। ਰੇਸ਼ੇ ਛਿਲਕੇ ਯੁਕਤ ਫਲਾਂ, ਸਬਜ਼ੀਆਂ, ਚੋਕਰਦਾਰ ਆਟਾ ਆਦਿ ਵਿਚ ਹੁੰਦੇ ਹਨ।

ਸੰਤੁਲਿਤ ਆਹਾਰ - ਸੰਤੁਲਿਤ ਆਹਾਰ ਇਕ ਅਜਿਹਾ ਆਹਾਰ ਹੁੰਦਾ ਹੈ ਜੋ ਸਾਡੇ ਸਰੀਰ ਨੂੰ ਜਰੂਰੀ ਪੋਸ਼ਕ ਤੱਤ ਦੇਣ ਵਿਚ ਮਦਦ ਕਰਦੇ ਹਨ। ਇਨ੍ਹਾਂ ਪੋਸ਼ਕ ਤੱਤਾਂ ਵਿਚ ਪ੍ਰੋਟੀਨ, ਕਾਰਬੋਹਾਈਡਰੇਟ ਅਤੇ ਵਸਾ ਵਰਗੇ ਪੋਸ਼ਟਿਕ ਤੱਤ ਮੌਜੂਦ ਹੁੰਦੇ ਹਨ। ਇਸ ਵਿਚ ਵਿਟਾਮਿਨ ਅਤੇ ਖਨਿਜ ਵਰਗੇ ਪੋਸ਼ਕ ਤੱਤ ਵੀ ਪਾਏ ਜਾਂਦੇ ਹਨ। ਇਕ ਸੰਤੁਲਿਤ ਪੋਸ਼ਣ ਪ੍ਰਾਪਤ ਕਰਨ ਲਈ ਸਾਨੂੰ ਤਾਜਾ ਫਲ, ਸਬਜ਼ੀਆ, ਸਾਬਤ ਅਨਾਜ ਅਤੇ ਪ੍ਰੋਟੀਨ ਸਾਡੇ ਰੋਜ਼ਾਨਾ ਦੇ ਆਹਾਰ ਵਿਚ ਲੈਣੇ ਚਾਹੀਦੇ ਹਨ।

ਸੰਤੁਲਿਤ ਆਹਾਰ ਜਾਂ ਭੋਜਨ ਦਾ ਸੰਬੰਧ ਉਨ੍ਹਾ ਖਾਦ ਪਦਾਰਥਾਂ ਦੇ ਗ੍ਰਹਿਨ ਕਰਨ ਤੋਂ ਹੈ, ਜੋ ਸਰੀਰ ਦੇ ਵਾਧੇ ਅਤੇ ਦੇਖਭਾਲ ਲਈ ਨਿਸ਼ਚਿਤ ਮਾਤਰਾ ਵਿਚ ਸਾਰੇ ਜਰੂਰੀ ਤੱਤਾਂ ਨੂੰ ਸਰੀਰਿ ਦੀ ਜਰੂਰਤਾਂ ਅਨੁਸਾਰ ਪੂਰਤੀ ਕਰ ਸਕਣ। ਅਸਲ ਵਿਚ ਹਰੇਕ ਵਿਅਕਤੀ ਨੂੰ ਇਕ ਹੀ ਪ੍ਰਕਾਰ ਦਾ ਆਹਾਰ ਦੀ ਜਰੂਰਤ ਨਹੀਂ ਹੁੰਦੀ। ਇਹ ਵੱਖ-ਵੱਖ ਵਿਅਕਤੀਆਂ ਲਈ ਵੱਖ-ਵੱਖ ਪ੍ਰਕਾਰ ਦਾ ਹੁੰਦਾ ਹੈ।

1. ਵੱਧਦੇ ਬੱਚਿਆਂ ਦੇ ਸਰੀਰਿਕ ਵਿਕਾਸ ਲਈ ਪ੍ਰੋਟੀਨ ਦੀ ਵੱਧ ਜਰੂਰੀ ਹੁੰਦੀ ਹੈ।

2. ਨਵ ਜਣਮੇ ਬੱਚਿਆਂ ਨੂੰ ਉਨ੍ਹਾਂ ਦੇ ਸਰੀਰਿਕ ਵਿਕਾਸ ਅਤੇ ਬਿਮਾਰੀ ਤੋਂ ਦੂਰ ਰੱਖਣ ਲਈ ਵਿਟਾਮਿਨ ਅਤੇ ਪ੍ਰੋਟੀਨ ਦੀ ਵੱਧ ਜਰੂਰਤ ਹੁੰਦੀ ਹੈ।

3. ਗਰਭਵੱਤੀ ਔਰਤਾਂ ਨੂੰ ਅਤੇ ਉਸ ਗਰਭ ਵਿਚ ਪਲ ਰਹੇ ਬੱਚੇ ਦੀ ਜਰੂਰਤਾਂ ਨੂੰ ਪੂਰਾ ਕਰਨ ਲਈ ਪ੍ਰੋਟੀਨ ਦੀ ਵੱਧ ਜ਼ਰੂਰਤ ਹੁੰਦੀ ਹੈ।

4. ਕੜੀ ਮਿਹਨਤ ਅਤੇ ਸਰੀਰਿਕ ਮਿਹਨਤ ਕਰਨ ਵਾਲੇ ਮਜ਼ਦੂਰਾਂ ਨੂੰ ਉਰਜਾ ਪ੍ਰਾਪਤ ਕਰਨ ਲਈ ਕਾਰਬੋਹਾਈਡਰੇਟ ਅਤੇ ਵਸਾ ਦੀ ਵੱਧ ਜਰੂਰਤ ਹੁੰਦੀ ਹੈ।

ਕਈ ਸਮੂਹ ਸਾਨੂੰ ਖਾਦ ਸਮੱਗਰੀ ਪ੍ਰਦਾਨ ਕਰਦੇ ਹਨ-

ਦੁੱਧ - ਇਸ ਵਿਚ ਦੁੱਧ, ਪਨੀਰ, ਦਹੀ ਅਤੇ ਦੁੱਧ ਤੋਂ ਬਣੇ ਪਦਾਰਥ ਸ਼ਾਮਿਲ ਹਨ।

ਮਾਂਸ - ਇਸ ਵਿਚ ਮਾਂਸ, ਚਿਕਨ, ਮੱਛਲੀ ਆਦਿ ਸ਼ਾਮਿਲ ਹਨ।

ਫਲ ਅਤੇ ਸਬਜ਼ੀਆਂ - ਇਸ ਵਿਚ ਸਾਰੀ ਕਿਸਮ ਦੀ ਸਬਜ਼ੀਆ ਅਤੇ ਫਲ ਸ਼ਾਮਿਲ ਹਨ।

ਅਨਾਜ ਅਤੇ ਕਣਕ - ਇਸ ਵਿਚ ਕਣਕ, ਚਾਵਲ ਅਤੇ ਹੋਰ ਅਨਾਜ ਸ਼ਾਮਿਲ ਹਨ।

ਆਹਾਰ ਨੂੰ ਪ੍ਰਭਾਵਿਤ ਕਰਨ ਵਾਲੇ ਕਾਰਕ -

1. ਉਮਰ, ਲਿੰਗ ਅਤੇ ਸਰੀਰਿਕ ਆਕਾਰ - ਆਹਾਰ ਉਮਰ ਦੇ ਅਨੁਰੂਪ ਤਬਦੀਲ ਹੁੰਦਾ ਰਹਿੰਦਾ ਹੈ। ਯੂਵਾ ਬੱਚਿਆਂ ਨੂੰ ਵੱਧ ਮਾਤਰਾ ਅਤੇ ਗੁਣਵੱਤਾ ਵਾਲੇ ਭੋਜਨ ਕਰਦੇ ਚਾਹੀਦੇ ਹਨ ਜਦਕਿ ਬੁੱਢੇ ਵਿਅਕਤੀਆਂ ਦੀ ਘੱਟ ਮਾਤਰਾ ਅਤੇ ਘੱਟ ਵਸਾ ਵਾਲਾ ਭੋਜਨ ਕਰਨਾ ਚਾਹੀਦਾ ਹੈ। ਇਸੇ ਤਰਾਂ ਔਰਤਾਂ ਦੀ ਖੁਰਾਕ ਪੁਰਥਾਂ ਦੀ ਉਮੀਦ ਘੱਟ ਹੁੰਦੀ ਹੈ। ਆਹਾਰ ਨੂੰ ਇਕ ਪਾਸੇ ਤੋਂ ਕਾਰਕ ਪ੍ਰਭਾਵਿਤ ਕਰਦਾ ਹੈ, ਉਹ ਹੈ ਸਰੀਰਿਕ ਆਹਾਰ। ਜਿਸ ਨਾਲ ਵਿਅਕਤੀ ਦਾ ਸਰੀਰਿਕ ਆਕਾਰ ਜਿਨ੍ਹਾ ਵੱਡਾ ਹੋਵੇਗਾ, ਉਸ ਨੂੰ ਉਨ੍ਹੀ ਹੀ ਵੱਧ ਮਾਤਰਾ ਵਿਚ ਆਹਾਰ ਦੀ ਜਰੂਰਤ ਹੁੰਦੀ ਹੈ।

2. ਕਿਰਿਆ ਦੀ ਕਿਸਮ ਅਤੇ ਸਮਾਂਵਧੀ - ਆਹਾਰ ਕਿਰਿਆ ਦੀ ਕਿਸਮ ਅਤੇ ਸਮੇਂ ਅਵਧੀ 'ਤੇ ਨਿਰਭਰ ਕਰਦਾ ਹੈ। ਇਕ ਮੁਸ਼ਕਿਲ ਕਸਰਤ ਕਰਨ ਵਾਲੇ ਖਿਲਾੜੀ ਨੂੰ ਇਕ ਦਫਤਰ ਵਿਚ ਕਾਰਜ ਕਰਨ ਵਾਲੇ ਕਲੱਰਕ ਤੋਂ ਵੱਧ ਕੈਲੋਰੀ ਦੀ ਲੋੜ ਹੁੰਦੀ ਹੈ। ਬੈਠਕੇ ਕਾਰਜ ਕਰਨ ਵਾਲੇ ਮਨੁੱਖ ਨੂੰ ਹਲਕੇ ਭੋਜਨ ਅਤੇ 8-10 ਘੰਟੇ ਕਾਰਜ ਕਰਨ ਵਾਲੇ ਮਜ਼ਦੂਰ ਨੂੰ ਵੱਧ ਕੈਲੋਰੀ ਵਾਲੇ ਭੋਜਨ ਦੀ ਲੋੜ ਹੈ।

3. ਖਾਨ-ਪਾਨ ਦੀ ਆਦਤਾਂ ਅਤੇ ਸਮਾਜਿਕ ਰੀਤਿ-ਰਿਵਾਜ - ਇਕ ਵਿਅਕਤੀ ਦੀ ਖਾਨ-ਪਾਨ ਸੰਬੰਧੀ ਅਤੇ ਸਮਾਜਿਕ ਰੀਤਿ-ਰਿਵਾਜ ਵੀ ਆਹਾਰ ਨੂੰ ਪ੍ਰਭਾਵਿਤ ਕਰਦੇ ਹਨ। ਕੁੱਝ ਵਿਅਕਤੀਆਂ ਨੂੰ ਫਾਸਟ-ਫੂਡ ਖਾਣ ਦੀ ਆਦਤ ਹੁੰਦੀ ਹੈ। ਜਦਕਿ ਕੁੱਝ ਲੋਕ ਇਸਨੂੰ ਪਸੰਦ ਨਹੀਂ ਕਰਦੇ। ਇਸੇ ਤਰਾਂ ਸਮਾਜਿਕ ਰੀਤਿ-ਰਿਵਾਜ ਆਹਾਰ ਸੰਬੰਧਾਂ ਨੂੰ ਵੀ ਪ੍ਰਭਾਵਿਤ ਕਰਦੇ ਹਨ। ਸਮਾਜ ਦਾ ਇਕ ਵਰਗ ਮਾਸਾਂਹਾਰੀ ਖਾਨਾ ਪਸੰਦ ਕਰਦਾ ਹੈ ਅਤੇ ਦੂਜੇ ਵਰਗ ਸਿਰਫ ਸ਼ਾਕਾਹਾਰੀ ਹੀ ਪਸੰਦ ਕਰਦਾ ਹੈ। ਇਹ ਕਾਰਕ ਵੀ ਵਿਅਕਤੀ ਦੇ ਆਹਾਰ ਨੂੰ ਪ੍ਰਭਾਵਿਤ ਕਰਦੇ ਹਨ।

4. ਜਲਵਾਯੂ ਸੰਬੰਧੀ ਕਾਰਕ - ਵੱਖ-ਵੱਖ ਪ੍ਰਕਾਰ ਦੀ ਜਲਵਾਯੂ ਵਿਚ ਭੋਜਨ ਵੀ ਵੱਖ-ਵੱਖ ਹੁੰਦਾ ਹੈ। ਇਸ ਲਈ ਗਰਮੀ ਅਤੇ ਸਰਦੀ ਵਿਚ ਆਹਾਰ ਵੱਖ ਹੁੰਦਾ ਹੈ। ਇਸੇ ਤਰਾਂ ਵੱਖ-ਵੱਖ ਜਲਵਾਯੂ ਖੇਤਰ ਵਰਗੇ ਠੰਡੇ ਖੇਤਰ ਦੇ ਲੋਕਾਂ ਦਾ ਭੋਜਨ ਗਰਮ ਖੇਤਰ ਵਿਚ ਰਹਿਣ ਵਾਲੇ ਲੋਕਾਂ ਤੋਂ ਵੱਖ ਹੁੰਦਾ ਹੈ।

5. ਸਿਹਤ ਅਤੇ ਵਾਧਾ - ਜੇਕਰ ਵਿਅਕਤੀ ਸਿਹਤਮੰਦ ਹੋਵੇ ਤਾਂ ਉਹ ਅਸਿਹਤਮੰਦ ਵਿਅਕਤੀ ਦੀ ਤੁਲਨਾ ਵਿਚ ਵੱਧ ਆਹਾਰ ਲੈਂਦਾ ਹੈ। ਰੋਗੀ ਵਿਅਕਤੀ ਸਧਾਰਨ ਆਹਾਰ ਨਹੀਂ ਲੈ ਸਕਦਾ। ਉਨ੍ਹਾਂ ਨੂੰ ਭੋਜਨ ਅਤੇ ਡਾਕਟਰ ਦੀ ਰਾਯ ਦੇ ਅਨੁਸਾਰ ਵੀ ਭੋਜਨ ਲੈਣਾ ਪੈਂਦਾ ਹੈ, ਇਸੇ ਤਰਾਂ ਬੱਚਿਆਂ ਵਿਚ ਵਾਧਾ ਦੇ ਦੌਰਾਨ ਵੱਧ ਆਹਾਰ ਦੀ ਜਰੂਰਤ ਪੈਂਦੀ ਹੈ।

6. ਮਨੋਵਿਗਿਆਨਕ ਕਾਰਕ - ਕੁੱਝ ਮਨੋਵਿਗਿਆਨਕ ਕਾਰਕ ਜਿਵੇਂ- ਭੋਜਨ ਕਿਵੇਂ ਬਣਦਾ ਹੈ? ਇਸਦਾ ਸਵਾਦ ਕੈਸਾ ਹੁੰਦਾ ਹੈ? - ਵੀ ਆਹਾਰ ਨੂੰ ਪ੍ਰਭਾਵਿਤ ਕਰਦੇ ਹਨ। ਜੇਕਰ ਭੋਜਨ ਸਵਾਦ ਹੋਵੇਗਾ ਤਾਂ ਸਾਰੇ ਉਸ ਨੂੰ ਖਾਣਾ ਪਸੰਦ ਕਰਣਗੇ।

ਪ੍ਰਸ਼ਨ 7. ਸੰਕਰਾਮਕ ਰੋਗ ਕੀ ਹੈ? ਇਹ ਕਿਹੜੇ ਮੱਧਮ ਨਾਲ ਫੈਲਦਾ ਹੈ? ਚਰਚਾ ਕਰੋ।

ਉੱਤਰ - ਜੋ ਰੋਗ ਇਕ ਵਿਅਕਤੀ ਤੋਂ ਦੂਜੇ ਵਿਅਕਤੀ ਨੂੰ ਲੱਗ ਜਾਂਦੇ ਹਨ ਉਨ੍ਹਾਂ ਨੂੰ ਸੰਕਰਾਮਕ ਰੋਗ ਕਿਹਾ ਜਾਂਦਾ ਹੈ। ਰੋਗੀ ਦੇ ਕੋਲ ਉਠਣ-ਬੈਠਣ, ਉਸਦੇ ਨਾਲ ਖਾਣ-ਪੀਣ, ਰੋਗੀ ਰਾਹੀਂ ਪ੍ਰਯੋਗ ਵਿਚ ਲਈ ਗਏ ਕੱਪੜਾਂ ਨੂੰ ਛੂਹਣਾ ਅਤੇ ਦੁਸ਼ਿਤ ਜਲ, ਭੋਜਨ ਜਾਂ ਹਵਾ ਰਾਹਿਂ ਵੀ ਰੋਗ ਦੇ ਕੀਟਾਣੂ ਸਰੀਰ ਵਿਚ ਪ੍ਰਵੇਸ਼ ਕਰ ਜਾਂਦੇ ਹਨ ਅਤੇ ਰੋਗ ਨੂੰ ਪੈਦਾ ਕਰ ਦਿੰਦੇ ਹਨ। ਇਸ ਸੰਕਰਾਮਕ ਰੋਗ ਨੂੰ ਦੋ ਭਾਗਾਂ ਵਿਚ ਵੰਡਿਆ ਜਾ ਸਕਦਾ ਹੈ- ਸੰਸਰਗ ਰੋਗ ਅਤੇ ਸੰਕਰਾਮਕ ਰੋਗ।

ਸੰਕਰਾਮਕ ਰੋਗ ਸੰਚਾਰਣ ਦੇ ਸਰੋਤ

1. ਹਵਾ ਰਾਹੀਂ - ਜਦੋਂ ਇਕ ਰੋਗੀ ਵਿਅਕਤੀ ਖਾਂਸਦਾ ਹੈ, ਛੀਕਦਾ ਹੈ, ਥੂਕਦਾ ਹੈ ਜਾਂ ਜ਼ੋਰ ਨਾਲ ਬੋਲਦਾ ਹੈ ਤਾਂ ਰੋਗ ਦੇ ਕੀਟਾਣੂ ਹਵਾ ਵਿਚ ਮਿਲ ਜਾਂਦੇ ਹਨ। ਰੋਗੀ ਦੇ ਮੂੰਹ ਅਤੇ ਨੱਕ ਰਾਹੀਂ ਨਿਕਲੀ ਹੋਈ ਹਵਾ ਦੇ ਨਾਲ ਵੀ ਕੀਟਾਣੂ ਬਾਹਰ ਨਿਕਲ ਆਉਂਦੇ ਹਨ ਅਤੇ ਬਾਹਰ ਦੀ ਹਵਾ ਵਿਚ ਮਿਲ ਜਾਂਦੇ ਹਨ। ਖਸਰਾ, ਚੇਚਕ, ਤਪੇਦਿਕ ਇਸ ਦੇ ਪ੍ਰਕਾਰ ਹੁੰਦੇ ਹਨ।

ਚਿੱਤਰ 2.4

2. ਭੋਜਨ ਰਾਹੀਂ - ਜੇ ਖਾਣ-ਪੀਣ ਦੀ ਚੀਜ਼ਾਂ ਨੂੰ ਖੁੱਲਾ ਰੱਖਿਆ ਜਾਂਦਾ ਹੈ ਤਾਂ ਮੱਖਿਆਂ ਇਨ੍ਹਾਂ ਖਾਦ ਪਦਾਰਥਾਂ 'ਤੇ ਬੈਠਦੀਆਂ ਹਨ ਅਤੇ ਕਈ ਪ੍ਰਕਾਰ ਦੇ ਰੋਗਾਣੂ ਉਨ੍ਹਾਂ 'ਤੇ ਛੱਡ ਦਿੰਦੀ ਹੈ। ਜਦੋਂ ਇਹ ਦੁਸ਼ਿਤ ਖਾਣਾ ਕੋਈ ਵਿਅਕਤੀ ਖਾਂਦਾ ਹੈ ਤਾਂ ਉਸਨੂੰ ਸੰਕਰਾਮਕ ਰੋਗ ਕਿਹਾ ਜਾਂਦਾ ਹੈ। ਹੈਜਾ, ਪੇਚਿਸ਼, ਅਤਿਸਾਰ ਇਸ ਦੇ ਪ੍ਰਕਾਰ ਹੁੰਦੇ ਹਨ।

3. ਜਲ ਰਾਹੀਂ - ਪੀਣ ਦੇ ਲਈ ਪਾਣੀ ਜੋ ਪ੍ਰਯੋਗ ਵਿਚ ਲਿਆਇਆ ਜਾਂਦ ਹੈ ਜੇ ਉਸ ਨੂੰ ਖੁਲ੍ਹਾ ਛੱਡ ਦਿੱਤਾ ਜਾਵੇ ਜਾਂ ਪਾਣੀ ਰੱਖਣ ਦੀ ਟੰਕੀ ਜਾਂ ਬਰਤਨ ਨੂੰ ਕਈ ਦਿਨਾਂ ਤਕ ਸਾਫ ਨਾ ਕੀਤਾ ਜਾਵੇ ਤਾਂ ਉਸ ਵਿਚ ਰੋਗਾਣੂ ਪੈਦਾ ਹੋ ਜਾਂਦੇ ਹਨ ਅਤੇ ਉਸ ਪਾਣੀ ਨੂੰ ਪੀਣ ਨਾਲ ਸੰਕਾਰਾਮਕ ਰੋਗ ਹੋ ਜਾਂਦਾ ਹੈ। ਜਿਵੇਂ- ਹੈਜਾ, ਪੇਚਿਸ਼, ਮਿਯਾਦੀ ਬੁਖਾਰ, ਪੋਲਿਯੋ ਆਦਿ।

4. ਸੰਪਰਕ ਰਾਹੀਂ - ਰੋਗੀ ਵਿਅਕਤੀ ਦੇ ਸੰਪਰਕ ਵਿਚ ਆਉਣ ਜਾਂ ਉਸਨੂੰ ਛੂਹਣ ਨਾਲ ਵੀ ਰੋਗੀ ਵਿਅਕਤੀ ਦੇ ਕੀਟਾਣੂ ਸਿਹਤਮੰਦ ਵਿਅਕਤੀ ਨੂੰ ਵੀ ਰੋਗੀ ਬਣਾ ਦਿੰਦੇ ਹਨ, ਜਿਵੇਂ- ਖੁਜਲੀ, ਦਾਦ ਆਦਿ।

5. ਕੀੜਾਂ ਰਾਹੀਂ - ਕੁੱਝ ਮੱਛਰ ਆਦਿ ਵਿਅਕਤੀ ਦੇ ਉੱਤੇ ਬੈਠ ਦੇ ਉਸ ਦੀ ਚਮੜੀ ਨੂੰ ਕੱਟਦੇ ਹਨ ਅਤੇ ਆਪਣੇ ਡੰਕ ਰਾਹੀਂ ਸਿਹਤਮੰਦ ਬਿਅਕਤੀ ਦੇ ਸਰੀਰ ਵਿਚ ਰੋਗਾਣੂ ਛੱਡ ਦਿੰਦੇ ਹਨ। ਮਲੇਰੀਯਾ ਰੋਗ ਮੱਛਰ ਰਾਹੀਂ ਪਿੱਸੂ ਨਾਮਕ ਕੀਟ ਰਾਹੀਂ ਫੈਲਦਾ ਹੈ।

ਪ੍ਰਸ਼ਨ 8. ਸੰਕਰਾਮਕ ਰੋਗ ਅਤੇ ਗੈਰ-ਸੰਕਰਾਮਕ ਰੋਗ ਵਿਚਕਾਰ ਅੰਤਰ ਸਪੱਸ਼ਟ ਕਰੋ।

ਉੱਤਰ - ਆਸਾਨ ਭਾਸ਼ਾ ਵਿਚ ਸੰਕਰਾਮਕ ਰੋਗ ਅਜਿਹੇ ਰੋਗ ਹੈ, ਜੋ ਇਕ ਮਨੁੱਖ ਤੋਂ ਦੂਜੇ ਮਨੁੱਖ ਵਿਚ ਜਾਂ ਪ੍ਰਾਣੀਆਂ ਤੋਂ ਮਨੁੱਖ ਵਿਚ ਪਹੁੰਚਦੇ ਜਾਂਦੇ ਹਨ। ਦੂਜੇ ਸ਼ਬਦਾਂ ਵਿਚ ਜੋ ਰੋਗ ਸਿੱਧੇ ਜਾਂ ਅਣਸਿੱਧੇ ਰੂਪ ਵਿਚ ਇਕ-ਦੂਜੇ ਨੂੰ ਲੱਗ ਜਾਂਦੇ ਹਨ ਉਨ੍ਹਾਂ ਨੂੰ ਸੰਕਰਾਮਕ ਰੋਗ ਕਿਹਾ ਜਾਂਦਾ ਹੈ। ਜਿਵੇਂ- ਕਾਲੀ ਖਾਂਸੀ, ਅੱਖਾਂ ਦੁਖਣਾ, ਖਸਰਾ, ਦਾਦ-ਖੁਜਲੀ, ਹੈਜਾ, ਪੇਚਿਸ਼, ਏਡਸ ਆਦਿ।

ਗੈਰ-ਸੰਕਰਾਮਕ ਰੋਗ ਆਮ ਤੌਰ 'ਤੇ ਲੰਮੀ ਅਵਧੀ ਤੱਕ ਚੱਲਣ ਵਾਲੇ ਅਤੇ ਧੀਮੀ ਗਤੀ ਤੋਂ ਵੱਧਣ ਵਾਲੇ ਚਿਕਿਤਸਾ ਵਿਧੀਆਂ ਅਤੇ ਬੀਮਾਰੀਆਂ ਨੂੰ ਕਿਹਾ ਜਾਂਦਾ ਹੈ। ਇਹ ਪੁਰਾਣੀ ਬੀਮਾਰੀਆਂ, ਜਿਵੇਂ- ਹਿਰਦਾ ਰੋਗ, ਸਟ੍ਰੋਕ, ਕੈਂਸਰ, ਮਧੁਮੇਹ, ਪੁਰਾਣੀ ਗੁਰਦੇ ਦੀ ਬਿਮਾਰੀ, ਅਲਜਾਇਗਰ ਰੋਗ, ਮੋਤਿਆਬਿੰਦ ਅਤੇ ਹੋਰ ਕੁੱਝ ਬਿਮਾਰੀਆਂ ਵਿਚ ਵੇਖਿਆ ਜਾਂਦਾ ਹੈ।

ਪ੍ਰਸ਼ਨ 9. ਵੱਖ-ਵੱਖ ਸੰਕਰਾਮਕ ਰੋਗਾਂ ਦੇ ਕਾਰਨ, ਲਛੱਣ ਅਤੇ ਉਪਚਾਰ ਦੱਸੋ।

ਉੱਤਰ - ਕੁੱਝ ਮੁੱਖ ਸੰਕਰਾਮਕ ਬੀਮਾਰੀਆਂ ਹੇਠ ਲਿਖੀ ਹਨ-

ਤਾਲਿਕਾ 2.1

ਬੀਮਾਰੀ ਦਾ ਨਾਂ	ਤਰੀਕਾ	ਲਛੱਣ	ਨਿਵਾਰਣ	ਇਲਾਜ
ਛੋਟੀ ਮਾਤਾ	ਹਵਾ, ਸਿੱਧਾ ਸੰਪਰਕ	ਬੁਖਾਰ, ਸਿਰਦਰਦ, ਮਿਲਤੀ, ਦਾਨੇ	ਰੋਗ ਪ੍ਰਤਿਰੋਧੀ ਉਤਪਾਦਨ	ਉਚਿਤ ਦਵਾਇਆਂ
ਵੱਡੀ ਮਾਤਾ	ਹਵਾ, ਸਿੱਧਾ ਸੰਪਰਕ	ਬੁਖਾਰ, ਪੀਠ ਵਿਚ ਦਰਦ, ਦਾਨੇ ਸੰਵੇਦੀ ਪ੍ਰਣਾਲੀ 'ਤੇ ਹਮਲਾ	ਟੀਕਾ	ਉਚਿਤ ਦਵਾਇਆਂ
ਖਸਰਾ	ਹਵਾ, ਸਿੱਧਾ ਸੰਪਰਕ	ਬੁਖਾਰ, ਖਾਂਸੀ ਅਤੇ ਵਿਸ਼ੇਸ ਦਾਨੇ	ਟੀਕਾ	ਉਚਿਤ ਦਵਾਇਆਂ
ਕੁਕੁਰ ਖਾਂਸੀ	ਹਵਾ, ਸਿੱਧਾ ਸੰਪਰਕ	ਹਲਕਾ ਬੁਖਾਰ, ਉੱਤੇਜਕ ਖਾਂਸੀ	ਪ੍ਰਾਇਮਰੀ ਪਛਾਣ, DPT ਪ੍ਰਤਿਰੱਖਿਅਕ	ਪ੍ਰਤਿ ਜੈਵਿਕ
ਸ਼ਯਰੋਗ	ਹਵਾ, ਸਿੱਧਾ ਸੰਪਰਕ	ਖਾਂਸੀ ਅਤੇ ਬੁਖਾਰ	BCA ਟੀਕਾ	ਸ਼ਯਰੋਗ ਪ੍ਰਤਿਰੋਗੀ ਦਵਾਇਆਂ।

ਰੋਕਥਾਮ ਦੇ ਉਪਾਅ

ਸੰਕਰਾਮਕ ਗੋਗ ਕਿਸੇ ਨੂੰ ਵੀ ਅਤੇ ਕਦੇ ਵੀ ਹੋ ਸਕਦੇ ਹਨ। ਜੇਕਰ ਅਸੀਂ ਸਾਵਧਾਨੀਆਂ ਵਰਤੇ ਤਾਂ ਕਾਫੀ ਹੱਦ ਤੱਕ ਇਨ੍ਹਾਂ ਨਾਲ ਬੱਚਿਆ ਜਾ ਸਕਦਾ ਹੈ:

1. ਪਾਣੀ ਨੂੰ ਸਾਫ਼ ਅਤੇ ਢੱਕੇ ਭਾਂਡਿਆਂ ਵਿਚ ਰੱਖੋ।

2. ਪਾਣੀ ਅਤੇ ਦੁੱਧ ਨੂੰ ਵਰਤਣ ਤੋਂ ਪਹਿਲਾਂ ਉਬਾਲੋ।

3. ਸਾਰੇ ਭੋਜਨ ਭਾਵੇਂ ਬੱਚਾ ਹੋਇਆ ਖਾਣ, ਸਬਜ਼ੀਆਂ, ਫਲ, ਮਿਠਾਈਆਂ, ਦੁੱਧ ਢੱਕ ਕੇ ਰੱਖੇ ਹੋਣੇ ਚਾਹੀਦੇ ਹਨ।

4. ਕੱਟੇ ਹੋਏ ਫਲ ਅਤੇ ਸਬਜ਼ੀਆਂ ਖਾਣ ਅਤੇ ਖਰੀਦਣ ਤੋਂ ਬੱਚੋ।

5. ਭਾਂਡਿਆਂ ਦੀ ਵਰਤੋਂ ਕਰਨ ਤੋਂ ਪਹਿਲਾਂ ਸਾਰਿਆਂ ਨੂੰ ਧੋਵੋ।

6. ਖਾਣਾ ਪਕਾਉਣ ਅਤੇ ਖਾਣਾ ਖਾਣ ਤੋਂ ਪਹਿਲਾਂ ਆਪਣੇ ਹੱਥ ਧੋਵੋ।

7. ਘਰ ਅਤੇ ਕੰਮ ਦੀ ਜਗ੍ਹਾ ਨੂੰ ਚੰਗੀ ਤਰ੍ਹਾਂ ਹਵਾਦਾਰ ਰੱਖੋ.

8. ਮਹਾਂਮਾਰੀ ਦੌਰਾਨ ਭੀੜ-ਭੜੱਕੇ ਵਾਲੇ ਸਥਾਨਾਂ ਤੋਂ ਪਰਹੇਜ਼ ਕਰੋ।

9. ਨਿੱਜੀ ਸਫਾਈ ਕਾਇਮ ਰੱਖੋ (ਰੈਗੂਲਰ ਬਾਥ, ਨਹੁੰ ਦੀ ਸਫਾਈ ਅਤੇ ਕੱਟੋ, ਨਿਯਮਿਤ ਤੌਰ 'ਤੇ ਵਾਲਾਂ ਨੂੰ ਧੋਵੋ।)

10. ਘਰ ਅਤੇ ਮਾਹੌਲ ਨੂੰ ਸਾਫ ਰੱਖੋ।

11. ਕਿਤੇ ਵੀ ਅਤੇ ਹਰ ਥਾਂ ਤੇ ਥੁੱਕੋ ਨਾ।

12. ਖੰਘਣ ਵੇਲੇ ਨੱਕ ਅਤੇ ਮੂੰਹ ਨੂੰ ਢੱਕਣ ਲਈ ਰੁਮਾਲ ਵਰਤੋਂ।

13. ਬੱਚਿਆਂ ਨੂੰ ਟੀਕਾ ਲਵਾਓ।

ਪ੍ਰਸ਼ਨ 10. ਆਸਨ ਤੋਂ ਕੀ ਭਾਵ ਹੈ? ਮਨੁੱਖੀ ਸਰੀਰ ਦੇ ਮੁੱਖ ਆਸਨਾਂ ਦਾ ਵਰਣਨ ਕਰਦੇ ਹੋਏ ਆਸਨ ਵਿਕਾਰਾਂ ਅਤੇ ਉਨ੍ਹਾਂ ਦੇ ਉਪਚਾਰਾਤਮਕ ਉਪਾਅ ਦਾ ਉੱਲੇਖ ਕਰੋ।

ਜਾਂ

ਆਸਨਾਤਮਕ ਵਿਕਾਰ ਕਿਸ ਨੂੰ ਕਹਿੰਦੇ ਹਨ? ਕਿਸੇ ਵੀ ਦੋ ਆਸਨਾਤਮਕ ਵਿਕਾਰਾਂ ਬਾਰੇ ਸੰਖੇਪ ਵਿਚ ਦੱਸੋ। [ਅਪ੍ਰੈਲ 2016, ਪ੍ਰਸ਼ਨ 36]

ਜਾਂ

'ਫਲੈਟ ਪੈਰਾ ਦੇ ਵਿਕਾਰ ਤੋਂ ਪੀੜਤ ਬੱਚੇ ਨੂੰ ਕੀ ਉਪਚਾਰ ਸੁਝਾਏ ਜਾ ਸਕਦੇ ਹਨ?

[ਅਕਤੂਬਰ 2016, ਪ੍ਰਸ਼ਨ 27]

ਉੱਤਰ - ਸ਼ਰੀਰ ਨੂੰ ਕਿਸੇ ਵਿਸ਼ੇਸ਼ ਥਾਂ ਵਿਚ ਸਾਧਨ ਨੂੰ ਆਸਨ ਕਹਿੰਦੇ ਹਨ। ਉਚਿਤ ਆਸਨ ਦਾ ਪ੍ਰਯੋਗ ਕਰਨ ਨਾਲ ਵਿਅਕਤੀ ਦਾ ਸਰੀਰ ਇੰਜ ਸਧਿਆ ਰਹਿੰਦਾ ਹੈ ਕਿ ਸਰੀਰ ਨੂੰ ਘੱਟ-ਤੋਂ-ਘੱਟ ਥਕਾਨ ਹੁੰਦੀ ਹੈ। ਇਕ ਚੰਗਾ ਆਸਨ ਉਹ ਹੁੰਦਾ ਹੈ ਜਿਸ ਵਿਚ ਸਰੀਰ ਦੇ ਸਾਰੇ ਅੰਗ ਠੀਕ ਨਾਲ ਕੰਮ ਕਰ ਸਕਣ। ਸਾਰੇ ਅੰਗ ਵਿਸ਼ਰਾਮ ਦੀ ਅਵਸਥਾ ਵਿਚ ਹੋਣ ਅਤੇ ਤਨਾਅ ਤੋਂ ਪੂਰੀ ਤਰਾਂ ਮੁਕਤ ਹੋ ਸਕਣ। ਇਸ ਤਰਾਂ ਆਸਨ ਕਿਸੀ ਮਨੁੱਖ ਰਾਹੀਂ ਕਿਸੇ ਵਿਸ਼ੇਸ਼ ਥਾਂ ਵਿਚ ਬੈਠਣ, ਖੜੇ ਹੋਣ, ਪੜ੍ਹਨ,

ਲਿੱਖਣ, ਚੱਲਣ, ਸੋਣ ਆਦਿ ਨੂੰ ਕਿਹਾ ਜਾਂਦਾ ਹੈ। ਉਚਿਤ ਆਸਨ ਸਿਹਤਮੰਦ ਅਤੇ ਪੁਸ਼ਟ ਸਰੀਰ ਦਾ ਅਤੇ ਅਨੁਚਿਤ ਆਸਨ ਅਸਿਹਤਮੰਦ ਅਤੇ ਅਪੁਸ਼ਟ ਸਰੀਰ ਦੇ ਪਰਿਚਾਯਕ ਹਨ।

ਮੁੱਖ ਆਸਨ - ਮਨੁੱਖ ਸਰੀਰ ਦੇ ਮੁੱਖ ਆਸਨ ਹੇਠ ਹਨ-

- **ਖੜ੍ਹਾ ਹੋਣਾ** : ਰੀਡ ਨੂੰ ਸਿੱਧਾ ਰੱਖੋ, ਅੱਗੇ ਝੁਕਣ ਤੋਂ ਬਚੋ, ਗੋਡਿਆਂ ਨੂੰ ਥੋੜ੍ਹਾ ਮੋੜ ਕੇ ਰੱਖੋ, ਆਰਾਮਦਾਇਕ ਕੱਪੜੇ ਪਹਿਨੋ ਅਤੇ ਲੰਬੇ ਸਮੇਂ ਲਈ ਖੜੇ ਹੋਣ ਤੋਂ ਬਚੋ।
- **ਬੈਠਣਾ** : ਪਿਠ ਨੂੰ ਸਿੱਧਾ ਅਤੇ ਕੰਧਾਂ ਨੂੰ ਪਿਛੇ ਕਰ ਕੇ ਬੈਠੋ, ਤੁਹਾਡੇ ਨਿਤੰਭ ਤੁਹਾਡੀ ਕੁਰਸੀ ਦੇ ਪਿੱਛੇ ਦੇ ਹਿੱਸੇ ਨਾਲ ਛੂਹਣੇ ਚਾਹੀਦੇ ਹਨ। ਆਪਣੇ ਪੈਰ ਫਲੋਰ ਤੇ ਫਲੈਟ ਰਖੋ। 30 ਮਿੰਟ ਤੋਂ ਵੱਧ ਬੈਠਣ ਤੋਂ ਬਚੋ।
- **ਲੇਟਣਾ** : ਸਿਰਹਾਣਾ ਸਿਰ ਦੇ ਹੇਠਾਂ ਹੋਣਾ ਚਾਹੀਦਾ ਹੈ। ਓਸ ਸਥਿਤੀ ਵਿਚ ਸੌਣ ਦੀ ਕੋਸ਼ਿਸ਼ ਕਰੋ ਜੋ ਤੁਹਾਡੀ ਪਿਠ ਵਿਚ ਘੁਮਾਵ ਬਣਾਏ ਰੱਖਣ ਵਿਚ ਮਦਦ ਕਰੇ। ਇਕ ਠੋਸ ਗੱਦੇ ਦੀ ਚੋਣ ਕਰੋ। ਲੇਟੀ ਹੋਈ ਸਥਿਤੀ ਤੋਂ ਜਦੋਂ ਖੜ੍ਹੇ ਹੋਵੋ ਤਾਂ ਆਪਣੀ ਭੁਜਾਵਾਂ ਨੂੰ ਘੁਮਾਓ ਅਤੇ ਗੋਡਿਆ ਨੂੰ ਖਿੱਚੋ। ਲੱਤਾਂ ਨੂੰ ਵਿਸਤਰ ਦੀ ਦਿਸ਼ਾ ਵਿਚ ਘੁਮਾਓ। ਆਪਣੇ ਆਪ ਨੂੰ ਉੱਪਰਲੇ ਪਾਸੇ ਧੱਕਾ ਮਾਰਦੇ ਹੋਏ ਬੈਠੋ। ਅੱਗੇ ਝੁਕਣ ਤੋਂ ਪਰਹੇਜ਼ ਕਰੋ।

ਖਰਾਬ ਆਸਨ ਤਕਲੀਫ, ਦਰਦ ਅਤੇ ਅਸਮਰਥਤਾ ਪੈਦਾ ਕਰ ਸਕਦਾ ਹੈ, ਜਿਸਨੂੰ ਆਸਨਾਤਮਕ ਵਿਕਾਰ ਦੇ ਰੂਪ ਵਿਚ ਜਾਣਿਆ ਜਾਂਦਾ ਹੈ। ਮੁੱਖ ਆਸਨਾਤਮਕ ਵਿਕਾਰ ਹੇਠ ਹਨ:

1. **ਕੁਬੜਾ ਪਨ:** ਇਹ ਆਮ ਵਕਰਤਾ ਦੀ ਮਾਤਰਾ ਵਿਚ ਵਾਧਾ ਕਰਦਾ ਹੈ।

ਇਲਾਜ: ਇਹ ਪ੍ਰਸਾਰਕ ਮਾਸਪੇਸ਼ੀਆਂ ਨੂੰ ਮਜ਼ਬੂਤ ਕਰਨ ਅਤੇ ਉਨ੍ਹਾਂ ਦੀ ਪੇਸ਼ੀ ਸੰਕੋਚ ਨੂੰ ਸੁਧਾਰ ਕੇ ਠੀਕ ਕੀਤਾ ਜਾ ਸਕਦਾ ਹੈ।

2. **ਰੀੜ੍ਹ ਦੀ ਹੱਡੀ ਦਾ ਟੇਡਾਪਨ:** ਇਹ ਕਮਰ ਦੇ ਕੋਲ ਰੀੜ੍ਹ ਦੀ ਹੱਡੀ ਵਿਚ ਵਿਕਰੇਤਾ ਕਰਕੇ ਵਾਧਾ ਕਰਦਾ ਹੈ।

ਇਲਾਜ: ਪੇਟ ਦੀ ਮਾਸਪੇਸ਼ੀ ਦੀ ਸ਼ਕਤੀ ਵਿਚ ਵਿਕਾਸ ਕਰਕੇ ਅਤੇ ਪੇਟ ਦੀ ਸਥਿਤੀ ਨੂੰ ਅਭਿਆਸ ਰਾਹੀਂ ਨਿਯੰਤ੍ਰਣ ਕਰਕੇ ਠੀਕ ਕੀਤਾ ਜਾ ਸਕਦਾ ਹੈ।

3. **ਰੀੜ੍ਹ ਦੀ ਹੱਡੀ ਦੀ ਵਕਰਵਾਈ ਵਾਪਸ :** ਇਹ ਉਪਰੀ ਅਤੇ ਹੇਠਲੇ ਕੁਲੱਹੇ ਅਤੇ ਮੋਢੇ ਦੇ ਨਾਲ ਰੀੜ੍ਹ ਦੀ ਹੱਡੀ ਦੇ ਵਿਚਲਨ ਦੀ ਸਥਿਤੀ ਹੈ।

ਇਲਾਜ: ਇਸੇ ਕਿਸੇ ਚੀਜ਼ ਨਾਲ ਹੱਥਾਂ ਤੋਂ ਝੂਲਾਕੇ, ਸਰੀਰ ਦੇ ਭਾਰ ਦਾ ਪ੍ਰਯੋਗ ਕਰਕੇ ਅਭਿਆਸ ਰਾਹੀਂ ਰੀੜ੍ਹ ਦੀ ਹੱਡੀ ਪ੍ਰਸਾਰਕ ਵਿਚ ਸ਼ਕਤੀ ਦਾ ਪ੍ਰਯੋਗ ਕਰਕੇ ਇਲਾਜ ਕੀਤਾ ਜਾਂਦਾ ਹੈ।

4. **ਸਪਾਟ ਪੈਰ :** ਜੇ ਪੈਰ ਦੀ ਚਾਪ ਸਹਾਇਕ ਸਤਹ 'ਤੇ ਟਿਕਦੀ ਹੈ ਤਾਂ ਅਜਿਹੇ ਪੈਰ ਨੂੰ ਸਪਾਟ ਪੈਰ ਕਹਿੰਦੇ ਹਨ।

ਇਲਾਜ: ਇਸ ਨੂੰ ਪੰਜਾਂ 'ਤੇ ਖੜ੍ਹਾ ਹੋਕੇ, ਪੰਜਾਂ 'ਤੇ ਪੌੜੀਆਂ ਚੜ੍ਹਕੇ, ਰੱਸੀ ਨਾਲ ਕੂਦ ਕੇ ਅਤੇ ਸਾਈਕ ਚਲ੍ਹਾ ਕੇ ਠੀਕ ਕੀਤਾ ਜਾ ਸਕਦਾ ਹੈ।

5. ਗੋਡਾ ਟਕਰਾਉਣਾ : ਗੋਡਾ-ਟਕਰਾਉਣਾ ਇਕ ਅਜਿਹੀ ਸਥਿਤੀ ਹੈ ਜਿਸ ਵਿਚ ਗੋਡੇ ਨੂੰ ਛੋਹਣਾ ਪੈਂਦਾ ਹੈ ਪਰ ਗਿੱਟੇ ਨੂੰ ਛੂਹੰਦੇ। ਪੈਰਾਂ ਦਾ ਕੋਣ ਅੰਦਰ ਨੂੰ ਹੁੰਦਾ ਹੈ।

ਇਲਾਜ: ਇਸ ਨੂੰ ਲੱਕੜੀ ਦੇ ਝੁੱਕੇ ਹੋਏ ਤੱਖਤੇ 'ਤੇ ਖੜ੍ਹੇ ਹੋਕੇ ਅਤੇ ਪ੍ਰਤੀ ਦਿਨ 5-7 ਬਾਰ ਸਿਟ ਅਪ ਕਰਕੇ, ਸਾਈਕਲ ਚਲ੍ਹਾ ਕੇ, ਗੋਡੇਆਂ ਨੂੰ V ਆਕਾਰ ਵਿਚ ਖੋਲ੍ਹਕੇ, ਸੌਣ ਵੇਲੇ ਲੱਤਾਂ ਵਿਚਕਾਰ ਸਿਰਹਾਣਾ ਰੱਖ ਕੇ ਠੀਕ ਕੀਤਾ ਜਾ ਸਕਦਾ ਹੈ।

ਪ੍ਰਸ਼ਨ 11. ਸਿਹਤਮੰਦ ਆਦਤਾਂ ਕੀ ਹੈ? ਆਦਤਾਂ ਕਿੰਨੇ ਪ੍ਰਕਾਰ ਦੀ ਹੁੰਦੀ ਹੈ? ਬੱਚਿਆਂ ਵਿਚ ਸਿਹਤਮੰਦ ਆਦਤਾਂ ਨੂੰ ਵਿਕਸਿਤ ਕਰਨ ਵਿਚ ਮਾਤਾ-ਪਿਤਾ ਅਤੇ ਅਧਿਆਪਕਾਂ ਦੀ ਭੂਮਿਕਾ ਨੂੰ ਸਪੱਸ਼ਟ ਕਰੋ।

ਜਾਂ

ਬੱਚਿਆਂ ਵਿਚ ਚੰਗੀ ਆਦਤਾਂ ਦਾ ਵਿਕਾਸ ਕਰਨ ਵਿਚ ਅਧਿਆਪਕ ਦੀ ਭੂਮਿਕਾ ਨਾਲ ਜੁੜੇ ਕੋਈ ਦੋ ਬਿੰਦੂ ਦੱਸੋ। **[ਅਕਤੂਬਰ 2016, ਪ੍ਰਸ਼ਨ 26]**

ਉੱਤਰ - ਸਾਡੀ ਆਦਤਾਂ ਸਾਡੀ ਸਿਹਤ 'ਤੇ ਬਹੁਤ ਵੱਡਾ ਅਸਰ ਪਾ ਸਕਦੀਆਂ ਹਨ। ਜਿੰਨਾ ਵੱਧ ਅਸੀਂ ਸਿਹਤਮੰਦ ਆਦਤਾਂ ਦਾ ਪਾਲਣ ਕਰਦੇ ਹਾਂ, ਉੰਨਾ ਹੀ ਜ਼ਿਆਦਾ ਅਸੀਂ ਆਪਣੇ ਸਰੀਰ ਨੂੰ ਪਤਨ ਅਤੇ ਬਿਮਾਰੀ ਤੋਂ ਬਚਾਉਂਦੇ ਹਾਂ। ਜੇ ਅਸੀਂ ਲੰਮੀ ਜ਼ਿੰਦਗੀ ਜੀਉਣਾ ਚਾਹੁੰਦੇ ਹਾਂ ਅਤੇ ਬਿਹਤਰ ਮਹਿਸੂਸ ਕਰਦੇ ਹਾਂ ਤਾਂ ਸਾਨੂੰ ਸਿਹਤਮੰਦ ਆਦਤਾਂ ਜਿਵੇਂ ਕਿ ਨਿਯਮਤ ਤੌਰ 'ਤੇ ਸਰੀਰਕ ਗਤੀਵਿਧੀਆਂ ਕਰਨਾ, ਸਿਹਤਮੰਦ ਖਾਣਾ ਆਦਿ ਅਪਣਾਉਣਾ ਚਾਹੀਦਾ ਹੈ।

ਮਤਲਬ ਇਕ ਹੀ ਕਾਰਜ ਨੂੰ ਉਸੇ ਤਰੀਕੇ ਨਾਲ ਵਾਰ-ਵਾਰ ਕਰਨਾ ਜਾਂ ਅਰਜਿਤ ਵਰਤਾਰੇ ਨੂੰ ਆਦਤ ਵਜੋਂ ਜਾਣਿਆ ਜਾਂਦਾ ਹੈ। ਆਦਤਾਂ ਨੂੰ ਨਿਯਮਤ ਤੌਰ 'ਤੇ ਦੁਹਰਾਇਆ ਜਾਂਦਾ ਹੈ ਅਤੇ ਅਨਾਯਾਸ ਉਪਸਥਿਤ ਹੋ ਜਾਂਦੀ ਹੈ।

ਆਦਤਾਂ ਦੀਆਂ ਕਿਸਮਾਂ

ਦੋ ਕਿਸਮ ਦੀਆਂ ਆਦਤਾਂ ਹਨ:

A) ਸਿਹਤਮੰਦ ਦੀਆਂ ਆਦਤਾਂ

B) ਅਸਿਹਤਮੰਦ ਦੀਆਂ ਆਦਤਾਂ

ਸਿਹਤਮੰਦ ਆਦਤਾਂ ਦੀ ਸੂਚੀ:

1. ਪੂਰੀ ਅਤੇ ਚੰਗੀ ਨੀਂਦ ਲੇਣਾ
2. ਸਮਾਂ ਦਾ ਪਾਲਣ
3. ਅਨੁਸ਼ਾਸਨ

ਅਸਿਹਤਮੰਦ ਆਦਤਾਂ ਦੀ ਸੂਚੀ:

1. ਜੰਕ ਭੋਜਨ ਖਾਣਾ
2. ਲਾਪਰਵਾਹੀ
3. ਨਕਾਰਾਤਮਕ ਸੋਚ

4. ਸਿਹਤਮੰਦ ਖਾਣ ਦੀਆਂ ਆਦਤਾਂ
5. ਸਿਹਤਮੰਦ ਵਿਹਾਰ (ਸਹਾਇਕ)
6. ਸਕਾਰਾਤਮਕ ਸੋਚ
7. ਸਰੀਰਕ ਰਵੱਈਆ
8. ਕਸਰਤ

4. ਤੰਬਾਕੂ, ਵਾਈਨ ਆਦਿ ਦੀ ਵਰਤੋਂ
5. ਹਾਨੀਕਾਰਕ ਵਾਤਾਵਰਣ
6. ਨਹੁੰ ਵੱਢਣਾ

ਮਾਪਿਆਂ ਦੀ ਭੂਮਿਕਾ

ਮਾਪੇ ਆਪਣੇ ਬੱਚਿਆਂ ਲਈ ਰੋਲ ਮਾਡਲ ਹਨ। ਉਹ ਤੰਦਰੁਸਤ ਵਾਤਾਵਰਣ ਬਣਾ ਕੇ ਅਤੇ ਮੁੱਲਾਂ ਨੂੰ ਦੇ ਕੇ ਸਿਹਤਮੰਦ ਆਦਤਾਂ ਦੇ ਵਿਕਾਸ ਵਿਚ ਇਕ ਪ੍ਰਮੁੱਖ ਭੂਮਿਕਾ ਨਿਭਾਉਂਦੇ ਹਨ। ਮਾਪਿਆਂ ਨੂੰ ਹੇਠ ਲਿਖਿਆਂ ਦੀ ਦੇਖਭਾਲ ਕਰਨੀ ਚਾਹੀਦੀ ਹੈ:

1. ਉਹਨਾਂ ਨਾਲ ਸਮਾਂ ਬਿਤਾਉਣਾ ਚਾਹੀਦਾ ਹੈ
2. ਉਹਨਾਂ ਸਾਹਮਣੇ ਸਿਹਤ ਦਾ ਉਦਾਹਰਨ ਸਥਾਪਿਤ ਕਰਨਾ
3. ਉਹਨਾਂ ਨੂੰ ਬਾਹਰ ਲਾਉਣਾ
4. ਉਨ੍ਹਾਂ ਦੇ ਜਨਮਦਿਨ ਦਾ ਜਸ਼ਨ ਮਨਾਉਣਾ
5. ਉਨ੍ਹਾਂ ਦੀ ਸਮੱਸਿਆਵਾਂ ਨੂੰ ਸਾਂਝਾ ਕਰਨਾ
6. ਸਹੀ ਤਰੀਕੇ ਨਾਲ ਸਹੀ ਚੀਜ਼ਾਂ ਕਰਨ ਲਈ ਉਹਨਾਂ ਨੂੰ ਉਤਸ਼ਾਹਿਤ ਕਰਨਾ
7. ਨਿੱਘ, ਪਿਆਰ ਅਤੇ ਦੇਖਭਾਲ ਦੀ ਭਾਵਨਾ ਪ੍ਰਗਟ ਕਰਨਾ
8. ਆਪਣੇ ਆਪ ਬੁਰੇ ਆਦਤਾਂ ਪਿੱਛੇ ਛੱਡਣਾ

ਇਕ ਅਧਿਆਪਕ ਦੀ ਭੂਮਿਕਾ

ਬੱਚੇ ਮਾਪਿਆਂ ਦੀ ਬਜਾਏ ਅਧਿਆਪਕਾਂ ਨੂੰ ਜ਼ਿਆਦਾ ਮਹੱਤਵ ਦਿੰਦੇ ਹਨ। ਕਈ ਵਾਰ ਉਹ ਆਪਣੇ ਮਾਤਾ-ਪਿਤਾ ਗਲਤ ਨੂੰ ਸਾਬਤ ਕਰ ਦਿੰਦੇ ਹਨ ਹਨ ਅਤੇ ਉਹਨਾਂ ਦੇ ਅਧਿਆਪਕ ਜੋ ਕਹਿੰਦੇ ਹਨ ਉਹੀ ਗੱਲ ਸੁਣਦੇ ਹਨ। ਇਕ ਬੱਚਾ ਇਕ ਅਧਿਆਪਕ ਦੇ ਨਾਲ ਕੇਵਲ ਪੰਜ ਘੰਟਿਆਂ ਲਈ ਰਹਿੰਦਾ ਹੈ ਪਰ ਇਹ ਸਮੇਂ ਇਹ ਬੱਚੇ ਲਈ ਇਹ ਬਹੁਤ ਕੀਮਤੀ ਹੁੰਦਾ ਹੈ। ਇਕ ਅਧਿਆਪਕ ਬੱਚੇ ਦੇ ਆਉਣ ਵਾਲੇ ਜੀਵਨ ਅਤੇ ਪੂਰੇ ਵਿਅਕਤੀਤਵ ਵਿਚ ਇਕ ਮਹੱਤਵਪੂਰਣ ਭੂਮਿਕਾ ਨਿਭਾ ਸਕਦਾ ਹੈ। ਬਿਹਤਰ ਨਤੀਜੇ ਪ੍ਰਾਪਤ ਕਰਨ ਲਈ, ਅਧਿਆਪਕ ਨੂੰ ਹੇਠ ਲਿਖਿਆਂ ਦਾ ਜਰੂਰ ਧਿਆਨ ਰੱਖਣਾ ਚਾਹੀਦਾ ਹੈ:

1. ਹਰੇਕ ਬੱਚੇ ਨੂੰ ਪ੍ਰੇਰਿਤ ਕਰਨਾ।
2. ਵਿਦਿਆਰਥੀਆਂ ਨੂੰ ਪ੍ਰੇਰਿਤ ਕਰਨਾ।
3. ਸਿਹਤਮੰਦ ਪ੍ਰੋਗਰਾਮਾਂ ਵਿਚ ਉਹਨਾਂ ਨੂੰ ਸ਼ਾਮਲ ਕਰਨਾ।
4. ਬੱਚਿਆਂ ਨਾਲ ਸਿਹਤਮੰਦ ਆਦਤਾਂ ਨੂੰ ਸਾਂਝਾ ਕਰਨਾ।
5. ਮਾਪਿਆਂ ਦੇ ਸ਼ਬਦ ਦਾ ਪ੍ਰਚਾਰ ਕਰਨਾ।

6. ਉਹਨਾਂ ਦੀਆਂ ਸਮੱਸਿਆਵਾਂ ਬਾਰੇ ਚਰਚਾ ਕਰਨ ਲਈ ਉਹਨਾਂ ਨੂੰ ਅਨੁਭਵ ਮੁਕਤ ਕਰਨਾ।

7. ਉਹਨਾਂ ਅੱਗੇ ਉਦਾਹਰਨਾਂ ਨਿਰਧਾਰਤ ਕਰਨਾ; ਜਿਵੇਂ- ਸਵੈ ਅਨੁਸ਼ਾਸਨ, ਸਮੇਂ ਦੀ ਪਾਲਣਾ ਕਰਨਾ, ਸਿਹਤਮੰਦ ਖਾਣ ਦੀਆਂ ਆਦਤਾਂ ਕਾਇਮ ਕਰਨਾ।

ਪ੍ਰਸ਼ਨ 12. ਬੱਚਿਆਂ ਨੂੰ ਸਕੂਲ ਅਤੇ ਘਰ 'ਤੇ ਹੋਣ ਵਾਲੇ ਸਿਹਤ ਨਾਲ ਸੰਬੰਧਿਤ ਜੋਖਿਮਾਂ ਦਾ ਵਰਣਨ ਕਰੋ। ਇਨ੍ਹਾਂ ਜੋਖਿਮਾਂ ਤੋਂ ਕਿਵੇਂ ਬਚਿਆ ਜਾ ਸਕਦਾ ਹੈ? ਚਰਚਾ ਕਰੋ।

ਜਾਂ

ਭੂਕੰਪ ਆਉਣ 'ਤੇ ਕੀਤੇ ਜਾਣ ਵਾਲੇ ਕਿਸੇ ਵੀ ਦੋ ਉਪਾਅ ਦਾ ਵਰਣਨ ਕਰੋ।

[ਅਪ੍ਰੈਲ 2016, ਪ੍ਰਸ਼ਨ 24]

ਜਾਂ

ਘਰ ਵਿਚ ਅੱਗ ਸੰਬੰਧੀ ਦੁਰਘਟਨਾਵਾਂ ਤੋਂ ਬੱਚਣ ਲਈ ਕਿਹੜੀ ਦੋ ਮੁੱਖ ਸਾਵਧਾਨੀਆਂ ਵਰਤੀ ਜਾ ਸਕਦੀ ਹਨ? [ਅਕਤੂਬਰ 2016, ਪ੍ਰਸ਼ਨ 24]

ਉੱਤਰ - ਆਪਣੇ ਬੱਚੇ ਨੂੰ ਸੁਰੱਖਿਅਤ ਰੱਖਣਾ ਸਾਡੀ ਸਭ ਤੋਂ ਵੱਧ ਤਰਜੀਹ ਹੈ। ਉਨ੍ਹਾਂ ਦੀ ਸੁਰੱਖਿਆ ਲਈ ਮਾਪਿਆਂ, ਅਧਿਆਪਕਾਂ ਅਤੇ ਸਮੁਦਾਏ ਦੀ ਇਕ ਵਿਸ਼ੇਸ਼ ਭੂਮਿਕਾ ਹੁੰਦੀ ਹੈ। ਸਿਹਤ ਸੰਬੰਧਿਤ ਖ਼ਤਰੇ ਕਿਤੇ ਵੀ ਸਮੇਂ, ਕਿਸੇ ਨੂੰ ਵੀ ਬਿਨਾਂ ਕਿਸੇ ਚਿਤਾਵਨੀ ਦੇ ਹੋ ਸਕਦੇ ਹਨ। ਘਰ ਵਿਚ ਅਤੇ ਸਕੂਲ ਵਿਚ ਕੁਝ ਸਾਵਧਾਨੀ ਵਰਤ ਕੇ ਛੋਟੀ ਅਤੇ ਵੱਡੀ ਦੁਰਘਟਨਾਵਾਂ ਨੂੰ ਆਸਾਨੀ ਨਾਲ ਰੋਕਿਆ ਜਾ ਸਕਦਾ ਹੈ।

ਸਕੂਲ ਵਿਚ - ਸਕੂਲ ਵਿਚ ਸੁਰੱਖਿਆ ਦੇ ਮਾਨਕ ਬਹੁਤ ਜਰੂਰੀ ਹੈ। ਇਹ ਇਕ ਅਜਿਹੀ ਜਗ੍ਹਾ ਹੈ ਜਿੱਥੇ ਬੱਚੇ ਸਵੇਰ ਦੀ ਸਭਾ ਤੋਂ ਪਹਿਲਾਂ, ਦੁਪਹਿਰ ਦੇ ਖਾਣੇ ਵਿਚ ਅਤੇ ਕਦੇ-ਕਦੇ ਕਲਾਸਰੂਮ ਵਿਚ ਵਧੇਰੇ ਖੁੱਲ੍ਹ ਕੇ ਖੇਡਦੇ ਹਨ। ਸਕੂਲ ਵਿਚ ਹੋਣ ਵਾਲੇ ਕੁਝ ਵੱਡੇ ਅਤੇ ਛੋਟੇ ਹਾਦਸੇ, ਅੱਗ ਲੱਗਣਾ, ਬਿਜਲੀ ਦੇ ਝਟਕੇ ਆਦਿ ਨਾਲ ਹੁੰਦੇ ਹਨ। ਪਰ ਕੁਝ ਹੋਰ ਹਾਦਸੇ ਹਨ ਜਿਸ ਵਿਚ ਸੱਤਾ ਨੂੰ ਵੱਧ ਸਾਵਧਾਨ ਰਹਿਣ ਦੀ ਜ਼ਰੂਰਤ ਹੈ ਜਿਵੇਂ- ਭਗਦੜ ਅਤੇ ਪ੍ਰਾਕਿਰਤਕ ਆਪਦਾਵਾਂ ਲਈ ਉਚਿਤ ਵਿਵਸਥਾ ਹੋਣੀ ਚਾਹੀਦੀ ਹੈ।

1. **ਡਿਗਣਾ** - ਸਕੂਲ ਵਿਚ ਹੋਣ ਵਾਲੀ ਸਭ ਤੋਂ ਆਮ ਦੁਰਘਟਨਾਵਾਂ ਹੈ। ਬੱਚੇ ਕਲਾਸਰੂਮ ਵਿਚ ਖੇਡਦੇ ਹੋਏ ਡੈਸਕ ਤੋਂ ਡਿਗਦੇ ਹਨ ਜਦੋਂ ਅਧਿਆਪਕ ਉਨ੍ਹਾਂ ਦੇ ਆਲੇ ਦੁਆਲੇ ਨਹੀਂ ਹੁੰਦਾ, ਪੌੜੀਆਂ ਤੋਂ, ਅਤੇ ਦੁਪਹਿਰ ਦੇ ਖਾਣੇ ਦੇ ਸਮੇਂ ਵਿਚ ਡਿੱਗ ਜਾਂਦੇ ਹਨ। ਡਿੱਗਣ ਤੋਂ ਬਚਣ ਲਈ ਹੇਠ ਲਿਖੇ ਕਦਮ ਚੁੱਕੇ ਜਾਣੇ ਚਾਹੀਦੇ ਹਨ:-

- ਪੌੜੀਆਂ ਛੋਟੀਆਂ ਹੋਣੀ ਚਾਹੀਦੀ ਹਨ।
- ਪੌੜੀਆਂ ਦੇ ਕਿਨਾਰੇ ਮਜ਼ਬੂਤ ਰੇਲਿੰਗ ਹੋਵੇ।
- ਵਿਦਿਆਰਥੀਆਂ ਨੂੰ ਪੌੜੀਆਂ 'ਤੇ ਕਿਸੇ ਨੂੰ ਵੀ ਧੱਕਣਾ ਨਹੀਂ ਚਾਹੀਦਾ।

- ਦੁਪਹਿਰ ਦੇ ਖਾਣੇ ਸਮੇਂ ਦੇ ਬ੍ਰੇਕ ਵਿਚ ਸਵੈ-ਸੇਵਕ ਨਿਯੁਕਤ ਕੀਤੇ ਜਾਣੇ ਚਾਹੀਦੇ ਹਨ
- ਖ਼ਾਸ ਲੋੜਾਂ ਵਾਲੇ ਬੱਚਿਆਂ ਲਈ ਰੈਂਪ ਹੋਣੇ ਚਾਹੀਦੇ ਹਨ
- ਕਲਾਸਰੂਮ ਤੋਂ ਬਾਹਰ ਜਾਣ ਤੋਂ ਪਹਿਲਾਂ ਅਧਿਆਪਕ ਨੂੰ ਇੱਕ ਮਾਨੀਟਰ ਨਿਯੁਕਤ ਕਰਨਾ ਚਾਹੀਦਾ ਹੈ।

2. ਅੱਗ - ਅੱਗ ਲੱਗਣਾ ਸਕੂਲ ਵਿਚ ਸਭ ਤੋਂ ਵੱਡਾ ਖ਼ਤਰਾ ਹੈ। ਇਹ ਗੈਸ ਲੀਕੇਜ ਜਾਂ ਸ਼ਾਰਟ ਸਰਕਟ ਕਾਰਨ ਹੋ ਸਕਦਾ ਹੈ। ਇਸ ਨਾਲ ਗੰਭੀਰ ਸੱਟ ਅਤੇ ਕਈ ਵਾਰ ਮੌਤ ਵੀ ਹੋ ਸਕਦੀ ਸਕਦੀ ਹੈ।

ਸਕੂਲਾਂ ਵਿਚ ਅੱਗ ਤੋਂ ਹੋਣ ਵਾਲੀ ਘਟਨਾ ਤੋਂ ਬਚਣ ਲਈ ਸਕੂਲ ਅਧਿਕਾਰੀ ਦੁਆਰਾ ਉਪਾਅ ਕੀਤੇ ਜਾਣੇ ਚਾਹੀਦੇ ਹਨ:

- ਪੌੜੀਆਂ ਅਤੇ ਤਾਰਾਂ ਚੰਗੀ ਹਾਲਤਾਂ ਵਿਚ ਹੋਣੀ ਚਾਹੀਦੀਆਂ ਹਨ
- ਅੱਗ ਬੁਝਾਉਣ ਵਾਲੇ ਨੂੰ ਸਕੂਲ ਦੀ ਇਮਾਰਤ ਵਿਚ ਸਹੀ ਸਥਾਨਾਂ 'ਤੇ ਰੱਖਿਆ ਜਾਣਾ ਚਾਹੀਦਾ ਹੈ।
- ਫਾਇਰ ਮੌਕ ਡ੍ਰਿਲ੍ਸ ਸਕੂਲ ਵਿਚ ਸਮੇਂ ਸਮੇਂ ਤੇ ਕੀਤਾ ਜਾਣਾ ਚਾਹੀਦਾ ਹੈ।
- ਅਧਿਆਪਕ ਅਤੇ ਹੋਰ ਸਟਾਫ ਨੂੰ ਅੱਗ ਬੁਝਾਉਣ ਵਾਲੇ ਨੂੰ ਵਰਤਣ ਦੀ ਟ੍ਰੇਨਿੰਗ ਦਿੱਤੀ ਜਾਣੀ ਚਾਹੀਦੀ ਹੈ.
- ਬੱਚਿਆਂ ਨੂੰ ਜਲਦੀ ਅਤੇ ਚੁੱਪ-ਚਾਪ ਬਾਹਰ ਨਿਕਾਲਣ ਦੀ ਕੋਸ਼ਿਸ਼ ਕਰਨਾ ਚਾਹੀਦਾ ਹੈ।
- ਫੈਕਸ ਬੋਰਡਾਂ 'ਤੇ ਮਹੱਤਵਪੂਰਨ ਫੋਨ ਨੰਬਰ ਲਿੱਖੇ ਹੋਣੇ ਚਾਹੀਦੇ ਹਨ।

3. ਬਿਜਲੀ ਦਾ ਝਟਕਾ - ਕਦੇ-ਕਦੇ ਸਕੂਲਾਂ ਵਿਚ ਦੁਰਘਟਨਾਵਾਂ ਸ਼ਾਰਟ ਸਰਕਟ ਜਾਂ ਬਿਜਲੀ ਦੀਆਂ ਤਾਰਾਂ ਦੇ ਅਢੁਕਵੇਂ ਹੋਣ ਕਾਰਨ ਹੋ ਸਕਦੀਆਂ ਹਨ। ਇਸ ਤੋਂ ਬਚਣ ਲਈ ਹੇਠ ਲਿਖੇ ਉਪਾਅ ਕੀਤੇ ਜਾਣੇ ਚਾਹੀਦੇ ਹਨ:

- ਸਾਰੇ ਇਲੈਕਟ੍ਰੀਕਲ ਵਾਇਰਿੰਗ ਇਕ ਯੋਗ ਅਧਿਕ੍ਰਿਤ ਬਿਜਲੀ ਮਾਹਿਰਾਂ ਰਾਹੀਂ ਲਗਾਈ ਜਾਣੀ ਚਾਹੀਦੀ ਹੈ
- ਸਕੂਲ ਅਧਿਕਾਰੀ ਦੁਆਰਾ ਇਕ ਇਲੈਕਟ੍ਰੀਸ਼ੀਅਨ ਨੂੰ ਸਕੂਲ ਦੇ ਸਮੇਂ ਵਿਚ ਨਿਯੁਕਤ ਕੀਤਾ ਜਾਣਾ ਚਾਹੀਦਾ ਹੈ।
- ਵਿਦਿਆਰਥੀਆਂ ਨੂੰ ਨਿਯਮਿਤ ਤੌਰ 'ਤੇ ਦੱਸਿਆ ਜਾਣਾ ਚਾਹੀਦਾ ਹੈ ਕਿ ਉਹ ਕਿਸੇ ਵੀ ਕੇਸ ਵਿਚ ਬਿਜਲੀ ਦੀਆਂ ਤਾਰਾਂ ਨੂੰ ਛੂਹ ਨਾ ਸਕਣ ਵਿਸ਼ੇਸ਼ ਤੌਰ ਤੇ ਜੇ ਹੱਥ ਭਿੱਜੇ ਹੋਏ ਹੋਣ।
- ਸਕੂਲਾਂ ਵਿਚ ਝਟਕਾਂ ਤੋਂ ਬੱਚਣ ਲਈ ਸਰਕਿਟ ਬ੍ਰੇਕਰ ਲੱਗੇ ਹੋਣੇ ਚਾਹੀਦੇ ਹਨ।

4. ਭਗਦੜ - ਸਕੂਲਾਂ ਵਿਚ ਭਗਦੜ ਦੁਪਹਿਰ ਦੇ ਖਾਣੇ ਦੇ ਬ੍ਰੇਕ ਦੇ ਸਮੇਂ, ਘਰ ਜਾਣ ਵੇਲੇ, ਬੱਸ ਵਿਚ ਅਤੇ ਕਈ ਵਾਰ ਆਤੰਕ ਦੇ ਕਾਰਣ ਹੁੰਦੀ ਹੈ। ਇਸ ਤੋਂ ਬਚਣ ਲਈ ਇਹ ਕਦਮ ਚੁੱਕੇ ਜਾਣੇ ਚਾਹੀਦੇ ਹੈ:

- ਸੁਰੱਖਿਆ ਦੇ ਨਿਯਮਾਂ ਦੇ ਨਾਲ ਇੱਕ ਫੈਕਸ ਬੋਰਡ ਸਕੂਲ ਦੀਆਂ ਕੰਧਾਂ ਤੇ ਪ੍ਰਦਰਸ਼ਿਤ ਹੋਣੇ ਚਾਹੀਦੇ ਹਨ।
- ਵਿਦਿਆਰਥੀਆਂ ਨੂੰ ਕਿਹਾ ਜਾਣਾ ਚਾਹੀਦਾ ਹੈ ਕਿ ਉਹ ਦੂਜਿਆਂ ਨੂੰ ਧੱਕਾ ਦੇਣ ਖਾਸ ਕਰਕੇ ਪੌੜੀਆਂ ਦੇ ਕੋਲ।
- ਜੂਨੀਅਰ ਕਲਾਸਾਂ ਜ਼ਮੀਨੀ ਮੰਜ਼ਲ 'ਤੇ ਹੋਣੀ ਚਾਹੀਦੀ ਹੈ।
- ਦੁਪਹਿਰ ਵਿਚ ਅਧਿਆਪਕਾਂ ਨੂੰ ਕਲਾਸ ਦੇ ਨਾਲ ਚੱਲਣਾ ਚਾਹੀਦਾ ਹੈ।

5. ਖੇਡ ਦੇ ਮੈਦਾਨ ਵਿਚ ਚੋਟਾਂ - ਸਕੂਲ ਵਿਚ ਦਾਖਲ ਹੋਣ ਦੇ ਬਾਅਦ ਬੱਚਿਆਂ ਲਈ ਖੇਡ ਦਾ ਮੈਦਾਨ ਬਹੁਤ ਮਹੱਤਵਪੂਰਣ ਹੁੰਦਾ ਹੈ। ਕਈ ਦੁਰਘਟਨਾਵਾਂ ਖੇਡਾਂ ਦੇ ਮੈਦਾਨ ਵਿਚ ਹੁੰਦੀਆਂ ਹਨ ਜਿਵੇਂ ਘੁਮੰਦੇ ਹੋਏ ਡਿੱਗਣਾ, ਕੁੱਝ ਘੁਮਾਂਵਾਂ ਤੋਂ ਚੋਟ ਪਹੁੰਚਣਾ, ਨੌਂਕਦਾਰ ਵਸਤੂ ਤੋਂ ਚੋਟ ਲਗਣਾ ਆਦਿ।

ਚਿੱਤਰ 2.5

ਖੇਡ ਦੇ ਮੈਦਾਨ ਵਿਚ ਲਗੱਣ ਵਾਲੀ ਸੱਟਾਂ ਤੋਂ ਬਚਣ ਲਈ ਬੱਚਿਆਂ ਨੂੰ ਹੇਠਲੇ ਖੇਡ ਦੇ ਮੈਦਾਨ ਨਿਯਮਾਂ ਦੀ ਪਾਲਣਾ ਕਰਨਾ ਚਾਹੀਦਾ ਹੈ:

- ਖੇਡ ਦੇ ਮੈਦਾਨ ਵਿਚ ਕਿਸੇ ਨੂੰ ਧੱਕਾ ਨਹੀਂ ਮਾਰਨਾ ਚਾਹੀਦਾ।
- ਪੁੱਠੇ-ਸਿੱਧੇ ਖੇਡ ਨਾ ਖੇਡੋ।
- ਸਵੰਗ ਤੋਂ ਦੂਰ ਰਹੋ ਜਦੋਂ ਉਹ ਵਰਤੋਂ ਵਿੱਚ ਹੋਣ
- ਆਪਣੇ ਸਾਥੀ ਨੂੰ ਚੇਤਾਵਨੀ ਦਿੱਤੇ ਬਗੈਰ See-Saw ਤੋਂ ਨਾ ਕੁੱਦੋ।
- ਕੰਟੀਲੀ ਝਾੜੀਆਂ ਜਾਂ ਨੰਗੇ ਤਾਰਾਂ ਦੇ ਕੋਲ ਨਾ ਖੇਡੋ।

6. ਕੁਦਰਤੀ ਆਪਦਾਵਾਂ (ਭੂਚਾਲ) - ਭੁਚਾਲ ਆਉਣ 'ਤੇ ਅਗਾਊਂ ਜਾਣਨ ਦਾ ਕੋਈ ਤਰੀਕਾ ਨਹੀਂ ਹੈ। ਇਹ ਸਕੂਲ ਦੇ ਘੰਟਾਂ ਦੌਰਾਨ ਹੋ ਸਕਦਾ ਹੈ।

ਹੇਠ ਦਿੱਤੇ ਮਾਪਦੰਡਾਂ ਦੀ ਪਾਲਣਾ ਕੀਤੀ ਜਾਣੀ ਚਾਹੀਦੀ ਹੈ:

- ਥੋੜ੍ਹੇ ਜਿਹੇ ਝਟਕਾਂ ਦੇ ਮਹਸੂਸ ਹੁੰਦੇ ਹੀ ਕਲਾਸ ਦੇ ਕਮਰਿਆਂ ਵਿਚੋਂ ਬਾਹਰ ਆਓ ਅਤੇ ਮੈਦਾਨ ਵਿਚ ਇਕੱਠਾ ਹੋਵੋ।
- ਜੇ ਕਿਸੇ ਡਿੱਗਦੀ ਕਲਾਸ ਵਿਚ ਫਸ ਗਏ, ਤਾਂ ਇਕ ਟੇਬਲ ਜਾਂ ਡੈਸਕ ਦੇ ਹੇਠਾਂ ਸ਼ਰਨ ਲਓ.
- ਪੈਨਿਕ ਨਾ ਕਰੋ
- ਸਕੂਲ ਅਥੌਰਿਟੀ ਨੂੰ ਮੈਡੀਕਲ ਮਦਦ ਅਤੇ ਮੁਢਲੀ ਸਹਾਇਤਾ ਦਾ ਪ੍ਰਬੰਧ ਕਰਨਾ ਚਾਹੀਦਾ ਹੈ.

ਘਰ ਵਿਚ - ਘਰ ਉਹ ਜਗ੍ਹਾ ਹੈ ਜਿੱਥੇ ਬੱਚੇ ਸਕੂਲ ਤੋਂ ਵਾਪਸ ਆਉਣ ਤੋਂ ਬਾਅਦ ਜ਼ਿਆਦਾ ਸਮਾਂ ਬਿਤਾਉਂਦੇ ਹਨ ਜਿਥੇ ਉਨ੍ਹਾਂ ਨਾਲ ਛੋਟੇ-ਮੋਟੇ ਹਾਦਸੇ ਹੋ ਸਕਦੇ ਹਨ ਜਿਵੇਂ ਕਿ ਡਿੱਗਣਾ, ਅੱਗ ਲੱਗਣਾ, ਬਿਜਲੀ ਦਾ ਝਟਕਾ ਲੱਗਣਾ ਅਤੇ ਉਨ੍ਹਾਂ ਰਾਹੀਂ ਬਟਨ, ਸਿੱਕੇ ਜਾਂ ਜ਼ਹਰੀਲੀ ਵਸਤਾਂ ਦਾ ਨਿਗਲਣਾ ਆਦਿ।

1. ਡਿੱਗਣਾ - ਘਰ ਵਿਚ ਡਿੱਗਣਾ ਸਭ ਤੋਂ ਆਮ ਕਿਸਮ ਦੀ ਦੁਰਘਟਨਾਵਾਂ ਹੁੰਦੀ ਹੈ। ਬੱਚੇ ਘਰ 'ਤੇ ਕਈ ਕਾਰਨਾਂ ਨਾਲ ਡਿਗ ਜਾਂਦੇ ਹਨ ਜਿਵੇਂ- ਅਸੁਰੱਖਿਅਤ ਪੌੜੀਆਂ, ਜ਼ਮੀਨ ਤੇ ਪਈ ਵਸਤਾਂ, ਪਾਣੀ ਜਾਂ ਤਰਲ ਪਦਾਰਥਾਂ ਦਾ ਫੈਲ ਜਾਣਾ, ਦਰਵਾਜ਼ਿਆਂ ਜਾਂ ਪੌੜੀਆਂ ਦੇ ਰਸਤੇ 'ਤੇ ਹਨੇਰਾ ਹੋਣਾ ਆਦਿ। ਇਨ੍ਹਾਂ ਦੁਰਘਟਨਾਵਾਂ ਤੋਂ ਬਚਣ ਲਈ ਉਪਾਅ ਕੀਤੇ ਜਾਣੇ ਚਾਹੀਦੇ ਹਨ:

- ਫ਼ਰਸ਼ਾਂ ਅਤੇ ਪੌੜੀਆਂ ਚੰਗੀ ਹਾਲਤ ਵਿਚ ਹੋਣੀਆਂ ਚਾਹੀਦੀਆਂ ਹਨ।
- ਗੇਂਦਾਂ, ਜੁੱਤੀਆਂ, ਖਿਡੌਣਿਆਂ ਆਦਿ ਵਸਤੂਆਂ ਜ਼ਮੀਨ ਤੋਂ ਚੁੱਕ ਕੇ, ਸਹੀ ਥਾਂ 'ਤੇ ਰੱਖਿਆ ਜਾਣਾ ਚਾਹੀਦਾ ਹੈ।
- ਸਾਬਣ, ਗ੍ਰੀਸ, ਡੁੱਲ੍ਹੀ ਪਾਣੀ, ਤੇਲ ਵਰਗੇ ਤਰਲ ਪਦਾਰਥਾਂ ਨੂੰ ਛੇਤੀ ਤੋਂ ਛੇਤੀ ਸਾਫ ਕੀਤਾ ਜਾਣਾ ਚਾਹੀਦਾ ਹੈ।
- ਪੌੜੀਆਂ ਦੇ ਆਸਾਨ ਅਤੇ ਛੋਟੇ ਕਦਮ ਹੋਣੇ ਚਾਹੀਦੇ ਹਨ।
- ਕੋਰੀਡੋਰ ਅਤੇ ਪੌੜੀਆਂ ਵਿਚ ਸਹੀ ਰੋਸ਼ਨੀ ਦਾ ਪ੍ਰਬੰਧ ਹੋਣਾ ਚਾਹੀਦਾ ਹੈ।

2. ਅੱਗ - ਅੱਗ ਦੁਆਰਾ ਦੁਰਘਟਨਾਵਾਂ ਜਿਆਦਾਤਰ ਰਸੋਈ ਵਿਚ ਹੁੰਦੀਆਂ ਹਨ ਅਤੇ ਗੰਭੀਰ ਸੱਟਾਂ ਦਾ ਕਾਰਨ ਬਣਦੀ ਹੈ ਅਤੇ ਕਈ ਵਾਰ ਜਲਣ ਨਾਲ ਵਿਅਕਤੀ ਦੀ ਮੌਤ ਹੋ ਜਾਂਦੀ ਹੈ। ਇਹ ਗੈਸ ਲੀਕੇਜ ਡੁਲ੍ਹਿਆ ਕੈਰੋਸੀਨ ਤੇਲ, ਸਟੋਵ ਵਿਸਫੋਟ, ਗੈਸ ਸਿਲੰਡਰ ਧਮਾਕਾ ਅਜਿਹੇ ਹਾਦਸੇ ਦੇ ਕਾਰਨ ਹੁੰਦਾ ਹੈ, ਇਨ੍ਹਾਂ ਤੋਂ ਬਚਣ ਲਈ ਸਾਨੂੰ ਹੇਠ ਲਿਖੇ ਉਪਾਅ ਕਰਨੇ ਚਾਹੀਦੇ ਹਨ:

- ਜਦੋਂ ਮਿੱਟੀ ਦਾ ਤੇਲ ਡੁੱਲ ਜਾਂਦਾ ਹੈ ਤਾਂ ਇਸ ਨੂੰ ਜਲਦੀ ਸਾਫ ਕਰਨਾ ਚਾਹੀਦਾ ਹੈ।

- ਜਦੋਂ ਗੈਸ ਲੀਕੇਜ ਮਹਿਸੂਸ ਹੁੰਦੀ ਹੈ, ਤਾਂ ਕੋਈ ਮਾਚਿਸ ਨਹੀਂ ਜਲਾਣੀ ਚਾਹੀਦੀ ਅਤੇ ਕੋਈ ਵੀ ਬਿਜਲੀ ਸਵਿੱਚ ਚਾਲੂ ਨਹੀਂ ਹੋਣੇ ਚਾਹੀਦੇ।
- ਵਿੰਡੋਜ਼ ਨੂੰ ਖੁੱਲਾ ਰੱਖਿਆ ਜਾਣਾ ਚਾਹੀਦਾ ਹੈ ਤਾਂ ਕਿ ਘਰ ਵਿਚ ਗੈਸ ਬਾਹਰ ਨਿਕਲ ਸਕੇ ਅਤੇ ਤਾਜ਼ੀ ਹਵਾ ਆ ਸਕੇ।
- ਜਦੋਂ ਗੈਸ ਦਾ ਉਪਯੋਗ ਨਾ ਹੋਵੇ ਤਾਂ ਉਸਨੂੰ ਹਮੇਸ਼ਾਂ ਬੰਦ ਰੱਖੋ।
- ਗੈਸ ਸਿਲੰਡਰ ਦੀ ਸਮੇਂ ਸਮੇਂ ਤੇ ਜਾਂਚ ਕੀਤੀ ਜਾਣੀ ਚਾਹੀਦੀ ਹੈ।
- ਗੈਸ ਪਾਈਪ ਨੂੰ ਨਿਯਮਿਤ ਤੌਰ ਤੇ ਚੈੱਕ ਕੀਤਾ ਜਾਣਾ ਚਾਹੀਦਾ ਹੈ।
- ਖਾਣਾ ਪਕਾਉਣ ਦੇ ਦੌਰਾਨ ਨਾਈਲੋਨ ਕੱਪੜੇ ਨਹੀਂ ਪਾਣੇ ਚਾਹੀਦੇ।

3. **ਇਲੈਕਟ੍ਰਿਕ ਸ਼ੌਕ** - ਕਈ ਵਾਰ ਅੱਗ ਬਿਜਲੀ ਦੀ ਖਰਾਬ ਵਾਇਰਿੰਗ ਕਾਰਨ ਲੱਗ ਜਾਂਦੀ ਹੈ। ਸਾਡੇ ਘਰ ਵਿਚ ਬਿਜਲੀ ਦੀਆਂ ਬਹੁਤ ਸਾਰੀ ਚੀਜ਼ਾਂ ਹਨ ਜਿਵੇਂ ਕਿ ਟੋਸਟਰ, ਲੈਂਪ, ਕੇਟਲਸ, ਕੂਲਰ, ਰੇਫਿਰਜਰੇਟ ਆਦਿ। ਜੇਕਰ ਇਹ ਖਰਾਬ ਹਨ ਜਾਂ ਧਿਆਨ ਨਾਲ ਨਹੀਂ ਵਰਤੇ ਜਾਂਦੇ ਹਨ, ਤਾਂ ਉਹ ਬਹੁਤ ਖਤਰਨਾਕ ਹੋ ਸਕਦੇ ਹਨ। ਇਹ ਅੱਗ ਲੱਗਣ ਦਾ ਕਾਰਨ ਹੋ ਸਕਦੇ ਹਨ ਜਾਂ ਬਿਜਲੀ ਦਾ ਝੱਟਕਾ ਦੇ ਸਕਦੇ ਹਨ।

ਅਜਿਹੇ ਝਟਕਾਂ ਤੋਂ ਬਚਣ ਲਈ, ਉਪਾਅ ਕੀਤੇ ਜਾਣੇ ਚਾਹੀਦੇ ਹਨ:

- ਕਦੇ ਵੀ ਕਿਸੇ ਵੀ ਬਿਜਲੀ ਦੇ ਉਪਕਰਣ ਨੂੰ ਗਿੱਲੇ ਹੱਥਾਂ ਨਾਲ ਜਾਂ ਨੰਗੇ ਪੱਧਰਾਂ ਨਾਲ ਨਾ ਛੂਹੋ।
- ਵਰਤੋਂ ਵਿਚ ਹੋਣ ਵੇਲੇ ਬਿਜਲੀ ਉਪਕਰਣ ਦੇ ਨੇੜੇ ਨਾ ਜਾਣਾ।
- ਇੱਕ ਇਲੈਕਟ੍ਰਿਕ ਵਾਇਰ ਓਵਰਲੋਡ ਨਹੀਂ ਹੋਣਾ ਚਾਹੀਦਾ।
- ਇਲੈਕਟ੍ਰਿਕ ਵਾਇਰਿੰਗ ਨੂੰ ਯੋਗ ਬਿਜਲੀ ਦੇ ਇਲੈਕਟ੍ਰੀਸ਼ੀਅਨਾਂ ਦੁਆਰਾ ਸਥਾਪਿਤ ਅਤੇ ਸਾਂਭਿਆ ਜਾਣਾ ਚਾਹੀਦਾ ਹੈ।
- ਵੱਧਦੇ ਹੋਏ ਬੱਚਿਆਂ ਨੂੰ ਇਹ ਪਤਾ ਹੋਣਾ ਚਾਹੀਦਾ ਹੈ ਕਿ ਸੰਕਟਕਾਲ ਸਥਿਤੀ ਵਿਚ ਬਿਜਲੀ ਨੂੰ ਕਿਵੇਂ ਬੰਦ ਕਰਨਾ ਚਾਹੀਦਾ ਹੈ।
- ਬਿਜਲੀ ਦੇ ਉਪਕਰਣਾਂ ਨਾਲ ਕਦੇ ਨਾ ਖੇਡੋ।

4. **ਜ਼ਹਿਰੀਲਾ** - ਘਰ ਵਿਚ ਬੱਚਿਆਂ ਵਿਚਕਾਰ ਜ਼ਹਿਰ ਵੀ ਇਕ ਆਮ ਕਿਸਮ ਦੀ ਦੁਰਘਟਨਾ ਹੁੰਦੀ ਹੈ। ਛੋਟਾ ਬੱਚੇ ਕਈ ਵਾਰ ਅਣਜਾਣੇ ਨਾਲ ਡਿਟਰਜੈਂਟ ਜਾਂ ਰੋਗਾਣੂ ਸਾਬਣ ਨੂੰ ਖਾ ਲਿੰਦੇ ਹਨ ਜੋ ਉਨ੍ਹਾਂ ਲਈ ਬਹੁਤ ਨੁਕਸਾਨਦੇਹ ਸਾਬਤ ਹੁੰਦਾ ਹੈ ਅਤੇ ਅਚਾਨਕ ਮੌਤ ਦਾ ਕਾਰਨ ਬਣ ਸਕਦਾ ਹੈ।

ਇਹਨਾਂ ਤੋਂ ਬਚਣ ਲਈ ਹੇਠ ਲਿਖੇ ਉਪਾਅ ਕੀਤੇ ਜਾਣੇ ਚਾਹੀਦੇ ਹਨ:

- ਘਰੇਲੂ ਡੀਟਜੈਂਟਸ ਅਤੇ ਕੀਟਨਾਸ਼ਕ ਜਿਵੇਂ ਕਿ ਤਰਲ ਸਾਬਣ, ਫੀਨਾਇਲ, ਐਸਿਡ, ਅੰਮੋਨਿਆ ਅਤੇ ਰੰਗ ਨੂੰ ਬੱਚਿਆਂ ਦੀ ਪਹੁੰਚ ਤੋਂ ਦੂਰ ਰੱਖਿਆ ਜਾਣਾ ਚਾਹੀਦਾ ਹੈ।

- ਸਾਰੀਆਂ ਦਵਾਈਆਂ ਨੂੰ ਚਿੰਨ੍ਹਿਤ ਕੀਤਾ ਜਾਣਾ ਚਾਹੀਦਾ ਹੈ ਅਤੇ ਉਹਨਾਂ ਦੀ ਪਹੁੰਚ ਤੋਂ ਦੂਰ ਸਟੋਰ ਕਰਕੇ ਰੱਖਣਾ ਚਾਹੀਦਾ ਹੈ।
- ਗੰਦਾ ਅਤੇ ਖਰਾਬ ਭੋਜਨ ਨੂੰ ਬਾਹਰ ਸੁੱਟਿਆ ਜਾਣਾ ਚਾਹੀਦਾ ਹੈ ਕਿਉਂਕਿ ਇਹ ਭੋਜਨ ਦੀ ਜ਼ਹਿਰ ਦਾ ਕਾਰਨ ਬਣ ਸਕਦੀ ਹੈ।

ਪ੍ਰਸ਼ਨ 13. ਪਹਿਲੀ ਸਹਾਇਤਾ (First Aid) ਤੋਂ ਤੁਸੀਂ ਕਿ ਸਮਝਦੇ ਹੋ?

ਉੱਤਰ - ਦੁਰਘਟਨਾ ਘੱਟਣ 'ਤੇ ਡਾਕਟਰ ਤੋਂ ਆਉਣ ਤੋਂ ਪਹਿਲਾਂ ਜੋ ਇਲਾਜ ਕੀਤਾ ਜਾਂਦਾ ਹੈ ਉਸਨੂੰ ਪ੍ਰਾਇਮਰੀ ਸਹਾਇਤਾ ਕਹਿੰਦੇ ਹਨ। ਦੂਜੇ ਸ਼ਬਦਾਂ ਵਿਚ ਆਪਾਤਕਾਲ ਦੇ ਸਮੇਂ ਉਪਲਬਧ ਸੁਵਿਧਾ ਦੇ ਅਨੁਸਾਰ ਪੀੜਤ ਵਿਅਕਤੀ ਨੂੰ ਪ੍ਰਦਾਨ ਕੀਤੀ ਗਈ ਸੇਵਾ ਨੂੰ ਹੀ ਪਹਿਲੀ ਸਹਾਇਤਾ ਕਿਹਾ ਜਾਂਦਾ ਹੈ। ਇਹ ਕਿਸੇ ਦੁਰਘਟਨਾ ਜਾਂ ਅਚਾਨਕ ਬੀਮਾਰੀ ਤੋਂ ਪੀੜਤ ਵਿਅਕਤੀ ਨੂੰ ਦਿੱਤੀ ਜਾਣ ਵਾਲੀ ਤੁਰੰਤ ਦੇਖਭਾਲ ਹੈ। ਪਹਿਲੀ ਸਹਾਇਤਾ ਲਈ ਉਪਲਬਧ ਸਰੋਤਾਂ ਦਾ ਵੱਧ ਅਤੇ ਉਚਿਤ ਪ੍ਰਯੋਗ ਕਰਨ ਦਾ ਗੁਣ ਚਾਰਿਤਰਿਕ ਬਲ, ਸਮਰਪਣ ਅਤੇ ਪ੍ਰਤਿਭਾ ਪਹਿਲੀ ਸਹਾਇਤਾ ਪੂੰਜੀ ਹੈ।

ਪ੍ਰਸ਼ਨ 14. ਸਰੀਰਿਕ ਸਿੱਖਿਆ ਤੋਂ ਕੀ ਭਾਵ ਹੈ? ਇਸਦੇ ਮਹੱਤਵ ਦੱਸੋ।

ਉੱਤਰ - ਵਿਅਕਤੀ ਦੇ ਵਿਕਾਸ ਦਾ ਮੁੱਲ ਅਧਾਰ ਸਰੀਰ ਦਾ ਸਿਹਤਮੰਦ ਹੋਣਾ ਹੁੰਦਾ ਹੈ। ਇਸ ਲਈ ਸਰੀਰ ਦਾ ਵਾਧਾ ਅਤੇ ਵਿਕਾਸ ਵੱਖ-ਵੱਖ ਉਮਰ ਦੇ ਅਨੁਸਾਰ ਹੁੰਦਾ ਹੈ।

ਸਰੀਰਕ ਸਿਹਤ ਠੀਕ ਹੈ ਜਾਂ ਨਹੀਂ ਇਹ ਵਿਅਕਤੀ ਸ਼ਰੀਰਯਸ਼ਟੀ ਨੂੰ ਵੇਖਕੇ ਗਿਆਤ ਹੋ ਜਾਂਦਾ ਹੈ। ਕਿਸੇ ਵਿਅਕਤੀ ਦੀ ਕਿਰਿਆਸ਼ੀਲਤਾ, ਹਲਚਲ ਇਸ 'ਤੇ ਉਸਦੇ ਸਰੀਰਿਕ ਸਿਹਤ ਦਾ ਅੰਦਾਜ ਜਾਂ ਅਨੁਮਾਨ ਸਮਝ ਵਿਚ ਆ ਜਾਂਦਾ ਹੈ।

ਸਖਤ ਸਿਹਤ ਲਾਭ ਪ੍ਰਾਪਤ ਵਿਅਕਤੀ ਦੀ ਸਾਰੀ ਇੰਦਰੀਆਂ ਵਿਚ ਇਕ ਪ੍ਰਕਾਰ ਦੇ ਸੰਗਠਨ ਹੋਣ ਦੇ ਉਸਦੀ ਹਲਚਲ 'ਤੇ ਦਿਖਾਈ ਦਿੰਦਾ ਹੈ। ਸਰੀਰ ਸਿਹਤ ਵੱਧੀਆ ਪ੍ਰਾਪਤ ਵਿਅਕਤੀ, ਆਸ਼ਾਵਾਦੀ ਦ੍ਰਿਸ਼ਟੀਕੋਣ ਪੇਸ਼ ਕਰਨ 'ਤੇ ਦਿਖਾਈ ਦਿੰਦਾ ਹੈ ਕਿਉਂਕਿ ਵਧੀਆ ਸਰੀਰਿਕ ਸਿਹਤ ਲਾਭ ਪ੍ਰਾਪਤ ਵਿਅਕਤੀ ਦਾ ਸਕਾਰਾਤਮਕ ਦ੍ਰਿਸ਼ਟੀਕੋਣ ਹੁੰਦਾ ਹੈ। ਉਨ੍ਹਾਂ ਦੀ ਕਾਰਜ ਸਮਰੱਥਾ ਅਸਿਹਤਮੰਦ ਹੋਣ 'ਤੇ ਵਿਅਕਤੀ ਦੇ ਅਨੁਸਾਰ ਵੱਧ ਹੁੰਦੀ ਹੈ।

ਸਰੀਰਕ ਸਿੱਖਿਆ ਦੇ ਲਾਭਾਂ ਵਿੱਚ ਸ਼ਾਮਲ ਹਨ:

- ਵੱਧਿਆ ਹੋਈ ਸਿਤਹਮੰਦ ਪੱਧਰ
- ਬਿਹਤਰ ਗਿਆਤਮਕ ਵਿਕਾਸ
- ਵਧੇਰੇ ਸਰਗਰਮ ਜੀਵਨ ਸ਼ੈਲੀ ਵੱਲ ਰੁਝਾਨ
- ਸਰੀਰਕ ਮਾਨਸਿਕ ਅਤੇ ਸਮਾਜਿਕ ਹੁਨਰ ਸਿੱਖਣ ਦੇ ਵਿਚਕਾਰ ਸਕਾਰਾਤਮਕ ਸਬੰਧ
- ਦੂਜੇ ਵਿਸ਼ਿਆਂ ਵਿਚ ਨਿਸ਼ਪਾਦਨ ਵਿਚ ਵਾਧਾ,ਹਾਲਾਂਕਿ ਇਨ੍ਹਾਂ ਵਿਸ਼ਾਂ 'ਤੇ ਘੱਟ ਸਮਾਂ ਖਰਚਿਆ ਗਿਆ ਹੈ।

- ਸਕੂਲੀ ਦਿਨ ਦੇ ਦੌਰਾਨ ਵਧੀਦੀ ਹੋਈ ਸਾਵਧਾਨੀ ਅਤੇ ਚੇਤਨਾ
- ਸ਼ਖਸੀਅਤ ਵਿਚ ਲੰਬੇ ਸਮਾਂ ਵਿਚ ਸੁਧਾਰ

ਪ੍ਰਸ਼ਨ 15. 'ਵਿਅਕਤੀਤਵ' ਨੂੰ ਪਰਿਭਾਸ਼ਿਤ ਕਰਦੇ ਹੋਏ 'ਵਿਅਕਤੀਤਵ ਵਿਕਾਸ' ਦਾ ਅਰਥ ਦੱਸੋ।

ਉੱਤਰ - ਕਿਸੇ ਵਿਅਕਤੀ ਦਾ ਵਿਅਕਤੀਤਵ ਉਸਦੇ ਆਚਾਰ, ਵਿਹਾਰ, ਕਿਰਿਆਵਾਂ ਅਤੇ ਗਤੀਵਿਧੀਆਵਾਂ ਆਦਿ ਤੋਂ ਆਂਕਿਆ ਜਾਂਦਾ ਹੈ, ਕਿਉਂਕਿ ਹਰੇਕ ਵਿਅਕਤੀ ਆਪਣੇ ਵਿਅਕਤੀਤਵ ਦੇ ਅਨੁਸਾਰ ਹੀ ਆਚਰਣ ਕਰਦਾ ਹੈ। ਇਸ ਰੂਪ ਵਿਚ ਵਿਅਕਤੀਤਵ ਦਾ ਅਰਥ ਵਿਅਕਤੀ ਦੇ ਵਾਤਾਵਰਣ ਤੋਂ ਅਨੁਕੂਲ ਕਰਨ ਦੇ ਢੰਗ ਤੋਂ ਲਿਆ ਜਾ ਸਕਦਾ ਹੈ ਪਰ ਕੁੱਝ ਲੋਕਾਂ ਦੇ ਅਨੁਸਾਰ ਵਿਅਕਤੀ ਦੀ ਸਰੀਰਿਕ ਸੰਰਚਨਾ ਹੀ ਉਸਦਾ ਵਿਅਕਤੀਤਵ ਹੈ ਕਿਉਂਕਿ ਇਨ੍ਹਾਂ ਤੋਂ ਹੀ ਵਿਅਕਤੀ ਦੀ ਪਛਾਣ ਹੁੰਦੀ ਹੈ ਪਰ ਅਸਲ ਵਿਚ ਵਿਅਕਤੀਤਵ ਨਾ ਸਿਰਫ ਸਰੀਰਿਕ ਸੰਰਚਨਾ ਹੈ ਅਤੇ ਨਾ ਹੀ ਸਿਰਫ ਉਸਦਾ ਆਚਾਰ-ਵਿਹਾਰ ਹੋ ਉਸਨੂੰ ਹੋਰ ਵਿਅਕਤੀਆਂ ਤੋਂ ਵੱਖ ਕਰਦਾ ਹੈ।

ਵਿਅਕਤੀਤਵ ਤਾਂ ਵਿਅਕਤੀ ਦੀ ਸਰੀਰਿਕ ਸੰਰਚਨਾ ਅਤੇ ਉਸਦੇ ਵਿਹਾਰ ਦੇ ਢੰਗ ਦਾ ਇਕ ਸੰਕਲਿਤ ਰੂਪ ਹੈ ਜੋ ਕਿ ਵਾਤਾਵਰਣ ਵਿਚ ਉਸਦੇ ਵਿਸ਼ੇਸ਼ ਵਿਹਾਰ ਦੇ ਰੂਪ ਵਿਚ ਪ੍ਰਕਟ ਹੁੰਦਾ ਹੈ।

ਵਿਅਕਤੀਤਵ ਵਿਕਾਸ ਦਾ ਅਰਥ ਹੈ ਵਿਅਕਤੀ ਦੇ ਜੀਵਨ ਵਿਚ ਇਕ ਸਕਾਰਾਤਮਕ ਤਬਦੀਲੀ ਬਾਰੇ ਬਾਹਰੀ ਅਤੇ ਅੰਦਰੂਨੀ ਵਾਧਾ ਅਤੇ ਸ਼ਿੰਗਾਰ ਲਾਉਣਾ। ਹਰੇਕ ਵਿਅਕਤੀ ਦਾ ਇਕ ਵੱਖਰਾ ਵਿਅਕਤੀਤਵ ਹੁੰਦਾ ਹੈ ਜੋ ਵਿਕਸਿਤ ਅਤੇ ਭਾਸ਼ਾ ਬੋਲਣ ਦੀ ਯੋਗਤਾਵਾਂ, ਕਿਸੇ ਦੇ ਗਿਆਨ ਦਾ ਖੇਤਰ ਵਿਸਥਾਰ ਕਰਨਾ, ਨਿਸ਼ਚਿਤ ਸ਼ੋਕਾਂ ਜਾਂ ਹੁਨਰਾਂ ਨੂੰ ਵਿਕਸਿਤ ਕਰਨਾ, ਸੂਖਮ ਆਚਰਣ ਅਤੇ ਵਿਹਾਰ ਸਿੱਖਣਾ, ਸ਼ੈਲੀ ਜੋੜਨਾ ਆਦਿ ਸ਼ਾਮਿਲ ਕਰਦੀ ਹੈ।

ਪ੍ਰਸ਼ਨ 16. ਬੱਚਿਆਂ ਲਈ ਸਰੀਰਿਕ ਸਿੱਖਿਆ ਤੋਂ ਕੀ ਸਮਾਜਿਕ ਲਾਭ ਹੁੰਦੇ ਹਨ? ਵਰਣਨ ਕਰੋ

ਜਾਂ

ਬੱਚਿਆਂ ਲਈ ਸਰੀਰਿਕ ਗਤੀਵਿਧੀਆਂ ਵਿਚ ਵਿਅਸਤ ਹੋਣ ਦੇ ਕੀ ਸਮਾਜਿਕ ਲਾਭ ਹਨ?

[ਅਪ੍ਰੈਲ 2016, ਪ੍ਰਸ਼ਨ 27]

ਉੱਤਰ - ਬੱਚਿਆਂ ਦੀ ਖੇਡਕੁਦ ਵਿਚ ਭਾਗੀਦਾਰੀ ਨਵੀਂ ਮਿਤਰਤਾ ਦਾ ਮੌਕਾ ਪ੍ਰਦਾਨ ਕਰਦੀ ਹੈ। ਬਹੁਤ ਸਾਰੇ ਖੇਡ ਟੀਮ ਕਾਰਜ ਦੇ ਵਿਚਾਰ 'ਤੇ ਕੇਂਦਰਿਤ ਹੁੰਦੀ ਹੈ। ਇਕ ਬੱਚਾ ਆਪਣੇ ਸਾਥੀਆਂ ਦੀ ਉਮੀਦੀ ਬਿਹਤਰ ਫੁਟਬਾਲ ਖਿਡਾਰੀ ਹੋ ਸਕਦਾ ਹੈ। ਪਰ ਜੇ ਉਹ ਬਾਲ ਪਾਸ ਕਰਨਾ ਨਹੀਂ ਸਿੱਖਦਾ, ਤਾਂ ਉਸਦੀ ਟੀ ਹਾਰ ਜਾਵੇਗੀ। ਇਕ ਨਵਯੁਵਕ ਖਿਡਾਰੀ ਖੇਡ ਰਾਹੀਂ ਇਹ ਸਿੱਖ ਸਕਦਾ ਹੈ ਕਿ ਸਮਰਪਿਤ ਖੇਡ ਅਤੇ ਸਿਹਯੋਗੀ ਦੀ ਸਹਾਇਤਾ ਇਕ ਟੀਮ ਨੂੰ ਜੀਤਾ ਸਕਦੀ ਹੈ।

ਮਤਲਬ ਇਕ ਟੀਮ ਵਿਚ ਖੇਡਣਾ ਬੱਚਿਆ ਨੂੰ ਸਿੱਖਾਉਂਦਾ ਹੈ ਕਿ ਕਿਵੇਂ ਸਾਥੀਆਂ ਦੇ ਨਾਲ ਕਾਰਜ ਕਰਦੇ ਅਤੇ ਰਹਿੰਦੇ ਹਨ ਅਤੇ ਕਿਵੇਂ ਅਧਿਕਾਰੀ ਅਤੇ ਹੋਰ ਵੱਡਿਆਂ ਨਾਲ ਸਕਾਰਾਤਮਕ ਕਿਰਿਆਵਾਂ ਕਰਦੇ ਹਨ। ਇਕ ਅਧਿਕਾਰੀ ਦੇ ਨਾਲ ਸਾਰਥਕ ਅਤੇ ਪ੍ਰਭਾਵਸ਼ਾਲੀ ਸੰਬੰਧ ਬੱਚਿਆਂ ਨੂੰ ਉਨ੍ਹਾਂ ਦੇ ਜੀਵਨ

ਦੇ ਹੋਰ ਪਰਾਮਰਸ਼ੀ ਸੰਬੰਧਾਂ ਦਾ ਪਤਾ ਲੱਗਾਉਣ ਲਈ ਉਤਸ਼ਾਹਿਰ ਕਰਦਾ ਹੈ। ਖੇਡ ਦੂਜਿਆਂ ਨਾਲ ਕਾਰਜ ਕਰਨ ਲਈ ਉਨ੍ਹਾਂ ਲੋਕਾਂ ਨੂੰ ਪ੍ਰੇਰਿਤ ਕਰਦਾ ਹੈ ਜੋ ਇੰਜ ਇਕੱਠੇ ਬਹੁਤ ਚੰਗੇ ਤਰੀਕੇ ਨਾਲ ਨਾ ਰਹਿੰਦੇ ਹੋਣ। ਇਹ ਇਕ ਬਹੁਤ ਮੁੱਲਵਾਨ ਹੁਨਰ ਹੈ ਕਿਉਂਕਿ ਤੁਸੀਂ ਖੁਦ ਮੁਸ਼ਕਿਲ ਚੁਣਦੇ ਹੋ ਕਿ ਕੌਣ ਤੋਹਾਡਾ ਬੌਸ ਹੋਵੇਗਾ।

ਸਰੀਰਿਕ ਸਿੱਖਿਆ ਰਾਹੀਂ ਬੱਚਾ ਸਫਲਤਾ ਅਤੇ ਅਸਫਲਤਾ ਦਾ ਸਾਹਮਣਾ ਕਰਨਾ ਸਿੱਖ ਜਾਂਦਾ ਹੈ। ਇਹ ਮੈਦਾਨ ਵਿਚ ਆਪਣੇ ਆਪ ਨੂੰ ਹਾਰ ਤੋਂ ਉਬਰਨ ਅਤੇ ਬਾਅਦ ਵਿਚ ਦਫਤਰ ਵਿਚ ਇਸ ਨਾਲ ਉਬਰਨਾ ਚੰਗੀ ਤਰਾਂ ਸਿੱਖਦਾ ਹੈ। ਬੱਚੇ ਜੋ ਖੇਡ ਖੇਡਦੇ ਹਨ ਸਿੱਖਦੇ ਹਨ ਦੀ ਹਾਰ ਸਥਾਈ ਨਹੀਂ ਹੈ। ਉਸੇ ਤਰਾਂ ਸ਼ਾਨਦਾਨ ਤਰੀਕੇ ਨਾਲ ਜਿੱਤਣਾ ਅਤੇ ਸਿੱਖਣਾ ਇਕ ਮੁੱਲਵਾਨ ਹੁਨਰ ਹੈ।

ਪ੍ਰਸ਼ਨ 17. ਇੰਟਰਾਮਯੂਰਲ ਤੋਂ ਤੁਸੀਂ ਕੀ ਸਮਝਦੇ ਹੋ? ਇਕ ਪ੍ਰਭਾਵੀ ਇੰਟਰਾਮਯੂਰਲ ਪ੍ਰੋਗਰਾਮ ਆਯੋਜਿਤ ਕਰਨ ਦੇ ਕਦਮਾਂ ਨੂੰ ਦੱਸੋ।

ਜਾਂ

ਅੰਦਰੂਨੀ ਖੇਡ/ਗਤੀਵਿਧੀ ਨੂੰ ਪਰਿਭਾਸ਼ਿਤ ਕਰੋ। ਇਹ ਬੱਚਿਆਂ ਨੂੰ ਕਿਵੇਂ ਲਾਭ ਪਹੁੰਚਾਉਂਦਾ ਹੈ?

[ਅਪ੍ਰੈਲ 2016, ਪ੍ਰਸ਼ਨ 37]

ਉੱਤਰ - 'ਇੰਟਰਾਮਯੂਰਲ' ਲੈਟਿਨ ਸ਼ਬਦਾਂ 'ਇੰਟਰਾ' ਅਤੇ 'ਮਯੂਰਲ' ਤੋਂ ਬਣਿਆ ਹੈ। ਇੰਟਰਾ ਦਾ ਅਰਥ ਹੈ- ਅੰਦਰ ਅਤੇ ਮਯੂਰਲ ਦਾ ਅਰਥ ਹੈ- ਦੀਵਾਰ। ਇਸ ਲਈ ਇੰਟਰਾਮਯੂਰਲ ਦਾ ਅਰਥ, ਉਨ੍ਹਾਂ ਗਤੀਵਿਧੀਆਂਵਾਂ ਜਾਂ ਕਿਰਿਆ ਤੋਂ ਹੈ, ਜੋ ਚਾਰ ਦੀਵਾਰੀ ਜਾਂ ਸੰਸਥਾਨ ਦੇ ਪਰਿਸਰ ਦੇ ਅੰਦਰ ਖੇਡੀ ਜਾਂਦੀ ਹੈ। ਇਹ ਗਤੀਵਿਧੀਆਂ ਜਾਂ ਖੇਡ ਸਿਰਫ ਸਕੂਲ ਜਾਂ ਸੰਸਥਾਨ ਦੇ ਬੱਚਿਆਂ ਲਈ ਆਯੋਜਿਤ ਕੀਤੀ ਜਾਂਦੀ ਹੈ। ਇਨ੍ਹਾਂ ਗਤੀਵਿਧੀਆਂ ਵਿਚ ਦੂਜੇ ਸਕੂਲ ਦਾ ਕੋਈ ਬੱਚਾ ਹਿੱਸਾ ਨਹੀਂ ਲੈ ਸਕਦਾ। ਅਸਲ ਵਿਚ, ਇੰਟਰਾਮਯੂਰਲ ਪ੍ਰਤਿਯੋਗਿਤਾ ਅਤੇ ਸੰਸਥਾਨ ਦੇ ਸਾਰੇ ਬੱਚਿਆਂ ਨੂੰ ਖੇਡਾਂ ਵਿਚ ਹਿੱਸਾ ਲੈਣ ਲਈ ਪ੍ਰੇਰਿਤ ਕਰਨ ਵਾਲੀ ਸਭ ਤੋਂ ਵਧੀਆਂ ਸਰੋਤ ਹੈ। "ਹਰੇਕ ਬੱਚਾ ਹਰੇਕ ਖੇਡ ਲਈ ਅਤੇ ਹਰੇਕ ਖੇਡ ਹਰੇਕ ਬੱਚੇ ਲਈ ਹੈ" ਇਹ ਇੰਟਰਾਮਯੂਰਲ ਦਾ ਆਦਰਸ਼ ਵਾਕ ਹੋ ਸਕਦਾ ਹੈ। ਇਸ ਵਿਚ ਕੋਈ ਸ਼ੱਕ ਨਹੀਂ ਹੈ ਕਿ ਨਿਯਮਿਤ ਸਰੀਰਿਕ ਸਿੱਖਿਆ ਦੇ ਪ੍ਰੋਗਰਾਮ ਬੱਚਿਆਂ ਵਿਚ ਚੰਗੀ ਆਦਤਾਂ, ਹੁਨਰਾਂ, ਗਿਆਨ ਅਤੇ ਹੋਰ ਸਮਾਜਿਕ ਗੁਣਾਂ ਨੂੰ ਵਿਕਸਿਤ ਕਰ ਰਹੇ ਹਨ, ਪਰ ਇੰਟਰਾਮਯੂਰਲ ਦੇ ਪ੍ਰਭਾਵੀ ਪ੍ਰੋਗਰਾਮ ਅਤੇ ਹੋਰ ਵੀ ਵੱਧ ਵਿਕਾਸ ਕਰ ਸਕਦੇ ਹਨ।

ਇਹ ਗਤੀਵਿਧੀਆਂ ਜਾਂ ਕਿਰਿਆਵਾਂ, ਬੱਚਿਆਂ ਲਈ ਸਭ ਤੋਂ ਵੱਧ ਆਨੰਦਦਾਇਕ ਹੁੰਦੀ ਹੈ। ਅਜਿਹੀ ਪ੍ਰਤਿਯੋਗਤਾਂ ਤੋਂ ਉਹ ਵਧ ਤੋਂ ਵਧ ਸਿਖਿਅਕ ਲਾਭ ਪ੍ਰਾਪਤ ਕਰਦੇ ਹਨ। ਇਸ ਲਈ ਬੱਚਿਆਂ ਦੀ ਵੱਡੀ ਗਿਣਤੀ ਨੂੰ ਇੰਟਰਾਮਯੂਰਲ ਕਿਰਿਆਵਾਂ ਜਾਂ ਗਤੀਵਿਧੀਆਂ ਦੇ ਵਿਸਥਰਿਤ ਖੇਤਰ ਵਿਚ ਜਰੂਰ ਸ਼ਾਮਿਲ ਕੀਤਾ ਜਾਣਾ ਚਾਹੀਦਾ ਹੈ।

ਹੇਠ ਲਿਖੇ ਕਦਮ ਕ੍ਰਮ ਵਿਚ ਉਠਾਉਣ 'ਤੇ ਤੁਹਾਨੂੰ ਇਕ ਸਮੱਗਰ ਅਤੇ ਪ੍ਰਭਾਵੀ ਅੰਦਰੂਨੀ ਪ੍ਰੋਗਰਾਮ ਦੇ ਵਿਕਾਸ ਰਾਹੀਂ ਪ੍ਰਮੁੱਖ ਬਣਾਉਣਗੇ-

1. ਪ੍ਰੋਗਰਾਮ ਦੇ ਢਾਂਚੇ ਨੂੰ ਨਿਰਧਾਰਤ ਕਰਨਾ।
2. ਪ੍ਰੋਗਰਾਮ ਲਈ ਲੀਡਰਸ਼ਿਪ ਲੋੜਾਂ ਦਾ ਵਰਣਨ ਕਰਨਾ।
3. ਪ੍ਰੋਗਰਾਮਾਂ ਨੂੰ ਚੰਗੀ ਤਰ੍ਹਾਂ ਚਲਾਉਣ ਲਈ ਨੇਤਾਵਾਂ ਦੀ ਭਰਤੀ ਅਤੇ ਸਿਖਲਾਈ ਨਿਸ਼ਚਤ ਕਰਨਾ।
4. ਉਹ ਨੀਤੀਆਂ ਬਣਾਉ ਜੋ ਪ੍ਰੋਗਰਾਮਾਂ ਨੂੰ ਸਾਰੇ ਲਈ ਨਿਰਪੱਖ ਬਣਾ ਦੇਣ।
5. ਉਹ ਨੀਤੀਆਂ ਤਿਆਰ ਕਰੋ ਜੋ ਪ੍ਰੋਗਰਾਮਾਂ ਨੂੰ ਸਭ ਲਈ ਸੁਰੱਖਿਅਤ ਬਣਾਉਂਦੀਆਂ ਹਨ।
6. ਭਾਗੀਦਾਰਾਂ ਨੂੰ ਆਕਰਸ਼ਿਤ ਕਰਨ ਲਈ ਪ੍ਰੋਮੋਸ਼ਨਲ ਰਣਨੀਤੀਆਂ ਦਾ ਵਿਕਾਸ ਕਰੋ।
7. ਭਾਗੀਦਾਰ ਦੀ ਸਫਲਤਾ ਅਤੇ ਉਤਸਵ ਮਨਾਉਣ ਦਾ ਨਿਰਧਾਰਤ ਕਰਨਾ।
8. ਵਿੱਤੀ ਸਰੋਤਾਂ ' ਤੇ ਵਿਚਾਰ ਕਰਨਾ ਅਤੇ ਇਕ ਬਜਟ ਬਣਾਉਣਾ।
9. ਗਤੀਵਿਧੀਆਂ ਦੀ ਖੋਜ ਕਰਨੀ ਜੋ ਪ੍ਰੋਗਰਾਮ ਦੇ ਮਿਸ਼ਨ ਨੂੰ ਤਿਆਰ ਕਰੇ।
10. ਲੀਗ ਅਤੇ ਟੂਰਨਾਮੈਂਟ ਦੀ ਵਰਤੋਂ ਵਿਚ ਨਿਪੁਣ ਹੋਣਾ।
11. ਹਰੇਕ ਘਟਨਾ ਦੇ ਵੇਰਵੇ ਦੀ ਯੋਜਨਾ ਬਣਾਉਣਾ।
12. ਪ੍ਰੋਗ੍ਰਾਮ ਦੇ ਮੁਲਾਂਕਣ ਅਤੇ ਸੁਧਾਰ ਲਈ ਮੁਲਾਂਕਣ ਸਾਧਨ ਵਿਕਾਸ ਕਰਨਾ।

ਪ੍ਰਸ਼ਨ 18. ਬਾਹਰੀ ਗਤੀਵਿਧੀਆਂ (Extramural) ਤੋਂ ਕੀ ਭਾਵ ਹੈ? ਇਸ ਗੁਣ ਅਤੇ ਦੋਸ਼ ਦੱਸੋ।

ਉੱਤਰ - ਬਾਹਰੀ ਗਤੀਵਿਧੀਆਂ ਦਾ ਅਰਥ ਉਨ੍ਹਾਂ ਗਤੀਵਿਧੀਆਂ ਜਾਂ ਕਿਰਿਆਵਾਂ ਤੋਂ ਹੈ, ਜੋ ਕਿਸੇ ਸਕੂਲ ਸੰਸਥਾਨ ਦੀ ਚਾਰ ਦੀਵਾਰਿ ਤੋਂ ਬਾਹਰ ਕੀਤੀ ਜਾਂਦੀ ਹੈ ਜਾਂ ਖੇਡੀ ਜਾਂਦੀ ਹੈ। ਇਸਦਾ ਅਰਥ ਹੈ ਕਿ ਉਹ ਗਤੀਵਿਧੀਆਂ ਜੋ ਇਕ ਸਿੱਖਿਆ ਸੰਸਥਾਨ ਜਾਂ ਸਕੂਲ ਰਾਹੀਂ ਆਯੋਜਿਤ ਕੀਤੀ ਜਾਂਦੀ ਹੈ ਅਤੇ ਉਸ ਵਿਚ ਦੋ ਜਾਂ ਦੋ ਤੋਂ ਵੱਧ ਸਕੂਲ ਦੇ ਬੱਚੇ ਹਿੱਸਾ ਲੈ ਸਕਦੇ ਹਨ, ਉਨ੍ਹਾਂ ਨੂੰ ਬਾਹਰੀ ਗਤੀਵਿਧੀਆਂ ਕਿਹਾ ਜਾਂਦਾ ਹੈ।

ਗੁਣ -

- ਇਹ ਇਕੋ ਹੀ ਸੰਸਥਾ ਦੇ ਵਿਦਿਆਰਥੀ ਦੇ ਅੰਦਰ ਦੇਸ਼ਭਗਤੀ ਅਤੇ ਏਕਤਾ ਪੈਦਾ ਕਰਨ ਵਿਚ ਮਦਦ ਕਰਦਾ ਹੈ।
- ਇਹ ਟੀਮ ਦੇ ਹਰੇਕ ਖਿਡਾਰੀ ਨੂੰ ਇਕ ਖਾਸ ਭੂਮਿਕਾ ਪ੍ਰਦਾਨ ਕਰਦਾ ਹੈ ਜੋ ਉਨ੍ਹਾਂ ਨੂੰ ਜ਼ਿੰਮੇਵਾਰ ਬਣਾਉਂਦੀ ਹੈ।
- ਇਹ ਹੋਰ ਸੰਸਥਾ ਦੇ ਖੇਡਾਂ, ਟੀਮ ਅਤੇ ਕੋਚਾਂ ਦਾ ਉਦਘਾਟਨ ਕਰਨ ਵਿਚ ਵਿਦਿਆਰਥੀਆਂ ਦੀ ਮਦਦ ਕਰਦਾ ਹੈ।
- ਇਹ ਖੇਡਾਂ ਦੇ ਖੇਤਰ ਵਿੱਚ ਵਿਦਿਆਰਥੀਆਂ ਲਈ ਵੱਖ-ਵੱਖ ਕਰੀਅਰ ਮੌਕੇ ਪ੍ਰਦਾਨ ਕਰਦਾ ਹੈ।

ਦੋਸ਼ -

- ਵਿਵਦਆਰਥੀ ਜਿੱਤਣ ਲਈ ਗੈਰ ਨੈਤਿਕ ਸਰੋਤਾਂ ਦਾ ਉਪਯੋਗ ਕਰ ਸਕਦੇ ਹਨ।
- ਉਹ ਬਦਲੇ ਦੀ ਭਾਵਨਾ ਅਤੇ ਈਰਖਾ ਭਾਵਨਾ ਵਿਕਸਿਤ ਕਰ ਸਕਦੇ ਹਨ।
- ਉਨ੍ਹਾਂ 'ਤੇ ਬਹੁਤ ਜ਼ਿਆਦਾ ਮਨੋਵਿਗਿਆਨਕ ਤਣਾਅ ਹੋ ਸਕਦਾ ਹੈ।
- ਵੱਡੀ ਮਾਤਰਾ ਵਿਚ ਪੈਸੇ ਅਤੇ ਸਮਾਂ ਖਰਚ ਕਰਨ ਦੀ ਲੋੜ ਹੁੰਦੀ ਹੈ।

ਪ੍ਰਸ਼ਨ 19. ਪਾਠ ਯੋਜਨਾ ਕੀ ਹੈ? ਇਸਦੇ ਵੱਖ-ਵੱਖ ਕਦਮਾਂ ਦਾ ਉੱਲੇਖ ਕਰੋ।

ਜਾਂ

ਯੋਜਨਾ ਪੱਧਤੀ ਦੇ ਕੋਈ ਦੋ ਮੁੱਖ ਸੋਪਾਨ ਲਿਖੋ। [ਅਪ੍ਰੈਲ 2016, ਪ੍ਰਸ਼ਨ 29]

ਜਾਂ

ਸਰੀਰਿਕ ਸਿੱਖਿਆ ਦੀ ਪਾਠ ਯੋਜਨਾ ਤਿਆਰ ਕਰਦੇ ਸਮੇਂ ਪਾਠ ਤੋਂ ਪਹਿਲਾਂ ਦੀ ਤਿਆਰੀ ਕਰੋਗੇ, ਬਹੁਤ ਸੰਖੇਪ ਵਿਚ ਲਿਖੋ। [ਅਕਤੂਬਰ 2016, ਪ੍ਰਸ਼ਨ 23]

ਉੱਤਰ - ਸਿਖਿਆ ਦਾ ਸ਼ਬਦਕੋਸ਼ ਪਾਠ ਯੋਜਨਾ ਨੂੰ ਇੰਜ ਪਰਿਭਾਸ਼ਿਤ ਕਰਦਾ ਹੈ- " ਇੱਕ ਪਾਠ ਦੇ ਮਹੱਤਵਪੂਰਣ ਬਿੰਦੂਆਂ ਦੀ ਸਿੱਖਿਆ ਦੀ ਰੂਪ ਰੇਖਾ ਨੂੰ ਕ੍ਰਮ ਵਿਚ ਵਿਵਸਥਿਤ ਕੀਤਾ ਜਾਂਦਾ ਹੈ ਜਿਸ ਵਿਚ ਉਹ ਪੇਸ਼ ਕੀਤੇ ਜਾਣੇ ਹੁੰਦੇ ਹੈ। ਇਸ ਵਿਚ ਉਦੇਸ਼ ਬਿੰਦੂ ਬਣੇ ਹੁੰਦੇ ਹਨ, ਨੁਕਤੇ, ਹਵਾਲਿਆਂ, ਸਿੱਖਿਆ ਦੀ ਵਿਧੀ, ਆਦਿ ਹੋ ਸਦਕੇ ਹਨ। "ਇਹ ਕਿਰਿਆ ਦੀ ਇਕ ਯੋਜਨਾ ਹੈ ਜਿਸ ਵਿਚ ਦਰਸ਼ਨ ਵਿਦਿਆਰਥੀਆਂ ਦੀ ਸਮਝ ਬਾਰੇ ਜਾਣਕਾਰੀ ਸ਼ਾਮਲ ਹੈ। ਸਧਾਰਣ ਸ਼ਬਦਾਂ ਵਿਚ, ਇਹ ਅਧਿਆਪਕਾਂ ਵੱਲ ਕਲਾਸ ਦੇ ਅਨੁਭਵਾਂ ਦੀ ਕਲਪਨਾ ਕਰਦਾ ਹੈ।

ਪਾਠ ਯੋਜਨਾਬੰਦੀ ਦੇ ਪੜਾਅ

ਪਾਠ ਯੋਜਨਾਬੰਦੀ ਦੇ ਤਿੰਨ ਪੜਾਅ ਹਨ। ਸਰੀਰਕ ਸਿੱਖਿਆ ਵਿਚ ਇਕ ਪਾਠ ਦੀ ਯੋਜਨਾ ਕਰਦੇ ਸਮੇਂ ਹਮੇਸ਼ਾ ਇਨ੍ਹਾਂ ਪੜਾਵਾਂ ਦਾ ਪਾਲਣ ਕਰਦੇ ਹਨ-

ਪੜਾਅ 1: ਪਾਠ ਤੋਂ ਪਹਿਲਾਂ ਦੀ ਤਿਆਰੀ

- ਟੀਚੇ ਨਿਰਧਾਰਤ ਹਨ
- ਸਮੱਗਰੀ ਸੂਚੀਬੱਧ ਹੈ
- ਵਿਧੀ ਨਿਸ਼ਚਿਤ ਹੈ
- ਵਿਦਿਆਰਥੀ ਦਾ ਪ੍ਰਵੇਸ਼ ਪੱਧਰ ਨਿਸ਼ਚਿਤ ਹੈ।

ਪੜਾਅ 2: ਪਾਠ ਯੋਜਨਾਬੰਦੀ ਅਤੇ ਅਮਲ

- ਇਕਾਈ ਦਾ ਸਿਰਲੇਖ ਦਿੱਤਾ ਗਿਆ ਹੈ
- ਸਿੱਖਿਆ ਦੇ ਟੀਚੇ ਨਿਰਧਾਰਤ ਹੁੰਦੇ ਹਨ
- ਉਦੇਸ਼ ਨਿਸ਼ਚਿਤ ਹੈ

- ਤਰਕਸ਼ੀਲ ਤਿਆਰ ਹੈ
- ਸਮੱਗਰੀ ਦੀ ਸਮੀਖਿਆ ਕੀਤੀ ਜਾਂਦੀ ਹੈ
- ਨਿਰਦੇਸ਼ਾਤਮਕ ਪ੍ਰਕਿਰਿਆਵਾਂ ਬਣਾਈ ਗਈ ਹੈ
- ਮੁਲਾਂਕਣ ਪ੍ਰਕਿਰਿਆ ਸ਼ੁਰੂ ਹੋ ਜਾਂਦੀ ਹੈ
- ਸਮੱਗਰੀਆਂ ਦੀ ਵਰਤੋਂ ਕੀਤੀ ਜਾਂਦੀ ਹੈ

ਪੜਾਅ 3: ਪਾਠ ਦੇ ਬਾਅਦ ਦੀ ਗਤੀਵਿਧੀਆਂ

ਪਾਠ ਤੋਂ ਬਾਅਦ ਗਤੀਵਿਧੀਆਂ ਕੀਤੀ ਜਾਂਦੀ ਹੈ, ਜਿਸ ਵਿਚ ਮੁਲਾਂਕਣ ਕਰਨਾ, ਦੁਹਰਾਉਣਾ ਅਤੇ ਯੋਜਨਾ ਸ਼ਾਮਿਲ ਹੈ।

ਮੁੱਖ ਗਤੀਵਿਧੀਆਂ ਵਿਚ ਸ਼ਾਮਿਲ ਹੁੰਦੀ ਹੈ- ਸਰੀਰਿਕ ਸਿੱਖਿਆ ਪਾਠ ਤਿਨ ਮੁੱਖ ਗਤੀਵਿਧੀਆਂ ਦੇ ਸ਼ਾਮਿਲ ਹੋਣ ਨਾਲ ਨਿਯੋਜਿਤ ਹੁੰਦ ਹੈ-

1. **ਉਤਸ਼ਾਹ ਵਧਾਉਣਾ** - ਇਹ ਰਸਮੀ ਸਿਖਲਾਈ ਤੋਂ ਪਹਿਲਾਂ ਹੀ ਸਰੀਰ ਨੂੰ ਭਾਰ ਬਰਦਾਸ਼ਤ ਕਰਾਉਣ ਲਈ ਤਿਆਰ ਕਰਨ ਲਈ ਕੀਤਾ ਜਾਂਦਾ ਹੈ। ਇਨ੍ਹਾਂ ਗਤੀਵਿਧੀਆਂ ਵਿਚ, ਜੰਪ ਕਰਨਾ, ਘੁੰਮਣਾ, ਖਿੱਚਣਾ ਆਦਿ ਸ਼ਾਮਲ ਹਨ। ਮਾਸਪੇਸ਼ੀ ਦੇ ਤਾਪਮਾਨ, metabolism, ਖ਼ੂਨ ਸੰਚਾਰ, ਰਿਫਲੈਕਸ ਪਿੰਜੜੇ ਦੀਆਂ ਮਾਸਪੇਸ਼ੀਆਂ ਦਾ ਸਮਾਂ ਨੂੰ ਵਧਾਉਣ ਵਿਚ ਮਦਦ ਕਰਦਾ ਹੈ ਅਤੇ ਮਨੋਵਿਗਿਆਨਕ ਤੌਰ ਤੇ ਇਕ ਅਥਲੀਟ ਬਣਾਉਂਦਾ ਹੈ।

2. **ਉਪਚਾਰਿਕ ਗਤੀਵਿਧੀਆਂ** - ਇਸ ਵਿਚ ਉਹ ਗਤੀਵਿਧੀਆਂ ਸ਼ਾਮਲ ਹੁੰਦੀਆਂ ਹਨ ਜਿਨ੍ਹਾਂ ਵਿਚ ਵਿਦਿਆਰਥੀਆਂ ਨੂੰ ਸਿਖਲਾਈ ਦੀ ਲੋੜ ਹੁੰਦੀ ਹੈ, ਜੋ ਇਸ ਪ੍ਰਕਾਰ ਹਨ- ਮੁਢਲੇ ਬੁਨਿਆਦੀ ਹੁਨਰ ਅਤੇ ਖੇਡਾਂ ਦੇ ਨਿਯਮ ਅਧਿਆਪਕ ਇੱਕ ਸਮੇਂ ' ਤੇ ਇਕ ਹੁਨਰ ਦੀ ਚੋਣ ਕਰ ਸਕਦਾ ਹੈ ਅਤੇ ਲੋੜ ਮੁਤਾਬਕ ਸਮੂਹ ਵਿਚ ਉਨ੍ਹਾਂ ਨੂੰ ਸਿਖਲਾਈ ਪ੍ਰਦਾਨ ਕਰਦਾ ਹੈ।

3. **ਮਨੋਰੰਜਨਾਤਮਕ ਗਤੀਵਿਧੀਆਂ** - ਇਸ ਵਿਚ ਸਿਖਲਾਈ ਸੈਸ਼ਨ ਦੇ ਬਾਅਦ ਸ਼ਾਂਤ ਹੋਣ ਨੂੰ ਸ਼ਾਮਲ ਕਰਦਾ ਹੈ। ਇਹ ਸਰੀਰ ਦੇ ਤਾਪਮਾਨ ਅਤੇ ਹੱਡੀਆਂ ਦੇ ਸਾਹ ਦੇ ਦਰ ਨੂੰ ਹੌਲੀ ਹੌਲੀ ਘੱਟ ਕਰਨ ਲਈ ਮਦਦ ਕਰਦਾ ਹੈ। ਵਿਦਿਆਰਥੀਆਂ ਨੂੰ ਮੁਕਤ ਰੂਪ ਤੋਂ ਖੇਡਣ ਦਿੰਦੇ ਹਨ ਤਾਂਕਿ ਉਹ ਕੁਦਰਤੀ ਹੁਨਰਾਂ ਨੂੰ ਵਿਕਸਤ ਕਰਨ ਸਕਣ।

ਪ੍ਰਸ਼ਨ 20. ਸਰੀਰਿਕ ਸਿੱਕਿਆ ਦੀ ਪਾਠ ਯੋਜਨਾ ਦੇ ਸਿਧਾਂਤਾਂ ਦਾ ਵਰਣਨ ਕਰੋ।

ਉੱਤਰ - ਸਰੀਰਿਕ ਸਿੱਕਿਆ ਦੀ ਪਾਠ ਯੋਜਨਾ ਦੇ ਸਿਧਾਂਤ ਹੇਠ ਲਿਖੇ ਹਨ-

1. **ਉਤਸ਼ਾਹ ਵਧਾਉਣਾ** : ਵੀ ਭਾਰੀ ਜਾਂ ਜ਼ੋਰਦਾਰ ਗਤੀਵਿਧੀ ਸ਼ੁਰੂ ਕਰਨਾ ਤੋਂ ਪਹਿਲਾਂ ਚੰਗੀ ਤਰ੍ਹਾਂ ਕਲਾਸ ਦਾ ਉਤਸ਼ਾਹ ਵਧਾਉਣਾ ਜ਼ਰੂਰੀ ਹੈ। ਉਤਸ਼ਾਹ ਵਧਾਉਣ ਦੇ ਅਭਾਵ ਵਿਚ ਮਾਸਪੇਸ਼ੀਆਂ ਨੂੰ ਸੱਟ ਲੱਗਣ ਦੀ ਸੰਭਾਵਨਾ ਹੈ। ਉਤਸ਼ਾਹ ਵਧਾਉਣ ਦੇ ਕ੍ਰਮ ਵਿਚ ਦੌੜਨਾ, ਜੰਪ ਕਰਨਾ, ਲਟਕਣ ਅਤੇ ਚੱਲਣ ਦੀ ਕੋਸ਼ਿਸ਼ ਕੀਤੀ ਜਾ ਸਕਦੀ ਹੈ।

2. ਚੰਗੀ ਤਰ੍ਹਾਂ ਸੰਗਠਿਤ ਵਿਕਾਸ: ਚੰਗੀ ਤਰ੍ਹਾਂ ਸੰਗਠਿਤ ਵਿਕਾਸ ਨੂੰ ਨਿਸ਼ਚਿਤ ਕਰਣ ਦੇ ਕ੍ਰਮ ਵਿਚ ਸਰੀਰ ਦੇ ਸਾਰੇ ਹਿੱਸਿਆਂ ਦੇ ਬਰਾਬਰ ਅਭਿਆਸਾਂ ਲਈ ਪਾਠ ਜਰੂਰ ਦਿੱਤਾ ਜਾਣਾ ਚਾਹੀਦਾ ਹੈ। ਸਾਰੇ ਵੱਡੇ ਅਤੇ ਛੋਟੇ ਮਾਸਪੇਸ਼ੀਆਂ ਨੂੰ ਭੁਜਾਵਾਂ, ਲੱਤਾਂ, ਗਰਦਨ ਅਤੇ ਧੜ ਲਈ ਵੱਖ ਵੱਖ ਕਸਰਤਾਂ ਦੀ ਮਦਦ ਨਾਲ ਵਰਤੋਂ ਵਿਚ ਲਿਆਂਦਾ ਜਾਵੇਗਾ। ਇਸ ਰਾਹੀਂ, ਸੰਤੁਲਨ, ਅਚੰਭੇ, ਤਾਕਤ, ਤਾਲਮੇਲ ਅਤੇ ਗਤੀ ਵਿਕਸਿਤ ਕੀਤੇ ਜਾਂਦੇ ਹਨ।

3. ਉਮਰ ਅਤੇ ਲਿੰਗ: ਗਤੀਵਿਧੀਆਂ ਵਿਦਿਆਰਥੀਆਂ ਦੀ ਉਮਰ ਅਤੇ ਲਿੰਗ ਨੂੰ ਧਿਆਨ ਵਿਚ ਰੱਖਕੇ ਚੁਣੀਆਂ ਜਾਣੀਆਂ ਚਾਹੀਦੀਆਂ ਹਨ। ਛੇਵੀਂ ਜਮਾਤ ਲਈ ਕਸਰਤ, ਨਵੀਂ ਕਲਾਸਾਂ ਲਈ ਕਸਰਤਾਂ ਤੋਂ ਕਾਫ਼ੀ ਵੱਖਰੀ ਹੋਣਾ ਚਾਹੀਦਾ ਹੈ। ਕੁੜੀਆਂ ਲਈ ਕਸਰਤ ਵਿਸ਼ੇ ਅਤੇ ਪ੍ਰਕਾਰ ਵਿਚ ਵੱਖਰਾ ਹੋਣਾ ਚਾਹੀਦਾ ਹੈ ਕਿਉਂਕਿ ਉਹ ਲੰਬੇ ਸਮੇਂ ਤੱਕ ਨਿਸ਼ਪਾਦਨ ਕਰਨ ਵਿਚ ਮੁਸ਼ਕਲ ਹੋ ਸਕਦੇ ਹੈ। ਮੁੰਡਿਆਂ ਲਈ, ਸਰੀਰਕ ਕਸਰਤਾਂ ਸਖ਼ਤ ਅਤੇ ਮੁਸ਼ਕਿਲ ਹੋ ਸਕਦੀਆਂ ਹਨ।

4. ਤਰੱਕੀ: ਇਕ ਪਾਠ ਦੀ ਸ਼ੁਰੂਆਤ ਵਿਚ ਅਚਾਨਕ ਮੁਸ਼ਕਿਲ ਕਸਰਤਾਂ ਦਾ ਨਿਸ਼ਪਾਦਨ ਕਰਨਾ ਇਕ ਵਿਦਿਆਰਥੀ ਲਈ ਅਸੰਭਵ ਹੈ। ਪਾਠ ਕੋਮਲ ਕਸਰਤਾਂ ਤੋਂ ਸ਼ੁਰੂ ਹੋਣਾ ਚਾਹੀਦਾ ਹੈ ਹੌਲੀ ਹੌਲੀ ਹਾਰਡ ਵਾਲੀ ਕਸਰਤਾਂ ਵਿਚ ਬਦਲਣਾ ਚਾਹੀਦਾ ਹੈ। ਕਸਰਤਾਂ ਦੀ ਵਿਵਸਥਾ ਵਿਚ ਇਕ ਉਪੁਕਤ ਕ੍ਰਮ ਤਾਂ ਹੋਣਾ ਚਾਹੀਦਾ ਹੈ ਤਾਂਕਿ ਵਿਦਿਆਰਥੀਆਂ ਵਿਚਕਾਰ ਮੁਸ਼ਕਲ ਦੇ ਅਧਾਰ 'ਤੇ ਗਤੀਵਿਧੀ ਦੇ ਕਿਸੇ ਵੀ ਪੜਾਅ ' ਤੇ ਨਿਰਾਸ਼ਾ ਦੀ ਅਨੁਭੂਤੀ ਨਾ ਹੋਵੇ।

5. ਅਭਿਆਸ ਦੀ ਦੁਹਰਾਉਣਾ: ਇਕ ਕਸਰਤ ਸਿਰਫ਼ ਇਕ ਵਾਰ ਕਰਨ ਤੋਂ ਕੋਈ ਵਿਕਾਸਾਤਮਕ ਮੁੱਲ ਨਹੀਂ ਹੋਵੇਗਾ। ਇਹ ਇਹ ਨਿਸ਼ਚਿਤ ਅਵਧੀ ਲਈ ਬਾਰ-ਬਾਰ ਕੀਤਾ ਜਾਂਦਾ ਹੈ। ਅਵਧੀ ਦਾ ਵਿਸਥਾਰ ਜਾਂ ਆਕਾਰ ਦੀ ਗਿਣਤੀ ਕਸਰਤ ਦੀ ਪ੍ਰਕਿਰਤੀ ਅਤੇ ਉਦੇਸ਼ ਤੇ ਨਿਰਭਰ ਹੋ ਸਕਦੀ ਹੈ ਜਿਨ੍ਹਾਂ ਲਈ ਇਸ ਨੂੰ ਪਾਠ ਵਿਚ ਸਥਾਪਿਤ ਕੀਤਾ ਗਿਆ ਹੈ। ਸਧਾਰਨ ਕਸਰਤਾਂ ਲਈ ਘੱਟ ਦੁਹਰਾਓ ਦੀ ਲੋੜ ਹੁੰਦੀ ਹੈ। ਮੁਸ਼ਕਿਲ ਕਸਰਤਾਂ ਲਈ ਵੱਡੀ ਗਿਣਤੀ ਵਿਚ ਦੁਹਰਾਈਆਂ ਦੀ ਲੋੜ ਹੁੰਦੀ ਹੈ।

6. ਪਾਠ ਦੀ ਨਿਰੰਤਰਤਾ: ਇਕ ਵਾਰ ਜਦੋਂ ਪਾਠ ਆਰੰਭ ਹੋ ਜਾਂਦਾ ਹੈ ਤਾਂ ਇਹ ਅਖੀਰ ਤੱਕ ਨਿਰਵਿਘਨ ਇਸਨੂੰ ਜਾਰੀ ਰੱਖਣਾ ਚਾਹੀਦਾ ਹੈ। ਜੇ ਰੁਕਾਵਟ ਆਉਂਦੀ ਹੈ ਅਤੇ ਸਰੀਰ ਨੂੰ ਅਸੁੱਧੀ, ਤਾਕਤ, ਅਤੇ ਠੰਡਾ ਹੋਣ ਨੂੰ ਬਾਧਿਤ ਕਰਦਾ ਹੈ ਤਾਂ ਇਹ ਉਲਟ ਅਸਰ ਪਾਏਗਾ।

7. ਲਚੀਲਾ ਬਣਾਉਣਾ: ਕਸਰਤ ਕਰਨ ਤੋਂ ਬਾਅਦ ਸਰੀਰ ਨੂੰ ਵਾਪਸ ਲਿਆਇਆ ਜਾਂਦਾ ਹੈ ਪਰ ਕੋਮਲ ਕਸਰਤਾਂ ਰਾਹੀਂ। ਹੱਥ ਹਿਲਾਉਣਾ, ਖਿੱਚਣਾ, ਸਿਰ-ਛੋਹਣ, ਲੰਬੇ ਸਮੇਂ ਤੱਕ ਸਾਹ ਲੈਣ ਵਰਗੇ ਹੋਰ ਢੰਗ ਕਸਰਤ ਇਸ ਉਦੇਸ ਲਈ ਚੰਗੇ ਹਨ। ਸਰੀਰਕ ਅਤੇ ਮਨੋਵਿਗਿਆਨਕ ਕਾਰਨਾਂ ਲਈ ਲਚੀਲਾ ਬਨਣ ਦੀ ਲੋੜ ਹੈ।

ਪ੍ਰਸ਼ਨ 21. ਸਰੀਰਿਕ ਸਿੱਖਿਆ ਵਿਚ ਉਪਯੋਗ ਕੀਤੀ ਜਾਣ ਵਾਲੀ ਸਿੱਖਿਆ ਵਿਧੀਆਂ ਦਾ ਉੱਲੇਖ ਕਰਦੇ ਹੋਏ ਉਨ੍ਹਾਂ ਦੇ ਗੁਣ ਅਤੇ ਦੋਸ ਦੱਸੋ।

ਜਾਂ

ਸਿਹਤ ਅਤੇ ਸਰੀਰਿਕ ਸਿੱਖਿਆ ਦੇ ਸੰਬੰਧ ਵਿਚ ਦਰਪਣ ਵਿਧੀ ਦੇ ਕੋਈ ਦੋ ਲਾਭ ਦੱਸੋ।

[ਅਕਤੂਬਰ 2016, ਪ੍ਰਸ਼ਨ 22]

ਉੱਤਰ - ਸਰੀਰਿਕ ਸਿੱਖਿਆ, ਸਿੱਖਿਆ ਦਾ ਇਕ ਅਭਿੰਨ ਅੰਗ ਹੈ। ਵਰਤਮਾਨ ਸਿੱਖਿਆ ਪ੍ਰਣਾਲੀ ਵਿਚ ਕਈ ਸਿੱਖਿਆ ਵਿਧੀਆਂ ਹਨ ਜੋ ਕਿ ਸਿੱਖਣ-ਸਿੱਖਾਉਣ ਦੀ ਪ੍ਰਕਿਰਿਆ ਨੂੰ ਆਸਾਨ ਬਣਾਉਂਦੀ ਹੈ। ਇਕ ਚੰਗਾ ਅਧਿਆਪਕ ਬੱਚਿਆਂ ਦੀ ਜਰੂਰਤਾਂ ਨੂੰ ਧਿਆਨ ਵਿਚ ਰੱਖਦੇ ਹੋਏ ਇਹ ਸਮਝ ਲੈਂਦਾ ਹੈ ਕਿ ਕੀ ਪੜ੍ਹਾਉਣਾ/ਸਿੱਖਾਉਣਾ ਹੈ। ਸਿੱਖਾਉਣ ਲਈ ਉਪਯੁਕਤ ਵਿਧੀ ਦੀ ਚੋਣ ਅਧਿਆਪਕ ਦੇ ਸਾਹਮਣੇ ਦ੍ਰਿਸ਼ਟੀਕੋਣ, ਅਨੁਭਵ ਅਤੇ ਸਿੱਖਾਈ ਜਾਣ ਵਾਲੀ ਕਿਰਿਆ ਦੇ ਸਰੂਪ 'ਤੇ ਨਿਰਭਰ ਕਰਦਾ ਹੈ। ਹੋਰ ਵਿਸ਼ਾਂ ਵਾਂਗ ਸਰੀਰਿਕ ਸਿੱਖਿਆ ਦੀ ਵੀ ਕਈ ਸਿੱਖਿਆ ਵਿਧੀ ਹੈ ਉਨ੍ਹਾਂ ਵਿਚੋਂ ਕੁੱਝ ਹੇਠ ਲਿਖੀ ਹਨ-

1. ਆਦੇਸ਼ ਵਿਧੀ - ਇਸ ਵਿਧੀ ਵਿਚ, ਸਿੱਖਣ-ਪ੍ਰਕਿਰਿਆ ਪੂਰੀ ਤਰ੍ਹਾਂ ਅਧਿਆਪਕ ਦੁਆਰਾ ਪ੍ਰਭਾਵਿਤ ਹੁੰਦੀ ਹੈ। ਅਧਿਆਪਕ ਦੀ ਭੂਮਿਕਾ ਬਹੁਤ ਵਿਆਪਕ ਹੈ ਅਤੇ ਵਿਦਿਆਰਥੀ ਦੀ ਭੂਮਿਕਾ ਸਿਰਫ ਆਗਿਆਪਾਲਨ ਤੱਕ ਹੀ ਸੀਮਿਤ ਹੈ। ਇਹ ਵਿਧੀ ਡ੍ਰੀਲ, ਮਾਰਚਿੰਗ, ਸਥਿਤ ਡ੍ਰਿਲ, ਡੰਬਲ, hoops wands, ਸਮੂਹਿਕ ਗਤੀਵਿਧੀਆਂ, ਜਨਰਲ ਅਸੈਂਬਲੀਆਂ, ਰੈਲੀਆਂ ਅਤੇ ਪਰੇਡ ਆਦਿ ਨੂੰ ਨਿਯੰਤ੍ਰਣ ਕਰਨ ਵਿਚ ਲਾਭਦਾਇਕ ਹੈ।

ਗੁਣ -

1. ਆਦੇਸ਼ ਵਿਧੀ ਤੋਂ ਕਿਰਿਆ ਤੁਰੰਤ ਕਰਕੇ ਦਿੱਖਾਇ ਜਾ ਸਕਦੀ ਹੈ।
2. ਇਸ ਨਾਲ ਕਿਰਿਆ ਵਿਚ ਇਕਰੂਪਤਾ ਤੋਂ ਆਕਰਸ਼ਣ ਦਿੱਖਾਈ ਦਿੰਦਾ ਹੈ।
3. ਕਿਰਿਆ ਦੀ ਦਿਸ਼ਾ ਅਤੇ ਪ੍ਰਕਾਰ ਸਪੱਸ਼ਟ ਹੋ ਜਾਂਦਾ ਹੈ।
4. ਇਸ ਵਿਧੀ ਵਿਚ ਅਣ-ਅਨੁਮਾਨਤ ਪ੍ਰਸ਼ਨਾਂ ਅਤੇ ਉੱਤਰਾਂ ਦੀ ਛੋਟੀ ਜਿਹੀ ਸੰਭਾਵਨਾ ਹੈ।
5. ਆਦੇਸ਼ ਦੇਣ ਵੇਲੇ ਸੁਰ ਵਿਚ ਆਰੋਹ-ਅਵਰੋਹ ਦਾ ਹੋਣਾ ਜਰੂਰੀ ਹੈ।

ਦੋਸ਼:

1. ਆਦੇਸ਼ ਵਿਧੀ ਸਿਖਾਉਣ ਦਾ ਇਕ ਅਰੂਚਿਕਰ ਅਤੇ ਬੋਰਿੰਗ ਸ਼ੈਲੀ ਹੈ।
2. ਇਹ ਵਿਧੀ ਵਿਅਕਤੀਗਤ ਲੋੜਾਂ ਅਤੇ ਅੰਤਰਾਂ ਲਈ ਅਸੰਵੇਦਨਸ਼ੀਲ ਹੈ।
3. ਇਸ ਵਿਧੀ ਵਿਚ, ਰਚਨਾਤਮਕਤਾ ਅਤੇ ਵਿਅਕਤੀਗਤਤਾ ਸਫ਼ਲ ਨਹੀਂ ਹੁੰਦੀ।
4. ਇਸ ਵਿਧੀ ਵਿਚ, ਅਧਿਆਪਕ ਅਤੇ ਵਿਦਿਆਰਥੀਆਂ ਵਿਚਾਲੇ ਸਬੰਧ ਰਸਮੀ ਹੋ ਜਾਂਦੇ ਹਨ।

2. ਪ੍ਰਦਰਸ਼ਨ ਵਿਧੀ - ਪ੍ਰਦਰਸ਼ਨ ਵਿਧੀ 'ਅਨੁਕਰਨ ਦੁਆਰਾ ਸਿਖਲਾਈ' ਦੇ ਸਿਧਾਂਤ 'ਤੇ ਅਧਾਰਤ ਹੈ। ਇਕ ਗਤੀਵਿਧੀ ਜਾਂ ਹੁਨਰ ਦਾ ਇਕ ਆਦਰਸ਼ ਨਿਰੂਪਣ ਮਾਨਸਿਕ ਪ੍ਰਕਿਰਿਆਵਾਂ ਨੂੰ ਉਤਪੰਨ ਕਰਦਾ ਹੈ ਅਤੇ ਇਸ ਦੇ ਅਭਿਆਸ ਲਈ ਇਕ ਮਾਡਲ ਦੇ ਰੂਪ ਵਿਚ ਪੇਸ਼ ਕਰਦਾ ਹੈ।

ਗੁਣ -

1. ਕਿਸੇ ਗਤੀਵਿਧੀ ਦਾ ਪ੍ਰਦਰਸ਼ਨ ਇਕ ਮਾਡਲ ਦੇ ਰੂਪ ਵਿਚ ਕੰਮ ਕਰਦਾ ਹੈ।

2. ਇਹ ਨਿਰੂਪਿਤ ਹੁਨਰ ਦਾ ਇਕ ਮਾਨਸਿਕ ਪ੍ਰਤੀਕ ਬਣਾਉਣ ਵਿਚ ਵਿਦਿਆਰਥੀਆਂ ਦੀ ਮਦਦ ਕਰਦਾ ਹੈ।

3. ਇਹ ਹੁਨਰ/ਗਤੀਵਿਧੀ ਦੀ ਸਪਸ਼ਟ ਤਸਵੀਰ ਵਿਅਕਤ ਕਰਨ ਲਈ ਸਭ ਤੋਂ ਵੱਧ ਸਧਾਰਨ ਅਤੇ ਪ੍ਰਭਾਵੀ ਸਰੋਤ ਪ੍ਰਦਾਨ ਕਰਦਾ ਹੈ।

4. ਪ੍ਰਦਰਸ਼ਨ ਵਿਦਿਆਰਥੀ ਦੇ ਸਾਹਮਣੇ ਪ੍ਰਦਰਸ਼ਨ ਲਈ ਇੱਕ ਮਿਆਰੀ ਤੈਅ ਕਰਦਾ ਹੈ।

ਦੋਸ਼ -

1. ਇਕ ਮਾੜੇ ਢੰਗ ਨਾਲ ਆਯੋਜਿਤ ਕੀਤੇ ਗਏ ਪ੍ਰਦਰਸ਼ਨ ਵਿਚ ਗਤੀ ਹੁਨਰਾਂ ਦੇ ਵਿਕਾਸ ਨੂੰ ਅਗਵਾਈ ਦੇ ਸਕਦਾ ਹੈ।

2. ਇਸਦੇ ਨਿਸ਼ਚਿਤ ਹੁਨਰਾਂ ਦਾ ਨਿਸ਼ਪਾਦਨ ਕਰਨ ਦੀ ਸੀਮਾਵਾਂ ਹਨ ਜਿਵੇਂ ਉੱਚੀ ਛਾਲ ਵਿਚ ਸਰੀਰ ਦੀ ਸਥਿਤੀ ਜਾਂ ਜਿਮਨਾਸਟਿਕ ਵਿਚ ਸਮਰਸਾਲਟ ਦੀ ਸਥਿਤੀ ਆਦਿ।

4. ਪੂਰਾ ਖੰਡ-ਪੂਰੀ ਵਿਧੀ - ਇਹ ਵਿਧੀ ਅਧਿਆਪਨ ਦੀ ਕ੍ਰਮਵਾਰ ਵਿਵਸਥਾ ਅਤ ਨਵੇਂ ਹੁਨਰ ਅਤੇ ਕਿਰਿਆ ਨੂੰ ਸਿੱਖਾਉਣ ਨਾਲ ਸੰਬੰਧਿਤ ਹੈ। ਅਧਿਆਪਕ ਸਭ ਤੋਂ ਪਹਿਲਾਂ ਹੁਨਰ ਦਾ ਪੂਰੀ ਵਿਧੀ ਤੋਂ ਪ੍ਰਦਰਸ਼ਨ ਕਰਦਾ ਹੈ। ਉਸਦੇ ਬਾਅਦ ਚਰਣ ਬੱਧ ਤਰੀਕੇ ਰਾਹੀਂ ਅਧਿਆਪਨ ਕਰਦਾ ਹੈ ਅਤੇ ਇਸ ਵਿਧੀ ਰਾਹੀਂ ਸਮਝਾਉਂਦਾ ਹੈ। ਜਿਸ ਨਾਲ ਪੂਰਾ ਹੁਨਰ ਵਿਦਿਆਰਥੀਆਂ ਨੂੰ ਆਸਾਨੀ ਨਾਲ ਸਮਝ ਆ ਸਕੇ। ਇਸ ਵਿਧੀ ਵਿਚ ਪੂਰੀ ਵਿਧੀ ਅਤੇ ਭਾਗ ਵਿਧੀ ਦੋਵਾਂ ਨੂੰ ਕ੍ਰਮ ਦੇ ਅਨੁਸਾਰ ਪ੍ਰਯੋਗ ਵਿਚ ਲਿਆਇਆ ਜਾਂਦਾ ਹੈ

ਗੁਣ -

1. ਸਰੀਰਕ ਗਤੀਵਿਧੀਆਂ ਦੀ ਸਿਖਲਾਈ ਦੀ ਇਹ ਵਿਧੀ ਸਭ ਤੋਂ ਵਧੀਆ ਮੰਨੀ ਜਾਂਦੀ ਹੈ ਖਾਸ ਤੌਰ ਤੇ ਸਭ ਤੋਂ ਮੁਸ਼ਕਿਲ ਤਕਨੀਕ/ਹੁਨਰ ਸਿੱਖਣ ਲਈ।

2. ਤਕਨੀਕ 'ਤੇ ਮੁਹਾਰਤ ਹਾਸਲ ਕਰਨ ਲਈ ਇਹ ਵਿਧੀ ਅਹਿਮ ਭੂਮਿਕਾ ਨਿਭਾਉਂਦੀ ਹੈ।

3. ਵੱਖ-ਵੱਖ ਅਤੇ ਮੁਸ਼ਕਲ ਹਾਲਾਤ ਵਿਚ ਗਤੀ ਦੇ ਕਾਰਜਾਂ ਦੇ ਸਥਾਈਕਰਨ ਵਿਚ ਇਹ ਵਿਦਿਆਰਥੀਆਂ ਦੀ ਮਦਦ ਕਰਦਾ ਹੈ।

ਦੋਸ਼ -

1. ਇਹ ਵਿਧੀ ਬੱਚਿਆਂ ਲਈ ਨਹੀਂ ਹੈ ਕਿਉਂਕਿ ਉਹ ਮੁਸ਼ਕਲ ਤਕਨੀਕ/ਹੁਨਰ ਪੂਰੀ ਤਰਾਂ ਨਹੀਂ ਚਾਹੁੰਦੇ ਹਨ।

2. ਇਹ ਵਿਧੀ ਜ਼ਿਆਦਾ ਸਮਾਂ ਬਰਬਾਦ ਕਰਨ ਵਾਲੀ ਹੈ।

4. ਦਰਪਣ ਵਿਧੀ - ਇਸ ਵਿਧੀ ਰਾਹੀਂ ਅਧਿਆਪਕ ਹੁਨਰਾਂ ਦੇ ਪ੍ਰਦਰਸ਼ਨ ਨੂੰ ਬੱਚਿਆਂ ਨੂੰ ਸਮਝਾਉਂਦਾ ਹੈ ਅਤੇ ਅਧਿਆਪਕਨ ਇਸ ਗੱਲ ਦਾ ਧਿਆਨ ਰੱਖਦਾ ਹੈ ਕਿ ਆਮਣੇ-ਸਾਹਮਣੇ ਦੀ ਉਲਟ ਸਥਿਤੀ ਵਿਚ ਖੜ੍ਹਾ ਹੋਣ 'ਤੇ ਵੀ ਬੱਚਿਆਂ ਨੂੰ ਦਿਸ਼ਾ ਬਾਰੇ ਕੋਈ ਭਰਮ ਨਾ ਹੋਵੇ। ਜਿਵੇਂ ਹੀ ਬੱਚਿਆਂ ਦੇ ਸਮੂਹ ਸਾਹਮਣੇ ਅਧਿਆਪਕ ਖੜਾ ਹੋਕੇ ਹੁਨਰ ਦਾ ਪ੍ਰਦਰਸ਼ਨ ਕਰਦਾ ਹੈ ਤਾਂ ਉਸ ਅਵਸਥਾ ਵਿਚ ਵੀ ਸੱਜੀ ਅਤੇ ਖੱਬੀ ਦਿਸ਼ਾ ਦਾ ਭਰਮ ਨਾ ਹੋਵੇ ਤਾਂ ਅਧਿਆਪਕ ਬੱਚਿਆਂ ਦੀ ਸਥਿਤੀ ਅਨੁਸਾਰ ਪ੍ਰਦਰਸ਼ਨ ਦੇਵੇਗਾ ਵਰਨਾ ਬੱਚਾ ਦਿਸ਼ਾ-ਭਰਮ ਹੋਣ ਦੇ ਕਾਰਨ ਸਮਝ ਨਹੀਂ ਪਾਵੇਗਾ। ਉਦਾਹਰਣ ਲਈ ਜਿਵੇਂ ਹਰੇਕ ਕਿਰਿਆ ਖੱਬੇ ਤੋਂ ਸੱਜੇ ਪਾਸੇ ਕੀਤੀ ਜਾਂਦੀ ਹੈ ਤਾਂ ਅਧਿਆਪਕ ਬੱਚਿਆਂ ਦੇ ਸਾਹਮਣੇ ਉਲਟ ਤਰੀਕੇ ਤੋਂ ਸੱਜੇ ਤੋਂ ਖੱਬੇ ਦੇ ਪਾਸੇ ਪ੍ਰਦਰਸ਼ਿਤ ਕਰਕੇ ਵਿਖਾਵੇਗਾ।

ਗੁਣ -

1. ਇਸ ਵਿਧੀ ਰਾਹੀਂ ਵਿਦਿਆਰਥੀ ਉਸਦੀ ਗਤੀਵਿਧੀ ਦਾ ਤੁਰੰਤ ਫੀਡਬੈਕ ਪ੍ਰਾਪਤ ਕਰ ਸਕਦਾ ਹੈ।

2. ਇਹ ਉਹਨਾਂ ਬੱਚਿਆਂ ਲਈ ਇਕ ਆਦਰਸ਼ ਵਿਧੀ ਹੈ ਜਿੱਥੇ ਉਹ ਆਪਣੇ ਸਰੀਰ ਦੇ ਅੰਗਾਂ ਨੂੰ ਜਾਣਦੇ ਹਨ.

ਦੋਸ਼

ਗ਼ਲਤੀ ਵਿਚ ਸੰਸ਼ੋਧਨ ਛੁੱਟ ਗਿਆ ਹੈ।

ਪ੍ਰਸ਼ਨ 22. ਇੰਟਰਾਮਯੂਰਲ ਪ੍ਰਤਿਯੋਗਿਤਾ ਲਈ ਗਤੀਵਿਧੀਆਂ ਦੀ ਚੋਣ ਕਿਵੇਂ ਕੀਤੀ ਜਾਣੀ ਚਹੀਦੀ ਹੈ? ਚਰਚਾ ਕਰੋ।

ਉੱਤਰ - ਇੰਟਰਾਮਯੂਰਲ ਪ੍ਰਤਿਯੋਗਿਤਾਵਾਂ ਵਿਚ ਬਹੁਤ ਸਾਰੀ ਗਤੀਵਿਧੀਆਂ ਜਾਂ ਕਿਰਿਆਵਾਂ ਹੁੰਦੀ ਹੈ, ਜਿਨ੍ਹਾਂ ਨੂੰ ਇਸਦੇ ਅਧੀਨ ਕੀਤਾ ਜਾ ਸਕਦਾ ਹੈ। ਇੰਟਰਾਮਯੂਰਲ ਲਈ ਗਤੀਵਿਧੀਆਂ ਦੀ ਚੋਣ ਬਹੁਤ ਸਾਵਧਾਨੀ ਨਾਲ ਕੀਤਾ ਜਾਣਾ ਚਾਹੀਦਾ ਹੈ। ਗਤੀਵਿਧੀਆਂ ਦੀ ਚੋਣ ਮੁੱਖ ਰੂਪ ਤੌਂ ਦੋ ਕਾਰਕਾਂ; ਜਿਵੇਂ- ਬੱਚਿਆਂ ਦੀ ਰੂਚੀਆਂ ਅਤੇ ਸਕੂਲ ਵਿਚ ਉਪਲਬਧ ਸੁਵਿਧਾਵਾਂ 'ਤੇ ਅਧਾਰਿਤ ਹੋਣਾ ਚਾਹੀਦਾ ਹੈ। ਇਨ੍ਹਾਂ ਕਾਰਕਾਂ ਦੇ ਨਾਲ-ਨਾਲ ਸਾਨੂੰ ਇੰਟਰਾਮਯੂਰਲ ਦੇ ਮਨੋਰੰਜਨਦਾਇਕ ਪਹਿਲੂਆਂ ਨੂੰ ਵੀ ਨਹੀਂ ਭੂਲਣਾ ਚਾਹੀਦਾ ਹੈ। ਸਾਰੀ ਇੰਟਰਾਮਯੂਰਲ ਗਤੀਵਿਧੀਆਂ ਅਜਿਹੀ ਹੋਣੀ ਚਾਹੀਦੀ ਹੈ, ਜਿਸ ਨਾਲ ਬੱਚਿਆਂ ਨੂੰ ਭਰਪੂਰ ਮਮਨੋਰੰਜਨ ਪ੍ਰਾਪਤ ਕਰਨ ਦੇ ਮੌਕੇ ਮਿਲ ਸਕਣ। ਇਹ ਗਤੀਵਿਧੀਆਂ ਸਿੱਖਿਆ ਦੇ ਟੀਚਾਂ ਨੂੰ ਪ੍ਰਾਪਤ ਕਰਾਉਣ ਵਿਚ ਸਮਰੱਥ ਹੋਣੀ ਚਾਹੀਦੀ ਹੈ ਅਤੇ ਬੱਚਿਆਂ ਦੇ ਸਧਾਰਨ ਵਿਕਾਸ ਵਿਚ ਵੀ ਸਹਾਇਕ ਹੋਣੀ ਚਾਹੀਦੀ ਹੈ। ਇਸ ਲਈ ਗਤੀਵਿਧੀਆਂ ਦੀ ਚੋਣ ਹੇਠ ਲਿਖੇ ਵਰਗਾਂ ਵਿਚੋਂ ਕੀਤੀ ਜਾਣੀ ਚਾਹੀਦੀ ਹੈ-

1. ਮੁੱਖ ਖੇਡ - ਮੁੱਖ ਖੇਡਾਂ ਵਿਚ ਕ੍ਰਿਕੇਟ, ਹੋਕੀ, ਵੋਲੀਵਾਲ, ਕਬੱਡੀ, ਬਾਸਕੇਟ ਬਾਲ, ਤੈਰਾਕੀ, ਐਥਲੈਟਿਕਸ, ਲੋਨ ਟੇਨਿਸ, ਟੇਬਲ ਟੇਨਿਸ, ਬੈਡਮਿੰਟਨ ਆਦਿ ਸ਼ਾਮਿਲ ਹੈ।

2. ਸਧਾਰਨ ਖੇਡ - ਸਧਾਰਨ ਖੇਡਾਂ ਵਿਚ ਖੋ-ਖੋ, ਸ਼ਟਲ ਦੌੜ, ਸ਼ੇਰ-ਬਕਰੀ, ਆਲੂ ਦੌੜ, ਲੰਗੜੀ ਦੌੜ, ਬੋਰੀ ਦੌੜ, ਡੱਡੂ ਕੁਦ ਆਦਿ ਸ਼ਾਮਿਲ ਹਨ।

3. ਦੰਵੀਵਕ ਗਤੀਵਿਧੀਆਂ - ਇਸ ਵਿਚ ਮੁੱਕੇਬਾਜੀ, ਤਾਇਕਵਾਂਡੋ, ਜੁਡੋ ਕਰਾਟੇ ਆਦਿ ਸ਼ਾਮਿਲ ਹਨ।

4. ਰਿਥਮਿਕ ਗਤੀਵਿਧੀਆਂ - ਇਨ੍ਹਾਂ ਕਿਰਿਆਵਾਂ ਵਿਚ ਰਿਥਮਿਕ ਜਿਮਨਾਸਟਿਕ, ਲੋਕਨਾਚ, ਮਾਸ ਪੀ.ਟੀ., ਸਮੂਹ ਨਾਚ, ਇਕ ਨਾਚ, ਲੇਜਿਯਮ, ਡੰਬਲ, ਮਾਰਚਿੰਗ ਆਦਿ ਸ਼ਾਮਿਲ ਹੈ।

5. ਸਿਰਜਨਾਤਮਕ ਗਤੀਵਿਧੀਆਂ - ਸਿਰਜਨਾਤਮਕ ਕਿਰਿਆਵਾਂ ਵਿਚ ਡਰਾਇੰਗ, ਪੇਂਟਿੰਗ, ਪੇਪਰ, ਕਟਿੰਗ, ਮੁਰਤੀਕਲਾ ਮਾਡਲ ਅਤੇ ਗਾਰਡਨਿੰਗ ਸ਼ਾਮਿਲ ਹੈ।

6. ਕਵਿਜ਼ ਪ੍ਰਤਿਯੋਗਤਾਵਾਂ - ਇਸ ਵਿਚ ਵੱਖ-ਵੱਖ ਸਮੇਂ 'ਤੇ ਬੱਚਿਆਂ ਦੀ ਰੂਚੀ ਦੇ ਅਨੁਸਾਰ ਕਵਿਜ਼ ਪ੍ਰਤਿਯੋਗਤਾਵਾਂ ਸ਼ਾਮਿਲ ਕੀਤੀ ਜਾ ਸਕਦੀ ਹੈ।

ਪ੍ਰਸ਼ਨ 23. ਇੰਟਰਾਮਯੂਰਲ ਦੇ ਸਧਾਰਨ ਸਿਧਾਂਤਾਂ ਦਾ ਉੱਲੇਖ ਕਰੋ।

ਉੱਤਰ - ਇੰਟਰਾਮਯੂਰਲ ਦੇ ਸਧਾਰਨ ਸਿਧਾਂਤ ਹੇਠ ਲਿਖੇ ਹਨ-

1. ਸਥਾਨਕ ਪਰਿਸਥਿਤੀਆਂ ਅਤੇ ਉਪਲਬਧ ਢਾਂਚਾ - ਇੰਟਰਾਮਯੂਰਲ ਗਤੀਵਿਧੀਆਂ ਦਾ ਫਿਕਸਰ ਬਣਾਉਂਦੇ ਸਮੇਂ ਸਥਾਨਕ ਪਰਿਸਥਿਤੀਆਂ, ਜਿਵੇਂ- ਖੇਡ ਮੈਦਾਨਾਂ ਦੀ ਉਪਲਬਧਤਾ, ਲੋਕਪ੍ਰਿਯ ਖੇਡ-ਕੂਦ ਅਤੇ ਦੂਜੀ ਹੋਰ ਸੁਵਿਧਾਵਾਂ ਦਾ ਵੀ ਧਿਆਨ ਰੱਖਣਾ ਜਰੂਰੀ ਹੈ। ਅਧਿਆਪਕ, ਪ੍ਰਿੰਸੀਪਲ ਅਤੇ ਉਪਲਬਧ ਖੇਡ ਉਪਕਰਣਾਂ ਦੀ ਪੂਰੀ ਜਾਣਕਾਰੀ ਹੋਣਾ ਵੀ ਜਰੂਰੀ ਹੈ।

2. ਖੇਡ ਉਪਕਰਣਾਂ ਦੀ ਗੁਣਵੱਤਾ ਅਤੇ ਮਾਨਕਤਾ - ਇੰਟਰਾਮਯੂਰਲ ਦੀ ਪ੍ਰਤਿਯੋਗਤਾਵਾਂ ਲਈ ਪ੍ਰਯੁਕਤ ਸਾਰੇ ਖੇਡ ਉਪਕਰਣ ਉੱਚ ਗੁਣਵੱਤਾ ਅਤੇ ਮਾਨਕਾਂ ਦੇ ਹੋਣੇ ਚਾਹੀਦੇ ਹਨ ਅਤੇ ਪ੍ਰਤਿਯੋਗਤਾ ਪੂਰਵ ਇਨ੍ਹਾਂ ਦੀ ਜਾਂਚ ਕਰ ਲੈਣੀ ਚਾਹੀਦੀ ਹੈ ਕਿਉਂਕਿ ਬੱਚਿਆਂ ਦੀ ਸੁਰੱਖਿਆ ਇਸੇ 'ਤੇ ਨਿਰਭਰ ਕਰਦੀ ਹੈ। ਗੁਣਵੱਤਾ ਵਾਲੇ ਖੇਡ ਉਪਕਰਣਾਂ ਨਾਲ ਬੱਚਿਆਂ ਨੂੰ ਚੋਟ ਲੱਗਣ ਦੀ ਸੰਭਾਵਨਾ ਵੱਧ ਬਣੀ ਰਹਿੰਦੀ ਹੈ।

3. ਵਿੱਤੀ ਸਥਿਤੀ - ਇੰਟਰਾਮਯੂਰਲ ਪ੍ਰਤਿਯੋਗਤਾਵਾਂ ਮੁੱਖ ਰੂਪ ਤੋਂ ਸਕੂਲ ਦੇ ਸਥਾਨਕ ਦੀ ਵਿੱਤੀ ਸਥਿਤੀ ਤੇ ਅਧਾਰਿਤ ਹੁੰਦੇ ਹਨ। ਜੇ ਵਿੱਤੀ ਸਥਿਤੀ ਚੰਗੀ ਹੋਵੇ ਤਾਂ ਪ੍ਰਤਿਯੋਗਤਾ ਵਿਚ ਖਚੀਂਲੇ ਖੇਡ ਵੀ ਸ਼ਾਮਿਲ ਕੀਤੇ ਜਾ ਸਕਦੇ ਹਨ ਅਤੇ ਇੰਟਰਾਮਯੂਰਲ ਗਤੀਵਿਧੀਆਂ ਦਾ ਆਯੋਜਨ ਬਿਹਤਰ ਢੰਗ ਤੋਂ ਕੀਤਾ ਜਾ ਸਕਦਾ ਹੈ। ਸਕੂਲ ਵਿਚ ਘਟ ਹੋਣ ਦੀ ਸਥਿਤੀ ਵਿਚ ਸਸਤੇ ਅਤੇ ਮਨੋਰੰਜਨਾਤਮਕ ਖੇਡ-ਕੂਦ ਕਿਰਿਆਵਾਂ ਨੂੰ ਸ਼ਾਮਿਲ ਕੀਤਾ ਜਾ ਸਕਦਾ ਹੈ।

4. ਉਪਯੁਕਤ ਸਮਾਂ - ਇੰਟਰਾਮਯੂਰਲ ਪ੍ਰਤਿਯੋਗਤਾਵਾਂ ਦਾ ਨਿਰਧਾਰਣ ਕਰਦੇ ਸਮੇਂ ਇਸ ਗੱਲ ਦਾ ਵਿਸ਼ੇਸ਼ ਧਿਆਨ ਰੱਖਣਾ ਚਾਹੀਦਾ ਹੈ ਕਿ ਬੱਚਿਆਂ ਦੇ ਸਿੱਖਿਅਕ ਕਾਰਜ ਵਿਚ ਰੁਕਾਟਵ ਨਾ ਪਹੁੰਚੇ,

ਕਿਉਂਕਿ ਸਿੱਖਿਅਕ ਦਿਵਸਾਂ ਵਿਚ ਸਾਰੇ ਬੱਚਿਆਂ ਨੂੰ ਇੰਟਰਾਮਯੂਰਲ ਪ੍ਰਤਿਯੋਗਿਤਾ ਵਿਚ ਸ਼ਾਮਿਲ ਕਰਨ ਵਿਚ ਉਨ੍ਹਾਂ ਦੀ ਪੜ੍ਹਾਈ ਵਿਚ ਹਰਜਾਨਾ ਹੁੰਦਾ ਹੈ। ਇਸ ਲਈ ਇੰਟਰਾਮਯੂਰਲ ਕਿਰਿਆਵਾਂ ਦਾ ਪ੍ਰੋਗਰਾਮ ਛੁੱਟੀ ਦੇ ਦਿਨ ਬਣਾਏ ਜਾ ਸਕਦੇ ਹਨ।

5. **ਡਾਕਟਰੀ ਜਾਂਚ** - ਇੰਟਰਾਮਯੂਰਲ ਦੀ ਗਤੀਵਿਧੀਆਂ ਵਿਚ ਬੱਚਿਆਂ ਦੀ ਭਾਗੀਦਾਰੀ ਤੋਂ ਪਹਿਲਾਂ ਸਾਰੇ ਬੱਚਿਆਂ ਦਾ ਡਾਕਟਰੀ ਜਾਂਚ ਕਰ ਲੈਣਾ ਚਾਹੀਦਾ ਹੈ ਤਾਂਕਿ ਬੀਮਾਰ ਬੱਚਿਆਂ ਦੀ ਪਛਾਣ ਹੋ ਸਕੇ। ਸਰੀਰਿਕ ਰੂਪ ਤੋਂ ਪਰੇਸ਼ਾਨ ਬੱਚਿਆਂ ਨੂੰ ਇਨ੍ਹਾਂ ਗਤੀਵਿਧੀਆਂ ਵਿਚ ਸ਼ਾਮਿਲ ਨਹੀਂ ਕਰਨਾ ਚਾਹੀਦਾ ਹੈ।

ਪ੍ਰਸ਼ਨ 24. ਇੰਟਰਾਮਯੂਰਲ ਪ੍ਰਤਿਯੋਗਤਾਵਾਂ ਦੇ ਮਹੱਤਵ 'ਤੇ ਸੰਖੇਪ ਵਿਚ ਵਰਣਨ ਕਰੋ।

ਉੱਤਰ - ਇੰਟਰਾਮਯੂਰਲ ਪ੍ਰਤਿਯੋਗਤਾਵਾਂ ਦੇ ਮਹੱਤਵ ਹੇਠ ਲਿਖੇ ਹਨ-

1. **ਸਕੂਲਾਂ ਨੂੰ ਆਪਣੇ ਖੇਡਾਂ ਨਾਲ ਸੰਬੰਧਿਤ ਯੋਗਤਾਵਾਂ ਨੂੰ ਪ੍ਰਕਟ ਕਰਨ ਦੇ ਮੌਕੇ ਪ੍ਰਦਾਨ ਕਰਦੀ ਹੈ** - ਇੰਟਰਾਮਯੂਰਲ ਪ੍ਰਤਿਯੋਗਤਾਵਾਂ ਸਕੂਲ ਨੂੰ ਆਪਣੇ ਖੇਡਾਂ ਨਾਲ ਸੰਬੰਧਿਤ ਸਮਰੱਥਾਵਾਂ ਅਤੇ ਯੋਗਤਾਵਾਂ ਨੂੰ ਪ੍ਰਦਰਸ਼ਿਤ ਕਰਨ ਦੇ ਭਰਭੂਰ ਮੌਕੇ ਪ੍ਰਦਾਨ ਕਰਦੀ ਹੈ। ਜੇ ਇਕ ਸਕੂਲ ਦੇ ਬੱਚੇ ਖੇਡਾਂ ਦੇ ਖੇਤਰ ਵਿਚ ਚੰਗੀ ਯੋਗਤਾਵਾਂ ਰੱਖਦੇ ਹਨ ਅਤੇ ਇੰਟਰਾਮਯੂਰਲ ਵਿਚ ਚੰਗਾਂ ਪ੍ਰਦਰਸ਼ਨ ਕਰਦੇ ਹਨ, ਤਾਂ ਉਹ ਆਪਣੇ ਸਕੂਲ ਜਾਂ ਸਿੱਖਿਅਕ ਸੰਸਥਾਨ ਦੇ ਤਾਜ ਵਿਚ ਹੋਰ ਵੀ ਚਾਰ ਚੰਦ ਲਗਾ ਦਿੰਦੇ ਹਨ।

2. **ਖੇਡ ਪ੍ਰਦਰਸ਼ਨ ਦੇ ਪੱਧਰ ਨੂੰ ਵੱਧਾਉਣ ਲਈ** - ਇੰਟਰਾਮਯੂਰਲ ਪ੍ਰਤਿਯੋਗਤਾਵਾਂ ਰਾਹੀਂ ਖੇਡ ਪ੍ਰਦਰਸ਼ਨ ਵਿਚ ਵਾਧਾ ਕੀਤਾ ਜਾ ਸਕਦਾ ਹੈ। ਵਿਸ਼ੇਸ਼ ਰੂਪ ਤੋਂ ਹਾਰਨ ਵਾਲੀ ਟੀਮਾਂ ਜਾਂ ਹਾਰਨ ਵਾਲੇ ਸਕੂਲ ਅਗਲੇ ਸਾਲ ਆਯੋਜਿਤ ਹੋਣ ਵਾਲੀ ਇੰਟਰਾਮਯੂਰਲ ਪ੍ਰਤਿਯੋਗਤਾ ਵਿਚ ਆਪਣੇ ਪ੍ਰਦਰਸ਼ਨ ਨੂੰ ਬਿਹਤਰ ਬਣਾਉਣ ਲਈ ਕਠਿਨ ਅਭਿਆਸ ਕਰ ਸਕਦੇ ਹਨ।

3. **ਖੇਡ ਤਕਨੀਕਾਂ ਦੀ ਉਚਿਤ ਜਾਣਕਾਰੀ ਪ੍ਰਦਾਨ ਕਰਦੇ ਹਨ** - ਖੇਡਾਂ ਦੀ ਕਈ ਤਕਨੀਕਾਂ ਦੀ ਉਚਿਤ ਜਾਣਕਾਰੀ ਲਈ ਇੰਟਰਾਮਯੂਰਲ ਪ੍ਰਤਿਯੋਗਤਾਵਾ ਜਰੂਰੀ ਹੁੰਦੀ ਹੈ। ਅਜਿਹੀ ਟੀਮਾਂ ਜਿਨ੍ਹਾਂ ਨੂੰ ਵੱਖ-ਵੱਖ ਖੇਡਾਂ ਦੀ ਉਚਿਤ ਅਤੇ ਨਵੀ ਤਕਨੀਕਾਂ ਦਾ ਪਤਾ ਨਹੀਂ ਹੰਦਾ, ਉਹ ਇੰਟਰਾਮਯੂਰਲ ਪ੍ਰਤਿਯੋਗਤਾਵਾਂ ਵਿਚ ਹਿੱਸਾ ਲੈਣ ਲਈ ਨਵੀਂ ਤਕਨੀਕਾਂ ਦੀ ਜਾਣਕਾਰਿ ਪ੍ਰਾਪਤ ਕਰ ਸਕਦੀ ਹੈ।

4. **ਸਰੀਰਿਕ ਸਿੱਖਿਆ ਦੇ ਪ੍ਰੋਗਰਾਮਾਂ ਨੂੰ ਅਤੇ ਵੱਧ ਪ੍ਰਭਾਵੀ ਬਣਾਉਣ ਅਤੇ ਲਾਗੂ ਕਰਨ ਲਈ** - ਇੰਟਰਾਮਯੂਰਲ ਸਰੀਰਿਕ ਸਿੱਖਿਆ ਦੇ ਪ੍ਰੋਗਰਾਮਾਂ ਨੂੰ ਵੱਧ ਪ੍ਰਭਾਵੀ ਬਣਾਉਣ ਅਤੇ ਲਾਗੂ ਕਰਨ ਲਈ ਬਹੁਤ ਜਰੂਰੀ ਹੰਦਾ ਹੈ। ਇੰਟਰਾਮਯੂਰਲ ਖੇਡਾਂ ਦੇ ਅਧਾਰ ਦਾ ਵਿਸਥਾਰ ਕਰਨ ਵਿਚ ਵੀ ਸਹਾਇਕ ਹੁੰਦੇ ਹਨ।

5. **ਖੇਡਾਂ ਵਿਚ ਹਿੱਸਾ ਲੈਣ ਦੇ ਮੌਕਾਂ ਵਿਚ ਵਾਧਾ ਕਰਦੇ ਹਨ** - ਇੰਟਰਾਮਯੂਰਲ ਪ੍ਰਤਿਯੋਗਤਾਵਾ, ਵੱਖ-ਵੱਖ ਸਕੂਲਾਂ ਦੇ ਬੱਚਿਆਂ ਨੂੰ ਖੇਡਾਂ ਵਿਚ ਹਿੱਸਾ ਲੈਣ ਦੇ ਮੌਕਾਂ ਵਿਚ ਵਾਧਾ ਕਰਦੀ ਹੈ। ਬਹੁਤ ਸਾਰੇ ਸਕੂਲ, ਜੋ ਅਜਿਹੀ ਪ੍ਰਤਿਯੋਗਤਾਵਾਂ ਵਿਚ ਹਿੱਸਾ ਨਹੀਂ ਲੈਂਦੇ, ਉਹ ਵੀ ਪ੍ਰੇਰਿਤ ਹੋ ਜਾਂਦੇ ਹਨ ਅਤੇ ਪਰਿਣਾਮਸਰੂਪ ਅਜਿਹੇ ਸਕੂਲ ਇੰਟਰਾਮਯੂਰਲ ਵਿਚ ਹਿੱਸਾ ਲੈਣਾ ਸ਼ੁਰੂ ਕਰ ਦਿੰਦੇ ਹਨ।

ਪ੍ਰਸ਼ਨ 25. ਹੇਠਾਂ ਲਿਖਿਆਂ 'ਤੇ ਸੰਖੇਪ ਟਿੱਪਣੀ ਦਓ-

(ੳ) ਸਕੂਲ ਅਸੈਂਬਲੀ

ਜਾਂ

ਸਕੂਲ ਵਿਚ ਸਵੇਰੇ ਦੀ ਸਭਾ ਦੇ ਆਯੋਜਨ ਦੇ ਕੋਈ ਦੋ ਕਾਰਣ ਲਿਖੋ।

[ਅਪ੍ਰੈਲ 2016, ਪ੍ਰਸ਼ਨ 25]

ਉੱਤਰ - ਸਕੂਲ ਦੀ ਸਭਾਵਾਂ, ਪ੍ਰਾਇਮਰੀ ਸਕੂਲ ਦੀ ਆਬਾਦੀ ਦੇ ਵੱਡੇ ਖੰਡ ਨੂੰ ਇਕੱਠੇ ਸੂਚਨਾ ਸਾਂਝਾ ਕਰਨ ਲਈ ਆਯੋਜਿਤ ਕੀਤੀ ਜਾਂਦੀ ਹੈ, ਜੋ ਘੋਸ਼ਣਾਵਾਂ ਲਈ ਇਕ ਮੁੱਖ ਸਥਾਨ ਪ੍ਰਦਾਨ ਕਰਦਾ ਹੈ ਅਤੇ ਸਕੂਲ ਦੇ ਅੰਦਰ ਸਮੁਦਾਏ ਦੀ ਇਕ ਸਮਝ ਨੂੰ ਪੋਸ਼ਿਤ ਕਰਦਾ ਹੈ। ਸਭਾਵਾਂ ਪੂਰੇ ਸਕੂਲ ਦੀ ਹੋ ਸਕਦੀ ਹੈ ਜੇ ਸਥਾਨ ਅਤੇ ਅੱਗ ਸੁਰੱਖਿਆ ਨਿਯਮਿਤ ਮੰਜ਼ੂਰੀ ਦਿੰਦੇ ਹਨ ਜਾਂ ਪ੍ਰਾਇਮਰੀ, ਸੈਕੰਡਰੀ ਬੱਚਿਆਂ ਦੇ ਚੁਣੇ ਹੋਏ ਦਰਸ਼ਕਾਂ ਲਈ ਉਮਰ ਨਾਲ ਸੰਬੰਧਿਤ ਵਿਸ਼ਾਂ 'ਤੇ ਆਯੋਜਿਤ ਹੋ ਸਕਦੇ ਹਨ। ਕਦੇ-ਕਦੇ ਸਕੂਲ ਦੇ ਪ੍ਰਿੰਸੀਪਲ ਬਾਹਰ ਹੁੰਦੇ ਹਨ ਜਾਂ ਸਭਾਵਾਂ ਵਿਚ ਵਿਅਸਤ ਹੁੰਦੇ ਹਨ ਤਾਂ ਅਧਿਆਪਕਾਂ ਨੂੰ ਵਾਰੀ-ਵਾਰੀ ਸਕੂਲ ਸਭਾਵਾਂ ਦਾ ਆਯੋਜਨ ਕਰਨ ਲਈ ਕਹਿੰਦੇ ਹਨ।

ਸਿੱਖਣ-ਸਿੱਖਾਉਣ ਦੀ ਪ੍ਰਕਿਰਿਆ ਵਿਚ ਵੈਸੇ ਤਾਂ ਸਕੂਲ ਦਾ ਹਰ ਪਲ ਬਹੁਤ ਮਹੱਤਵਪੂਰਨ ਹੁੰਦਾ ਹੈ, ਪਰ 'ਸਵੇਰ ਦੀ ਸਭਾ' ਦਾ ਸਮੇਂ ਇਸਲਈ ਵੱਧ ਮਹੱਤਵ ਰੱਖਦਾ ਹੈ, ਕਿਉਂਕਿ ਇਸ ਸਮੇਂ ਪੂਰੇ ਸਕੂਲ ਨੂੰ ਇਕ ਨਜ਼ਰ ਵਿਚ ਸਮੇਟਾ ਜਾ ਸਕਦਾ ਹੈ। ਪ੍ਰਾਰਥਨਾ ਸਭਾ ਵਿਚ ਸਾਰੇ ਅਧਿਆਪਕ-ਬੱਚੇ ਇਕੱਠੇ ਉਪਸਥਿਤ ਹੁੰਦੇ ਹਨ ਅਤੇ ਮਿਲ ਕੇ ਗਤੀਵਿਧੀਆਂ ਵਿਚ ਹਿੱਸਾ ਲੈਂਦੇ ਹਨ। ਸਾਰੀ ਕਲਾਸਾਂ ਦੇ ਬੱਚੇ ਇਕੱਠੇ ਬੈਠਦੇ ਹਨ ਅਤੇ ਬੱਚਿਆਂ ਦੇ ਵੱਡੇ ਸਮੂਹ ਦੇ ਸਾਹਮਣੇ ਬੋਲਣ ਦਾ ਮੌਕਾ ਮਿਲਦਾ ਹੈ ਜਿਸ ਨਾਲ ਵੱਡੇ ਸਮੂਹ ਵਿਚ ਇਕ ਨਾਲ ਜ਼ਿਆਦਾ ਬੱਚਿਆਂ ਨੂੰ ਸਿੱਖਣ ਦਾ ਮੌਕਾ ਮਿਲਦਾ ਹੈ। ਨਾਲ ਹੀ ਇਹ ਸਕੂਲ ਸੰਬੰਧਿਤ ਫੈਸਲੇ, ਸੂਚਨਾ, ਆਦਰਸ਼, ਨਿਰਦੇਸ਼ ਵਿਚ ਸਭ ਨੂੰ ਜਾਣੂ ਕਰਾਉਣ ਦਾ ਵਧੀਆ ਸਮੇਂ ਹੁੰਦਾ ਹੈ। ਸਕੂਲ ਵਿਚ ਸਵੇਰ ਦੀ ਸਭਾ ਅਧਿਆਪਕਾਂ ਅਤੇ ਬੱਚਿਆਂ ਨੂੰ ਨਿਯਮਿਤ ਅਤੇ ਪਾਬੰਦ ਬਣਾਉਂਦਾ ਹੈ। ਸਵੇਰ ਦੀ ਸਭਾ ਦੇ ਉਪਯੁਕਤ ਅਤੇ ਨਿਯੋਜਿਤ ਵਿਵਸਥਾ ਰਾਹੀਂ ਅਸੀਂ ਬੱਚਿਆਂ ਵਿਚ ਨਿਸ਼ਚਿਤ ਰੂਪ ਤੋਂ ਚੰਗੀ ਆਦਤਾਂ, ਆਚਰਣ, ਮਾਨਸਿਕਤਾ, ਮੁੱਲ, ਸਫਾਈ ਆਦਿ ਨੂੰ ਵਿਕਸਿਤ ਕਰ ਸਕਦੇ ਹਨ।

(ਅ) ਮਾਰਚ ਪਾਸਟ (ਪਰੇਡ)

ਉੱਤਰ - ਇਕ ਪਰੇਡ (ਜਿਸ ਨੂੰ ਮਾਰਚ ਜਾਂ ਮਾਰਚਪਾਸਟ ਕਿਹਾ ਜਾਂਦਾ ਹੈ) ਆਮ ਤੌਰ 'ਤੇ ਲੋਕਾਂ ਦਾ ਜਲੂਸ ਹੈ ਜਿਸ ਵਿਚ ਚੱਲਣ ਵਾਲੇ ਅਕਸਰ ਕਿਸੇ ਵੇਸ਼ਭੂਸ਼ਾਂ ਵਿਚ ਸੰਗਠਿਤ ਢੰਗ ਨਾ ਚੱਲਦੇ ਹਨ। ਭਾਰਤੀ ਉਪਮਹਾਂਦੀਪ ਅਤੇ ਬ੍ਰਿਟੇਨ ਵਿਚ 'ਪਰੇਡ' ਆਮ ਤੌਰ ' ਤੇ ਸੈਨਿਕ ਦਸਤਾਂ ਦੇ ਜਲੂਸ ਨੂੰ ਹੀ ਕਿਹੰਦੇ ਹਨ, ਹਾਲਾਂਕਿ ਇਹ ਗੈਰ-ਸੈਨਿਕ ਲੋਕਾਂ ਦੀ ਚਾਲ ਨੂੰ ਵੀ ਕਿਹਾ ਜਾ ਸਕਦਾ ਹੈ। ਪਰੇਦ ਦੇ ਨਾਲ-ਨਾਲ ਅਕਸਰ ਸੰਗੀਤ-ਵਾਦ ਬਜਾਉਣ ਵਾਲੇ ਅਤੇ ਝੰਡਿਆਂ ਜਾਂ ਹੋਰ ਧਿਆਨ ਆਕਰਸ਼ਿਤ ਕਰਨ ਵਾਲੀ ਵਸਤਾਂ ਉਠਾਏ ਹੋਏ ਲੋਕ ਵੀ ਹੁੰਦੇ ਹਨ। ਪਰੇਡਾਂ ਨੂੰ ਗਣਤੰਤਰ ਦਿਵਸ ਵਰਗੇ ਉਤਸਵਾਂ

'ਤੇ, ਸੰਕਟਗ੍ਰਸਤ ਖੇਤਰਾਂ ਵਿਚ ਜਨਤਾ ਨੂੰ ਹੌਸਲਾਂ ਦੇ ਲਈ, ਯੁੱਧ ਦੇ ਖੇਤਰ ਵਿਚ ਸ਼ਤਰੂ ਦਾ ਮਨੋਬਲ ਤੋੜ੍ਹਨ ਲਈ ਅਤੇ ਹੋਰ ਸਥਿਤੀਆਂ ਵਿਚ ਆਯੋਜਿਤ ਕੀਤਾ ਜਾਂਦਾ ਹੈ।

(ੲ) ਖੇਡ ਦਿਵਸ

ਉੱਤਰ - ਸਕੂਲਾਂ ਰਾਹੀਂ ਹਰੇਕ ਬੱਚਿਆਂ ਦੇ ਵਿਕਾਸ ਲਈ ਖੇਡ ਦਿਵਸ ਦਾ ਆਯੋਜਨ ਕੀਤਾ ਜਾਂਦਾ ਹੈ। ਖੇਡ ਦਿਵਸ ਦੇ ਉਦਘਾਟਨ ਜਾਂ ਸਮਾਪਨ ਸਮਾਰੋਹ ਵਿਚ ਬੱਚਿਆਂ ਰਾਹੀਂ ਵਿਸ਼ੇਸ਼ ਪ੍ਰਦਰਸ਼ਨ, ਜਿਵੇਂ- ਡਬਲ, ਮਾਸ ਪੀਟੀ, ਲੇਜਿਯਮ, ਪਿਰਾਮਿਡ, ਏਰੋਵਿਕ, ਨਾਚ ਅਤੇ ਗੀਤ ਦਾ ਪ੍ਰਦਰਸ਼ਨ ਵੀ ਕੀਤਾ ਜਾਂਦਾ ਹੈ। ਖੇਡ ਦਿਵਸ ਨਾਲ ਭਵਿੱਖ ਦੀ ਪ੍ਰਤਿਯੋਗਤਾਵਾਂ ਲਈ ਸ਼ਾਨਦਾਰ ਖਿਲਾੜੀਆਂ ਦੀ ਚੋਣ ਦਾ ਮੌਕਾ ਮਿਲਦਾ ਹੈ।

(ਸ) ਕੈਲਿਸਥੈਨਿਕਸ

ਉੱਤਰ - ਵਿਅਕਤੀ ਨੂੰ ਆਪਣਾ ਰੋਜਾਨਾ ਜੀਵਨ ਸੁਚਾਰੂ ਰੂਪ ਤੋਂ ਚਲਾਉਣ ਲਈ ਅਤੇ ਸਰੀਰ ਨੂੰ ਤਾਕਤਵਰ, ਅਤੇ ਸੁਡੌਲ ਬਣਾਉਣ ਲਈ ਜੋ ਕਸਰਤ ਕੀਤੀ ਜਾਂਦੀ ਹੈ ਉਨ੍ਹਾਂ ਨੂੰ ਕੈਲਿਸਥੈਨਿਕਸ ਕਿਹਾ ਜਾਂਦਾ ਹੈ ਇਹ ਕਸਰਤ ਦੋ ਤਰੀਕੇ ਨਾਲ ਕੀਤੀ ਜਾਂਦੀ ਹੈ-

1. ਬਿਨਾ ਕਿਸੇ ਉਪਕਰਣ ਦੀ ਸਹਾਇਤਾ ਤੋਂ ਕੀਤੀ ਜਾਣ ਵਾਲੀ ਕਸਰਤ
2. ਹਲਕੇ ਉਪਕਰਣਾਂ ਦੀ ਸਹਾਇਤਾ ਤੋਂ ਕੀਤੀ ਜਾਣ ਵਾਲੀ ਕਸਰਤ ਜਿਵੇਂ, ਡੰਬਲ, ਲੇਜਿਯ, ਵੈਂਡਸ ਆਦਿ।

ਪ੍ਰਸਨ 26. ਵਿਸ਼ੇਸ਼ ਰੂਪ ਤੋਂ ਪ੍ਰਤਿਭਾਸ਼ਾਲੀ ਬੱਚਿਆਂ ਲਈ ਸਰੀਰਿਕ ਸਿੱਖਿਆ ਵਿਚ ਸਲਾਹਕਾਰ ਦੇ ਰੂਪ ਵਿਚ ਅਧਿਆਪਕ ਦੀ ਭੂਮਿਕਾ ਨੂੰ ਸਪੱਸ਼ਟ ਕਰੋ।

ਉੱਤਰ - ਵਿਚਲਿਤ ਬੱਚਿਆਂ ਦੇ ਮੁਲਾਂਕਣ ਵਿਚ ਇਹ ਬਹੁਤ ਜਰੂਰੀ ਹੈ ਕਿ ਸਲਾਹਕਾਰ ਬੱਚੇ ਦੀ ਸਮੱਸਿਆ ਦੇ ਨਿਦਾਨਸ਼ਾਸਤਰ ਦੇ ਰੂਪ ਵਿਚ ਇਕ ਸ਼ੁੱਧ ਵਿਭੇਦੀਕਰਣ ਕਰੋ। ਕੁੱਝ ਮਾਨਸਿਕਤਾ ਸੰਬੰਧੀ ਲੱਛਣ ਅਤੇ ਨਿਦਾਨ ਦੀ ਸ਼੍ਰੈਣੀਆਂ ਹੈ ਜੋ ਪ੍ਰਤਿਭਾਸੰਪੰਨਤਾ ਦੇ ਟੀਚਾਂ ਦਾ ਸੰਤੁਲਨ ਰੱਖਦੀ ਹੈ। ਸਲਹਾਕਾਰਾਂ ਨੂੰ ਸਾਵਧਾਨੀ ਨਾਲ ਵਿਚਾਰ ਕਰਨਾ ਚਾਹੀਦਾ ਹੈ ਤਾਂਕਿ ਉਹ ਆਪਣੇ ਰੋਗਾਂ ਨੂੰ ਸਮਝ ਅਤੇ ਉਨ੍ਹਾਂ ਦਾ ਨਿਦਾਨ ਕਰ ਸਕਣ।

- ADHD: Attention Deficit Hyperactivity Disorder
- OCD: Obsessive Compulsive Disorder
- Bi-Polar Disorder (Manic Depression)
- Depression/Dysthemia
- Somatic Disorder
- Borderline Personality Disorder (or any of the Axis II Diagnostic Categories)
- PDD: Pervasive Developmental Disorder
- Autism
- Anxiety Disorder
- Any other psychiatric diagnostic category that may be atypical in nature

ਪ੍ਰਭਾਵਸ਼ਾਲੀ ਲੋਕ ਸਲਾਹਕਾਰਾਂ ਦੇ ਨਾਲ ਪ੍ਰਭਾਵੀ ਰੂਪ ਤੋਂ ਕਾਰਜ ਕਰਨ ਵਿਚ ਪੂਰੀ ਤਰਾਂ ਤਿਆਰ ਹੋਣੇ ਚਾਹੀਦੇ ਹਨ-

ਆਪਣੀ ਖੁਦ ਦੀ ਪ੍ਰਤਿਭਾ ਨੂੰ ਜਾਣੋ - ਇਕ ਸਲਾਹਕਾਰ ਨੂੰ ਪ੍ਰਤਿਭਾਸ਼ਾਲੀ ਵਿਅਕਤੀ ਦੇ ਰੂਪ ਵਿਚ ਰੁਣਾਂ ਅਤੇ ਆਭਾਵਾਂ ਦੇ ਸਮਾਨ ਖੁਦ ਦੀ ਪਛਾਣ ਦੀ ਇਕ ਸਪੱਸ਼ਟ ਸੰਕਲਪਨਾ ਹੋਣਾ ਜਰੂਰੀ ਹੈ।

ਪ੍ਰਤਿਭਾਸ਼ਾਲੀ ਬੱਚਿਆ ਦੇ ਟੀਚਾਂ ਦਾ ਇਕ ਮਜ਼ਬੂਤ ਸਿਧਾਂਤਕ ਆਧਾਰ ਅਤੇ ਗਿਆਨ ਹੈ।

ਪ੍ਰਤਿਭਾਸ਼ਾਲੀ ਬੱਚਿਆਂ ਲਈ ਉਪਲਬਧ ਸਰੋਤਾਂ- ਸਹਾਇਤਾ ਸਮੂਹ, ਮਾਤਾ-ਪਿਤਾ ਸੰਗਠਨ, ਵਿਦਿਅਕ ਮੌਕੇ, ਗ੍ਰੰਥ ਸੂਚੀ, ਆਦਿ ਦੇ ਪ੍ਰਤਿ ਜਾਗਰੂਕ ਰਹੋ।

ਮਸ਼ਵਰੇ ਲਈ ਪਹੁੰਚ ਵਿਚ ਰਚਨਾਤਮਕ ਹੋਣਾ। ਉਮੀਦੀ ਅਪਾਰੰਪਰਿਕ ਗਾਹਕਾਂ ਲਈ ਪਾਰੰਪਰਿਕ ਪਰਾਮਰਸ਼ ਵਿਧੀਆਂ ਸਭ ਤੋਂ ਵਧੀਆ ਚੋਣ ਨਹੀਂ ਹੋ ਸਕਦੇ.

ਯਾਦ ਰੱਖੋ ਕਿ ਪ੍ਰਤਿਭਾਸ਼ਾਲੀ ਬੱਚਿਆਂ ਵਿਚ ਅਸਧਾਰਨ ਕਾਬਲੀਅਤਾਂ ਹੁੰਦੀ ਹਨ। ਬੇਮਿਸਾਲ ਬੁੱਧੀ ਅਤੇ ਪਰਸਪਰ ਕਿਰਿਆਵਾਂ ਦੁਆਰਾ ਮੂਰਖ ਬਣਾਉਣਾ ਸੌਖਾ ਹੈ।

ਮਦਦ ਮੰਗੋ। ਅਸਧਾਰਨ ਕੇਸਾਂ ਲਈ ਅਸਧਾਰਨ ਮਦਦ ਲੋੜੀਂਦੀ ਹੈ। ਮੁੱਖ ਵਿਚੋਂ ਪ੍ਰਤਿਭਾਸ਼ਾਲੀ ਬੱਚਿਆਂ ਦੀ ਵਿਸ਼ੇਸ਼ਤਾ ਉਨ੍ਹਾਂ ਦੀ ਮਜ਼ਬੂਤ ਸਮਝ ਹੈ। ਪਰਸਪਰ ਨਿਰਭਰਤਾ ਦਾ ਮਾਡਲ ਬਣਾਓ ਅਤੇ ਵੱਧ ਗਿਆਨੀ ਸਹਿਯੋਗੀਆਂ ਨੂੰ ਖੋਜੋ।

ਪ੍ਰਤੀਭਾਸ਼ਾਲੀ ਬਚੇ ਆਮ ਤੌਰ 'ਤੇ ਵਿਪਥਗਾਮੀ ਵਿਵਹਾਰ ਦਾ ਨਿਰੂਪਣ ਕਰਦੇ ਹਨ। ਸਲਾਹਕਾਰ ਉਨ੍ਹਾਂ ਦੇ ਵਿਪਥਗਾਮੀ ਵਿਵਹਾਰ ਲਈ ਉਨ੍ਹਾਂ ਦੇ ਮੁੱਲ ਸੰਰਚਨਾ ਪ੍ਰਤੀ ਸਜਗ ਹੋਣਾ ਚਾਹੀਦਾ ਹੈ ਅਤੇ ਉਨ੍ਹਾਂ ਦੀ ਅਸਲ ਅਨੁਭੂਤੀਆਂ ਦੇ ਪ੍ਰਤੀ ਸਚੇਤ ਹੋਣਾ ਚਾਹੀਦਾ ਹੈ।

ਇਕ ਅਧਿਵਕਤਾ ਬਣੋ। ਬੱਚੇ ਦੇ ਨਾਲ ਸ਼ਾਮਿਲ ਹੋਕੇ ਹੋਰਾਂ ਨੂੰ ਸਿੱਖਿਆ ਪ੍ਰਦਾਨ ਕਰੋ ਅਤੇ ਉਨ੍ਹਾਂ ਲਈ ਸੇਵਾਂਵਾਂ ਦਾ ਪ੍ਰਦਾਨ ਕਰ ਆਪਣੀ ਸਲਾਹ ਦੇ ਰੂਪ ਵਿਚ ਭੂਮਿਕਾ ਦਾ ਵਿਸਥਾਰ ਕਰਨਾ।

ਪ੍ਰਸ਼ਨ 27. ਸਿਖਾਉਣ ਵਾਲੇ ਦੇ ਰੂਪ ਵਿਚ ਅਧਿਆਪਕ ਦੀ ਭੂਮਿਕਾ ਸਪੱਸ਼ਟ ਕਰੋ।

ਉੱਤਰ - ਸਾਰੇ ਕਲਾਸਾਂ ਵਿਚ ਅਧਿਆਪਕ ਅਤੇ ਬੱਚੇ ਦੋਵੇਂ ਦੇ ਸਰੀਰਿਕ, ਸਮਾਜਿਕ, ਸੰਵੇਦਨਾਤਮਕ ਅਤ ਮਾਨਸਿਕ ਗੁਣਾਂ ਦਾ ਇਕ ਸਮੁੱਚ ਹੁੰਦਾ ਹੈ ਇਹ ਇਕ ਨੂੰ ਦੂਜੇ ਦੇ ਨਾਲ ਕਿਰਿਆ ਕਰਨ ਦੇ ਤਰੀਕੇ ਨੂੰ ਪ੍ਰਭਾਵਿਤ ਕਰਦੀ ਹੈ ਅਤੇ ਇਸ ਤਰਾਂ ਸਿਖਲਾਈ ਦੀ ਪ੍ਰਕਿਰਿਆ ਅੱਗੇ ਵੱਧੇਗੀ। ਅਧਿਆਪਕ ਜਿੰਨਾ ਵੱਧ ਉਨ੍ਹਾਂ ਬਾਰੇ ਵਿਚ, ਉਨ੍ਹਾਂ ਦੀ ਜਰੂਰਤਾਂ ਅਤੇ ਸਿਖਲਾਈ ਦਰਸ਼ਨ ਅਤੇ ਆਪਣੇ ਬੱਚਿਆ ਦੀ ਪ੍ਰਕਿਰਤੀ ਦੇ ਬਾਰੇ ਵਿਚ ਜਾਨਣ ਵਿਚ ਸਮਰੱਥ ਹੈ ਉਨ੍ਹਾਂ ਹੀ ਵੱਧ ਉਹ ਬੱਚੇ ਦੇ ਸਿੱਖਣ ਨਾਲ ਸਮਝੌਤਾ ਕਰਨ ਦੀ ਸਥਿਤੀ ਵਿਚ ਹੋਵੇਗਾ। ਇਹ ਅਦਿਆਪਕ ਦੇ ਸਿਖਲਾਈ ਭੂਮਿਕਾ ਦਾ ਅੰਗ ਹੈ ਅਤੇ ਇਹ ਸਿਖਲਾਈ ਸੁਸਾਧਕ ਦੇ ਰੂਪ ਵਿਚ ਉਸਦੀ ਭੂਮਿਕਾ ਵਿਚ ਅਧਿਆਪਕ ਦੀ ਮਦਦ ਕਰਦਾ ਹੈ।

ਅਧਿਆਪਕਾਂ ਰਾਹੀਂ ਬੱਚੇ ਦੇ ਸਿਖਲਾਈ ਵਿਚ ਮਦਦ ਕਰਨ ਲਈ ਕੁੱਛ ਚੀਜ਼ਾਂ ਜਰੂਰ ਉਪਸਥਿਤ ਹੁੰਦੀ ਹੈ। ਪ੍ਰਕਿਰਿਆਵਾਂ ਜੋ ਸੁਸਾਧਕ ਦੇ ਰੂਪ ਵਿਚ ਅਧਿਆਪਕ ਨੂੰ ਸਮਝਣੀ ਹੈ ਹੇਠ ਲਿਖੀ ਹੈ-

- ਵਿਦਿਆਰਥੀਆਂ ਦਾ ਮੁਲਾਂਕਣ ਕਰਨਾ
- ਸਿੱਖਣ ਦੀ ਯੋਜਨਾ ਬਣਾਉ
- ਯੋਜਨਾ ਨੂੰ ਲਾਗੂ ਕਰਨਾ ਅਤੇ
- ਪ੍ਰਕਿਰਿਆ ਦਾ ਮੁਲਾਂਕਣ ਕਰਨਾ

ਪ੍ਰਸ਼ਨ 28. ਐਥਲੈਟਿਕਸ ਕੀ ਹੈ? ਇਸ ਵਿਚ ਕਿੰਨੇ ਕਿਸਮ ਦੇ ਇਵੈਂਟਸ ਸ਼ਾਮਿਲ ਕੀਤੇ ਜਾਂਦੇ ਹਨ? ਚਰਚਾ ਕਰੋ।

ਉੱਤਰ - 'ਐਥਲੈਟਿਕਸ' ਸ਼ਬਦ ਯੁਨਾਨੀ ਭਾਸ਼ਾ ਦੇ 'ਐਥਲੋਨ' ਸ਼ਬਦ ਤੋਂ ਲਿਆ ਗਿਆ ਹੈ ਜਿਸਦਾ ਅਰਥ ਹੈ- ਪ੍ਰਤਿਯੋਗਤਾ ਜਾਂ ਮੁਕਾਬਲਾ। 'ਐਥਲੀਟ' ਸ਼ਬਦ ਦਾ ਅਰਥ ਹੈ ਉਹ ਵਿਅਕਤੀ ਜੋ ਸਰੀਰਿਕ ਕਿਰਿਆਵਾ ਨਾਲ ਸੰਬੰਧਿਤ ਮੁਕਾਬਲਾ ਜਾਂ ਪ੍ਰਤਿਯੋਗਤਾਵਾਂ ਵਿਚ ਹਿੱਸਾ ਲੈਂਦਾ ਹੋਵੇ। ਅੱਜਕਲ ਪੂਰੇ ਵਿਸ਼ਵ ਦੀ ਖੇਡ ਪ੍ਰਤਿਯੋਗਤਾ ਵਿਚ ਐਥਲੈਟਿਕਸ ਇਕ ਮਸ਼ਹੂਰ ਖੇਡ ਬਣ ਚੁਕਿਆ ਹੈ। 1928 ਈ. ਤੱਕ ਔਰਤਾਂ ਨੂੰ ਐਥਲੈਟਿਕਸ ਪ੍ਰਤਿਯੋਗਤਾਵਾਂ ਵਿਚ ਹਿੱਸਾ ਲੈਣ ਦੀ ਮਨਜ਼ੂਰੀ ਨਹੀਂ ਹੁੰਦੀ ਸੀ। 1913 ਈ. ਵਿਚ International Amateur Athletic Federation (IAAF) ਦਾ ਗਠਨ ਹੋਇਆ। ਇਹ ਸਮਿਤੀ ਵਿਸ਼ਵ ਪੱਧਰ 'ਤੇ ਐਥਲੈਟਿਕਸ ਦੀ ਪ੍ਰਤਿਯੋਗਤਾਵਾਂ ਦੇ ਉੱਤੇ ਆਪਣਾ ਨਿਯੰਤ੍ਰਣ ਰੱਖਦੀ ਹੈ ਅਤੇ ਐਥਲੈਟਿਕਸ ਦੀ ਪ੍ਰਤਿਯੋਗਤਾਵਾਂ ਦਾ ਆਯੋਜਨ ਵੀ ਕਰਦੀ ਹੈ।

ਐਥਲੈਟਿਕਸ ਵਿਚ ਦੋ ਪ੍ਰਕਾਰ ਦੇ ਇਵੈਂਟਸ ਸ਼ਾਮਿਲ ਕੀਤੇ ਜਾਂਦੇ ਹਨ-

1. ਟ੍ਰੈਕ ਇਵੈਂਟਸ -

ਛੋਟੀ ਦੂਰੀ ਦੀਆਂ ਦੌੜਾਂ - 100 ਮੀਟਰ, 200 ਮੀਟਰ, 400 ਮੀਟਰ, 100 ਮੀਟਰ ਅੜ੍ਹਿੱਕਾ, 110 ਮੀਟਰ ਅੜ੍ਹਿੱਕਾ, 4×100 ਰੀਲੇਅ ਰੇਸ। ਇਹਨਾਂ ਨੂੰ ਸਪ੍ਰਿੰਟ ਦੌੜ ਦੇ ਤੌਰ ਤੇ ਵੀ ਜਾਣਿਆ ਜਾਂਦਾ ਹੈ। ਇਨ੍ਹਾਂ ਦੌੜਾਂ ਨੂੰ ਪੂਰੇ ਬਲ ਅਤੇ ਗਤੀ ਨਾਲ ਕੀਤਾ ਜਾਂਦਾ ਹੈ। ਸਟਾਰਟ ਦੇ ਪ੍ਰਕਾਰ- ਸਟੈਂਡਿੰਗ ਸਟਾਰਟ ਅਤੇ ਸਿਟੀਂਗ ਸਟਾਰਟ।

ਮੱਧਮ ਦੂਰੀ ਦੌੜ - ਇਨ੍ਹਾਂ ਇਵੈਂਟਾਂ ਵਿਚ 800 ਮੀਟਰ ਅਤੇ 1500 ਮੀ ਰੇਸ ਸ਼ਾਮਲ ਹਨ। ਅਜਿਹੀ ਦੌੜਾਂ ਵਿਚ ਗਤੀ ਇਕ ਸਮਾਨ ਰੱਖੀ ਜਾਂਦੀ ਹੈ। ਇਕ ਐਥਲੀਟ ਲੰਮੇ ਕਦਮਾਂ ਨਾਲ ਦੌੜਦਾਂ ਹੈ। 800 ਮੀਟਰ ਦੌੜ ਨੂੰ ਛੱਡ ਕੇ ਸਾਰੀਆਂ ਮੀਡੀਅਮ ਦੂਰੀ ਵਾਲੀਆਂ ਰੇਸਾਂ ਵਿਚ ਖੜ੍ਹੇ ਸ਼ੁਰੂਆਤ (standing start) ਕੀਤੀ ਜਾਂਦੀ ਹੈ।

ਲੰਮੀ ਦੂਰੀ ਦੀ ਦੌੜ - ਇਹਨਾਂ ਰੇਸਾਂ ਵਿਚ 3, 000 ਮੀਟਰ, 5, 000 ਮੀਟਰ, 10, 000 ਮੀਟਰ, 3000 ਮੀਟਰ, ਕਰਾਸ ਕੰਟ੍ਰੀ ਦੌੜ ਅਤੇ ਮੈਰਾਥਨ ਦੌੜ ਸ਼ਾਮਲ ਹੁੰਦੀ ਹਨ। ਕਦਮ ਛੋਟੇ ਅਤੇ ਸਵਚਾਲਿਤ ਰੂਪ ਤੋਂ ਡਿਗਣਾ ਚਾਹੀਦਾ ਹੈ। ਸਰੀਰ ਨੂੰ ਪੂਰੀ ਤਰ੍ਹਾਂ ਤਣਾਅ ਮੁਕਤ ਹੋਣਾ ਚਾਹੀਦਾ ਹੈ।

2. ਫੀਲਡ ਇਵੈਂਟਸ - ਫੀਲਡ ਸਮਾਗਮਾਂ ਇਵੈਂਟਾਂ ਵਿਚ ਜਿਪਿੰਗ, ਲੰਮੇ ਛਾਲ, ਹਾਈ ਜੰਪ, ਟ੍ਰਿਪਲ ਜੰਪ ਅਤੇ ਪੋਲ ਡਿਸਟਲ, ਜੇਵਾਲੀਨ ਥਰੋ ਅਤੇ ਹੈਮਰ ਥਰੋ ਆਦਿ ਸ਼ਾਮਿਲ ਹਨ।

ਸ਼ਬਦਾਵਲੀ-

ਪਹੁੰਚ - ਇਕ ਛਾਲ ਦੇ ਰੂਪ ਵਿਚ ਦੌੜਨ ਦੀ ਸ਼ੁਰੂਆਤ ਦੇ ਸਥਾਨ ਤੱਕ ਪਹੁੰਚਣਾ।

ਬੈਟਨ - ਲਗਭਗ 1 ਫੁੱਟ ਲੰਬੀ ਅਤੇ 1 ਐੱਸ ਭਾਰੇ ਵਜ਼ਨ ਦੀ ਲਕੜੀ ਦੀ ਜੋਤੀ ਜਿਸਨੂੰ ਇਕ ਧਾਵਕ ਦੂਜੇ ਧਾਵਕ ਨੂੰ ਦੇ ਦਿੰਦਾ ਹੈ।

ਮੈਰਾਥਨ - 42.195 ਕਿਲੋਮੀਟਰ ਦੀ ਸੜਕ ਦੀ ਦੌੜ।

ਲੈਪ - ਦੌੜ ਦੇ ਟ੍ਰੈਕ ਦਾ ਇਕ ਸਰਕਟ ਜੋ ਆਮ ਤੌਰ 'ਤੇ 400 ਮੀਟਰ ਦਾ ਹੁੰਦਾ ਹੈ।

ਟ੍ਰੈਕ: - 400 ਮੀ. ਪਰਿਧੀ ਦਾ ਇਕ ਅੰਡੇ ਦੇ ਆਕਾਰ ਦਾ ਚੱਕਰ ਜੋ ਆਮ ਤੌਰ 'ਤੇ ਇਕ ਨਕਲੀ ਸਮੱਗਰੀ ਤੋਂ ਬਣਿਆ ਹੁੰਦਾ ਹੈ।

ਐਥਲੈਟਿਕਸ ਲਈ ਲੋੜੀਂਦਾ ਸਾਧਨ

1. ਸਟਾਪ ਵੋਚ
2. ਸਕੋਰ ਸ਼ੀਟ
3. ਸਮਾਪਤੀ ਪੋਥੀਆਂ
4. ਕੋਰਡ
5. ਬੈਟਨ
6. ਕਲਿੱਪ ਬੋਰਡ
7. ਛਾਤੀ ਨੰਬਰ
8. ਜੱਜਾਂ ਦੇ ਬੈਠਨ ਲਈ ਥਾਂ
9. ਝੰਡਾ
10. ਬਲਾਕ ਸ਼ੁਰੂ ਕਰਨਾ
11. ਮਾਪਣ ਦਾ ਫੀਤਾ

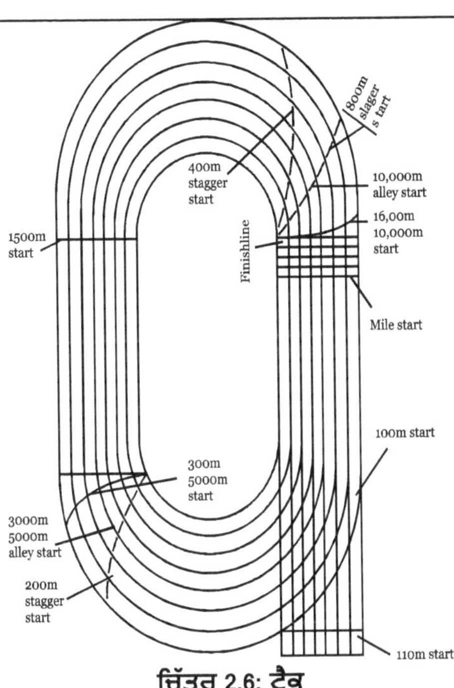

ਚਿੱਤਰ 2.6: ਟ੍ਰੈਕ

ਪ੍ਰਸ਼ਨ 29. ਬੈਡਮਿੰਟਨ ਨਾਲ ਸੰਬੰਧਿਤ ਮਹੱਤਵਪੂਰਨ ਤੱਤਾਂ ਦੀ ਵਿਵੇਚਨਾ ਕਰੋ।

ਜਾਂ

ਬੈਡਮਿੰਟਨ ਵਿਚ ਪ੍ਰਯੁਕਤ ਤਕਨੀਕ 'ਸਮੈਸ਼' ਨੂੰ ਪਰਿਭਾਸ਼ਿਤ ਕਰੋ। [ਅਪ੍ਰੈਲ 2016, ਪ੍ਰਸ਼ਨ 23]

ਉੱਤਰ - ਬੈਡਮਿੰਟਨ ਖੇਡ ਦੀ ਸ਼ੁਰੂਆਤ 1870 ਈ. ਦੇ ਆਲੇ-ਦੁਆਲੇ ਮਹਾਰਾਸ਼ਟਰ ਦੇ ਪੂਣਾ ਨਗਰ ਵਿਚ ਹੋਈ। ਇੱਥੇ ਬ੍ਰਿਟਿਸ਼ ਸੇਨਾ ਦੇ ਭਾਰਤੀ ਅਧਿਆਕਾਰੀਆਂ ਨੇ ਇਸ ਖੇਡ ਦੀ ਸ਼ੁਰੂਆਤ ਕੀਤੀ। ਸ਼ੁਰੂਆਤ ਵਿਚ ਇਸ ਖੇਡ ਨੂੰ 'ਪੂਣਾ' ਨਾਂ ਤੋਂ ਜਾਨਿਆ ਜਾਂਦਾ ਸੀ। ਸੰਨ 1873 ਈ. ਵਿਚ ਬ੍ਰਿਟੈਨ ਦੇ ਨਾਗਰੀਕ 'ਡਯੂਕ ਔਫ ਨਯੂ ਫੋਰਡ' ਨੇ ਆਪਣੇ ਨਗਰ ਬੈਡਮਿੰਟਨ (ਗਲੂਸਟਰ ਸ਼ਹਿਰ) ਵਿਚ ਇਸ ਖੇਡ ਦਾ ਪ੍ਰਦਰਸ਼ਨ ਕੀਤਾ। ਇਸੀ ਸ਼ਹਿਰ ਦੇ ਨਾਂ 'ਤੇ ਇਸ ਖੇਡ ਨੂੰ ਬੈਡਮਿੰਟਨ ਕਿਹਾ ਜਾਣ ਲੱਗ ਪਿਆ।

ਖੇਡ ਦੇ ਕੋਰਟ ਦਾ ਆਯਾਮ - ਕੋਰਟ ਆਇਤਾਕਾਰ ਹੁੰਦਾ ਹੈ ਅਤੇ ਨੇਟ ਰਾਹੀਂ ਦੋ ਹਿੱਸਾਂ ਵਿਚ ਵੰਡਿਆ ਜਾਂਦਾ ਹੈ। ਆਮ ਤੌਰ 'ਤੇ ਕੋਰਟ ਏਕਲ ਅਤੇ ਯੁਗਲ ਦੋਵੇਂ ਖੇਡ ਲਈ ਨਿਸ਼ਾਨ ਲਾਏ ਜਾਂਦੇ ਹਨ, ਹਾਲਾਂਕਿ ਨਿਯਮ ਸਿਰਫ ਏਕਲ ਲਈ ਕੋਰਟ ਨੂੰ ਨਿਸ਼ਾਨ ਲਗਾਉਣ ਦੀ ਮੰਜ਼ੂਰੀ ਦਿੰਦਾ ਹੈ। ਯੁਗਲ ਕੋਰਟ ਏਕਲ ਕੋਰਟ ਤੋਂ ਵੱਧ ਚੌੜਾ ਹੁੰਦਾ ਹੈ, ਪਰ ਦੋਨਾਂ ਦੀ ਲੰਮਾਈ ਸਮਾਨ ਹੁੰਦੀ ਹੈ। ਅਪਵਾਦ, ਜੋ ਅਕਸਰ ਨਵੇਂ ਖਿਲਾੜੀਆਂ ਨੂੰ ਭਰਮ ਵਿਚ ਡਾਲ ਦਿੰਦਾ ਹੈ ਕਿ ਯੁਗਲ ਕੋਰਟ ਦੀ ਸਰਵ-ਲੰਮਾਇ ਆਯਾਮ ਤੋਂ ਛੋਟੀ ਹੁੰਦੀ ਹੈ।

ਕੋਰਟ ਦੀ ਪੂਰੀ ਚੌੜਾਈ 6.1 ਮੀਟਰ (20 ਫੁਟ) ਅਤੇ ਏਕਲ ਦੀ ਚੌੜਾਈ ਸਭ ਤੋਂ ਘਟ 5.18 ਮੀਟਰ (17 ਫੁਟ) ਹੁੰਦੀ ਹੈ। ਕੋਰਟ ਦੀ ਪੂਰੀ ਲੰਮਾਈ 13.4 ਮੀਟਰ (44 ਫੁਟ) ਹੁੰਦੀ ਹੈ। ਸਰਵਿਸ ਕੋਰਟ ਇਕ ਮੱਧ ਰੇਖਾ ਰਾਹੀਂ ਕੋਰਟ ਦੀ ਚੌੜਾਈ ਨੂੰ ਵੰਡ ਕਰਕੇ ਨਿਸ਼ਾਨ ਲਗਾਉਂਦਾ ਹੈ। ਨੇਟ ਤੋਂ 1.98 ਮੀਟਰ (6 ਫੁਟ 6 ਇੰਚ) ਦੀ ਦੂਰੀ 'ਤੇ ਸ਼ਾਰਟ ਸਰਵਿਸ ਰੇਖਾ ਰਾਹੀਂ ਅਤੇ ਬਾਹਰੀ ਅਤੇ ਪਿਛਲੀ ਸੀਮਾਵਾਂ ਰਾਹੀਂ ਨਿਸ਼ਾਨ ਲੱਗਿਆ ਹੁੰਦਾ ਹੈ। ਯੁਗਲ ਵਿਚ, ਸਰਵਿਸ ਕੋਰਟ ਇਕ ਲੰਮੀ ਸਰਵਿਸ ਰੇਖਾ ਰਾਹੀਂ ਵੀ ਨਿਸ਼ਾਨ ਲੱਗਿਆ ਹੁਮਦਾ ਹੈ, ਜੋ ਪਿਛਲੀ ਸੀਮਾ ਤੋਂ 0.78 ਮੀਟਰ (2 ਫੁਟ 6 ਇੰਚ) ਦੀ ਦੂਰੀ 'ਤੇ ਹੁੰਦੀ ਹੈ।

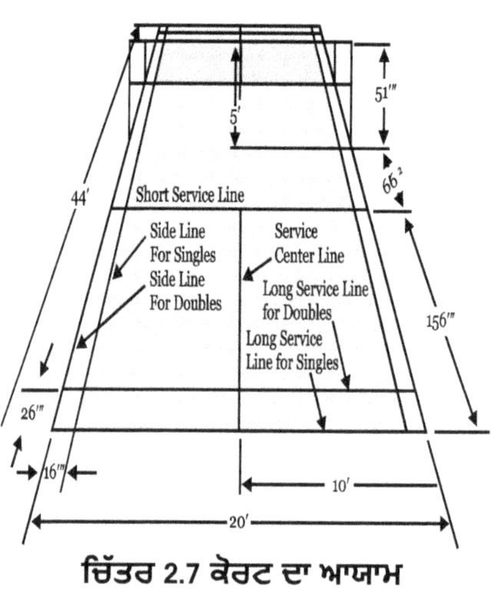

ਚਿੱਤਰ 2.7 ਕੋਰਟ ਦਾ ਆਯਾਮ

ਨੇਟ ਕਿਨਾਰਾਂ 'ਤੇ 1.55 ਮੀਟਰ ਅਤੇ ਵਿਚਕਾਰ ਵਿਚ 1.524 ਮੀਟਰ ਉੱਚਾ ਹੁੰਦਾ ਹੈ। ਨੇਟ ਦੇ ਖੰਬੇ ਯੁਗਲ ਪਾਸ਼ਰਵ ਰੇਖਾਵਾਂ 'ਤੇ ਖੜੇ ਹੁੰਦੇ ਹਨ, ਓਦੋਂ ਵੀ ਜਦੋਂ ਏਕਲ ਖੇਡਿਆ ਜਾਂਦਾ ਹੈ।

ਨਿਯਮ - ਹਰ ਖੇਡ 21 ਪਵਾਇੰਟ 'ਤੇ ਖੇਡਾ ਜਾਂਦਾ ਹੈ, ਜਿੱਥੇ ਖਿਲਾੜੀ ਇਕ ਰੈਲੀ ਜੀਤ ਕੇ ਇਕ ਪਵਾਇੰਟ ਸਕੋਰ ਕਰਦਾ ਹੈ। ਤਿਨ ਖੇਡ ਵਿਚ ਸਰਵੋਤਮ ਦਾ ਇਕ ਮੈਚ ਹੁੰਦਾ ਹੈ।

ਰੈਲੀ ਦੀ ਸ਼ੁਰੂਆਲ ਵਿਚ, ਸਰਵਰ ਅਤੇ ਰਿਸੀਵਰ ਆਪਣੇ-ਆਪਣੇ ਸਰਵਿਸ ਕੋਰਟ ਵਿਚ ਇਕ-ਦੂਜੇ ਦੇ ਤਿਰਛੇ ਖੜ੍ਹੇ ਹੁੰਦੇ ਹਨ। ਸਰਵਰ ਸ਼ਟਲਕੋਕ ਨੂੰ ਇਸ ਤਰਾਂ ਹਿਟ ਕਰਦਾ ਹੈ ਕਿ ਇਹ ਰਿਸੀਵਟ ਦੇ ਸਰਵਿਸ ਕੋਰਟ ਵਿਚ ਜਾਕਰ ਗਿਰੇ, ਇਹ ਟੇਨਿਸ ਦੇ ਸਮਾਨ ਹੈ, ਸਿਵਾਅ ਇਸ ਦੇ ਕਿ ਬੈਡਮਿੰਟਨ ਸਰਵ ਕਮਰ ਦੀ ਉਚਾਈ ਦੇ ਹੇਠ ਤੋਂ ਹਿਟ ਕੀਤਾ ਜਾਣਾ ਚਾਹੀਦਾ ਹੈ, ਅਤੇ ਰੈਕੇਟ ਸ਼ਾਫਟ ਅਧੋਮੁਖੀ ਹੋਣਾ ਚਾਹੀਦਾ ਹੈ, ਸ਼ਟਲਕੋਕ ਨੂੰ ਬਾਉਂਸ ਕਰਨ ਦੀ ਮੰਜ਼ੂਰੀ ਨਹੀਂ ਹੈ ਅਤੇ ਬੈਡਮਿੰਟਨ ਵਿਚ ਖਿਲਾੜੀਆਂ ਨੂੰ ਆਪਣੇ ਸਰਟ ਕੋਰਟਾਂ ਦੇ ਅੰਦਰ ਖੜ੍ਹੇ ਰਹਿਣਾ ਪੈਂਦਾ ਹੈ, ਜਦਕਿ ਅਜਿਹਾ ਟੈਨਿਸ ਵਿਚ ਨਹੀਂ ਹੁੰਦਾ।

ਜਦੋਂ ਸਰਵਿੰਗ ਪੱਖ ਇਕ ਰੈਲੀ ਹਾਰ ਜਾਂਦਾ ਹੈ, ਉਦੋਂ ਸਰਵ ਵਿਰੋਧੀ ਨੂੰ ਮਿਲ ਜਾਂਦਾ ਹੈ।

ਅੰਕ - ਖੇਡ ਦਾ ਪੰਜ ਅੰਕਾਂ ਰਾਹੀਂ ਫੈਸਲਾ ਲਿਆ ਜਾਂਦਾ ਹੈ।

ਖਰਾਬੀ: ਜੇ ਖੇਡਣ ਵਾਲੇ ਦੀ ਤਰਫ ਦਾ ਖਿਡਾਰੀ ਗਲਤੀ ਕਰਦਾ ਹੈ, ਤਾਂ ਉਸ ਦੀ ਸਰਵਿਸ ਛੁੱਟ ਦਿੱਤੀ ਜਾਂਦੀ ਹੈ। ਜੇ ਇਕ ਵਿਰੋਧੀ ਗਲਤੀ ਕਰਦਾ ਹੈ, ਦੂਜੀ ਤਰਫ ਦੋ ਅੰਕ ਦਿੱਤੇ ਜਾਂਦੇ ਹਨ ਅਤੇ ਇਸ ਨੂੰ ਇਕ ਗਲਤੀ ਮੰਨਿਆ ਜਾਂਦਾ ਹੈ।

ਗਲਤੀਆਂ ਦੀਆਂ ਹੋਰ ਸਥਿਤੀਆਂ ਇਹ ਹਨ: -

1. ਜਦੋਂ ਇਕ ਸ਼ੱਟਲ ਸਰਵਿਸ ਕਰਤਾ ਦੀ ਕਮਰ ਦੇ ਉੱਤੇ ਲਗਦੀ ਹੈ ਜਾਂ ਸ਼ਟਲ ਸਰਵਿਸਕਰਤਾ ਦੇ ਰੈਕੇਟ ਵਾਲੇ ਦੀ ਉੱਚਾਈ ਤੋਂ ਉੱਪਰ ਰੈਕੇਟ ਨੂੰ ਲੱਗਦੀ ਹੈ।

2. ਸੇਵਾ ਕਰਦੇ ਸਮੇਂ ਜਦੋਂ ਸ਼ਟਲ ਗਲਤ ਕੋਰਟ ਵਿਚ ਡਿੱਗ ਜਾਂਦੀ ਹੈ ਜਾਂ ਸਰਵਿਸ ਲਾਈਨ ਤੋਂ ਪਹਿਲਾਂ ਲੰਮੀ ਸੇਵਾ ਲਾਈਨ ਤੋਂ ਬਾਹਰ ਜਾਂ ਸੀਮਾ ਰੇਖਾ ਤੋਂ ਬਾਹਰ ਚੱਲੀ ਜਾਂਦੀ ਹੈ।

3. ਸਰਵਿਸ ਕਰਦੇ ਸਮੇਂ ਜਦੋਂ ਸਰਵਰ ਦੇ ਪੈਰ ਸੇਵਾ ਕੋਰਟ ਤੋਂ ਬਾਹਰ ਚਲੇ ਜਾਂਦੇ ਹਨ।

4. ਸਰਵਿਸ ਦੌਰਾਨ ਜਾਂ ਸਮੇਂ ਤੋਂ ਪਹਿਲਾਂ ਜੇਕਰ ਕੋਈ ਖਿਡਾਰੀ ਜਾਣਕੇ ਰੁਕਾਵਟ ਪੈਦਾ ਕਰਦਾ ਹੈ।

5. ਸਰਵਿਸ ਦੇ ਸਮੇਂ ਜਦੋਂ ਇਕ ਸ਼ਟਲ ਕੋਰਟ ਦੇ ਕਿਸੇ ਵੀ ਸੀਮਾ ਤੋਂ ਬਾਹਰ ਚੱਲੀ ਜਾਉਂਦੀ ਹੈ ਜਾਂ ਨੈੱਟ ਦੇ ਹੇਠਾਂ ਚੱਲੀ ਜਾਂਦਾ ਹੈ ਜਾਂ ਨੈੱਟ ਪਾਸ ਕਰਨ ਵਿਚ ਅਸਫਲ ਹੁੰਦਾ ਹੈ ਜਾਂ ਖਿਡਾਰੀ ਦੇ ਸਰੀਰ ਨੂੰ ਛੂੰਹ ਜਾਂਦਾ ਹੈ।

6. ਜੇਕਰ ਸ਼ਟਲ ਨੈੱਟ ਦੇ ਦੂਜੇ ਪਾਸੇ ਜਾਣ ਤੋਂ ਪਹਿਲਾਂ ਅਟੱਕ ਜਾਂਦੀ ਹੈ।

7. ਜਦੋਂ ਕੋਈ ਖਿਡਾਰੀ ਨੈੱਟ ਜਾਂ ਰੈਕੇਟ, ਪਹਿਰਾਵੇ, ਜਾਂ ਖੇਡਣ ਵਿਚ ਸ਼ਟਲ ਦਾ ਸਰੀਰ ਨਾਲ ਸਹਿਯੋਗ ਲੈਂਦਾ ਹੈ।

8. ਜੇ ਕੋਈ ਖਿਡਾਰੀ ਵਿਰੋਧੀ ਨੂੰ ਨੁਕਸਾਨ ਪਹੁੰਚਾਉਂਦਾ ਹੈ।

ਸੇਵਾ: A: ਛੋਟੀ ਸਰਵਿਸ B: ਲੰਬੀ ਸਰਵਿਸ

ਸਟ੍ਰੋਕ: A: ਫੌਰ ਹੈਂਡ ਸਟ੍ਰੋਕ B: ਬੈਕ ਹੈਂਡ ਸਟ੍ਰੋਕ C: ਓਵਰ ਹੈਂਡ ਸਟ੍ਰੋਕ D: ਨੈੱਟ ਸਟ੍ਰੋਕ

ਰੈਕੇਟ ਦੀ ਪਕੱੜ : A: ਬੁਨਿਆਦੀ B: ਫਰਾਇੰਗ ਹੈਂਡ C: ਬੈਕ ਹੈਂਡ

ਮੁਦਰਾ : A: ਗਰਾਉਂਡ ਸਟਾਂਸ B: ਫੌਰ ਹੈਂਡ ਰਿਟਰਨ C: ਬੈਕ ਕੋਰਟ ਰਿਟਰਨ

ਬੁਨਿਆਦੀ ਹੁਨਰ:

A. ਸਰਵਿਸ (ਉੱਚ ਸਰਵਿਸ, ਘੱਟ ਸਰਵਿਸ)

B. ਸਟ੍ਰੋਕਜ਼ (ਫੋਰਹੈਂਡ, ਬੈਕਹੈਂਡ, ਓਵਰ ਹੈਂਡ ਅਤੇ ਨੈੱਟ ਸਟ੍ਰੋਕ)

C. ਡ੍ਰੋਪ

D. ਸਮੈਸ਼

E. ਲਾਬੀ ਸ਼ਾਟ, ਡਰਾਈਵ ਸ਼ਾਟ, ਪਲੇਸਮੈਂਟ

ਖੇਡ ਸ਼ਬਦਾਵਲੀ

ਨੈੱਟ ਸਟ੍ਰੋਕ : ਇਹ ਅਜਿਹੇ ਸਟੌਕਸ ਹੁੰਦੇ ਹਨ ਜੋ ਨੈੱਟ ਦੇ ਕੋਲ ਗਿਰਨ ਵਾਲੀ ਸ਼ਟਲ ਨੂੰ ਵਿਰੋਧੀ ਦੇ ਕੋਰਟ ਵਿਚ ਵਾਪਸ ਭੇਜਣ ਲਈ ਲਗਾਇਆ ਜਾਂਦਾ ਹੈ।

ਸਾਇਡ ਆਉਟ : ਜਦੋਂ ਇਕ ਖਿਡਾਰੀ ਜਾਂ ਜੋੜਾ ਸਰਵਿਸ ਕਰਨ ਦਾ ਅਧਿਕਾਰ ਖੋ ਚੁੱਕਿਆ ਹੁੰਦਾ ਹੈ ਤਾਂ ਸਾਇਡ ਆਉਟ ਕਿਹਾ ਜਾਂਦਾ ਹੈ ਅਤੇ ਸ਼ਟਲ ਵਿਰੋਧੀ ਖਿਡਾਰੀ ਜਾਂ ਖਿਡਾਰੀਆਂ ਨੂੰ ਸਰਵਿਸ ਕਰਨ ਲਈ ਦਿੱਤੀ ਜਾਂਦੀ ਹੈ।

ਸਮੈਸ਼ : ਇਹ ਇਕ ਸਟ੍ਰੋਕ ਹੀ ਹੁੰਦਾ ਹੈ ਜਿਸ ਵਿਚ ਰੈਲੀ ਖਤਮ ਕਰਨ ਲਈ ਸ਼ਟਲ ਨੂੰ ਹੇਠਾਂ ਦੀ ਤਰਫ ਤੇਜ਼ੀ ਨਾ ਭੇਜਿਆ ਜਾਂਦਾ ਹੈ।

ਡ੍ਰੋਪ : ਡ੍ਰੋਪ ਸ਼ਾਟ ਕਾਫ ਹਲਕਾ ਸਟ੍ਰੋਕ ਹੁੰਦਾ ਹੈ। ਜਿਸ ਵਿਚ ਸ਼ਟਲ ਨੂੰ ਫੋਰਹੈਂਡ, ਬੈਕਹੈਂਡ ਜਾਂ ਦਿ ਹੈਂਡ ਸਟ੍ਰੋਕ ਲਗਾ ਕੇ ਨੈੱਟ ਦੇ ਉੱਤੇ ਭੇਜਿਆ ਜਾਂਦਾ ਹੈ ਤਾਂਕਿ ਨੈੱਟ ਨੂੰ ਪਾਰ ਕਰਨ ਤੋਂ ਬਾਅਦ ਸ਼ਟਲ ਨੈੱਟ ਦੇ ਕੋਲ ਹੀ ਵਿਰੋਧੀ ਦੇ ਕੋਰਟ ਵਿਚ ਡਿੱਗੇ।

ਪ੍ਰਸ਼ਨ 30. ਵਾਲੀਬਾਲ ਖੇਡ 'ਤੇ ਸੰਖੇਪ ਟਿੱਪਣੀ ਲਿੱਖੋ। ਇਸਦੇ ਆਯਾਮ, ਨਿਯਮ, ਮੁੱਲ ਕੌਸਲਾਂ ਅਤੇ ਖੇਡ ਸ਼ਬਦਾਵਲੀ ਵੀ ਦੱਸੋ।

ਉੱਤਰ - ਵਾਲੀਬਾਲ ਦਾ ਇਤਿਹਾਸ ਲਗਭਗ 100 ਸਾਲ ਪੁਰਾਣਾ ਹੈ। ਅਸਲ ਵਿਚ, ਸੰਨ 185 ਵਿਚ ਵਿਲਿਯਮ ਜੀ. ਮੋਰਗਨ ਰਾਹੀਂ ਵਾਲੀਬਾਲ ਦੀ ਸ਼ੁਰੂਆਤ ਹੋਈ। ਭਾਰਤੀ ਵਾਲੀਬਾਲ ਸੰਘ ਦਾ ਗਠਨ ਹੋਇਆ 1951 ਈ. ਵਿਚ ਹੋਇਆ। ਸੰਨ 1947 ਵਿਚ ਅੰਤਰਰਾਸ਼ਟਰੀ ਵਾਲੀਬਾਲ ਸੰਘ ਦੀ ਸਥਾਪਨਾ ਹੋਈ।

ਪਹਿਲੇ ਵਿਸ਼ਵ ਪੱਧਰ ਦੀ ਪ੍ਰਤਿਯੋਗਤਾ ਪ੍ਰਾਗ ਵਿਚ ਆਯੋਜਿਤ ਕੀਤੀ ਗਈ। ਟੋਕਿਯੋ ਔਲੰਪਿਕ ਵਿਚ ਜੋ ਸੰਨ 1964 ਵਿਚ ਜਾਪਾਨ ਵਿਚ ਆਯੋਜਿਤ ਕੀਤੇ ਗਏ ਸੀ, ਵਾਲੀਬਾਲ ਨੂੰ ਸ਼ਾਮਿਲ ਕੀਤਾ ਗਿਆ। ਭਾਰਤ ਵਿਚ 1952 ਈ. ਵਿਚ ਪਹਿਲਾ ਰਾਸ਼ਟਰੀ ਚੈਂਪਿਯਨਸ਼ਿਪ ਚਿਨ ਵਿਚ ਆਯੋਜਿਤ ਕੀਤਾ ਗਿਆ।

ਆਯਾਮ - ਵਾਲੀਬਾਲ ਇਕ ਖੇਡ ਹੈ। ਇਸਦੇ ਮੈਦਾਨ ਦੀ ਲੰਬਾਈ 18 ਮੀਟਰ ਅਤੇ ਚੌੜਾਈ 9 ਮੀਟਰ ਹੁੰਦੀ ਹੈ। ਲੰਬਾਈ ਵਿਚ ਇਸਨੂੰ ਦੋ ਬਰੋਬਰ ਭਾਗਾਂ ਵਿਚ ਵੰਡ ਦਿੱਤਾ ਜਾਂਦਾ ਹੈ। ਉਸ ਤੋਂ ਬਾਅਦ ਦੋ ਇੰਚ ਚੌੜਾਈ ਦੀ ਰੇਖਾ ਤੋਂ ਇਸ ਮੈਦਾਨ ਦੀ ਸੀਮਾ ਰੇਖਾ ਬਣਾ ਦਿੱਤੀ ਜਾਂਦੀ ਹੈ। ਕਿਸੇ ਵੀ ਕਿਸਮ ਦੀ ਰੁਕਾਟਨ ਮੈਦਾਨ ਦੇ ਚਾਰੋ ਪਾਸੇ, ਤਿਨ ਮੀਟਰ ਤੱਕ ਅਤੇ ਉਚਾਈ ਵਿਚ 7 ਮੀਟਰ ਤੱਕ ਨਹੀਂ ਹੋਣੀ ਚਾਹੀਦੀ। ਮੱਧ ਰੇਖਾ ਦੇ ਸਮਾਂਤਰ ਦੋਨੋ ਪਾਸੇ ਉਸ ਤੋਂ ਤਿਨ ਮੀਟਰ ਦੀ ਦੂਰੀ 'ਤੇ ਪ੍ਰਹਾਰ ਰੇਖਾ ਖਿੱਚੀ ਜਾਂਦੀ ਹੈ। ਮੈਦਾਨ ਦੇ ਪਿਛੇ ਦੀ ਰੇਖਾ ਦੇ ਨਾਲ, ਨਾਲ ਦੀ ਰੇਖਾ ਤੋਂ ਦੋਵੇਂ ਪਾਸੇ, ਖੇਡਣ ਦੇ ਖੇਤਰ ਪਾਸੇ ਤਿਨ ਮੀਟਰ ਦੀ ਦੂਰੀ 'ਤੇ ਮੈਦਾਨ ਦੇ ਬਾਹਰ ਪਿਛੇ ਦੇ ਪਾਸੇ ਇਕ ਰੇਖਾ ਖਿੱਚੀ ਜਾਂਦੀ ਹੈ। ਇਸ ਨੂੰ ਸੇਵਾ ਖੇਤਰ ਕਹਿੰਦੇ ਹਨ।

ਨਿਯਮ - ਵਾਲੀਬਾਲ ਖੇਡ ਨਾਲ ਸੰਬੰਧਿਤ ਨਿਯਮ ਹੇਠ ਲਿਖੇ ਹਨ-

1. ਸਰਵਿਸ ਖੇਤਰ ਦੀ ਚੌੜਾਈ 3 ਮੀਟਰ ਦੀ ਉਮੀਦੀ 9 ਮੀਟਰ ਦੀ ਹੁੰਦੀ ਹੈ।

2. ਪ੍ਰਹਾਰ ਰੇਖਾ ਬਾਹਰ ਦੇ ਪਾਸੇ ਦੋਵੇਂ ਪਾਸੇ 1.75 ਮੀਟਰ ਡਾਟੇਡ ਕਰ ਦਿੱਤੀ ਜਾਂਦੀ ਹੈ।

3. ਖੇਡ ਪ੍ਰਤਿਯੋਗਤਾ ਵਿਚ ਰੰਗੀਨ ਬਾਲ ਦੀ ਵਰਤੋਂ ਕੀਤੀ ਜਾ ਸਕਦੀ ਹੈ।

4. ਹਰੇਕ ਸਰਵਿਸ ਦਾ ਅੰਕ ਹੁੰਦਾ ਹੈ।

5. ਹੁਣ ਲੈਟ ਸਰਵਿਸ ਦੀ ਆਗਿਆ ਹੈ।

6. ਪਹਿਲੇ ਚਾਰ ਸੇਟ 25 ਅੰਕਾਂ ਦੇ ਪਰ ਪੰਜਵਾਂ ਸੇਟ 15 ਅੰਕਾਂ ਦਾ ਹੁੰਦਾ ਹੈ।

7. ਪਹਿਲੀ ਸਰਵਿਸ ਸਰੀਰ ਦੇ ਕਿਸੇ ਵੀ ਹਿੱਸੇ ਤੋਂ ਪ੍ਰਾਪਤ ਕੀਤੀ ਜਾ ਸਕਦੀ ਹੈ ਪਰ ਸਿਰਫ ਬਾਲ ਇਕ ਬਾਰ ਹੀ ਸ਼ਰੀਰ ਦੇ ਹਿੱਸੇ ਨੂੰ ਛੂਹਣ।

8. ਜੇਕਰ ਟੀਮ ਏ ਲਈ ਸਕੋਰ 24 ਅਤੇ ਟੀਮ ਬੀ ਲਈ 25 ਹੈ ਤਾਂ ਸੇਟ ਦੋ ਬਿੰਦੂਆਂ ਦੀ ਅਗਵਾਈ ਤੋਂ ਬਾਦ ਫੈਸਲਾ ਕੀਤਾ ਜਾਵੇਗਾ। ਇਕ ਸੇਟ ਵਿਚ 30 ਸੇਕੰਡ ਵਿਚ ਵੱਧ ਤੋਂ ਵੱਧ ਦੋ ਬਾਰ ਆਊਟ ਕਰਨ ਦੀ ਮੰਜ਼ੂਰੀ ਹੈ।

ਬੁਨਿਆਦੀ ਹੁਨਰ

- ਸਰਵਿਸ
- ਸਪਾਈਕਸ/ਸਮੈਸ਼
- ਟਿਪ/ਲਿਫਟ
- ਬੰਪ/ਅੰਡਰ ਆਰਮ ਹੇਠਾਂ
- ਬਲਾਕ

ਖੇਡ ਸ਼ਬਦਾਵਲੀ

ਏਸ : ਵਾਪਸ ਸਰਵਿਸ ਨਹੀਂ ਕਰਨ ਤੇ ਅੰਕ ਕਮਾਉਣਾ

ਏਂਟੀਨਾ : ਦੋ ਲਚੀਲੀ ਛੜੀਆਂ, ਜੋ ਨੈੱਟ ਦੇ ਹਰੇਕ ਸਾਇਡ ਬੈਂਡ ਦੇ ਬਾਹਰੀ ਕਿਨਾਰਾਂ 'ਤੇ ਟਿੱਕੀ ਹੁੰਦੀ ਹੈ, ਉਨ੍ਹਾਂ ਨੂੰ ਏਂਟੀਨਾ ਕਿਹਾ ਜਾਂਦਾ ਹੈ।

ਡਿਗ : ਡਿਗ ਉਸ ਖਿਡਾਰੀ ਰਾਹੀਂ ਬਣਾਈ ਜਾਂਦੀ ਹੈ, ਜਿਸਦਾ ਨੈੱਟ ਦੇ ਉੱਤੇ ਬਾਲ ਦੇ ਨਾਲ ਪਹਿਲਾ ਸੰਪਰਕ ਹੁੰਦਾ ਹੈ।

ਰੋਟੇਸ਼ਨ : ਜਦੋਂ ਵੀ ਸਰਵਿਸ ਕਰਨ ਦਾ ਮੌਕਾ ਮਿਲਦਾ ਹੈ ਤਾਂ ਉਸ ਸਮੇਂ ਛੜੀ ਦੀ ਦਿਸ਼ਾ ਵਿਚ ਖਿਡਾਰਿਆਂ ਨੂੰ ਸਥਿਤੀ ਬਦਲਨੀ ਪੈਂਦੀ ਹੈ, ਜਿਸਨੂੰ ਰੋਟੇਸ਼ਨ ਕਿਹਾ ਜਾਂਦਾ ਹੈ।

ਸਪਾਇਕ : ਇਕ ਸੁਰੱਖਿਅਤ ਸ਼ਾਟ ਜੋ ਨੈੱਟ ਦੇ ਉੱਤੇ ਬਾਲ ਨੂੰ ਲਾਉਂਦਾ ਹੈ।

ਸਮਾਂ ਅਵਕਾਸ਼ : ਟੀਮ ਦੇ ਕੋਚ ਦੀ ਬੇਨਤੀ 'ਤੇ ਲਿਆ ਗਿਆ ਇਕ ਕਾਨੂੰਨੀ ਅਵਕਾਸ਼।

ਪ੍ਰਸ਼ਨ 31. ਕਬੱਡੀ ਖੇਡ ਤੋਂ ਤੁਸੀਂ ਕਿ ਸਮਝਦੇ ਹੋ? ਇਸਦੇ ਆਯਾਮ, ਨਿਯਮ, ਬੁਨਿਆਦੀ ਹੁਨਰ, ਮੁੱਖ ਫਾਓਲ ਅਤੇ ਖੇਡ ਸ਼ਬਦਾਵਲੀ ਦਾ ਵਰਣਨ ਕਰੋ।

ਉੱਤਰ - ਕਬੱਡੀ ਪੂਰੀ ਤਰਾਂ ਭਾਰਤੀ ਖੇਡ ਹੈ। ਆਸਾਨ ਸ਼ਬਦਾਂ ਵਿਚ ਇਸਨੂੰ ਵੱਧ ਅੰਕ ਹਾਸਿਲ ਕਰਨ ਲਈ ਦੋ ਟੀਮਾਂ ਦੇ ਵਿਚਕਾਰ ਦਾ ਇਕ ਮੁਕਾਬਲਾ ਕਿਹਾ ਜਾਂਦਾ ਹੈ। ਭਾਰਤ ਇਕ ਗ੍ਰਾਮ ਪ੍ਰਧਾਨ ਦੇਸ਼ ਹੈ। ਇਸ ਲਈ ਇਹ ਖੇਡ ਪਿੰਡ ਵਿਚ ਪ੍ਰਸਿੱਧ ਰਿਹਾ ਹੈ। ਭਾਰਤ ਤੋਂ ਇਲਾਵਾ ਪਾਕਿਸਤਾਨ ਅਤੇ ਬੰਗਲਾਦੇਸ਼ ਵਿਚ ਵੀ ਇਕ ਖੇਡ ਖੇਡਿਆ ਜਾਂਦਾ ਹੈ। ਉੱਤਰੀ ਭਾਰਤ, ਪੰਜਾਬ, ਹਰਿਯਾਣਾ ਅਤੇ ਦੇਹਲੀ ਵਿਚ ਇਸ ਖੇਡ ਨੂੰ ਗੋਲ ਦਾਅਰੇ ਵਿਚ ਖੇਡਾ ਜਾਂਦਾ ਹੈ। ਇਸ ਲਈ ਇਸ ਕਾਰਨ ਇਸਨੂੰ ਕਬੱਡੀ ਜਾਂ ਚਕੱਰੀ ਕਬੱਡੀ ਕਿਹਾ ਜਾਂਦਾ ਹੈ।

ਆਯਾਮ ਅਤੇ ਨਿਯਮ - ਇਹ ਖੇਡ ਆਮ ਤੌਰ 'ਤੇ 20-20 ਮਿਨਟ ਦੇ ਦੋ ਹਿੱਸਾਂ ਵਿਚ ਖੇਡਾ ਜਾਂਦਾ ਹੈ। ਹਰ ਹਿੱਸੇ ਵਿਚ ਟੀਮਾਂ ਪਾਲਾ ਬਦਲਦੀ ਹੈ ਅਤੇ ਇਸਦੇ ਲਈ ਉਨ੍ਹਾਂ ਨੂੰ ਪੰਜ ਮਿਨਟਾਂ ਦਾ ਬਰੇਕ ਮਿਲਦਾ ਹੈ। ਹਾਲਾਂਕਿ ਆਯੋਜਮ ਇਸਦੇ ਇਕ ਹਿੱਸੇ ਦੀ ਅਵਧੀ 10 ਜਾਂ 15 ਮਿਨਟ ਦੀ ਵੀ ਕਰ ਸਕਦਾ ਹੈ। ਪੂਰੇ ਮੈਚ ਦੀ ਨਿਗਰਾਨੀ ਅੱਠ ਲੋਕ ਕਰਦੇ ਹਨ। ਇਕ ਰੇਫਰੀ, ਦੋ ਅੰਪਾਯਰ, ਦੋ ਲਾਈਂਸਮੈਨ, ਇਕ ਟਾਇਮ ਕੀਪਰ, ਇਕ ਸਕੋਰ ਕੀਪਰ ਅਤੇ ਇਕ ਟੀ.ਵੀ. ਅੰਪਾਯਰ। ਹਰ ਟੀਮ ਵਿਚ 5-6 ਸਟਾਪਰ (ਪਕੜਨ ਵਿਚ ਮਾਹਿਰ) ਅਤੇ 4-5 ਰੇਡਰ (ਛੂਹ ਕੇ ਭੱਜਣ ਵਿਚ ਮਾਹਿਰ) ਹੁੰਦੇ ਹਨ। ਇਕ ਵਾਰ ਵਿਚ ਸਿਰਫ ਚਾਰ ਸਟਾਪਰਾਂ ਨੂੰ ਹੀ ਕੋਰਟ 'ਤੇ ਉਤਰਨ ਦੀ ਇਜਾਜਤ ਹੁੰਦੀ ਹੈ। ਜਦੋਂ ਵੀ ਇਕ ਸਟਾਪਰ ਕਿਸੇ ਰੇਡਰ ਨੂੰ ਆਪਣੇ ਪਾਲੇ ਤੋਂ ਬਾਹਰ ਜਾਣ ਤੋਂ ਰੋਕਦਾ ਹੈ ਉਨ੍ਹਾਂ ਨੂੰ ਇਕ ਅੰਕ ਮਿਲਦਾ ਹੈ ਪਰ ਜੇ ਰੇਡਰ ਉਨ੍ਹਾਂ ਨੂੰ ਛੂਹ ਕੇ ਭੱਜ ਜਾਂਦਾ ਹੈ ਤਾਂ ਉਸਦੀ ਟੀਮ ਨੂੰ ਅੰਕ ਮਿਲ ਜਾਂਦਾ ਹੈ।

ਇਸਦਾ ਕੋਰਟ ਡੋਜ ਬਾਲ ਗੇਮ ਜਿੰਨਾ ਵੱਡਾ ਹੁੰਦਾ ਹੈ। ਕੋਰਟ ਦਾ ਮਾਪ 13×10 ਮੀਟਰ ਹੁੰਦਾ ਹੈ। ਕੋਰਟ ਦੇ ਵਿਚਕਾਰ ਇਕ ਲਾਈਨ ਖਿੱਚੀ ਹੁੰਦੀ ਹੈ ਜੋ ਇਸਨੂੰ ਦੋ ਹਿੱਸਿਆਂਵਿਚ ਵੰਡਦੀ ਹੈ।

ਮੈਚਾਂ ਦਾ ਆਯੋਜਨ ਉਮਰ ਅਤੇ ਵਜ਼ਨ ਦੇ ਅਧਾਰ 'ਤੇ ਕੀਤਾ ਜਾਂਦਾ ਹੈ, ਪਰ ਅੱਜ ਕਲ ਔਰਤਾਂ ਦੀ ਵੀ ਕਾਫੀ ਭਾਗੀਦਾਰੀ ਹੋ ਰਹੀ ਹੈ।

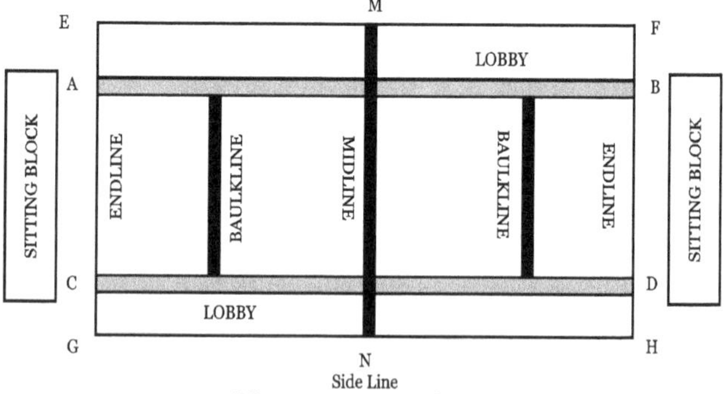

ਚਿੱਤਰ 2.8 ਕਬੱਡੀ ਕੋਰਟ

ਬੁਨਿਆਦੀ ਅਪਮਾਨਜਨਕ ਹੁਨਰ

- ਹੱਥ ਨਾਲ ਛੋਹਣਾ
- ਲੱਤ ਧੱਕਣ
- ਫ੍ਰੰਟ ਕਿਕ ਅਤੇ ਸਾਈਡ ਕਿਕ
- ਮੱਲਕ ਕਿੱਕ ਜਾਂ ਬੈਕ ਕੱਕ
- ਛਾਲ ਮਾਰ ਕੇ ਅਤੇ ਗੋਤਾ ਖਾ ਕੇ ਪ੍ਰਹਾਰ ਕਰਨਾ

ਕਬੱਡੀ ਦੇ ਬੁਨਿਆਦੀ ਹੁਨਰ

- ਗੁਟ ਫੜਨਾ
- ਆਮ ਪਕੜ
- ਗਿੱਟੇ ਫੜਨਾ
- ਗੋਡੇ ਫੜਨਾ

ਮੁੱਖ ਫਾਉਲਸ

- ਖਿਡਾਰੀਆਂ ਨੂੰ ਲੱਤਾਂ ਰਾਹੀਂ ਗਲਤ ਤਰੀਕੇ ਨਾਲ ਫੜਨਾ
- 'ਕਬੱਡੀ' ਉੱਚੀ ਬੋਲਣਾ
- ਸਰੀਰ 'ਤੇ ਤੇਲ ਜਾਂ ਕ੍ਰੀਮ ਲਗਾਉਣਾ।
- ਵਾਲ ਫੜਨਾ
- ਖਿਡਾਰੀ ਦੇ ਕੱਪੜਿਆਂ ਨੂੰ ਫੜਨਾ
- ਵਿਰੋਧੀਆਂ ਦੀ ਪਾਲੇ ਵਿਚ ਸਾਹ ਛੱਡਣਾ
- ਖੇਡ ਦੇ ਦੌਰਾਨ ਫੀਲਡ ਤੋਂ ਬਾਹਰ ਜਾਣਾ
- ਵਿਰੋਧੀ ਖਿਡਾਰੀਆਂ ਨੂੰ ਜਾਣ ਕੇ ਧੱਕਾ ਦੇਣਾ
- ਅਪਮਾਨਜਨਕ ਭਾਸ਼ਾ ਵਰਤਣਾ

ਖੇਡ ਸ਼ਬਦਾਵਲੀ

ਐਂਟੀਜ਼: ਏਂਟੀਜ਼ ਰੇਡਰ ਦੇ ਵਿਰੁੱਧ ਵਿਰੋਧੀ ਹੁੰਦੇ ਹਨ

ਕੈਂਟ : ਇਕ ਰੇਡਰ ਨੂੰ ਆਵਾਣ ਕਰਨ ਲਈ ' ਕਬੱਡੀ' ਸ਼ਬਦ ਦੀ ਇਕ ਖ਼ਾਸ ਵਰਤੋਂ ਕਰਨੀ ਹੁੰਦੀ ਹੈ।

ਰੇਡਰ: ਹਰੇਕ ਟੀਮ ਨੂੰ ਵਿਰੋਧੀ ਟੀਮ ਨੂੰ ਆਉਟ ਕਰਨ ਲਈ ਵਿਕਲਪਿਕ ਰੂਪ ਤੋਂ ਇਕ ਰੇਡਰ ਨੂੰ ਭੇਜਣਾ ਹੁੰਦਾ ਹੈ।

ਟੀਮ: ਇਕ ਟੀਮ ਵਿਚ 12 ਖਿਡਾਰੀ ਹੁੰਦੇ ਹਨ ਜਿਨ੍ਹਾਂ ਵਿਚੋਂ 7 ਖਿਡਾਰੀਆਂ ਨੂੰ ਮੈਦਾਨ ਵਿਚ ਜਾਣ ਦੀ ਇਜਾਜ਼ਤ ਹੁੰਦੀ ਹੈ।

ਲੋਨਾ: ਜਦੋਂ ਇਕ ਟੀਮ ਦੋ ਅੰਕਾਂ ਦਾ ਬੋਨਸ ਪਾਉਂਦੀ ਹੈ ਉਸ ਨੂੰ ਲੋਨਾ ਕਿਹਾ ਜਾਂਦਾਂ ਹੈ।

ਪ੍ਰਸ਼ਨ 32. ਖੋ-ਖੋ ਖੇਡ ਨਾਲ ਸੰਬੰਧਿਤ ਮਹੱਤਵਪੂਰਨ ਤੱਤਾਂ ਦਾ ਉੱਲੇਖ ਕਰੋ।

ਉੱਤਰ - ਖੋ-ਖੋ ਪੂਰੀ ਤਰਾਂ ਭਾਰਤੀ ਖੇਡ ਹੈ। ਇਸਦਾ ਜਨਮ ਭਾਰਤੀ ਪਰਿਵੇਸ਼ ਵਿਚ ਹੋਇਆ। ਹੁਣ ਤੱਕ ਇਸ ਖੇਡ ਨਾਲ ਸੰਬੰਧਿਤ ਪ੍ਰਤਿਯਿਗਤਾ ਦਾ ਆਯੋਜਨ ਰਾਸ਼ਟਰੀ ਪੱਧਰ 'ਤੇ ਹੀ ਸੰਭਵ ਹੋ ਸਕਿਆ ਹੈ। ਇਸਦਾ ਆਯੋਜਨ ਪੁਰਸ਼ਾਂ ਅਤੇ ਔਰਤਾਂ ਦੇ ਨਾਲ-ਨਾਲ ਸੀਨੀਅਰ ਅਤੇ ਜੂਨੀਅਰ ਪੱਧਰ 'ਤੇ ਬੱਚਿਆਂ ਲਈ ਵੀ ਆਯੋਜਿਤ ਕੀਤਾ ਜਾਂਦਾ ਹੈ।

ਸ਼ੁਰੂਆਤ ਵਿਚ ਇਸਦੇ ਨਿਯਮ ਵੱਧ ਮੁਸ਼ਕਲ ਨਹੀਂ ਹੁੰਦੇ ਸੀ। ਬਾਅਦ ਵਿਚ ਇਸ ਖੇਡ ਦੇ ਨਿਯਮ ਬਣਾਉਣ ਲਈ ਇਕ ਕਮੇਟੀ ਦਾ ਗਠਨ ਹੋਇਆ। ਸੰਨ 1914 ਵਿਚ ਡੇਕਨ ਜਿਮਖਾਨਾ ਪੁਣੇ ਰਾਹੀਂ ਇਸ ਖੇਡ ਵਿਚ ਸ਼ੁਰੂਆਤੀ ਨਿਯਮਾਂ ਦਾ ਪ੍ਰਤਿਪਾਦਨ ਕੀਤਾ ਗਿਆ ਸੀ। ਮਹਾਰਾਸ਼ਟਰ ਫਿਜਿਕਲ ਏਜੁਕੇਸ਼ਨ ਸਮਿਤੀ ਰਾਹੀਂ ਇਸ ਖੇਡ ਨਾਲ ਸੰਬੰਧਿਤ ਸਾਹਿਤ ਨੂੰ ਸੰਨ 1935, 1938, 1943 ਅਤੇ 1949 ਵਿਚ ਵੱਖ-ਵੱਖ ਚਰਣਾਂ ਵਿਚ ਪ੍ਰਕਾਸ਼ਿਤ ਕਰਾਕਰ ਪ੍ਰਸਾਰਿਤ ਕੀਤਾ ਗਿਆ। ਸੰਨ 1960 ਵਿਚ ਵਿਜਯਵਾੜਾ ਵਿਚ ਪਹਿਲੇ ਰਾਸ਼ਟਰੀ ਖੇਡ ਦਾ ਆਯੋਜਨ ਕੀਤਾ ਗਿਆ। ਜਿਸ ਵਿਚ ਪੁਰਸ਼ਾਂ ਨੂੰ ਪਹਿਲਾਂ ਰਾਸ਼ਟਰੀ ਖੋ-ਖੋ ਚੈਂਪਿਯਨਸ਼ਿਪ ਦਾ ਆਯੋਜਨ ਕੀਤਾ ਗਿਆ। ਸਾਲ 1961 ਵਿਚ ਔਰਤਾਂ ਦੀ ਰਾਸ਼ਟਰੀ ਖੋ-ਖੋ ਚੈਂਪਿਯਨ ਦੀ ਸ਼ੁਰੂਆਤ ਹੋਈ।

ਮੈਦਾਨ ਦਾ ਆਯਾਮ - ਇਸ ਖੇਡ ਦੇ ਮੈਦਾਨ ਦਾ ਆਕਾਰ ਆਇਤਕਾਰ ਹੁੰਦਾ ਹੈ। ਸਮਤਲ ਜ਼ਮੀਨ 'ਤੇ ਇਸਦਾ ਰੇਖਾਂਕਨ ਕੀਤਾ ਜਾਂਦਾ ਹੈ। ਖੇਡ ਦੇ ਮੈਦਾਨ ਦੀ ਲੰਬਾਈ 29 ਮੀਟਰ ਅਤੇ ਚੌੜਾਈ 16 ਮੀਟਰ ਹੁੰਦੀ ਹੈ। ਮੈਦਾਨ ਦੇ ਚਾਰੋ ਪਾਸੇ 1.5 ਚੌੜਾਈ ਦੀ ਲਾਬੀ ਹੁੰਦੀ ਹੈ। ਮੈਦਾਨ ਦੇ ਵਿਚਕਾਰ ਇਕ ਗਲੀ ਬਣਾਈ ਜਾਂਦੀ ਹੈ। ਇਸ ਗਲੀ ਦੀ ਚੌੜਾਈ 30 ਸੇ.ਮੀ. ਹੁੰਦੀ ਹੈ। ਇਹ ਮੈਦਾਨ ਨੂੰ ਦੋ ਬਰੋਬਰ ਹਿੱਸਿਆਂ ਵਿਚ ਵੰਡਦੀ ਹੈ। ਮੈਦਾਨ ਦੇ ਦੋਵੇਂ ਸਿਰਾਂ 'ਤੇ ਗਲੀ ਦੇ ਮੱਧਮ ਇਕ-ਇਕ ਪੋਲ ਸਥਾਪਿਤ ਕੀਤਾ ਜਾਂਦਾ ਹੈ, ਜਿਸਦੀ ਉਚਾਈ 120 ਸੇ.ਮੀ. ਹੁੰਦੀ ਹੈ ਅਤੇ ਪਰਿਧਿ 30 ਤੋਂ 40 ਸੇ.ਮੀ. ਹੁੰਦੀ ਹੈ। ਜਿਸ ਸੀਮਾ-ਰੇਖਾ 'ਤੇ ਇਹ ਪੋਲ ਲੱਗਿਆ ਹੁੰਦਾ ਹੈ, ਉਸ ਰੇਖਾ ਦੇ ਸਮਾਂਤਰ 2.5 ਸੇ.ਮੀ. ਦਾ ਫਾਸਲਾ ਹੁੰਦਾ ਹੈ। ਅਜਿਹੀ ਅਗਲੀ ਦੋ ਸਮਾਂਤਰ ਰੇਖਾਵਾਂ 2.30 ਮੀਟਰ ਦੂਰੀ 'ਤੇ ਖਿੱਚੀ ਜਾਂਦੀ ਹੈ। ਇਸਤੋਂ ਅੱਗੇ ਸਾਰੇ ਸਮਾਂਤਰ ਰੇਖਾਵਾਂ 2.30 ਮੀਟਰ ਦੀ ਦੂਰੀ 'ਤੇ ਖਿੱਚੀ ਜਾਂਦੀ ਹੈ। ਇਨ੍ਹਾਂ ਰੇਖਾਂਵਾਂ ਤੋਂ ਗਲੀ ਵਿਚ 30-30 ਸੇ.ਮੀ. ਦੇ 8 ਵਰਗ ਬਣ ਜਾਂਦੇ ਹਨ।

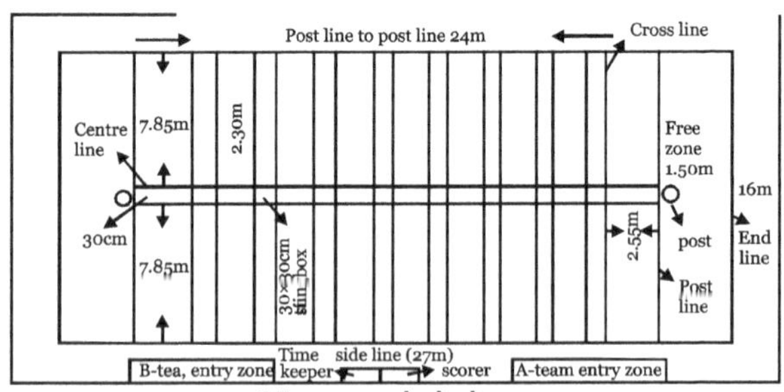

ਚਿੱਤਰ 2.9 ਖੋ-ਖੋ ਕੋਰਟ

ਖੋ-ਖੋ ਦੇ ਨਵੇਂ ਸਧਾਰਨ ਨਿਯਮ-

1. ਬੈਠਣ ਅਤੇ ਦੌੜਨ ਲਈ ਫੈਸਲਾ ਟੌਸ ਰਾਹੀਂ ਲਿਆ ਜਾਂਦਾ ਹੈ।

2. ਰਨਰ ਦੇ ਦੋਵੇਂ ਪੈਰ ਸੀਮਾ ਤੋਂ ਬਾਹਰ ਚੱਲੇ ਜਾਂਦੇ ਹਨ ਤਾਂ ਉਹ ਆਉਟ ਮੰਨਿਆ ਜਾਂਦਾ ਹੈ।

3. ਚੇਂਜਰ ਟੀਮ ਦੇ ਮੈਂਬਰਾਂ ਦੇ ਬੈਠਣ ਦੀ ਇਕ ਵਿਸ਼ੇਸ਼ ਵਿਵਸਥਾ ਹੁੰਦੀ ਹੈ। ਖਿਡਾਰੀ ਨੰ. 1, 3, 5, 7 ਦਾ ਮੂੰਹ ਇਕ ਦਿਸ਼ਾ ਵਿਚ ਅਤੇ ਖਿਡਾਰੀ 2, 4, 6 ਅਤੇ 8 ਦਾ ਮੂੰਹ ਦੂਜੀ ਦਿਸ਼ਾ ਵਿਚ ਹੁੰਦਾ ਹੈ।

4. 'ਰਨਰ' ਟੀਮ ਦਾ ਖਿਡਾਰੀ ਕੇਂਦਰ ਗਲੀ ਤੋਂ ਦੂਜੀ ਦਿਸ਼ਾ ਵਿਚ ਉਦੋਂ ਤੱਕ ਨਹੀਂ ਜਾ ਸਕਦਾ, ਜਦੋਂ ਤਕ ਕਿ ਉਹ ਪੋਲ ਦੇ ਚਾਰੋ ਪਾਸੇ ਘੁਮ ਨਹੀਂ ਲੈਂਦਾ।

5. ਚੇਂਜਰ ਟੀਮ ਦੌੜਨ ਵਾਲਾ ਖਿਡਾਰੀ ਬੈਠੇ ਹੋਏ ਖਿਡਾਰੀ ਦੇ ਕੋਲ ਜਾਕੇ ਪਿਛੇ ਤੋਂ ਉੱਚੀ ਆਵਾਜ਼ ਵਿਚ ਉਸ ਨੂੰ 'ਖੋ' ਬੋਲਦਾ ਹੈ। ਇਸਨੂੰ 'ਖੋ' ਦੇਣਾ ਕਹਿੰਦੇ ਹਨ। ਕੋਈ ਵੀ ਖਿਡਾਰੀ 'ਖੋ' ਦੇ ਲਿੱਤੇ ਬਿਨਾ ਉੱਠ ਕੇ ਭੱਜ ਨਹੀਂ ਸਕਦਾ।

6. 'ਖੋ' ਲੈ ਕੇ ਦੌੜਨ ਵਾਲਾ ਖਿਡਾਰੀ ਉਠਦਾ ਹੈ, ਅਤੇ ਉਸ ਦੇ ਸਥਾਨ 'ਤੇ 'ਖੋ' ਦੇਣ ਵਾਲਾ ਵਿਅਕਤੀ ਬੈਠ ਜਾਂਦਾ ਹੈ।

7. ਖੋ ਲੈਣ ਤੋਂ ਬਾਅਦ ਜੇ ਉਠਨ ਵਾਲਾ ਵਿਅਕਤੀ ਸੈਂਟਰ ਲਾਈਨ ਕ੍ਰੌਸ ਕਰ ਜਾਂਦਾ ਹੈ, ਤਾਂ ਉਸ ਨੂੰ ਫਾਉਲ ਮੰਨਿਆ ਜਾਂਦਾ ਹੈ।

8. ਜੇ ਅੰਕ ਬਰੋਬਰ ਹੋਣ ਤਾਂ ਇਕ ਹੋਰ ਪਾਰੀ ਦਾ ਆਯੋਜਨ ਕੀਤਾ ਜਾਂਦਾ ਹੈ।

9. ਜੇ ਕੋਈ ਖਿਡਾਰੀ ਘਾਯਲ ਹੋ ਜਾਵੇ, ਤਾਂ ਉਸਦੀ ਥਾਂ ਸਥਾਨਾਪੰਨ ਖਿਡਾਰੀ ਵਿਚੋਂ ਕਿਸੇ ਇਕ ਨੂੰ ਨਿਯੁਕਤ ਕਰ ਦਿੱਤਾ ਜਾਂਦਾ ਹੈ।

ਬੁਨਿਆਦੀ ਹੁਨਰ -

1. ਚੇਂਜਿੰਗ ਹੁਨਰ

- ਖੋ ਦੇਣਾ
- ਦਿਸ਼ਾ ਲੈਣਾ
- ਟੈਪਿੰਗ ਕਰਨਾ
- ਪੋਲ 'ਤੇ ਘੁੰਮਣਾ
- ਅਚਾਨਕ ਤਬਦੀਲੀ
- ਘੇਰਨਾ
- ਡਾਇਵ ਲਾਉਣਾ
- ਝੂਠੀ ਖੋ

2. ਰਨਿੰਗ ਹੁਨਰ

- ਖੇਡ-ਖੇਡ ਵਿਚ ਪਾਜੀਸ਼ਨ ਲੈਣਾ

- ਦੌੜਨਾ
- ਘਿਰਨੇ ਤੋਂ ਬਚਣਾ
- ਪੋਲ ਦੇ ਕੋਲ ਪਾਜੀਸ਼ਨ
- ਡੋਜਿੰਗ
- ਸਾਹਮਣੇ ਡੋਜਿੰਗ ਦੇਣਾ
- ਪੀਛੇ ਡੋਜਿੰਗ ਦੇਣਾ
- ਪੋਲ 'ਤੇ ਡੋਜਿੰਗ ਦੇਣਾ

ਖੇਡ ਸ਼ਬਦਾਵਲੀ

1. **ਕੋਰਟ** : ਖੋ-ਖੋ ਖੇਡ ਦਾ ਮੈਦਾਨ।

2. **ਖੋ** : ਖੋ ਦਿੰਦੇ ਸਮੇਂ ਉਚਾਰਣ ਕੀਤਾ ਜਾਣ ਵਾਲ 'ਸ਼ਬਦ'।

3. **ਰਨਰ** : ਅੱਗੇ ਦੌੜਨ ਚਾਲੇ ਖਿਡਾਰੀ ਰਨਰ ਕਹਿਲਾਉਂਦੇ ਹਨ।

4. **ਚੇਂਜਰਸ** : ਵਰਗਾਂ ਵਿਚ ਬੈਠੇ ਹੋਏ ਜਾਂ ਪੀਛਾ ਕਰਨ ਵਾਲੇ ਖਿਡਾਰ ਨੂੰ ਚੇਂਜਰਸ ਕਿਹਾ ਜਾਂਦਾ ਹੈ।

5. **ਇਨਿੰਗ** - ਚੇਂਜਿੰਗ ਕਰਨ ਦੇ 9 ਮਿਨਟ ਦੇ ਸਮੇਂ ਨੂੰ ਇਨਿੰਗ ਕਿਹਾ ਜਾਂਦਾ ਹੈ।

6. **ਕ੍ਰੋਸ ਲੇਨ** : ਹਰੇਕ ਆਤਿਆਕਾਰ 15 ਮੀ. ਲੰਬਾ ਅਤੇ 30 ਸੇ.ਮੀ. ਚੌੜਾ ਹੁੰਦਾ ਹੈ ਉਹ ਕੇਂਦਰੀ ਲੇਨ ਨੂੰ ਸਮਕੋਣ (90°) 'ਤੇ ਕੱਟਦਾ ਹੈ। ਇਹ ਖੁਦ ਵੀ ਕੋ ਅੱਧ ਵਿਚ ਵੰਡਿਆ ਹੁੰਦਾ ਹੈ। ਇਸ ਨੂੰ ਕ੍ਰੋਸ ਲੇਨ ਕਹਿੰਦੇ ਹਨ।

ਖੋ-ਖੋ ਖੇਡ ਲਈ ਜਰੂਰੀ ਉਪਕਰਣ

- ਪੋਸਟ
- ਕਾਰਡ
- ਸਟੀਲ ਮਾਪਣ ਦਾ ਫੀਤਾ
- ਲਾਇਮ ਪਾਊਡਰ
- ਸਟਾਪ ਵੋਚ
- ਸਕੋਰ ਸ਼ੀਟਾਂ
- ਵੱਡਾ ਸਕੋਰ ਬੋਰਡ
- ਸਮਾਂ ਦੱਸਣ ਵਾਲੀ ਪਲੇਟਾਂ

ਪ੍ਰਸ਼ਨ 33. ਛੋਟੇ ਮਨੋਰੰਜਕ ਖੇਡ ਕੀ ਹੈ? ਕੁੱਝ ਛੋਟੇ ਮਨੋਰੰਜਕ ਖੇਡਾਂ ਦੇ ਨਾਂ ਲਿਖੋ।

ਉੱਤਰ - ਛੋਟੇ ਮਨੋਰੰਜਕ ਖੇਡਾਂ ਵਿਚ ਰਿਲੇ ਦੌੜ, ਸਹਾਇਕ ਖੇਡ ਅਤੇ ਹੋਰ ਕਈ ਕਿਸਮਾਂ ਦੇ ਅਨਿਯਮਿਤ ਦਲ ਖੇਡ ਹੁੰਦੇ ਹਨ, ਇਨ੍ਹਾਂ ਲਈ ਕਿਸੇ ਸਖਤ ਨਿਯਮ-ਵਿਧਾਨ ਦੀ ਲੋੜ ਨਹੀਂ ਹੁੰਦੀ ਹੈ।

ਇਸ ਤਰਾਂ ਦੇ ਖੇਡਾਂ ਦੇ ਨਿਯਮ ਰਾਸ਼ਟਰੀ ਜਾਂ ਅੰਤਰਾਸ਼ਟਰਿ ਸੰਘ ਨਹੀਂ ਬਣਾਉਂਦੇ ਇਹ ਖੇਡ ਮਜਾਕਿਆਂ ਖੇਡਾਂ ਅਤੇ ਮਨੋਰੰਜਕ ਖੇਡਾਂ ਦੇ ਰੂਪ ਵਿਚ ਜਾਣੇ ਜਾਂਦੇ ਹਨ।

ਕੁੱਝ ਛੋਟੇ ਮਨੋਰੰਜਕ ਖੇਡ ਹੇਠ ਦਿੱਤੇ ਗਏ ਹਨ-

- ਮੋਨਾਰਕ
- ਡਾਕਟਰ-ਡਾਕਟਰ
- ਧੋਖਾ ਦੇਣ ਵਾਲੀ ਗੇਂਦ ਨੂੰ ਬੰਧਕ ਬਣਾਉਣਾ
- ਸਵੇਰ ਦੀ ਇੱਛਾਵਾਂ
- ਜੈਕ ਤੋਂ ਮਿਲਨਾ
- ਅੱਗ ਤੋਂ ਬਚਣਾ
- ਧੋਖੇਬਾਜ ਬਾਲ
- ਰੇਲ ਦਾ ਇੰਜਨ
- ਤਲਾਅ ਦੇ ਕਿਨਾਰੇ ਅਤੇ ਕਿਨਾਰੇ ਦੇ ਤਲਾਅ

ਪ੍ਰਸ਼ਨ 34. ਯੋਗ ਤੋਂ ਤੁਸੀਂ ਕੀ ਸਮਝਦੇ ਹੋ? ਇਸਦੇ ਉਦੇਸ਼ ਅਤੇ ਚਰਣਾਂ ਦਾ ਵਰਣਨ ਕਰੋ

ਜਾਂ

ਯੋਗ ਦੇ ਤੱਤਾਂ ਦਾ ਸੰਖੇਪ ਵਿਚ ਵਰਣਨ ਕਰੋ।

ਉੱਤਰ - ਯੋਗ ਤੱਤ ਬਹੁਤ ਸੂਖਮ ਵਿਗਿਆਨ 'ਤੇ ਅਧਾਰਿਤ ਇਕ ਆਤਮਕ ਵਿਸ਼ੇ ਹੈ ਜੋ ਮਨ ਅਤੇ ਸਰੀਰ ਦੇ ਵਿਚਕਾਰ ਏਕਤਾ ਸਥਾਪਿਤ ਕਰਨ 'ਤੇ ਧਿਆਨ ਦਿੰਦਾ ਹੈ। ਇਹ ਸਿਹਤਮੰਦ ਜੀਵਨ-ਯਾਪਨ ਦੀ ਕਲਾ ਅਤੇ ਵਿਗਿਆਨ ਹੈ। ਅਜਿਹਾ ਮੰਨਿਆ ਜਾਂਦਾ ਹੈ ਕਿ ਜਦੋਂ ਤੋਂ ਸੱਭਿਯਤਾ ਸ਼ੁਰੂ ਹੋਈ ਹੈ ਓਦੋਂ ਦੀ ਯੋਗ ਕੀਤਾ ਜਾ ਰਿਹਾ ਹੈ। ਯੋਗ ਵਿਦਾ ਵਿਚ ਸ਼ਿਵ ਨੂੰ ਪਹਿਲੇ ਯੋਗੀ ਜਾਂ ਆਦਿ ਯੋਗੀ ਅਤੇ ਪਹਿਲੇ ਗੁਰੂ ਜਾਂ ਆਦਿ ਗੁਰੂ ਦੇ ਰੂਪ ਵਿਚ ਮੰਨਿਆ ਜਾਂਦਾ ਹੈ।

ਯੋਗ ਸ਼ਬਦ ਦਾ ਅਰਥ - ਯੋਗ ਸ਼ਬਦ ਦਾ ਜਨਮ ਸੰਸਕ੍ਰਿਤ ਸ਼ਬਦ 'ਯੁਜ' ਤੋਂ ਹੋਇਆ ਹੈ; ਜਿਸਦਾ ਅਰਥ ਹੈ - ਆਪਣੇ ਆਪ ਵਿਚ ਸਭ ਤੋਂ ਵਧੀਆ, ਆਪਣੇ ਆਪ ਦੇ ਨਾਲ ਮਿਲਨ।

ਯੋਗ ਅਭਿਆਸ ਦੇ ਫਲਸਰੂਪ ਸਰੀਰ ਵਿਚ ਹਲਕਾਪਨ, ਮਿਹਨਤ ਕਰਨ ਦੀ ਸਮਰੱਥਾ, ਸਥਿਰਤਾ ਅਤੇ ਦੁਖ ਨੂੰ ਸਹਿਣ ਦੀ ਸਮਰੱਥਾ ਵਿਚ ਵਾਧਾ ਹੁੰਦਾ ਹੇ ਪੁਰਾਣੇ ਤੋਂ ਪੁਰਾਣਾ ਰੋਗ ਖਤਮ ਹੋ ਜਾਂਦਾ ਹੈ। ਯੋਗਾ ਕਰਨ ਵਾਲਾ ਵਿਅਕਤੀ ਹਮੇਸ਼ਾ ਆਲਸੀ ਵਿਅਕਤੀ ਤੋਂ ਬੁੱਢਾ ਹੋਣ ਤੱਕ ਸਭ ਤੋਂ ਵਧੀਆ ਰਹਿੰਦਾ ਹੈ।

ਯੋਗ ਦੇ ਉਦੇਸ਼ - ਯੋਗਾ ਦਾ ਮੁੱਖ ਉਦੇਸ਼ ਮਨ ਤੇ ਨਿਯੰਤ੍ਰਣ ਕਰਨਾ ਹੈ। ਇਕ ਖੁਸ਼ ਆਦਮੀ ਉਹ ਹੈ ਜੋ ਅਸਲੀ ਅਤੇ ਨਕਲੀ ਦੇ ਭੇਦ ਨੂੰ, ਸਦੀਵੀ ਤੋਂ ਘਾਤਕ ਅਤੇ ਚੰਗੇ ਤੋਂ ਬੁਰੇ ਦੇ ਅੰਤਰ ਨੂੰ ਆਪਣੇ ਵਿਤਕਰੇ ਅਤੇ ਬੁੱਧੀ ਦੁਆਰਾ ਜਾਣਦਾ ਹੈ। ਇਕ ਆਦਮੀ ਜੋ ਉਸ ਦੇ ਮਨ ਨੂੰ ਨਿਯੰਤ੍ਰਣ ਨਹੀਂ ਕਰ

ਸਕਦਾ ਉਸ ਲਈ ਬ੍ਰਹਮ ਨਜ਼ਰੀ ਨੂੰ ਪ੍ਰਾਪਤ ਕਰਨਾ ਮੁਸ਼ਕਲ ਹੋ ਜਾਵੇਗਾ; ਪਰ ਸਵੈ- ਨਿਯੰਤਰਿਤ ਵਿਅਕਤੀ ਜੇਕਰ ਸਖ਼ਤ ਕੋਸ਼ਿਸ਼ ਕਰਦਾ ਹੈ ਅਤੇ ਆਪਣੀ ਊਰਜਾ ਨੂੰ ਸਹੀ ਤਰੀਕੇ ਨਾਲ ਨਿਰਦੇਸ਼ਤ ਕਰਦਾ ਹੈ ਤਾਂ ਇਸ ਨੂੰ ਪ੍ਰਾਪਤ ਕਰ ਸਕਦਾ ਹੈ।

ਯੋਗਾ ਦੇ ਅੱਠ ਪੜਾਅ ਹੁੰਦੇ ਹਨ-

- ਯਾਮਾ
- ਨਿਯਾਮਾ
- ਅਸਨ
- ਪ੍ਰਾਣਾਮਾ
- ਪ੍ਰਤਾਹਾਰਾ
- ਧਰਾਨਾ
- ਧਿਆਨ
- ਸਮਾਧੀ

ਪ੍ਰਸ਼ਨ 35. ਬੱਚਿਆਂ ਲਈ ਯੋਗ ਦੀ ਲੋੜ ਅਤੇ ਮਹੱਤਵ ਦਸੋ।

ਉੱਤਰ - ਇੱਥੇ ਬੱਚਿਆਂ ਲਈ ਯੋਗਾ ਦੇ ਕੁੱਝ ਲਾਭਾਂ ਦੀ ਸੂਚੀ ਦਿੱਤੀ ਗਈ ਹੈ -

- ਸ਼ੋਧ ਦਰਸਾਉਂਦਾ ਹੈ ਕਿ ਉੱਚ ਅਕਾਦਮਿਕ ਸਫਲਤਾ ਪ੍ਰਾਪਤ ਕਰਨ ਦੇ ਕ੍ਰਮ ਵਿਚ ਸਕੂਲ ਵਿਚ ਬੱਚਿਆਂ ਨੂੰ ਕੇਂਦ੍ਰਿਤ ਕਰਨ ਵਿਚ ਯੋਗ ਮਦਦ ਕਰਦਾ ਹੈ।
- ਯੋਗਾ ਬੱਚਿਆਂ ਨੂੰ ਅੰਦਰੂਨੀ ਸ਼ਾਂਤੀ ਅਤੇ ਅਨੰਦ ਪ੍ਰਦਾਨ ਕਰਦਾ ਹੈ ਅਤੇ ਉਨ੍ਹਾਂ ਦੀ ਆਪਣੀ ਕਲਪਨਾਸ਼ੀਲਤਾ ਅਤੇ ਰਚਨਾਤਮਕਤਾ ਨੂੰ ਵਧਾਉਂਦਾ ਹੈ।
- ਜਦੋਂ ਬੱਚੇ ਸਵੈ-ਸੇਹਤ, ਆਰਾਮ ਅਤੇ ਅੰਦਰੂਨੀ ਸੰਤੁਸ਼ਟੀ ਲਈ ਤਕਨੀਕਾਂ ਸਿੱਖਦੇ ਹਨ ਤਾਂ ਉਹ ਵੱਧ ਆਸਾਨੀ ਨਾਲ ਜੀਵਨ ਦੀ ਚੁਣੌਤੀਆਂ ਨੂੰ ਮਾਰਗਨਿਰਦੇਸ਼ਤ ਕਰ ਸਕਦੇ ਹਨ।
- ਛੋਟੀ ਉਮਰ ਵਿਚ ਯੋਗਾ ਸਵੈ-ਮਾਣ ਅਤੇ ਸਰੀਰਕ ਗਤੀਵਿਧੀ ਤੋਂ ਸਰੀਰ ਦੇ ਪ੍ਰਤਿ ਜਾਗਰੂਕਤਾ ਨੂੰ ਉਤਸ਼ਾਹਿਤ ਕਰਦਾ ਹੈ ਜੋ ਗੈਰ-ਮੁਕਾਬਲੇਯੋਗ ਹੈ। ਵਿਰੋਧ ਦੀ ਬਜਾਏ ਸਹਿਯੋਗ ਅਤੇ ਸੰਵੇਦਨਾ ਨੂੰ ਵਧਾਉਂਦਾ ਹੈ।
- ਯੋਗਾ ਸਵੈ-ਮਾਣ,ਸਵੈ-ਪ੍ਰਗਟਾਵੇ,ਸਵੈ-ਵਿਸ਼ਵਾਸ ਨੂੰ ਵਧਾਉਣ ਵਿਚ ਮਦਦ ਕਰਦਾ ਹੈ ਅਤੇ ਭਾਰ ਨੂੰ ਘਟਾਉਂਦਾ ਹੈ।
- ਯੋਗਾਸਨਾ ਅਸਾਧਾਰਨ ਅਹਿਸਾਸ ਹਨ ਜੋ ਉਨ੍ਹਾਂ ਦੇ ਲਚਕਤਾ, ਤਾਕਤ, ਤਾਲਮੇਲ, ਅਤੇ ਸਰੀਰ ਦੇ ਪ੍ਰਤੀ ਜਾਗਰੂਕਤਾ ਨੂੰ ਵਧਾਉਂਦਾ ਹੈ। ਇਸ ਤੋਂ ਇਲਾਵਾ, ਉਹਨਾਂ ਦੀ ਲਗਨ, ਸ਼ਾਂਤੀ ਦੀ ਸਮਝ ਅਤੇ ਭਾਵਨਾ ਨੂੰ ਸੁਧਾਰਦਾ ਹੈ।

- ਯੋਗਾ ਸੰਚਾਰ ਪ੍ਰਣਾਲੀ ਨੂੰ ਮੁੜ ਬਹਾਲ ਕਰਕੇ ਸਮੁੱਚੀ ਪ੍ਰਤੀਰੋਧ ਨੂੰ ਬਿਹਤਰ ਬਣਾਉਣ ਵਿਚ ਮਦਦ ਕਰਦਾ ਹੈ।
- ਯੋਗਾ ਦੀ ਵਰਤੋਂ ਬੱਚਿਆਂ ਨੂੰ ਆਪਣੀਆਂ ਭਾਵਨਾਵਾਂ ਨੂੰ ਕਿਵੇਂ ਕਾਬੂ ਵਿਚ ਕਰਨਾ ਸਿੱਖਣ ਵਿਚ ਮਦਦ ਕਰਦਾ ਹੈ। ਖ਼ਾਸ ਕਰਕੇ ਔਟਿਜ਼ਮ ਜਾਂ ਹੋਰ ਵਿਹਾਰਕ ਮੁੱਦਿਆਂ ਤੋਂ ਪੀੜਤ ਬੱਚਿਆਂ ਦੀ ਇਹ ਮਦਦ ਕਰਦਾ ਹੈ।
- ਯੋਗਾ ਸਵੈ-ਅਨੁਸ਼ਾਸਨ ਵਿੱਚ ਸੁਧਾਰ ਕਰਦਾ ਹੈ। ਜੋ ਬੱਚੇ ਯੋਗਾ ਕਰਨਾ ਸਿੱਖ ਰਹੇ ਹਨ ਉਹ ਆਪਣੇ ਆਪ ਨੂੰ ਕਾਬੂ ਵਿਚ ਕਰਨਾ ਵੀ ਸਿੱਖਦੇ ਹਨ।
- ਯੋਗਾ ਦਾ ਅਭਿਆਸ ਫੋਕਸ ਅਤੇ ਧਿਆਨ ਵਿਚ ਸੁਧਾਰ ਕਰਦਾ ਹੈ।
- ਉਹ ਬੱਚੇ ਜੋ ਬਹੁਤ ਸਮਾਂ ਸਕੂਲ ਵਿਚ ਮੇਜ਼ਾਂ ਤੇ ਬੈਠਕੇ ਜਾਂ ਘਰ ਵਿਚ ਕੰਪਿਊਟਰ ਦੇ ਸਾਹਮਣੇ ਬਿਤਾਉਂਦੇ ਹਨ ਉਨ੍ਹਾਂ ਦੇ ਸਰੀਰ ਦੇ ਉਪਰਲੇ ਹਿੱਸੇ ਵਿਚ ਤਣਾਅ ਜਾਂ ਰੀੜ੍ਹ ਦੀ ਹੱਡੀ ਵਧ ਸਕਦੀ ਹੈ। ਯੋਗਾ ਇਨ੍ਹਾਂ ਨੂੰ ਦੂਰ ਕਰਦਾ ਹੈ।
- ਯੋਗਾ ਧੀਰਜ ਬਣਾਉਣ ਵਿਚ ਬੱਚਿਆਂ ਦੀ ਮਦਦ ਕਰਦਾ ਹੈ। ਇਹ ਨਵਾਂ ਸਰੀਰਿਕ ਹੁਨਰ ਸਿੱਖਣ ਲਈ ਧੀਰਜ ਅਤੇ ਸਮੇਂ ਲੈਂਦਾ ਹੈ ਅਤੇ ਜਿਵੇਂ ਨਵੇਂ ਯੋਗ ਆਸਣ ਪ੍ਰਵਰਤਿਤ ਹੁੰਦੇ ਹਨ, ਤੁਹਾਡਾ ਬੱਚਾ ਇਸਨੂੰ ਪਹਿਲਾਂ ਕਰਨ ਵਿਚ ਸਮਰੱਥ ਨਹੀਂ ਹੋ ਸਕਦਾ।

ਪ੍ਰਸ਼ਨ 36. ਸ਼ਵਾਸਨ ਤੋਂ ਕੀ ਤੁਹਾਡਾ ਕੀ ਮਤਲਬ ਹੈ? ਇਸਦੀ ਵਿਧੀ, ਸਾਵਧਾਨੀਆਂ ਅਤੇ ਲਾਭਾਂ ਨੂੰ ਦੱਸੋ।

ਉੱਤਰ - ਸ਼ਵਾਸ਼ਨ ਦਾ ਨਾਂ 'ਸ਼ਵ' ਸ਼ਬਦ 'ਤੇ ਰੱਖਿਆ ਗਿਆ ਹੈ, ਜਿਸਦਾ ਮਤਲਬ ਹੁੰਦਾ ਹੈ- ਮਰਿਆ ਹੋਇਆ ਸਰੀਰ ਜਾਂ ਲਾਸ਼। ਸ਼ਵਾਸਨ ਇਕ ਆਰਾਮ ਕਰਨ ਦੀ ਮੁਦਰਾ ਹੈ। ਇਹ ਕਿਸੇ ਵੀ ਯੋਗ ਅਭਿਆਯਾਸ ਦਾ ਅੱਖੀਰਲਤ ਆਸਣ ਹੋਣਾ ਚਾਹੀਦਾ ਹੈ। ਸ਼ਵਾਸਨ ਸਾਰੇ ਪੂਰੇ ਸਰੀਰ ਅਤੇ ਦਿਮਾਗ ਨੂੰ ਆਰਾਮ ਦਿੰਦਾ ਹੈ ਅਤੇ ਕਾਯਾਕਲਪ ਕਰ ਦਿੰਦਾ ਹੈ।

ਚਿੱਤਰ 2.10

ਵਿਧੀ -

- ਪੀਠ ਦੇ ਬਲ ਸੀਧੇ ਲੇਟ ਜਾਓ। ਦੋਵੇਂ ਪੈਰਾਂ ਵਿਚ ਅੰਤਰ 1 ਤੋਂ 2 ਫੁਟ ਅਤੇ ਪੈਰਾਂ ਦੇ ਪੰਜੇ ਬਾਹਰ ਦੀ ਪਾਸੇ ਅਤੇ ਏੜੀ ਅੰਦਰ ਦੇ ਪਾਸੇ, ਦੋਵੇਂ ਹੱਥਾਂ ਨੂੰ ਕਮਰ ਦੇ ਕੁੱਝ ਅੰਤਰ 'ਤੇ ਰੱਖਕੇ ਸਿੱਧੇ ਕਰੋ।
- ਹੱਥੇਲੀਆਂ ਉੱਪਰ ਹੋਣੀ ਚਾਹੀਦੀ ਹੈ। ਗਰਦਨ ਸਿੱਧੀ, ਅੱਖਾਂ ਬੰਦ, ਸਾਰਾ ਸਰੀਰ ਢੀਲਾ ਅਤੇ ਸਥਿਰ ਰਹਿਣਾ ਚਾਹੀਦਾ ਹੈ।

- ਇਸੇ ਸਥਿਤੀ ਵਿਚ 10-12 ਲੰਮੇ-ਗਹਿਰੇ ਸਾਹ ਲਓ ਅਤੇ ਛੱਡੋ।
- ਪੈਰ ਦੀ ਅੰਗੂਠੇ ਤੋਂ ਲੈ ਕੇ ਚੋਟੀ ਤੱਕ ਹਰੇਕ ਅੰਗ ਦਾ ਖੁਦ ਨਿਰੱਖਣ ਕਰੋ ਅਤੇ ਸ਼ਰੀਰ ਨੂੰ ਸ਼ਿਥਿਲ ਕਰੋ।
- ਇਸ ਆਸਣ ਵਿਚ ਲੇਟਦੇ ਹੋਏ ਤੁਹਾਨੂੰ ਸ਼ਵ ਦਾ ਧਿਆਨ ਆਉਣਾ ਚਾਹੀਦਾ ਹੈ ਓਤੇ ਵਿਵੇਕਪੂਰਨ ਚਿੰਤਨ, ਮਨਨ ਕਰਦੇ ਹੋਏ ਆਪਣੇ ਆਪ ਨੂੰ ਆਤਮਕੇਂਦ੍ਰਿਤ ਕਰੋ।

ਲਾਭ -

- ਇਹ ਆਸਣ ਤਣਾਅ ਨੂੰ ਦੂਰ ਕਰਦਾ ਹੈ।
- ਉੱਚ ਰਕਤਚਾਪ, ਮਧੂਮੇਹ, ਮਨੋਵਿਕਾਰ, ਦਿਲ ਦੀ ਬਿਮਾਰੀ ਆਦਿ ਵਿਚ ਇਸ ਯੋਗਾਸਣ ਤੋਂ ਲਾਭ ਹੁੰਦਾ ਹੈ।
- ਇਸ ਯੋਗਾਸਣ ਤੋਂ ਸਰੀਰ ਦੀ ਥਕਾਨ ਵੀ ਦੂਰ ਹੁੰਦੀ ਹੈ ਅਤੇ ਮੰਨ ਨੂੰ ਸ਼ਾਂਤੀ ਮਿਲਦੀ ਹੈ।
- ਸ਼ਵਾਸਨ ਕਰਨ ਤੋਂ ਯਾਦਾਸ਼ਤ ਵਧਦੀ ਹੈ।

ਸਾਵਧਾਨੀਆਂ -

- ਆਸਣ ਨੂੰ ਇਕ ਦਰੀ 'ਤੇ ਕਰੋ।
- ਅਸਮਤਲ ਥਾਂ 'ਤੇ ਨਾ ਕਰੋ।
- ਹੌਲੀ-ਹੌਲੀ ਅਤੇ ਆਰਾਮ ਨਾਲ ਕਰੋ।
- ਅੱਖਾਂ ਬੰਦ ਹੋਣੀ ਚਾਹੀਦੀ ਹਨ।

ਪ੍ਰਸ਼ਨ 37. ਹਲਾਸਨ ਕੀ ਹੈ? ਇਸਨੂੰ ਕਰਨ ਦੀ ਵਿਧੀ ਦੱਸੋ।

ਉੱਤਰ - ਜਦੋਂ ਅਸੀਂ ਹਲਾਸਨ ਆਸਣ ਨੂੰ ਕਰਦੇ ਹਨ, ਤਾਂ ਸਾਡਾ ਸਰੀਰ ਹਲ ਵਰਗਾ ਹੋ ਜਾਂਦਾ ਹੈ, ਇਸ ਲਈ ਅਸੀਂ ਇਸ ਨੂੰ ਹਲਾਸਨ ਦੇ ਨਾਂ ਨਾਲ ਜਾਣਦੇ ਹਨ। ਜੇ ਇਸ ਆਸਨ ਨੂੰ ਸਹੀ ਤਰੀਕੇ ਤੋਂ ਕੀਤਾ ਜਾਂਦਾ ਹੈ ਤਾਂ ਸਿਹਤ ਦੇ ਲਿਹਾਸ ਤੋਂ ਇਹ ਬਹੁਤ ਹੀ ਫਾਏਦੇਮੰਦ ਆਸਣ ਸਾਬਤ ਹੋ ਸਕਦਾ ਹੈ। ਇਹ ਆਸਣ ਮੋਟਾਪੇ ਨੂੰ ਘੱਟ ਕਰਦੇ ਹੋਏ, ਮਧੂਮੇਹ, ਥਾਇਰੇਡ ਆਦਿ ਲਈ ਬਹੁਤ ਲਾਭਕਾਰੀ ਹੈ। ਕਿਉਂਕਿ ਇਸਦਾ ਆਕਾਰ ਹਲ ਦੇ ਸਮਾਨ ਲੱਗਦਾ ਹੈ ਇਸ ਲਈ ਇਸਨੂੰ Plow Pose Yoga ਵੀ ਕਿਹਾ ਜਾਂਦਾ ਹੈ।

ਚਿੱਤਰ 2.11

ਵਿਧੀ -

- ਸਰਵਾਗਾਸਨ ਵਿਚ ਸਥਿਤ ਹੋ ਜਾਓ। ਹੁਣ ਸਾਹ ਛੱਡਦੇ ਹੋਏ ਪੈਰਾਂ ਨੂੰ ਹੌਲੀ-ਹੌਲਿ ਸਿਰ ਦੀ ਦਿਸ਼ਾ ਵਿਚ ਪੀਛੇ ਜ਼ਮੀਨ 'ਤੇ ਸਿੱਧੇ ਫੈਲਾ ਦਓ।
- ਸਾਹ ਦੀ ਗਤੀ ਸਧਾਰਨ ਰਹੇਗੀ। ਸ਼ੁਰੂ ਵਿਚ ਹੱਥਾਂ ਨੂੰ ਸੁਵਿਧਾ ਦੀ ਦ੍ਰਿਸ਼ਟੀ ਤੋਂ ਕਮਰ ਦੇ ਪਿਛੇ ਲਗਾ ਸਕਦੇ ਹੋ। ਬਾਅਦ ਦੀ ਸਥਿਤੀ ਵਿਚ ਹੱਥ ਜ਼ਮੀਨ 'ਤੇ ਹੀ ਰੱਖੋ। ਇਸ ਸਥਿਤੀ ਵਿਚ 30 ਸੇਕੰਡ ਰਹੋ।
- ਵਾਪਸ ਆਉਂਦੇ ਸਮੇਂ ਜਿਸ ਕ੍ਰਮ ਵਿਚ ਉੱਪਰ ਆਏ ਸੀ ਉਸੇ ਕ੍ਰਮ ਵਿਚ ਜ਼ਮੀਨ ਨੂੰ ਹੱਥੇਲੀਆਂ ਨਾਲ ਦਬਾਉਂਦੇ ਹੋਏ ਪੈਰਾਂ ਨੂੰ ਘੁਟਨਾਂ ਤੋਂ ਸਿੱਧਾ ਰੱਖਦੇ ਹੋਏ ਜ਼ਮੀਨ 'ਤੇ ਟਿਕਾਓ।

ਪ੍ਰਸ਼ਨ 38. ਸ਼ਲਭਾਸਨ ਕੀ ਹੈ? ਇਸਦੀ ਵਿਧੀ, ਸਾਵਧਾਨੀਆਂ ਅਤੇ ਲਾਭਾਂ ਦਾ ਵਰਣਨ ਕਰੋ।

ਉੱਤਰ - ਸ਼ਲਭਾਸਨ ਯੋਗ ਕਰਦੇ ਸਮੇਂ ਸਰੀਰ ਦਾ ਆਕਾਰ ਸ਼ਲਭ (Locust) ਕਿਟ ਦੀ ਤਰਾਂ ਹੋਣ ਦੇ ਕਾਰਨ ਇਸਨੂੰ ਸ਼ਲਭਾਸਨ ਜਾਂ Locust Pose ਕਿਹਾ ਜਾਂਦਾ ਹੈ। ਕਮਰ ਅਤੇ ਪੀਠ ਦੀ ਨੱਸਾਂ ਮਜ਼ਬੂਤ ਕਰਨ ਲਈ ਇਹ ਇਕ ਵਧੀਆ ਆਸਣ ਹੈ।

ਚਿੱਤਰ 2.12

ਵਿਧੀ -

- ਸਭ ਤੋਂ ਪਹਿਲਾਂ ਸਾਫ ਅਤੇ ਸਮਤਲ ਜਗ੍ਹਾ 'ਤੇ ਚਟਾਈ ਜਾਂ ਦਰੀ ਬਿੱਛਾ ਦਓ।
- ਹੁਣ ਪੇਟ ਦੇ ਬਲ ਲੇਟੋ ਅਤੇ ਆਪਣੇ ਦੋਵੇਂ ਹੱਥਾਂ ਨੂੰ ਜਾਂਗ੍ਹਾਂ ਦੇ ਹੇਠ ਰਖੋ।
- ਠੋਡੀ ਨੂੰ ਜ਼ਮੀਨ ਤੇ ਟਿਕਾਕੇ ਰਖੋ।
- ਹੁਣ ਦੋਵੇਂ ਪੈਰਾਂ ਨੂੰ ਬਿਨਾ ਮੋੜੇ ਹੌਲੀ-ਹੌਲੀ ਉੱਪਰ ਉਠਾਓ।
- ਆਪਣੀ ਸਮਰੱਥਾ ਦੇ ਅਨੁਸਾਰ ਕੁੱਝ ਸ਼ਣ ਇਸੇ ਸਥਿਤੀ ਵਿਚ ਰਹੋ।
- ਹੌਲੀ-ਹੌਲੀ ਪੈਰਾਂ ਨੂੰ ਹੇਠ ਲਾਓ ਅਤੇ ਪਹਿਲੀ ਵਾਲੀ ਸਥਿਤੀ ਵਿਚ ਆ ਜਾਓ।
- ਜ਼ਮੀਨ ਤੇ ਲੇਟਦੇ ਹੋਏ ਸਾਹ ਲੈਣਾ ਹੈ ਪੈਰਾਂ ਨੂੰ ਉੱਪਰ ਉਠਾਉਂਦੇ ਸਮੇਂ ਸਾਹ ਨੂੰ ਰੋਕ ਕੇ ਰੱਖਣਾ ਹੈ। ਪੈਰਾਂ ਨੂੰ ਹੇਠ ਲਾਉਂਦੇ ਸਮੇਂ ਸਾਹ ਛੱਡਣਾ ਹੈ।

ਸਾਵਧਾਨੀਆਂ -

- ਆਪਣੀ ਸਮਰੱਥਾ ਤੋਂ ਵੱਧ ਸਮੇਂ ਤੱਕ ਇਹ ਆਸਣ ਨਹੀਂ ਕਰਨਾ ਚਾਹੀਦਾ।
- ਇਸ ਆਸਣ ਦਾ ਸਮੇਂ ਹੌਲੀ-ਹੌਲੀ ਅਭਿਆਸ ਕਰਨ ਨਾਲ ਵੱਧਦਾ ਹੈ।

- ਪੇਪਟਿਕ ਅਲਸਰ, ਹਰਨਿਯਾ, ਆਂਤ ਦੀ ਬਿਮਾਰੀ ਅਤੇ ਦਿਲ ਦੇ ਰੋਗ ਦੇ ਰੋਗੀਆਂ ਨੂੰ ਇਹ ਆਸਣ ਨਹੀਂ ਕਰਨਾ ਚਾਹੀਦਾ।
- ਮੇਰੂਦੰਡ ਦੀ ਸਮੱਸਿਆ ਹੋਣ 'ਤੇ ਡਾਕਟਰ ਦੀ ਜਾਣਕਾਰੀ ਲੈਣੀ ਚਾਹੀਦੀ ਹੈ।
- ਗਰਭਵੱਤੀ ਔਰਤ ਜਾਂ ਜਿਸਦਾ ਕੁੱਝ ਸਮੇਂ ਪਹਿਲਾਂ ਹੀ ਕੋਈ ਪੇਟ ਦਾ ਓਪਰੇਸ਼ਨ ਹੋਇਆ ਹੈ, ਉਨ੍ਹਾਂ ਨੂੰ ਇਹ ਆਸਣ ਨਹੀਂ ਕਰਨਾ ਚਾਹੀਦਾ।

ਲਾਭ -

- ਰੀੜ ਦੀ ਹੱਡੀ ਅਤੇ ਕਟੀ ਪ੍ਰਦੇਸ਼ ਮਜ਼ਬੂਤ ਹੁੰਦਾ ਹੈ।
- ਸਾਇਟਿਕਾ ਤੋਂ ਪੀੜਤ ਵਿਅਕਤੀਆਂ ਲਈ ਇਹ ਵਿਸ਼ੇਸ਼ ਲਾਭਕਾਰੀ ਹੈ।
- ਕਮਰ ਅਤੇ ਪੈਰਾਂ ਮਜ਼ਬੂਤ ਕਰਦਾ ਹੈ।
- ਗਰਦਨ ਅਤੇ ਕੰਧਾਂ ਦੀ ਨੱਸਾਂ ਨੂੰ ਮਜ਼ਬੂਤ ਕਰਦਾ ਹੈ।
- ਪੇਟ ਅਤੇ ਕਮਰ ਦੀ ਵਧੀ ਹੋਈ ਚਰਬੀ ਨੂੰ ਘੱਟ ਕਰਨ ਵਿਚ ਸਹਾਇਕ ਹੈ। ਵਜ਼ਨ ਘੱਟ ਕਰਨ ਵਿਚ ਵੀ ਮਦਦ ਕਰਦਾ ਹੈ।
- ਪਾਚਨ ਵਿਚ ਸੁਧਾਰ ਕਰਦਾ ਹੈ।

ਪ੍ਰਸ਼ਨ 39. ਧਨੁਰਾਸਨ ਦਾ ਕੀ ਅਰਥ ਹੈ? ਇਸਦੀ ਵਿਧੀ, ਸਾਵਧਾਨੀਆਂ ਅਤੇ ਲਾਭ ਦੱਸੋ।

ਉੱਤਰ - ਧਨੁਰਾਸਨ ਵਿਚ ਸਰੀਰ ਦਾ ਆਕਾਰ ਧਨੁਸ਼ ਦੇ ਸਮਾਨ ਹੋਣ ਦੇ ਕਾਰਨ ਇਸਨੂੰ ਧਨੁਰਾਸਨ ਕਿਹਾ ਜਾਂਦਾ ਹੈ। ਭੁਜੰਗਾਸਨ, ਸ਼ਲਭਾਸਨ ਅਤੇ ਧਨੁਰਾਸਨ ਯੋਗਾ ਨੂੰ ਕ੍ਰਮ ਵਿਚ ਕੀਤਾ ਜਾਂਦਾ ਹੈ। ਇਨ੍ਹਾਂ ਤਿਨਾਂ ਆਸਣਾਂ ਨੂੰ ਯੋਗਾਸਨਤ੍ਰਯੀ (ਯੋਗਿਕ) ਕਿਹਾ ਜਾਂਦਾ ਹੈ।

ਚਿੱਤਰ 2.13

ਵਿਧੀ -

- ਪੇਟ ਦੇ ਬਲ ਲੇਟ ਜਾਓ। ਘੁਟਨੇ ਤੋਂ ਪੈਰਾਂ ਨੂੰ ਮੋੜੋ।
- ਦੋਨਾਂ ਹੱਥਾਂ ਨਾਲ ਪੈਰਾਂ ਨੂੰ ਟਖਨਾਂ ਦੇ ਨੇਲ ਤੋਂ ਫੜੋ।

- ਸਾਹ ਅੰਦਰ ਭਰ ਕੇ ਘੁਟਨਾਂ ਅਤੇ ਜਾਂਗ੍ਹਾਂ ਨੂੰ ਹੌਲੀ-ਹੌਲੀ ਉਠਾਉਂਦੇ ਹੋਏ ਉੱਪਰਲੇ ਪਾਸੇ ਤਾਨੋ। ਪਿਛਲੇ ਹਿੱਸੇ ਦੇ ਉਠਣ ਤੋਂ ਬਾਅਦ ਪੇਟ ਦੇ ਉਪਰੀ ਭਾਗ ਛਾਤੀ, ਗ੍ਰੀਵਾ ਅਤੇ ਸਿਰ ਨੂੰ ਉੱਤੇ ਉਠਾਓ। ਨਾਭੀ ਅਤੇ ਪੇਟ ਦੇ ਆਲੇ-ਦੁਆਲੇ ਦਾ ਹਿੱਸਾ ਜ਼ਮੀਨ 'ਤੇ ਹੀ ਟਿੱਕੇ ਰਹੇ ਅਤੇ ਬਾਕੀ ਹਿੱਸਾ ਉੱਤੇ ਹੋਣਾ ਚਾਹੀਦਾ ਹੈ। ਇਸ ਸਥਿਤੀ ਵਿਚ 10 ਤੋਂ 30 ਸੇਕੰਡ ਤੱਕ ਰਹੋ।
- ਸਾਹ ਛੱਡਦੇ ਹੋਏ ਪਹਿਲੀ ਵਾਲੀ ਸਥਿਤੀ 'ਤੇ ਆ ਜਾਓ।

ਲਾਭ -

1. ਇਹ ਪੇਟ ਲਈ ਚੰਗੀ ਕਸਰਤ ਹੈ ਅਤੇ ਪੇਟ, ਪੱਟ ਅਤੇ ਪੈਰਾਂ ਮਾਸਪੇਸ਼ੀਆਂ ਨੂੰ ਮਜਬੂਤ ਕਰਦਾ ਹੈ।

2. ਇਹ ਸਰੀਰ ਦੇ ਹੇਠਲੇ ਭਾਗਾਂ ਵਿੱਚ ਖ਼ੂਨ ਸੰਚਾਰ ਨੂੰ ਨਜਿੱਠਦਾ ਹੈ.

3. ਇਹ ਪਾਚਨ ਸ਼ਕਤੀ ਵਿਚ ਮਦਦ ਕਰਦਾ ਹੈ ਅਤੇ ਪੇਟ ਦੀਆਂ ਬਿਮਾਰੀਆਂ ਤੋਂ ਬਚਾਉਂਦਾ ਹੈ।

4. ਇਹ ਟਿਊਮਰ ਨੂੰ ਠੀਕ ਕਰਦਾ ਹੈ।

5. ਇਹ ਗਲੇ ਨੂੰ ਨਵੀਂ ਊਰਜਾ ਦਿੰਦਾ ਹੈ।

ਸਾਵਧਾਨੀਆਂ -

1. ਇਸ ਆਸਣ ਦਾ ਅਭਿਆਸ ਨੂੰ ਖਾਲੀ ਪੇਟ ਕਰੋ।

2. ਨਾਭੀ ਦੇ ਬਲ ਆਰਾਮ ਕਰਨ ਦੀ ਕੋਸ਼ਿਸ਼ ਕਰੋ।

3. ਬਾਹਾਂ ਨੂੰ ਸਿੱਧੇ ਰੱਖੋ।

4. ਦੋਹਾਂ ਲੱਤਾਂ ਨੂੰ ਪੂਰੀ ਤਰ੍ਹਾਂ ਫੈਲਿਆ ਅਤੇ ਪੱਟਾਂ, ਗੋਡੇ ਅਤੇ ਗਿੱਟੇ ਨੂੰ ਛੋਹੰਦੇ ਹੋਏ ਸਿੱਧੇ ਰੱਖੋ। ਪੱਟ ਦੀਆਂ ਮਾਸਪੇਸ਼ੀਆਂ ਨੂੰ ਤਾਣੋ।

5. ਸਰੀਰ ਦੇ ਭਾਰ ਨੂੰ ਹੱਥਾਂ 'ਤੇ ਨਾ ਲਓ, ਬਲਕਿ ਉਸ ਨੂੰ ਗਰਦਨ ਦੀਆਂ ਉੱਪਰਲੇ ਹਿੱਸੇ ਦੀ ਮਾਸਪੇਸ਼ੀਆਂ ਨੂੰ ਕਸਰਤ ਕਰਨ ਲਈ ਪਿੱਛੇ ਮੁੜੋ।

ਪ੍ਰਸ਼ਨ 40. ਚਕਰਾਸਨ ਨੂੰ ਪਰਿਭਾਸ਼ਿਤ ਕਰੋ। ਇਸਦੀ ਵਿਧੀ, ਸਾਵਧਾਨੀਆਂ ਅਤੇ ਲਾਭ ਕੀ ਹੈ? ਚਰਚਾ ਕਰੋ।

ਉੱਤਰ - ਚਕਰਾਸਨ ਨੂੰ ਕਰਦੇ ਹੋਏ ਸਰੀਰ ਦਾ ਆਕਾਰ ਚਕਰ ਵਰਗਾ ਬਣ ਜਾਂਦਾ ਹੈ, ਇਸਲਈ ਇਸਨੂੰ ਚਕਰਾਸਨ ਕਿਹਾ ਜਾਂਦਾ ਹੈ। ਇਹ ਧਨੁਰਾਸਨ ਤੋਂ ਉਲਟ ਹੁੰਦਾ ਹੈ ਇਸ ਲਈ ਇਸ ਨੂੰ ਉਧਰਵ ਧਨੁਰਾਸਨ ਵੀ ਕਿਹਾ ਜਾਂਦਾ ਹੈ। ਚਕਰਾਸਨ ਇਕ ਅਜਿਹਾ ਆਸਨ ਹੈ ਜਿਸ ਨਾਲ ਨਾ ਸਿਰਫ ਸਾਡੀ ਹੱਡੀਆਂ ਮਜ਼ਬੂਤ ਅਤੇ ਲਚੀਲੀ ਹੋਣਗੀ ਬਲਕਿ ਅਸੀਂ ਪੂਰੇ ਦਿਨ ਊਰਜਾਤਮਕ ਵੀ ਮਹਿਸੂਸ ਕਰਾਂਗੇ। ਮੰਨਿਆ ਜਾਂਦਾ ਹੈ ਕਿ ਇਹ ਆਸਣ ਸਾਨੂੰ ਵੱਧਦੀ ਉਮਰ ਵਿਚ ਵੀ ਤੰਦਰੁਸਤ ਰੱਖਦਾ ਹੈ।

ਚਿੱਤਰ 2.14

ਵਿਧੀ -

- ਪੀਠ ਦੇ ਬਲ ਲੇਟ ਕੇ ਘੁਟਨਾ ਨੂੰ ਮੋੜੋ। ਏੜੀਆਂ ਨਿਤੰਬਾਂ ਦੇ ਸੰਮੀਪ ਲੱਗੀ ਹੋਣੀ ਚਾਹੀਦੀ ਹੈ।
- ਦੋਵੇਂ ਹੱਥਾਂ ਨੂੰ ਉਲਟਾ ਕਰਕੇ ਕੰਧਾਂ ਦੇ ਪੀਛੇ ਮਾੜੇ ਜਿਹੇ ਅੰਤਰ 'ਤੇ ਰੱਖੋ।
- ਸਾਹ ਅੰਦਰ ਭਰਕੇ ਛਾਤੀ ਨੰ ਉੱਪਰ ਉਠਾਓ।
- ਹੌਲੀ-ਹੌਲੀ ਹੱਥ ਅਤੇ ਪੈਰਾਂ ਨੂੰ ਕੋਲ ਲਾਉਣ ਦੀ ਕੋਸ਼ਿਸ਼ ਕਰੋ, ਜਿਸ ਨਾਲ ਸਰੀਰ ਦਾ ਚਕਰ ਵਰਗਾ ਆਕਾਰ ਬਣ ਜਾਵੇ।
- ਆਸਣ ਛੋੜਦੇ ਸਮੇਂ ਸਰੀਰ ਨੂੰ ਢੀਲਾ ਕਰਦੇ ਹੋਏ ਕਮਰ ਜ਼ਮੀਨ 'ਤੇ ਟੀਕਾ ਦਓ। ਇਸਨੂੰ 3-4 ਵਾਰੀ ਕਰੋ।

ਲਾਭ -

- ਰੀਡ ਦੀ ਹੱਡੀ ਨੂੰ ਲਚੀਲਾ ਬਣਾ ਕੇ ਬੁਢਾਪਾ ਨਹੀਂ ਆਉਣ ਦਿੰਦਾ। ਆਂਤਾਂ ਨੂੰ ਮਜ਼ਬੂਤ ਕਰਦਾ ਹੈ।
- ਸਰੀਰ ਵਿਚ ਫੁਰਤੀ, ਸ਼ਕਤੀ ਅਤੇ ਤੇਜ਼ ਦਾ ਵਾਧਾ ਕਰਦਾ ਹੈ।
- ਹੱਥ ਪੈਰਾਂ ਦੀ ਮਾਸਪੇਸ਼ੀਆਂ ਨੂੰ ਮਜ਼ਬੂਤ ਬਣਾਉਂਦਾ ਹੈ।
- ਸਾਹ ਰੋਗ, ਕਟਿਪੀੜਾ, ਸਿਰਦਰਦ, ਨੇਤਰ ਵਿਕਾਰਾਂ, ਸਰਵਾਇਕਲ ਵਿਚ ਵਿਸ਼ੇਸ਼ ਲਾਭਕਾਰੀ ਹੈ।
- ਚੇਹਰੇ ਤੇ ਝੁਰਿਆਂ ਨਹੀਂ ਪੈਂਦੀ।

ਸਾਵਧਾਨੀਆਂ -

1. ਇਸ ਨੂੰ ਹੌਲੀ ਅਤੇ ਸੁਚਾਰੂ ਢੰਗ ਨਾਲ ਕਰੋ।
2. ਪਿਛੇ ਨੂੰ ਝੁਕਦੇ ਸਮੇਂ ਝਟਕਾਂ ਤੋਂ ਬਚੋ।

ਪ੍ਰਸ਼ਨ 41. ਪ੍ਰਾਣਾਯਾਮ ਤੋਂ ਕੀ ਭਾਵ ਹੈ? ਇਸਦੀ ਵੱਖ-ਵੱਖ ਕਿਸਮਾਂ ਦਾ ਵਰਣਨ ਕਰੋ।

ਉੱਤਰ - ਪ੍ਰਾਣ ਦਾ ਆਯਾਮ (ਨਿਯੰਤ੍ਰਣ + ਵਿਸਥਾਰ) ਹੀ ਪ੍ਰਾਣਾਯਾਮ ਹੈ। ਪ੍ਰਾਣ ਦਾ ਸਧਾਰਨ ਅਰਥ ਹੈ- 'ਜੀਵਨੀ ਸ਼ਕਤੀ' ਮਤਲਬ ਜਿਸ ਸ਼ਕਤੀ ਰਾਹੀਂ ਵਿਅਕਤੀ ਜੀਵਿਤ ਅਤੇ ਕਿਰਿਆਰਤ

ਰਹਿੰਦਾ ਹੈ। ਇਸ ਜੀਵਨੀ ਸ਼ਕਤੀ ਨੂੰ ਸਿਹਤ, ਸਥਿਰ, ਨਿਯੰਤ੍ਰਿਤ ਅਤੇ ਵਿਸਤ੍ਰਿਤ ਕਰਨਾ ਹੀ ਪ੍ਰਾਣਾਯਾਮ ਹੈ। ਸਧਾਰਨ ਰੂਪ ਤੋਂ ਸਾਡੇ ਜੀਵਨ ਅਤੇ ਸਰੀਰ ਦਾ ਆਧਾਰ ਹੈ- ਪ੍ਰਾਣਵਾਯੁ। ਇਸ ਲਈ ਸਾਹ ਰਾਹੀਂ ਪ੍ਰਾਣ ਹਵਾ ਨੂੰ ਵਿਗਿਆਨਪਰਕ ਰੀਤੀ ਤੋਂ ਸਮੁਚਿਤ ਰੂਪ ਵਿਚ ਗ੍ਰਹਿਨ ਅਤੇ ਨਿਕਾਸ ਦੀ ਪ੍ਰਕਿਰਿਆ ਨੂੰ ਵੀ ਪ੍ਰਾਣਾਯਾਮ ਦੇ ਰੂਪ ਵਿਚ ਜਾਨਿਆ ਜਾਂਦਾ ਹੈ।

ਪ੍ਰਾਣਾਯਾਮ ਦੀ ਮੁੱਖ ਕਿਸਮਾਂ ਹੇਠ ਲਿਖੀ ਹਨ-

1. ਨਾੜੀ ਸ਼ੋਧਨ - ਨਾੜੀ ਸ਼ੋਧਨ ਪ੍ਰਾਣਾਯਾਮ ਸਰੀਰ ਦੀ ਅਸ਼ੁੱਧੀ ਨੂੰ ਦੂਰ ਕਰਨ ਲਈ ਕੀਤਾ ਜਾਣ ਵਾਲਾ ਪ੍ਰਾਣਾਯਾਮ ਹੈ। ਹੋਰ ਪ੍ਰਾਣਾਯਾਮ ਦੀ ਵਾਂਗ ਇਸ ਪ੍ਰਾਣਾਯਾਮ ਵਿਚ ਵੀ ਸਾਹ ਲਈ ਅਤੇ ਛੱਡੀ ਜਾਂਦੀ ਹੈ। ਨਾੜੀ ਸ਼ੋਧਨ ਪ੍ਰਾਣਾਯਾਮ ਤੋਂ ਖੂਨ ਸਾਫ ਹੁੰਦਾ ਹੀ ਹੈ, ਨਾਲ ਹੀ ਖੂਨ ਵਿਚ ਆਕਸੀਜਨ ਦਾ ਪੱਧਰ ਵੀ ਵੱਧਦਾ ਹੈ।

ਚਿੱਤਰ 2.15

ਨਾੜੀ ਸ਼ੋਧਨ ਪ੍ਰਾਣਾਯਾਮ ਕਰਨ ਦੀ ਵਿਧੀ-

- ਇਕ ਆਰਾਮਦੇਹ ਥਾਂ 'ਤੇ ਪਾਲਥੀ ਮਾਰ ਕੇ ਬੈਠੋ।
- ਹੁਣ ਸੱਜੇ ਹੱਥ ਦੇ ਅੰਗੂਠੇ ਦਾ ਪ੍ਰਯੋਗ ਆਪਣੀ ਸੱਜੀ ਨੱਕ ਨੂੰ ਬੰਦ ਕਰਨ ਲਈ ਕਰੋ। ਨੱਕ ਤੋਂ ਡੂੰਗੀ ਸਾਹ ਲਓ।
- ਹੁਣ ਖੱਬੀ ਨੱਕ ਬੰਦ ਕਰੋ ਅਤੇ ਸੱਜੀ ਨੱਕ ਤੋਂ ਸਾਹ ਛੱਡੋ।
- ਉਸੇ ਵਾਂਗ ਹੁਣ ਖੱਬੀ ਨੱਕ ਨੂੰ ਬੰਦ ਹੀ ਰੱਖੋ, ਸੱਜੀ ਨੱਕ ਤੋਂ ਸਾਹ ਲਓ ਅਤੇ ਖੱਬੀ ਨੱਕ ਤੋਂ ਸਾਹ ਛੱਡੋ।
- ਤੁਸੀ ਇਸ ਕਸਰਤ ਨੂੰ 10-15 ਮਿਨਟ ਤੱਕ ਕਰ ਸਕਦੇ ਹੋ।

2. ਸ਼ੀਤਲੀ ਪ੍ਰਾਣਾਯਾਮ - ਸ਼ੀਲਤੀ ਪ੍ਰਾਣਾਯਾਮ ਕਰਨ ਨਾਲ ਸਰੀਰ ਨੂੰ ਠੰਡਕ ਮਿਲਦੀ ਹੈ, ਇਸ ਲਈ ਇਸ ਪ੍ਰਾਣਾਯਾਮ ਨੂੰ Cooling Breath ਵੀ ਕਿਹਾ ਜਾਂਦਾ ਹੈ।

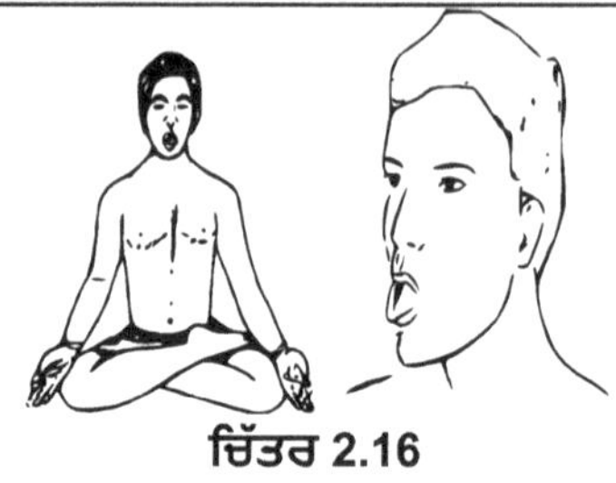

ਚਿੱਤਰ 2.16

ਵਿਧੀ -

- ਜੀਭ ਨੂੰ ਬਾਹਰ ਕੱਢ ਕੇ ਉਸ ਨੂੰ ਦੋਵੇਂ ਪਾਸੇ ਮੋੜ ਕੇ ਕਾਂ ਦੀ ਚੋਂਚ ਵਾਂਗ ਬਣਾਓ। ਹੋਠਾਂ ਦਾ ਆਕਾਰ ਅੰਗਰੇਜੀ ਦੇ ਅੱਖਰ O ਵਰਗਾ ਬਣਾਉਣ ਤੋਂ ਜੀਭ ਦੇ ਦੋਵੇਂ ਕਿਨਾਰੇ ਮੁੜਕੇ ਨਾਲੀ ਵਾਂਗ ਬਣ ਜਾਂਦੇ ਹਨ। ਸ਼ੁਰੂਆਤ ਵਿਚ ਇਹ ਕਸਰਤ ਸ਼ੀਸ਼ੇ ਵਿਚ ਵੇਖ ਕੇ ਕੀਤੀ ਜਾ ਸਕਦੀ ਹੈ।
- ਇਸੇ ਚੋਂਚ ਵਰਗੀ ਬਣੀ ਜੀਭ ਨਾਲ ਹਵਾ ਨੂੰ ਅੰਦਰ ਖੀਂਚੋ।
- ਕੁੱਬਕ ਕਰਕੇ ਨੱਸਲ ਮਾਰਗ ਤੋਂ ਸਾਹ ਛੱਡੋ

3. ਉਜੈਈ ਪ੍ਰਾਣਾਯਾਮ - ਉਜੈਈ ਸ਼ਬਦ ਦਾ ਅਰਥ ਹੁੰਦਾ ਹੈ- ਵਿਜਯੀ ਜਾਂ ਜੀਤਣ ਵਾਲਾ। ਇਸ ਪ੍ਰਾਣਾਯਾਮ ਦੇ ਅਭਿਆਸ ਤੋਂ ਹਵਾ ਨੂੰ ਜੀਤਿਆ ਜਾ ਸਕਦਾ ਹੈ ਮਤਲਬ ਉਜੈਈ ਪ੍ਰਾਣਾਯਾਮ ਤੋਂ ਅਸੀਂ ਆਪਣੀ ਸਾਹ 'ਤੇ ਜੀਤ ਪਾ ਸਕਦੇ ਹਨ ਅਤੇ ਇਸ ਲਈ ਇਸ ਪ੍ਰਾਣਾਯਾਮ ਨੂੰ ਅੰਗਰੇਜੀ ਵਿਚ Vicorious Breath ਕਿਹਾ ਜਾਂਦਾ ਹੈ।

ਵਿਧੀ -

- ਕਸ਼ਠ ਦਾ ਅੰਸ਼ਕ ਤੌਰ ਤੇ ਸੰਕਰਮਣ ਦੁਆਰਾ ਸਾਹ ਅੰਦਰ ਲਓ। ਸਾਹ ਦਿਲ ਤੱਕ ਅਨੁਭਵ ਹੋਣਾ ਚਾਹੀਦਾ ਹੈ। ਕਸ਼ਠ ਦੇ ਸੰਕੁਚਨ ਤੋਂ ਸਾਹ ਲੈਣ 'ਤੇ ਸਿਸਕਣ ਵਰਗੀ ਧੁਨੀ ਨਿਕਲੇਗੀ। ਛਾਤੀ ਨੂੰ ਫੁਲਾਉਣਾ ਅਤੇ ਪੇਟ ਨੂੰ ਸੰਕੁਚਿਤ ਕਰਨਾ ਚਾਹੀਦਾ ਹੈ।
- ਪੂਰਾ ਸਾਹ ਇਸ ਵਿਧੀ ਨਾਲ ਭਰਨ ਤੋਂ ਬਾਅਦ ਜਲੰਧਰਬੰਧ ਲਗਾ ਕੇ ਸਾਹ ਨੂੰ ਅੰਦਰ ਰੋਕੋ।
- ਖੱਬੇ ਸੁਰ ਤੋਂ ਉਸੇ ਤਰਾਂ ਸੰਕੁਚਿਤ ਕਸ਼ਠ ਤੋਂ ਸਾਹ ਨੂੰ ਬਾਹਰ ਕੱਢੋ।

4. ਕਪਾਲਭਾਤੀ ਪ੍ਰਾਣਾਯਾਮ - ਸੰਸਕ੍ਰਿਤ ਵਿਚ ਕਪਾਲ ਦਾ ਅਰਥ ਹੁੰਦਾ ਹੈ- ਮਾਥਾ ਜਾਂ ਲਲਾਟ ਅਤੇ ਭਾਤੀ ਦਾ ਅਰਥ ਹੈ- ਤੇਜ। ਇਸ ਪ੍ਰਾਣਾਯਾਮ ਦਾ ਨਿਯਮਿਤ ਅਭਿਆਸ ਕਰਨ ਤੋਂ ਮੁੱਖ 'ਤੇ ਅੰਦਰੂਨੀ ਚਮਕ ਤੋਂ ਤੇਜ ਰਹਿੰਦਾ ਹੈ।

ਚਿੱਤਰ 2.17

ਵਿਧੀ -

- ਆਪਣੀ ਰੀੜ ਦੀ ਹੱਡੀ ਨੂੰ ਸਿੱਧਾ ਰੱਖਦੇ ਹੋਏ, ਆਰਾਮ ਨਾਲ ਬੈਠੋ। ਆਪਣੇ ਹੱਥਾਂ ਨੂੰ ਆਸਮਾਨ ਦੇ ਵੱਲ, ਆਰਾਮ ਨਾਲ ਗੋਡੇ 'ਤੇ ਰੱਖੋ।
- ਇਕ ਲੰਮੀ ਡੂੰਗੀ ਸਾਹ ਲਓ।
- ਸਾਹ ਛੱਡਦੇ ਹੋਏ ਆਪਣੇ ਪੇਟ ਨੂੰ ਅੰਦਰ ਦੇ ਪਾਸੇ ਖੀਂਚੋ। ਆਪਣੇ ਪੇਟ ਨੂੰ ਇੰਜ ਅੰਦਰ ਖੀਂਚੋ ਕਿ ਉਹ ਰੀੜ ਦੀ ਹੱਡੀ ਨੂੰ ਛੂਹ ਲਏ। ਜਿੰਨਾ ਹੋ ਸਕੇ ਉਨ੍ਹਾਂ ਹੀ ਕਰੋ।
- ਪੇਟ ਦੀ ਮਾਸਪੇਸ਼ੀਆਂ ਦੇ ਸਿਕੁੜਣ ਤੋਂ ਤੁਸੀਂ ਆਪਣੇ ਪੇਟ 'ਤੇ ਹੱਥ ਰੱਖ ਦੇ ਮਹਿਸੂਸ ਕਰ ਸਕਦੇ ਹੋ। ਨਾਭੀ ਨੂੰ ਅੰਦਰ ਦੇ ਪਾਸੇ ਖੀਂਚੋ।
- ਜਿਵੇਂ ਹੀ ਤੁਸੀਂ ਪੇਟ ਦੀ ਮਾਸਪੇਸ਼ੀਆਂ ਨੂੰ ਢੀਲਾ ਛੱਡਦੇ ਹੋ, ਸਾਹ ਆਪਣੇ ਆਪ ਹੀ ਤੁਹਾਡੇ ਫੇਫੜਾਂ ਵਿਚ ਪਹੁੰਚ ਜਾਂਦੀ ਹੈ।

5. ਦੀਰਘਯਾ ਪ੍ਰਾਣਾਯਾਮ - ਦੀਰਘ ਦਾ ਅਰਥ ਹੁੰਦਾ ਹੈ ਲੰਮਾ। ਇਹ ਪ੍ਰਾਣਾਯਾਮ ਮਨੁੱਖ ਦੀ ਉਮਰ ਵਧਾਉਣ ਵਾਲਾ ਹੈ ਮਤਲਬ ਦੀਰਘਾਯੁ ਕਰਨ ਵਾਲਾ। ਇਸ ਪ੍ਰਾਣਾਯਾਮ ਨਾਲ ਛਾਤੀ, ਫੇਫੜੇ ਅਤੇ ਮਾਸਪੇਸ਼ੀਆਂ ਮਜ਼ਬੂਤ ਅਤੇ ਸਿਹਤਮੰਦ ਹੁੰਦੀ ਹੈ। ਸਰੀਰ ਤਨਾਅ ਮੁਕਤ ਰਹਿਕੇ ਫੁਰਤੀਲਾ ਬਣਦਾ ਹੈ।

ਕਦਮ -

- ਸਾਹ ਨੂੰ ਨਿਯੰਤ੍ਰਿਤ ਕਰੋ।
- ਸਾਹ ਨੂੰ ਨਿਯੰਤ੍ਰਿਤ ਕਰਕੇ ਦੀਰਘ ਕਰੋ।ੳ
- ਅੰਦਰੂਨੀ ਕੁੰਭਕ ਦਾ ਅਭਿਆਸ ਕਰੋ।
- ਬਾਹਰੀ ਕੁੰਭਕ ਦਾ ਅਭਿਆਸ ਕਰੋ।

6. ਅਨੁਲੋਮ-ਵਿਲੋਮ ਪ੍ਰਾਣਾਯਾਮ - ਇਹ ਹਜ਼ਾਰਾਂ ਸਾਲ ਪੁਰਣੀ ਵਿਧੀ ਹੈ ਇਸਦਾ ਪ੍ਰਯੋਗ ਉਰਜਾ ਵਿਚ ਵਾਧਾ ਅਤੇ ਮਾਨਸਿਕ, ਸਰੀਰਿਕ ਅਤੇ ਭਾਵਨਾਤਮਕ ਸਿਹਤ ਵਿਚ ਵਿਆਪਕ ਸੁਧਾਰ ਲਈ ਕੀਤਾ ਜਾਂਦਾ ਸੀ। ਇਸਦੇ ਅਭਿਆਸ ਤੋਂ ਤੁਹਾਨੂੰ ਪੂਰੇ ਸ਼ਰੀਰ ਵਿਚ ਇਕ ਸੁੱਖਪੂਰਨ ਅਤੇ ਰੋਮਾਂਚਿਕ ਅਨੁਭੂਤੀ ਹੋਵੇਗੀ।

ਵਿਧੀ -

- ਇਕ ਆਰਾਮਦੇਹ ਥਾਂ 'ਤੇ ਪਾਲਥੀ ਮਾਰ ਕੇ ਬੈਠੋ।
- ਹੁਣ ਸੱਜੇ ਹੱਥ ਦੇ ਅੰਗੂਠੇ ਦਾ ਪ੍ਰਯੋਗ ਆਪਣੀ ਸੱਜੀ ਨੱਕ ਨੂੰ ਬੰਦ ਕਰਨ ਲਈ ਕਰੋ। ਨੱਕ ਤੋਂ ਡੂੰਗੀ ਸਾਹ ਲਓ।
- ਹੁਣ ਖੱਬੀ ਨੱਕ ਬੰਦ ਕਰੋ ਅਤੇ ਸੱਜੀ ਨੱਕ ਤੋਂ ਸਾਹ ਛੱਡੋ।
- ਉਸੇ ਵਾਂਗ ਹੁਣ ਖੱਬੀ ਨੱਕ ਨੂੰ ਬੰਦ ਹੀ ਰੱਖੋ, ਸੱਜੀ ਨੱਕ ਤੋਂ ਸਾਹ ਲਓ ਅਤੇ ਖੱਬੀ ਨੱਕ ਤੋਂ ਸਾਹ ਛੱਡੋ।
- ਤੁਸੀ ਇਸ ਕਸਰਤ ਨੂੰ 20-40 ਮਿਨਟ ਤੱਕ ਕਰ ਸਕਦੇ ਹੋ।

ਬਹੁ-ਪੱਖੀ ਪ੍ਰਸ਼ਨ

ਪ੍ਰਸ਼ਨ 1. ਅਭਿਸ਼ਟ ਸਿਹਤ ਬਣਾਏ ਰੱਖਣ ਲਈ ਕੀ ਲਾਜ਼ਮੀ ਹੈ?

(ੳ) ਸਿਹਤ ਬਾਲ ਵਿਕਾਸ **(ਅ) ਸੰਤੁਲਿਤ ਜੀਵਨ ਚਰਿਆ**

(ੲ) ਸਿਹਤ ਦੇਖਭਾਲ ਸੇਵਾਵਾਂ **(ਸ) ਸਿੱਖਿਆ ਅਤੇ ਸਾਖੱਰਤਾ**

ਉੱਤਰ - (ਅ) ਸੰਤੁਲਿਤ ਜੀਵਨ ਚਰਿਆ

ਪ੍ਰਸ਼ਨ 2. ਮਾਨਸਿਕ ਤੰਦਰੁਸਤੀ ਕਿਹੜੇ ਕਾਰਕ 'ਤੇ ਅਧਾਰਿਤ ਹੈ?

(ੳ) ਮਾਨਸਿਕ ਸਥਿਤੀਆਂ ਅਤੇ ਯੋਗਤਾਵਾਂ/ਚੁਣੌਤੀਆਂ

(ਅ) ਮਾਨਸਿਕ ਤੰਦਰੁਸਤੀ ਅਤੇ ਯੋਗਤਾ

(ੲ) ਮਾਨਸਿਕ ਤੰਦਰੁਸਤੀ ਅਤੇ ਸਰੀਰਿਕ ਸਥਿਤੀ

(ਸ) ਸਰੋਤ

ਉੱਤਰ - (ੳ) ਮਾਨਸਿਕ ਸਥਿਤੀਆਂ ਅਤੇ ਯੋਗਤਾਵਾਂ/ਚੁਣੌਤੀਆਂ

ਪ੍ਰਸ਼ਨ 3. ਕਾਰਕ ਜਿਸਦਾ ਪ੍ਰਭਾਵ ਨਹੀਂ ਪੈਂਦਾ ਕਿ ਲੋਕ ਸਿਹਤਮੰਦ ਹੈ ਜਾਂ ਅਸਿਹਤਮੰਦ-

(ੳ) ਸਿੱਖਿਆ ਅਤੇ ਸਾਖਰਤਾ **(ਅ) ਭੌਤਿਕ ਵਾਤਾਵਰਣ**

(ੲ) ਮਾਤਰਭਾਸ਼ਾ **(ਸ) ਉਮਰ ਅਤੇ ਸਮਾਜਿਕ ਸਥਿਤੀ**

ਉੱਤਰ - (ੲ) ਮਾਤਰਭਾਸ਼ਾ

ਪ੍ਰਸ਼ਨ 4. ਕਿਸ ਕਿਸਮ ਦਾ ਸਿਹਤਮੰਦ ਜੀਵਨ ਵਿਚ ਦੇਖਭਾਲ ਅਤੇ ਸਾਝੇਦਾਰੀ ਦੇ ਸੰਬੰਧਾ ਨੂੰ ਆਵਰਿਤ ਕਰਦਾ ਹੈ?

(ੳ) ਸਰੀਰਿਕ ਸਿਹਤ **(ਅ) ਸਮਾਜਿਕ ਸਿਹਤ**

(ੲ) ਮਾਨਸਿਕ ਸਿਹਤ **(ਸ) ਆਤਮਕ ਸਿਹਤ**

ਉੱਤਰ - (ੲ) ਮਾਨਸਿਕ ਸਿਹਤ

ਪ੍ਰਸ਼ਨ 5. ਪਲਾਸਟਿਕ ਦੀ ਸਮੱਗਰੀ, ਪੋਲੀਥੀਨ ਬੈਗ ਆਦਿ ਜਲਾਉਣ ਨਾਲ ਕਿਹੜੀ ਗੈਸ ਨਿਕਲਦੀ ਹੈ?

(ੳ) ਕਾਰਬਨ ਡਾਇਕਸਾਇਡ **(ਅ) ਕਾਰਬਨ ਮੋਨੋਓਕਸਾਇਡ**

(ੲ) ਆਕਸੀਜਨ **(ਸ) ਕਲੋਰੋ-ਫਲੋਰੋ ਕਾਰਬਨ**

ਉੱਤਰ - (ੳ) ਕਾਰਬਨ ਡਾਇਕਸਾਇਡ

ਪ੍ਰਸ਼ਨ 6. ਕਲਾਸਾਂ ਦੀ ਦੀਵਾਰਾਂ 'ਤੇ ਕਿਸ ਕਿਸਮ ਦੇ ਰੰਗ ਹੋਣੇ ਚਾਹੀਦੇ ਹਨ?

(ੳ) ਭੜਕੀਲੇ **(ਅ) ਚਟਕੀਲੇ**

(ੲ) ਫੀਕੇ **(ਸ) ਕੋਈ ਵੀ ਰੰਗ**

ਉੱਤਰ - (ਅ) ਚਟਕੀਲੇ

ਪ੍ਰਸ਼ਨ 7. ਹਵਾਦਾਰ ਕਲਾਸਰੂਮ ਲਈ ਸਭ ਤੋਂ ਸਸਤਾ ਸਰੋਤ ਕੀ ਹੈ?

(ੳ) ਦਰਵਾਜੇ **(ਅ) ਕਮਰੇ**

(ੲ) ਖਿੜਕੀ **(ਸ) ਛਤ**

ਉੱਤਰ - (ੲ) ਖਿੜਕੀ

ਪ੍ਰਸ਼ਨ 8. ਆਹਾਰ ਨੂੰ ਪ੍ਰਭਾਵਿਤ ਕਰਨ ਵਾਲੇ ਕਾਰਕ ਹੈ-

(ੳ) ਉਮਰ, ਲਿੰਗ, ਸਰੀਰ ਦਾ ਆਕਾਰ

(ਅ) ਖਾਣ ਦੀ ਆਦਤਾਂ ਅਤੇ ਸਮਾਜਿਕ ਰੀਤੀਆਂ

(ੲ) ਜਲਵਾਯੂ ਕਾਰਕ, ਸਿਹਤ ਦਾ ਵਾਧਾ ਅਤੇ ਸਥਿਤੀ ਜਾਂ ਮਨੋਵਿਗਿਆਨਕ ਕਾਰਕ

(ਸ) ਉਪਰੋਕਤ ਸਾਰੇ

ਉੱਤਰ - (ਸ) ਉਪਰੋਕਤ ਸਾਰੇ

ਪ੍ਰਸ਼ਨ 9. ਖਨਿਜ ਲਵਣ ਦੇ ਉਦਾਹਰਣ ਹੈ-

(ੳ) ਕਣਕ, ਚੌਲ, ਆਲੂ **(ਅ) ਘਿਓ, ਮੱਖਣ, ਗਿਰੀ**

(ੲ) ਦੂਧ, ਪਨੀਰ, ਹਰੀ ਪੱਤੇਦਾਰ ਸਬਜ਼ੀਆਂ **(ਸ) ਸਲਾਦ, ਫਲ, ਸਬਜ਼ੀਆਂ**

ਉੱਤਰ - (ੲ) ਦੂਧ, ਪਨੀਰ, ਹਰੀ ਪੱਤੇਦਾਰ ਸਬਜ਼ੀਆਂ

ਪ੍ਰਸ਼ਨ 10. ਬੀਮਾਰੀਆਂ ਕਿਹੜੇ ਤਰੀਕਾਂ ਨਾਲ ਫੈਲ ਸਕਦੀ ਹੈ?

(ੳ) ਭੋਜਨ ਅਤੇ ਪਾਣੀ **(ਅ) ਹਵਾ**

(ੲ) ਕੀਟ-ਪਤੰਗਾਂ ਅਤੇ ਸੰਪਰਕ **(ਸ) ਉਪਰੋਕਤ ਸਾਰੇ**

ਉੱਤਰ - (ਸ) ਉਪਰੋਕਤ ਸਾਰੇ

ਪ੍ਰਸ਼ਨ 11. ਮੌਲਿਕ ਮੁਦਰਾਵਾਂ ਹਨ-

(ੳ) ਖੜ੍ਹਾ ਹੋਣਾ **(ਅ) ਬੈਠਣਾ**

(ੲ) ਲੇਟਣਾ **(ਸ) ਉਪਰੋਕਤ ਸਾਰੇ**

ਉੱਤਰ - (ਸ) ਉਪਰੋਕਤ ਸਾਰੇ

ਪ੍ਰਸ਼ਨ 12. ਬਿਹਤਰ ਨਤੀਜੇ ਪ੍ਰਾਪਤ ਕਰਨ ਲਈ ਅਧਿਆਪਕ ਨੂੰ ਹੇਠ ਲਿਖਿਆਂ ਵਿਚੋਂ ਅਵਸ਼ਯ ਧਿਆਨ ਰੱਖਣਾ ਚਾਹੀਦਾ ਹੈ--

(ੳ) ਦੋ-ਚਾਰ ਬੱਚਿਆਂ ਨੂੰ ਪ੍ਰੇਰਿਤ ਕਰਨਾ ਚਾਹੀਦਾ ਹੈ।

(ਅ) ਬੱਚਿਆਂ ਦੇ ਨਾਲ ਚੰਗੀ ਆਦਤਾਂ ਨੂੰ ਸਾਂਝਾ ਕਰਨਾ ਚਾਹੀਦਾ ਹੈ।

(ੲ) ਬੱਚਿਆਂ ਦੀ ਸਮੱਸਿਆਵਾਂ 'ਤੇ ਧਿਆਨ ਨਹੀਂ ਦੇਣਾ ਚਾਹੀਦਾ ਹੈ।

(ਸ) ਬੱਚਿਆਂ ਨੂੰ ਸਿਰਫ ਪੜ੍ਹਾਈ ਕਰਨੀ ਚਾਹੀਦੀ ਹੈ।

ਉੱਤਰ - (ਅ) ਬੱਚਿਆਂ ਦੇ ਨਾਲ ਚੰਗੀ ਆਦਤਾਂ ਨੂੰ ਸਾਂਝਾ ਕਰਨਾ ਚਾਹੀਦਾ ਹੈ।

ਪ੍ਰਸ਼ਨ 13. ਮੇਰੂਦੰਡ ਦਾ ਇਕ ਤਿਰਛਾ ਵਿਚਲਨ ਹੈ-

(ੳ) ਲੇਟਣਾ **(ਅ) ਬੈਠਣਾ**

(ੲ) ਪਾਸ਼ਰਵ ਵਕਰਤਾ **(ਸ) ਸਪਾਟ ਪੈਰ**

ਉੱਤਰ - (ੲ) ਪਾਸ਼ਰਵ ਵਕਰਤਾ

ਪ੍ਰਸਨ 14. ਟੀਕਾਕਰਨ ਕਿੰਨੇ ਸਮੇਂ ਵਿਚ ਕੀਤਾ ਜਾਂਦਾ ਹੈ?

(ੳ) ਪ੍ਰਤੀ ਸਪਤਾਹ **(ਅ) ਪ੍ਰਤੀ ਸਾਲ**

(ੲ) ਪ੍ਰਤੀ ਮਾਹ **(ਸ) ਕਦੇ ਵੀ**

ਉੱਤਰ - (ਅ) ਪ੍ਰਤੀ ਸਾਲ

ਪ੍ਰਸ਼ਨ 15. ਪੌੜੀਆਂ ਕਿਵੇਂ ਹੋਣੀ ਚਾਹੀਦੀ ਹੈ?

(ੳ) ਆਸਾਨ **(ਅ) ਛੋਟੀ**

(ੲ) (ੳ) ਅਤੇ (ਅ) ਦੋਵੇਂ **(ਸ) ਇਨ੍ਹਾਂ ਵਿਚੋਂ ਕੋਈ ਨਹੀਂ**

ਉੱਤਰ - (ੲ) (ੳ) ਅਤੇ (ਅ) ਦੋਵੇਂ

✧✧✧

ਪਾਠ - 3

ਕੰਮਕਾਜੀ ਸਿੱਖਿਆ

(Work Education)

ਭੂਮਿਕਾ

ਕਾਰਜ ਦਾ ਮਤਲਬ ਅਜਿਹੀ ਗਤੀਵਿਧੀ ਤੋਂ ਹੈ ਜਿਸ ਵਿਚ 'ਮਿਹਨਤ' ਸ਼ਾਮਿਲ ਹੈ। ਕਾਰਜ ਸਿੱਖਿਆ ਮੁੱਲਾਂ ਅਤੇ ਆਦਤਾਂ ਦੇ ਵਿਕਾਸ ਲਾਈ ਸਹੀ ਦ੍ਰਿਸ਼ਟੀਕੋਣ ਅਪਣਾਉਣ ਦਾ ਅਧਾਰ ਪ੍ਰਦਾਨ ਕਰਦੀ ਹੈ। ਕਾਰਜ ਸਿੱਖਿਆ ਨੂੰ ਸਿੱਖਿਆ ਪ੍ਰਣਾਲੀ ਦੇ ਅਧੀਨ ਕਾਫ਼ੀ ਪਹਿਲਾਂ ਹੀ ਸਮਾਵੇਸ਼ ਕਰ ਲਿੱਤਾ ਗਿਆ ਸੀ। ਜਿਸਦਾ ਉਦਾਹਰਣ ਪ੍ਰਾਚੀਨ ਭਾਰਤ ਦੀ, ਜਦੋਂ ਗੁਰੂ-ਸਿਸ਼ਯ ਨੂੰ, ਜੀਵਨ ਜਿਉਣ ਲਈ ਅਤੇ ਸਿੱਖਾਉਣ ਲਈ, ਵੱਖ-ਵੱਖ ਮਿਹਨਤ ਦੇ ਕਾਰਜਾਂ ਵਿਚ ਰੁੱਝਾਏ ਰੱਖਦੇ ਸੀ। ਕਾਰਜ ਅਤੇ ਸਿੱਖਿਆ ਵਿਚ ਵਿਕਸੇ ਤਰਾਂ ਦਾ ਵਿਰੋਧਾਭਾਸ ਨਹੀਂ ਸੀ। 1937 ਵਿਚ ਵੁਡ ਅਤੇ ਡਾਕੋਟ ਰਾਹੀਂ ਬੱਚੇ ਦੇ ਵਿਅਕਤੀਤਵ ਦੇ ਸੰਤੁਲਿਤ ਵਿਕਾਸ ਲਈ ਸਿੱਖਿਆ ਵਿਚ ਸਰੀਰਿਕ ਮਿਹਨਤ ਨਾਲ ਜੁੜੀ ਗਤੀਵਿਧੀਆਂ ਦੀ ਲੋੜ 'ਤੇ ਜ਼ੋਰ ਦਿੱਤਾ ਗਿਆ। ਕਾਰਜ ਸਿੱਖਿਆ ਬੱਚਿਆਂ ਨੂੰ ਉਨ੍ਹਾਂ ਦੇ ਵਾਸਤਵਿਕ ਹਿੱਤਾਂ ਅਤੇ ਸ਼ਮਤਾਵਾਂ ਖੋਜਣ ਵਿਚ ਸਮਰੱਥ ਬਣਾਉਂਦੀ ਹੈ, ਜੋ ਬਾਅਦ ਵਿਚ ਅਧਿਐਨ ਅਤੇ ਵਪਾਰ ਦੇ ਉਪਯੁਕਤ ਪਾਠਕ੍ਰਮ ਚੁਣਨ ਵਿਚ ਮਦਦਗਾਰ ਹੁੰਦੀ ਹੈ।

ਪ੍ਰਸ਼ਨ 1. ਕਾਰਜ ਤੋਂ ਤੁਸੀਂ ਕੀ ਸਮਝਦੇ ਹੋ? ਚਰਚਾ ਕਰੋ।

ਉੱਤਰ - ਕਾਰਜ ਦਾ ਸ਼ਾਬਦਿਕ ਅਰਥ ਹੁੰਦਾ ਹੈ- ਕਿਸੇ ਪ੍ਰਯੋਜਨ ਨਾਲ ਮਿਹਨਤ, ਸਰੀਰਿਕ ਮਿਹਨਤ ਕਰਨਾ, ਕੋਸ਼ਿਸ਼ ਕਰਨਾ, ਕਿਸੇ ਸੰਕਲਪ ਜਾਂ ਕਾਰਜ ਜਾਂ ਉਪਲਬਧੀ ਨੂੰ ਪ੍ਰਾਪਤ ਕਰਨਾ ਜਾਂ ਕਿਸੇ ਕਿਰਿਆਕਲਾਪਾਂ ਵਿਚ ਰੱਤ ਰਹਿਣਾ ਆਦਿ।

ਆਮ ਤੌਰ 'ਤੇ ਕਾਰਜ ਦੇ ਬਾਰੇ ਵਿਚ ਧਾਰਣਾ ਹੈ ਕਿ ਇਹ ਅਜਿਹੀ ਗਤੀਵਿਧੀ ਹੈ ਜਿਸ ਵਿਚ ਸਰੀਰਿਕ ਮਿਹਨਤ ਲੱਗਦੀ ਹੈ। ਖ਼ੁਦ ਦੇ ਲਈ ਅਤੇ ਸਮਾਜ ਲਈ ਕਿਸੇ ਤਰਾਂ ਦੇ ਉਤਪਾਦਨ ਦੀ ਦਿਸ਼ਾ ਵਿਚ ਕੀਤੀ ਗਈ ਸਰੀਰਿਕ ਮਿਹਨਤ ਨੂੰ 'ਕਾਰਜ' ਕਿਹਾ ਜਾਂਦਾ ਹੈ। ਮਿਹਨਤ ਤੋਂ ਜੁੜੀ ਸਾਡੀ ਕੁੱਝ ਗਤੀਵਿਧੀਆਂ ਭੋਜਨ, ਕਪੜੇ ਵਰਗੀ ਲੋੜਾਂ ਨੂੰ ਪੂਰਾ ਕਰਨ ਨਾਲ ਜੁੜੀ ਹੁੰਦੀ ਹੈ, ਕੁੱਝ ਖ਼ੁਦ ਸਾਡੇ ਸਰੀਰਿਕ ਅਤੇ ਮਾਨਸਿਕ ਸਿਹਤ ਲਈ ਹੁੰਦੀ ਹੈ, ਕੁੱਝ ਗਤੀਵਿਧੀਆਂ ਦਾ ਸੰਬੰਧ ਸਮਾਜਿਕ ਆਰਥਿਕ ਜੀਵਨ ਵਿਚ ਵਿਵਸਥਾ ਤੋਂ ਹੈ ਅਤੇ ਇਸ ਲਈ ਸਾਰਿਆਂ ਦਾ ਸੰਬੰਧ ਮਨੁੱਖੀ ਹਿੱਤ ਨਾਲ ਹੈ। ਇਸ ਤਰਾਂ ਤੋਂ ਕਾਰਜ ਦਾ ਮਤਲਬ ਸਰੀਰਿਕ ਮਿਹਨਤ ਨਾਲ ਜੁੜੀ ਉਨ੍ਹਾਂ ਗਤੀਵਿਧੀਆਂ ਤੋਂ ਹੈ ਜੋ ਖ਼ੁਦ ਅਤੇ ਸਮਾਜ ਦੇ ਹੋਰ ਲੋਕਾਂ ਦੇ ਪ੍ਰਤੀ ਜ਼ਿੰਮੇਵਾਰੀ ਦਾ ਰੱਖ ਰਖਾਓ ਕਰਦੀ ਹੈ।

ਪ੍ਰਸ਼ਨ 2. ਕਾਰਜ ਅਤੇ ਮਿਹਨਤ ਦਾ ਮਹੱਤਵ ਦੱਸੋ।

ਉੱਤਰ - ਕਿਸੇ ਵੀ ਉਪਲਬਧੀ ਦਾ ਅਧਾਰ ਮਿਹਨਤ ਹੈ। ਮਿਹਨਤ ਤੋਂ ਬਿਨਾ ਕਿਸੇ ਵੀ ਖੇਤਰ ਵਿਚ ਸਥਾਈ ਅਤੇ ਸਫਲਤਾ ਪ੍ਰਾਪਤ ਕਰਨਾ ਮੁਸ਼ਕਿਲ ਹੈ। ਮਿਹਨਤ ਦੀ ਮਹੱਤਾ ਦਾ ਪ੍ਰਤਿਪਾਦਨ ਕਰਦੇ ਹੋਏ ਇਕ ਨਿਤੀਕਾਰ ਨੇ ਕਿਹਾ ਹੈ, "ਉਦਯਮ ਕਰਨ ਤੋਂ ਹੀਂ ਕਾਰਜਾਂ ਦੀ ਪ੍ਰਾਪਤੀ ਹੁੰਦੀ ਹੈ। ਇੱਛਾ ਕਰਨ ਜਾਂ ਸੋਚ-ਵਿਚਾਰ ਕਰਨ ਨਾਲ ਨਹੀਂ। ਸੌਂਦੇ ਹੋਏ ਸਿੰਘ ਦੇ ਮੂੰਹ ਵਿਚ ਪਸ਼ੁਗਣ ਆਪਣੇ ਆਪ ਨਹੀਂ ਚਲੇ ਜਾਂਦੇ।" ਇਸ ਗੱਲ ਵਿਚ ਕੋਈ ਸ਼ੱਕ ਨਹੀਂ ਕਿ ਮਿਹਤਨ ਕੀਤੇ ਬਗੈਰ ਪੇਟ ਦੀ ਤ੍ਰਿਪਤੀ ਕਰਨਾ ਵੀ ਮੁਸ਼ਕਿਲ ਹੁੰਦਾ ਹੈ। ਮਿਹਨਤ ਨਾਲ ਖਾਦ ਪਦਾਰਥ ਉਗਾਉਣੇ ਹੋਣਗੇ, ਫੈਰ ਉਨ੍ਹਾਂ ਨੂੰ ਪਕਾਉਣਾ ਪਵੇਗਾ ਅਤੇ ਹੱਥਾਂ ਨਾਲ ਮੂੰਹ ਤੱਕ ਪਹੁੰਚਾਉਣਾ ਪਵੇਗਾ, ਤਦ ਹੀ ਭੁੱਖ ਮਿਟੇਗੀ। ਇਸੇ ਤਰਾਂ ਕਿਸੇ ਵੀ ਕਾਰਜ ਦੀ ਮਿਹਨਤ ਨਾਲ ਮੁੱਲ ਚੁਕਾਏ ਬਿਨਾ ਸਫਲਤਾ ਪ੍ਰਾਪਤ ਨਹੀਂ ਕੀਤੀ ਜਾ ਸਕਦੀ। ਸਰੀਰਿਕ ਮਿਹਨਤ ਦੇ ਮਹੱਤਵ ਨੂੰ ਪ੍ਰਤੀਪਾਦਿਤ ਕਰਨ ਦਾ ਇਹ ਇਕ ਦ੍ਰਿਸ਼ਟੀਕੋਣ ਹੈ। ਮਿਹਨਤ ਦੇ ਦੂਜੇ ਦ੍ਰਿਸ਼ਟੀਕੋਣ ਨੂੰ ਸਮਝਣ ਲਈ ਤੁਸੀਂ ਖ਼ੁਦ ਦੀ ਨਿਤਨੇਮ 'ਤੇ ਦ੍ਰਿਸ਼ਟੀ ਡਾਲੋ ਅਤੇ ਖ਼ੁਦ ਤੋਂ ਕੁੱਝ ਸਵਾਲ ਕਰੋ ਜਿਵੇਂ-

- ਤੁਸੀਂ ਜਿਸ ਘਰ ਵਿਚ ਰਹਿੰਦੇ ਹੋ ਉਸਦੇ ਨਿਰਮਾਣ ਵਿਚ ਕਿਸਦੀ ਮਿਹਨਤ ਸ਼ਾਮਿਲ ਹੈ? ਉਸ ਘਟ ਵਿਚ ਲੱਗੀ ਇੱਟ ਨੂੰ ਬਣਾਉਣ ਵਿਚ, ਇੱਟ, ਸੀਮੇਂਟ ਆਦਿ ਦੀ ਢੁਲਾਈ ਵਿਚ, ਦੀਵਾਰ ਖੜੀ ਕਰਨ ਵਿਚ, ਛੱਤ ਲਈ ਲੈਂਟਰ ਬਣਾਉਣ ਵਿਚ, ਪੁਤਾਈ ਕਰਨ ਵਿਚ ਕਿਸਦੀ ਮਿਹਨਤ ਲੱਗੀ ਹੋਵੇਗੀ?
- ਭੋਜਨ ਦੀ ਲੋੜ ਨੂੰ ਪੂਰਾ ਕਰਨ ਲਈ ਅਨਾਜ ਸਬਜ਼ੀਆਂ ਉਗਾਉਣ ਅਤੇ ਉਨ੍ਹਾਂ ਨੂੰ ਸਾਡੇ ਤੱਕ ਪਹੁੰਚਾਉਣ ਵਿਚ ਕਿਸਦੀ ਮਿਹਨਤ ਸ਼ਾਮਿਲ ਹੈ?

ਮਨੁੱਖ ਦੇ ਜੀਵਨ ਦਾ ਕੋਈ ਵੀ ਪਹਿਲੂ ਭਾਵੇਂ ਉਹ ਪਾਰਿਵਾਰਿਕ ਜੀਵਨ ਹੋਵੇ ਜਾਂ ਸਮਾਜਿਕ ਅਤੇ ਵਪਾਰਿਕ, ਸਰੀਰਿਕ ਮਿਹਨਤ ਦੀ ਪਰਿਧੀ ਤੋਂ ਬਾਹਰ ਨਹੀਂ ਹੈ। ਸਾਡੇ ਨਿਤਨੇਮ ਦੇ ਕਈ ਪਲ ਅਜਿਹੇ ਹਨ ਜਿੱਥੇ ਸਰੀਰਿਕ ਮਿਹਨਤ ਨੂੰ ਵੱਖ ਨਹੀਂ ਕੀਤਾ ਜਾ ਸਕਦਾ ਮਤਲਬ ਮਨੁੱਖੀ ਜੀਵਨ ਦਾ ਸੰਚਾਲਨ ਸਰੀਰਿਕ ਮਿਹਨਤ 'ਤੇ ਹੀ ਨਿਰਭਰ ਹੈ। ਜੋ ਲੋਕ ਸਰੀਰਿਕ ਮਿਹਨਤ ਨਾਲ ਨਹੀਂ ਜੁੜੇ ਹੋਏ, ਉਨ੍ਹਾਂ ਦਾ ਜੀਵਨ ਸਰੀਰਿਕ ਮਿਹਨਤ ਤੋਂ ਬਿਨਾ ਨਹੀਂ ਚੱਲ ਸਕਦਾ। ਉਨ੍ਹਾਂ ਦੇ ਰਹਿਣ ਦਾ ਨਿਵਾਸ ਸਥਲ, ਉਨ੍ਹਾਂ ਦੇ ਭੋਜਨ ਦਾ ਪ੍ਰਬੰਧ, ਉਨ੍ਹਾਂ ਰਾਹੀਂ ਪਾਏ ਗਏ ਕਪੜੇ, ਉਨ੍ਹਾਂ ਰਾਹੀਂ ਉਪਯੋਗ ਵਿਚ ਲਿਆਈ ਜਾ ਰਹੀ ਵਸਤਾਂ ਜਿਸ ਸੜਕ ਤੇ ਉਹ ਚੱਲਦੇ ਹਨ ਆਦਿ, ਕਿਸੇ ਨਾ ਕਿਸੇ ਮਨੁੱਖ ਦੀ ਸਰੀਰਿਕ ਮਿਹਨਤ ਦਾ ਨਤੀਜਾ ਹੈ। ਕਹਿਣ ਦਾ ਮਤਲਬ ਇਹ ਹੈ ਕਿ ਕਾਰਜ ਅਤੇ ਮਨੁੱਖ ਜੀਵਨ ਨੂੰ ਵੱਖ ਰੱਖਕੇ ਨਹੀਂ ਵੇਖਿਆ ਜਾ ਸਕਦਾ। ਮਨੁੱਖੀ ਜੀਵਨ ਲਈ ਸਰੀਰਿਕ ਮਿਹਨਤ ਦਾ ਬਹੁਤ ਮਹੱਤਵ ਹੈ, ਕੁੱਝ ਲਈ ਇਹ ਰੁਜ਼ਗਾਰ ਦਾ ਸਰੋਤ ਹੈ ਤਾਂ ਕੁੱਝ ਲਈ ਸਰੀਰਿਕ ਅਤੇ ਮਾਨਸਿਕ ਸਿਹਤ ਦਾ ਜ਼ਰੀਆ।

ਪ੍ਰਸ਼ਨ 3. ਕਾਰਜ ਅਤੇ ਰੁਜ਼ਗਾਰ ਵਿਚਕਾਰ ਸੰਬੰਧ ਨੂੰ ਸਪੱਸ਼ਟ ਕਰੋ।

ਉੱਤਰ - ਕਾਰਜ ਅਤੇ ਗੁਜ਼ਗਾਰ ਵਿਚ ਡੂੰਗਾ ਸੰਬੰਧ ਹੈ। ਇਸ ਸੰਬੰਧ ਨੂੰ ਸਮਝਣ ਤੋਂ ਪਹਿਲਾਂ 'ਰੁਜ਼ਗਾਰ' ਨੂੰ ਪਰਿਭਾਸ਼ਿਤ ਕਰਨਾ ਜ਼ਰੂਰੀ ਹੈ। ਇਕ ਲੁਹਾਰ ਦਿਨ ਭਰ ਮਿਹਨਤ ਕਰਕੇ ਫਾਵੜੇ ਤਿਆਰ ਕਰਦਾ ਹੈ ਅਤੇ ਉਨ੍ਹਾਂ ਨੂੰ ਵੇਚਦਾ ਹੈ ਉਸ ਦੇ ਬਦਲੇ ਉਸਨੂੰ ਧਨ ਮਿਲਦਾ ਹੈ (ਪਾਰੰਪਰਿਕ ਰੂਪ ਤੋਂ ਵੇਖੀਏ ਤਾਂ ਉਸਨੂੰ ਧਨ ਦੀ ਜਗਹ ਅਨਾਜ ਆਦਿ ਜੀਵਨ ਉਪਯੋਗੀ ਸਮੱਗਰੀ ਮਿਲਦੀ ਸੀ।) ਇਕ ਕਿਸਾਨ ਕੜੀ ਮਿਹਨਤ ਨਾਲ ਅਨਾਜ ਉਗਾਉਂਦਾ ਹੈ। ਕੁੱਝ ਫਸਲ ਉਹ ਆਪਣੇ ਪਰਿਵਾਰ ਲਈ ਰੱਖਦਾ ਹੈ ਅਤੇ ਕੁੱਝ ਵੇਚ ਦਿੰਦਾ ਹੈ। ਸ਼ਿਲਪਕਾਰ ਬਾਂਸ ਤੋਂ ਕਈ ਤਰੀਕੇ ਦੀ ਸਜਾਵਟੀ ਅਤੇ ਉਪਯੋਗੀ ਵਸਤਾਂ ਬਣਾਉਂਦੇ ਹਨ ਅਤੇ ਉਨ੍ਹਾਂ ਨੂੰ ਵੇਚ ਕੇ ਆਪਣੇ ਘਰ ਦਾ ਖਰਚ ਚਲਾਉਂਦੇ ਹਨ। ਇਨ੍ਹਾਂ ਸਾਰੇ ਉਦਾਹਰਣਾਂ ਰਾਹੀਂ ਇਹ ਸਪੱਸ਼ਟ ਹੈ ਕਿ ਮਜ਼ਦੂਰੀ ਵਿਚ ਰੁੱਝੇ ਰਹਿਣਾ ਜ਼ਿੰਦਗੀ ਦੇ ਮਕਸਦ ਲਈ ਰੋਜ਼ੀ-ਰੋਟੀ ਕਮਾਉਣ ਦਾ ਵਿਕਲਪ ਹੈ।

ਅੱਜ ਭਾਰਤ ਵਰਗੇ ਵਿਕਾਸਸ਼ੀਲ ਦੇਸ਼ ਦੀ ਜ਼ਿਆਦਾਤਰ ਆਬਾਦੀ ਕੰਮ ਕਰਨ ਵਾਲੀ ਹੈ ਜਿਸ ਨਾਲ ਆਪਣੇ ਰੁਜ਼ਗਾਰ ਲਈ ਸਰੀਰਿਕ ਮਿਹਨਤ ਦੀ ਲੋੜ ਦੀ ਯੁਕਤੀ ਦੇ ਰੂਪ ਵਿਚ ਅਪਣਾਉਣਾ ਹੁੰਦਾ ਹੈ। ਧਨ ਦੀ ਉਮੀਦ ਵਿਚ ਦੂਜਿਆਂ ਲਈ ਕੀਤੀ ਜਾਣ ਵਾਲੀ ਮਿਹਨਤ ਰੁਜ਼ਗਾਰ ਨਾਲ ਜੁੜੀ ਹੈ। ਇਸ ਧਨ ਦਾ ਜਿੱਥੇ ਇਕ ਆਰਥਿਕ ਮੁੱਲ ਹੈ ਉੱਥੇ ਹੀ ਇਕ ਸਮਾਜਿਕ ਮੁੱਲ ਵੀ ਹੈ। ਉਦਾਹਰਣ ਲਈ ਮੰਨਿਆ ਕਿ ਕੋਈ ਤਰਖਾਣ ਦਾ ਕੰਮ ਕਰਦਾ ਹੈ। ਇਕ ਪਾਸੇ ਤਾਂ ਉਹ ਇਸ ਕਾਰਜ ਰਾਹੀਂ ਆਪਣੇ ਘਰ ਦੀ ਜ਼ਰੂਰਤਾਂ ਪੂਰੀ ਕਰਨ ਲਈ ਧਨ ਪ੍ਰਾਪਤ ਕਰਦਾ ਹੈ, ਇਸ ਮਿਹਨਤ ਦਾ ਆਰਥਿਕ ਮੁੱਲ ਹੈ। ਦੂਜੇ ਪਾਸੇ ਉਸਦੀ ਮਿਹਨਤ ਰਾਹੀਂ ਸਮਾਜ ਦੇ ਬਹੁਤ ਸਾਰੇ ਲੋਕਾਂ ਦੇ ਨਿਤਨੇਮ ਦੀ ਜਰੂਰਤਾਂ ਪੂਰੀ ਹੁੰਦੀ ਹੈ ਜਿਵੇਂ- ਦਰਵਾਜੇ ਦੀ ਚੌਖਟ, ਫਰਨੀਚਰ, ਲਕੜੀ ਦੇ ਉਪਕਰਣ, ਬੇਲਨ, ਹੋਂਡੀ ਆਦਿ। ਇਸਨੂੰ ਉਸਦੀ ਮਿਹਨਤ ਦਾ ਸਮਾਜਿਕ ਮੁੱਲ ਕਿਹਾ ਜਾਂਦਾ ਹੈ। ਇਸਦਾ ਮਤਲਬ ਇਹ ਹੋਇਆ ਕਿ ਉਹ ਆਪਣੀ ਮਿਹਨਤ ਰਾਹੀਂ ਸਿਰਫ ਆਪਣੇ ਪ੍ਰਤੀ ਜ਼ਿੰਮੇਵਾਰੀ ਦਾ ਨਿਰਵਾਹ ਨਹੀਂ ਕਰ ਰਿਹਾ ਬਲਕਿ ਸਮਾਜ ਦੇ

ਪ੍ਰਤੀ ਵੀ ਜ਼ਿੰਮੇਵਾਰੀ ਨਿਭਾ ਰਿਹਾ ਹੈ ਅਤੇ ਸਾਰਵਜਨਿਕ ਜੀਵਨ ਵਿਚ ਯੋਗਦਾਨ ਦੇ ਰਿਹਾ ਹੈ। ਮਿਹਨਤ ਦੇ ਜ਼ਰੀਏ ਸਮਾਜ ਲਈ ਕੀਤਾ ਗਿਆ ਉਤਪਾਦਨ ਮਨੁੱਖੀ ਜੀਵਨ ਨੂੰ ਧਨਵਾਨ ਬਣਾਉਂਦਾ ਹੈ।

ਪ੍ਰਸ਼ਨ 4. ਕਾਰਜ, ਖੁਸ਼ੀ ਅਤੇ ਸੰਤੁਸ਼ਟੀ ਦੇ ਵਿਚਕਾਰ ਸੰਬੰਧਾਂ ਦੀ ਚਰਚਾ ਕਰੋ।

ਜਾਂ

ਕਾਰਜ ਦੀ ਖੁਸ਼ੀ ਅਤੇ ਸੰਤੁਸ਼ਟੀ ਨਾਲ ਕੀ ਸੰਬੰਧ ਹੈ? ਉਦਾਹਰਣ ਦੇ ਨਾਲ ਸਮਝਾਓ।

[ਅਪ੍ਰੈਲ 2016, ਪ੍ਰਸ਼ਨ 40]

ਉੱਤਰ - ਅੱਜ ਜ਼ਿਆਦਾਤਰ ਲੋਕਾਂ ਦਾ ਰੁਜ਼ਗਾਰ ਮਿਹਨਤ ਨਾਲ ਜੁੜਿਆ ਹੋਇਆ ਹੈ। ਪਰ ਉਹ ਸਿਰਫ ਧਨ ਦੀ ਉਮੀਦ ਨਾਲ ਹੀ ਕਾਰਜ ਨਹੀਂ ਕਰਦੇ, ਉਹ ਕਿਸੇ ਪ੍ਰਕਾਰ ਦੀ ਖੁਸ਼ੀ ਦਾ ਵੀ ਅਨੁਭਵ ਕਰਦੇ ਹਨ। ਉਦਾਹਰਣ ਲਈ, ਕੁਮਹਾਰ ਮਿੱਟੀ ਦੇ ਸਕੋਰੇ ਬਣਾਉਂਦਾ ਹੈ। ਇਹ ਸਕੋਰੇ ਦੇ ਆਕਾਰ ਪ੍ਰਕਾਰ ਵਿਚ ਤਰਾਂ-ਤਰਾਂ ਦੇ ਉਕੇਰੇ ਬਣਾਉਂਦਾ ਹੈ। ਇਹ ਉਹ ਧਨ ਪ੍ਰਾਪਤੀ ਦੀ ਲਾਲਚ ਨਾਲ ਹੀ ਨਹੀਂ ਕਰਦਾ ਬਲਕਿ ਇਸ ਨਾਲ ਉਸਨੂੰ ਬਹੁਤ ਖੁਸ਼ੀ ਮਿਲਦੀ ਹੈ। ਆਪਣੇ ਖੇਤ ਵਿਚ ਲਿਹਰਾਉਂਦੀ ਹੋਈ ਫਸਲ ਵੇਖ ਕੇ ਕਿਸਾਨ ਸਿਰਫ ਇਸਲਈ ਖੁਸ਼ ਨਹੀਂ ਹੁੰਦਾ ਕਿ ਉਸ ਨੂੰ ਇਸ ਫਸਲ ਦਾ ਮੁੱਲ ਮਿਲੇਗਾ ਬਲਕਿ ਉਹ ਆਪਣੀ ਮਿਹਨਤ ਦੇ ਨਤੀਜੇ 'ਤੇ ਖੁਸ਼ ਹੁੰਦਾ ਹੈ, ਖੁਸ਼ੀ ਮਿਹਸੂਸ ਕਰਦਾ ਹੈ ਕਿ ਨਾ ਜਾਣੇ ਕਿੰਨੇ ਲੋਕਾਂ ਦੀ ਭੁੱਖ ਮਿਟਾਏਗੀ ਇਹ ਫਸਲ। ਕਹਿਣ ਦਾ ਮਤਲਬ ਇਹ ਹੈ ਕਿ ਸਰੀਰਿਕ ਮਿਹਨਤ ਨਵੇਂ ਰਾਹ ਖੋਲਦੀ ਹੈ ਅਤੇ ਇਹ ਖੁਸ਼ੀ ਸਾਰੇ ਜੀਵ-ਜੰਤੂਆਂ ਦੇ ਨਾਲ, ਹਰ ਉਮਰ ਦੇ ਮਨੁੱਖ ਨਾ ਜੁੜੀ ਹੋਈ ਹੈ।

ਸੂਰਜ ਉਗਣ ਦੇ ਨਾਲ ਹੀ ਪੰਛੀਆਂ ਦਾ ਦਾਨਾ-ਚੁਗਣ ਲਈ ਉੜਾਨ ਭਰਨਾ, ਕਿਸੇ ਵੀ ਸਥਿਤੀ ਵਿਚ ਕੁੱਤੇ ਦਾ ਚੋਕੰਨਾ ਹੋਕੇ ਭੌਂਕਣਾ, ਕੁੱਝ ਪਛੂਆਂ ਦਾ ਸ਼ਿਕਾਰ 'ਤੇ ਨਿਕਲ ਜਾਣਾ ਇਹ ਸਾਰੇ ਕਾਰਜ ਪ੍ਰਾਣੀ ਆਪਣੀ ਸੰਤੁਸ਼ਟੀ ਲਈ ਕਰਦਾ ਹੈ। ਨਿੱਕੇ-ਨਿੱਕੇ ਬੱਚੇ ਜਿਨ੍ਹਾਂ ਦੀ ਸੂਖਮ ਅਤੇ ਸਥੂਲ ਮਾਸਪੇਸ਼ੀਆਂ ਹੱਲੇ ਤੱਕ ਵਿਕਸਿਤ ਨਹੀਂ ਹੋਈ, ਉਹ ਵੀ ਆਪਣੇ ਸਾਹਮਣੇ ਜੋ ਵੀ ਵਸਤੂ ਆਉਂਦੀ ਹੈ ਉਸਨੂੰ ਫੜ੍ਹ ਕੇ ਉਠਾ-ਪਟਕ ਕਰਦੇ ਹਨ ਅਤੇ ਖੁਸ਼ ਹੁੰਦੇ ਹਨ, ਉਸੇ ਤਰਾਂ ਦੇ ਵੱਡੀ ਉਮਰ ਵਾਲੇ ਮਨੁੱਖ ਜੋ ਹੁਣ ਸਰੀਰਿਕ ਉਰਜਾ ਦੇ ਸੰਦਰਭ ਵਿਚ ਕਮਜ਼ੋਰ ਪੈ ਚੁਕੇ ਹਨ, ਘਰ ਵਿਚ ਆਉਣ ਜਾਉਣ ਵਾਲੇ 'ਤੇ ਨਿਗਰਾਨੀ ਰੱਖਦੇ ਹਨ। ਇਹ ਸਭ ਉਹ ਆਪਣੀ ਸੰਤੁਸ਼ਟੀ ਅਤੇ ਖੁਸ਼ੀ ਲਈ ਕਰਦੇ ਹਨ।

ਮਤਲਬ ਸਰੀਰਿਕ ਮਿਹਨਤ ਸਿਰਫ ਰੁਜ਼ਗਾਰ ਕਮਾਉਣ ਜਾਂ ਜ਼ਿੰਮੇਵਾਰੀ ਨਿਭਾਉਣ ਲਈ ਨਹੀਂ ਕੀਤਾ ਜਾਂਦਾ, ਇਹ ਅੰਦਰੂਨੀ ਖੁਸ਼ੀ ਅਤੇ ਸੰਤੁਸ਼ਟੀ ਲਈ ਵੀ ਕੀਤਾ ਜਾਂਦਾ ਹੈ। ਅਸੀਂ, 'ਮਿਹਨਤ ਦਾਨ' ਵਰਗੇ ਅਭਿਯਾਨਾਂ ਵਾਰੇ ਵੀ ਸੁਨੰਦੇ ਹਨ, ਜਾਂ ਅਸੀਂ ਖੁਦ ਵੀ ਕਦੇ ਬਿਨਾ ਕਿਸੇ ਹਿੱਤ ਦੇ ਮਿਹਨਤ ਕੀਤੀ ਹੋਵੇਗੀ। ਇਹ ਸਭ ਇਸ ਲਈ ਕਿਉਂਕਿ ਸਰੀਰਿਕ ਮਿਹਨਤ ਅਤੇ ਮਾਨਸਿਕ ਸਿਹਤ ਲਈ ਜਰੂਰੀ ਹੈ ਜੋ ਖੁਸ਼ੀ ਅਤੇ ਸੰਤੁਸ਼ਟੀ ਪ੍ਰਦਾਨ ਕਰਦਾ ਹੈ। ਮਿਹਨਤ ਅਤੇ ਸੰਤੁਸ਼ਟੀ ਦੇ ਸੰਬੰਧ ਨੂੰ ਸਮਝਣ ਲਈ ਅਸੀਂ ਇਕ ਨਿੱਜੀ ਸੰਸਥਾ ਰਾਹੀਂ ਸੰਚਾਲਤ ਸਕੂਲ ਦਾ ਉਦਾਹਰਣ ਲੈਂਦੇ ਹਨ।

ਰਾਸ਼ਟਰੀ ਰਾਜਧਾਨੀ ਖੇਤਰ ਦਿੱਲੀ ਵਿਚ ਇਕ ਸਕੂਲ ਹੈ ਜੋ ਨਿੱਜੀ ਸੰਸਥਾ ਰਾਹੀਂ ਸੰਚਾਲਿਤ ਹੈ ਜਿਸ ਨੂੰ ਆਮ ਲੋਕ ਸਕੂਲ ਦੇ ਨਾਂ ਨਾਲ ਜਾਣਦੇ ਹਨ। ਇਸ ਸਕੂਲ ਵਿਚ ਆਮ ਤੌਰ 'ਤੇ ਧਨੀ ਵਰਗ (rich people) ਦੇ ਬੱਚੇ ਆਉਂਦੇ ਹਨ ਜਿਨ੍ਹਾਂ ਨੂੰ ਨਿਤਨੇਮ ਦੇ ਜੀਵਨ ਵਿਚ ਮਿਹਨਤ ਕਰਨ ਦੇ ਮੌਕੇ ਨਹੀਂ ਮਿਲਦੇ। ਇੱਥੇ ਕਾਰਜ ਸਿੱਖਿਆ ਦੇ ਅਧੀਨ ਅਠਵੀਂ ਕਲਾਸ ਦੇ ਬੱਚਿਆਂ ਨੇ ਸਕੂਲ ਤੋਂ ਬਾਹਰ ਇੱਟਾਂ ਦੇ ਢੇਰ ਨੂੰ ਸਾਫ ਕਰਨ ਲਈ ਮਜ਼ਦੂਰਾਂ ਵਰਗੇ ਤਸਲਾਂ ਵਿਚ ਇੱਟਾਂ ਰੱਖਕੇ ਢੋਈ। ਉਨ੍ਹਾਂ ਦੇ ਮਾਪਿਆਂ ਦੇ ਮੰਨ ਵਿਚ ਤਰਾਂ-ਤਰਾਂ ਦੀ ਸ਼ੰਕਾਵਾਂ ਉਠ ਰਹੀ ਸੀ ਕਿ ਸਾਡੇ ਬੱਚਿਆਂ ਕੋਲੋ ਇੰਨੀ ਮਿਹਨਤ ਕਰਵਾਈ ਜਾ ਰਹੀ ਹੈ ਕਿਤੇ ਉਹ ਬਿਮਾਰ ਨਾ ਪੈ ਜਾਣ ਜਾਂ ਉਨ੍ਹਾਂ ਨੂੰ ਕਿਸੇ ਪ੍ਰਕਾਰ ਦੀ ਬਿਮਾਰੀ ਨਾ ਹੋ ਜਾਣ। ਪਰ ਬੱਚਿਆਂ ਨੇ ਦੱਸਿਆਂ ਕਿ ਇੱਟਾਂ ਢੋਨ ਤੋਂ ਬਾਅਦ ਉਹ ਮੰਨ ਅਤੇ ਸਰੀਰ ਤੋਂ ਬਹੁਤ ਹਲਕਾ ਮਹਿਸੂਸ ਕਰ ਰਹੇ ਹਨ। ਅਤੇ ਹੋਰ ਦਿਨਾਂ ਦੇ ਉਮੀਦ ਉਹ ਥੱਕੇ ਜ਼ਰੂਰ ਹਨ ਪਰ ਕਿਸੇ ਪ੍ਰਕਾਰ ਦੀ ਅੰਦਰੂਨੀ ਸੰਤੁਸ਼ਟੀ ਦਾ ਅਨੁਭਵ ਕਰ ਰਹੇ ਹਨ।

ਪ੍ਰਸ਼ਨ 5. ਕਾਰਜ ਸਿੱਖਿਆ ਤੋਂ ਤੁਸੀਂ ਕੀ ਸਮਝਦੇ ਹੋ? ਇਸਦੀ ਅਵਧਾਰਣਾ ਦੱਸੋ।

ਉੱਤਰ - ਕਿਸੇ ਵੀ ਦੇਸ਼ ਦੀ ਸਿੱਖਿਆ ਦਾ ਮੁੱਖ ਉਦੇਸ਼ ਇਕ ਅਜਿਹੀ ਸਿੱਖਿਆ ਵਿਵਸਥਾ ਦਾ ਵਿਕਾਸ ਕਰਨਾ ਹੁੰਦਾ ਹੈ ਜੋ ਆਪਣੇ ਨਾਗਰੀਕਾਂ ਨੂੰ ਆਪਣੀ ਪ੍ਰਤੀਭਾ ਅਤੇ ਹੁਨਰ ਦੇ ਵਿਕਾਸ ਦਾ ਮੌਕਾ ਦੇਣ। ਜਿਨ੍ਹਾਂ ਦੀ ਜਰੂਰਤ ਉਸਨੂੰ ਜੀਵਨ ਭਰ ਰਹਿੰਦੀ ਹੈ। ਇਸਦੇ ਲਈ ਇਹ ਨਿਸ਼ਚਿਤ ਕਰਨਾ ਜ਼ਰੂਰੀ ਹੈ ਕਿ ਸਰੀਰਿਕ ਮਿਹਨਤ ਨੂੰ ਸਿੱਖਿਆ ਨਾਲ ਜੋੜਿਆ ਜਾਵੇ ਮਤਲਬ ਕਾਰਜ ਸਿੱਖਿਆ ਨੂੰ ਭੌਤਿਕ ਵਿਵਸਥਾ ਦਾ ਅਭਿੰਨ ਅੰਗ ਬਣਾਇਆ ਜਾਵੇ।

ਕਾਰਜ ਸਿੱਖਿਆ, ਸਿੱਖਿਆ ਦੀ ਇਕ ਵਿਧੀ ਹੈ ਜਿਵ ਵਿਚ ਕਲਾਸ ਵਿਚ ਸਿੱਖਿਆ ਦੇਣ ਦੇ ਨਾਲ-ਨਾਲ ਬੱਚਿਆਂ ਨੂੰ ਸਮਾਜੋਪਯੋਗੀ ਕਾਰਜਾਂ ਦੀ ਵਿਵਹਾਰਿਕ ਸਿੱਖਿਆ ਵੀ ਪ੍ਰਦਾਨ ਕੀਤੀ ਜਾਂਦੀ ਹੈ।

ਗੁਰੂ ਰਵਿੰਦਰਨਾਥ ਟੈਗੋਰ ਦੇ ਸ਼ਬਦਾਂ ਵਿਚ- "ਸੱਭਿਆਚਾਰਕ ਪੂਨਰ-ਨਿਰਮਾਣ ਲਈ ਸਿੱਕਿਆ ਨੂੰ ਸਰੀਰਿਕ ਮਿਹਨਤ ਤੋਂ ਵੱਖ ਨਹੀਂ ਕੀਤਾ ਜਾ ਸਕਦਾ।... ਹਰੇਕ ਬੱਚੇ ਨੂੰ ਆਪਣੇ ਵਿਸ਼ੇਸ਼ ਸਮੁਦਾਏ ਦੇ ਦਾਅਰੇ ਦੇ ਬਾਹਰ ਵਿਸ਼ਾਲ ਵਿਆਪਕ ਮਨੁੱਖੀ ਸਮਾਜ ਦੀ ਸੇਵਾ ਦੇ ਕੁੱਝ ਪ੍ਰੋਗਰਾਮਾਂ ਵਿਚ ਹਿੱਸਾ ਲੈਣਾ ਚਾਹੀਦਾ ਹੈ। ਕਾਰਜ ਨੂੰ ਸਿੱਖਿਆ ਦੇ ਮਾਧਿਅਮ ਦੇ ਰੂਪ ਵਿਚ ਲਿੱਤਾ ਜਾਣਾ ਚਾਹੀਦਾ ਹੈ ਕਿਉਂਕਿ ਅਨੁਭਵ ਸਾਡੇ ਦਿਮਾਗ ਦਾ ਬੂਹਾ ਹੈ।"

ਕਾਰਜ ਸਿੱਖਿਆ ਨੂੰ ਉਦੇਸ਼ਕ ਅਤੇ ਸਾਰਥਕ ਸਰੀਰਿਕ ਮਿਹਨਤ ਮਨਿੰਆ ਗਿਆ ਹੈ ਜੋ ਸਿਖਲਾਈ ਪ੍ਰਣਾਲੀ ਦੇ ਅੰਤਰੰਗ ਭਾਗ ਦੇ ਰੂਪ ਵਿਚ ਆਯੋਜਿਤ ਕੀਤਾ ਜਾਂਦਾ ਹੈ। ਇਹ ਅਰਧਪੂਰਨ ਸਮੱਗਰੀ ਦੇ ਉਤਪਾਦਨ ਅਤੇ ਸਮੁਦਾਏ ਦੀ ਸੇਵਾ ਦੇ ਰੂਪ ਵਿਚ ਪਰਿਕਲਪਿਤ ਹੁੰਦਾ ਹੈ ਜਿਸ ਵਿਚ ਬੱਚੇ ਸਵੈ-ਸੰਤੁਸ਼ਟੀ ਅਤੇ ਖੁਸ਼ੀ ਦਾ ਅਨੁਭਵ ਸਾਂਝਾ ਕਰਦੇ ਹਨ। ਕਾਰਜ ਸਿੱਖਿਆ ਗਿਆਨ, ਸਮਝ, ਵਿਵਹਾਰਕ ਹੁਨਰ ਅਤੇ ਮੁੱਲਪਰਕ ਜੀਵਨ ਕਿਰਿਆਵਾਂ ਨੂੰ ਭੌਤਿਕ ਗਤੀਵਿਧੀਆਂ ਵਿਚ ਸ਼ਾਮਿਲ ਕਰਨ 'ਤੇ ਜ਼ੋਰ ਦਿੰਦੀ ਹੈ।

ਪ੍ਰਸ਼ਨ 6. ਕਾਰਜ ਸਿੱਖਿਆ ਦੀ ਵਿਸ਼ੇਸ਼ਤਾਵਾਂ ਦੱਸੋ ਅਤੇ ਇਸ ਵਿਚ ਸ਼ਾਮਿਲ ਗਤੀਵਿਧੀਆਂ ਅਤੇ ਜ਼ਰੂਰੀ ਕਾਰਕਾਂ ਦਾ ਉੱਲੇਖ ਕਰੋ।

ਉੱਤਰ- ਕਾਰਜ ਸਿੱਖਿਆ ਦੀ ਮੁੱਖ ਵਿਸ਼ੇਸ਼ਤਾ ਹੇਠ ਲਿਖੀ ਹਨ-

- ਹੱਥ ਅਤੇ ਮਾਨਸਿਕ ਵਿਚ ਸਮਾਯੋਜਨ ਸਥਾਪਿਤ ਕਰਦੀ ਹੈ,
- ਭੋਖਿਕ ਕਿਰਿਆਵਾਂ ਵਿਚ ਸਮਾਜੋਪਯੋਗੀ ਸਰੀਰਿਕ ਮਿਹਨਤ ਸ਼ਾਮਿਲ ਹੈ,
- ਸਿੱਖਣ ਦੀ ਪ੍ਰਕਿਰਿਆਵਾਂ ਦਾ ਲਾਜ਼ਮੀ ਅਤੇ ਮਹੱਤਵਪੂਰਨ ਘਟਕ ਹੈ,
- ਸਮੁਦਾਏ ਲਈ ਉਪਯੋਗੀ ਸੇਵਾਵਾਂ ਅਤੇ ਉਤਪਾਦਕ ਕਾਰਜ ਦੇ ਰੂਪ ਵਿਚ ਪਰਿਲਿੱਖਤ ਹੁੰਦੀ ਹੈ,
- ਬਹੁ-ਪੱਧਰੀ ਸਿੱਖਿਆ ਪ੍ਰਣਾਲੀ ਵਿਚ ਸਿੱਖਿਆ ਦੇ ਹਰ ਚਰਣ ਵਿਚ ਜ਼ਰੂਰੀ ਘਟਕ ਦੇ ਰੂਪ ਵਿਚ ਜੁੜੀ ਹੋਈ ਹੈ,
- ਕਰਨ ਦੇ ਦੁਆਰਾ ਸਿੱਖਣ ਦੇ ਸਿਧਾਂਤ 'ਤੇ ਅਧਾਰਿਤ ਹੈ।

ਕਾਰਜ ਸਿੱਖਿਆ ਵਿਚ ਸ਼ਾਮਿਲ ਗਤੀਵਿਧੀਆਂ-

- ਸਮੱਸਿਆ ਦਾ ਹੱਲ, ਸਮਾਲੋਚਨਾਤਮਕ ਸੋਚ, ਫੈਸਲਾ ਲੈਣਾ ਆਦਿ ਹੁਨਰਾਂ ਦਾ ਵਿਕਾਸ ਕਰਦੇ ਹਨ।
- ਸਾਰੇ ਵਿਸ਼ਿਆਂ ਨਾਲ ਜੁੜੇ ਅਧਿਆਪਕਾਂ ਦੀ ਭਾਗੀਦਾਰੀ ਨੂੰ ਸੱਦਿਆ ਜਾਂਦਾ ਹੈ।
- ਬੱਚਿਆਂ ਨੂੰ ਲੋੜਾਂ, ਰੁਚਿਆਂ ਅਤੇ ਸਮਰੱਥਾਵਾਂ 'ਤੇ ਅਧਾਰਿਤ ਹੁੰਦੇ ਹਨ।
- ਸਿੱਖਿਆ ਦੇ ਪੱਧਰਾਂ ਦੇ ਅਨੁਸਾਰ ਬੱਚਿਆਂ ਦੀ ਸਮਰੱਥਾਵਾਂ ਵਿਚ ਵਾਧਾ ਕਰਦੇ ਹਨ।
- ਵਿਅਕਤੀਤਵ ਦੇ ਵਿਕਾਸ ਵਿਚ ਮਦਦ ਕਰਦੇ ਹਨ।
- ਵਪਾਰਕ ਤੱਤਪਰਤਾ ਦੀ ਯੁਕਤੀਆਂ, ਤਕਨੀਕਾਂ, ਉਪਕਰਣਾਂ ਅਤੇ ਪਦਾਰਥਾਂ ਨਾਲ ਕਿਰਿਆ ਦੇ ਮੌਕੇ ਪ੍ਰਦਾਨ ਕਰਦੇ ਹਨ।
- ਸਮੁਦਾਇਕ ਸੇਵਾ ਸੰਬੰਧੀ ਸਥਿਤੀਆਂ ਵਿਚ ਅਨੁਭਵ ਲੈਣ ਦੇ ਮੌਕੇ ਪ੍ਰਦਾਨ ਕਰਦੇ ਹਨ।
- ਕਾਰਜ ਜਗਤ ਤੋਂ ਜਾਣੂ ਕਰਵਾਉਂਦੇ ਹਨ।

ਕਾਰਜ ਸਿੱਖਿਆ ਦੀ ਸਫਲਤਾ ਲਈ ਹੇਠ ਲਿਖੇ ਕਾਰਕਾਂ ਦੀ ਲੋੜ ਹੈ-

- ਵਿਚਾਰਾਂ ਦਾ ਖੁਲਾਪਨ
- ਮਿਹਨਤ ਦੇ ਪ੍ਰਤੀ ਸਤਿਕਾਰ ਅਤੇ ਸਕਾਰਾਤਮਕ ਦ੍ਰਿਸ਼ਟੀਕੋਣ
- ਸਮੁਦਾਏ ਅਤੇ ਸਕੂਲ ਦੇ ਵਿਚਕਾਰ ਸਕਾਰਾਤਮਕ ਸੰਬੰਧ
- ਕਲਪਨਾਸ਼ੀਲਤਾ ਅਤੇ ਰਚਨਾਤਮਕ ਦ੍ਰਿਸ਼ਟੀਕੋਣ

ਪ੍ਰਸ਼ਨ 7. ਕਾਰਜ ਸਿੱਖਿਆ ਦੇ ਮਹੱਤਵ 'ਤੇ ਪ੍ਰਕਾਸ਼ ਪਾਓ।

ਉੱਤਰ - ਕਾਰਜ ਸਿੱਖਿਆ ਦੀ ਮਹੱਤਤਾ ਹੇਠ ਲਿਖੀ ਹੈ-

1. ਸਮਾਜਿਕ ਰੂਪ ਤੋਂ ਮੰਨਭਾਉਂਦੇ ਮੁੱਲਾਂ ਦਾ ਵਿਕਾਸ ਕਰਨ ਵਿਚ ਮਦਦ ਮਿਲਦੀ ਹੈ। ਨਿਯਮਿਤਤਾ, ਸਮੇਂ ਦੀ ਪਾਬੰਦੀ, ਸਫਾਈ, ਸਵੈ-ਨਿਯੰਤ੍ਰਣ, ਜ਼ਿੰਮੇਵਾਰੀ ਦੀ ਭਾਵਨਾ, ਸੇਵਾ ਭਾਵਨਾ, ਉਦਮਸ਼ੀਲਤਾ, ਸਮਾਨਤਾ ਦੇ ਪ੍ਰਤੀ ਸੰਵੇਦਨਸ਼ੀਲਤਾ ਭਾਈ ਚਾਰੇ ਦੀ ਭਾਵਨਾ, ਇਨ੍ਹਾਂ ਸਾਰੇ ਗੁਣਾਂ ਦਾ ਵਿਕਾਸ ਸਿਰਫ ਕਿਤਾਬਾਂ ਪੜ੍ਹਨ ਜਾਂ ਪ੍ਰਵਚਨ ਸੁਣਨ ਨਾਲ ਨਹੀਂ ਹੁੰਦਾ ਬਲਕਿ ਜਦੋਂ ਬੱਚੇ ਮਿਲ ਜੁਲ ਕੇ ਵੱਖ-ਵੱਖ ਪ੍ਰਕਾਰ ਦੇ ਕਿਰਿਆਕਲਾਪ ਕਰਦੇ ਹਨ, ਉਦੋਂ ਉਨ੍ਹਾਂ ਦੇ ਅੰਦਰ ਸਮਾਜਿਕ ਰੂਪ ਤੋਂ ਸੰਭਾਉਂਦੇ ਗੁਣ ਪੈਦਾ ਹੁੰਦੇ ਹਨ।

2. ਬੱਚਿਆਂ ਵਿਚ ਆਪਣੇ ਸਰੀਰ ਦੀ ਪ੍ਰਕਿਰਤਿਕ ਲੋੜਾਂ ਨੂੰ ਪੂਰਾ ਕਰਨ ਲਈ ਨਿਯਮਿਤ ਆਦਤਾਂ ਅਤੇ ਸਕਾਰਾਤਮਕ ਦ੍ਰਿਸ਼ਟੀਕੋਣ ਦਾ ਵਿਕਾਸ ਹੁੰਦਾ ਹੈ।

3. ਆਪਣੇ ਆਲੇ-ਦੁਆਲੇ ਦੇ ਪਰਿਵੇਸ਼ ਦੇ ਪ੍ਰਤੀ ਜਾਗਰੂਕਤਾ ਅਤੇ ਸੰਵੇਦਨਸ਼ੀਲਤਾ ਪੈਦਾ ਕਰਨਾ ਅਤੇ ਮਨੁੱਖੀ ਜਾਤੀ ਅਤੇ ਵਾਤਾਵਾਰਣ ਵਿਚ ਸੰਬੰਧ ਦੇ ਪ੍ਰਤੀ ਸਮਝ ਵਿਕਸਿਤ ਹੁੰਦੀ ਹੈ।

4. ਸਰੀਰਿਕ ਕਾਰਜ ਅਤੇ ਮਿਹਨਤ ਦੇ ਮਹੱਤਵ ਦੇ ਪ੍ਰਤੀ ਸਮਝ ਅਤੇ ਸਤਿਕਾਰ ਦੀ ਭਾਵਨਾ ਪੈਦਾ ਹੁੰਦੀ ਹੈ।

5. ਕਾਰਜ ਸਿੱਖਿਆ ਰਾਹੀਂ ਪੋਸ਼ਣ, ਆਹਾਰ, ਸੰਕਰਾਮਕ ਰੋਗ, ਸਫਾਈ ਸੰਬੰਧੀ ਨਿਯਮਾਂ ਦੀ ਜਾਣਕਾਰੀ ਮਿਲਦੀ ਹੈ। ਕਾਰਜ ਰਾਹੀਂ ਉਹ ਸਮੁਦਾਇਕ ਸਫਾਈ ਬਣਾਏ ਰੱਖਣ ਵਿਚ ਸਚੇਤ ਅਤੇ ਸਜਗ ਹੁੰਦੇ ਹਨ।

6. ਸਵੈ-ਸਮੀਕਰਨ ਅਤੇ ਰਚਨਾਤਮਕ ਦੇ ਗੁਣ ਦਾ ਪੋਸ਼ਣ- ਹਰੇਕ ਬੱਚੇ ਵਿਚ ਸ੍ਰਿਸ਼ਟੀ ਲਈ ਕਾਫੀ ਸੰਭਾਨਾਵਾਂ ਹੁੰਦੀ ਹੈ ਅਤੇ ਕਲਾਤਮਕ ਸਮੀਕਰਨ ਉਸਦਾ ਕੁਦਰਤੀ ਲੱਛਣ ਹੈ। ਕਾਰਜ ਸਿੱਖਿਆ ਕਲਾਤਮਕ ਕਿਰਿਆਕਲਾਪਾਂ ਦਾ ਆਯੋਜਨ ਕਰਕੇ ਵਿਅਕਤੀਗਤ ਅਧਾਰ ‘ਤੇ ਸਵੈ-ਸਮੀਕਰਨ ਦੇ ਮੌਕੇ ਪ੍ਰਦਾਨ ਕਰਦਾ ਹੈ।

7. ਸੱਭਿਆਚਾਰਕ ਵਿਰਾਸਤ ਸਥਾਨੀ ਅਤੇ ਰਾਸ਼ਟਰੀ ਦੋਵੇਂ ਦੀ ਸਰਾਹਨਾ ਕਰਨ ਦੀ ਸਮਰੱਥਾ ਅਤੇ ਸੁਰੱਖਿਆ ਦੀ ਭਾਵਨਾ ਨੂੰ ਪੋਸ਼ਿਤ ਕਰਦਾ ਹੈ।

8. ਜਰੂਰੀ ਜੀਵਨ ਹੁਨਰਾਂ ਦਾ ਵਿਕਾਸ ਸਿੱਖਿਆ ਦੀ ਅਸਲ ਅਤੇ ਆਦਰਸ਼ ਜ਼ਿੰਮੇਵਾਰੀ ਹੈ ਕਿ ਉਹ ਬੱਚਿਆਂ ਦੇ ਜੀਵਨ ਦੀ ਚੁਣੌਤੀਆਂ ਦਾ ਸਾਹਮਣਾ ਕਰਲ ਲਈ ਤਿਆਰ ਕਰਣ। ਕਾਰਜ ਸਿੱਖਿਆ ਬੱਚਿਆਂ ਵਿਚ ਲੋੜੀਂਦੀ ਜੀਵਨ ਹੁਨਰਾਂ, ਸਮੱਸਿਆ ਦਾ ਹੱਲ, ਫੈਸਲਾ ਲੈਣਾ, ਸਿਰਜਨਾਤਮਕ ਸੋਚ, ਪ੍ਰਭਾਵੀ ਸੰਚਾਰ, ਖੁਦ ਦੀ ਪਛਾਣ ਵਰਗੇ ਹੁਨਰਾਂ ਦਾ ਵਿਕਾਸ ਕਰਨ ਵਿਚ ਮਦਦ ਕਰਦੀ ਹੈ ਅਤੇ ਬੱਚਿਆਂ ਨੂੰ ਰੋਜ਼ਾਨਾ ਜੀਵਨ ਦੀ ਮਾਂਗਾਂ ਅਤੇ ਚੁਣੌਤੀਆਂ ਨਾਲ ਪ੍ਰਭਾਵੀ ਢੰਗ ਨਾਲ ਨਿਪਟਨ ਦੇ ਯੋਗ ਬਣਾਉਂਦੀ ਹੈ।

9. ਕਾਰਜ ਸਿੱਖਿਆ ਨਾਲ ਸਿੱਖਿਆ ਦਾ ਸੰਬੰਧ ਸਥਾਪਿਤ ਕਰਨਾ- ਕਾਰਜ ਸਿੱਖਿਆ ਸਮੁਦਾਏ ਦੀ ਵੱਖ-ਵੱਖ ਕਾਰਜ ਸਥਿਤੀਆਂ ਨੂੰ ਜਾਨਣ ਅਤੇ ਉਸ ਵਿਚ ਹਿੱਸਾ ਲੈਣ ਦਾ ਮੌਕਾ ਪ੍ਰਦਾਨ ਕਰਦੀ ਹੈ।

ਕਾਰਜ ਅਤੇ ਕਾਮਗਾਰਾਂ ਦੇ ਨਿਤਨੇਮ ਨੂੰ ਜਾਨਣ ਲਈ ਪ੍ਰੇਰਿਤ ਕਰਦੀ ਹੈ। ਸਮਾਜ ਦੀ ਉਤਪਾਦਕ ਗਤੀਵਿਧੀਆਂ ਵਿਚ ਹਿੱਸਾ ਲੈਣ ਲਈ ਪ੍ਰੇਰਿਤ ਕਰਦੀ ਹੈ।

10. ਸਕੂਲ ਅਤੇ ਸਮੁਦਾਏ ਵਿਚ ਜੁੜਾਵ- ਪੂਰੇ ਸਕੂਲੀ ਪ੍ਰੋਗਰਾਮ ਵਿਚ ਕਾਰਜ ਸਿੱਖਿਆ ਇਕ ਅਜਿਹਾ ਵਿਸ਼ੇ ਹੈ ਜੋ ਪ੍ਰਭਾਵਸ਼ਾਲੀ ਢੰਗ ਨਾਲ ਸਕੂਲ ਨੂੰ ਸਮੁਦਾਏ ਦੇ ਕੋਲ ਲਾਉਂਦਾ ਹੈ। ਕਾਰਜ ਸਿੱਖਿਆ ਸਮੁਦਾਏ ਦੀ ਸੱਭਿਆਚਾਰਕ ਸਮਾਜਿਕ ਪ੍ਰਿਸ਼ਠਭੂਮਿ ਦਾ ਹਰ ਸਥਿਤੀ ਵਿਚ ਧਿਆਨ ਰੱਖਦੀ ਹੈ। ਸਮੁਦਾਏ ਦੇ ਦਸਤਕਾਰਾਂ ਨੂੰ ਉਨ੍ਹਾਂ ਦੇ ਕਲਾ ਅਤੇ ਹੁਨਰ ਦੇ ਪ੍ਰਦਰਸ਼ਨ ਲਈ ਸੱਦਦੀ ਹੈ।

ਪ੍ਰਸ਼ਨ 8. ਕਾਰਜ ਸਿੱਖਿਆ ਦੇ ਪਾਠਕ੍ਰਮ ਦੀ ਸਮੱਗਰੀਆਂ, ਉਪਕਰਣਾਂ ਅਤੇ ਤਕਨੀਕਾਂ ਦੇ ਪ੍ਰਯੋਗ ਬਾਰੇ ਦੱਸੋ।

ਉੱਤਰ - ਕੁੱਝ ਸਧਾਰਨ ਚੀਜ਼ਾਂ ਜਿਵੇਂ- ਔਜ਼ਾਰ, ਸਮੱਗਰੀ ਅਤੇ ਤਕਨੀਕ ਦੀ ਲੋੜ ਸਾਰਿਆਂ ਨੂੰ ਹੁੰਦੀ ਹੈ ਭਾਵੇਂ ਉਹ ਮਨੁੱਖ ਦੀ ਪ੍ਰਤੀਦਿਨ ਦੀ ਜ਼ਿੰਦਗੀ ਨਾਲ ਜੁੜਾ ਛੋਟੇ ਤੋਂ ਛੋਟਾ ਕਾਰਜ ਹੋ ਜਾਂ ਕੋਈ ਬਹੁਤ ਵੱਡਾ ਉਦੋਗ। ਕਾਰਜ ਸਿੱਖਿਆ ਦੀ ਵਿਸ਼ੇ-ਵਸਤੂ ਬੱਚਿਆਂ ਨੂੰ ਰੋਜ਼ਾਨਾ ਜੀਵਨ ਦੇ ਕਿਰਿਆਕਲਾਪਾਂ ਨੂੰ ਪੂਰਾ ਕਰਨ ਲਈ ਕੰਮ ਵਿਚ ਆਉਣ ਵਾਲੇ ਉਪਕਰਣਾਂ ਅਤੇ ਸਮੱਗਰੀ ਅਤੇ ਤਕਨੀਕ ਨਾਲ ਜਾਣੂ ਕਰਾਂਦੀ ਹੈ ਅਤੇ ਅਨੁਭਵ ਕਰਕੇ ਮੌਕਾ ਵੀ ਪ੍ਰਦਾਨ ਕਰਾਂਦੀ ਹੈ ਜਿਸ ਨਾਲ ਬੱਚਿਆਂ ਵਿਚ ਪ੍ਰਾਇਮਰੀ ਪੱਧਰ ਦੀ ਸਮਰੱਥਾ ਦਾ ਵਿਕਾਸ ਹੋ ਸਕੇ ਕੁੱਝ ਅਜਿਹੀ ਕਿਰਿਆਵਾਂ ਦੀ ਸੂਚੀ ਹੇਠ ਲਿਖੀ ਹੈ-

- ਖੇਡਣ ਦੀ ਵੱਖ-ਵੱਖ ਸਮੱਗਰੀਆਂ ਨਾਲ ਜਾਣੂ।
- ਮਿੱਟੀ, ਪੁਰਾਣੇ ਕਾਗਜ਼, ਪੁਰਾਣੇ ਅਖਬਾਰ, ਬਾਂਸ, ਪੱਤੇ, ਕਪੜੇ ਦੀ ਪੁਰਾਣੀ ਕਤਰਨੇਂ ਆਦਿ ਨਾਲ ਜਾਣੂ ਅਤੇ ਉਨ੍ਹਾਂ ਦਾ ਨਾਲ ਖੇਡਨ ਅਤੇ ਕੰਮ ਦੀ ਵਸਤਾਂ ਬਣਾਉਣਾ।
- ਰਸੋਈ ਘਰ ਅਤੇ ਘਰ ਵਿਚ ਉਪਯੋਗ ਆਉਣ ਵਾਲੇ ਉਪਕਰਣਾਂ ਨਾਲ ਜਾਣੂ ਸਮਰੱਥਾ ਅਨੁਸਾਰ ਉਨ੍ਹਾਂ ਦਾ ਉਪਯੋਗ ਜਾਨਣਾ ਅਤੇ ਉਪਯੋਗ ਕਰਨਾ।
- ਸਫਾਈ ਅਤੇ ਕਪੜਾਂ ਦੀ ਧੁਲਾਈ ਤੋਂ ਕੰਮ ਆਉਣ ਵਾਲੇ ਉਪਕਰਣ ਜਾਂ ਸਮੱਗਰੀ ਜਿਵੇਂ- ਧਾਪੀ, ਬਰੁਸ਼, ਮਸ਼ੀਨ, ਬਾਲਟੀ, ਸਾਬਣ, ਡਿਟਰਜੇਂਟ ਆਦਿ ਨਾਲ ਜਾਣੂ ਅਤੇ ਸਮਰੱਥਾ ਅਨੁਸਾਰ ਉਨ੍ਹਾਂ ਦਾ ਉਪਯੋਗ ਕਰਨਾ ਆਉਣਾ।
- ਫੁੱਲਾਂ ਦੀ ਸਜਾਵਟ, ਫੁੱਲ ਪੱਤਾਂ ਦੀ ਮਾਲਾ ਗੁੰਧਨ, ਗੁਲਦੱਸਤੇ ਬਣਾਉਣੇ।
- ਵੱਖ-ਵੱਖ ਵਸਤਾਂ ਦੀ ਚੋਣ ਅਤੇ ਉਨ੍ਹਾਂ ਦਾ ਕਿੱਥੇ-ਕਿੱਥੇ ਉਪਯੋਗ ਹੁੰਦਾ ਹੈ, ਇਸਦੀ ਜਾਣਕਾਰੀ ਰੱਖਣੀ।
- ਕਲਾਤਮਕ ਵਸਤਾਂ ਤਿਆਰ ਕਰਨ, ਡਰਾਇੰਗ ਕਰਨ ਨਾਲ ਜੁੜੀ ਵਸਤਾਂ ਅਤੇ ਉਪਕਰਣਾਂ ਨਾਲ ਕਿਰਿਆ ਕਰਨੀ।

ਪ੍ਰਸ਼ਨ 9. 'ਕਾਰਜ ਅਨੁਭਵ 'ਤੇ ਸੰਖੇਪ ਵਿਚ ਟਿੱਪਣੀ ਲਿਖੋ।

ਉੱਤਰ - ਕਾਰਜ ਅਨੁਭਵ (work experience) ਦਾ ਅਰਥ ਹੈ ਕਾਰਜ ਅਤੇ ਸਿੱਖਣ ਨਾਲ ਅਨੁਭਵ ਪ੍ਰਾਪਤ ਕਰਨਾ। ਇਹ ਸਿਰਫ ਵਿਆਪਕ ਜਾਣਕਾਰੀ ਪ੍ਰਾਪਤ ਕਰਨ ਦਾ ਮੌਕਾ ਪ੍ਰਦਾਨ ਹੀ ਨਹੀਂ ਕਰਦਾ ਹੈ ਬਲਕਿ ਅਜਿਹੀ ਸਥਿਤੀਆਂ ਵਿਚ ਕਾਰਜ ਕਰਨ ਦੇ ਮੌਕੇ ਵੀ ਪ੍ਰਦਾਨ ਕਰਦਾ ਹੈ ਜਿੱਥੇ ਬੱਚਾ ਬਹੁਤ ਕੁੱਝ ਸਿੱਖ ਸਕਦਾ ਹੈ, ਸਿੱਖਣ ਦਾ ਅਨੰਦ ਲੈ ਸਕਦਾ ਹੈ, ਆਪਣੇ ਸ਼ੱਕ ਦਾ ਹੱਲ ਪ੍ਰਾਪਤ ਕਰ ਸਕਦਾ ਹੈ। ਆਪਣੀ ਉਤਸੁਕਤਾ ਨੂੰ ਪੂਰਾ ਕਰ ਸਕਦਾ ਹੈ, ਅਤੇ ਘਰ, ਪਰਿਵਾਰ, ਸਕੂਲ ਅਤੇ ਸਮੁਦਾਏ ਦੀ ਵੱਖ-ਵੱਖ ਕਾਰਜ ਸਥਿਤੀਆਂ ਬਾਰੇ ਜਾਣਕਾਰੀ ਪ੍ਰਾਪਤ ਕਰ ਸਕਦਾ ਹੈ।

ਇਸ ਸਪੱਸ਼ਟ ਵਿਸ਼ੇਸ਼ ਸੰਕਲਪ ਦੇ ਰੂਪ ਵਿਚ ਸਭ ਤੋਂ ਪਹਿਲੀ ਵਾਰ ਸਾਡੇ ਦੇਸ਼ ਵਿਚ ਪ੍ਰੋ. ਡੀ.ਐਸ. ਕੋਠਾਰੀ ਦੀ ਪ੍ਰਧਾਨਗੀ' ਵਿਚ ਬਣਾਏ ਗਏ 'ਏਜੁਕੇਸ਼ਨ ਕਮੀਸ਼ਨ' (1964-66) ਦੀ ਰਿਪੋਰਟ ਵਿਚ ਕਾਰਜ ਅਨੁਭਵ ਨੂੰ ਇਨ੍ਹਾਂ ਸ਼ਬਦਾਂ ਵਿਚ 1966 ਵਿਚ ਪਰਿਭਾਸ਼ਿਤ ਕੀਤਾ ਗਿਆ ਸੀ-

"...Work experience... involves participation in some form of productive work under conditions approximating to those found in real life situations.."

-Report of the Education Commission, 1964-65, p.201

ਕਾਰਜ ਅਨੁਭਵ ਦੀ ਇਕ ਉਦੇਸ਼, ਅਰਥਪੂਰਨ ਹੱਥ ਦਾ ਕੰਮ ਮਨਿਆ ਜਾਣਾ ਚਾਹੀਦਾ ਹੈ ਜਿਸਨੂੰ ਸਿੱਖਣ ਦੀ ਪ੍ਰਕਿਰਿਆ ਨੂੰ ਇਕ ਅਭਿੰਨ ਅੰਗ ਹੋਣਾ ਚਾਹੀਦਾ ਹੈ ਅਤੇ ਜਿਸ ਨਾਲ ਜਾਂ ਤਾਂ ਵਸਤਾਂ ਦਾ ਨਿਰਮਾਣ ਹੋਣਾ ਚਾਹੀਦਾ ਹੈ ਜਾਂ ਸਮਾਜ ਲਈ ਉਪਯੋਗੀ ਸੇਵਾ ਮਿਲਣੀ ਚਾਹੀਦੀ ਹੈ। ਇਸਨੂੰ ਸਾਰੇ ਪੱਧਰਾਂ ਦੀ ਸਿੱਖਿਆ ਦਾ ਇਕ ਲੋੜੀਂਦਾ ਅੰਗ ਹੋਣਾ ਚਾਹੀਦਾ ਹੈ। ਇਸਨੂੰ ਸੰਕੁਚਿਤ ਅਤੇ ਸ਼੍ਰੈਣੀਬੱਧ ਪ੍ਰੋਗਰਾਮਾਂ ਦੇ ਰੂਪ ਵਿਚ ਪ੍ਰਦਾਨ ਕੀਤਾ ਜਾਣਾ ਚਾਹੀਦਾ ਹੈ।

ਪ੍ਰਸ਼ਨ 10. ਬੱਚਿਆਂ ਦੇ ਸਮੂਹੀਕਰਣ 'ਤੇ ਸੰਖਿਪਤ ਵਿਆਖਿਆ ਕਰੋ।

ਜਾਂ

ਕਾਰਜ ਸਿੱਖਿਆ ਨਾਲ ਸੰਬੰਧਤ ਵੱਖ-ਵੱਖ ਗਤੀਵਿਧਿਆਂ ਨੂੰ ਕਰਨ ਲਈ ਸਮੂਹ ਬਣਾਉਣਾ ਕਿਉਂ ਜਰੂਰੀ ਹੈ। ਚਰਚਾ ਕਰੋ।

ਜਾਂ

ਸਮੂਹ ਬਣਾਉਣ ਵੇਲੇ ਕਿਹੜੇ ਮਹੱਤਵਪੂਰਨ ਕਾਰਕਾਂ ਨੂੰ ਧਿਆਨ ਵਿਚ ਰੱਖਣਾ ਚਾਹੀਦਾ ਹੈ।

ਉੱਤਰ - ਜਦੋਂ ਬੱਚੇ ਆਪਣੇ ਵਿਚਾਰਾਂ ਅਤੇ ਕਲਪਨਾਵਾਂ ਨੂੰ ਇਕ ਆਕਾਰ ਪ੍ਰਦਾਨ ਕਰਦੇ ਹਨ, ਉਦੋਂ ਉਹ ਖੁਸ਼ੀ ਦਾ ਅਨੁਭਵ ਕਰਦੇ ਹਨ ਅਤੇ ਜਦੋਂ ਉਹ ਸਮੂਹਾਂ ਵਿਚ ਕਾਰਜ ਕਰਦੇ ਹਨ ਉਦੋਂ-

- ਉਨ੍ਹਾਂ ਦੀ ਸਿੱਖਣ ਪ੍ਰਕਿਰਿਆ ਰਾਹੀਂ ਪ੍ਰਾਪਤ ਅਨੰਦ ਦੀ ਅਨੁਭੂਤੀ ਵਿਚ ਸਕਾਰਾਤਮਕ ਵਾਧਾ ਲੈਂਦੀ ਹੈ।
- ਉਹ ਸਮੂਹ ਭਾਵਨਾ ਦਾ ਵਿਕਾਸ ਕਰਦੇ ਹਨ।
- ਉਹ ਇਕ-ਦੁਜੇ ਤੋਂ ਸਿੱਖਣ ਅਤੇ ਸਿੱਖਾਉਣ ਦਾ ਕੌਸ਼ਲ ਕਰਦੇ ਹਨ।

- ਸਹਿਯੋਗ, ਅਗਵਾਈ ਵਰਗੇ ਗੁਣਾਂ ਦਾ ਵਿਕਾਸ ਹੁੰਦਾ ਹੈ।

ਕਾਰਜ ਸਿੱਖਿਆ ਦੀ ਜ਼ਿਆਦਾਤਰ ਗਤੀਵਿਧੀਆਂ ਇਸ ਤਰਾਂ ਦੀ ਹੁੰਦੀ ਹੇ ਕਿ ਉਨ੍ਹਾਂ ਨੂੰ ਜੇ ਸਮੂਹ ਵਿਚ ਕਰਾਇਆ ਜਾਵੇ ਤਾਂ ਬਿਹਤਰ ਨਤੀਜਾਂ ਦੀ ਪ੍ਰਾਪਤੀ ਹੋ ਸਕਦੀ ਹੈ।

ਦ੍ਰਿਸ਼ਟੀਕੋਣ ਨਿਰਮਾਣ ਨਾਲ ਸੰਬੰਧਤ ਗੁਣ, ਮੁੱਲ ਅਤੇ ਹੁਨਰ ਅਤੇ ਕੁੱਝ ਹੋਰ ਸਮਾਜਿਕ ਮੁੱਲ ਜਿਵੇਂ- ਇਕ-ਦੂਜੇ ਦੇ ਪ੍ਰਤੀ ਜਾਂ ਪਰਿਵੇਸ਼ ਦੇ ਪ੍ਰਤੀ ਸੰਵੇਦਨਸ਼ੀਲਤਾ, ਪਰਾਨੁਭੂਤੀ, ਸਹਿਯੋਗ, ਨਿਰਭਰਤਾ ਦੇ ਪ੍ਰਤੀ ਸਮਝ, ਪ੍ਰਕਿਰਿਤੀ ਪ੍ਰੇਮ, ਮਿਹਨਤ ਦਾ ਮਹੱਤਵ, ਨਿਯਮਿਤਤਾ ਆਦਿ ਸਮੂਹ ਵਿਚ ਕਾਰਜ ਕਰਨ ਤੋਂ ਵਧ ਮੁੱਖਰਿਤ ਰੂਪ ਤੋਂ ਵਿਕਸਿਤ ਹੁੰਦੇ ਹਨ। ਸਮੂਹਾਂ ਵਿਚ ਕਾਰਜ ਕਰਨ ਨਾਲ ਇਕ 'ਸਾਂਝਾ ਸੱਭਿਆਚਾਰ' ਦਾ ਮਾਹੌਲ ਵੀ ਵਿਕਸਿਤ ਹੁੰਦਾ ਹੈ।

ਉਪਰੋਕਤ ਸਕਾਰਾਤਮਕ ਪੱਖ ਉਦੋਂ ਹੀ ਉਭਰ ਸਕਦਾ ਹੈ ਜਦੋਂ ਆਪਣੇ ਯੋਜਨਾਬੱਧ ਢੰਗ ਨਾਲ ਬੱਚਿਆਂ ਦੇ ਸਮੂਹਾਂ ਦਾ ਨਿਰਮਾਣ ਕੀਤਾ ਹੋਵੇ। ਸਮੂਹ ਨਿਰਮਾਣ ਲਈ ਕੁੱਝ ਵਿਸ਼ੇਸ਼ ਬਿੰਦੂਆਂ ਨੂੰ ਧਿਆਨ ਵਿਚ ਰੱਖਣਾ ਚਾਹੀਦਾ ਹੈ-

- ਕੀ ਤੁਸੀਂ ਇਕ ਹੀ ਕਲਾਸ ਦੇ ਵੱਖ-ਵੱਖ ਸਮੂਹ ਬਣਾ ਹਰੇ ਹੋਂ ਜਾਂ ਦੋ-ਤਿਨ ਕਲਾਸਾਂ ਨੂੰ ਮਿਲਾਕੇ ਬੱਚਿਆਂ ਦੇ ਸਮੂਹ ਬਣਾ ਰਹੇ ਹੋ?

ਕਿਰਿਆਕਲਾਪ ਵਿਸ਼ੇਸ਼ ਦੇ ਉਦੇਸ਼ਾਂ ਨੂੰ ਦ੍ਰਿਸ਼ਟੀਗਤ ਕਰਦੇ ਹਨ ਦੋਵੇਂ ਹੀ ਸਥਿਤੀਆਂ ਤੁਹਾਡੇ ਸਾਹਮਣੇ ਹੋਵੇਗੀ। ਕੁੱਝ ਕਿਰਿਆਕਲਾਪਾਂ ਲਈ ਤੁਸੀਂ ਕਲਾਸ ਦੇ ਅਨੁਸਾਰ ਸਮੂਹ ਬਣਾਓਗੇ ਅਤੇ ਕੁੱਝ ਕਿਰਿਆਕਲਾਪਾਂ ਲਈ ਵੱਖ-ਵੱਖ ਕਲਾਸਾਂ ਦੇ ਮਿੱਲੇ-ਜੁਲੇ ਸਮੂਹ। ਜਿਵੇਂ- ਬਾਲਸਭਾ, ਸਵੇਰ ਦੀ ਵਿਧਾਨ ਸਭਾ ਦੇ ਸੰਗਠਨ ਲਈ ਸਾਰੀ ਕਲਾਸਾਂ ਦੇ ਬੱਚਿਆਂ ਦੀ ਭਾਗੀਦਾਰੀ। ਦੋਵੇਂ ਹੀਂ ਸਥਿਤੀਆਂ ਵਿਚ ਤੁਸੀਂ ਵਿਚਾਰ ਕਰੋ-

ਸਹਿ-ਸਿੱਖਿਆ ਹੋਣ 'ਤੇ ਮਿਲਿਆ-ਜੁਲਿਆ ਸਮੂਹ ਬਣਾਓ

ਸਰੀਰਿਕ ਚੁਣੋਤੀ ਵਾਲੇ ਬੱਚਿਆਂ ਦਾ ਪ੍ਰੀਥਕ ਸਮੂਹ ਨਾ ਬਣਾਕੇ ਅਤੇ ਬੱਚਿਆਂ ਦੇ ਸਮੂਹ ਨਾਲ ਜੋੜੋ ਅਤੇ ਇਹ ਵੀ ਨਿਸ਼ਚਿਤ ਕਰੋ ਕਿ ਉੱਥੇ ਕੋਈ ਅਰਥਪੂਰਨ ਭੂਮਿਕਾ ਅਤੇ ਜ਼ਿੰਮੇਵਾਰੀ ਦਿੱਤੀ ਜਾਵੇ।

ਸਾਰੇ ਕੁਸ਼ਾਗ੍ਰ ਅਤੇ ਤੀਬਰ ਗਤੀ ਤੋਂ ਸਿੱਖਣ ਵਾਲੇ ਬੱਚਿਆਂ ਨੂੰ ਇਕੱਠੇ ਨਾ ਰਖੋ। ਕਹਿਣ ਦਾ ਮਤਲਬ ਇਹ ਹੈ ਕਿ ਮੰਦ ਗਤੀ ਤੋਂ ਸਿੱਖਣ ਵਾਲੇ ਬੱਚਿਆਂ ਅਤੇ ਮੇਧਾਵੀ ਬੱਚਿਆਂ ਦਾ ਮਿਲਿਆ-ਜੁਲਿਆ ਸਮੂਹ ਬਣਾਓ। ਅਜਿਹੇ ਸਮੂਹਾਂ ਦੇ ਨਿਰਮਾਣ ਤੋਂ ਤੁਹਾਡੀ ਜ਼ਿੰਮੇਵਾਰੀ ਸ਼ੁਰੂਆਤ ਵਿਚ ਕੁੱਝ ਵੱਧ ਜਾਵੇਗਾ। ਤੁਹਾਨੂੰ ਸਤੱਤ ਰੂਪ ਨਾਲ ਇਸ ਗੱਲ ਦਾ ਅਵਲੋਕਨ ਕਰਨਾ ਹੈ ਕਿ ਮੇਧਾਵੀ/ਵੱਧ ਵਯ ਵਾਲੇ/ਤੀਬਰ ਗਤੀ ਤੋਂ ਸਿੱਖਣ ਦੀ ਸਮਰੱਥਾ ਰੱਖਣ ਵਾਲੇ ਬੱਚੇ ਦੂਜਿਆਂ ਬੱਚਿਆਂ ਨੂੰ ਦਬਾਅ ਨਹੀਂ, ਉਨ੍ਹਾਂ ਦੀ ਬਰਾਬਰ ਦੀ ਭਾਗੀਦਾਰੀ ਲੈਣ, ਉਨ੍ਹਾਂ ਨੂੰ ਫੈਸਲਾ ਲੈਣ ਦਾ ਮੌਕਾ ਦੇਣ, ਉਨ੍ਹਾਂ ਦੇ ਫੈਸਲਾਂ ਅਤੇ ਸੁਝਾਵਾਂ ਨੂੰ ਸੁਣਿਆ ਜਾਵੇ, ਸਮਝਿਆ ਜਾਵੇ ਅਤੇ ਲੋੜੀਂਦੇ ਅਨੁਸਾਰ ਲਾਗੂ ਵੀ ਕੀਤਾ ਜਾਵੇ। ਕਹਿਣ ਦਾ ਮਤਲਬ ਹੈ ਕਿ ਸਮੂਹਾਂ ਵਿਚ ਲੋਕਤੰਤਰੀ ਮਾਹੌਲ ਬਣੇ, ਇਸਦੇ ਲਈ ਸ਼ੁਰੂ ਵਿਚ ਤੁਹਾਡੇ ਵੱਲੋਂ ਵੱਧ ਸਮੇਂ ਨਿਵੇਸ਼ ਕਰਨ ਦੀ ਮੰਗ ਪੈਦਾ ਹੁੰਦੀ ਹੈ।

- ਤੁਹਾਡੇ ਸਮੂਹ ਨਿਰਮਾਣ ਦੀ ਪ੍ਰਕਿਰਿਆ ਨੂੰ ਕੁੱਝ ਅਤੇ ਘਟਕ ਵੀ ਪ੍ਰਭਾਵਿਤ ਕਰਨਗੇ
- ਸਥਾਨ ਦੀ ਉਪਲਬਧਤਾ
- ਸਰੋਤ-ਸਮੱਗਰੀ ਅਤੇ ਉਪਕਰਣ, ਔਜਾਰ ਆਦਿ ਦੀ ਪ੍ਰਯਾਪਤਾ,
- ਸਮੇਂ ਦੀ ਉਪਲਬਧਤਾ
- ਮੁਲਾਂਕਣ ਦੀ ਵਿਵਸਥਾ
- ਬੱਚਿਆਂ ਦੀ ਗਿਣਤੀ
- ਕਿਰਿਆਕਲਾਪ ਦੀ ਪ੍ਰਕਿਰਤੀ ਅਤੇ ਨਿਹਤ ਉਦੇਸ਼

ਬਹੁਤ ਸਾਰੇ ਬੱਚਿਆਂ ਨੂੰ ਘਰ 'ਤੇ ਹੀ ਅਜਿਹਾਂ ਵਾਤਾਵਰਣ ਮਿਲਦਾ ਹੈ ਜਿੱਥੇ ਉਨ੍ਹਾਂ ਨੂੰ ਇੱਛਾ ਅਤੇ ਕਿਸੇ ਵਿਵਸ਼ਤਾ ਦੇ ਰਹਿੰਦੇ ਹੋਏ ਬਹੁਤ ਸੀ ਉਤਪਾਦਕ ਪ੍ਰਕਿਰਿਆਵਾਂ ਨਾਲ ਜੁੜਨਾ ਪੈਂਦਾ ਹੈ, ਜਾਂ ਫਿਰ ਰੋਜ਼ਾਨਾਂ ਕਿਰਿਆਕਲਾਪਾਂ ਵਿਚ ਇਕ ਨਿਸ਼ਚਿਤ ਭੂਮਿਕਾ ਨਿਭਾਣੀ ਹੁੰਦੀ ਹੈ। ਕਲਾਸ ਵਿਚ ਕੁੱਝ ਬੱਚੇ ਅਜਿਹੇ ਵੀ ਹੋਣਗੇ ਜਿਨ੍ਹਾਂ ਨੂੰ ਘਰ ਦੇ ਕਿਰਿਆਕਲਾਪਾਂ ਵਿਚ ਹਿੱਸਾ ਲੈਣ ਦਾ ਮੌਕੇ ਨਾ ਮਿਲਦੇ ਹੋਣ, ਜਿਨ੍ਹਾਂ ਦੇ ਨਿੱਜੀ ਕਿਰਿਆਕਲਾਪ ਮਾਤਾ-ਪਿਤਾ ਦੇ ਸਹਿਯੋਗ ਨਾਲ ਪੂਰੇ ਹੁੰਦੇ ਹੋਣ। ਦੋਵੇਂ ਪ੍ਰਕਾਰ ਦੇ ਬੱਚਿਆਂ ਦੇ ਸ਼ੁਰੂਆਤੀ ਵਿਵਹਾਰ ਦੇ ਪੱਧਰਾਂ ਵਿਚ ਭਿੰਨਤਾ ਹੋਵੇਗੀ। ਇਕ ਨੂੰ ਕਿਰਿਆਕਲਾਪਾਂ ਨਾਲ ਜੁੜੇ ਗਿਆਨ, ਤਕਨੀਕਿਆਂ, ਸਮੱਗਰੀ ਦੀ ਅੱਧੀ/ਪੂਰੀ ਸਮਝ ਹੋ ਸਕਦੀ ਹੈ ਅਤੇ ਦੂਜੇ ਨੂੰ ਜ਼ਰਾ ਵੀ ਅਨੁਭਵ ਨਹੀਂ ਹੋਵੇਗਾ।

ਵੱਖ-ਵੱਖ ਪਹਿਲੂਆਂ 'ਤੇ ਵਿਚਾਰ ਕਰਕੇ ਹੀ ਅਧਿਆਪਕ ਨੂੰ ਸਮੂਹ ਦੀ ਰਚਨਾ ਕਰਨੀ ਚਾਹੀਦੀ ਹੈ। ਇਹ ਜਰੂਰੀ ਨਹੀਂ ਕਿ ਇਕ ਕਿਰਿਆਕਲਾਪ ਵਿਸ਼ੇਸ਼ ਲਈ ਬਣਾਏ ਸਮੂਹ ਜਾਂ ਸੰਤਰ ਦੇ ਸ਼ੁਰੂਆਤ ਵਿਚ ਬਣਾਏ ਗਏ ਸਮੂਹ ਸਥਾਈ ਰਹਿਣਗੇ। ਅਧਿਆਪਕ ਸਮੇਂ-ਸਮੇਂ 'ਤੇ ਸਮੂਹਾਂ ਦੇ ਗਠਨ ਵਿਚ ਤਬਦੀਲ ਵੀ ਕਰ ਸਕਦੇ ਹਨ। ਤਬਦੀਲੀ ਲਈ ਤੁਹਾਡੇ ਕੋਲ ਜਰੂਰ ਕੁੱਝ ਅਧਾਰ ਹੋਣਗੇ। ਜਿਵੇਂ-

- ਪਿਛਲੇ ਸਮੂਹਾਂ ਦੀ ਕਾਰਜ ਪ੍ਰਣਾਲੀ
- ਨਵੀਂ ਸਥਿਤੀਆਂ
- ਕਿਰਿਆਕਲਾਪ ਦੀ ਪ੍ਰਕਰਿਤੀ ਵਿਚ ਬਦਲਾਅ ਅਤੇ
- ਤੁਹਾਡੇ ਰਾਹੀਂ ਨਵਾਚਾਰ ਕਰਨ ਦੀ ਚੇਸ਼ਟਾ।

ਪ੍ਰਸ਼ਨ 11. ਕਾਰਜ ਸਿੱਖਿਆ ਵਿਚ ਗਤੀਵਿਧੀਆਂ ਦਾ ਸੰਗਠਨ ਕਰਦੇ ਸਮੇਂ 'ਸਮੇਂ ਨਿਰਧਾਰਣ' ਦੇ ਮਹੱਤਵ ਨੂੰ ਸਮਝਾਓ।

ਉੱਤਰ - ਕਾਰਜ ਸਿੱਖਿਆ ਦੇ ਅਧੀਨ ਗਤੀਵਿਧੀ ਦੀ ਪ੍ਰਕਿਰਤੀ, ਉਦੇਸ਼ ਅਤੇ ਉਸਦੇ ਅਧਾਰ 'ਤੇ ਪ੍ਰਾਪਤ ਹੋਣ ਵਾਲੇ ਨਤੀਜਾਂ ਨੂੰ ਪ੍ਰਕਰਿਤੀ ਦੇ ਅਧਾਰ 'ਤੇ ਹਰੇਕ ਗਤੀਵਿਧੀ ਦਾ ਸਮੇਂ ਨਿਰਧਾਰਤ ਕੀਤਾ ਜਾ ਸਕਦਾ ਹੈ। ਇਹ ਜਰੂਰੀ ਨਹੀਂ ਕਿ ਹਰੇਕ ਗਤੀਵਿਧੀ ਦੇ ਸਾਰੇ ਕਾਰਜ ਸਕੂਲ ਵਿਚ ਹੀ ਪੂਰੇ ਕਰਾਏ ਜਾਣ। ਕੁੱਝ ਅਜਿਹੇ ਵੀ ਕਾਰਜ ਹੋ ਸਕਦੇ ਹਨ ਜਿਨ੍ਹਾਂ ਦਾ ਪਹਿਲਾਂ ਸੋਪਾਨ ਸਕੂਲ ਵਿਚ ਅਧਿਆਪਕ ਦੇ

ਪ੍ਰਦਰਸ਼ਨ ਤੋਂ ਸ਼ੁਰੂ ਹੋਵੇ ਅਤੇ ਉਸ ਤੋਂ ਬਾਅਦ ਬੱਚੇ ਦੇ ਘਰ, ਸਮੁਦਾਏ ਵਿਚ ਜਾਕਰ ਆਪਣੀ-ਆਪਣੀ ਸੁਵਿਧਾ ਅਨੁਸਾਰ ਉਸ ਪ੍ਰਕਿਰਿਆ ਦਾ ਅਨੁਭਵ ਕਰਣ।

ਸਮੇਂ ਦੇ ਸੰਬੰਧ ਵਿਚ ਮਹੱਤਵਪੂਰਨ ਦ੍ਰਿਸ਼ਟੀਕੋਣ ਹੈ- ਕਿਹੜਾ ਕਿਰਿਆਕਲਾਪ ਸਾਲ ਦੇ ਕਿਹੜੇ ਸਮੇਂ ਵਿਚ ਕਰਨਾ ਹੈ। ਇਸ ਬਿੰਦੂ ਦਾ ਨਿਰਮਾਣ ਕਿਰਿਆਕਲਾਪ ਦੀ ਪ੍ਰਕਰਿਤੀ, ਸਕੂਲ ਅਤੇ ਸਮੁਦਾਏ ਦੀ ਲੋੜ 'ਤੇ ਨਿਰਭਰ ਕਰਦਾ ਹੈ।

ਕਾਰਜ ਸਿੱਖਿਆ ਅਧਿਆਪਕ ਹੋਣ ਦੇ ਨਾਤੇ ਤੁਸੀਂ ਯੋਜਨਾ ਬਣਾ ਸਕਦੇ ਹੋ ਕਿ ਇਸ ਮਹੀਨੇ ਮਤਲਬ ਪ੍ਰਵੇਸ਼ ਪ੍ਰਕਿਰਿਆ ਦੌਰਾਨ ਸਕੂਲ ਵਿਚ ਕਿਹੜੇ-ਕਿਹੜੇ ਹੋਰ ਕਈ ਕਿਰਿਆਕਲਾਪ ਹੋਣੇ ਚਾਹੀਦੇ ਹਨ ਅਤੇ ਉਨ੍ਹਾਂ ਵਿਚੋਂ ਕਿਹੜੇ ਕਿਰਿਆਕਲਾਪ ਕਾਰਜ ਸਿੱਖਿਆ ਪ੍ਰੋਗਰਾਮ ਦਾ ਅੰਗ ਬਣ ਸਕਦੇ ਹਨ-

1. ਸਕੂਲ ਦੀ ਪੋਸ਼ਿਤ ਬਸਤੀਆਂ (ਜਿੱਥੋਂ ਦੀ ਬੱਚੇ ਦਾਖਲੇ ਲਈ ਸਕੂਲ ਆਉਂਦੇ ਹਨ) ਵਿਚ ਸਕੂਲ ਦੇ ਦਾਖਲੇ ਸੰਬੰਧ ਨਿਯਮਾਂ ਦੀ ਜਾਣਕਾਰੀ ਵਿਅਕਤੀਗਤ ਸੰਪਰਕ ਰਾਹੀਂ, ਡੁਗਡੁਗੀ ਪਿਟਵਾ ਕੇ ਮਾਤਾ-ਪਿਤਾ ਦੀ ਨੁਕੱੜ ਬੈਠਕ 'ਤੇ ਦਿੱਤੀ ਜਾ ਸਕਦੀ ਹੈ।

2. ਪ੍ਰਵੇਸ਼ ਦਾ ਸਮਾਂ ਸਕੂਲ ਵਿਚ ਕੁੱਝ ਵਿਸ਼ੇਸ਼ ਪ੍ਰਬੰਧ ਕਰਨੇ ਹੁੰਦੇ ਹਨ, ਜਿਵੇਂ ਸਕੂਲ ਦੇ ਮੁੱਖ ਦਰਵਾਜੇ 'ਤੇ ਦਿਸ਼ਾ-ਨਿਰਦੇਸ਼ ਦੇਣ ਸੰਬੰਧੀ ਕਾਰਜ, ਮਾਪਿਆਂ ਦੇ ਬੈਠਣ ਦਾ ਸੰਬੰਧ, ਨਿਰਕਸ਼ਰ ਮਾਪਿਆਂ ਰਾਹੀਂ ਪ੍ਰਵੇਸ਼ ਪੱਤਰ ਨਾ ਭਰ ਪਾਉਣ ਦੀ ਸਥਿਤੀ ਵਿਚ ਉਨ੍ਹਾਂ ਦਾ ਪ੍ਰਵੇਸ਼ ਪੱਤਰ ਭਰਨ ਵਿਚ ਮਦਦ ਕਰਨਾ, ਸਾਰਿਆਂ ਲਈ ਪੀਣ ਦੇ ਪਾਣੀ ਦੀ ਵਿਵਸਥਾ ਕਰਨਾ ਆਦਿ। ਇਹ ਵੀ ਕਾਰਜ ਸਿੱਖਿਆ ਪ੍ਰੋਗਰਾਮ ਦੇ ਕਿਰਿਆਕਲਾਪਾਂ ਦੀ ਸੰਭਾਵਨਾ ਖੋਜੀ ਜਾ ਸਕਦੀ ਹੈ।

3. ਅਪ੍ਰੈਲ ਮਹੀਨੇ ਤੋਂ ਬਾਅਦ ਮਈ ਅਤੇ ਜੂਨ ਦੀ ਗਰਮੀ ਦੀਆਂ ਛੁੱਟੀਆਂ ਦਾ ਸਮਾਂ ਹੁੰਦਾ ਹੈ, ਤੁਸੀਂ ਯੋਗਤਾ ਬਣਾ ਸਕਦੇ ਹੋ ਕਿ ਮੌਸਮ ਨੂੰ ਦੇਖਦੇ ਹਏ ਬੱਚਿਆਂ ਨੂੰ ਕਿਹੜੇ ਕਾਰਜ ਦਿੱਤੇ ਜਾਣ। ਬੀਜਾਂ ਦਾ ਸੰਗ੍ਰਹਿ, ਪੱਤੀਆਂ ਦਾ ਸੰਗ੍ਰਹਿ, ਅੰਬ ਦੀ ਗੁਠਲੀ ਤੋਂ ਪਪੀਹਾ ਬਣਾਉਣਾ, ਅੰਬ ਦਾ ਪੱਤਾ ਬਣਾਉਣਾ, ਅੰਬ ਦੀ ਕਿਸਮਾਂ ਜਾਨਣਾ, ਗਰਮੀ ਦੀਆਂ ਛੁੱਟੀਆਂ ਦੇ ਕਿਸੇ ਦਸ ਦਿਨ ਦੀ ਡਾਯਰੀ ਲਿੱਖਣਾ ਟੂਟੀ-ਫੂਟੀ ਵਸਤਾਂ ਦਾ ਸੰਗ੍ਰਹਿ ਕਰਨਾ ਆਦਿ ਕਿਰਿਆਕਲਾਪ ਘਰ 'ਤੇ ਕਰਨ ਲਈ ਦਿੱਤੇ ਜਾ ਸਕਦੇ ਹਨ।

4. ਗਰਮੀ ਦੀਆਂ ਛੁੱਟੀਆਂ ਤੋਂ ਬਾਅਦ ਜੁਲਾਈ ਮਹੀਨੇ ਵਿਚ ਸਕੂਲ ਖੁਲ੍ਹਦੇ ਹਨ। ਜਦ ਤੁਹਾਡੇ ਕੋਲ ਜੁਲਾਈ ਦੇ ਮੌਸਮ ਅਤੇ ਸਕੂਲ ਦੀ ਗਤੀਵਿਧੀਆਂ ਨੂੰ ਦੇਖਦੇ ਹੋਏ ਕਈ ਕਿਰਿਆਕਲਾਪ ਹੈ, ਤੁਸੀਂ ਕਲਾਸ ਵਿਸ਼ੇਸ਼ ਦੇ ਬੱਚਿਆਂ ਦੀ ਸਰੀਰਿਕ-ਮਾਨਸਿਕ ਸਮਰੱਥਾ ਦੇ ਅਨੁਸਾਰ ਕੋਈ ਵੀ ਕਿਰਿਆਕਲਾਪ ਦੀ ਚੋਣ ਕਰ ਸਕਦੇ ਹੋ।

5. ਜੁਲਾਈ ਮਹੀਨੇ ਵਿਚ ਆਮ ਤੌਰ 'ਤੇ ਮੀਂਹ ਪੈਂਦਾ ਹੈ। ਅਧਿਆਪਕ ਸਥਾਨ ਦੀ ਉਪਲਬਧਤਾ ਨੂੰ ਦੇਖਦੇ ਹੋਏ ਖੇਤੀਬਾੜੀ ਸੰਬੰਧੀ ਕਾਰਜ ਵੀ ਕਰ ਸਕਦੇ ਹਨ। ਇਸ ਤੋਂ ਇਲਾਵਾ ਮੀਂਹ ਤੋਂ ਬਾਅਦ ਸੀਲਨ ਤੋਂ ਬਚਣ ਦੇ ਉਪਾਅ, ਦਾਲਾਂ ਦਾ ਭੰਡਾਰ, ਕੱਪੜਾਂ ਦੀ ਸੁਰੱਖਿਆ 'ਤੇ ਵੀ ਕੋਈ ਗਤੀਵਿਧੀ ਸੋਚੀ ਜਾ ਸਕਦੀ ਹੈ।

ਜੁਲਾਈ ਵਿਚ ਹੀ 11 ਜੁਲਾਈ ਨੂੰ ਸੰਸਾਰ ਆਬਾਦੀ ਦਿਵਸ ਹੁੰਦਾ ਹੈ। ਇਸ ਦਿਵਸ ਦੇ ਉਦੇਸ਼ਾਂ ਨੂੰ ਧਿਆਨ ਵਿਚ ਰੱਖਦੇ ਹੋਏ ਕਈ ਕਿਰਿਆਕਲਪ ਹੋ ਸਕਦੇ ਹਨ ਜਿਵੇਂ-

- ਜਾਗਰੂਕਤਾ ਰੈਲੀ, ਪ੍ਰਭਾਤ ਫੈਰੀ, ਨੁਕੱੜ ਨਾਟਕ ਅਤੇ ਸਭਾਵਾਂ ਦਾ ਆਯੋਜਨ
- ਆਬਾਦੀ ਸੰਬੰਧੀ ਨਾਰੇ ਲਿਖਵਾਉਣਾ।

6. ਅਗਸਤ ਮਹੀਨਾ ਸਥਾਨਕ ਅਤੇ ਰਾਸ਼ਟਰੀ ਪਰਵਾਂ ਦਾ ਮਹੀਨਾ ਹੁੰਦਾ ਹੈ। ਪਰਵਾਂ ਦੀ ਪ੍ਰਕਰਿਤੀ ਦੇ ਅਨੁਸਾਰ ਰਾਖੀ ਬਣਾਉਣਾ, ਝੰਡੇ ਬਣਾਉਣਾ, ਸੱਭਿਆਚਾਰਕ ਪ੍ਰੋਗਰਾਮਾਂ ਦਾ ਆਯੋਜਨ ਆਦਿ ਕਿਰਿਆਕਲਾਪਾਂ ਬਾਰੇ ਵਿਚਾਰ ਕੀਤਾ ਜਾ ਸਕਦਾ ਹੈ।

ਪ੍ਰਸ਼ਨ 12. ਕਾਰਜ ਸਿੱਖਿਆ ਵਿਚ ਸਥਾਨ ਦਾ ਨਿਰਧਾਰਣ ਕਿਉਂ ਮਹੱਤਵਪੂਰਨ ਹੈ? ਵਰਣਨ ਕਰੋ।

ਉੱਤਰ - ਕਾਰਜ ਸਿੱਖਿਆ ਨਾਲ ਸੰਬੰਧਿਤ ਕਿਰਿਆਕਲਾਪਾਂ ਦੇ ਸਫਲ ਸੰਚਾਲਨ ਲਈ ਸਥਾਨ ਦੀ ਉਪਯੁਕਤਾ ਜਰੂਰੀ ਹੈ। ਪ੍ਰਾਇਮਰੀ ਪੱਧਰ 'ਤੇ ਕਾਰਜ ਸਿੱਖਿਆ ਕਿਰਿਆਵਾਂ ਸਰਲ ਅਤੇ ਬੱਚਿਆਂ ਲਈ ਖੁਸ਼ਹਾਲ ਹੁੰਦੇ ਹਨ। ਉਹ ਵਾਤਾਵਰਣ ਅਧਿਐਨ ਦੇ ਰੂਪ ਵਿਚ ਕਾਰਜ ਸਥਿਤੀਆਂ ਅਤੇ ਕਾਰਜ ਦੀ ਸ਼ੁਰੂਆਤੀ ਪ੍ਰਕਿਰਿਆਵਾਂ ਦੇ ਅਵਲੋਕਨ ਦੇ ਰੂਪ ਵਿਚ ਹੁੰਦੀ ਹੈ। ਜੇ ਤੁਸੀਂ ਇਸ ਤੱਥ ਨੂੰ ਸਮਝ ਗਏ ਹੋ ਤਾਂ 'ਸਥਾਨ ਨਿਰਧਾਰਣ' ਕਰਨ ਵਿਚ ਕਿਸੇ ਪ੍ਰਕਾਰ ਦੀ ਮੁਸ਼ਕਿਲ ਦਾ ਅਨੁਭਵ ਨਹੀਂ ਹੁੰਦਾ ਜੇ ਅਸੀਂ ਵਾਤਾਵਰਣ ਅਧਿਐਨ ਕਾਰਜ ਪ੍ਰਕਿਰਿਆਵਾਂ ਦੇ ਅਵਲੋਕਨ ਨੂੰ ਹੀਂ ਆਪਣੀ ਕਿਰਿਆਕਲਾਪਾਂ ਵਿਚ ਸ਼ਾਮਿਲ ਕਰਦੇ ਹਾਂ ਤਾਂ ਬੇਸ਼ਕ ਸਾਰਾ ਸਥਾਨ ਸਕੂਲ ਦਾ ਕਮਰਾ ਨਾ ਹੋਕੇ ਸਥਾਨਕ ਬਸਤੀ ਦਾ ਕੋਈ ਹਿੱਸਾ ਹੋਵੇਗਾ ਜਿਵੇਂ-

- ਸਬਜ਼ੀ ਵਿਕਰੇਤਾ ਦੀ ਦੁਕਾਨ, ਰੇਹੜੀ,
- ਦਰਜੀ ਦੀ ਦੁਕਾਨ,
- ਡਾਕਘਟ, ਬੈਂਕ, ਰਾਸ਼ਨ ਦੀ ਦੁਕਾਨ,
- ਫਲ, ਸੁਰੱਖਿਆ ਕੇਂਦ੍ਰ,
- ਸਾਰਵਜਨਿਕ ਨਲ,
- ਕੁੰਮਹਾਰ ਦਾ ਕਾਰਜ ਸਥਲ,
- ਮੋਚੀ ਦਾ ਕਾਰਜ ਸਥਲ,
- ਸਾਮੁਦਾਇਕ ਕੇਂਦ੍ਰ,
- ਬਸਤੀ ਵਿਕਾਸ ਕੇਂਦ੍ਰ,
- ਪ੍ਰੌੜ੍ਹ ਅਤੇ ਅਨਉਪਚਾਰਿਕ ਸਿੱਖਿਆ ਕੇਂਦ੍ਰ,
- ਪਾਰਕ, ਖੇਡ ਬਾਗ-ਬਗੀਚੇ,
- ਸੁਵਿਧਾ ਤੋਂ ਵੰਚਿਤ ਸਮੂਹਾਂ ਲਈ ਬਣਾਏ ਗਏ ਵਿਸ਼ੇਸ਼ ਸੁਵਿਧਾ ਕੇਂਦ੍ਰ ਜਿਵੇਂ- ਅੰਧ-ਸਕੂਲ, ਬਜ਼ੁਰਗਾਂ ਲਈ ਗ੍ਰਹਿ, ਬਾਲਗ੍ਰਹਿ,

- ਆਪਣਾ ਬਜ਼ਾਰ ਸੁਪਰ ਬਜ਼ਾਰ ਆਦਿ
- ਲਘੂ ਕੁਟੀਰ
- ਸਪਤਾਹਿਕ ਬਜ਼ਾਰ
- ਸਮੇਂ-ਸਮੇਂ 'ਤੇ ਲੱਗਣ ਵਾਲੇ ਮੇਲੇ।

ਸਥਾਨ ਦੇ ਸੰਦਰਭ ਵਿਚ ਕੁੱਝ ਮਹੱਤਵਪੂਰਨ ਬਿੰਦੂਆਂ ਨੂੰ ਧਿਆਨ ਵਿਚ ਰੱਖਣਾ ਜ਼ਰੂਰੀ ਹੈ-

1. **ਕਾਰਜ ਸਥਲ ਦੀ ਸਕੂਲ ਤੋਂ ਦੂਰੀ** (Distance of working place from school)- ਜੇ ਕਾਰਜ ਸਥਲ ਸਕੂਲ ਤੋਂ ਬਹੁਤ ਦੂਰ ਹੈ ਤਾਂ ਆਣ-ਜਾਣ ਵਿਚ ਹੀ ਸਮੇਂ ਸ਼ਕਤੀ ਦੋਵੇਂ ਹੀਂ ਬਰਬਾਦ ਹੋਣਗੇ। ਇਸ ਲਈ ਘਟ ਦੂਰੀ ਵਾਲੇ ਕਾਰਜ ਸਥਾਲਾਂ ਨੂੰ ਤਰਜੀਹ ਦਓ।

2. **ਭੂਗੋਲਿਕ ਅਤੇ ਸਮਾਜਿਕ ਪਰਿਸਥਿਤੀ** (Geographical and Social Condition)- ਭੂਗੋਲਿਕ, ਤੋਂ ਇੱਥੇ ਮਤਲਬ ਮੌਸਮ ਦੀ ਦਿਸ਼ਾ ਨੂੰ ਲੈਕੇ ਹੈ, ਵੱਧ ਠੰਡ, ਵੱਧ ਗਰਮੀ, ਅਤੇ ਮੀਂਹ ਦੇ ਦਿਨਾਂ ਵਿਚ ਬੱਚਿਆਂ ਨੂੰ ਬਾਹਰ ਦੇ ਕਾਰਜ ਸਥਲਾਂ 'ਤੇ ਲੈਕੇ ਜਾਣ ਤੋਂ ਬਚੋਂ। ਬੱਚਿਆਂ ਦੀ ਸਿਹਤ ਅਤੇ ਸੁਰੱਖਿਆ ਚਿੰਤਾ ਦਾ ਵਿਸ਼ੇ ਹੈ। ਸਮਾਜਿਕ ਪਰਿਸਥਿਤੀ ਤੋਂ ਮਤਲਬ ਹੈ ਬਸਤੀ ਵਿਚ ਜਾਂ ਕਾਰਜ ਸਥਲ ਦੇ ਆਲੇ-ਦੁਆਲੇ ਕਿਸੇ ਵਿਸ਼ੇਸ਼ ਘਟਨਾ ਦਾ ਘਟਿਤ ਹੋਣਾ। ਰਾਜਨੀਤੀਕ ਰੈਲੀਆਂ, ਵਿਆਹ ਅਤੇ ਧਾਰਮਿਕ ਜਲਸੇ ਆਦਿ। ਪਰਿਸਥਿਤੀਆਂ ਵਿਚ ਵੀ ਘੁੰਮਣ ਦੀ ਯੋਜਨਾ ਨਹੀਂ ਬਣਾਉਣੀ ਚਾਹੀਦੀ।

3. **ਬੱਚਿਆਂ ਦੀ ਗਿਣਤੀ** (Number of Students)- ਯੋਜਨਾ ਵਿਚ ਬੱਚਿਆਂ ਦੀ ਗਿਣਤੀ ਨੂੰ ਨਜ਼ਰ-ਅੰਦਾਜ਼ ਨਹੀਂ ਕੀਤਾ ਜਾ ਸਕਦਾ। ਕਿੰਨੇ ਬੱਚਿਆਂ ਨੂੰ ਤੁਸੀਂ ਇਕੱਠੇ ਕਾਰਜ ਸਥਲ ਦੇ ਅਵਲੋਕਨ ਲਈ ਲੈਕੇ ਜਾ ਸਕਦੇ ਹੋ- ਇਸਦਾ ਫੈਸਲਾ ਲੈਣਾ ਜਰੂਰੀ ਹੈ।

ਪ੍ਰਸ਼ਨ 13. ਵੱਖ-ਵੱਖ ਵਰਗਾਂ ਲਈ ਕਾਰਜ ਸਿੱਖਿਆ ਦੇ ਨਿਯੋਜਨ ਸੱਤਰ 'ਤੇ ਟਿੱਪਣੀ ਕਰੋ।

ਜਾਂ

ਵਾਤਾਵਰਣ ਦੇ ਸੁੰਦਰੀਕਰਨ ਨਾਲ ਸੰਬੰਧਿਤ ਵੱਖ-ਵੱਖ ਗਤੀਵਿਧੀਆਂ ਦਾ ਉੱਲੇਖ ਕਰੋ।

ਜਾਂ

ਬੱਚਿਆਂ ਵਿਚ ਸੱਭਿਆਚਾਰਕ ਧਰੋਹਰਾਂ ਦੇ ਪ੍ਰਤੀ ਲਗਾਵ ਅਤੇ ਸਤਿਕਾਰ ਦੀ ਭਾਵਨਾ ਪੈਦਾ ਕਰਨ ਲਈ ਕੀਤੀ ਜਾਣ ਵਾਲੀ ਕੋਈ ਵੀ ਦੋ ਗਤੀਵਿਧੀਆਂ ਦਾ ਨਾਂ ਲਿਖੋ।

[ਅਪ੍ਰੈਲ 2016, ਪ੍ਰਸ਼ਨ 28]

ਉੱਤਰ - ਸਕੂਲੀ ਸਿੱਖਿਆ ਦੇ ਵੱਖ-ਵੱਖ ਪੱਧਰਾਂ 'ਤੇ ਕਾਰਜ ਸਿੱਖਿਆ ਸੰਬੰਧੀ ਗਤੀਵਿਧੀਆਂ ਦੀ ਯੋਜਨਾ ਬਣਾਉਣ ਵੇਲੇ ਹੇਠ ਲਿਖੀ ਬਿੰਦੂਆਂ 'ਤੇ ਧਿਆਨ ਦੇਣ ਦੀ ਲੋੜ ਹੈ-

- ਬੱਚਿਆਂ ਨੂੰ ਸਵੈ-ਸਮੀਕਰਨ ਦੇ ਮੌਕੇ।
- ਬੱਚਿਆਂ ਨੂੰ ਉਨ੍ਹਾਂ ਦੇ ਆਲੇ-ਦੁਆਲੇ ਦੇ ਪਰਿਵੇਸ਼ ਦਾ ਅਵਲੋਕਨ ਕਰਨ ਅਤੇ ਉਸਦੇ ਪ੍ਰਤੀ ਰੂਚੀ ਪੈਦਾ ਕਰਨ ਦਾ ਮੌਕਾ।
- ਆਪਣੇ ਪ੍ਰਤੀਦਿਨ ਦੇ ਕਾਰਜਾਂ ਨੂੰ ਸਹੀਂ ਢੰਗ ਨਾਲ ਕਰਨ ਵਿਚ ਮਦਦ ਕਰਨਾ।

- ਪ੍ਰਾਕਿਰਤਕ ਸਰੋਤਾਂ ਦੀ ਸੁਰੱਖਿਆ ਦੇ ਪ੍ਰਤੀ ਜਾਗਰੂਕਤਾ।
- ਵੱਖ-ਵੱਖ ਕਿਰਿਆਵਾਂ ਤੋਂ ਪ੍ਰਾਪਤ ਅਨੁਭਵਾਂ ਦੇ ਏਕੀਕਰਣ ਵਿਚ ਸਹਾਇਤਾ।
- ਪ੍ਰਤੀਦਿਨ ਦੀ ਸਮੱਸਿਆਵਾਂ ਨੂੰ ਹੱਲ ਕਰਨ ਲਈ ਅਧਾਰਭੂਤ ਹੁਨਰ ਪ੍ਰਾਪਤ ਕਰਨ ਵਿਚ ਬੱਚਿਆਂ ਦੀ ਸਹਾਇਤਾ।
- ਸਮੂਹ ਵਿਚ ਰਹਿਣ ਅਤੇ ਦੂਜਿਆਂ ਦੀ ਮਦਦ ਕਰਨ ਨਾਲ ਸੰਬੰਧਿਤ ਸਕਾਰਾਤਮਕ ਦ੍ਰਿਸ਼ਟੀਕੋਣ ਪੈਦਾ ਕਰਨ ਵਿਚ ਮਦਦ।

ਬੁਨਿਆਦੀ ਲੋੜਾਂ ਦੀ ਬਿਹਤਰ ਪੂਰਤੀ ਨਾਲ ਜੁੜੇ ਕਿਰਿਆਕਲਾਪ **(Activities related to better fulfillment of basic needs)-** ਇਸ ਖੇਤਰ ਦੇ ਅਧੀਨ ਹੇਠ ਲਿਖੇ ਕਿਰਿਆਕਲਾਪ ਸ਼ਾਮਿਲ ਕੀਤੇ ਜਾ ਸਕਦੇ ਹਨ-

1. **ਸਿਹਤ ਅਤੇ ਸਫਾਈ** **(Health and Hygiene)**

- ਵਿਅਕਤੀਗਤ ਸਫਾਈ ਦੇ ਪ੍ਰਤੀ ਜਾਗਰੂਕਤਾ ਆਪਣੇ ਕੰਮ ਵਿਚ ਆਣ ਵਾਲੀ ਵਸਤਾਂ ਦੀ ਸਫਾਈ ਅਤੇ ਦੇਖਭਾਲ।
- ਕਿਤਾਬਾਂ 'ਤੇ ਜਿਲਦ ਚੜਾਉਣਾ।
- ਘਰ ਅਤੇ ਸਕੂਲਾਂ ਵਿਚ ਸਫਾਈ ਬਣਾਏ ਰੱਖਣਾ
- ਛੋਟੀ-ਮੋਟੀ ਮੁਰੰਮਤ, ਟਾਟਪੱਟੀ, ਬੁਕ ਰੈਕ, ਦਰੀ, ਪੋਸਟਰ, ਕੇਲੈਂਡਰ, ਚਾਰਟਪੇਪਰ ਜਾਂ ਹੋਰ ਤਸਵੀਰਾਂ ਦੀ ਦੇਖਭਾਲ।

2. **ਭੋਜਨ ਅਤੇ ਖੇਤੀਬਾੜੀ** **(Food and Agriculture)**

- ਵੱਖ-ਵੱਖ ਪ੍ਰਕਾਰ ਦੇ ਬੀਜ, ਵਨ ਉਤਪਾਦ, ਖਾਦ ਅਤੇ ਮਿੱਟੀ ਦੀ ਪਛਾਣ।
- ਖੇਤੀਬਾੜੀ ਦੇ ਕੰਮ ਵਿਚ ਸ਼ਾਮਿਲ ਸਧਾਰਨ ਉਪਕਰਣਾਂ, ਖੇਤੀਬਾੜੀ ਉਤਪਾਦ ਅਤੇ ਖਾਦ ਦੀ ਪਛਾਣ।
- ਕੰਪੋਸਟ ਖਾਦ ਦੇ ਗੱਡੇ ਨੂੰ ਤਿਆਰ ਕਰਨਾ, ਕਿਆਰੀਆਂ ਤਿਆਰ ਕਰਨਾ, ਚੰਗੇ ਬੀਜਾਂ ਦੀ ਚੋਣ ਕਰਨਾ ਆਉਣਾ, ਬੀਜ ਬੋਨਾ।
- ਪੌਦਾਂ ਦਦੀ ਦੇਖਭਾਲ।
- ਖਾਦ ਅਤੇ ਫਲ ਸੁਰੱਖਿਆ।
- ਚਾ, ਕਾੱਫੀ, ਜਲਜੀਰਾ, ਆਦਿ ਬਣਾਉਣਾ ਆਉਣਾ ।
- ਸ਼ਰਬਤ, ਅਚਾਰ ਬਣਾਉਣਾ।
- ਘੱੜੇ ਮਿੱਟੀ ਦਾ ਡ੍ਰਮ, ਗੁਲਦਾਨਾਂ ਦੀ ਸਹਾਇਤਾ ਤੋਂ ਕੂਲਰ ਤਿਆਰ ਕਰਨ ਦੀ ਕੋਸ਼ਿਸ਼ ਕਰਨਾ।
- ਪਲਾਸਟਿਕ, ਜੁਟ, ਡੋਰੀ ਆਦਿ ਦੀ ਸਹਾਇਤਾ ਤੋਂ ਛੀਂਗਾ ਤਿਆਰ ਕਰਨਾ।

3. **ਨਿਵਾਸ** (Residence)

- ਘਾਹ, ਨਾਰੀਯਲ ਦੀ ਛਾਲ, ਜੁਰ, ਤੁਰਈ ਦੀ ਛਾਲ, ਪਤਲੀ ਤਾਰ, ਜਾਲੀ, ਸਪੰਜ, ਮੌਜ਼ੇ ਤੋਂ ਬੋਤਲ ਸਾਫ ਕਰਨ ਵਾਲਾ ਬਰੁਛ, ਸਾਫ ਕਰਨ ਵਾਲਾ ਝਾਮਾ ਬਣਾਉਣਾ।
- ਰੈਕ, ਮੇਜ, ਕੁਰਸੀ, ਸਟੂਲ, ਚਾਰਪਾਈ, ਨਲ ਦੀ ਮਾਮੂਲੀ ਮੁਰੰਮਤ ਕਰਨਾ ਆਉਣਾ।

4. **ਕੱਪੜੇ** (Clothes)

- ਟੀ.ਵੀ/ਬਕਸੇ ਆਦਿ ਲਈ ਕਵਰ ਬਣਾਉਣਾ ਆਉਣਾ।
- ਗੁੜੀਆ, ਕਠਪੁਤਲੀ ਬਣਾਉਣਾ ਆਉਣਾ।
- ਬਚੀ ਹੋਈ ਉੱਨ, ਕੱਪੜੇ ਦੇ ਟੁੱਕੜੇ, ਜੁਟ ਆਦਿ ਤੋਂ ਅਰਾਮ, ਪਾਵਦਾਨ ਬਣਾਉਣਾ।

ਵਾਤਾਵਰਣ ਦੀ ਸੁੰਦਰਤਾ ਨਾਲ ਸੰਬੰਧਤ ਕਿਰਿਆਕਲਾਪ (Activities related to beautification of environment)

1. **ਉਯੋਗੀ ਵਸਤਾਂ ਬਣਾਉਣਾ** (Making useful things)

- ਪੈਨ/ਪੈਂਸਿਲ ਹੋਲਡਰ, ਪਿਨ ਹੋਲਡਰ, ਕੂੜਾਦਾਨ, ਪੱਤਰਪੇਟੀ, ਹੱਥ ਦਾ ਪੰਖਾ ਬਣਾਉਣਾ।
- ਮੁਖੋਟੇ ਬਣਾਉਣਾ।
- ਮੈਕਰਮੇ ਦਾ ਕੰਮ।
- ਸਕੂਲ ਵਿਚ ਡਿਸਪਲੇ ਬੋਰਡ ਲਈ ਸਮੱਗਰੀ ਤਿਆਰ ਕਰਨਾ।
- ਟੁੱਟੀ ਚੂੜੀਆਂ ਜਾਂ ਕਿਸੇ ਹੋਰ ਸਮੱਗਰੀ ਤੋਂ ਮਿੱਟੀ ਦੇ ਭਾਂਡੇ ਨੂੰ ਸਜਾਉਣਾ।
- ਮਿੱਟੀ ਦੇ ਖਿਡੌਣੇ ਬਣਾਉਣਾ।

2. **ਸਜਾਵਟ ਲਈ ਸਮੱਗਰੀ ਤਿਆਰ ਕਰਨਾ** (Preparing material for decoration)

- ਕੱਪੜਾਂ ਦੀ ਕਤਰਨਾਂ ਤੋਂ, ਪਤਲੇ ਰੰਗੀਨ ਕਾਗਜ਼ਾਂ ਤੋਂ, ਤਾਰ, ਮੋਤੀ, ਧਾਗਾਂ ਆਦਿ ਦੀ ਮਦਦ ਨਾਲ ਫੁੱਲ ਬਣਾਉਣਾ।
- ਮਿੱਟੀ ਦੇ ਭਾਂਡੇ 'ਤੇ ਸਜਾਵਟ ਕਰਨਾ।
- ਮਿੱਟੀ ਦੇ ਖਿਡੌਣੇ, ਚਿੜੀਆਂ, ਜਾਨਵਰਾਂ ਆਦਿ ਦਾ ਆਕਾਰ ਬਣਾਉਣਾ।
- ਸੁਤਲੀ, ਬਾਨ, ਪਲਾਸਟਿਕ ਦੇ ਧਾਗਾਂ ਤੋਂ ਸਜਾਵਟੀ ਵਸਤਾਂ ਬਣਾਉਣੀ।
- ਪੁਰਾਨੀ ਉੱਨ ਤੋਂ ਮੈਟ ਆਦਿ ਬਣਾਉਣਾ।
- ਬਾਂਸ ਤੋਂ ਫੁੱਲਦਾਨ ਬਣਾਉਣਾ।

ਸਮੁਦਾਇਕ ਸੇਵਾ ਨਾਲ ਸੰਬੰਧਤ ਕਿਰਿਆਕਲਾਪ (Activities related to community services)

- ਮੁਹੱਲੇ ਦੀ ਸਫਾਈ ਅਭਿਆਨ ਵਿਚ ਹਿੱਸਾ ਲੈਣਾ
- ਤਿਉਹਾਰ ਆਦਿ ਜਸ਼ਨ ਆਉਣ 'ਤੇ ਸਮੁਦਾਏ ਵਿਚ ਲੋਕਾਂ ਨਾਲ ਸਜਾਵਟ ਦੇ ਕੰਮ ਵਿਚ ਹਿੱਸਾ ਲੈਣਾ।

- ਵੱਡੇ-ਬੁਜ਼ਰਗਾਂ ਦੀ ਲੋੜੀਂਦੀ ਅਨੁਸਾਰ ਮਦਦ ਕਰਨਾ।
- ਸਕੂਲ, ਕਲਾਸ ਦੀ ਸਫਾਈ ਵਿਚ ਸਮੱਰਥਾ ਦੇ ਅਨੁਸਾਰ ਹੱਥ ਵੰਡਾਉਣਾ।
- ਸਰੀਰਿਕ ਰੂਪ ਨਾਲ ਚੁਣੋਤੀ ਵਾਲੇ ਵਿਅਕਤੀ ਦੀ ਪ੍ਰਤੀਦਿਨ ਦੇ ਕਾਰਜਾਂ ਵਿਚ ਮਦਦ ਕਰਨਾ।

ਸੱਭਿਆਚਾਰਕ ਵਿਰਾਸਤ, ਰਾਸ਼ਟਰੀ ਏਕਤਾ ਨਾਲ ਸੰਬੰਧਤ ਕਿਰਿਆਕਲਾਪ (Activities related to cultural legacy and National integration)

- ਵੱਖ-ਵੱਖ ਰਾਜਾਂ ਦੇ ਲੋਕਾਂ ਦੀ ਖਾਨ-ਪਾਨ, ਰਹਿਣ-ਸਹਿਣ ਸੰਬੰਧੀ ਆਦਤਾਂ ਦਾ ਪਤਾ ਲਗਾਉਣਾ।
- ਥਾਂ-ਥਾਂ ਦੀ ਹਸਤ ਕਲਾ ਦੀ ਜਾਣਕਾਰੀ ਇਕੱਠੀ ਕਰਨਾ।
- ਸੰਗੀਤ ਵਾਦਯ ਯੰਤਰਾਂ, ਨਾਚ ਦੀ ਜਾਣਕਾਰੀ, ਉਨ੍ਹਾਂ ਦੇ ਚਿੱਤਰ ਇਕੱਠੇ ਕਰਨਾ।
- ਸੁਤੰਤਰਤਾ ਦਿਵਸ, ਗਣਤੰਤਰ ਦਿਵਸ ਅਤੇ ਹੋਰ ਰਾਸ਼ਟਰੀ ਤਿਉਹਾਰਾਂ ਦੀ ਜਾਣਕਾਰੀ ਅਤੇ ਉਨ੍ਹਾਂ ਨੂੰ ਮਨਾਉਣਾ।
- ਰਾਸ਼ਟਰੀ ਝੰਡਾ ਅਤੇ ਹੋਰ ਰਾਸ਼ਟਰੀ ਚਿੰਨ੍ਹ, ਜਿਵੇਂ- ਚਕੱਰ, ਆਦਿ ਦੇ ਚਿੱਤਰ ਬਣਾਉਣਾ।

ਵਾਤਾਵਾਰਣ ਜਾਗਰੂਕਤਾ ਨਾਲ ਸੰਬੰਧਿਤ ਕਿਰਿਆਕਲਾਪ (Activities related to Environment Awareness)

- ਵਾਤਾਵਰਣ ਪ੍ਰਦੂਸ਼ਣ ਨਾਲ ਸੰਬੰਧਿਤ ਚਿੱਤਰ ਅਤੇ ਸਮਾਚਾਰ ਇਕੱਠੇ ਕਰਨਾ।
- ਵਾਤਾਵਰਣ ਨੂੰ ਪ੍ਰਦੂਸ਼ਿਤ ਕਰਨ ਵਾਲੇ ਕਾਰਕਾਂ ਦੇ ਚਿੱਤਰ ਬਣਾਕੇ ਉਨ੍ਹਾਂ ਨੂੰ ਬੋਰਡ 'ਤੇ ਲਗਾਉਣਾ।
- ਵਾਤਾਵਰਣ ਪ੍ਰਦੂਸ਼ਣ ਨਾਲ ਸੰਬੰਧਤ ਨਾਰੇ ਬਣਾਉਣੇ ਅਤੇ ਉਨ੍ਹਾਂ ਨੂੰ ਲੋਕਾਂ ਤੱਕ ਪਹੁੰਚਾਉਣਾ।
- ਵਾਤਾਵਰਣ ਪ੍ਰਦੂਸ਼ਣ ਦੇ ਹਾਨੀਕਾਰਕ ਪ੍ਰਭਾਵਾਂ ਨਾਲ ਸੰਬੰਧਿਤ ਚਾਰਟ ਬਣਾਉਣਾ।
- ਵਨ ਮਹੋਤਸਵ, ਵਰਗੇ ਪ੍ਰੋਗਰਾਮਾਂ ਵਿਚ ਹਿੱਸਾ ਲੈਣਾ।

ਪ੍ਰਸ਼ਨ 14. ਪ੍ਰਾਇਮਰੀ ਸਿੱਖਿਆ ਦੇ ਸੰਦਰਭ ਵਿਚ ਕਾਰਜ ਸਿੱਖਿਆ ਲਈ ਸਮੱਗਰੀ ਦੀ ਚੋਣ ਅਤੇ ਤਾਲਮੇਲ 'ਤੇ ਚਰਚਾ ਕਰੋ।

ਉੱਤਰ - ਸੇਵਾ ਸੰਬੰਧੀ ਨਤੀਜਾਂ ਲਈ ਸਮਾਜਿਕ ਪਰਿਸਥਿਤੀਆਂ ਅਤੇ ਪਰਿਵੇਸ਼ ਸਾਡੇ ਲਈ ਹਮੇਸ਼ਾ ਉਪਲਬਧ ਹੈ ਪਰ ਜਿੱਥੇ ਕੁੱਝ ਬਣਾਉਣ ਦਾ ਸੰਦਰਭ ਆਉਂਦਾ ਹੈ ਉੱਥੇ ਅਧਿਆਪਕ ਜਾਂ ਤਾਂ ਬੱਚਿਆਂ ਨੂੰ ਘਰ ਤੋਂ ਸਮੱਗਰੀ ਲਾਉਣ ਲਈ ਕਹਿੰਦੇ ਹਨ ਜਾਂ ਸਕੂਲ ਵਿਚ ਉਸ ਸਮੱਗਰੀ ਨੂੰ ਖਰੀਦਣ ਲਈ ਫੰਡ ਦੀ ਗੱਲ ਕਰਦੇ ਹਨ।

ਜਿੱਥੇ ਤੱਕ ਉਪਕਰਣਾਂ ਦੀ ਗੱਲ ਹੈ ਜਿਵੇਂ- ਚੋਕ, ਮੋਮਬੱਤੀ ਆਦਿ ਬਣਾਉਣ ਲਈ ਖਾਂਚੇ ਜਾਂ ਫੇਰ ਬਾਂਧਨੀ ਆਦਿ ਲਈ ਪਤੀਲੇ ਆਦਿ ਸਕੂਲ ਵੱਲੋਂ ਉਪਲਬਧ ਕਰਾਏ ਜਾਣੇ ਚਾਹੀਦੇ ਹਨ। ਜੇ ਕਿਸੇ ਕਾਰਣ ਸਕੂਲ ਨਹੀਂ ਦੇ ਪਾ ਰਿਹਾ ਹੈ ਤਾਂ ਸਮੁਦਾਏ ਦਾ ਸਹਿਯੋਗ ਲੈਕੇ ਇਨ੍ਹਾਂ ਸਾਰੇ ਉਪਕਰਣਾਂ ਦੀ ਉਪਲਬਧੀ ਬਾਰੇ ਵਿਚਾਰ ਕੀਤਾ ਜਾ ਸਕਦਾ ਹੈ। ਜੇ ਇਹ ਵੀ ਸੰਭਵ ਨਹੀਂ ਹੈ ਤਾਂ ਇਹ ਜਰੂਰੀ ਨਹੀਂ ਕਿ ਅਸੀਂ ਕੋਈ ਹੋਰ ਗਤੀਵਿਧੀਆਂ ਬਾਰੇ ਵਿਚਾਰ ਨਹੀਂ ਕਰ ਸਕਦੇ।

1. ਪ੍ਰਕਰਿਤੀ ਤੋਂ ਆਰਾਮ ਨਾਲ ਉਪਲਬਧ ਸਮੱਗਰੀ।
2. ਅਨੁਪਯੋਗੀ ਸਮੱਗਰੀ।
3. ਘਟ ਲਾਗਤ ਵਾਲੀ ਸਮੱਗਰੀ।

ਤਾਲਿਕਾ 3.1

ਪ੍ਰਕਿਰਤੀ ਤੋਂ ਆਰਾਮ ਨਾਲ ਉਪਲਬਧ ਸਮੱਗਰੀ	ਅਨੁਪਯੋਗੀ ਸਮੱਗਰੀ	ਘਟ ਲਾਗਤ ਵਾਲੀ ਸਮੱਗਰੀ
ਪੌਦੇ, ਬਾਂਸ, ਪੱਤੇ, ਬੀਜ, ਫੱਲ-ਫੁੱਲ, ਪੇੜ, ਤਨੇ, ਪੇੜ ਦੀ ਛਾਲ, ਜੂਟ, ਨਾਰੀਯਲ ਦੇ ਖੋਪਰੇ, ਨਾਰੀਯਲ ਦੀ ਛਾਲ, ਰੇਤ, ਮਿੱਟੀ, ਕੰਕਰ/ਪੱਥਰ, ਪਾਣੀ, ਨੀਮ, ਲਾਖ।	ਖਾਲੀ ਡੱਬੇ, ਪੰਖ, ਲਕੜੀ ਅਤੇ ਗੱਤੇ ਦੇ ਡੱਬੇ, ਉਪਯੋਗ ਕੀਤੀ ਗਈ ਫੋਮ, ਜੁੱਤੇ ਦੇ ਡੱਬੇ, ਖਾਲੀ ਮਾਚਸ ਦੇ ਡੱਬੇ, ਕਤਰਨੇ, ਪੁਰਾਣਾ ਕੰਬਲ, ਪੁਰਾਣੀ ਚੱਟਾਈ, ਪੁਰਾਣੇ ਅਖਬਾਰ, ਪੁਰਾਣੀ ਪੱਤਰੀਕਾ, ਉਪਯੋਗ ਕੀਤੇ ਗਏ ਪਲਾਸਟੀਕ ਦੇ ਬੈਗ, ਉਪਯੋਗ ਕੀਤੇ ਗਏ ਪਲਾਸਟੀਕ ਦੇ ਕਪ। ਪਤਲੀ ਤਾਰ/ਮੋਟੀ ਤਾਰ, ਟੂਥ ਪੇਸਟ ਦੇ ਢੱਕਣ, ਅਨੁਪਯੋਗੀ ਪੈਨ, ਪੁਰਾਣੇ ਬਲੇਡ, ਪੁਰਾਣੇ ਪੋਸਟਕਾਰਡ, ਪ੍ਰੀਟਿੰਗ ਕਾਰਡ, ਪੁਰਾਣੀ ਸਟੈਮਪ, ਪੁਰਾਣੇ ਲਫਾਫੇ, ਧਾਗਾ, ਕਾਰਕ, ਬਟਨ, ਚੇਨ, ਸਾਇਕਲ ਦੀ ਟਯੁਬ, ਆਇਸਕ੍ਰੀਮ ਦੀ ਚੱਮਚ, ਅੰਡੇ ਦੇ ਛਿਲਕੇ, ਪੁਰਾਣੀ ਝਾੜੂ, ਪੁਰਾਣੀ ਟੋਕਰੀ, ਉਪਯੋਗ ਕੀਤੇ ਗਏ ਬਟਨ।	ਸਧਾਰਨ ਪਰ ਮਹੱਤਵਪੂਰਨ ਉਪਕਰਣ- ਕੈਂਚੀ, ਚਾਕੂ, ਪੈਮਾਨਾ, ਟੇਪ, ਗੌਂਦ, ਮੋਮਬੱਤੀ, ਕੱਪੜਾ, ਨਾਪਣ ਦਾ ਫੀਤਾ, ਵਾਸ਼ਰ ਕੀਲੇਂ। ਸਕੂ, ਧਾਗਾ, ਲਕੜੀ ਦੇ ਟੁਕੜੇ, ਬਰੁਸ਼। ਰੰਗ, ਨੀਲ, ਗੇਰੂ, ਤਰਾਂ-ਤਰਾਂ ਦੇ ਕਾਗਜ਼, ਰੇਕਸੀਨ, ਤਾਰ, ਰਬਰ।

ਇਸ ਸੂਚੀ ਨੂੰ ਧਿਆਨਪੂਰਨ ਦੇਖਣ ਤੋਂ ਇਹ ਪਤਾ ਲੱਗਦਾ ਹੈ ਕਿ ਇਹ ਸਾਰੀ ਸਮੱਗਰੀ ਸਾਡੇ ਆਲੇ-ਦੁਆਲੇ ਹੀ ਉਪਲਬਧ ਹੈ। ਸਾਨੂੰ ਇਸ ਸਮੱਗਰੀ ਲਈ ਕਿੱਥੇ ਦੂਰ ਜਾਣ ਦੀ ਲੋੜ ਨਹੀਂ। ਤੁਹਾਡੀ

ਸੂਚੀ ਉਪਰੋਕਤ ਸੂਚੀ ਤੋਂ ਵੱਡੀ ਹੋ ਸਕਦੀ ਹੈ। ਜੇ ਬੱਚਿਆਂ ਨਾਲ ਇਸ ਤਰਾਂ ਦੀ ਸਮੱਗਰੀ ਨੂੰ ਲੱਭ ਕੇ ਸਕੂਲ ਵਿਚ ਇਕੱਠਾ ਕਰਨ ਲਈ ਕਿਹਾ ਜਾਵੇ ਤਾਂ ਉਹ ਇਹ ਕੰਮ ਬਹੁਤ ਉਤਸ਼ਾਹ ਨਾਲ ਕਰਣਗੇ। ਇਸ ਸਮੱਗਰੀ ਦੀ ਇਕ ਸੂਚੀ ਵੀ ਬਣਾਈ ਜਾਣੀ ਚਾਹੀਦੀ ਹੈ ਅਤੇ ਇਹ ਵੀ ਲਿੱਖਿਆ ਜਾਣਾ ਚਾਹੀਦਾ ਹੈ ਕਿ ਕਿਹੜੀ ਸਮੱਗਰੀ ਕਦੋਂ ਇਕੱਠੀ ਕੀਤੀ ਗਈ ਅਤੇ ਕਿਸਦੇ ਰਾਹੀਂ ਇਕੱਠੀ ਕੀਤੀ ਗਈ। ਜਦੋਂ ਕੋਈ ਬੱਚਾ ਬੇਕਾਰ ਵਸਤੂ ਲਾਉਂਦਾ ਹੈ ਤਾਂ ਸਵੇਰ ਦੀ ਸਭਾ ਆਦਿ ਵਿਚ ਉਸ ਨੂੰ ਸ਼ਾਮਿਲ ਕਰੋ। ਇਸ ਸਪਤਾਹ ਦੀ ਆਕਰਥਕ ਸਮੱਗਰੀ ਇਸ ਪ੍ਰਕਾਰ ਦੇ ਆਕਰਸ਼ਕ ਨਾਰੇ ਵੀ ਲਿੱਖ ਕੇ ਲਗਾ ਸਕਦੇ ਹਨ। ਇਸ ਨਾਲ ਬੱਚਿਆਂ ਵਿਚ ਉਤਸ਼ਾਹ ਵੱਧੇਗਾ ਵੱਖ-ਵੱਖ ਸਮੱਗਰੀ ਨੂੰ ਇਕੱਠਾ ਕਰਨ ਦਾ। ਇਸ ਨਾਲ ਬੱਚਿਆਂ ਵਿਚ ਕਈ ਸਕਾਰਾਤਮਕ ਗੱਲਾਂ ਦਾ ਵਿਕਾਸ ਹੋਵੇਗਾ।

1. ਵਿਗਿਆਨਕ
2. ਵਿਵਸਥਿਤ ਢੰਗ ਨਾਲ ਵਸਤਾਂ ਨੂੰ ਰੱਖਣਾ।
3. ਆਲੇ-ਦੁਆਲੇ ਦੇ ਵਾਤਾਵਰਣ ਦਾ ਅਵਲੋਕਨ ਕਰਨ ਦੀ ਸ਼ਕਤੀ ਦਾ ਵਿਕਾਸ।

ਸੋਚ ਸਮਝ ਕੇ ਆਯੋਜਿਤ ਕੀਤੀ ਗਈ ਗਤੀਵਿਧੀਆਂ ਬੱਚਿਆਂ ਨੂੰ ਸਿੱਖਣ ਦੇ ਕਈ ਸੁੰਦਰ ਮੌਕੇ ਪ੍ਰਦਾਨ ਕਰਦੀ ਹੈ। ਖੁਦ ਫੈਸਲਾ ਲੈਣ ਤੋਂ ਪਹਿਲਾਂ ਇਹ ਚੰਗਾ ਰਹੇਗਾ ਕਿ ਬੱਚਿਆਂ ਤੋਂ ਹੀ ਪੁੱਛੋ ਕੀ ਪੁਰਾਲੇਖ ਕੀਤੀ ਗਈ ਸਮੱਗਰੀ ਤੋਂ ਕਿਹੜੀ ਵਸਤਾਂ ਬਣਾਉਣੀ ਚਾਹੀਦੀ ਹੈ। ਚਰਚਾ ਕਰਦੇ ਸਮੇਂ ਕਿਹੜੀ ਸਮੱਗਰੀ ਦਾ ਸਰੋਤ ਕੀ ਹੈ, ਉਸਦੇ ਉਪਯੋਗ ਕੀ ਹੈ? ਇਨ੍ਹਾਂ 'ਤੇ ਵੀ ਗੱਲਬਾਤ ਕੀਤੀ ਜਾ ਸਕਦੀ ਹੈ।

ਪ੍ਰਸ਼ਨ 15. ਸਮੱਗਰੀਆਂ ਅਤੇ ਉਪਕਰਣਾਂ ਦਾ ਕਿਵੇਂ ਭੰਡਾਰਣ ਅਤੇ ਪ੍ਰਬੰਧਨ ਕੀਤਾ ਜਾਂਦਾ ਹੈ? ਚਰਚਾ ਕਰੋ।

ਉੱਤਰ - ਸਕੂਲ ਵਿਸ਼ੇਸ਼ ਕਰ ਕੇ ਸਰਕਾਰੀ ਸਕੂਲਾਂ ਵਿਚ ਪ੍ਰਯੋਗਸ਼ਾਲਾ ਵਿਚ ਕਈ ਪ੍ਰਕਾਰ ਦੇ ਬਹੁਮੁੱਲ ਉਪਯੋਗੀ ਉਪਕਰਣ ਮੌਜੂਦ ਰਹਿੰਦੇ ਹਨ, ਉਪਯੋਗ ਵਿਚ ਲਾਈ ਜਾਣ ਵਾਲੀ ਸਮੱਗਰੀ ਦੀ ਘਾਟ ਵੀ ਦਿੱਖਾਈ ਨਹੀਂ ਦਿੰਦੀ, ਫੇਰ ਵੀ ਬੱਚੇ ਪ੍ਰਯੋਗਿਕ ਕਾਰਜ ਨਹੀਂ ਕਰ ਪਾਂਦੇ ਕਿਉਂਕਿ-

- ਉਪਕਰਣ ਕਾਰਜ ਨਹੀਂ ਕਰ ਪਾਂਦੇ,
- ਸਮੱਗਰੀ ਖਰਾਬ ਨਿਕੱਲ ਜਾਂਦੀ ਹੈ।

ਇਹ ਸਿਰਫ ਇਸ ਕਾਰਨ ਨਾਲ ਹੁੰਦਾ ਹੈ ਕਿ ਉਪਕਰਣਾਂ ਦਾ ਨਾ ਤਾਂ ਸਹੀ ਰੂਪ ਨਾਲ ਦੇਖਭਾਲ ਨਹੀਂ ਕੀਤੀ ਜਾਂਦੀ ਅਤੇ ਨਾ ਹੀ ਉਪਯੋਗ। ਲੋੜ ਹੈ ਅਜਿਹੇ ਦ੍ਰਿਸ਼ਟੀਕੋਣ ਦੀ ਕਿ ਇਹ ਸਮੱਗਰੀ ਅਤੇ ਉਪਕਰਣ ਸਾਡਾ ਹੀ ਹੈ ਅਤੇ ਇਸਦੀ ਦੇਖਭਾਲ, ਪ੍ਰਬੰਧਨ ਅਤੇ ਭੰਡਾਰਣ ਵੀ ਉਨ੍ਹੀ ਹੁਨਰਾਂ ਅਤੇ ਭਾਵ ਦੀ ਮੰਗ ਕਰਦਾ ਹੈ, ਜਿਨ੍ਹਾਂ ਹੁਨਰਾਂ ਦੇ ਨਾਲ ਅਸੀਂ ਆਪਣੇ ਘਰ ਦੇ ਸਮਾਨ ਦਾ ਪ੍ਰਬੰਧਨ ਕਰਦੇ ਹਨ।

ਸਕੂਲ ਵਿਚ ਸਭ ਤੋਂ ਪਹਿਲਾਂ ਜਰੂਰੀ ਹੈ ਕਿ ਕਾਰਜ ਸਿੱਖਿਆ ਦੇ ਅਧੀਨ ਮੰਗਵਾਏ ਗਏ ਉਪਕਰਣਾਂ ਦੀ ਇਕ ਸੂਚੀ ਬਣਾਏ ਅਤੇ ਸਟੋਕ ਰਜਿਸਟਰ ਵਿਚ ਉਸਦੇ ਦਿੱਤੇ ਗਏ ਕਾਲਮਾਂ ਦੇ

ਅਨੁਸਾਰ ਤਿਜਾਰਤੀ ਨੂੰ ਭਰੋ। ਪ੍ਰਬੰਧਨ ਲਈ ਸਿਰਫ ਇਨ੍ਹਾਂ ਹੀ ਕਾਫੀ ਨਹੀਂ ਹੈ, ਹੇਠ ਲਿਖੀ ਬਿੰਦੂਆਂ ਨੂੰ ਵੀ ਧਿਆਨ ਵਿਚ ਰੱਖਣ ਦੀ ਲੋੜ ਹੈ-

1. ਲੋੜ ਦੇ ਅਨੁਸਾਰ ਉਪਕਰਣਾਂ ਅਤੇ ਸਮੱਗਰੀ ਦੀ ਉਪਲਬਧਤਾ ਆਸਾਨ ਬਣਾਉ। ਇੱਥੇ ਆਸਾਨ ਬਣਾਉਣ ਤੋਂ ਮਤਲਬ ਹੈ ਕਿ ਉਪਕਰਣਾਂ ਅਤੇ ਸਮੱਗਡੀ ਦੇ ਪ੍ਰਯੋਗ ਵਿਚ ਝਿਜਕੇ ਨਹੀਂ। ਬਹੁਤ ਸਾਰੇ ਸਕੂਲ ਵਿਚ ਬਹੁਤ ਸਾਰੇ ਸਮਾਨ ਮਾਤ੍ਰ ਇਸ ਲਈ ਉਪਯੋਗ ਵਿਚ ਨਹੀਂ ਲਿਆਇਆ ਜਾਂਦਾ ਕਿ ਕਿੱਥੇ ਉਹ ਟੁੱਟ ਨਾ ਜਾਵੇ। ਬੱਚੇ ਹੋਏ ਉਪਕਰਣ ਬਿਨਾ ਉਪਯੋਗ ਵਿਚ ਲਾਏ ਹੋਏ ਬੇਕਾਰ ਹੋ ਜਾਂਦੇ ਹਨ।

2. ਜਦੋਂ ਵੀ ਪ੍ਰਯੋਗ ਬੱਚਿਆਂ ਨੂੰ ਕਰਨ ਲਈ ਦਿੱਤੇ ਜਾਣ, ਉਨ੍ਹਾਂ ਨੂੰ ਸਾਵਧਾਨੀ ਨਾਲ ਉਪਯੋਗ ਕੀਤੇ ਜਾਣ ਨਾਲ ਸੰਬੰਧਤ ਮੁੱਖ ਬਿੰਦੂ ਬੱਚਿਆਂ ਨੂੰ ਦੱਸੇ ਜਾਣ।

3. ਉਪਯੋਗ ਤੋਂ ਬਾਅਦ ਰੁਈ ਜਾਂ ਪੁਰਾਣੇ ਸੂਤੀ ਕੱਪੜੇ ਨਾਲ ਪੂੰਜ ਕੇ ਹੀ ਵਾਪਸ ਰੱਖਿਆ ਜਾਵੇ।

4. ਰੱਖਣ ਦੀ ਥਾਂ ਦੀ ਦੇਖਭਾਲ ਵੀ ਜਰੂਰੀ ਹੈ। ਜਿਸ ਥਾਂ 'ਤੇ ਅਲਮੀਰਾ, ਬਕਸਾ, ਮੇਜ ਆਦਿ ਸਮੱਗਰੀ ਜਾਂ ਉਪਕਰਣ ਰੱਖਿਆ ਜਾਣਾ ਹੈ, ਉਹ ਸਾਫ-ਸੁਥਰਾ ਹੈ ਜਾਂ ਨਹੀਂ ਇਸ ਗੱਲ ਦਾ ਵੀ ਧਿਆਨ ਰੱਖਣਾ ਚਾਹੀਦਾ ਹੈ। ਉਸਦੀ ਧੂਲ ਹਟਾਉਣਾ ਨਿਸ਼ਚਿਤ ਰੂਪ ਤੋਂ ਜਰੂਰੀ ਹੈ।

5. ਜੇ ਕਿਸੇ ਕਾਰਨ ਤੋਂ ਉਪਕਰਣ ਉਪਯੋਗ ਵਿਚ ਨਹੀਂ ਆ ਰਹੇ ਤਾਂ ਵੀ ਵਿਚਕਾਰ ਵਿਚ ਉਨ੍ਹਾਂ ਨੂੰ ਕੱਢ ਕੇ ਉਨ੍ਹਾਂ ਨੂੰ ਸਾਫ ਕਰਨਾ ਜਰੂਰੀ ਹੈ। ਲੋੜ ਦੇ ਅਨੁਸਾਰ ਉਨ੍ਹਾਂ ਨੂੰ ਧੂਪ ਵਿਚ ਰੱਖਣਾ ਵੀ ਜਰੂਰੀ ਹੈ।

6. ਕੁੱਝ ਉਪਕਰਣ ਅਜਿਹੇ ਵੀ ਹੁੰਦੇ ਹਨ ਜਿਨ੍ਹਾਂ ਨੂੰ 'ਆਯਲਿੰਗ' ਦੀ ਜਰੂਰਤ ਹੈ। ਇਸ ਲਈ ਸਹੀ ਸਮੇਂ ਅਤੇ ਸਹੀ ਮਾਤਰਾ ਵਿਚ ਤੇਲ ਵੀ ਡਾਲਣ ਦੀ ਅਵਧੀ ਵਿਚ ਨਿਸ਼ਚਿਤ ਕਰਨੀ ਚਾਹੀਦੀ ਹੈ।

7. ਆਮ ਤੌਰ 'ਤੇ ਉਪਕਰਣਾਂ ਦੇ ਸੰਬੰਧ ਵਿਚ ਇਹ ਪ੍ਰਵਰਿਤੀ ਵੇਖੀ ਗਈ ਹੈ ਕਿ ਉਨ੍ਹਾਂ ਵਿਚ ਮਾੜੀ ਜਿਹੀ ਖਰਾਬੀ ਆਉਣ 'ਤੇ ਉਨ੍ਹਾਂ ਨੂੰ ਬੇਕਾਰ ਘੋਸ਼ਿਤ ਕਰ ਦਿੱਤਾ ਜਾਂਦਾ ਹੈ। ਉਪਕਰਣ ਦੇ ਸੰਬੰਧ ਵਿਚ ਤਕਨੀਕੀ ਸਮਝ ਰੱਖਣ ਵਾਲੇ ਮਾਹਿਰ ਲੋਕਾਂ ਤੋਂ ਸਲਾਹ ਲੈਕੇ ਹੀ ਉਸਨੂੰ ਸੁਟਣ ਜਾਂ ਦੁਬਾਰਾ ਉਪਯੋਗ ਵਿਚ ਲਾਉਣ ਦਾ ਫੈਸਲਾ ਕਰਣਗੇ।

8. ਨਿੱਕੀ-ਨਿੱਕੀ ਟੁੱਟ-ਫੁੱਟ ਨੂੰ ਠੀਕ ਕਰਨ ਨਾਲ ਸੰਬੰਧਤ ਹੁਨਟ ਵੀ ਅਧਿਆਪਕ ਨੂੰ ਆਉਣਾ ਚਾਹੀਦਾ ਹੈ ਅਤੇ ਆਪਣੇ ਬੱਚਿਆਂ ਵਿਚ ਵੀ ਇਹ ਗੁਣ ਵਿਕਸਿਤ ਕਰਨਾ ਚਾਹੀਦਾ ਹੈ ਕਿ ਲੋੜ ਦੇ ਅਨੁਸਾਰ ਉਪਕਰਣਾਂ ਦੀ ਨਿੱਕੀ-ਨਿੱਕੀ ਮੁਰੰਮਤ ਉਹ ਖੁਦ ਕਰ ਸਕਣ।

ਪ੍ਰਸ਼ਨ 16. ਅਨੁਭਵ ਦੇਣ ਅਤੇ ਪਾਠਕ੍ਰਮ ਦੇ ਵੱਖ-ਵੱਖ ਵਿਸ਼ੇ ਨੂੰ ਇਕੱਠਾ ਕਰਨ ਲਈ ਵਿਧੀਆਂ ਦਾ ਉੱਲੇਖ ਕਰੋ।

ਜਾਂ

ਲਾਜ਼ਮੀ ਵਿਸ਼ਾਂ ਵਿਚ ਅਨੁਭਾਵਾਂ ਨੂੰ ਦੇਣ ਦੀ ਵਿਧੀਆਂ ਦੱਸੋ।

ਜਾਂ

ਕਾਰਜ ਸਿੱਖਿਆ ਨਾਲ ਸੰਬੰਧਿਤ ਗਤੀਵਿਧੀਆਂ ਨੂੰ ਵੱਖ-ਵੱਖ ਵਿਸ਼ਾਂ ਨਾਲ ਜੋੜ੍ਹਨ ਦੇ ਬਾਰੇ ਵਿਚ ਸੁਝਾਵ ਦਓ।

ਉੱਤਰ - ਭਾਰਤੀ ਸਿੱਖਿਆ ਆਯੋਗ 1964-1966 (Kothari Commission) ਨੇ ਰਸਮੀ ਸਿੱਖਿਆ ਦੀ ਵੱਧ ਅਕਾਦਮਿਕ ਪ੍ਰਕਰਿਤੀ ਵਿਚ ਵੱਡੇ ਬਦਲਾਓ ਦੀ ਜਰੂਰਤ ਮਹਿਸੂਸ ਕੀਤੀ ਸੀ। ਗਾਂਧੀ ਜੀ ਨੇ ਉਤਪਾਦਕ ਕਾਰਜ ਨੂੰ ਲਾਜ਼ਮੀ ਰੂਪ ਵਿਚ ਸਿੱਖਿਆ ਪ੍ਰਕਿਰਿਆ ਵਿਚ ਸ਼ਾਮਲ ਕਰਨ ਦੀ ਗੱਲ ਕਹੀ ਸੀ। ਉਨ੍ਹਾਂ ਦੇ ਅਨੁਸਾਰ ਗਣਿਤ, ਵਿਗਿਆਨ, ਵਾਤਾਵਰਣ, ਇਤਿਹਾਸ, ਭੂਗੋਲ ਅਤੇ ਨਾਗਰਿਕ ਸ਼ਾਸਤਰ ਸਾਰੇ ਵਿਸ਼ਾਂ ਦੀ ਸਿੱਖਿਆ ਤਕਲੀ, ਤਰਖਾਣ, ਲੁਹਾਰੀ, ਖੇਤੀ, ਛਪਾਈ ਅਤੇ ਦੂਜੇ ਉਤਪਾਦਕ ਕਾਰਜਾਂ ਰਾਹੀਂ ਹੋਣੀ ਚਾਹੀਦੀ ਹੈ। ਉਨ੍ਹਾਂ ਨੇ ਦੂਰਗਾਮੀ ਸਮਾਜਿਕ ਤਬਦੀਲੀ ਦੀ ਸਿੱਖਿਅਕ ਪ੍ਰਕਿਰਿਆ ਨੂੰ ਵੀ ਕੰਮ ਦੇ ਨਾਲ ਜੋੜ੍ਹਨ ਦੀ ਗੱਲ ਕਹੀ ਸੀ। ਕਹਿਣ ਦਾ ਮਤਲਬ ਇਹ ਹੈ ਕਿ ਕਿਸੇ ਵੀ ਵਸਤੂ ਜਾਂ ਸਥਿਤੀ ਵਿਸ਼ੇਸ਼ ਨਾਲ ਜੁੜੇ ਸਿਧਾਂਤਕ ਗਿਆਨ ਨੂੰ ਵੱਖਰੇ ਰੂਪ ਤੋਂ ਸਮਝਾਉਣ ਦੀ ਥਾਂ 'ਤੇ ਕਾਰਜ ਰਾਹੀਂ ਸਮਝਾਉਣਾ ਚਾਹੀਦਾ ਹੈ।

ਕਾਰਜ ਸਿੱਖਿਆ ਗਤੀਵਿਧੀਆਂ ਸਕੂਲੀ ਪਾਠਕ੍ਰਮ ਵਿਚ ਵੱਖਰੇ ਰੂਪ ਤੋਂ ਆਯੋਜਿਤ ਨਾ ਕਰਕੇ ਹੋਰ ਪਾਠਕ੍ਰਮ ਵਿਸ਼ਾਂ ਦੇ ਨਾਲ ਤਾਲਮੇਲ ਕਰ ਆਯੋਜਿਤ ਅਤੇ ਸੰਚਾਲਿਤ ਕੀਤੀ ਜਾਣੀ ਚਾਹੀਦੀ ਹੈ। ਵੱਖ-ਵੱਖ ਵਿਸ਼ਾਂ ਤੋਂ ਕਾਰਜ ਸਿੱਖਿਆ ਸੰਬੰਧੀ ਗਤੀਵਿਧੀਆਂ ਦਾ ਜੁੜਾਵ ਕਰਨ ਦੇ ਸੰਦਰਭ ਵਿਚ ਕੁੱਝ ਸੁਝਾਓ ਹੇਠ ਲਿਖੇ ਹਨ-

1. **ਭਾਸ਼ਾ (Language)** - ਭਾਸ਼ਾ ਦੇ ਸੰਦਰਭ ਵਿਚ ਹੇਠ ਦਿੱਤੇ ਬਿੰਦੂ ਵਿਚਾਰ ਕਰਨ ਯੋਗ ਹੈ-

- ਸੰਚਾਰ ਲਈ ਆਕਰਸ਼ਕ ਅਤੇ ਸਾਰਥਕ ਸਿਰਲੇਖ ਸੁਝਾਉਣਾ
- ਉਚਿਤ ਸ਼ਬਦਾਂ ਅਤੇ ਆਸਾਨ ਵਾਕਾਂ ਦਾ ਪ੍ਰਯੋਗ
- ਕੀਤੇ ਗਏ ਕਾਰਜ ਦੇ ਸੰਬੰਧ ਵਿਚ ਲਿਖੱਤ ਸਮੀਕਰਨ
- ਵਿਵਸਥਿਤ ਕ੍ਰਮ ਦੇ ਵਿਚਾਰਾਂ ਦੀ ਪ੍ਰਸਤੁਤੀ
- ਅਨੁਭਵਾਂ ਨੂੰ ਸੰਬੰਧਤ ਰੂਪ ਵਿਚ ਲਿਖਣਾ
- ਨਿੱਕੇ ਅਤੇ ਆਸਾਨ ਵਾਕਾਂ ਵਿਚ ਲੇਖ ਤਿਆਰ ਕਰਨਾ
- ਸ਼ਬਦ ਸੰਪਦਾ ਵਿਚ ਵਾਧਾ
- ਮੁਹਾਵਰਾਂ ਦਾ ਪ੍ਰਯੋਗ
- ਸੰਦਰਭ ਵਿਚ ਵਿਆਕਰਣ ਦਾ ਪ੍ਰਯੋਗ

2. **ਗਣਿਤ (Mathematics)** - ਕਾਰਜ ਸਿੱਖਿਆ ਨਾਲ ਸੰਬੰਧਤ ਗਤੀਵਿਧਿਆਂ ਗਣਿਤ ਦਾ ਗਿਆਨ ਪ੍ਰਾਪਤ ਕਰਨ ਵਿਚ ਸਹਾਇਕ ਹੈ ਜਿਵੇਂ-

- ਸ਼ਯਾਮਪੱਟ ਦੀ ਪੁਤਾਈ ਕਰਦੇ ਸਮੇਂ ਕਈ ਤੱਤਾਂ 'ਤੇ ਧਿਆਨ ਦਓ-
  - ਖੇਤਰਫਲ, ਲੰਮਾਈ-ਚੋੜਾਈ ਦੇ ਅਨੁਸਾਰ ਸਮੱਗਰੀ ਦੀ ਲਾਗਤ

- ਸਮੇਂ ਦਾ ਅਨੁਮਾਨ
- ਮਨੁੱਖੀ ਉਰਜਾ/ਮਿਹਨਤ ਦੀ ਖਪਤ

- ਤਰਾਂ-ਤਰਾਂ ਦੀ ਜਿਓਮੈਟਿਕ ਆਕਾਰਾਂ ਦਾ ਗਿਆਨ
- ਕਿਸੇ ਵੀ ਵਸਤੂ ਦੇ ਨਿਰਮਾਣ ਤੋਂ ਬਾਅਦ ਉਸਦਾ ਮੁੱਲ ਕੱਡਣਾ
- ਮਾਪ ਲੈਣ ਦਾ ਹੁਨਰ
- ਗਿਣਤੀ ਦਾ ਗਿਆਨ ਅਤੇ ਸਮਝ
- ਮਾਪ ਲੈਣ ਦੀ ਇਕਾਈਆਂ ਦੀ ਸਮਝ ਅਤੇ ਉਨ੍ਹਾਂ ਨੂੰ ਇਕ-ਦੂਜੇ ਵਿਚ ਤਬਦੀਲ ਕਰਨਾ ਆਉਣਾ।
- ਸੂਦ ਬਿਆਜ ਆਦਿ ਅਵਧਾਰਣਾਵਾਂ ਦੀ ਜਾਣ-ਪਛਾਣ

3. **ਵਾਤਾਵਰਣ ਅਧਿਐਨ, ਸਮਾਜਿਕ ਗਿਆਨ ਇਤਿਹਾਸ ਆਦਿ (Environmental studies social sciences and History etc.)** - ਸਾਰੇ ਕਾਰਜ ਅਤੇ ਵਿਧੀ ਕਾ ਆਪਣਾ ਇਕ ਇਤਿਹਾਸ ਹੁੰਦਾ ਹੈ। ਕਾਰਜ ਕਰਨ ਦੇ ਦੌਰਾਨ ਉਸ ਕੰਮ ਦੇ ਇਤਿਹਾਸਕ ਮਹੱਤਵ ਦੀ ਜਾਣਕਾਰੀ ਪ੍ਰਾਪਤ ਕਰਨਾ ਕਿਤਾਬ ਰਾਹੀਂ ਪ੍ਰਾਪਤ ਕੀਤੇ ਗਏ ਗਿਆਨ ਤੋਂ ਵੱਧ ਮਹੱਤਵਪੂਰਨ ਅਤੇ ਸਾਰਥਕ ਹੈ। ਕਾਰਜ ਸਿੱਖਿਆ ਦੇ ਅਧੀਨ ਕਰਾਈ ਜਾਣ ਵਾਲੀ ਗਤੀਵਿਧੀਆਂ ਬਹੁਤ ਸਾਰੇ ਸਮਾਜਿਕ ਸੱਭਿਆਚਾਰਕ ਅਤੇ ਇਤਿਹਾਸਕ ਵਿਸ਼ਾਂ ਦੇ ਪ੍ਰਤੀ ਸੁਖਮ ਅਤੇ ਗਹਿਨ ਸਮਝ ਬਣਾਉਂਦੀ ਹੈ ਜਿਵੇਂ-

- ਖੇਤੀਬਾੜੀ ਕਾਰਜ ਵਿਚ ਸ਼ਾਮਲ ਲੋਕਾਂ ਦਾ ਰਹਿਣ-ਸਹਿਣ
- ਲੋੜ ਅਤੇ ਪੂਰਤੀ ਵਿਚ ਸੰਬੰਧ
- ਮਨੁੱਖ ਅਤੇ ਪਸ਼ੂ ਜੀਵਨ ਦਾ ਸੰਬੰਧ
- ਉਦੋਗ ਅਤੇ ਵਾਤਾਵਰਣ
- ਵਸਤਾਂ ਦੇ ਨਿਰਮਾਣ ਵਿਚ ਮਿਹਨਤ ਦਾ ਮਹੱਤਵ
- ਮੁੱਲਾਂ ਦਾ ਨਿਰਧਾਰਣ
- ਜਾਤੀ ਅਤੇ ਮਿਹਨਤ

ਵਿਗਿਆਨ ਪਰਕ ਸਿਧਾਂਤ ਵੀ ਕਾਰਨ ਦੇ ਦੌਰਾਨ ਸਮਝੇ ਜਾ ਸਕਦੇ ਹਨ ਜਿਵੇਂ- ਘਿਰਨੀ ਕਿਵੇਂ ਕਾਰਜ ਕਰਦੀ ਹੈ, ਉੱਤੋਲਕ ਅਤੇ ਫਲਕ੍ਰਮ ਦੇ ਕੀ ਸਿਧਾਂਤ ਹਨ, ਦਾਲਾਂ ਨੂੰ ਭਿਗੋਕੇ ਬਣਾਉਣ ਦੇ ਕੀ ਲਾਭ ਹਨ, ਸੰਤੁਲਿਤ ਆਹਾਰ ਵਿਚ ਪਹਿਲਾਂ ਤੋਂ ਚਲੀ ਆ ਰਹੀਂ ਮਾਨਤਾਂ ਦੇ ਕੀ ਅਰਥ ਹਨ ਆਦਿ।

ਪ੍ਰਸ਼ਨ 17. ਕਾਰਜ ਸਿੱਖਿਆ ਨਾਲ ਸੰਬੰਧਿਤ ਸਿੱਖਿਆ-ਸਿੱਖਣ ਵਿਧੀਆਂ ਦਾ ਵਰਣਨ ਕਰੋ।

ਜਾਂ

ਭ੍ਰਮਣ (ਟੂਰਿੰਗ) ਵਿਧੀ ਤੋਂ ਤੁਸੀਂ ਕੀ ਸਮਝਦੇ ਹੋ? ਇਸ ਵਿਧੀ ਦੇ ਲਾਭ ਵੀ ਦੱਸੋ।

ਜਾਂ

ਕਾਰਜ ਸਿੱਖਿਆ ਦੇ ਸੰਦਰਭ ਵਿਚ ਪਰਿਯੋਜਨਾ ਵਿਧੀ ਦੇ ਕੋਈ ਚਾਰ ਮੁੱਖ ਚਰਣ ਦਸੋ।

[ਅਕਤੂਬਰ 2016, ਪ੍ਰਸ਼ਨ 28]

ਉੱਤਰ - ਕਾਰਜ ਸਿੱਖਿਆ ਨਾਲ ਸੰਬੰਧਿਤ ਸਿੱਖਿਆ-ਸਿੱਖਣ ਦੀ ਵਿਧੀਆਂ ਹੇਠ ਲਿਖੀ ਹਨ-

1. **ਅਵਲੋਕਨ ਵਿਧੀ -** ਇਹ ਗਿਆਨ ਕਮਾਉਣ ਦੀ ਸਭ ਤੋਂ ਆਸਾਨ ਅਤੇ ਪ੍ਰਭਾਵੀ ਵਿਧੀ ਹੈ ਜਿਸ ਵਿਚ ਬੱਚਾ ਖੁਦ ਕਿਰਿਆਸ਼ੀਲ ਰਹਿਕੇ ਕਿਸੇ ਵਸਤੂ ਜਾਂ ਤੱਥ ਦਾ ਬਾਰੀਕੀ ਨਾਲ ਨਿਰੱਖਣ ਕਰਕੇ ਗਿਆਨ ਪ੍ਰਾਪਤ ਕਰਦਾ ਹੈ। ਇਹ ਮੰਨਿਆ ਜਾਂਦਾ ਹੈ ਕਿ ਬੱਚਾ ਜਿੰਨਾ ਵੱਧ ਆਪਣੀ ਇੰਦਰੀਆਂ ਦਾ ਪ੍ਰਯੋਗ ਕਿਸੇ ਕਾਰਜ ਨੂੰ ਸਿੱਖਣ ਵਿਚ ਕਰੇਗਾ ਉਸਦਾ ਗਿਆਨ ਉਨ੍ਹਾਂ ਹੀ ਵੱਧੇਗਾ। ਇਹ ਵਿਧੀ ਕਿਸੀ ਵਸਤੂ ਨੂੰ ਧਿਆਨ ਨਾਲ ਵੇਖਣ ਅਤ ਉਸਦੇ ਕਿਰਿਆਕਲਾਪਾਂ ਅਤੇ ਰਚਨਾ ਵੱਖ-ਵੱਖ ਅੰਗਾਂ ਦੀ ਜਾਣਕਾਰੀ ਪ੍ਰਾਪਤ ਕਰਨ 'ਤੇ ਅਧਾਰਿਤ ਹੈ।

ਇਸ ਵਿਧੀ ਦੇ ਉਪਯੋਗ ਅਸੀਂ ਦੋ ਤਰੀਕੇ ਨਾਲ ਕਰ ਸਕਦੇ ਹਨ-

- ਬੱਚੇ ਨੂੰ ਕਿਸੇ ਵੀ ਘਟਨਾ, ਵਸਤੂ ਅਤੇ ਸਮਾਜਿਕ-ਸੱਭਿਆਚਾਰਿਕ ਘਟਨਾਵਾਂ ਦਾ ਅਵਲੋਕਨ ਕਰਨ ਲਈ ਕਹਿਣਾ ਅਤੇ ਉਸਦੇ ਅਧਾਰ 'ਤੇ ਆਪਣੇ ਗਿਆਨ ਅਤੇ ਸਮਝ ਵਿਚ ਵਾਧਾ ਕਰਨਾ।
- ਸਮਾਜਿਕ ਪਰਿਵੇਸ਼ ਵਿਚ ਹੋਣ ਵਾਲੀ ਪ੍ਰਕਿਰਿਆਵਾਂ ਦਾ, ਕਾਰਜਸਥਲਾਂ ਦਾ ਅਵਲੋਕਨ ਕਰਕੇ ਅਨੁਭਵ ਪ੍ਰਾਪਤ ਕੀਤੇ ਜਾਂਦੇ ਹਨ।

2. **ਪ੍ਰਦਰਸ਼ਨ ਵਿਧੀ -** ਪ੍ਰਦਰਸ਼ਨ ਵਿਧੀ ਉਹ ਸਿੱਖਿਆ ਵਿਧੀ ਹੈ ਜਿਸ ਵਿਚ ਕਿਸੇ ਸੰਰਚਨਾ, ਕਾਰਜ ਪ੍ਰਣਾਲੀ ਤੱਥ ਅਤੇ ਦ੍ਰਿਸ਼ ਨੂੰ ਸਪੱਸਟ ਕੀਤਾ ਜਾ ਸਕਦਾ ਹੈ। ਇਸ ਵਿਧੀ ਵਿਚ ਬੱਚੇ ਇੰਦਰੀਆਂ ਦੀ ਮਦਦ ਨਾਲ ਜਟਿਲ ਪ੍ਰਕਿਰਿਆ ਨਾ ਆਸਾਨੀ ਨਾਲ ਬੋਧ ਕਰ ਸਕਣਗੇ। ਇਸ ਵਿਧੀ ਰਾਹੀਂ ਸਿੱਖਿਆ ਕਰਨ 'ਤੇ ਮੂਰਤ ਤੋਂ ਅਮੂਰਤ ਸਿੱਖਿਆ ਦਾ ਅਨੁਸਰਣ ਕੀਤਾ ਜਾਂਦਾ ਹੈ। ਪ੍ਰਦਰਸ਼ਨ ਵਿਧੀ ਵਿਚ ਅਧਿਆਪਕ ਕਲਾਸ ਵਿਚ ਚਾਰਟ, ਮਾਡਲ ਦਾ ਆਯੋਜਨ ਕਰਕੇ ਸੰਬੰਧਿਤ ਵਿਸ਼ੇ-ਵਸਤੂ ਦਾ ਸਪੱਸ਼ਟੀਕਰਣ ਕਰਦਾ ਹੈ।

ਇਸ ਵਿਧੀ ਦੇ ਅਨੁਸਰਣ ਲਈ ਹੇਠ ਲਿਖੇ ਕਈ ਸੋਪਾਨ ਹਨ-

- **ਨਿਯਮਾਂ ਦਾ ਕਰਜ ਪ੍ਰਕਿਰਿਆ ਨਾਲ ਪ੍ਰਸਤੁਤੀਕਰਨ -** ਜਿਨ੍ਹਾਂ ਨਿਯਮਾਂ ਨੂੰ ਪ੍ਰਸਤੁਤ ਕਰਨਾ ਜਰੂਰੀ ਹੁੰਦਾ ਹੈ, ਉਨ੍ਹਾਂ ਦਾ ਤਰਕਪੂਰਨ ਢੰਗ ਨਾਲ ਵਿਸ਼ਲੇਸ਼ਣ ਕਰ ਲਿਆ ਜਾਂਦਾ ਹੈ ਅਤੇ ਬੱਚਿਆਂ ਦੀ ਮਾਨਸਿਕ ਸਮਰੱਥਾ ਦੇ ਅਨੁਕੂਲ ਉਨ੍ਹਾਂ ਨੂੰ ਕ੍ਰਮ ਪੂਰਵਕ ਪੇਸ਼ ਕੀਤਾ ਜਾਂਦਾ ਹੈ।

- **ਕਾਰਜ ਪ੍ਰਕਿਰਿਆ ਨਾਲ ਜੁੜੇ ਨਿਯਮਾ ਦੇ ਅੰਦਰ ਸੰਬੰਧ ਨਿਰੂਪਣ** - ਨਿਯਮਾਂ ਨੂੰ ਪੇਸ਼ ਕਰਨ ਤੋਂ ਬਾਅਦ ਉਨ੍ਹਾਂ ਨਾਲ ਜੁੜੇ ਸੰਬੰਧਾਂ ਦਾ ਨਿਰਧਾਰਨ ਕੀਤਾ ਜਾਂਦਾ ਹੈ। ਇਸੇ ਵਿਸ਼ਲੇਸ਼ਣ ਦੀ ਪ੍ਰਕਿਰਿਆ ਵੀ ਕਿਹਾ ਜਾਂਦਾ ਹੈ।
- **ਉਦਾਹਰਣਾਂ ਦੀ ਪੁਸ਼ਟੀ** - ਤਰਕਪੂਰਨ ਕਾਰਜ ਦੀ ਪੱਧਤੀ ਲਈ ਇਹ ਸੋਪਾਨ ਜਰੂਰੀ ਹੈ ਕਿ ਤੁਸੀਂ ਗਮਲਾਂ ਵਿਚ ਪੌਦੇ ਲਗਾਉਣ ਦੀ ਪ੍ਰਕਿਰਿਆ ਦਾ ਪ੍ਰਦਰਸ਼ਨ ਕਰੋ ਹਰੇ ਹੋ। ਤਸੀਂ ਬੱਚਿਆਂ ਨੂੰ ਦਿਖਾ ਰਹੇ ਹੋ ਕਿ ਮਿੱਟੀ ਕਿਵੇਂ ਭੁਰਭੁਰੀ ਕੀਤੀ ਜਾਂਦੀ ਹੈ, ਅਜਿਹਾ ਕਰਨਾ ਕਿਉਂ ਜਰੂਰੀ ਹੈ, ਇਸ 'ਤੇ ਸਵਾਲ ਵੀ ਕਰ ਰਹੇ ਹੈ, ਨਾਲ-ਨਾਲ ਤੁਸੀਂ ਉਨ੍ਹਾਂ ਦੇ ਅਨੁਭਵ ਦੇ ਅਧਾਰ 'ਤੇ ਉਦਾਹਰਣ ਵੀ ਪੇਸ਼ ਕਰ ਰਹੇ ਹੋ।

3. **ਪ੍ਰਯੋਗਾਤਮਕ ਵਿਧੀ** - ਇਸ ਵਿਧੀ ਦੇ ਅਧੀਨ ਬੱਚੇ ਕਿਸੇ ਨਿਸ਼ਚਿਤ ਟੀਚੇ ਦੀ ਪ੍ਰਾਪਤੀ ਲਈ ਪ੍ਰਯੋਗਾਤਮਕ ਰੂਪ ਵਿਚ ਕਾਰਜ ਕਰਦੇ ਹਨ। ਇਸ ਵਿਧੀ ਰਾਹੀਂ ਖੁਦ ਨਵੀਂ ਪਰਿਸਥਿਤੀਆਂ ਵਿਚ ਆਪਣੇ ਪੂਰਵ ਅਨੁਭਵ ਦੇ ਅਧਾਰ 'ਤੇ ਕਾਰਜ ਕਰਕੇ ਸਿੱਖਣ ਦੇ ਸਿਧਾਂਤ 'ਤੇ ਜ਼ੋਰ ਦਿੱਤਾ ਗਿਆ ਹੈ। ਬੱਚੇ ਇਕ ਅੰਵੇਸ਼ਕ ਦੀ ਪੂਰੀ ਇੰਦਰੀਆਂ ਚੰਗੇ ਤਰੀਕੇ ਨਾਲ ਕਾਰਜਸ਼ੀਲ ਰਹਿੰਦੀ ਹੈ। ਬੱਚੇ ਇਕ ਅੰਵੇਸ਼ਕ ਦੇ ਰੂਪ ਵਿਚ ਕਾਰਜ ਕਰਦੇ ਹਨ ਕਿਉਂਕਿ ਪ੍ਰਯੋਗਾਤਮਕ ਵਿਧੀ ਵਿਚ ਖੁਦ ਸਿੱਖਣ ਦੀ ਪ੍ਰਕਿਰਿਆ ਜਰੂਰੀ ਹੁੰਦੀ ਹੈ।

ਇਸ ਪੱਧਤੀ ਦੇ ਮੁੱਖ ਸਿਧਾਂਤ ਹੇਠ ਲਿਖੇ ਹਨ-

- **ਖੁਦ ਕਰਕੇ ਸਿੱਖਣਾ** - ਪੂਰੀ ਪ੍ਰਕਿਰਿਆ ਵਿਚ ਬੱਚਿਆਂ ਦੀ ਭੂਮਿਕਾ ਮੁੱਖ ਹੁੰਦੀ ਹੈ। ਉਨ੍ਹਾਂ ਨੂੰ ਸਿਰਫ ਉਨ੍ਹੀ ਹੀ ਸੂਚਨਾ ਦਿੱਤੀ ਜਾਂਦੀ ਹੈ ਜੋ ਉਸ ਵਿਚ ਕਾਰਜ ਵਿਚ ਪ੍ਰੇਰਿਤ ਹੋਣ ਲਈ ਰੁਚੀ ਅਤੇ ਉਤਸ਼ਾਹ ਪੈਣਾ ਕਰ ਸਕਣ ਸ਼ੇਸ਼ ਉਨ੍ਹਾਂ ਨੂੰ ਖੁਦ ਹੀ ਕੋਸ਼ਿਸ਼ ਕਰਕੇ ਲੱਭਣਾ ਹੁੰਦਾ ਹੈ।
- **ਬੱਚਿਆਂ ਦੀ ਕਾਰਜਸ਼ੀਲਤਾ** - ਕਿਉਂਕਿ ਬੱਚੇ ਖੁਕ ਕਰਕੇ ਸਿੱਖ ਰਹੇ ਹਨ ਇਸ ਲਈ ਇਹ ਕੁਦਰਤੀ ਹੈ ਕਿ ਉਨ੍ਹਾਂ ਦੀ ਗਤੀਵਿਧੀ ਮੁੱਖ ਤੌਰ ਤੇ ਪ੍ਰਭਾਵੀ ਹੋਵੇ ਨਿਸ਼ਕਿਰਿਆ ਰਹਿਕੇ ਉਹ ਸਮੱਸਿਆ ਦਾ ਹੱਲ, ਨਵੀਂ ਖੋਜ ਜਾਂ ਕਿਸੇ ਵੀ ਸਿਧਾਂਤ ਦਾ ਪ੍ਰਤਿਪਾਦਨ ਨਹੀਂ ਕਰ ਸਕਦੇ।
- **ਮਨੋਵਿਗਿਆਨਿਕਤਾ** - ਇਸ ਵਿਧੀ ਵਿਚ ਬੱਚੇ ਆਪਣੀ ਰੂਚੀ, ਲੋੜਾਂ, ਉਤਸ਼ਾਹ ਅਤੇ ਕੁਦਰਤੀ ਕਾਰਜਸ਼ੈਲੀ ਦੇ ਅਨੁਸਾਰ ਕਾਰਜ ਕਰਦੇ ਹਨ। ਉਹ ਆਪਣੇ ਪੂਰਵ ਅਨੁਭਵਾਂ ਦਾ ਭਰਪੂਰ ਲਾਭ ਉਠਾਉਂਦੇ ਹਨ।
- **ਵਿਗਿਆਨਿਕਤਾ** - ਬੱਚੇ ਖੁਦ ਕਾਰਜ ਵਿਚ ਸ਼ਾਮਿਲ ਹਨ, ਹਰ ਸੋਪਾਨ ਦੇ ਪ੍ਰਤੀ 'ਕਿਉਂ' ਸਵਾਲ ਪੈਦਾ ਕਰ ਉਸਦਾ ਉੱਤਰ ਲੱਭਦੇ ਹਨ, ਕ੍ਰਮਬੱਧ ਤਰੀਕੇ ਨਾਲ ਕਾਰਜ ਕਰਦੇ ਹਨ ਇਸ ਲਈ ਉਨ੍ਹਾਂ ਵਿਚ ਵਿਗਿਆਨਕ ਤੱਤਪਰਤਾ ਦੇ ਹੁਨਰ ਦਾ ਵਿਕਾਸ ਹੁੰਦਾ ਹੈ। ਉਹ ਆਪਣੇ ਆਪ ਨੂੰ ਇਕ ਅੰਵੇਸ਼ਣ ਦੀ ਸਥਿਤੀ ਵਿਚ ਰੱਖ ਕੇ ਸਿਧਾਂਤਾਂ, ਨਿਯਮਾਂ ਅਤੇ ਸਥਾਪਨਾਵਾਂ ਦੀ ਜਾਂਚ ਕਰਦੇ ਹਨ।

4. ਯੋਜਨਾ ਵਿਧੀ - ਯੋਜਨਾ ਵਿਧੀ ਹੀ ਇਕ ਅਜਿਹੀ ਵਿਧੀ ਹੈ ਜਿਸਦਾ ਪ੍ਰਯੋਗ ਕਰਕੇ ਲਗਭਗ ਸਾਰੇ ਵਿਸ਼ਾਂ ਦੀ ਸਿੱਖਿਆ ਦਿੱਤੀ ਜਾ ਸਕਦੀ ਹੈ। ਵਿਗਿਆਨ ਦੀ ਸਾਰੀ ਸ਼ਾਖਾਵਾਂ ਦੀ ਸਿੱਖਿਆ ਵਿਚ ਤਾਂ ਇਹ ਵਿਧੀ ਵਿਸ਼ੇਸ਼ ਕਰਕੇ ਲਾਭਦਾਇਕ ਹੈ ਜਿਸ ਵਿਚ ਪ੍ਰਯੋਗਾਤਮਕ ਅਤੇ ਵਿਵਹਾਰਇਕ ਕਾਰਜ ਸ਼ਾਮਿਲ ਹੁੰਦੇ ਹਨ। ਇਸ ਵਿਧੀ ਦੇ ਜਨਮਦਾਤਾ ਹੈ- ਅਮਰੀਕਾ ਦੇ ਮਸ਼ਹੂਰ ਸਿੱਖਿਆ ਸ਼ਾਸਤਰੀ ਜੋਨ ਡੀਵੀ ਦੇ ਯੋਗ ਸਿਸ਼ਯ ਸਰ ਵਿਲਿਯਮ ਕਿਲਪੈਟ੍ਰਿਕ। ਉਨ੍ਹਾਂ ਨੇ ਡੀਵੀ ਦੇ ਪ੍ਰਯੋਗਜਨਵਾਦ ਤੋਂ ਪ੍ਰਭਾਵਿਤ ਹੋਕੇ ਹੀ ਇਸ ਵਿਧੀ ਰਾਹੀਂ ਸਿੱਖਿਆ ਦੇ ਸਾਰੇ ਅੰਗਾਂ ਨੂੰ ਏਕਤਾ ਦੇ ਸੂਤਰ ਵਿਚ ਪਿਰੋ ਕੇ ਸਿੱਖਿਆ ਨੂੰ ਰੂਚੀਕਰ ਅਤੇ ਜੀਵਨ ਉਪਯੋਗੀ ਬਣਾਉਣ ਦੀ ਕੋਸ਼ਿਸ਼ ਕੀਤੀ ਹੈ।

ਇਹ ਵਿਧੀ ਹੇਠ ਲਿਖੇ ਬੁਨਿਯਾਦੀ ਸਿਧਾਂਤਾ 'ਤੇ ਅਧਾਰਿਤ ਹੈ-

- ਉਦੇਸ਼ ਦਾ ਸਿਧਾਂਤ
- ਕਿਰਿਆਸ਼ੀਲਤਾ ਦਾ ਸਿਧਾਂਤ
- ਸੁਤੰਤਰ ਵਾਤਾਵਰਣ ਦਾ ਸਿਧਾਂਤ
- ਉਪਯੋਗਿਤਾ ਦਾ ਸਿਧਾਂਤ
- ਅਨੁਭਵਸ਼ੀਲਤਾ ਦਾ ਸਿਧਾਂਤ
- ਵਾਸਤਵਿਕਤਾ ਦਾ ਸਿਧਾਂਤ

ਇਸ ਪੱਧਤੀ ਵਿਚ ਕਿਸੇ ਉਦੇਸ਼ਪੂਰਨ ਕਿਰਿਆ ਰਾਹੀਂ ਬੱਚਿਆਂ ਨੂੰ ਉਪਯੋਗੀ ਸਿੱਖਿਆ ਪ੍ਰਦਾਨ ਕੀਤੀ ਜਾਂਦੀ ਹੈ ਇਹ ਉਦੋਂ ਹੀ ਸੰਭਵ ਹੋ ਸਕਦਾ ਹੈ ਜਦੋਂ ਯੋਜਨਾ ਦੀ ਚੋਣ ਅਤੇ ਕਿਰਿਆਸ਼ੀਲ ਉਚਿਤ ਰੂਪ ਤੋਂ ਕੀਤੀ ਜਾਵੇ।

ਇਸਦੇ ਲਈ ਇਕ ਨਿਸ਼ਚਿਤ ਪ੍ਰਕਿਰਿਆ ਅਪਣਾਉਣੀ ਹੁੰਦੀ ਹੈ ਜਿਸਦੇ ਮੁੱਖ ਸੋਪਾਨ ਹੇਠ ਲਿਖੇ ਹਨ-

- ਸਥਿਤੀ ਪ੍ਰਦਾਨ ਕਰਨਾ
- ਪ੍ਰੋਜੇਕਟ ਦੀ ਚੋਣ ਕਰਨੀ
- ਪ੍ਰੋਜੇਕਟ ਬਣਾਉਣਾ
- ਯੋਜਨਾ ਬਣਾਉਣੀ
- ਮੁਲਾਂਕਣ
- ਰਿਕਾਰਡ ਕਰਨਾ

5. ਭ੍ਰਮਣ ਵਿਧੀ - ਕਲਾ ਦੀ ਚਾਰ ਦੀਵਾਰਾਂ ਦੇ ਅੰਦਰ ਕਿਤਾਬੀ ਗਿਆਨ ਤੋਂ ਧਨੀ ਬੱਚੇ ਦੀ ਸਥਿਤੀ ਉਸ ਡੱਡੂ ਵਾਂਗ ਹੀ ਹੈ ਜਿਸਨੂੰ ਉਹ ਖੂਹ ਹੀ ਸਮੁੰਦਰ ਲੱਗਣ ਲੱਗਦਾ ਹੈ। ਭ੍ਰਮਣ ਕਾਰਜ ਸਿੱਖਿਆ ਲਈ ਇਕ ਚਮਤਕਾਰੀ ਵਿਧੀ ਹੈ। ਕਾਰਜ ਸਿੱਖਿਆ ਵਿਚ ਸਿੱਖਣ-ਸਿੱਖਾਉਣ ਦੀ ਪ੍ਰਕਿਰਿਆ ਵਿਚ ਭ੍ਰਮਣ ਵਿਧੀ ਦੇ ਬਹੁਤ ਲਾਭ ਹਨ-

- ਕਲਾ ਵਿਚ ਸਤਰਾਂ ਦੀ ਵਿਵਸਥਾ ਵਾਲੇ ਵਾਤਾਵਰਣ ਵਿਚ ਪੜ੍ਹਨ ਨਾਲ ਇਕਸਾਰਤਾ ਅਤੇ ਨਿਰਸਤਾ ਆ ਜਾਂਦੀ ਹੈ ਅਤੇ ਭ੍ਰਮਣ ਵਿਧੀ ਇਸ ਦਿਸ਼ਾ ਵਿਚ ਇਕ ਰਚਨਾਤਮਕ ਬਦਲਾਓ ਲਾ ਸਕਦੀ ਹੈ।
- ਜਿਸ ਵਿਸ਼ੇ ਦੀ ਸਿਧਾਂਤਿਕ ਚਰਚਾ ਕਲਾਸ ਵਿਚ ਕੀਤੀ ਜਾਂਦੀ ਹੈ, ਉਸਦਾ ਬੱਚਿਆਂ ਨੂੰ ਵਿਵਹਾਰਿਕ ਗਿਆਨ ਹੋਣਾ ਵੀ ਜਰੂਰੀ ਹੈ ਅਤੇ ਇਹ ਵਿਧੀ ਇਸ ਦਿਸ਼ਾਂ ਵਿਚ ਇਕ ਜਰੂਰੀ ਭੂਮਿਕਾ ਨਿਭਾਉਂਦਾ ਹੈ।
- ਭ੍ਰਮਣ ਕਰਨ 'ਤੇ ਬੱਚਿਆਂ ਦੀ ਅਵਲੋਕਨ ਕਰਨ ਦੀ ਸਮਰੱਥਾ ਵਿਕਸਿਤ ਹੁੰਦੀ ਹੈ, ਭ੍ਰਮਣ ਦੇ ਦੌਰਾਨ ਉਹ ਕਾਰਜ ਨੂੰ ਅਸਲ ਸਥਿਤੀ ਵਿਚ ਹੁੰਦਾ ਹੋਇਆ ਦੇਖਦੇ ਹਨ, ਵਸਤੂ ਦਾ ਯਥਾਸਥਿਤੀ ਵਿਚ ਅਵਲੋਕਨ ਕਰਦੇ ਹਨ।
- ਭ੍ਰਮਣ ਰਾਹੀਂ ਪ੍ਰਾਪਤ ਗਿਆਨ ਸਥਾਈ ਹੁੰਦ ਹੈ ਕਿਉਂਕਿ ਇਸ ਵਿਚ ਬੱਚਿਆਂ ਦੀ ਪੂਰੀ ਭਾਗੀਦਾਰੀ ਹੁੰਦੀ ਹੈ।
- ਭ੍ਰਮਣ ਦੇ ਦੌਰਾਨ ਬੱਚੇ ਨੂੰ ਸਮੂਹ ਵਿਚ ਕਾਰਜ ਕਰਨ ਦਾ ਮੌਕਾ ਮਿਲਦਾ ਹੈ।
- ਭ੍ਰਮਣ ਰਾਹੀਂ ਬੱਚਿਆਂ ਵਿਚ ਇਸ ਗੱਲ ਦਾ ਵੀ ਸਮਝ ਵਿਕਸਿਤ ਹੁੰਦੀ ਹੈ ਕਿ ਦੁਜੇ ਸਥਾਨਾਂ 'ਤੇ ਕਿਵੇਂ ਵਿਵਹਾਰ ਕਰਨਾ ਚਾਹੀਦਾ ਹੈ, ਲੋਕਾਂ ਨਾਲ ਕਿਵੇਂ ਸੰਵਾਦ ਕੀਤਾ ਜਾਣਾ ਚਾਹੀਦਾ ਹੈ।

ਪ੍ਰਸ਼ਨ 18. ਕਾਰਜ ਸਿੱਖਿਆ ਵਿਚ ਗਤੀਵਿਧੀਆਂ ਦੀ ਚੋਣ ਕਰਨ ਲਈ ਮਾਨਦੰਡ ਅਤੇ ਅਧਾਰ ਦਾ ਵਰਣਨ ਕਰੋ।

ਜਾਂ

ਕਾਰਜ ਸਿੱਖਿਆ ਦੇ ਅਧੀਨ ਗਤੀਵਿਧੀਆਂ ਦੀ ਚੋਣ ਕਰਦੇ ਸਮੇਂ ਧਿਆਨ ਰੱਖਣ ਯੋਗ ਕੋਈ ਵੀ ਚਾਰ ਮੁੱਖ ਬਿੰਦੂਆਂ ਨੂੰ ਸਪੱਸ਼ਟ ਕਰੋ। **[ਅਕਤੂਬਰ 2016, ਪ੍ਰਸ਼ਨ 39]**

ਉੱਤਰ - ਆਪਣੇ ਵਿਸ਼ੇ ਦੇ ਅਧੀਨ ਜਦੋਂ ਵੀ ਅਧਿਆਪਕ ਗਤੀਵਿਧੀਆਂ ਦੀ ਚੋਣ ਕਰਦੇ ਹਨ, ਤਾਂ ਉਹ ਕੁੱਝ ਮਹੱਤਵਪੂਰਨ ਬਿੰਦੂਆਂ ਨੂੰ ਧਿਆਨ ਵਿਚ ਰੱਖਦੇ ਹਨ ਕਿਉਂਕਿ-

- ਕਲਾਸ ਵਿਚ ਬੈਠੇ ਬੱਚਿਆਂ ਦੇ ਅਨੁਭਵ ਵੱਖ-ਵੱਖ ਹਨ,
- ਉਨ੍ਹਾਂ ਦੀ ਰੂਚੀ, ਸਮਰੱਥਾ, ਰੁਝਾਨ ਇਕਸਮਾਨ ਨਹੀਂ ਹੈ,
- ਉਨ੍ਹਾਂ ਦਾ ਸਮਾਜਿਕ-ਆਰਥਿਕ ਪਿਛੋਕੜ ਵੀ ਵੱਖ-ਵੱਖ ਹੈ,
- ਅਧਿਆਪਕਾਂ ਦੇ ਅਨੁਭਵਾਂ ਅਤੇ ਹੁਨਰਾਂ ਅਧਾਰਿਤ ਗਿਆਨ ਦੀ ਆਪਣੀ ਇਕ ਸੀਮਾ ਹੈ,
- ਉਨ੍ਹਾਂ ਦੇ ਪਰਿਵੇਸ਼ ਵਿਚਿ ਉਪਲਬਧ ਸਰੋਤਾਂ ਦੀ ਵੀ ਸੀਮਾ ਹੁੰਦੀ ਹੈ।

ਕਈ ਅਜਿਹੇ ਬਿੰਦੂ ਹਨ ਜਿਨ੍ਹਾਂ ਦੇ ਅਧਾਰ 'ਤੇ ਅਧਿਆਪਕ ਆਪਣੇ ਸਕੂਲ ਲਈ ਤਰਾਂ-ਤਰਾਂ ਦੇ ਕਿਰਿਆਕਲਾਪਾਂ ਦੀ ਯੋਜਨਾ ਬਣਾਉਂਦੇ ਹਨ। ਅਜਿਹੇ ਹੀ ਕੁੱਝ ਬਿੰਦੂ ਹੇਠ ਲਿਖੇ ਹਨ-

1. ਕਾਰਜ ਸਿੱਖਿਆ ਦਾ ਉਦੇਸ਼ - ਸਭ ਤੋਂ ਪਹਿਲਾਂ ਇਹ ਧਿਆਨ ਵਿਚ ਰੱਖਣ ਦੀ ਲੋੜ ਹੈ ਕਿ ਕਰਵਾਏ ਜਾਣ ਵਾਲੇ ਕਿਰਿਆਕਲਾਪ ਵਿਚ 'ਕਾਰਜ ਸਿੱਖਿਆ' ਦੇ ਉਦੇਸ਼ ਸ਼ਾਮਿਲ ਹੋਣ। ਕਾਰਜ

ਸਿੱਖਿਆ ਦਾ ਹਰੇਕ ਕਾਰਜ-ਕਲਾਪ ਉਦੇਸ਼ਿਤ ਅਤੇ ਪੂਰਾ ਹੋਣਾ ਚਾਹੀਦਾ ਹੈ। ਇਹ ਜਰੂਰੀ ਨਹੀਂ ਕਿ ਹਰ ਕਿਰਿਆਕਲਾਪ ਤੋਂ ਸਾਰੇ ਉਦੇਸ਼ ਪੂਰੇ ਹੋਣ।

2. **ਬੱਚਿਆਂ ਦਾ ਪਿਛੋਕੜ** - ਕਾਰਜ ਸਿੱਖਿਆ ਦੇ ਕਿਰਿਆਕਲਾਪਾਂ ਦੀ ਚੋਣ ਕਰਦੇ ਸਮੇਂ ਸਾਡੇ ਲਈ ਉਨ੍ਹਾਂ ਬੱਚਿਆਂ ਦੇ ਸਮਾਜਿਕ, ਸੱਭਿਆਚਾਰਿਕ ਅਤੇ ਆਰਥਿਕ ਪਰਿਵੇਸ਼ ਦੀ ਜਾਣਕਾਰੀ ਅਤੇ ਸਮਝ ਬਹੁਤ ਜਰੂਰੀ ਹੈ ਜਿਨ੍ਹਾਂ ਬੱਚਿਆਂ ਤੋਂ ਕਿਰਿਆਕਲਾਪ ਕਰਵਾਏ ਜਾਣੇ ਹਨ।

3. **ਬੱਚਿਆਂ ਦਾ ਪੱਧਰ, ਰੂਚੀ ਅਤੇ ਲੋੜ** - ਕਿਰਿਆਕਲਾਪ ਦੀ ਚੋਣ ਅਤੇ ਬੱਚਿਆਂ ਦਾ ਸਰੀਰਿਕ, ਮਾਨਿਸਿਕ ਵਿਕਾਸ ਦੋਨਾਂ ਦਾ ਆਪਸ ਵਿਚ ਡੂੰਗਾ ਸੰਬੰਧ ਹੈ।

ਸਰੀਰਿਕ ਅਤੇ ਮਾਨਸਿਕ ਸਮਰੱਥਾ ਦੇ ਨਾਲ-ਨਾਲ ਬੱਚਿਆਂ ਦੀ ਰੂਚੀ ਅਤੇ ਲੋੜਾਂ ਵੀ ਜਰੂਰੀ ਹੈ। ਬੱਚੇ ਜੇ ਬਾਗਵਾਨੀ ਦੇ ਕਿਰਿਆਕਲਾਪਾਂ ਵਿਚ ਵੱਧ ਰੂਚੀ ਲੈ ਰਹੇ ਹਨ ਤਾਂ ਬਾਗਵਾਨੀ ਤੋਂ ਹੀ ਜੁੜੀ ਕੁੱਝ ਅਜਿਹੀ ਗਤੀਵਿਧੀਆਂ ਲੈ ਸਕਦੇ ਹਨ ਜੋ ਬਹੁ-ਉਦੇਸ਼ਿਤ ਹੋਵੇ।

4. **ਸਮੇਂ ਅਤੇ ਸਥਾਨ ਦੀ ਉਪਲਬਧਤਾ** - ਹਰ ਪ੍ਰਕਾਰ ਦੇ ਕਿਰਿਆਕਲਾਪ ਲਈ ਇਕ ਨਿਸ਼ਚਿਤ ਸਮੇਂ ਅਤੇ ਉਪਯੁਕਤ ਸਥਾਨ ਦੀ ਲੋੜ ਹੁੰਦੀ ਹੈ। 'ਸਮੇਂ' ਜਰੂਰਤ ਨੂੰ ਦੋ ਕੋਨਾਂ ਵਿਚ ਦਿਖਾ ਸਕਦਾ ਹੈ-

ਪਹਿਲਾਂ - ਕਿਸੇ ਕਿਰਿਆਕਲਾਪ ਵਿਸ਼ੇਸ਼ ਲਈ ਕਿੰਨਾ ਸਮੇਂ ਲਗੇਗਾ।

ਦੂਜਾ - ਕਿਹੜੀ ਕਿਰਿਆਕਲਾਪ ਕਦੋਂ ਕਰਾਈ ਜਾਵੇ।

ਦੋਵੇਂ ਬਿੰਦੂਆਂ 'ਤੇ ਤੁਸੀਂ ਆਸਾਨੀ ਨਾਲ ਵਿਚਾਰ ਕਰ ਸਕਦੇ ਹੋ। ਆਪਣੇ ਅਨੁਭਵਾਂ ਦੇ ਅਧਾਰ 'ਤੇ ਤੁਸੀਂ ਇਹ ਨਿਸ਼ਚਿਤ ਰੂਪ 'ਤੇ ਇਹ ਤੈਅ ਕਰ ਸਕੋਗੇ ਕਿ ਅਮੁਕ ਗਤੀਵਿਧੀ ਵਿਚ ਕਿੰਨਾ ਸਮੇਂ ਲਗੇਗਾ। ਇੱਥੇ ਗਤੀਵਿਧੀ ਦੀ ਪ੍ਰਕਿਰਤੀ ਦੇ ਨਾਲ-ਨਾਲ ਕਰਨ ਵਾਲੇ ਬੱਚਿਆਂ ਦੀ ਗਿਣਤੀ ਵੀ ਜਰੂਰੀ ਹੈ।

5. **ਸਰੋਤਾਂ ਦੀ ਉਪਲਬਧਤਾ** - ਅਧਿਆਪਕ ਦੀ ਇੱਛਾ ਹੈ ਕਿ ਉਹ ਆਪਣੇ ਬੱਚਿਆਂ ਨੂੰ ਸੀਪਿਆਂ ਦੀ ਮਦਦ ਨਾਲ ਕੁੱਝ ਕਾਰਜ ਕਰਵਾਏ ਕਿਉਂਕਿ ਉਦੀ ਅਧਿਆਪਕਾਂ ਦੇ ਵੀ ਸੀਪਿਆਂ ਦਾ ਕਾਰਜ ਕਰਵਾ ਕੇ ਉਸਦੇ ਅੰਦਰ ਰਚਨਾਤਮਕ ਸ਼ਕਤੀ ਅਤੇ ਸੁੰਦਰ ਅਨੁਭੂਤੀ ਦਾ ਵਿਕਾਸ ਕੀਤਾ ਸੀ। ਇਸੇ ਸੋਚ ਦੇ ਰਹਿੰਦੇ ਹੋਏ ਉਹ ਬੱਚਿਆਂ ਨੂੰ ਤਰਾਂ-ਤਰਾਂ ਦੇ ਆਕਾਰ ਵਾਲੀ ਸੀਪਿਆਂ ਲਾਉਣ ਲਈ ਕਹਿੰਦੀ ਹੈ। ਤੁਸੀਂ ਅਗਲੇ ਦਿਨ ਦਾ ਅਨੁਮਾਨ ਕਰ ਸਕਦੇ ਹੋ। ਜੀ ਹਾਂ, 40 ਬੱਚਿਆਂ ਦੀ ਗਿਣਤੀ ਵਿਚ ਸਿਰਥ 3 ਬੱਚੇ ਸੀਪਿਆਂ ਲਾਏ ਹਨ ਅਤੇ ਉਹ ਵੀ ਬਹੁਤ ਘਟ।

ਅਧਿਆਪਕ ਨਿਰਾਸ਼ ਹੈ। ਦੋ ਦਿਨ ਦਾ ਸਮੇਂ ਦਿੰਦੀ ਹੈ ਦੋ ਦਿਨ ਬਾਅਦ ਵੀ ਸਥਿਤੀ ਉਹੀ ਹੈ। ਉਸਦੇ ਅਨੁਸਾਰ -

- ਬੱਚੇ ਇੰਨੀ ਚੰਗੀ ਗਤੀਵਿਧੀ ਕਿਉਂ ਨਹੀਂ ਕਰਨਾ ਚਾਹੁੰਦੇ?
- ਮਾਤਾ-ਪਿਤਾ ਸਮੱਗਰੀ ਜੁਟਾਉਣ ਵਿਚ ਮਦਦ ਕਿਉਂ ਨਹੀਂ ਕਰਦੇ?

ਸਰੋਤ ਅਤੇ ਸਮੱਗਰੀ ਦੀ ਚੋਣ ਸਥਾਨਕ ਪਰਿਵੇਸ਼ ਤੋਂ ਹੱਟ ਕੇ ਨਹੀਂ ਹੋ ਸਕਦੀ। ਨਦੀ, ਸਮੁੰਦਰ ਆਦਿ ਦੇ ਕਿਨਾਰੇ ਬਸੇ ਹੋਏ ਕਸਬਾਂ, ਸ਼ਹਿਰਾਂ ਦੇ ਬੱਚੇ ਤੋਂ ਉਮੀਦ ਕੀਤੀ ਜਾ ਸਕਦੀ ਹੈ ਸੀਪਿਆਂ ਇਕੱਠੀ ਕਰਨ ਦੀ ਪਰ ਹਰ ਖੇਤਰ ਦੇ ਬੱਚੇ ਤਾਂ ਹਰੇਕ ਵਸਤੂ ਦਾ ਜੁਗਾੜ ਨਹੀਂ ਕਰ ਸਕਦੇ ਹਨ।

ਪ੍ਰਸ਼ਨ 19. ਸਕੂਲ ਵਿਚ ਬੱਚਿਆਂ ਲਈ ਵੱਖ-ਵੱਖ ਗਤੀਵਿਧੀਆਂ ਦੇ ਆਯੋਜਨ ਅਤੇ ਸੰਚਾਲਨ ਲਈ ਸਮੱਗਰੀਆਂ, ਉਪਕਰਣਾਂ ਅਤੇ ਬਣਾਉਣ ਦੀ ਵਿਧੀ ਦਾ ਵਰਣਨ ਕਰੋ।

ਜਾਂ

ਪੁਰਾਣੇ ਮੋਜਾਂ ਅਤੇ ਫੈਲਟ ਮੈਟੇਰਿਯਲ ਦੀ ਮਦਦ ਨਾਲ ਇਕ ਕਠਪੁਤਲੀ ਬਣਾਉਣ ਦੀ ਵਿਧੀ ਦੱਸੋ।

ਉੱਤਰ - ਕਿਸੇ ਵੀ ਗਤੀਵਿਧੀ ਦੇ ਆਯੋਜਨ ਲਈ ਵੱਖ-ਵੱਖ ਪ੍ਰਬੰਧਾਂ, ਤਕਨੀਕਾਂ ਅਤੇ ਸਮੱਗਰੀਆਂ ਦਾ ਪ੍ਰਯੋਗ ਕੀਤਾ ਜਾ ਸਕਦਾ ਹੈ। ਕਿਸੇ ਵੀ ਗਤੀਵਿਧੀ ਦੇ ਸੰਚਾਲਨ ਦੀ ਵਿਧੀ ਸਥਾਨ ਅਤੇ ਵਿਅਕਤੀ ਦੇ ਅਨੁਭਵਾਂ ਦੇ ਅਧਾਰ 'ਤੇ ਵੱਖ ਹੋਵੇਗੀ। ਕੁੱਝ ਗਤੀਵਿਧੀਆਂ ਹੇਠ ਲਿਖੀ ਹਨ-

1. **ਰਬਰ ਦਾ ਖਿਡੋਣਾ -** ਉਮੀਦ ਕੀਤੀ ਸਿੱਖਣ ਦੇ ਨਤੀਜੇ ਹੇਠ ਲਿਖੇ ਹਨ-

- ਅਨੁਪਯੋਗੀ ਵਸਤਾਂ ਦੇ ਖਿਡੋਣੇ ਬਣਾਉਣ ਦੀ ਲਲਕ ਪੈਦਾ ਹੋਵੇਗੀ।
- ਲੰਮਾਈ-ਚੋੜ੍ਹਾਈ ਦਾ ਗਿਆਨ ਹੋਵੇਗਾ।
- ਵੱਖ-ਵੱਖ ਪ੍ਰਕਾਰ ਦੇ ਆਕਾਰ ਬਨਾਉਣੇ ਆ ਜਾਣਗੇ।
- ਆਪਣੀ ਰੂਚੀ ਦੇ ਨਵੇਂ ਖੇਡਾਂ ਦੀ ਕਲਪਨਾ ਕਰ ਸਕਣਗੇ।

ਉਪਕਰਣ ਅਤੇ ਸਮੱਗਰੀ -

- ਰਬਰ ਦਿ ਇਕ ਪੁਰਾਣੀ ਚਪੱਲ।
- ਇਕ ਪਰਕਾਰ
- ਬਾਲਪੇਨ ਦੀ ਖਾਲੀ ਰਿਫੇਲ।
- ਬਾਂਸ ਦੀ ਪਤਲੀ ਡੰਡੀ।
- ਪਤਲਾ ਮਜ਼ਬੂਤ ਧਾਗਾ।
- ਮੋਟਾ ਧਾਗਾ।
- ਮਾਚਿਸ ਦੀ ਜਲੀ ਤੀਲਿਆਂ।
- ਚਾਕੂ
- ਪੁਰਾਣੇ ਅਖਬਾਰ ਦੀ ਗੱਡੀ ਜਿਸ 'ਤੇ ਰੱਖ ਕੇ ਰਬਰ ਨੂੰ ਕੱਟਿਆ ਜਾ ਸਕੇ।

ਬਣਾਉਣ ਦੀ ਵਿਧੀ -

- ਪੁਰਾਣੀ ਚਪੱਲ ਤੋਂ ਇਕ 5 ਸੇ.ਮੀ. ਚੋੜੀ ਪੱਟੀ ਕੱਟੋ।
- ਇਸ ਪੱਟੀ ਤੋਂ V ਦਾ ਆਕਾਰ ਦੇ ਟੁਕੜੇ ਕੱਟੋ (ਜਿੰਨੇ ਸੰਭਵ ਹੋਵੇ)
- ਕੰਪਾਸ ਦੇ ਨੋਕ ਤੋਂ ਟੁਕੜੇ ਦੇ ਦੋਵੇਂ ਹਿੱਸੇ ਵਿਚ V ਇਕ-ਇਕ ਮੋਰੀ ਬਣਾਉ। ਤਸਵੀਰ ਵਿਚ ਜਿਵੇਂ ਦਿਖਾਇਆ ਗਿਆ ਹੈ, ਛੇਕ ਥੋੜ੍ਹੇ ਤਿਰਛੇ ਹੋਣੇ ਚਾਹੀਦੇ ਹਨ ਅਤੇ ਇਸਦੇ ਅੰਦਰਲੇ ਪਾਸਿਓਂ ਹੋਣਾ ਚਾਹੀਦਾ ਹੈ।

- ਰੀਫੇਲ ਨੂੰ ਦੋ ਟੁਕੜਿਆਂ ਵਿੱਚ ਕੱਟੋ। ਇਨ੍ਹਾਂ ਨੂੰ V ਆਕਾਰ ਦੇ ਸਿਰਾਂ ਵਿਚ ਕੀਤੇ ਗਏ ਛੇਕਾਂ ਵਿਚ ਡਾਲ ਦਓ।
- ਮਜ਼ਬੂਤ ਅਤੇ ਪਤਲੇ ਧਾਗੇ ਦੇ 125 ਸੇ.ਮੀ. ਲੰਮੇ ਦੋ ਟੁਕੜੇ ਲਓ। ਦੋਨਾਂ ਦੇ ਇਕ-ਇਕ ਸਿਰੇ ਨੂੰ ਬਾਂਸ ਦੀ ਡੰਡੀ ਦੇ ਸਿਰਾਂ 'ਤੇ ਕਸਕੇ ਬੰਦ ਦਓ। ਡੰਡੀ ਦੇ ਵਿਚਕਾਰ ਇਕ ਖਾਂਚਾ ਬਣਾਓ। ਇਸ ਵਿਚ ਮੋਟੇ ਧਾਗੇ ਦਾ ਛੱਲਾ ਬੰਨੋ।
- ਧਾਗੇ ਦੇ ਦੂਜੇ ਸਿਰੇ ਨੂੰ ਰਿਫੇਲ ਦੇ ਟੁਕੜਾਂ ਵਿਚ ਪਿਰੋਕੇ ਬਾਹਰ ਕੱਢੋ। ਹੁਣ ਉਸ ਵਿਚ ਚਿੱਤਰ ਵਿਚ ਦਿਖਾਏ ਅਨੁਸਾਰ ਇਕ-ਇਕ ਮਾਚਿਸ ਦੀ ਤੀਲੀ ਬੰਨ ਦਓ।
- ਵਿਚਕਾਰ ਦੇ ਛੱਲੇ ਨੂੰ ਕੀਲ ਨਾਲ ਲਟਕਾ ਦਓ।
- ਹੁਣ ਦੋਨਾਂ ਤੀਲਿਆਂ ਨੂੰ ਇਕ-ਇਕ ਹੱਥ ਵਿਚ ਪਕੜੋ। ਉਨ੍ਹਾਂ ਨੂੰ ਹਲਕੇ ਤੋਂ ਖੀਂਚੋ ਜਿਸ ਨਾਲ ਧਾਗਾਂ ਵਿਚ ਕੁੱਝ ਤਣਾਅ ਪੈਦਾ ਹੋਵੇ। ਹੁਣ ਧਾਗਾਂ ਨੂੰ ਵਾਰੀ-ਵਾਰੀ ਨਾਲ ਖੀਂਚੋ- ਸੱਜੇ, ਖੱਬੇ, ਸੱਜੇ, ਖੱਬੇ। ਤੁਸੀਂ ਦੇਖੋਗੇ ਕਿ ਰਬਰ ਦਾ V ਹੁਣ ਉੱਪਰ ਚੜ੍ਹ ਰਿਹਾ ਹੈ। ਧਾਗਾਂ ਨੂੰ ਢੀਲਾਂ ਛੱਡਣ 'ਤੇ ਰਬਰ ਦਾ V ਸਰਕ ਕੇ ਹੇਠ ਆ ਜਾਂਦਾ ਹੈ। ਇਸ ਕਿਰਿਆ ਨੂੰ ਦੁਹਰਾਓ।

2. ਮਾਚਿਸ ਦੇ ਸਿਰ ਵਾਲੀ ਗੁੜੀਆ - ਉਮੀਦ ਕੀਤੀ ਸਿੱਖਣ ਦੇ ਨਤੀਜੇ ਹੇਠ ਲਿਖੇ ਹਨ-

- ਪੁਰਾਣੀ ਚੀਜ਼ਾਂ ਦਾ ਨਵਾਂ ਉਪਯੋਗ ਕਰਨਾ ਸਿੱਖਣਾ।
- ਹੱਥ ਅਤੇ ਅੰਖਾਂ ਦਾ ਧੁਰਾ ਸ਼ਾਮਿਲ ਹੋਵੇਗਾ।
- ਕਾਗਜ਼ 'ਤੇ ਰੰਗ ਦੀ ਸਹਾਇਤਾ ਤੋਂ ਤਰਾਂ-ਤਰਾਂ ਦੀ ਸ਼ਕਲਾਂ ਬਨਾਨਾ ਸਿੱਖ ਸਕਣਗੇ।
- ਕਹਾਣੀ ਸੁਣਾਨਾ, ਨਵੇਂ-ਨਵੇਂ ਸ਼ਬਦ ਬਣਾਨਾ ਸਿਖੋਗੇ।
- ਨਾਟਕ ਕਰਨਾ ਸਿੱਖ ਸਕੋਗੇ।

ਉਪਕਰਣ ਅਤੇ ਸਮੱਗਰੀ -

- ਪੁਰਾਣੇ ਅਖਬਾਰ
- ਮੋਟੀ ਡੋਰੀ ਜਾਂ ਸੁਤਲੀ।
- ਮਾਚਿਸ ਦੀ ਬਾਹਰੀ ਖੋਖਾ।
- ਝਾੜੂ ਦੀ ਸੀਂਕ।
- ਗੱਤੇ 'ਤੇ ਬਣਾ ਰੰਗੀਨ ਜਿਨਨਾ।
- ਫੇਵੀਕੋਲ।

ਬਣਾਉਣ ਦੀ ਵਿਧੀ -

- ਮਾਚਿਸ ਦੇ ਖੋਖੇ ਦੀ ਲੰਮੀ ਮੱਧਮ ਰੇਖਾ 'ਤੇ ਫੇਵੀਕੋਲ ਤੋਂ ਸੀਂਕ ਨੂੰ ਚਿਕਪਾਓ। ਸੀਂਕ ਦਾ ਦੋ-ਤਿਹਾਈ ਭਾਗ ਮਾਚਿਸ ਦੇ ਖੋਖੇ ਦੇ ਬਾਹਰ ਕੱਢ ਦੋ। ਬਾਅਦ ਵਿਚ ਇਸ ਸੀਂਕ 'ਤੇ ਸਰੀਰ ਦਾ ਮੱਧਮ ਹਿੱਆ ਚਿਪਕੇਗਾ।

- ਕਾਰਡ ਦੇ ਚਿਹਰੇ ਨੂੰ ਮਾਚਿਤ 'ਤੇ ਚਿਪਕਾਓ।
- ਅਖਬਾਰ ਦੀ 7 ਸੇ.ਮੀ. ਤੋਂ 12 ਸੇ.ਮੀ. ਚੌੜਾਈ ਦੀ ਲੰਮੀ-ਲੰਮੀ ਪੱਟੀਆਂ ਕਟੋ।
- ਇਕ ਪੱਟੀ ਨੂੰ ਪੈਂਸਿਲ 'ਤੇ ਕੱਸ ਕੇ ਲਪੇਟ ਦਓ।
- ਕਾਗਜ਼ ਦੀ ਆਖਰੀ ਤਹ ਨੂੰ ਫੇਵੀਕੋਲ ਨਾਲ ਚਿਪਕਾਓ। ਫੇਰ ਪੈਂਸਿਲ ਨੂੰ ਦਬਾ ਕੇ ਬਾਹਰ ਕੱਢ ਦਓ।
- ਅਖਬਾਰ ਦੀ ਅਜਿਹੀ ਨੈ ਨਲਿਆਂ ਬਣਾਓ।
- ਹੱਥ ਬਣਾਉਣ ਲਈ ਦੋ ਨਲਿਆਂ ਵਿਚੋਂ ਡੋਰੀ ਨੂੰ ਪਿਰੋਵੋ। ਹਥੇਲੀ ਵਾਲੇ ਸਿਰੇ 'ਤੇ ਧਾਗੇ ਵਿਚ ਗੱਠ ਬੰਨ ਦਓ।
- ਡੋਰੀ ਦੇ ਮੱਧਮ ਹਿੱਸੇ ਨੂੰ ਗਰਦਨ ਦੇ ਸਥਾਨ 'ਤੇ ਸੀਂਕ ਨਾਲ ਬੰਨੋ। ਬਾਕੀ ਡੋਰ ਵਿਚ ਦੋ ਹੋਰ ਨਲਿਆਂ ਪਿਰੋਕੇ ਦੁਜਾ ਹੱਥ ਬਣਾਓ। ਦੁਜੀ ਹਥੇਲੀ ਦੀ ਜਗ੍ਹਾ 'ਤੇ ਗੱਠ ਲਗਾਓ।
- ਇਸਨੂੰ ਇਸੇ ਤਰਾਂ ਟੰਗੇ ਅਤੇ ਪੈਰ ਬਣਾਓ। ਪੈਰਾਂ ਦੀ ਡੋਰੀ ਵਿਚ ਸਰੀਰ ਵਾਲੀ ਨਲਤੀ ਵਿਚੋਂ ਪਿਰੋਕੇ ਉਨ੍ਹਾਂ ਨੂੰ ਗਰਦਨ ਦੇ ਸਥਾਨ 'ਤੇ ਸੀਂਕ ਨਾਲ ਬੰਨੋ।
- ਰੰਗੀਨ ਕਾਗਜ਼ ਜਾਂ ਕੱਪੜਾਂ ਦੀ ਕਤਰਨਾਂ ਨਾਲ ਕਠਪੁਤਲੀ ਦੇ ਕੱਪੜੇ ਵੀ ਬਨਾਏ ਜਾ ਸਕਦੇ ਹਨ।

3. ਮਾਚਿਸ ਦੀ ਤੀਲਿਆਂ ਦੇ ਫੁੱਲ - ਉਮੀਦ ਕੀਤੀ ਸਿੱਖਣ ਦੇ ਨਤੀਜੇ ਹੇਠ ਲਿਖੇ ਹਨ-

- ਅਨੁਪਯੋਗੀ ਵਸਤਾਂ ਨਾਲ ਖਿਡੋਣੇ ਬਣਾਉਣਾ ਸਿੱਖ ਸਕੋਗੇ।
- ਕੈਂਚੀ ਤੋਂ ਵੱਖ-ਵੱਖ ਆਕਾਰ ਕੱਟਣ ਸਿੱਖ ਜਾਵੋਗੇ।
- ਸਮੂਹ ਵਿਚ ਕਾਰਜ ਕਰਨਾ ਸਿੱਖ ਸਕੋਗੇ।
- ਪ੍ਰਕਿਰਤੀ ਦੀ ਤਰਫ ਆਕਰਸ਼ਤ ਹੋਵੋਗੇ।

ਉਪਕਰਣ ਅਤੇ ਸਮੱਗਰੀ -

- ਮਾਚਿਸ ਦੀ ਤੀਲਿਆਂ-16
- ਕੋਲਡ ਡ੍ਰਿੰਕ ਪੀਣ ਵਾਲੀ ਸਟ੍ਰੋ-01
- ਫੇਵੀਕੋਲ
- ਮੋਤੀ-01

ਬਣਾਉਣ ਦੀ ਵਿਧੀ -

- ਸਭ ਤੋਂ ਪਹਿਲਾਂ ਚਾਰਟ ਪੇਪਰ ਦੇ ਦੋ ਗੋਲ ਟੁੱਕੜੇ ਕੱਟ ਲਓ ਅਤੇ ਇਨ੍ਹਾਂ ਨੂੰ ਆਪਸ ਵਿਚ ਚਿਪਕਾ ਲਓ, ਚਾਰਟ ਪੇਪਰ ਦੇ ਇਨ੍ਹਾਂ ਟੁੱਕੜਾਂ ਦਾ ਆਕਾਰ ਮਾਚਿਸ ਦੀ ਤੀਲਿਆਂ ਨਾਲ ਛੋਟਾ ਹੋਣਾ ਚਾਹੀਦਾ ਹੈ।

- ਹੁਣ ਮਾਚਿਸ ਦੀ 4 ਤੀਲਿਆਂ ਇਸ ਗੋਲੇ ਦੇ ਵਿਚਕਾਰ ਇਵੇਂ ਚਿਪਕਾਓ ਕਿ ਇਕ ਪਲਸ (+) ਦਾ ਨਿਸ਼ਾਨ ਬਣ ਜਾਵੇ।
- ਹੁਣ ਮਾਚਿਸ ਦੀ 12 ਤੀਲਿਆਂ ਇਸ ਤਰਾਂ ਤਿਰਛੀ ਚਿਪਕਾਓ ਕਿ ਤੁਹਾਚਾ ਫੁੱਲ 16 ਬਰਾਬਰ ਹਿੱਸਾ ਵਿਚ ਵੱਡ ਜਾਵੇ।
- ਹੁਣ ਫੁੱਲ ਦੇ ਵਿਚਕਾਰ ਇਕ ਸੁੰਦਰ ਨਗ ਜਾਂ ਮੋਤੀ ਚਿਪਕਾ ਦਓ।
- ਫੁੱਲ ਦੇ ਪੀਛੇ ਦੀ ਤਰਫ ਇਕ ਸਟ੍ਰੋ ਚਿਪਕਾਓ।
- ਇਸ ਤਰਾਂ ਤਿਆਰ ਹੈ ਮਾਚਿਸ ਦੀ ਤੀਲਿਆਂ ਤੋਂ ਬਨਾ ਰੰਗ-ਬਿਰੰਗਾ ਸੁੰਦਰ ਫੁੱਲ।

4. ਮੋਜ ਤੋਂ ਕਠਪੁਤਲੀ ਬਣਾਉਣਾ - ਉਮੀਦ ਕੀਤੀ ਸਿੱਖਣ ਦੇ ਨਤੀਜੇ ਹੇਠ ਲਿਖੇ ਹਨ-

- ਬੱਚੇ ਕਠਪੁਤਲੀ ਦੇ ਕੱਪੜੇ ਬਣਾਉਣ ਲਈ ਉਪਯੋਗੀ ਕੱਪੜੇ ਦੀ ਪਛਾਣ ਕਰਨ ਵਿਚ ਸਮਰੱਥ ਹੋਣਗੇ।
- ਕਠਪੁਤਲੀ ਨੂੰ ਮਾਪਨ ਵਿਚ ਸਮਰੱਥ ਹੋ ਜਾਣਗੇ।
- ਆਕਾਰ ਅਤੇ ਮਾਪ ਦੇ ਅਨੁਸਾਰ ਕੱਪੜੇ ਕਾਰਣ ਵਿਚ ਸਮਰੱਥ ਹੋ ਜਾਣਗੇ।
- ਕਠਪੁਤਲੀ ਦੇ ਬਾਰੇ ਵਿਚ ਕਹਾਣੀ ਦੀ ਕਲਪਨਾ ਕਰਨ ਵਿਚ ਸਮਰੱਥ ਹੋਣਗੇ।

ਉਪਕਰਣ ਅਤੇ ਸਮੱਗਰੀ -

- ਇਕ ਸਾਫ ਅਤੇ ਲੰਮਾ ਮੋਜਾ
- ਉੱਨ ਜਾਂ ਰੂਈ
- ਕਤਰਨੇ (ਕੁੱਝ ਵੱਡੀ, ਕੁੱਝ ਛੋਟੀ)
- ਇਕ ਵੱਡੀ ਸੂਈ ਅਤੇ ਮਜ਼ਬੂਤ
- ਰਬਰ ਬੈਂਡ
- ਫੇਵੀਕੋਲ
- ਸਕੇਚ ਪੈਨ
- ਠੋਸ ਧਾਗਾ
- ਕੈਚੀ
- ਕਠਪੁਤਲੀ ਨੂੰ ਆਕਰਸ਼ਕ ਬਣਾਉਣ ਅਤੇ ਸਜਾਉਣ ਲਈ ਸ਼ੀਸ਼ਾ, ਆਭੂਸਣ, ਮੋਤੀ।

ਬਣਾਉਣ ਦੀ ਵਿਧੀ -

- ਮੋਜੋਂ ਦਾ ਜੋੜ੍ਹਾ ਲਓ।
- ਉੱਪਰ ਦੇ ਹਿੱਸੇ ਨੂੰ ਛੱਡ ਕੇ ਬਾਕੀ ਹਿੱਸੇ ਵਿਚ ਰੂਈ ਭਰ ਦਓ।
- ਉੱਪਰ ਦੇ ਹਿੱਸੇ ਨੂੰ ਰਬਰ ਬੈਂਡ ਨਾਲ ਬੰਨ ਦਓ।
- ਏੜੀ 'ਤੇ ਰਬਰ ਲਗਾਉਣ ਤੋਂ ਬਾਅਦ ਮਾੜੀ ਜੀ ਥਾਂ ਛੱਡ ਕੇ ਫੇਰ ਇਕ ਰਬਰ ਲਗਾਓ।

- ਹੁਣ ਤੁਸੀਂ ਮੋਜੇ ਦੇ ਤਿਨ ਹਿੱਸੇ ਬਣਾ ਦਿੱਤੇ ਹਨ।
- ਹੁਣ ਕੱਪੜੇ ਦੀ ਕਤਰਨੇ 'ਤੇ ਇੱਛਾ ਦੇ ਅਨੁਸਾਰ ਅੱਖਾਂ, ਨੱਕ, ਹੋਠ ਆਦਿ ਬਨਾਕੇ ਮੋਜੇ ਦੇ ਉੱਪਰ ਦੇ ਹਿੱਸੇ 'ਤੇ ਚਿਪਕਾ ਦਓ।
- ਕਤਰਨਾਂ ਤੋਂ ਲਹਿੰਗਾਂ-ਕੁਰਤਾ/ ਸਲਵਾਰ-ਕਮੀਜ਼, ਚੁੰਨੀ ਬਣਾਕੇ ਪਹਿਨਾ ਦਓ।
- ਬਿੰਦੀ ਜਰੀ ਆਦਿ ਨਾਲ ਸਜਾ ਦਓ।

ਪ੍ਰਸ਼ਨ 20. ਕਾਰਜ ਸਿੱਖਿਆ ਨੂੰ ਲਾਗੂ ਕਰਨ ਲਈ ਸਮੁਦਾਇਕ ਸਰੋਤਾਂ ਦੀ ਪਛਾਣ ਕਰੋ ਅਤੇ ਉਨ੍ਹਾਂ ਦਾ ਉਪਯੋਗ ਦੱਸੋ।

ਜਾਂ

ਆਕਲਨ ਵਿਚ ਮਾਪਿਆਂ ਦੀ ਭੂਮਿਕਾ ਦਾ ਸੰਖੇਪ ਵਿਚ ਵਰਣਨ ਕਰੋ।

ਉੱਤਰ - ਅਧਿਆਪਨ ਲਈ ਸਿਰਫ ਪਾਠਪੁਸਤਕਾਂ ਦਾ ਹੀ ਨਹੀਂ ਬਲਕਿ ਕਈ ਸਿੱਖਿਆ ਸਰੋਤਾਂ ਦਾ ਉਪਯੋਗ ਕੀਤਾ ਜਾ ਸਕਦਾ ਹੈ। ਸਾਡੇ ਆਲੇ-ਦੁਆਲੇ ਅਜਿਹੇ ਸਰੋਤ ਉਪਲਬਧ ਹਨ ਜਿਨ੍ਹਾਂ ਦਾ ਉਪਯੋਗ ਅਸੀਂ ਕਲਾਸ ਵਿਚ ਕਰ ਸਕਦੇ ਹਨ, ਅਤੇ ਜਿਨ੍ਹਾਂ ਨਾਲ ਸਾਡੇ ਬੱਚਿਆਂ ਨੂੰ ਸਿੱਖਣ ਵਿਚ ਸਹਾਇਆ ਮਿਲ ਸਕਦੀ ਹੈ। ਇਸ ਲਈ ਸਕੂਲ ਅਤੇ ਸਮੁਦਾਏ ਦੇ ਆਪਸੀ ਸੰਬੰਧ ਵਿਚ ਜ਼ਰੂਰੀ ਗੱਲ ਇਹ ਹੈ ਕਿ ਸਮੁਦਾਏ ਅਤੇ ਪਰਿਵੇਸ਼ ਨੂੰ ਸਰੋਤ ਦੇ ਰੂਪ ਵਿਚ ਵੇਖਿਆ ਜਾਵੇ। ਪੇਂਡੂ ਅਤੇ ਸ਼ਹਿਰੀ ਦੋਵੇਂ ਵੀ ਵਾਤਾਵਰਣ ਅਤੇ ਸਮੁਦਾਏ ਪਾਠਕ੍ਰਮ ਨਿਰਮਾਣ ਵਿਚ ਮਹੱਤਵਪੂਰਨ ਸਰੋਤ ਹੈ।

ਸਿੱਖਣ ਸਿਖਾਉਣ ਦੀ ਪ੍ਰਕਿਰਿਆ ਵਿਚ ਸਮੁਦਾਏ ਦਾ ਸਹਿਯੋਗ - ਪਾਠਕ੍ਰਮ ਵਿਚ ਬਹੁਤ ਸਾਰੇ ਅਜਿਹੇ ਕਿਰਿਆਕਲਾ ਅਤੇ ਖੇਡ ਹਨ ਜੋ ਬੱਚਿਆਂ ਦੇ ਮਾਤਾ-ਪਿਤਾ ਉਨ੍ਹਾਂ ਤੋਂ ਘਰ ਵਿਚ ਕਰਵਾ ਸਕਦੇ ਹਨ। ਭਾਸ਼ਾ, ਸਮਾਜਿਕ ਅਧਿਐਨ, ਕਲਾ ਦੇ ਅਧੀਨ ਬਹੁਤ ਸਾਰੀ ਵਿਸ਼ੇ-ਵਸਤੂ ਨੂੰ ਸਾਰੇ ਤਾਂ ਨਹੀਂ ਪਰ ਕੁੱਝ ਬੱਚਿਆਂ ਦੇ ਮਾਤਾ-ਪਿਤਾ ਜਰੂਰ ਹੀ ਕਰਵਾ ਸਕਣਗੇ। ਮਾਤਾ-ਪਿਤਾ ਦਾ ਪੜ੍ਹਾ-ਲਿਖਿਆ ਹੋਣਾ ਜਰੂਰੀ ਨਹੀਂ ਹੈ। ਅਨਪੜ੍ਹ ਮਾਤਾ-ਪਿਤਾ ਵੀ ਸਿੱਖਣ-ਸਿਖਾਉਣ ਵਿਚ ਸਹਿਯੋਗ ਦੇ ਸਕਦੇ ਹਨ। ਅਜਿਹੇ ਹੀ ਪਿੰਡ ਦੇ ਮਿਸਤਰੀ, ਕੁਮਹਾਰ, ਤਰਖਾਣ ਅਤੇ ਹੋਰ ਕਾਰੀਗਰ ਬੱਚਿਆਂ ਨੂੰ ਛੋਟੇ ਤੋਂ ਛੋਟਾ ਅਤੇ ਵੱਡੇ ਤੋਂ ਵੱਡਾ ਕਾਰਜ ਅਤੇ ਸੁੰਦਰ ਵਸਤਾਂ ਬਣਾਉਣ ਦਾ ਅਨੰਦ ਬੱਚਿਆਂ ਨੂੰ ਪ੍ਰਾਪਤ ਕਰਨਾ ਸਕਦੇ ਹਨ।

- ਅਧਿਆਪਕ ਬੱਚਿਆਂ ਨੂੰ ਯਾਤਰ 'ਤੇ ਲੈ ਕੇ ਜਾ ਸਕਦੇ ਹਨ। ਕੱਲੇ ਜਾਣ ਵਿਚ ਪਰੇਸ਼ਾਨੀ ਮਹਿਸੂਸ ਹੋ ਸਕਦੀ ਹੈ। ਅਜਿਹੀ ਸਥਿਤੀ ਵਿੱਚ, ਕੀ ਤੁਸੀਂ ਯਾਤਰਾ ਨੂੰ ਮੁਲਤਵੀ ਕਰ ਦਿਓਗੇ ਜਾਂ ਫੇਰ ਕਿਸੇ ਮਾਤਾ-ਪਿਤਾ ਦਾ ਸਹਿਯੋਗ ਸਵੀਕਾਰ ਕਰੋਗੇ।
- ਸਥਾਨਕ ਪਰਿਵੇਸ਼ ਵਿਚ ਬਹੁਤ ਸਾਰੇ ਅਜਿਹੇ ਪੇੜ-ਪੌਦੇ ਹਨ ਜਿਨ੍ਹਾਂ ਦੀ ਤੁਹਾਨੂੰ ਪਛਾਣ ਨਹੀਂ, ਸ਼ਾਇਦ ਅਧਿਆਪਕਾਂ ਨੂੰ ਵੀ ਨਹੀਂ ਹੈ। ਅਧਿਆਪਕ ਕਲਾਸ ਵਿਚ ਬੱਚਿਆਂ ਤੋਂ ਜਾਣਕਾਰੀ ਲੈਣ ਵਿਚ ਝਿਜਕੇ ਨਾ ਕਿ ਕਿਸਦੇ ਮਾਤਾ-ਪਿਤਾ ਸਾਨੂੰ ਵਨਸਪਤੀ ਜਗਤ ਨਾਲ ਜਾਣੂ ਕਰਾ ਸਕਦੇ ਹਨ।

- ਕਿਸੇ ਤਰਾਂ ਤੁਸੀਂ ਇਹ ਜਾਣ ਗਏ ਹੋ ਕਿ ਅਮੁਕ ਬੱਚੇ ਦੇ ਮਾਤਾ-ਪਿਤਾ ਜਾਂ ਭੈਣ-ਭਰਾ ਜਾਂ ਹੋਰ ਰਿਸ਼ਤੇਦਾਰ ਸਧਾਰਨ ਯੋਗਿਕ ਕਿਰਿਆਵਾਂ ਵਿਚ ਨਿਪੁਨ ਹੈ। ਤੁਸੀਂ ਉਸਦਾ ਸਹਿਯੋਗ ਲੈ ਸਕਦੇ ਹੋ।
- ਮੇਲੇ-ਤਿਉਹਾਰ ਆਦਿ ਦੇ ਆਯੋਜਨ ਵਿਚ ਤਾਂ ਮਾਤਾ-ਪਿਤਾ ਦੀ ਭੂਮਿਕਾਂ ਦੀ ਕੋਈ ਸੀਮਾਂ ਨਹੀਂ ਹੁੰਦੀ ਹੈ। ਸਮਾਜਿਕ ਪਿਛੋਕੜ ਨੂੰ ਧਿਆਨ ਵਿਚ ਰੱਖਦੇ ਹੋਏ ਤੁਸੀਂ ਉਨ੍ਹਾਂ ਦੀ ਭੂਮਿਕਾ ਅਤੇ ਸਹਿਯੋਗ ਦੇ ਖੇਤਰ ਅਤੇ ਸੀਮਾਵਾਂ ਤੈਅ ਕਰ ਸਕਦੇ ਹੋ।

ਬੱਚਿਆਂ ਅਤੇ ਸਕੂਲ ਦੇ ਮੂਲਾਂਕਣ ਪ੍ਰਕਿਰਿਆ ਵਿਚ ਸਮੁਦਾਏ ਦਾ ਸਹਿਯੋਗ - ਮੂਲਾਂਕਣ ਦਾ ਉਦੇਸ਼ ਬੱਚਿਆਂ ਦੇ ਵਿਸ਼ੇ ਗਿਆਨ ਬਾਰੇ ਸੂਚਨਾਵਾਂ ਇਕੱਠਾ ਕਰਨਾ ਹੀ ਨਹੀਂ ਹੈ ਬਲਕਿ ਉਨ੍ਹਾਂ ਦੇ ਵਿਅਕਤੀਤਵ ਦੇ ਵਿਕਾਸ ਨੂੰ ਬਹੁ-ਆਯਾਮੀ ਪਹਿਲੂਆਂ ਦੀ ਜਾਣਕਾਰੀ ਰੱਖਣਾ ਵੀ ਹੈ। ਇਸ ਜਾਣਕਾਰੀ ਦੇ ਅਧਾਰ 'ਤੇ ਹੀਂ ਸਾਨੂੰ ਵਿਅਕਤੀ ਵਿਸ਼ੇਸ਼ ਦੀ ਲੋੜ ਨੂੰ ਧਿਆਨ ਵਿਚ ਰੱਖਦੇ ਹੋਏ ਸਾਮੂਹਿਕ ਕਿਰਿਆਕਲਾਪਾਂ ਦਾ ਆਯੋਜਨ ਕਰਨਾ ਚਾਹੀਦਾ ਹੈ। ਇਸ ਕਿਸਮ ਦੀ ਮੂਲਾਂਕਣ ਪ੍ਰਕਿਰਿਆ ਵਿਚ ਬੱਚਿਆਂ ਦੇ ਪਰਿਵਾਰ ਦਾ ਸਹਿਯੋਗ ਜ਼ਰੂਰੀ ਹੈ ਕਿਉਂਕਿ ਸਾਨੂੰ ਇਸ ਵਿਸ਼ੇ ਵਿਚ ਇਹ ਵੇਖਣ ਦੀ ਲੋੜ ਹੈ ਕਿ ਬੱਚਿਆਂ ਦੇ ਵਿਵਹਾਰ ਵਿਚ ਕੀ ਕੁੱਝ ਤਬਦੀਲੀ ਲੱਭੀ ਗਈ ਹੈ? ਕੀ ਉਨ੍ਹਾਂ ਦਾ ਬੱਚਾ ਆਪਣੀ ਚੀਜ਼ਾਂ ਠੀਕ ਨਾਲ ਰੱਖਦਾ ਹੈ ਅਤੇ ਉਹ ਸਾਫ-ਸੁਥਰਾ ਹੈ, ਕੀ ਉਹ ਵੱਡਾ ਦਾ ਸਤਿਕਾਰ ਕਰਦਾ ਹੈ ਅਤੇ ਕੀ ਉਹ ਆਪਣੇ ਮਿਤਰਾਂ ਅਤੇ ਗੁਆਂਢੀਆਂ ਨੂੰ ਪਿੰਡ ਦੀ ਸੁਵਿਧਾਵਾਂ ਬਾਰੇ ਜਾਣਕਾਰੀ ਦਿੰਦਾ ਹੈ? ਇਨ੍ਹਾਂ ਸਾਰੇ ਗੱਲਾਂ ਦੀ ਜਾਣਕਾਰੀ ਸਾਨੂੰ ਬੱਚੇ ਦੇ ਮਾਤਾ-ਪਿਤਾ ਜਾਂ ਗੁਆਂਢੀਆਂ ਤੋਂ ਮਿਲਦੀ ਹੈ। ਸਾਨੂੰ ਇਸ ਕਿਸਮ ਦੀ ਜਾਣਕਾਰੀ ਲੈਣ ਵੇਲੇ ਨਾ ਹੀ ਝਿਜਕਣਾ ਚਾਹੀਦਾ ਹੈ ਨਾ ਹੀ ਉਨ੍ਹਾਂ ਰਾਹੀਂ ਦਿੱਤੀ ਗਈ ਜਾਣਕਾਰੀ 'ਤੇ ਅਵਿਸ਼ਵਾਸ ਪ੍ਰਕਟ ਕਰਨਾ ਚਾਹੀਦਾ ਹੈ।

ਪ੍ਰਸ਼ਨ 21. ਕਾਰਜ ਸਿੱਖਿਆ ਵਿਚ ਵਾਧੇ ਲਈ ਮਾਪਿਆਂ ਨਾਲ ਸੰਪਰਕ ਕਰਨ ਲਈ ਕਿਹੜੀ ਵਿਧੀ ਦਾ ਉਪਯੋਗ ਕੀਤਾ ਜਾਂਦਾ ਹੈ? ਵਰਣਨ ਕਰੋ।

ਜਾਂ

ਕਾਰਜ ਸਿੱਖਿਆ ਦੇ ਪ੍ਰਤੀ ਸਕਾਰਾਤਮਕ ਦ੍ਰਿਸ਼ਟੀਕੋਣ ਪੈਦਾ ਕਰਨ ਲਈ ਤੁਸੀ ਕੀ ਉਪਾਅ ਕਰੋਗੇ। ਕੋਈ ਇਕ ਬਿੰਦੂ ਲਿਖੋ। **[ਅਪ੍ਰੈਲ 2016, ਪ੍ਰਸ਼ਨ 30]**

ਉੱਤਰ - ਆਮ ਤੌਰ 'ਤੇ ਇਹ ਵੇਖਿਆ ਜਾ ਸਕਦਾ ਹੈ ਕਿ ਸਕੂਲ ਦੀ ਸਮੇਂ ਸਾਰਣੀ ਵਿਚ ਕਾਰਜ ਸਿੱਖਿਆ ਨੂੰ ਵਾਜਬ ਸਮੇਂ ਦਿੱਤਾ ਜਾਂਦਾ ਹੈ ਪਰ ਵਿਵਹਾਰਿਕਤਾ ਵਿਚ ਕਾਰਜ ਸਿੱਖਿਆ ਲਈ ਨਿਰਧਾਰਤ ਸਤਰਾਂ ਦਾ ਆਬੰਟਨ ਹੋਰ ਪਾਠਕ੍ਰਮ ਵਿਸ਼ਾਂ ਲਈ ਕਰ ਦਿੱਤਾ ਜਾਂਦਾ ਹੈ। ਤਰਕ ਇਹ ਪ੍ਰਸਤੁਤ ਕੀਤਾ ਜਾਂਦਾ ਹੈ ਕਿ ਇਹ ਵਿਸ਼ੇ ਬਹੁੱਤ ਮਹੱਤਵਪੂਰਨ ਅਤੇ ਮੁਸ਼ਕਿਲ ਹੈ। ਇਸ ਲਈ ਇਨ੍ਹਾਂ ਵਿਸ਼ਾਂ ਲਈ ਵੱਧ ਸਮੇਂ ਦੇਣ ਦੀ ਲੋੜ ਹੈ।

ਮਾਤਾ-ਪਿਤਾ ਪੜ੍ਹਾਈ-ਲਿਖਾਈ ਦੇ ਅਸਲ ਸਰੂਪ ਤੋਂ ਜਾਣੂ ਨਹੀਂ ਹੈ ਅਤੇ ਉਹ ਪੁਸਤਕੀ ਗਿਆਨ ਨੂੰ ਹੀ ਪੜ੍ਹਾਈ-ਲਿਖਾਈ ਸਮਝਦੇ ਹਨ। ਅਜਿਹੇ ਕਾਰਜ ਸਿੱਖਿਆ ਦੇ ਅਧਿਆਪਕਾਂ ਦਾ ਫਰਜ ਬਣਦਾ ਹੈ

ਕਿ ਉਹ ਮਾਪਿਆਂ ਲਈ ਓਪਚਾਰਿਕ ਰੂਪ ਤੋਂ ਪ੍ਰੋਗਰਾਮਾਂ ਦਾ ਆਯੋਜਨ ਕਰਣ ਜਿਸ ਵਿਚ ਉਹ ਕਾਰਜ ਸਿੱਖਿਆ ਦੇ ਮਹੱਤਵ ਦਾ ਪ੍ਰਤੀਪਾਦਨ ਕਰ ਸਕਣ।

ਕਿਸੇ ਵੀ ਅਕਾਦਮਿਕ ਸਤਰ ਵਿਚ

ਪ੍ਰਸ਼ਨ 22. ਮੁਲਾਂਕਣ ਦਾ ਅਰਥ ਕੀ ਹੈ? ਮੁਲਾਂਕਣ ਅਤੇ ਆਕਲਨ ਇਕ-ਦੂਜੇ ਤੋਂ ਕਿਵੇਂ ਵੱਖ ਹਨ? ਚਰਚਾ ਕਰੋ।

ਉੱਤਰ - ਮੁਲਾਂਕਣ ਇਕ ਪ੍ਰਕਿਰਿਆ ਹੈ ਜਿਸ ਰਾਹੀਂ ਸਿਖਲਾਈ ਪਰਿਸਥਿਤੀਆਂ ਅਤੇ ਸਿੱਖਣ ਦੇ ਅਨੁਭਵਾਂ ਲਈ ਪ੍ਰਯੁਕਤ ਕੀਤੀ ਜਾਣ ਵਾਲੀ ਸਾਰੀ ਵਿਧੀਆਂ ਦੀ ਉਪਯੋਗਤਾ ਦੀ ਜਾਂਚ ਕੀਤੀ ਜਾਂਦੀ ਹੈ। ਮੁਲਾਂਕਣ ਸ਼ਬਦ ਸਿੱਖਿਆ ਅਤੇ ਮਨੋਵਿਗਿਆਨ ਵਿਚ ਵੱਖ-ਵੱਖ ਅਰਥਾਂ ਵਿਚ ਪ੍ਰਯੁਕਤ ਕੀਤਾ ਗਿਆ ਹੈ ਅਤੇ ਇਸਨੂੰ ਕਈ ਪ੍ਰਕਾਰ ਨਾਲ ਪਰਿਭਾਸ਼ਤ ਵੀ ਕੀਤਾ ਗਿਆ ਹੈ- 'ਕਵਾਲੇਨ ਅਤੇ ਹੰਨਾ' ਦੀ ਪਰਿਭਾਸ਼ਾ ਵੱਧ ਸਾਰਥਕ ਪ੍ਰਤੀਤ ਹੁੰਦੀ ਹੈ। ਉਸਦੇ ਅਨੁਸਾਰ, "ਸਕੂਲ ਵਿਚ ਹੋਏ ਬੱਚਿਆਂ ਦੇ ਵਿਵਹਾਰ ਤਬਦੀਲੀ ਦੇ ਸੰਬੰਧ ਵਿਚ ਪ੍ਰਦੱਤਾਂ ਦੇ ਸੰਕਲਨ ਅਤੇ ਉਨ੍ਹਾ ਦੀ ਵਿਆਖਿਆ ਕਰਨ ਦੀ ਪ੍ਰਕਿਰਿਆ ਨੂੰ ਮੁਲਾਂਕਣ ਕਹਿੰਦੇ ਹਨ।"

ਗੁਡਸ ਦੇ ਸ਼ਬਦਾ ਵਿਚ " ਮੁਲਾਂਕਣ ਇਕ ਅਜਿਹੀ ਪ੍ਰਕਿਰਿਆ ਹੈ, ਜਿਸ ਨਾਲ ਸਹੀਂ ਢੰਗ ਨਾਲ ਕਿਸੇ ਵੀ ਵਸਤੂ ਦਾ ਮਾਪਨ ਕੀਤਾ ਜਾ ਸਕਦਾ ਹੈ।"

ਰਾਸ਼ਟਰੀ ਸਿੱਖਿਆ ਅਨੁਸੰਧਾਨ ਅਤੇ ਸਿੱਖਿਅਕ ਪਰਿਸ਼ਦ (NCERT) ਦੇ ਅਨੁਸਾਰ, "ਮੁਲਾਂਕਣ ਪ੍ਰਕਿਰਿਆ ਦੇ ਤਿੰਨ ਮਹੱਤਵਪੂਰਨ ਬਿੰਦੂ ਹਨ-

1. ਸਿੱਖਿਆ ਦੇ ਉਦੇਸ਼
2. ਸਿੱਖਣ ਦੇ ਅਨੁਭਵ ਕਿੰਨੇ ਪ੍ਰਭਾਵਸ਼ਾਲੀ ਰਹੇ
3. ਵਿਵਹਾਰ ਤਬਦੀਲੀ।

ਉਪਰੋਕਤ ਤਿੰਨਾਂ ਬਿੰਦੂ ਮਿਲਾਕੇ ਮੁਲਾਂਕਣ ਦੀ ਪ੍ਰਕਿਰਿਆ ਨੂੰ ਪੂਰਾ ਕਰਦੇ ਹਨ। ਇਨ੍ਹਾਂ ਤਿੰਨਾਂ ਦੇ ਸੰਬੰਧ ਨੂੰ ਤਿਕੋਣ ਆਕਾਰ ਨਾਲ ਪ੍ਰਦਰਸ਼ਿਤ ਕੀਤਾ ਜਾ ਸਕਦਾ ਹੈ-

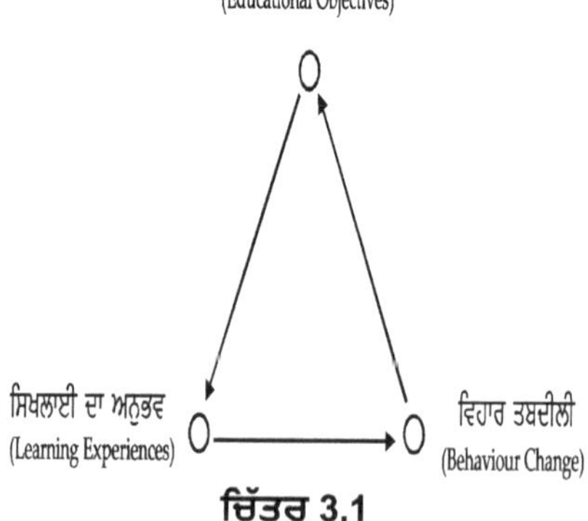

ਚਿੱਤਰ 3.1

ਮੁਲਾਂਕਣ ਦੇ ਅਧੀਨ ਕਿਸੇ ਗੁਣ ਜਾਂ ਵਿਸ਼ੇਸ਼ਤਾ ਦਾ ਮੁੱਲ ਨਿਰਧਾਰਤ ਕੀਤਾ ਜਾਂਦਾ ਹੈ ਮਤਲਬ ਮੁਲਾਂਕਣ ਰਾਹੀਂ ਮਾਤਰਾਤਮਕ ਅਤੇ ਗੁਣਾਂਤਮਕ ਦੋਵੇਂ ਹੀ ਪ੍ਰਕਾਰ ਦੀ ਸੂਚਨਾਵਾਂ ਪ੍ਰਾਪਤ ਹੁੰਦੀ ਹੈ। ਮੁਲਾਂਕਣ ਦੇ ਅਰਥ ਨੂੰ ਸਪੱਸ਼ਟ ਕਰਦੇ ਹੋਏ ਕਿਹਾ ਜਾ ਸਕਦਾ ਹੈ ਕਿ-

ਮੁਲਾਂਕਣ = ਮਾਪਨ + ਮੁੱਲ ਨਿਰਧਾਰਨ (Evaluation) (Measurement Quantitative) (Value judgement Qualitative)

ਇਸ ਤਰਾਂ ਮੁਲਾਂਕਣ ਦਾ ਆਸ਼ਯ ਮਾਪਨ ਦੇ ਨਾਲ-ਨਾਲ ਮੁੱਲ ਨਿਰਧਾਰਣ ਨਾਲ ਹੈ ਸਿੱਖਣ ਰਾਹੀਂ ਬੱਚੇ ਵਿਚ ਵਿਵਹਾਰਗਤ ਤਬਦੀਲੀ ਕਿਹੜੀ ਸੀਮਾ ਤੱਕ ਹੋਈ? ਇਸਦਾ ਮੁੱਲ ਨਿਰਧਾਰਣ ਕਰਕੇ ਫੈਸਲਾ ਲੈਣਾ ਹੈ। ਇਸ ਲਈ, ਮਾਪਨ, ਮੁਲਾਂਕਣ ਦਾ ਹੀ ਇਕ ਹਿੱਸਾ ਹੈ ਜੋ ਹਮੇਸ਼ਾ ਉਸ ਵਿਚ ਸ਼ਾਮਲ ਰਹਿੰਦਾ ਹੈ।

ਆਕਲਨ ਅਤੇ ਮੁਲਾਂਕਣ ਵਿਚ ਅੰਤਰ (Difference between Assessment and Evaluation)- ਬਹੁਤ ਸਾਰੇ ਲੋਕ ਆਕਲਨ ਅਤੇ ਮੁਲਾਂਕਣ ਵਿਚ ਕੋਈ ਅੰਤਰ ਨਹੀਂ ਮਨੰਦੇ ਪਰ ਵਿਸਥਾਰ ਅਧਿਐਨ ਕੀਤਾ ਜਾਵੇ ਤਾਂ ਇਨ੍ਹਾਂ ਵਿਚ ਅੰਤਰ ਹੈ-

ਕ੍ਰਮ ਨੰਬਰ	ਆਕਲਨ	ਮੁਲਾਂਕਣ
1.	ਸੰਚਰਾਤਮਕ	ਯੋਗਾਤਮਕ
2.	ਪ੍ਰਕਿਰਿਆ ਪ੍ਰਧਾਨ • ਸੁਧਾਰ ਕਰਨਾ • ਕਿਵੇਂ ਸਿੱਖਣਾ	ਉਤਪਾਦ ਪ੍ਰਧਾਨਵ ਮੁੱਲ ਨਿਰਧਾਰਣ ਕਿਵੇਂ ਸਿੱਖਿਆ ਗਿਆ
3.	ਪਰਿਲਕਸ਼ਿਤ	ਪ੍ਰਤਿਬੰਧਿਤ ਸੀਮਿਤ
4.	ਨਿਦਾਨਾਤਮਕ	ਨਿਰਨਾਤਮਕ
5.	ਸੁਧਾਰ ਦੇ ਖੇਤਰਾਂ ਦੀ ਪਛਾਣ	ਗ੍ਰੇਡ ਅਤੇ ਅੰਕ ਪ੍ਰਦਾਨ ਕਰਨਾ
6.	ਲਚੀਲਾਪਨ	ਨਿਰਧਾਰਿਤ
7.	ਸਹਿਯੋਗਾਤਮਕ ਪਰਸਪਰ ਸਿੱਖਣਾ	ਪ੍ਰਤੀਸਪਰਧਾਤਮਕ ਇਕ ਦੂਜੇ ਨੂੰ ਹਟਾਉਣਾ

ਪ੍ਰਸ਼ਨ 23. ਸਤੱਤ ਅਤੇ ਵਿਆਪਕ ਮੁਲਾਂਕਣ ਕੀ ਹੈ? ਮੁਲਾਂਕਣ ਦੀ ਮੁੱਖ ਬਿੰਦੂਆਂ ਬਾਰੇ ਚਰਚਾ ਕਰੋ।

ਉੱਤਰ - ਸਤੱਤ ਅਤੇ ਵਿਆਪਕ ਦਾ ਮਤਲਬ ਬੱਚਿਆਂ ਦੇ ਸਕੂਲ ਅਧਾਰੋਤ ਮੁਲਾਂਕਣ ਦੀ ਉਸ ਪ੍ਰਣਾਲੀ ਦੇ ਬਾਰੇ ਵਿਚ ਹੈ, ਜਿਸ ਵਿਚ ਬੱਚਿਆਂ ਦੇ ਵਿਕਾਸ ਦੇ ਸਾਰੇ ਪਹਿਲੂਆਂ ਦੇ ਵੱਲ ਧਿਆਨ ਦਿੱਤਾ ਜਾਂਦਾ ਹੈ।

ਇਹ ਨਿਰਧਾਰਣ ਦੀ ਵਿਕਾਸਾਤਮਕ ਪ੍ਰਕਿਰਿਆ ਹੈ, ਜੋ ਦੋਹਰੇ ਉਦੇਸ਼ਾਂ 'ਤੇ ਜ਼ੋਰ ਦਿੰਦੀ ਹੈ। ਇਹ ਲੱਛਣ ਹੈ- ਵਿਆਪਕ ਅਧਾਰ ਵਾਲੀ ਸਿੱਖਿਆ ਪ੍ਰਾਪਤੀ ਦਾ ਮੁਲਾਂਕਣ ਅਤੇ ਨਿਰਧਾਰਣ ਅਤੇ ਦੂਜੇ ਵੱਲ ਆਚਰਨਾਤਮਕ ਨਤੀਜਾਂ ਦਾ ਮੁਲਾਂਕਣ ਅਤੇ ਨਿਰਧਾਰਣ।

ਇਸ ਯੋਜਨਾ ਵਿਚ, 'ਸਤੱਤ' ਸ਼ਬਦ ਦਾ ਉਦੇਸ਼ ਇਸ ਗੱਲ 'ਤੇ ਜ਼ੋਰ ਦੇਣਾ ਹੈ ਕਿ ਬੱਚਿਆਂ ਦਾ 'ਵਾਧਾ ਅਤੇ ਵਿਕਾਸ' ਦੇ ਅਭਿਗਿਆਤ ਪਹਿਲੂਆਂ ਦਾ ਮੁਲਾਂਕਣ ਇਕ ਘਟਨਾ ਹੋਣ ਦੀ ਬਜਾਅ ਇਕ ਸਤੱਤ ਪ੍ਰਕਿਰਿਆ ਹੈ, ਜੋ ਅਧਿਆਪਨ ਸਿੱਖਿਆ ਪ੍ਰਾਪਤੀ ਦੀ ਪੂਰੀ ਪ੍ਰਕਿਰਿਆ ਦੇ ਅੰਦਰ ਸ਼ਾਮਲ ਹੈ ਅਤੇ ਸਿੱਖਿਆ ਸਤਰ ਦੀ ਸਮੂਚੀ ਅਵਧੀ ਵਿਚ ਫੈਲੀ ਹੁੰਦੀ ਹੈ। ਇਸਦਾ ਅਰਥ ਹੈ- ਨਿਰਧਾਰਣ ਦੀ ਨਿਯਮਿਤਤਾ, ਯੂਨਿਟ ਪ੍ਰੀਖਿਆ ਦੀ ਆਵਰੀਤੀ, ਸਿੱਖਿਆ ਪ੍ਰਾਪਤੀ ਦੀ ਘਾਟ ਦਾ ਨਿਦਾਨ, ਉਪਾਅ ਦਾ ਉਪਯੋਗ।

ਦੂਜੇ ਸ਼ਬਦ 'ਵਿਆਪਕ' ਦਾ ਅਰਥ ਹੈ ਕਿ ਇਹ ਯੋਜਨਾ ਬੱਚਿਆਂ ਦੇ ਵਾਧੇ ਅਤੇ ਵਿਕਾਸ ਦੇ ਸਿੱਖਿਅਕ ਅਤੇ ਸਹਿ-ਸਿੱਖਿਅਕ ਦੋਵੇਂ ਖੇਤਰਾਂ ਨੂੰ ਸਮਾਹਿਤ ਕਰਨ ਦੀ ਕੋਸ਼ਿਸ਼ ਕਰਦੀ ਹੈ। ਕਿਉਂਕਿ ਯੋਗਤਾਵਾਂ, ਸਮੀਕਰਨ ਅਤੇ ਰੁਚਿਆਂ ਆਪਣੇ ਆਪ ਨੂੰ ਲਿਖਤ ਸ਼ਬਦਾਂ ਵਿਚ ਵੱਖ ਹੋਰ ਰੂਪਾਂ ਵਿਚ ਪ੍ਰਕਟ ਕਰਦੀ ਹੈ, ਇਸ ਲਈ ਇਸ ਸ਼ਬਦ ਵਿਚ ਵੱਖ-ਵੱਖ ਪ੍ਰਕਾਰ ਦੇ ਸਰੋਤਾਂ ਅਤੇ ਤਕਨੀਕਾਂ ਦੇ ਉਪਯੋਗ ਅਤੇ ਸਿੱਖਿਆ ਪ੍ਰਾਪਤੀ ਦੇ ਖੇਤਰਾਂ ਵਿਚ ਬੱਚਿਆਂ ਦੇ ਵਿਕਾਸ ਨੂੰ ਆਂਕਣ ਦੇ ਟੀਚੇ ਦਾ ਉੱਲੇਖ ਕੀਤਾ ਗਿਆ ਹੈ।

ਮੁਲਾਂਕਣ ਦੇ ਵਿਸ਼ੇਸ਼ ਬਿੰਦੂ (Main Points of evaluation)- ਮੁਲਾਂਕਣ ਦੇ ਵਿਸ਼ੇਸ਼ ਬਿੰਦੂ ਹੇਠ ਲਿਖੇ ਹਨ-

- ਮੁਲਾਂਕਣ ਦਾ ਨਤੀਜਾ ਬੱਚਿਆਂ ਦੀ ਪ੍ਰਗਤੀ ਪੱਤਰ 'ਤੇ ਪ੍ਰਦਰਸ਼ਿਤ ਕੀਤਾ ਜਾਵੇ,
- ਮੁਲਾਂਕਣ ਦੀ ਪ੍ਰਕਿਰਿਆ ਵਿਚ ਸਿਧਾਂਤਕ ਅਤੇ ਕਿਰਿਆਤਮਕ ਪੱਖਾਂ ਨੂੰ ਇਕੱਠੇ ਰੂਪ ਵਿਚ ਲਿੱਤਾ ਜਾਵੇ ਪਰ ਨਾਲ ਹੀ ਅਸਲ ਪ੍ਰਾਇਓਗਿਕ ਕਾਰਜ ਦੇ ਮੁਲਾਂਕਣ 'ਤੇ ਵੱਧ ਜ਼ੋਰ ਦਿੱਤਾ ਜਾਵੇ,
- ਗਿਆਨ ਅਤੇ ਹੁਨਰ ਦੇ ਸਮੇਕਨ 'ਤੇ ਜ਼ੋਰ ਦਿੱਤਾ ਜਾਵੇ,
- ਸਿੱਖਣ ਦੀ ਪ੍ਰਕਿਰਿਆ ਦੀ ਤਰਾਂ ਮੁਲਾਂਕਣ ਦੀ ਪ੍ਰਕਿਰਿਆ ਵੀ ਅਨੰਦਮਈ ਹੋਵੇ।
- ਬੱਚਿਆਂ ਦੀ ਗਤੀਵਿਧੀਆਂ ਵਿਚ ਭਾਗੀਦਾਰੀ ਦੇ ਅਵਲੋਕਨ ਨੂੰ ਮੁਲਾਂਕਣ ਦਾ ਮੁੱਖ ਅਧਾਰ ਬਣਾਇਆ ਜਾਵੇ। ਅਵਲੋਕਨ ਦੇ ਨਾਲ-ਨਾਲ ਮੌਖਿਕ ਪ੍ਰਸ਼ਨ ਉੱਤਰ ਤਕਨੀਕ ਵੀ ਉਪਯੋਗ ਵਿਚ ਲਿਆਈ ਜਾ ਸਕਦੀ ਹੈ।
- ਕਿਰਿਆਕਲਾਪਾਂ ਵਿਚ ਬੱਚਿਆਂ ਦੀ ਪ੍ਰਵੀਨਤਾ ਨਿਸ਼ਚਿਤ ਕਰਨ ਲਈ ਮੁਲਾਂਕਣ ਨਿਦਾਨਾਤਮਕ ਅਤੇ ਉਪਚਾਰਾਤਮਕ ਪ੍ਰਕਰਿਤੀ ਦਾ ਹੋਣਾ ਚਾਹੀਦਾ ਹੈ।
- ਭਾਵੇਂ ਕਿ ਅੰਦਰੂਨੀ ਰੂਪ ਤੋਂ ਕੀਤੇ ਜਾਣ ਵਾਲੇ ਮੁਲਾਂਕਣ ਦਾ ਹੀ ਪ੍ਰਬੰਧ ਹੋਵੇ ਪਰ ਬੱਚਿਆਂ ਦੇ ਪਰਿਪਕਵਤਾ ਪੱਧਰ ਨੂੰ ਦੇਖਦੇ ਹੋਏ ਬਾਹਰੀ ਮੁਲਾਂਕਣ ਦੀ ਪੱਧਤੀ ਨੂੰ ਅਪਣਾਇਆ ਜਾ

ਸਕਦਾ ਹੈ। ਇਸ ਅਵਸਥਾ ਵਿਚ ਇਹ ਧਿਆਨ ਰੱਖਿਆ ਜਾਣਾ ਚਾਹੀਦਾ ਹੈ ਕਿ ਬਾਹਰ ਤੋਂ ਆਉਣ ਵਾਲੇ ਮੁਲਾਂਕਣ ਕਰਤਾ ਸਕੂਲ ਦੀ ਸਥਿਤੀਆਂ, ਬੱਚਿਆਂ ਦੇ ਸਮਾਜਿਕ-ਆਰਥਿਕ ਪੱਧਰ ਅਤੇ ਕਿਰਿਆਕਲਾਪਾਂ ਦੇ ਨਿਰਧਾਰਿਤ ਉਦੇਸ਼ਾਂ ਨਾਲ ਚੰਗੀ ਤਰਾਂ ਜਾਣੂ ਹੋਵੇ।

- ਮੁਲਾਂਕਣ ਦਾ ਨਤੀਜਾ ਪੱਧਰ ਸੰਚਾਰ ਕਰਨ ਵਾਲਾ ਹੋਵੇ, ਨਾ ਕਿ ਬੱਚਿਆਂ ਵਿਚ ਨਿਰਾਸ਼ਾ ਦੇ ਭਾਵ ਲਾਉਣ ਵਾਲੇ।
- ਵਿਸ਼ੇਸ਼ ਜਰੂਰਤ ਵਾਲੇ ਬੱਚਿਆਂ ਲਈ ਮੁਲਾਂਕਣ ਪ੍ਰਕਿਰਿਆ ਵਿਚ ਜੇ ਤਬਦੀਲੀ ਦੀ ਉਮੀਦ ਹੈ ਤਾਂ ਤਬਦੀਲੀ ਜਰੂਰੀ ਕਰਨੀ ਚਾਹੀਦੀ ਹੈ। ਦਇਆ ਅਤੇ ਹਮਦਰਦੀ ਵਰਗੇ ਭਾਵਾਂ ਦੀ ਉਮੀਦ ਪ੍ਰੇਰਣਾ ਅਤੇ ਪ੍ਰੋਤਸਾਹਨ ਵਰਗੇ ਭਾਵਾਂ ਨੂੰ ਅਧਾਰ ਬਣਾਉਣਾ ਚਾਹੀਦਾ ਹੈ।
- ਜਰੂਰੀ ਮੁਲਾਂਕਣ ਪ੍ਰਕਿਰਿਆ ਵਿਚ ਆਧੁਨਿਕ ਤਕਨੀਕੀ ਦਾ ਉਪਯੋਗ ਕਰਨ ਵਿਚ ਸੰਕੋਚ ਨਾ ਕੀਤਾ ਜਾਵੇ।

ਪ੍ਰਸ਼ਨ 24. ਮੁਲਾਂਕਣ/ਆਕਲਨ ਦੀ ਵਿਧੀਆਂ ਅਤੇ ਤਕਨੀਕਾਂ ਦਾ ਉੱਲੇਖ ਕਰੋ।

ਜਾਂ

ਪੋਰਟਫੋਲਿਓ ਤੋਂ ਤੁਹਾਡਾ ਕੀ ਮਤਲਬ ਹੈ? ਮੁਲਾਂਕਣ ਦੀ ਪ੍ਰਕਿਰਿਆ ਵਿਚ ਪੋਰਟਫੋਲਿਓ ਕਿਵੇਂ ਉਪਯੋਗੀ ਹੈ? ਵਰਣਨ ਕਰੋ।

ਜਾਂ

ਕਾਰਜ ਸਿੱਖਿਆ ਦੇ ਸੰਦਰਭ ਵਿਚ ਆਕਲਨ ਕਰਨ ਦੇ ਕੋਈ ਚਾਰ ਮੁੱਖ ਤਰੀਕੇ ਦੱਸੋ।

[ਅਪ੍ਰੈਲ 2016, ਪ੍ਰਸ਼ਨ 39]

ਉੱਤਰ - ਅਧਿਆਪਕ ਆਕਲਨ ਦੀ ਵਿਧੀਆਂ ਦਾ ਪ੍ਰਯੋਗ ਕਰਕੇ ਬੱਚਿਆਂ ਦੀ ਪ੍ਰਗਤੀ ਅਤੇ ਵਿਕਾਸ ਬਾਰੇ ਜਾਣਕਾਰੀ ਪ੍ਰਾਪਤ ਕਰ ਸਕਦੇ ਹੈ।

ਆਕਲਨ ਕਰਨ ਦੀ ਚਾਰ ਮੁੱਖ ਵਿਧੀਆਂ ਹਨ-

ਵਿਅਕਤੀਗਤ ਆਕਲਨ - ਵਿਅਕਤੀਗਤ ਆਕਲਨ ਵਿਚ ਕਿਸੇ ਵਿਅਕਤੀ ਵਿਸ਼ੇਸ਼ 'ਤੇ ਕੇਂਦਰ ਹੁੰਦਾ ਹੈ ਜਦ ਉਹ ਕਾਰਜ ਸੰਪਾਦਿਤ ਕਰ ਰਿਹਾ ਹੋਵੇ। ਇਹ ਅਧਿਆਪਕ ਨੂੰ ਬੱਚੇ ਦੀ ਵਿਅਕਤੀਗਤ ਸਮਰੱਥ ਅਤੇ ਕਮਜ਼ੋਰੀ ਦੀ ਪਛਾਣ ਕਰਨ ਵਿਚ ਮਦਦ ਕਰਦਾ ਹੈ।

ਸਮੂਹ ਆਕਲਨ - ਸਮੂਹ ਆਕਲਨ ਵਿਚ ਇਕ ਸਮੂਹ ਵਿਚ ਇਕੱਠੇ ਕੰਮ ਕਰਨ ਵਾਲੇ ਬੱਚਿਆਂ ਦੇ ਕਾਰਜ ਦੀ ਪ੍ਰਗਤੀ ਅਤੇ ਅਧਿਗਮ 'ਤੇ ਫੋਕਸ ਹੁੰਦਾ ਹੈ। ਸਿੱਖਿਆ ਦੀ ਇਹ ਵਿਧੀ ਸਮਾਜਿਕ ਹੁਨਰਾ, ਸਹਿਯੋਗੀ ਸਿੱਖਿਆ ਪ੍ਰਕਿਰਿਆ ਅਤੇ ਬੱਚੇ ਦੇ ਵਿਵਹਾਰ ਦੇ ਮੁੱਲ ਅਧਾਰਿਤ ਆਯਾਮਾਂ ਨੂੰ ਜਾਂਚਣ ਵਿਚ ਵੱਧ ਉਪਯੋਗੀ ਪਾਈ ਜਾਂਦੀ ਹੈ।

ਸਵੈ-ਆਕਲਨ - ਸਵੈ-ਆਕਲਨ, ਬੱਚੇ ਦੇ ਗਿਆਨ, ਹੁਨਰ ਪ੍ਰਕਿਰਿਆਵਾਂ, ਅਭਿਰੂਚੀ ਆਦਿ ਦੀ ਪ੍ਰਗਤੀ ਅਤੇ ਸਿੱਖਣ 'ਤੇ ਸਵੈ ਦਾ ਆਕਲਨ ਹੈ। ਇਹ ਕੁੱਛ ਨੈਤਿਕ ਮੁੱਲ, ਜਿਵੇਂ- ਇਮਾਨਦਾਰੀ, ਸਵੈ ਦੀ

ਕਮੀਆਂ ਨੂੰ ਸਵੀਕਾਰ ਕਰਨਾ, ਕਿਸੇ ਦੀ ਕਮਜ਼ੋਰੀ ਨੂੰ ਜਾਂਚਣ ਵਿਚ ਸਹਾਇਕ ਹੁੰਦੀ ਹੈ। ਇਹ ਜਰੂਰੀ ਹੈ ਕਿ ਸਵੈ-ਆਕਲਨ ਅਧਿਆਪਕ ਦੀ ਕਿਰਿਆਸ਼ੀਲ ਭਾਗੀਦਾਰੀ ਨਾਲ ਹੁੰਦਾ ਹੈ।

ਸਹਿਪਾਠੀ ਆਕਲਨ - ਇਹ ਇਕ ਬੱਚੇ ਅਤੇ ਬੱਚਿਆਂ ਦੇ ਸਮੂਹ ਨੂੰ ਹੋਰ ਬੱਚਿਆਂ ਦੇ ਆਕਲਨ ਨਾਲ ਸੰਬੰਧਿਤ ਹੈ। ਇਹ ਅੰਦਰੂਨੀ ਵਿਅਕਤੀਵ ਦੇ ਹੁਨਰਾਂ ਨੂੰ ਪ੍ਰਕਟ ਕਰਦਾ ਹੈ। ਇਹ ਬੱਚਿਆਂ ਵਿਚ ਭੇਦਭਾਵ ਰਹਿਤ ਅਨੁਕੂਲਤਾ ਨੂੰ ਵਿਕਸਿਤ ਕਰਨ, ਸੁਣਨ ਦੇ ਹੁਨਰ ਨੂੰ ਵਧਾਉਣ, ਟੀਮ ਭਾਵਨਾ ਨੂੰ ਅੰਗੀਕਾਰ ਕਰਨ, ਅਗਵਾਈ ਗੁਣ ਅਤੇ ਸਮਾਂ ਪ੍ਰਬੰਧਨ ਵਿਚ ਸਹਾਇਕ ਹੋ ਸਕਦਾ ਹੈ।

ਆਕਲਨ ਦੇ ਉਪਕਰਣ ਅਤੇ ਤਕਨੀਕ

- ਅਵਲੋਕਨ
- ਇੰਟਰਵਿਊ
- ਜਾਂਚ ਸੂਚੀ
- ਸੰਚਯੀ ਆਲੇਖ
- ਪ੍ਰਸ਼ਨਾਵਲੀ
- ਤਸਵੀਰ/ਪੋਰਟਫੋਲਿਓ
- ਪਰਿਯੋਜਨਾ ਕਾਰਜ
- ਪ੍ਰਤੀਯੋਗਤਾ
- ਗਤੀਵਿਧੀਆਂ
- ਸਮੂਹ ਕਾਰਜ
- ਪ੍ਰੀਖਿਆ
- ਪ੍ਰਸ਼ਨ ਫੋਰਮ
- ਵਿਵਾਦ
- ਭਾਸ਼ਣ
- ਨਿਰਧਾਰਨ ਮਾਪਨੀ
- ਸਤਰੀਯ ਕਾਰਜ

ਆਕਲਨ ਦੇ ਕੁੱਝ ਉਪਕਰਣਾਂ ਅਤੇ ਤਕਨੀਕਾਂ ਨੂੰ ਹੇਠ ਵਿਰਣਿਤ ਕੀਤਾ ਗਿਆ ਹੈ-

1. ਅਵਲੋਕਨ - ਬੱਚਿਆਂ ਦਾ ਪ੍ਰਕਿਰਤੀਕ ਵਾਤਾਵਰਣ ਵਿਚ ਵਿਵਸਥਿਤ ਰੂਪ ਤੋਂ ਅਵਲੋਕਨ ਕਰਨਾ, ਬੱਚਿਆਂ ਦੀ ਸਿੱਖਿਅਕ ਅਤੇ ਸਹਿਭੀ ਕਿਰਿਆਵਾਂ ਦੇ ਨਿਸ਼ਪਾਦਨ ਬਾਰੇ ਅਤੇ ਉਨ੍ਹਾਂ ਦੇ ਪ੍ਰਭਾਵਿਤ ਵਿਵਹਾਰ ਬਾਰੇ ਆਂਕੜੇ ਇਕੱਠੇ ਕਰਨ ਲਈ ਇਕ ਉਪਯੋਗੀ ਤਕਨੀਕ ਮੰਨਿਆ ਜਾਂਦਾ ਹੈ। ਬੱਚਿਆਂ ਦੇ ਵੱਖ-ਵੱਖ ਖੇਤਰਾਂ ਵਿਚ ਪ੍ਰਗਤੀ ਅਤੇ ਵਿਵਹਾਰ, ਜਿਵੇਂ- ਬੋਲਣਾ, ਲਿਖਣਾ, ਗਾਉਣਾ, ਨੱਚਣਾ, ਨਾਟਕ ਕਲਾ, ਸਮੇਂ ਦਾ ਉਪਯੋਗ, ਵੱਡਿਆਂ ਦਾ ਸਤਿਕਾਰ ਕਰਨਾ ਆਦਿ ਦਾ ਮੁਲਾਂਕਣ ਪੇਪਰ-ਪੈਂਸਿਲ

ਪ੍ਰੀਖਿਆ ਰਾਹੀਂ ਨਹੀਂ ਕੀਤਾ ਜਾ ਸਕਦਾ। ਇਨ੍ਹਾਂ ਸਭਦਾ ਆਕਲਨ, ਅਵਲੋਕਨ ਤਕਨੀਕਾਂ ਰਾਹੀਂ ਕੀਤਾ ਜਾ ਸਕਦਾ ਹੈ। ਇਕ ਅਵਲੋਕਨਕਰਤਾ ਤਕਨੀਕ ਇਕ ਵਿਸ਼ੇਸ਼ ਅਵਲੋਕਨਾਤਮਕ ਉਪਕਰਣ ਦੇ ਵਰਤੋਂ ਨੂੰ ਇੰਗਤ ਕਰਦਾ ਹੈ, ਜਿਵੇਂ- ਜਾਂਚ ਸੂਚੀ, ਨਿਰਧਾਰਣ ਮਾਪਨੀ ਜਾਂ ਅਭਿਲੇਖ ਆਦਿ।

2. ਇੰਟਰਵਿਊ - ਇੰਟਰਵਿਊ ਮਨੁੱਖਾਂ ਤੋਂ ਸੂਚਨਾ ਸੰਕਲਿਤ ਕਰਨ ਵਿਚ ਸਭ ਤੋਂ ਵਧੀਆਂ ਮਸ਼ਹੂਰ ਸਰੋਤ ਹੈ। ਵੱਖ-ਵੱਖ ਕਿਸਮ ਦੀ ਸਥਿਤੀਆਂ ਵਿਚ ਇਸਦੀ ਵਰਤੋਂ ਕੀਤੀ ਜਾਂਦੀ ਰਹੀ ਹੈ। ਇੰਟਰਵਿਊ ਵਿਚ ਕਿਸੇ ਮਨੁੱਖ ਨਾਲ ਆਮਣੇ-ਸਾਹਮਣੇ ਬੈਠਕੇ ਸਵਾਲ ਪੁੱਛੇ ਜਾਂਦੇ ਹਨ ਅਤੇ ਉਸਦੇ ਰਾਹੀਂ ਦਿੱਤੇ ਗਏ ਉੱਤਰ ਦੇ ਅਧਾਰ 'ਤੇ ਉਸਦੀ ਯੋਗਤਾ ਦਾ ਮਾਪਨ ਕੀਤਾ ਜਾਂਦ ਹੈ।

3. ਜਾਂਚ ਸੂਚੀ - ਜਾਂਚ ਸੂਚੀ ਦਾ ਪ੍ਰਯੋਗ ਰੂਚੀਆਂ, ਪ੍ਰਗਟਾਵੇ ਅਤੇ ਭਾਵਨਾਤਮਕ ਸੁਰੱਖਿਆ ਲਈ ਕੀਤਾ ਜਾਂਦਾ ਹੈ। ਇਸ ਵਿਚ ਕੁੱਝ ਕਥਨ ਦਿੱਤੇ ਜਾਂਦੇ ਹਨ ਅਤੇ ਉਨ੍ਹਾਂ ਕਥਨਾਂ ਦੇ ਸੰਬੰਧ ਵਿਚ ਬੱਚਿਆਂ ਨੂੰ 'ਹਾਂ' ਜਾਂ 'ਨਾ' ਵਿਚ ਉੱਤਰ ਅੰਕਿਤ ਕਰਨਾ ਹੁੰਦਾ ਹੈ। ਇਸ ਤਰਾਂ ਦੇ ਕਥਨਾਂ ਦੀ ਸੂਚੀ ਦੀ ਰਚਨਾ ਕਰਦੇ ਸਮੇਂ ਉਦੇਸ਼ ਸਪੱਸ਼ਟ ਹੋਣੇ ਚਾਹੀਦੇ ਹਨ।

4. ਸੰਚਿਤ ਅਭਿਲੇਖ ਪੱਤਰ - ਬੱਚਿਆਂ ਦੇ ਵਿਅਕਤੀਤਵ ਦੇ ਵੱਖ-ਵੱਖ ਪੱਖਾਂ ਵਿਚ ਆਏ ਵਿਵਹਾਰ ਤਬਦੀਲੀ ਅਤੇ ਉਪਲਬਧੀਆਂ ਨੂੰ ਇਕ ਹੀ ਪੱਤਰ ਵਿਚ ਲਿੱਖਕੇ ਸੁਰੱਖਿਅਤ ਰੱਖਿਆ ਜਾਂਦਾ ਹੈ, ਇਸਨੂੰ ਸੰਚਿਤ ਅਭਿਲੇਖ ਪੱਤਰ ਕਿਹਾ ਜਾਂਦਾ ਹੈ। ਇਸ ਵਿਚ ਸਿੱਖਿਅਕ ਪ੍ਰਗਤੀ, ਮਾਸਿਕ ਪ੍ਰੀਖਿਆ ਫਲ, ਉਪਸਥਿਤੀ, ਯੋਗਤਾ ਅਤੇ ਸਕੂਲ ਵਿਚ ਹੋਰ ਕਿਰਿਆਵਾਂ ਵਿਚ ਹਿੱਸਾ ਲੈਣ ਆਦਿ ਦਾ ਉੱਲੇਖ ਪੇਸ਼ ਕੀਤਾ ਜਾਂਦਾ ਹੈ।

4. ਪ੍ਰਸ਼ਨਾਵਲੀ - ਪ੍ਰਸ਼ਨਾਵਲੀ ਪ੍ਰਸ਼ਨਾਂ ਦਾ ਸਮੂਹ ਹੈ ਜਿਸਨੂੰ ਅਧਿਆਪਕ ਰਾਹੀਂ ਬੱਚਿਆਂ ਦੇ ਸਾਹਮਣੇ ਪੇਸ਼ ਕਿਤਾ ਜਾਂਦਾ ਹੈ ਅਤੇ ਉਹ ਉਸਦਾ ਉੱਤਰ ਦਿੰਦਾ ਹੈ। ਪ੍ਰਸ਼ਨਾਵਲੀ ਦਾ ਪ੍ਰਯੋਗ ਵਿਅਕਤੀਗਤ ਅਤੇ ਸਾਮੂਹਿਕ ਦੋਵੇਂ ਰੂਪਾਂ ਵਿਚ ਕੀਤਾ ਜਾ ਸਕਦਾ ਹੈ। ਜੇ ਪ੍ਰਸ਼ਨਾਵਲੀ ਦਾ ਪ੍ਰਯੋਗ ਸਮੂਹ ਲਈ ਕੀਤਾ ਜਾਂਦਾ ਹੈ ਤਾਂ ਇਹ ਸਮੇਂ, ਧਨ ਅਤੇ ਮਿਹਨਤ ਦੀ ਬਚਤ ਕਰਨ ਵਿਚ ਸਹਿਯੋਗੀ ਹੁੰਦਾ ਹੈ। ਕਲਾਸ ਵਿਚ ਪੁੱਛੇ ਜਾਣ ਵਾਲੇ ਪ੍ਰਸ਼ਨਾਂ ਦੀ ਭਾਸ਼ਾ ਆਸਾਨ ਹੋਣੀ ਚਾਹੀਦੀ ਹੈ।

6. ਪੋਰਟਫੋਲਿਓ - ਪੋਰਟਫੋਲਿਓ ਦਾ ਅਰਥ ਹੈ- ਸਮੇਂ ਦੀ ਇਕ ਨਿਸ਼ਚਿਤ ਅਵਧੀ ਵਿਚ ਬੱਚਿਆਂ ਰਾਹੀਂ ਕੀਤੇ ਗਏ ਕਾਰਜਾਂ ਦਾ ਭੰਡਾਰ। ਇਹ ਰੋਜ਼ਾਨਾ ਕੀਤੇ ਗਏ ਕੰਮ ਵੀ ਹੋ ਸਕਦੇ ਹਨ ਜਾ ਫੇਰ ਬੱਚਿਆਂ ਦੇ ਕਾਰਜਾਂ ਦੇ ਕੁੱਝ ਨਮੂਮੇ ਵੀ ਹੋ ਸਕਦੇ ਹਨ। ਪੋਰਟਫੋਲਿਓ ਕਿਸੇ ਬੱਚੇ ਦੇ ਕ੍ਰਮਿਕ ਵਿਕਾਸ ਦਾ ਸਭ ਤੋਂ ਪ੍ਰਾਇਮਰੀ ਰਿਕਾਰਡ ਉਪਲਬਧ ਕਰਾਉਂਦੇ ਹਨ। ਕਿਸੇ ਸਾਲ ਦੇ ਦੋ ਮਹੀਨਾਂ ਦੇ ਕਾਰਜ ਦੇ ਨਮੂਨੇ ਦੇਖਕੇ ਬੱਚੇ ਦੇ ਵਿਕਾਸ ਦਾ ਸਟੀਕ ਪ੍ਰਮਾਣ ਪ੍ਰਾਪਤ ਹੋ ਜਾਂਦਾ ਹੈ। ਇਸਦੇ ਰਾਹੀਂ ਬੱਚੇ ਖੁਦ ਆਪਣੀ ਪ੍ਰਗਤੀ ਦਾ ਅਵਲੋਕਨ ਕਰ ਪਾਂਦੇ ਹਨ।

7. ਪਰਿਯੋਜਨਾ ਕਾਰਜ - ਪਰਿਯੋਜਨਾ ਕਾਰਜ ਵਿਚ ਇਕ ਬੱਚੇ ਜਾਂ ਬੱਚਿਆਂ ਦਾ ਛੋਟਾ ਸਮੂਹ ਸ਼ਾਮਿਲ ਹੋ ਸਕਦਾ ਹੈ। ਇਹ ਬੱਚਿਆਂ ਨੂੰ ਇਕੱਠੀ ਕੀਤੀ ਗਈ ਸੂਚਨਾ ਦੇ ਅਧਾਰ 'ਤੇ ਸਮੱਸਿਆ ਦੀ ਪਛਾਣ, ਕਿਸੇ ਕਾਰਜ ਯੋਜਨਾ ਦਾ ਪ੍ਰਾਰੂਪ ਬਣਾਉਣ, ਸਮੱਸਿਆ ਦੇ ਰੂ-ਬ-ਰੂ ਹੋਣ, ਉਪਯੁਕਤ ਸਰੋਤਾਂ

ਦੀ ਖੋਜ ਕਰਨ, ਸਵੈ ਦੀ ਯੋਜਨਾ ਨੂੰ ਲਾਗੂ ਕਰਨ ਅਤੇ ਨਤੀਜੇ ਕੱਢਣ ਦੇ ਮੌਕੇ ਪ੍ਰਦਾਨ ਕਰਦੀ ਹੈ। ਇਸ ਪ੍ਰਕਿਰਿਆ ਵਿਚ ਬੱਚਾ ਵਿਗਿਆਨ ਦੇ ਮੂਲ ਸਿਧਾਂਤ, ਵਿਗਿਆਨ ਦੀ ਵਿਧੀ ਅਤੇ ਪ੍ਰਕਿਰਿਆਵਾਂ ਨੂੰ ਸਿੱਖਦਾ ਹੈ ਅਤੇ ਕਿਸੇ ਵਿਗਿਆਨਕ ਖੋਜ ਵਿਚ ਸ਼ਾਮਿਲ ਵੱਖ-ਵੱਖ ਕਦਮਾਂ ਨਾਲ ਉਸਦਾ ਸਾਹਮਣਾ ਹੁੰਦਾ ਹੈ। ਪਰਿਯੋਜਨਾ ਨਾਲ ਸੰਬੰਧਿਤ ਕਿਰਿਆਕਲਾਪਾਂ ਵਿਚ ਪ੍ਰਯੋਗਸ਼ਾਲਾ ਦਾ ਉਪਯੋਗ, ਪੁਸਤਕਾਲਾ ਵਿਚ ਪੜ੍ਹਨਾ, ਮਲਟੀਮੀਡੀਆ, ਇੰਟਰਨੇਟ, ਖੇਤਰ ਨਾਲ ਅਤੇ ਘਟ 'ਤੇ ਨਮੂਨੇ ਇਕੱਠੇ ਕਰਕੇ, ਸੂਚਨਾਵਾਂ ਨੂੰ ਇਕੱਠਾ ਕਰਨਾ ਸ਼ਾਮਿਲ ਹੋ ਸਕਦਾ ਹੈ।

ਪ੍ਰਸ਼ਨ 25. ਆਕਲਨ ਵਿਚ ਸਹਿਪਾਠੀ/ਸਹਿਯੋਗੀ ਸਮੂਹ ਦੀ ਭੂਮਿਕਾ ਸਪੱਸ਼ਟ ਕਰੋ।

ਜਾਂ

ਕਾਰਜ ਸਿੱਖਿਆ ਨਾਲ ਸੰਬੰਧਿਤ ਗਤੀਵਿਧੀਆਂ ਵਿਚ ਸਹਿਯੋਗੀ ਸਮੂਹ ਦੀ ਭੂਮਿਕਾ ਬਾਰੇ ਆਪਣੇ ਵਿਚਾਰ ਲਿਖੋ।

ਜਾਂ

ਆਕਲਨ ਦੀ ਪ੍ਰਕਿਰਿਆ ਵਿਚ ਸਹਿਪਾਠੀ ਦੀ ਭੂਮਿਕਾ ਦਾ ਮਹੱਤਵ ਦੱਸੋ।

[ਅਕਤੂਬਰ 2016,ਪ੍ਰਸ਼ਨ 40]

ਉੱਤਰ - ਸਤੱਤ ਅਤੇ ਸਾਰਗਰਭਿੱਤ ਮੁਲਾਂਕਣ ਬੱਚੇ ਦੀ ਪ੍ਰਗਤੀ ਨੂੰ ਪੂਰੀ ਦ੍ਰਿਸ਼ਟੀ ਨਾਲ ਵੇਖਦਾ ਹੈ। ਜਿਵੇਂ ਇਹ ਵੱਖ-ਵੱਖ ਤਕਨੀਕਾਂ ਅਤੇ ਉਪਕਰਣਾਂ ਦੇ ਪ੍ਰਯੋਗ ਨੂੰ ਮਹੱਤਵ ਦਿੰਦੀ ਹੈ, ਉਸੇ ਤਰਾਂ ਇਹ ਮੁਲਾਂਕਣ ਕਰਤਾ ਤੋਂ ਵੀ ਵੱਖ-ਵੱਖ ਮੰਗ ਕਰਦਾ ਹੈ। ਕਹਿਣ ਦਾ ਮਤਲਬ ਇਹ ਹੈ ਕਿ ਮੁਲਾਂਕਣ ਲਈ ਅਧਿਆਪਕ ਦੇ ਨਾਲ-ਨਾਲ ਅਤੇ ਲੋਕਾਂ ਤੋਂ ਵੀ ਉਮੀਦ ਕਰਦਾ ਹੈ ਕਿ ਉਹ ਬੱਚੇ ਦੇ ਆਕਲਨ ਅਤੇ ਮੁਲਾਂਕਣ ਦੀ ਪ੍ਰਕਿਰਿਆ ਵਿਚ ਆਪਣੇ ਵਿਚਾਰ ਬਿੰਦੂਆਂ ਨਾਲ ਅਵਗਤ ਕਰਵਾਉਣ ਅਤੇ ਪ੍ਰਤੀ ਦ੍ਰਿਸ਼ਟੀ ਦੇਣ ਦਾ ਕਾਰਜ ਕਰਣ।

ਇੱਥੇ 'ਹੋਰ ਲੋਕਾਂ' ਵਿਚ ਬੱਚਿਆਂ ਦੇ ਸਹਿਪਾਠੀ ਦੀ ਭੂਮਿਕਾ ਨੂੰ ਨਕਾਰਿਆ ਨਹੀਂ ਜਾ ਸਕਦਾ। ਸਿੱਖਣ ਦੀ ਪ੍ਰਕਿਰਿਆ ਦੇ ਦੌਰਾਨ ਬੱਚੇ ਆਪਣੇ ਸਾਥਿਆਂ ਨਾਲ ਆਪਣੇ ਕਾਰਜ ਬਾਰੇ ਤਰਾਂ-ਤਰਾਂ ਦੇ ਸਵਾਲ ਕਰਦੇ ਹਨ-

- "ਰੇਖਾ, ਦੱਸੀ ਮੈਂ ਇਹ ਰੰਗ ਸਹੀ ਭਰਿਆ ਹੈ ਜਾਂ ਨਹੀਂ, ਕੀ ਕੋਈ ਹੋਰ ਰੰਗ ਲਗਾਵਾਂ ਤਾਂ ਜ਼ਿਆਦਾ ਆਕਰਸ਼ਕ ਲਗੂਗਾ?"
- "ਜ਼ਰਾਂ ਵੇਖ ਕੇ ਦੱਸੋ ਕਿ ਇਸ ਕਠਪੁਤਲੀ ਦੇ ਕੰਨ ਸਹੀ ਥਾਂ 'ਤੇ ਲੱਗੇ ਹਨ ਜਾਂ ਨਹੀਂ? ਗੱਤੇ ਦੀ ਥਾਂ ਕੀ ਕੱਪੜੇ ਦੀ ਕਤਰਨਾਂ ਨਾਲ ਕੰਨ ਬਣਾ ਲਾਂ?"
- "ਅਨੁ, ਦੇਖੀ, ਮੈਂ ਮਿੱਟੀ ਨੂੰ ਭੁਰਭੁਰਾ ਕਰਨ ਕੀ ਪੂਰੀ ਕੋਸ਼ਿਸ਼ ਕੀਤੀ ਹੈ। ਕੀ ਇਸ ਨੂੰ ਹੋਰ ਭੁਰਭੁਰਾ ਬਣਾਇਆ ਜਾਵੇ?"

ਇਨ੍ਹਾ ਸਵਾਲਾਂ ਰਾਹੀਂ ਬੱਚੇ ਆਪਣੇ ਸਾਥਿਆਂ ਨਾਲ ਆਪਣੇ ਕਾਰਜ ਦਾ ਆਕਲਨ ਕਰਵਾਉਣ ਦੀ ਚੇਸ਼ਟਾ ਕਰ ਰਹੇ ਹਨ। ਕਲਾਸ ਵਿਚ ਕੁੱਝ ਪਰਿਸਥਿਤੀਆ ਅਜਿਹੀ ਵੀ ਆਉਂਦੀ ਹੈ ਜਦੋਂ ਬੱਚੇ ਆਪਣੇ ਸਾਥਿਆਂ ਨੂੰ ਉਨ੍ਹਾਂ ਦੇ ਕੰਮ ਬਾਰੇ ਆਪਣੀ ਟਿੱਪਣੀਆਂ ਤੋਂ ਅਵਗਤ ਕਰਵਾਉਂਦੇ ਹਨ। ਉਦਾਹਰਣ ਲਈ-

- "ਸਿਦਾਰਥ, ਮੁਖੋਟਾ ਤਾਂ ਬਹੁਤ ਸੁੰਦਰ ਬਣਾਇਆ ਹੈ ਪਰ ਇਹ ਟਿਕਾਊ ਨਹੀਂ ਹੈ। ਜੇ ਚਾਰਟ ਪੈਪਰ ਦੀ ਥਾਂ ਤੂੰ ਕਾਰਟਸ਼ੀਟ ਲਗਾਈ ਹੁੰਦੀ ਤਾਂ ਇਹ ਵਾਧੂ ਦਿਨਾਂ ਤੱਕ ਉਪਯੋਗ ਵਿਚ ਲਿਆਇਆ ਜਾ ਸਕਦਾ ਸੀ।"
- "ਬਾਂਧਨੀ ਦੀ ਚੁਨਰੀ ਤਾਂ ਨਿਖਰ ਕੇ ਆਈ ਹੈ ਪਰ ਤੂੰ ਇਨ੍ਹੇ ਵੱਡੇ-ਵੱਡੇ ਦਾਨੇ ਕਿਉਂ ਬੰਨੇ? ਇਸ ਨਾਲ ਚੁਨਰੀ ਵਿਚ ਕਿਤੇ-ਕਿਤੇ ਖਾਲੀਪਨ ਨਜ਼ਰ ਆ ਰਿਹਾ ਹੈ।"
- ਤੂੰ ਖਾਂਚੇ ਵਿਚ ਸਿੱਧਾ ਹੀ ਮੋਮ ਕਿਉਂ ਪਾ ਰਹੇ ਹੋ? ਮਾੜਾ ਜਿਹਾ ਸਰੋਂ ਦਾ ਤੇਲ ਰੁਈ ਵਿਚ ਭਿਗੋ ਕੇ ਖਾਂਚੇ 'ਤੇ ਲਗਾਓ ਤਾਂ ਮੋਮਬੱਤੀ ਕੱਢਣ ਵਿਚ ਮੁਸ਼ਕਲ ਨਹੀਂ ਹੋਵੇਗੀ।

ਇੱਥੇ ਸਹਿਪਾਠੀ ਇਕ ਦੂੱਜੇ ਦਾ ਅਨੋਪਚਾਰਿਕ ਰੂਪ ਤੋਂ ਆਕਲਨ ਕਰ ਰਹੇ ਹਨ ਅਤੇ ਕਾਰਜ ਦੇ ਬਿਹਤਰ ਨਿਸ਼ਪਾਦਨ ਲਈ ਸੁਝਾਓ ਵੀ ਦੇ ਰਹੇ ਹਨ।

ਪ੍ਰਸ਼ਨ 26. ਬੱਚਿਆਂ ਦੀ ਪ੍ਰਗਤੀ ਰਿਪੋਰਟ ਲਈ ਉਨ੍ਹਾਂ ਦੇ ਮਾਤਾ-ਪਿਤਾ ਨਾਲ ਸੰਪਰਕ ਕਰਨ ਦੇ ਤਰੀਕੇ ਅਤੇ ਬਿੰਦੂਆਂ ਦਾ ਉੱਲੇਖ ਕਰੋ।

ਜਾਂ

ਬੱਚਿਆਂ ਅਤੇ ਉਨ੍ਹਾਂ ਦੇ ਮਾਪਿਆਂ ਨੂੰ ਉਨ੍ਹਾਂ ਦੀ ਪ੍ਰਗਤੀ ਬਾਰੇ ਸੂਚਿਤ ਕਰਨਾ ਕਿਉਂ ਜਰੂਰੀ ਹੈ?

ਜਾਂ

ਬੱਚੇ ਦੇ ਮਾਤਾ-ਪਿਤਾ ਨੂੰ ਉਸਦੀ ਪ੍ਰਗਤੀ ਨਾਲ ਸੰਬੰਧਿਤ ਸੰਚਾਰ ਕੀਤੀ ਜਾਣ ਵਾਲੀ ਕੋਈ ਵੀ ਦੋ ਗੱਲਾਂ ਲਿਖੋ। [ਅਕਤੂਬਰ 2016, ਪ੍ਰਸ਼ਨ 29]

ਉੱਤਰ - ਬੱਚਿਆਂ ਅਤੇ ਮਾਪਿਆਂ ਨੂੰ ਉਨ੍ਹਾਂ ਦੀ ਪ੍ਰਗਤੀ ਬਾਰੇ ਦੱਸਣਾ ਜਰੂਰੀ ਹੈ। ਜਦੋਂ ਤਕ ਆਕਲਨ ਦੇ ਨਤੀਜਾਂ ਨੂੰ ਬੱਚਿਆਂ ਅਤੇ ਉਨ੍ਹਾਂ ਦੇ ਮਾਪਿਆਂ ਤੱਕ ਸੰਚਾਰ ਨਹੀਂ ਕੀਤਾ ਜਾਵੇਗਾ, ਉਦੋਂ ਤੱਕ ਆਕਲਨ ਦੇ ਉਦੇਸ਼ਾਂ ਦੀ ਪੂਰਤੀ ਨਹੀਂ ਹੋ ਸਕੇਗੀ।

ਬੱਚਿਆਂ ਅਤੇ ਮਾਪਿਆਂ ਨੂੰ ਪ੍ਰਗਤੀ ਬਾਰੇ ਦੱਸਣ ਦੇ ਕੁੱਝ ਕਾਰਣ ਹੇਠ ਲਿਖੇ ਹਨ-

- ਮਾਪਿਆਂ ਨੂੰ ਬੱਚੇ ਦੀ ਵਿਅਕਤੀਗਤ ਅਤੇ ਵਿਸ਼ੇਸ਼ ਉਪਲਬਧੀਆਂ, ਜਰੂਰਤਾਂ, ਵਿਹਾਰਕ ਆਦਿ ਬਾਰੇ ਦੱਸਣਾ।
- ਸਿੱਖਣ ਦੀ ਉਪਯੁਕਤ ਸਥਿਤੀਆਂ ਅਤੇ ਤਰੀਕਾਂ ਦੀ ਯੋਜਨਾ ਬਣਾਉਣੀ।
- ਬੱਚੇ ਦੀ ਰੁਚੀ, ਸਮਰੱਥਾਵਾਂ, ਦ੍ਰਿਸ਼ਟੀਕੋਣ ਆਦੀ ਦੀ ਪਛਾਣ ਕਰਨ ਵਿਚ ਉਸਦੀ ਅਤੇ ਉਸਦੇ ਮਾਪਿਆਂ ਦੀ ਮਦਦ ਕਰਨੀ।
- ਮਾਪਿਆਂ ਅਤੇ ਬੱਚਿਆਂ ਨੂੰ ਸਵੈ-ਆਕਲਨ ਲਈ ਉਤਸ਼ਾਹਿਤ ਕਰਨਾ।
- ਆਕਲਨ ਦੀ ਪ੍ਰਕਿਰਿਆ ਦੇ ਪ੍ਰਤੀ ਡਰ ਨੂੰ ਖਤਮ ਕਰਨਾ।

ਸੰਚਾਰ ਦੇ ਤਰੀਕੇ (Method of Communication) **-** ਕਿਉਂਕਿ ਸਤੱਤ ਅਤੇ ਸਾਰਗਰਭਿੱਤ ਮੁਲਾਂਕਣ ਹਰ ਵੇਲੇ ਚੱਲਣ ਵਾਲੀ ਪ੍ਰਕਿਰਿਆ ਹੈ ਇਸ ਲਈ ਇਸਨੂੰ ਮਾਪਿਆਂ ਤੱਕ ਪਹੁੰਚਾਉਣ ਦੇ ਤਰੀਕੇ ਵੀ ਵਿਵਿਧਤਾ ਵਿਚ ਲਏ ਜਾਂਦੇ ਹਨ। ਆਮ ਤੌਰ 'ਤੇ ਸਾਰੇ ਮਾਪੇ ਜਾਣਨਾ ਚਾਹੁੰਦੇ ਹਨ ਕਿ ਉਨ੍ਹਾਂ

ਦੇ ਬੱਚੇ ਸਕੂਲ ਵਿਚ ਕੀ ਕੁੱਝ ਕਰ ਰਹੇ ਹਨ ਅਤੇ ਕੀ ਸਿੱਖ ਰਹੇ ਹਨ। ਦੂਜੇ ਬੱਚੇ ਕਿਵੇਂ ਦਾ ਪ੍ਰਦਰਸ਼ਨ ਕਰ ਰਹੇ ਹਨ ਅਤੇ ਉਨ੍ਹਾਂ ਦੇ ਬੱਚੇ ਦਾ ਪ੍ਰਦਰਸ਼ਨ ਉਨ੍ਹਾਂ ਤੋਂ ਕਿਵੇਂ ਵੱਖ ਹੈ। ਅਧਿਆਪਕ ਆਮ ਤੌਰ 'ਤੇ "ਚੰਗਾ, ਬਹੁਤ ਚੰਗਾ, ਅਤੇ ਮਿਹਨਤ ਦੀ ਜਰੂਰਤ ਹੈ" ਵਰਗੀ ਟਿੱਪਣੀਆਂ ਦਿੰਦੇ ਹਨ। ਪਰ ਇਹ ਕਾਫੀ ਨਹੀਂ ਹੈ। ਜਿੱਥੇ ਤੱਕ ਸੰਭਵ ਹੋਵੇ, ਤੁਸੀਂ ਮਾਤਾ-ਪਿਤਾ ਨੂੰ ਸਪੱਸ਼ਟ ਭਾਸ਼ਾ ਵਿਚ, ਸਮਝ ਵਿਚ ਆਉਣ ਵਾਲੇ ਸ਼ਬਦਾਂ/ਵਾਕਾਂ ਵਿਚ ਬੱਚੇ ਦੇ ਬਾਰੇ ਦੱਸੋ।

- ਬੱਚਾ ਕੀ ਕਰ ਸਕਦਾ ਹੈ? ਕੀ ਕਰਨਾ ਚਾਹੁੰਦਾ ਹੈ? ਕੀ ਕੁੱਝ ਕਰਨ ਵਿਚ ਪਰੇਸ਼ਾਨੀ ਹੈ?
- ਬੱਚੇ ਨੇ ਕਿਵੇਂ ਸਿੱਖਿਆ (ਪ੍ਰਕਿਰਿਆ)
- ਬੱਚੇ ਰਾਹੀਂ ਕੀਤੇ ਗਏ ਕਰਜਾਂ ਦਾ ਨਮੂਨਾ ਦਿਖਾਓ
- ਸਹਿਯੋਗ, ਜ਼ਿੰਮੇਵਾਰੀ, ਪਹਿਲਕਦਮੀ, ਸੰਵੇਦਨਸ਼ੀਲਤਾ, ਰੂਚੀ ਆਦਿ ਬਾਰੇ ਗੱਲ ਕਰੋ।
- ਮਾਤਾ-ਪਿਤਾ ਕਿਵੇਂ ਆਪਣੇ ਬੱਚਿਆਂ ਦੀ ਮਦਦ ਕਰ ਸਕਦੇ ਹਨ, ਇਸ ਬਾਰੇ ਸੁਝਾਓ ਦਓ।
- ਮਾਤਾ-ਪਿਤਾ ਨਾਲ ਬੱਚੇ ਦੇ ਘਰ ਦੇ ਜੀਵਨ, ਕਾਰਜਾਂ ਅਤੇ ਵਿਵਹਾਰ ਬਾਰੇ ਪੁਛਣਾ।

ਸੰਚਾਰ ਦੇ ਬਿੰਦੂ (Points of Communication) - ਮਾਤਾ-ਪਿਤਾ ਨੂੰ ਹੇਠ ਲਿਖੀ ਬਿੰਦੂਆਂ 'ਤੇ ਪ੍ਰਗਤੀ ਸੰਚਾਰ ਕਰੋ-

ਬੱਚੇ ਦਾ ਨਾਂ :

ਵਿਭਾਗ :

ਕਿਰਿਆਕਲਾਪ ਦਾ ਨਾਂ :

- ਕਾਰਜ ਵਿਚ ਪ੍ਰਯੁਕਤ ਸਮੇਂ (ਬੱਚੇ ਰਾਹੀਂ)
- ਕਾਰਜ ਵਿਚ ਪ੍ਰਯੁਜਤ ਓਜਾਰਾਂ ਦੀ ਉਪਯੁਕਤਾ
- ਕਾਰਜ ਵਿਚ ਪ੍ਰਯੁਕਤ ਸਮੱਗਰੀ ਦੀ ਉਪਯੁਕਤਾ
- ਅਪਣਾਈ ਗਈ ਤਕਨੀਕ ਜਾਂ ਵਿਧੀ
- ਬਣਾਈ ਗਈ ਵਸਤੂ ਦੇ ਉਪਯੋਗ
- ਆਧਾਰਭੂਤ ਵਿਗਿਆਨਕ ਸਿਧਾਂਤ
- ਸਮੂਹ ਵਿਚ ਸਹਿਯੋਗ
- ਕਾਰਜ ਦੇ ਪ੍ਰਤੀ ਤੱਤਪਰਤਾ
- ਸੁਰੱਖਿਅਤ ਤਰੀਕੇ ਨਾਲ ਕਾਰਜ ਕਰਨ ਦੀ ਸ਼ੈਲੀ
- ਕਾਰਜਸਥਲ ਦੀ ਵਿਵਸਥਾ
- ਉਤਪਾਦ ਦਾ ਪ੍ਰਸਤੂਤੀਕਰਨ

ਜੇ ਕਿਰਿਆਕਲਾਪ ਦੀ ਪ੍ਰਕਿਰਤੀ ਉਤਪਾਦ ਬਣਾਉਣ ਦੀ ਪ੍ਰਕਿਰਿਆ ਨਾ ਹੋਕੇ 'ਸੇਵਾ' 'ਤੇ ਅਧਾਰਿਤ ਹੈ ਤਾਂ ਮੁੱਖ ਰੂਪ ਤੋਂ ਮੁੱਲ ਅਤੇ ਦ੍ਰਿਸ਼ਟੀਕੋਣ ਸੰਬੰਧੀ ਬਿੰਦੂਆਂ 'ਤੇ ਧਿਆਨ ਦੇਣ ਦੀ ਲੋੜ ਹੈ।

ਬਹੁ-ਪੱਖੀ ਪ੍ਰਸ਼ਨ

ਪ੍ਰਸ਼ਨ 1. ਕਾਰਜ ਸਿੱਖਿਆ ਦੇ ਅਧੀਨ ਕਰਵਾਈ ਜਾਣ ਵਾਲੀ ਗਤੀਵਿਧੀਆਂ ਦੀ ਚੋਣ ਕਿਸਦੇ ਰਾਹੀਂ ਕੀਤੀ ਜਾਣੀ ਚਾਹੀਦੀ ਹੈ?

(ੳ) ਕਾਰਜ ਸਿੱਖਿਆ ਦੇ ਅਧਿਆਪਕ ਰਾਹੀਂ

(ਅ) ਸਿੱਖਿਆ ਆਯੋਗ ਰਾਹੀਂ

(ੲ) ਅਧਿਆਪਕ, ਮਾਤਾ-ਪਿਤਾ ਅਤੇ ਬੱਚਿਆਂ ਰਾਹੀਂ

(ਸ) ਸਕੂਲ ਅਧਿਕਾਰੀ ਰਾਹੀਂ

ਉੱਤਰ - (ੲ) ਅਧਿਆਪਕ, ਮਾਤਾ-ਪਿਤਾ ਅਤੇ ਬੱਚਿਆਂ ਰਾਹੀਂ

ਪ੍ਰਸ਼ਨ 2. ਕਾਰਜ ਸਿੱਖਿਆ ਦੇ ਅਧੀਨ ਬਣਾਈ ਗਈ ਵਸਤਾਂ ਦਾ ਮੁਲਾਂਕਜਣ ਕਰਦੇ ਸਮੇਂ ਕਿਹੜੇ ਆਯਾਮ 'ਤੇ ਵਿਸ਼ੇਸ਼ ਧਿਆਨ ਦੇਣਾ ਚਾਹੀਦਾ ਹੈ?

(ੳ) ਪ੍ਰਯੁਕਤ ਸਮੱਗਰੀ **(ਅ) ਰੂਪਸੱਜਾ**

(ੲ) ਪ੍ਰਯੁਕਤ ਪ੍ਰਕਿਰਿਆ **(ਸ) ਸਨਲਗਨ ਸਮੇਂ**

ਉੱਤਰ - (ੳ) ਪ੍ਰਯੁਕਤ ਸਮੱਗਰੀ

ਪ੍ਰਸ਼ਨ 3. ਕਾਰਜ ਸਿੱਖਿਆ ਦੇ ਸੰਦਰਭ ਵਿਚ ਸਮੂਹ ਨਿਰਮਾਣ ਬਾਰੇ ਕਿਹੜੀ ਗੱਲ ਸਹੀ ਹੈ?

(ੳ) ਮੁੰਡੇ-ਕੁੜੀਆਂ ਦਾ ਸਮੂਹ ਵੱਖ ਹੋਵੇ

(ਅ) ਚੁਣੌਤੀਪੂਰਨ ਬੱਚਿਆਂ ਦਾ ਸਮੂਹ ਵੱਖ ਹੋਵੇ

(ੲ) ਤਵਰਿਤ ਗਤੀ ਤੋਂ ਸਿੱਖਣ ਵਾਲੇ ਬੱਚਿਆਂ ਦਾ ਸਮੂਹ ਵੱਖ ਹੋਵੇ

(ਸ) ਵੱਖ-ਵੱਖ ਪ੍ਰਕਿਰਤੀ ਅਤੇ ਸਮਰੱਥਾ ਵਾਲੇ ਬੱਚਿਆਂ ਦਾ ਮਿਲਿਆ-ਜੁਲਿਆ ਸਮੂਹ ਹੋਵੇ

ਉੱਤਰ - (ਸ) ਵੱਖ-ਵੱਖ ਪ੍ਰਕਿਰਤੀ ਅਤੇ ਸਮਰੱਥਾ ਵਾਲੇ ਬੱਚਿਆਂ ਦਾ ਮਿਲਿਆ-ਜੁਲਿਆ ਸਮੂਹ ਹੋਵੇ

ਪ੍ਰਸ਼ਨ 4. ਕਾਰਜ ਸਿੱਖਿਆ ਦੀ ਸਫਲਤਾ ਲਈ ਜਰੂਰੀ ਹੈ-

(ੳ) ਵਿਚਾਰਾਂ ਵਿਚ ਵਿਲੋਪਨ

(ਅ) ਸਹਿਯੋਗ ਦੀ ਭਾਵਨਾ

(ੲ) ਮਿਹਨਤ ਦੇ ਪ੍ਰਤੀ ਨਕਾਰਾਤਮਕ ਸੋਚ

(ਸ) ਸਮੁਦਾਏ ਅਤੇ ਸਕੂਲ ਦੇ ਵਿਚਕਾਰ ਨਕਾਰਾਤਮਕ ਸੰਬੰਧ

ਉੱਤਰ - (ਅ) ਸਹਿਯੋਗ ਦੀ ਭਾਵਨਾ

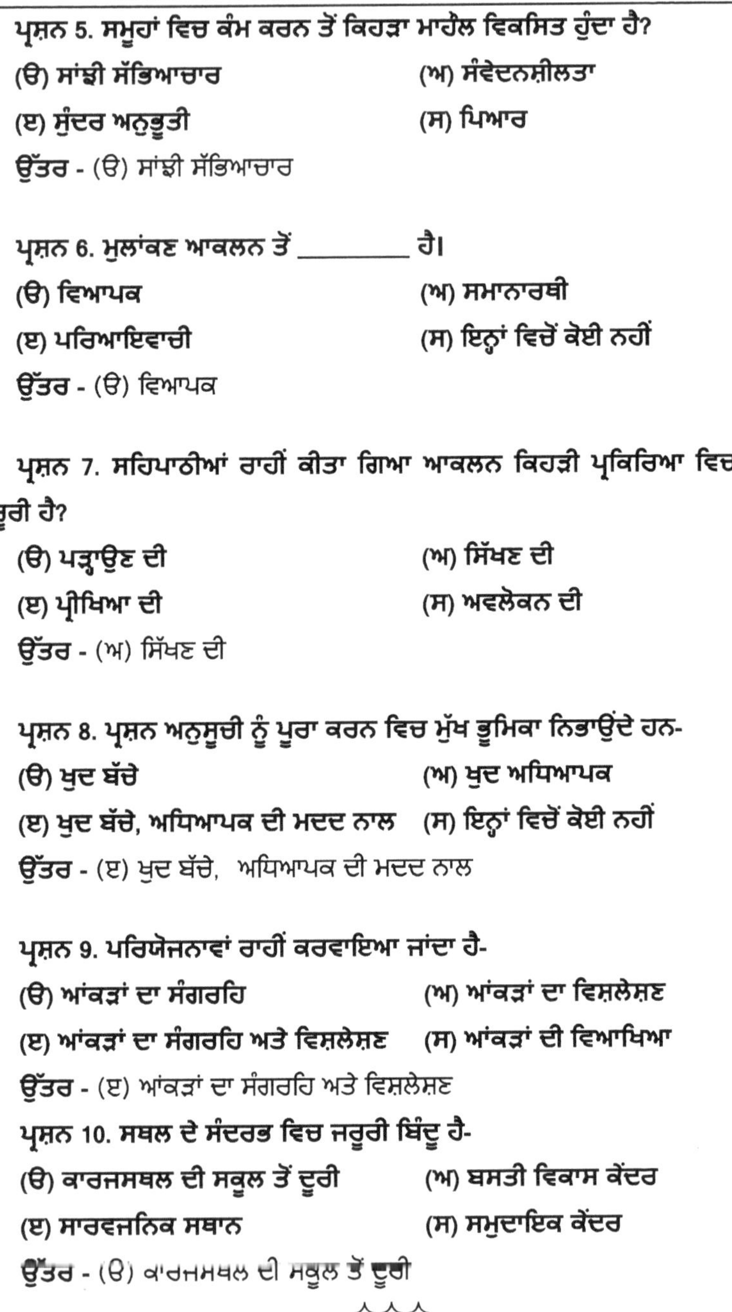

ਪ੍ਰਸ਼ਨ 5. ਸਮੂਹਾਂ ਵਿਚ ਕੰਮ ਕਰਨ ਤੋਂ ਕਿਹੜਾ ਮਾਹੌਲ ਵਿਕਸਿਤ ਹੁੰਦਾ ਹੈ?

(ੳ) ਸਾਂਝੀ ਸੱਭਿਆਚਾਰ **(ਅ) ਸੰਵੇਦਨਸ਼ੀਲਤਾ**

(ੲ) ਸੁੰਦਰ ਅਨੁਭੂਤੀ **(ਸ) ਪਿਆਰ**

ਉੱਤਰ - (ੳ) ਸਾਂਝੀ ਸੱਭਿਆਚਾਰ

ਪ੍ਰਸ਼ਨ 6. ਮੁਲਾਂਕਣ ਆਕਲਨ ਤੋਂ ________ ਹੈ।

(ੳ) ਵਿਆਪਕ **(ਅ) ਸਮਾਨਾਰਥੀ**

(ੲ) ਪਰਿਆਇਵਾਚੀ **(ਸ) ਇਨ੍ਹਾਂ ਵਿਚੋਂ ਕੋਈ ਨਹੀਂ**

ਉੱਤਰ - (ੳ) ਵਿਆਪਕ

ਪ੍ਰਸ਼ਨ 7. ਸਹਿਪਾਠੀਆਂ ਰਾਹੀਂ ਕੀਤਾ ਗਿਆ ਆਕਲਨ ਕਿਹੜੀ ਪ੍ਰਕਿਰਿਆ ਵਿਚ ਬਹੁਤ ਜਰੂਰੀ ਹੈ?

(ੳ) ਪੜ੍ਹਾਉਣ ਦੀ **(ਅ) ਸਿੱਖਣ ਦੀ**

(ੲ) ਪ੍ਰੀਖਿਆ ਦੀ **(ਸ) ਅਵਲੋਕਨ ਦੀ**

ਉੱਤਰ - (ਅ) ਸਿੱਖਣ ਦੀ

ਪ੍ਰਸ਼ਨ 8. ਪ੍ਰਸ਼ਨ ਅਨੁਸੂਚੀ ਨੂੰ ਪੂਰਾ ਕਰਨ ਵਿਚ ਮੁੱਖ ਭੂਮਿਕਾ ਨਿਭਾਉਂਦੇ ਹਨ-

(ੳ) ਖੁਦ ਬੱਚੇ **(ਅ) ਖੁਦ ਅਧਿਆਪਕ**

(ੲ) ਖੁਦ ਬੱਚੇ, ਅਧਿਆਪਕ ਦੀ ਮਦਦ ਨਾਲ **(ਸ) ਇਨ੍ਹਾਂ ਵਿਚੋਂ ਕੋਈ ਨਹੀਂ**

ਉੱਤਰ - (ੲ) ਖੁਦ ਬੱਚੇ, ਅਧਿਆਪਕ ਦੀ ਮਦਦ ਨਾਲ

ਪ੍ਰਸ਼ਨ 9. ਪਰਿਯੋਜਨਾਵਾਂ ਰਾਹੀਂ ਕਰਵਾਇਆ ਜਾਂਦਾ ਹੈ-

(ੳ) ਆਂਕੜਾਂ ਦਾ ਸੰਗਰਹਿ **(ਅ) ਆਂਕੜਾਂ ਦਾ ਵਿਸ਼ਲੇਸ਼ਣ**

(ੲ) ਆਂਕੜਾਂ ਦਾ ਸੰਗਰਹਿ ਅਤੇ ਵਿਸ਼ਲੇਸ਼ਣ **(ਸ) ਆਂਕੜਾਂ ਦੀ ਵਿਆਖਿਆ**

ਉੱਤਰ - (ੲ) ਆਂਕੜਾਂ ਦਾ ਸੰਗਰਹਿ ਅਤੇ ਵਿਸ਼ਲੇਸ਼ਣ

ਪ੍ਰਸ਼ਨ 10. ਸਥਲ ਦੇ ਸੰਦਰਭ ਵਿਚ ਜਰੂਰੀ ਬਿੰਦੂ ਹੈ-

(ੳ) ਕਾਰਜਸਥਲ ਦੀ ਸਕੂਲ ਤੋਂ ਦੂਰੀ **(ਅ) ਬਸਤੀ ਵਿਕਾਸ ਕੇਂਦਰ**

(ੲ) ਸਾਰਵਜਨਿਕ ਸਥਾਨ **(ਸ) ਸਮੁਦਾਇਕ ਕੇਂਦਰ**

ਉੱਤਰ - (ੳ) ਕਾਰਜਸਥਲ ਦੀ ਸਕੂਲ ਤੋਂ ਦੂਰੀ

✧✧✧

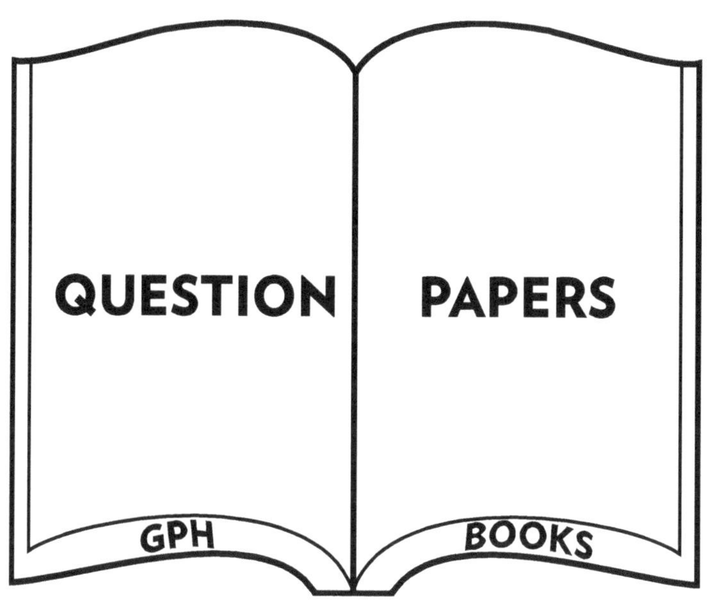
QUESTION
PAPERS
GPH
BOOKS

Diploma in Elementary Education

ਐਲੀਮੈਂਟਰੀ ਪੱਧਰ 'ਤੇ ਕਲਾ, ਸਿਹਤ ਅਤੇ ਸਰੀਰਿਕ ਅਤੇ ਕੰਮਕਾਜੀ ਸਿੱਖਿਆ ਦੀ ਸਿਖਲਾਈ

(Learning in Art, Health & Physical and Work Education at Elementary Level)

508

ਅਪ੍ਰੈਲ, 2016

ਨੋਟ :ਪ੍ਰਸ਼ਨ ਨੰਬਰ 1 ਤੋਂ 15 ਲਈ ਦਿੱਤੇ ਗਏ ਚਾਰ ਵਿਕਲਪਾਂ A) ,(B) ,(C (ਅਤੇ) D (ਵਿਚੋਂ ਸਹੀ ਉੱਤਰ ਦਾ ਚੋਣ ਕਰਕੇ ਆਪਣੀ ਉੱਤਰ - ਪੁਸਤੀਕਾ ਵਿਚ ਲਿਖੋ।

ਪ੍ਰਸ਼ਨ 1. ਦ੍ਰਿਸ਼ ਅਤੇ ਸ਼ਿਲਪ ਕਲਾ ਲਈ ਹੇਠਾਂ ਵਿਚੋਂ ਉਚਿਤ ਸਮੱਗਰੀ ਕਿਹੜੀ ਹੈ?

(ੳ) ਮੋਮ ਅਤੇ ਮਿੱਟੀ **(ਅ) ਮੰਚ**

(ੲ) ਸੰਗੀਤ ਸਾਧਨ **(ਸ) ਪੁਸ਼ਾਕ**

ਉੱਤਰ - (ੳ) ਮੋਮ ਅਤੇ ਮਿੱਟੀ

ਪ੍ਰਸ਼ਨ 2. ਕਲਾ-ਕਾਰਜ ਦੇ ਮੁਲਾਂਕਣ ਲਈ ਸਭ ਤੋਂ ਵਧੀਆ ਤਕਨੀਕ ਹੈ:

(ੳ) ਪ੍ਰਸ਼ਨ-ਉੱਤਰ ਵਿਧੀ **(ੳ) ਪੇਪਰ-ਪੇਂਸਿਲ ਪ੍ਰੀਖਿਆ**

(ੲ) ਅਵਲੋਕਨ ਵਿਧੀ **(ਸ) ਇੰਟਰਵਿਊ ਵਿਧੀ**

ਉੱਤਰ - (ੲ) ਅਵਲੋਕਨ ਵਿਧੀ

ਪ੍ਰਸ਼ਨ 3. ਪਾਣੀ ਤੋਂ ਭਰੇ ਵਸਰਾਵਿਕ ਦੇ ਸੱਤ ਕਟੋਰਾਂ ਦਾ ਪ੍ਰਯੋਗ ਕਰਕੇ ਕਿਹੜੇ ਸੰਗੀਤ ਸਾਧਨ ਦੀ ਧੁਨੀ ਦਾ ਆਨੰਦ ਲਿਤਾ ਜਾ ਸਕਦਾ ਹੈ?

(ੳ) ਸਿਤਾਰ **(ਅ) ਜਲਤਰੰਗ**

(ੲ) ਹਾਰਮੋਨਿਯਮ **(ਸ) ਸਰੋਦ**

ਉੱਤਰ - (ਅ) ਜਲਤਰੰਗ

ਪ੍ਰਸ਼ਨ 4. 'ਹਾਰ ਸਮੰਦਰ ਗੋਪੀ ਚੰਦਰਾ' ਇਹ ਗੀਤ ਕਿਹੜੀ ਸ਼੍ਰੈਣੀ ਵਿਚ ਆਏਗਾ?

(ੳ) ਲੋਕਗੀਤ **(ਅ) ਦੇਸ਼ਭਕਤੀ ਗੀਤ**

(ੲ) ਭਕਤੀ ਗੀਤ **(ਸ) ਬਾਲ ਗੀਤ**

ਉੱਤਰ - (ਸ) ਬਾਲ ਗੀਤ

ਪ੍ਰਸ਼ਨ 5. ਹੇਠਾਂ ਵਿਚੋਂ ਕਿਹੜੇ ਨਿਸ਼ਪਾਦਨ ਕਲਾ ਨਾਲ ਕਾਰਜ ਕਰਦੇ ਹਨ?

(ੳ) ਰੰਗਸਾਜ **(ਅ) ਰਜਾਈਸਾਜ**

(ੲ) ਨਾਟਕਕਾਰ **(ਸ) ਵਾਸਤੁਵਿਦ**

ਉੱਤਰ - (ੲ) ਨਾਟਕਕਾਰ

ਪ੍ਰਸ਼ਨ 6. ਹੇਠਾਂ ਵਿਚੋਂ ਭੋਜਨ ਦਾ ਮੁੱਖ ਸਰੋਤ ਕੀ ਹੈ?

(ੳ) ਪੌਦੇ ਅਤੇ ਜਾਨਵਰ **(ਅ) ਰਸੋਈਘਰ**

(ੲ) ਬਾਜ਼ਾਰ **(ਸ) ਉਦਯੋਗ**

ਉੱਤਰ - (ੳ) ਪੌਦੇ ਅਤੇ ਜਾਨਵਰ

ਪ੍ਰਸ਼ਨ 7. ਹੇਠਾਂ ਵਿਚੋਂ 'ਦੁਲਤੀ' ਜਾਂ 'ਪਿੱਛੇ ਤੋਂ ਪੈਰ ਰਾਹੀਂ ਪ੍ਰਹਾਰ' ਦਾ ਮੂਲ ਅਪਮਾਨਜਨਕ ਹੁਨਰ ਕਿਹੜੇ ਖੇਡ ਨਾਲ ਸੰਬੰਧਿਤ ਹੈ?

(ੳ) ਵਾਲੀਬਾਲ **(ਅ) ਖੋ-ਖੋ**

(ੲ) ਉੱਚੀ ਛਾਲ **(ਸ) ਕਬੱਡੀ**

ਉੱਤਰ - (ਸ) ਕਬੱਡੀ

ਪ੍ਰਸ਼ਨ 8. ਹੇਠਾਂ ਵਿਚੋਂ ਕਿਹੜਾ ਆਸਨ ਭੁਜੰਗਾਸਨ ਅਤੇ ਸ਼ਲਭਾਸਨ ਦਾ ਜੋੜ ਹੈ?

(ੳ) ਹਲਾਸਨ **(ਅ) ਧਨੁਰਾਸਨ**

(ੲ) ਸ਼ਵਾਸਨ **(ਸ) ਚਕੱਰਾਸਨ**

ਉੱਤਰ - (ਅ) ਧਨੁਰਾਸਨ

ਪ੍ਰਸ਼ਨ 9. ਹੇਠਾਂ ਵਿਚੋਂ ਕਿਹੜੀ ਬੀਮਾਰੀ ਛੂਤਕਾਰੀ ਨਹੀਂ ਹੈ?

(ੳ) ਮਲੇਰੀਆ **(ਅ) ਤਪੇਦਿਕ**

(ੲ) ਮਧੁਮੇਹ **(ਸ) ਚਿਕਨਪਾੱਕਸ**

ਉੱਤਰ - (ੲ) ਮਧੁਮੇਹ

ਪ੍ਰਸ਼ਨ 10. ਕਲਾਸਰੂਮ ਵਿਚ ਵੱਧ ਪ੍ਰਕਾਸ਼ਕ ਪ੍ਰਭਾਵ ਲਈ ਦੀਵਾਰਾਂ 'ਤੇ ਕਿਹੋ ਜਿਹੇ ਰੰਗ ਹੋਣੇ ਚਾਹੀਦੇ ਹਨ?

(ੳ) ਚਟਕੀਲੇ **(ਅ) ਧੁੰਧਲੇ**

(ੲ) ਹਲਕੇ **(ਸ) ਸ਼ੇਡਦਾਰ**

ਉੱਤਰ - (ੳ) ਚਟਕੀਲੇ

ਪ੍ਰਸ਼ਨ 11. ਹੇਠਾਂ ਵਿਚੋਂ ਕਿਹੜਾ ਪ੍ਰਾਇਮਰੀ ਇਲਾਜ ਦੇ ਸਿਧਾਂਤਾਂ ਵਿਚ ਸ਼ਾਮਿਲ ਨਹੀਂ ਹੈ?

(ੳ) ਤਾਜੀ ਹਵਾ ਆਉਣ ਦੇਣਾ

(ਅ) ਤਰਾਸ ਨਾ ਹੋਣਾ

(ੲ) ਖ਼ੂਨ ਨੂੰ ਰੋਕਣਾ

(ਸ) ਜ਼ਖਮੀ ਵਿਅਕਤੀ ਦੇ ਆਲੇ-ਦੁਆਲੇ ਭੀੜ ਲਗਾਉਣਾ

ਉੱਤਰ - (ਸ) ਜ਼ਖਮੀ ਵਿਅਕਤੀ ਦੇ ਆਲੇ-ਦੁਆਲੇ ਭੀੜ ਲਗਾਉਣਾ

ਪ੍ਰਸ਼ਨ 12. ਵਧਦੇ ਬੱਚਿਆਂ ਨੂੰ ਉਨ੍ਹਾਂ ਦਾ ਸਰੀਰ ਬਣਾਉਣ ਲਈ ਵਧ .... ਜਰੂਰੀ ਹੈ।

(ੳ) ਵਸਾ **(ਅ) ਪ੍ਰੋਟੀਨ**

(ੲ) ਵਿਟਾਮਿਨ **(ਸ) ਕਾਰਬੋਹਾਈਡਰੇਟ**

ਉੱਤਰ - (ਅ) ਪ੍ਰੋਟੀਨ

ਪ੍ਰਸ਼ਨ 13. ਕਾਰਜ ਸਿੱਖਿਆ ਦੇ ਅਧੀਨ ਕੀਤੀ ਜਾਣ ਵਾਲੀ ਗਤੀਵਿਧੀਆਂ ਦੀ ਚੋਣ ਕਿੱਦੇ ਰਾਹੀਂ ਕੀਤੀ ਜਾਣੀ ਚਾਹੀਦੀ ਹੈ?

(ੳ) ਕਾਰਜ ਸਿੱਖਿਆ ਦੇ ਅਧਿਆਪਕ ਰਾਹੀਂ

(ਅ) ਸਿੱਖਿਆ ਆਯੋਗ ਰਾਹੀਂ

(ੲ) ਅਧਿਆਪਕ, ਮਾਤਾ-ਪਿਤਾ ਅਤੇ ਬੱਚਿਆਂ ਰਾਹੀਂ

(ਸ) ਸਕੂਲ ਅਧਿਕਾਰੀ ਰਾਹੀਂ

ਉੱਤਰ - (ੲ) ਅਧਿਆਪਕ, ਮਾਤਾ-ਪਿਤਾ ਅਤੇ ਬੱਚਿਆਂ ਰਾਹੀਂ

ਪ੍ਰਸ਼ਨ 14. ਕਾਰਜ ਸਿੱਖਿਆ ਦੇ ਅਧੀਨ ਬਣਾਈ ਗਈ ਵਸਤੂ ਦਾ ਮੁਲਾਂਕਣ ਕਰਦੇ ਸਮੇਂ ਕਿਹੜੇ ਆਯਾਮ 'ਤੇ ਵਿਸ਼ੇਸ਼ ਧਿਆਨ ਦੇਣਾ ਚਾਹੀਦਾ ਹੈ?

(ੳ) ਵਰਤੀ ਗਈ ਸਮੱਗਰੀ **(ਅ) ਸਰੂਪ**

(ੲ) ਵਰਤੀ ਗਈ ਪ੍ਰਕਿਰਿਆ **(ਸ) ਸਮਾਂ ਜੋੜਨਾ**

ਉੱਤਰ - (ੳ) ਵਰਤੀ ਗਈ ਸਮੱਗਰੀ

ਪ੍ਰਸ਼ਨ 15. ਕਾਰਜ ਸਿੱਖਿਆ ਦੇ ਸੰਦਰਭ ਵਿਚ ਸਮੂਹ ਨਿਰਮਾਣ ਬਾਰੇ ਕਿਹੜੀ ਗੱਲ ਸਹੀ ਹੈ?

(ੳ) ਮੁੰਡੇ-ਕੁੜੀਆਂ ਦਾ ਸਮੂਹ ਵੱਖ ਹੋਵੇ

(ਅ) ਚੁਣੌਤੀਪੂਰਨ ਬੱਚਿਆਂ ਦਾ ਸਮੂਹ ਵੱਖ ਹੋਵੇ

(ੲ) ਤੇਜ਼ ਗਤੀ ਤੋਂ ਸਿੱਖਣ ਵਾਲੇ ਬੱਚਿਅਂ ਦਾ ਸਮੂਹ ਵੱਖ ਹੋਵੇ

(ਸ) ਵੱਖ ਪ੍ਰਕਿਰਤੀ ਜਾਂ ਸਮੱਰਥਾ ਵਾਲੇ ਬੱਚਿਆਂ ਦਾ ਸਮੂਹ ਜੁੜਿਆ ਹੋਵੇ

ਉੱਤਰ - (ਸ) ਵੱਖ ਪ੍ਰਕਿਰਤੀ ਜਾਂ ਸਮੱਰਥਾ ਵਾਲੇ ਬੱਚਿਆਂ ਦਾ ਸਮੂਹ ਜੁੜਿਆ ਹੋਵੇ

ਨਿਰਦੇਸ਼: ਪ੍ਰਸ਼ਨ ਨੰਬੰਰ **16** ਤੋਂ **30** ਤੱਕ ਦੇ ਉੱਤਰ ਬਹੁਤ ਸੰਖੇਪ ਵਿਚ ਦਿਓ:

Note: Answer Question Nos. **16** to **30** very briefly:

ਪ੍ਰਸ਼ਨ 16. ਕਲਾ ਦੇ ਕੋਈ ਚਾਰ ਬੁਨਿਆਦੀ ਸਿਧਾਂਤ ਲਿਖੋ।

ਉੱਤਰ - ਦੇਖੋ ਪਾਠ-1, ਪ੍ਰਸ਼ਨ 12

ਪ੍ਰਸ਼ਨ 17. ਪਾਰੰਪਰਿਕ ਭਾਰਤੀ ਰੰਗਮੰਚ ਦੇ ਕੋਈ ਚਾਰ ਉਦਾਹਰਣ ਦਓ।

ਉੱਤਰ - ਦੇਖੋ ਪਾਠ-1, ਪ੍ਰਸ਼ਨ 14

ਪ੍ਰਸ਼ਨ 18. ਰੰਗੋਲੀ ਬਣਾਉਣ ਵਿਚ ਵਰਤੀ ਜਾਣ ਵਾਲੀ ਕਿੰਨੀ ਚਾਰ ਸਮੱਗਰੀਆਂ ਦੇ ਨਾਮ ਲਿਖੋ।

ਉੱਤਰ - ਦੇਖੋ ਪਾਠ-1, ਪ੍ਰਸ਼ਨ 19

ਪ੍ਰਸ਼ਨ 19. ਪੇਂਡੂ ਜਾਂ ਸ਼ਹਿਰੀ ਦੋਨਾਂ ਵਿਚੋਂ ਕਿਸੇ ਇਕ ਪਰਿਵੇਸ਼ ਦੇ ਫੇਰੀਵਾਲੇ ਦੀ ਕੋਈ ਦੋ ਆਵਾਜ਼ਾਂ ਲਿਖੋ।

ਉੱਤਰ - ਫੇਰੀਵਾਲੇ ਦੀ ਕੋਈ ਦੋ ਆਵਾਜ਼ਾਂ ਹੇਠ ਲਿਖੀ ਹਨ-

(1) ਕੇਲੇ ਲੇਲੋ.....

(2) ਨਾਰਿਯਲ ਪਾਣੀ ਵਾਲੇ.....

ਪ੍ਰਸ਼ਨ 20. ਨਿਸ਼ਪਾਦਨ ਕਲਾ ਵਿਚ ਵਰਤੇ ਜਾਣ ਵਾਲੇ ਤੱਤ 'ਖੋਜ' ਨੂੰ ਪਰਿਭਾਸ਼ਤ ਕਰੋ।

ਉੱਤਰ - ਦੇਖੋ ਪਾਠ-1, ਪ੍ਰਸ਼ਨ 28

ਪ੍ਰਸ਼ਨ 21. ਸਿਹਤਮੰਦ ਜੀਵਨ ਜਿਉਣ ਦੇ ਦੋ ਲਾਭ ਲਿਖੋ।

ਉੱਤਰ - ਦੇਖੋ ਪਾਠ-2, ਪ੍ਰਸ਼ਨ 3

ਪ੍ਰਸ਼ਨ 22. ਤੁਸੀਂ ਕਲਾਸ ਪੰਜ ਦੇ ਬੱਚਿਆਂ ਨੂੰ ਕਲਾਸ ਦੇ ਕੂੜਾ ਨਿਕਾਸ ਲਈ ਕੀ ਗਤੀਵਿਧੀ ਕਰਾਓਂਗੇ?

ਉੱਤਰ - ਦੇਖੋ ਪਾਠ-2, ਪ੍ਰਸ਼ਨ 5

ਪ੍ਰਸ਼ਨ 23. ਬੈਡਮਿੰਟਨ ਵਿਚ ਵਰਤੀ ਜਾਣ ਵਾਲੀ ਤਕਨੀਕ 'ਸਪੈਸ਼' ਨੂੰ ਪਰਿਭਾਸ਼ਿਤ ਕਰੋ।

ਉੱਤਰ - ਦੇਖੋ ਪਾਠ-2, ਪ੍ਰਸ਼ਨ 29

ਪ੍ਰਸ਼ਨ 24. ਭੂਕੰਪ ਆਉਣ 'ਤੇ ਕੀਤੇ ਜਾਣ ਵਾਲੇ ਕਿਸੇ ਦੋ ਉਪਾਅ ਬਾਰੇ ਲਿਖੋ।

ਉੱਤਰ - ਦੇਖੋ ਪਾਠ-2, ਪ੍ਰਸ਼ਨ 12

ਪ੍ਰਸ਼ਨ 25. ਸਕੂਲ ਵਿਚ ਸਵੇਰ ਦੀ ਵਿਧਾਨ ਸਭਾ ਦੇ ਆਯੋਜਨ ਦੇ ਕੋਈ ਦੋ ਕਾਰਨ ਲਿਖੋ।

ਉੱਤਰ - ਦੇਖੋ ਪਾਠ-2, ਪ੍ਰਸ਼ਨ 25 (i)

ਪ੍ਰਸ਼ਨ 26. 'ਸੰਤੁਲਿਤ ਆਹਾਰ' ਤੋਂ ਤੁਸੀਂ ਕੀ ਸਮਝਦੇ ਹੋ?

ਉੱਤਰ - ਦੇਖੋ ਪਾਠ-2, ਪ੍ਰਸ਼ਨ 6

ਪ੍ਰਸ਼ਨ 27. ਬੱਚਿਆਂ ਲਈ ਸਰੀਰਿਕ ਗਤੀਵਿਧੀਆਂ ਵਿਚ ਰੁੱਝੇ ਹੋਣ ਦੇ ਕੀ ਸਮਾਜਿਕ ਲਾਭ ਹਨ?

ਉੱਤਰ - ਦੇਖੋ ਪਾਠ-2, ਪ੍ਰਸ਼ਨ 16

ਪ੍ਰਸ਼ਨ 28. ਬੱਚਿਆਂ ਵਿਚ ਸੱਭਿਆਚਾਰਕ ਵਿਰਾਸਤ ਦੇ ਪ੍ਰਤਿ ਲਗਾਓ ਜਾਂ ਸਤਿਕਾਰ ਦੀ ਭਾਵਨਾ ਪੈਦਾ ਕਰਨ ਲਈ ਕੀਤੀ ਜਾਣ ਵਾਲੀ ਕਿਸੇ ਦੋ ਗਤੀਵਿਧੀਆਂ ਦੇ ਨਾਮ ਲਿਖੋ।

ਉੱਤਰ - ਦੇਖੋ ਪਾਠ-3, ਪ੍ਰਸ਼ਨ 13

ਪ੍ਰਸ਼ਨ 29. ਯੋਜਨਾ ਪ੍ਰਣਾਲੀ ਦੇ ਕੋਈ ਦੋ ਮੁੱਖ ਸੋਪਾਨ ਲਿਖੋ।

ਉੱਤਰ - ਦੇਖੋ ਪਾਠ-2, ਪ੍ਰਸ਼ਨ 19

ਪ੍ਰਸ਼ਨ 30. ਕਾਰਜ ਸਿੱਖਿਆ ਦੇ ਪ੍ਰਤਿ ਸਕਾਰਾਤਮਕ ਦ੍ਰਿਸ਼ਟੀਕੋਣ ਪੈਦਾ ਕਰਨ ਲਈ ਤੁਸੀਂ ਕੀ ਉਪਾਅ ਕਰੋਗੇ? ਕੋਈ ਇਕ ਬਿੰਦੂ ਲਿਖੋ।

ਉੱਤਰ - ਦੇਖੋ ਪਾਠ-3, ਪ੍ਰਸ਼ਨ 21

ਨਿਰਦੇਸ਼: ਪ੍ਰਸ਼ਨ ਨੰਬੰਰ **31** ਤੋਂ **40** ਦੇ ਉੱਤਰ ਸੰਖੇਪ ਵਿਚ ਦਿਓ:

Note: Answer Question Nos. **31** to **40** briefly:

ਪ੍ਰਸ਼ਨ 31. ਕਲਾ ਦੇ ਰੂਪ ਵਿਚ 'ਕਾਗਜ ਜੋੜਨਾ' ਕਿਵੇਂ ਬੱਚਿਆਂ ਲਈ ਉਪਯੋਗੀ ਹੈ?

ਉੱਤਰ - ਦੇਖੋ ਪਾਠ-1, ਪ੍ਰਸ਼ਨ 26

ਪ੍ਰਸ਼ਨ 32. ਸਕੂਲ ਦੀ ਸਮਾਂ-ਸਾਰੀਣੀ ਦੇ ਅਨੁਸਾਰ ਕਲਾ-ਸੰਬੰਧੀ ਗਤੀਵਿਧੀਆਂ ਲਈ ਸਮਾਂ ਦਾ ਨਿਯੋਜਨ ਕਿਵੇਂ ਪ੍ਰਭਾਵਸ਼ਾਲੀ ਰੂਪ ਵਿਚ ਕੀਤਾ ਜਾ ਸਕਦਾ ਹੈ?

ਉੱਤਰ - ਦੇਖੋ ਪਾਠ-1, ਪ੍ਰਸ਼ਨ 40

ਪ੍ਰਸ਼ਨ 33. ਬੱਚਿਆਂ ਨੂੰ ਉਨ੍ਹਾਂ ਦੇ ਕਲਾ-ਕਾਰਜ ਦੇ ਸੰਬੰਧ ਵਿਚ ਫੀਡਬੈਕ ਦੇਣਾ ਕਿਉਂ ਜਰੂਰੀ ਹੈ?

ਉੱਤਰ - ਦੇਖੋ ਪਾਠ-1, ਪ੍ਰਸ਼ਨ 50

ਪ੍ਰਸ਼ਨ 34. ਖੇਤਰੀ ਕਲਾ ਰੂਪ ਪ੍ਰਾਇਮਰੀ ਪੱਧਰ 'ਤੇ ਬੱਚਿਆਂ ਦੇ ਜੀਵਨ ਵਿਚ ਕਿਵੇਂ ਆਰਥਕ ਭੂਮਿਕਾ ਨਿਭਾਉਂਦੇ ਹਨ?

ਉੱਤਰ - ਦੇਖੋ ਪਾਠ-1, ਪ੍ਰਸ਼ਨ 10

ਪ੍ਰਸ਼ਨ 35. ਕਿਸੇ ਪੁਲ ਦਾ ਅਵਲੋਕਨ ਬੱਚਿਆਂ ਵਿਚ ਕਲਾ ਦੀ ਸਮਝ ਕਿਵੇਂ ਪੈਦਾ ਕਰੇਗਾ?

ਉੱਤਰ - ਸਾਰੇ ਕਲਾ ਕਾਰਜਾਂ ਦੇ ਕੋਲ ਕ੍ਰਮ ਅਤੇ ਜੋੜ ਦੀ ਆਪਣੀ ਸਮਝ ਹੈ। ਕਲਾਕਾਰ ਫੈਸਲਾ ਕਰਦਾ ਹੈ ਕਿ ਉਹ ਕਿਵੇਂ ਆਪਣੇ ਵਿਚਾਰਾਂ ਨੂੰ ਜੋੜੇ। ਜਦੋਂ ਬੱਚਿਆਂ ਨੇ ਕਿਸੇ ਪੁਲ ਦਾ ਅਵਲੋਕਨ ਕੀਤਾ, ਉਦੋਂ ਉਨ੍ਹਾਂ ਦੀ ਬਣਤਰ ਅਤੇ ਸੰਸਥਾਗਤ ਸ਼ਕਤੀ ਦੇ ਵਿਚਕਾਰ ਸੰਬੰਧ ਦੀ ਖੋਜ ਕੀਤੀ। ਹੁਣ ਉਹ ਆਪ ਵੱਖ-ਵੱਖ ਪ੍ਰਕਾਰ ਦੀ ਸਮੱਗਰੀਆਂ, ਜਿਵੇਂ- ਮਿੱਟੀ, ਕਾਰਜ, ਕਾਰਡਬੋਰਡ, ਥਰਮਾਕੋਲ, ਲਕੜੀ ਆਦਿ ਦਾ ਉਪਯੋਗ ਕਰਕੇ ਇਕ ਕ੍ਰਿਤਿਮ ਪੁਲ ਬਣਾ ਸਕਦੇ ਹਨ।

ਪ੍ਰਸ਼ਨ 36. ਮੁਦਰਾ ਬੱਜ ਕਿਸ ਨੂੰ ਕਹਿੰਦੇ ਹਨ? ਕਿਸੇ ਦੋ ਮੁਦਰਾ ਬੱਜ ਦੇ ਬਾਰੇ ਵਿਚ ਸੰਖੇਪ ਵਿਚ ਦੱਸੋ।

ਉੱਤਰ - ਦੇਖੋ ਪਾਠ-2, ਪ੍ਰਸ਼ਨ 10

ਪ੍ਰਸਨ 37. ਅੰਦਰੂਨੀ ਖੇਡ/ਗਤੀਵਿਧੀ ਨੂੰ ਪਰਿਭਾਸ਼ਿਤ ਕਰੋ। ਇਹ ਬੱਚਿਆਂ ਨੂੰ ਕਿਵੇਂ ਲਾਭ ਪਹੁੰਚਾਉਂਦੀ ਹੈ?

ਉੱਤਰ - ਦੇਖੋ ਪਾਠ-2, ਪ੍ਰਸ਼ਨ 17

ਪ੍ਰਸ਼ਨ 38. ਸਕੂਲੀ ਕਲਾਸਾਂ ਵਿਚ ਉਚਿਤ ਵਾਯੂ ਸੰਚਾਰ ਲਈ ਕਿਸ ਤਰਾਂ ਦੇ ਪ੍ਰਬੰਧ ਹੋਣੇ ਚਾਹੀਦੇ ਹਨ?

ਉੱਤਰ - ਦੇਖੋ ਪਾਠ-2, ਪ੍ਰਸ਼ਨ 5

ਪ੍ਰਸ਼ਨ 39. ਕਾਰਜ ਸਿੱਖਿਆ ਦੇ ਸੰਦਰਭ ਵਿਚ ਆਕਲਨ ਕਰਨ ਦੇ ਕੋਈ ਚਾਰ ਮੁੱਖ ਤਰੀਕੇ ਦੱਸੋ।

ਉੱਤਰ - ਦੇਖੋ ਪਾਠ-3, ਪ੍ਰਸ਼ਨ 24

ਪ੍ਰਸ਼ਨ 40. ਕਾਰਜ ਦੀ ਖੁਸ਼ੀ ਅਤੇ ਸੰਤੁਸ਼ਟੀ ਤੋਂ ਕੀ ਸੰਬੰਧ ਹੈ? ਉਦਾਹਰਣ ਨਾਲ ਸਮਝਾਓ।

ਉੱਤਰ - ਦੇਖੋ ਪਾਠ-3, ਪ੍ਰਸ਼ਨ 4

ਹੇਠਲੇ ਸਵਾਲਾਂ ਦੇ ਵਿਸਥਾਰ ਵਿਚ ਜਵਾਬ ਦਿਓ:

Answer the following questions elaborately:

ਪ੍ਰਸ਼ਨ 41. 'ਕਲਾ ਅਨੁਭੂਤੀ' ਤੋਂ ਤੁਸੀਂ ਕੀ ਸਮਝਦੇ ਹੋ? ਬੱਚਿਆਂ ਦੀ ਕਲਾ-ਸੰਬੰਧੀ ਲੋੜ੍ਹਾਂ ਕਿਵੇਂ ਕਿਸੇ ਗਤੀਵਿਧੀ ਦੇ ਆਯੋਜਨ ਵਿਚ ਅਧਿਆਪਕ ਦੀ ਭੂਮਿਕਾ ਦਾ ਫੈਸਲਾ ਕਰਦੀ ਹੈ?

ਉੱਤਰ - ਦੇਖੋ ਪਾਠ-1, ਪ੍ਰਸ਼ਨ 37 ਅਤੇ ਪ੍ਰਸ਼ਨ 43

ਪ੍ਰਸ਼ਨ 42. ਪਾਠ-ਯੋਜਨਾ ਨੂੰ ਪਰਿਭਾਸ਼ਿਤ ਕਰਦੇ ਹੋਏ ਇਸਦੇ ਕੋਈ ਦੋ ਲਾਭ ਦੱਸੋ। ਪਾਠ-ਯੋਜਨਾ ਬਣਾਉਂਦੇ ਸਮੇਂ ਤੁਸੀਂ ਕਿਹੜੇ ਸਿਧਾਂਤਾਂ ਨੂੰ ਧਿਆਨ ਵਿਚ ਰਖੋਗੇ? ਉਦਾਹਰਣ ਨਾਲ ਸਮਝਾਓ।

ਉੱਤਰ - ਦੇਖੋ ਪਾਠ-2, ਪ੍ਰਸ਼ਨ 19 ਅਤੇ ਪ੍ਰਸ਼ਨ 20

Diploma in Elementary Education

ਐਲੀਮੈਂਟਰੀ ਪੱਧਰ 'ਤੇ ਕਲਾ, ਸਿਹਤ ਅਤੇ ਸਰੀਰਿਕ ਅਤੇ ਕੰਮਕਾਜੀ ਸਿੱਖਿਆ ਦੀ ਸਿਖਲਾਈ

(Learning in Art, Health & Physical and Work Education at Elementary Level)

508

ਅਕਤੂਬਰ, 2016

---

*ਨੋਟ: ਪ੍ਰਸ਼ਨ ਨੰਬਰ **1** ਤੋਂ **15** ਲਈ ਦਿੱਤੇ ਗਏ ਚਾਰ ਵਿਕਲਪਾਂ A) ,(B) ,(C (ਅਤੇ) D (ਵਿਚੋਂ ਸਹੀ ਉੱਤਰ ਦਾ ਚੋਣ ਕਰਕੇ ਆਪਣੀ ਉੱਤਰ - ਪੁਸਤੀਕਾ ਵਿਚ ਲਿਖੋ।*

ਪ੍ਰਸ਼ਨ 1. ਸਕੂਲੀ ਸਿੱਖਿਆ ਦੇ ਪ੍ਰਾਇਮਰੀ ਪੱਧਰ 'ਤੇ ਕਲਾ ਸਿੱਖਿਆ ਦੇ ਸੰਦਰਭ ਵਿਚ ਬੱਚਿਆਂ ਲਈ ਕਿਹੜੇ ਅਨੁਭਵ ਜਰੂਰੀ ਹੈ?

(ੳ) ਮਿੱਟੀ ਦੇ ਖਿਡੌਣੇ ਪਕਾਉਣਾ

(ਅ) ਮਿੱਟੀ ਤੋਂ ਵੱਖ-ਵੱਖ ਤਰੀਕੇ ਦੇ ਖਿਡੌਣੇ ਬਣਾਉਣਾ

(ੲ) ਮੂਰਤੀ ਮਿਊਜ਼ੀਅਮ ਦਾ ਦੌਰਾ

(ਸ) ਮਿੱਟੀ ਦੇ ਖਿਡੌਣਾਂ 'ਤੇ ਰੰਗ ਕਰਨਾ

ਉੱਤਰ - (ਅ) ਮਿੱਟੀ ਤੋਂ ਵੱਖ-ਵੱਖ ਤਰੀਕੇ ਦੇ ਖਿਡੌਣੇ ਬਣਾਉਣਾ

ਪ੍ਰਸ਼ਨ 2. ਸਕੂਲੀ ਸਿੱਖਿਆ ਦੇ ਪ੍ਰਾਇਮਰੀ ਪੱਧਰ 'ਤੇ ਸੰਗੀਤ ਕਲਾ ਦੀ ਸਭ ਤੋਂ ਵਧੀਆਂ ਉਪਯੁਕਤ ਗਤੀਵਿਧੀ ਹੈ:

(ੳ) ਸਕੂਲ ਵਿਚ ਮਸ਼ਹੂਰ ਗਾਇਕ ਦੇ ਗਾਯਨ ਦਾ ਆਯੋਜਨ

(ਅ) ਬੱਚਿਆਂ ਤੋਂ ਦੇਸ਼ਭਕਤੀ ਗੀਤ ਤਿਆਰ ਕਰਵਾਉਣਾ

(ੲ) ਬੱਚਿਆ ਨੂੰ ਆਪਣੇ ਕੋਲ ਪਰਿਵੇਸ਼ ਦੀ ਧੁਨੀਆਂ ਨੂੰ ਸੁਨੈਣ ਲਈ ਕਹਿਣਾ

(ਸ) ਬੱਚਿਆਂ ਨੂੰ ਸ਼ਾਸਤਰੀ ਸੰਗੀਤ ਸੁਨਵਾਉਣਾ

ਉੱਤਰ - (ੲ) ਬੱਚਿਆਂ ਨੂੰ ਆਪਣੇ ਕੋਲ ਪਰਿਵੇਸ਼ ਦੀ ਧੁਨੀਆਂ ਨੂੰ ਸੁਨੰਣ ਲਈ ਕਹਿਣਾ

ਪ੍ਰਸ਼ਨ 3. ਆਮ ਤੌਰ 'ਤੇ ਕਿਹੜੀ ਉਮਰ ਵਿਚ ਬੱਚੇ ਚਿੱਤਰਾਂ ਦੀ ਇਕ ਸ਼ਬਦਾਵਲੀ ਬਣਾ ਲੈਂਦੇ ਹਨ ਜਿਵੇਂ ਕਿ ਇਕ ਬੱਚੇ-ਬੱਚੀ, ਇਕ ਘਰ, ਇਕ ਬਿੱਲੀ ਆਦਿ ਦਾ ਚਿੱਤਰ?

(ੳ) ਪੰਜ ਸਾਲ **(ਅ) ਤਿੰਨ ਸਾਲ**

(ੲ) ਅੱਠ ਸਾਲ **(ਸ) ਦੋ ਸਾਲ**

ਉੱਤਰ - (ੳ) ਪੰਜ ਸਾਲ

ਪ੍ਰਸ਼ਨ 4. ਬਾਟਿਕ ਤਕਨੀਕ ਰਾਹੀਂ ਨਮੂਨੇ ਤਿਆਰ ਕਰਦੇ ਸਮੇਂ ਕਿਹੜੀ ਸਮੱਗਰੀ ਦਾ ਪ੍ਰਯੋਗ ਜਰੀਰੀ ਹੈ?

(ੳ) ਪੈਂਸਿਲ **(ਅ) ਗੋਂਦ**

(ੲ) ਸਿਆਹੀ **(ਸ) ਮੋਮ**

ਉੱਤਰ - (ਸ) ਮੋਮ

ਪ੍ਰਸ਼ਨ 5. "ਬਹੁ-ਵਾਧਾ ਸਿਧਾਂਤ ਦੇ ਅਨੁਸਾਰ ਜਿਹੜੇ ਬੱਚੇ ਕਲਾ ਕਲਾਸਾਂ ਵਿਚ ਹਿੱਸਾ ਲੈਂਦੇ ਹਨ ਉਹ ਸਿੱਖਣ ਦੀ ਇਕ ਵਧ ਸਮੱਰਥਾ ਵਿਕਸਿਤ ਕਰ ਲੈਂਦੇ ਹਨ।" ਇਹ ਕਥਨ ਕਿਸਨੇ ਕਿਹਾ?

(ੳ) ਚਾੱਮਸਕੀ **(ਅ) ਜੋਨ ਡਯੁਵੀ**

(ੲ) ਹਾਵਰਡ ਗਾਰਡਨਰ **(ਸ) ਵਾਇਗੋਤਸਕੀ**

ਉੱਤਰ - (ੲ) ਹਾਵਰਡ ਗਾਰਡਨਰ

ਪ੍ਰਸ਼ਨ 6. ਹੇਠਾਂ ਵਿਚੋਂ ਕਿਹੜਾ ਕਾਰਕ ਬੱਚਿਆਂ ਦੀ ਸਰੀਰਿਕ ਸਿਹਤ ਨੂੰ ਪ੍ਰਭਾਵਿਤ ਕਰਦਾ ਹੈ?

(ੳ) ਦੁਪਹਿਰ ਦੇ ਭੋਜਨ ਦੀ ਗੁਣਵੱਤਾ **(ਅ) ਮਾਤ ਭਾਸ਼ਾ**

(ੲ) ਵਰਦੀ ਦਾ ਰੰਗ **(ਸ) ਨਿਰਦੇਸ਼ਨ ਦਾ ਮਾਧਿਅਮ**

ਉੱਤਰ - (ੳ) ਦੁਪਹਿਰ ਦੇ ਭੋਜਨ ਦੀ ਗੁਣਵੱਤਾ

ਪ੍ਰਸ਼ਨ 7. ਹੇਠਾਂ ਵਿਚੋਂ ਕਿਹੜਾ ਕਥਨ ਤੁਹਾਡੀ ਨਜ਼ਰ ਵਿਚ ਸਹੀ ਹੈ?

(ੳ) ਕਲਾਸਰੂਮ ਦਾ ਮਾਹੌਲ ਬੱਚਿਆਂ ਦੀ ਸਿਹਤ ਨੂੰ ਪ੍ਰਭਾਵਿਤ ਨਹੀਂ ਕਰਦਾ ਹੈ

(ਅ) ਸਿਹਤ ਅਤੇ ਸਫਾਈ ਸੰਬੰਧੀ ਆਦਤਾਂ ਸਕੂਲੀ ਪਾਠਕ੍ਰਮ ਰਾਹੀਂ ਨਹੀਂ ਸਿਖਾਈ ਜਾ ਸਕਦੀ ਹੈ

(ੲ) ਬੇਕਾਰ ਸਿਹਤ ਦਾ ਪ੍ਰਭਾਵ ਸਿੱਖਿਅਕ ਉਪਲਬਧੀਆਂ 'ਤੇ ਪੜ੍ਹ ਸਕਦਾ ਹੈ

(ਸ) ਬੱਚਿਆਂ ਦੀ ਸਿਹਤ ਦੀ ਜ਼ਿੰਮੇਵਾਰੀ ਪੂਰੀ ਤਰਾਂ ਅਧਿਆਪਕਾਂ 'ਤੇ ਹੈ

ਉੱਤਰ - (ੲ) ਬੇਕਾਰ ਸਿਹਤ ਦਾ ਪ੍ਰਭਾਵ ਸਿੱਖਿਅਕ ਉਪਲਬਧੀਆਂ 'ਤੇ ਪੜ੍ਹ ਸਕਦਾ ਹੈ

ਪ੍ਰਸ਼ਨ 8. ਹੇਠਾਂ ਵਿਚੋਂ ਸਰੀਰ ਬਣਾਉਣ ਵਿਚ ਮਦਦ ਕਰਨ ਵਾਲਾ ਪੋਸ਼ਕ ਤੱਤ ਕਿਹੜਾ ਹੈ?

(ੳ) ਪ੍ਰੋਟੀਨ **(ਅ) ਵਸਾ**

(ੲ) ਵਿਟਾਮੀਨ **(ਸ) ਖਨਿਜ ਲਵਣ**

ਉੱਤਰ - (ੳ) ਪ੍ਰੋਟੀਨ

ਪ੍ਰਸ਼ਨ 9. ਹੇਠਾਂ ਵਿਚੋਂ ਕਿਹੜੀ ਛੂਤ ਦੀ ਬਿਮਾਰੀ ਹੈ?

(ੳ) ਬਲੱਡ ਪ੍ਰੈਸ਼ਰ **(ਅ) ਬੁਖਾਰ**

(ੲ) ਮਧੁਮੇਹ **(ਸ) ਕੁਕੁਰ ਖਾਂਸੀ**

ਉੱਤਰ - (ਸ) ਕੁਕੁਰ ਖਾਂਸੀ

ਪ੍ਰਸ਼ਨ 10. ਕਿਸੇ ਵੀ ਸਕੂਲ ਵਿਚ ਹੇਠਾਂ ਵਿਚੋਂ ਕਿਹੜੀ ਸਥਿਤੀ ਭਾਜਣ ਦਾ ਕਾਰਨ ਬਣ ਸਕਦੀ ਹੈ?

(ੳ) ਦੁਪਹਿਰ ਦੇ ਭੋਜਨ ਦੇ ਗੈਰ-ਵਿਵਸਥਿਤ ਢੰਗ ਤੋਂ ਹੋ ਰਹੇ ਵਿਤਰਣ ਦੀ ਸਥਿਤੀ

(ਅ) ਖੇਡ ਦੇ ਮੈਦਾਨ ਵਿਚ ਖੇਡ ਰਹੇ ਬੱਚਿਆਂ ਨੂੰ ਅਜੀਬ ਜਹੀ ਚੀਜ਼ ਦਿੱਖ ਜਾਣ 'ਤੇ

(ੲ) ਸਵੇਰ ਦੀ ਵਿਧਾਨ ਸਭਾ ਦੇ ਮੁਕੰਮਲ ਹੋਣ 'ਤੇ

(ਸ) ਬਾਲ ਸਭਾ ਦੇ ਦੌਰਾਨ ਤੇਜ਼ ਆਚਾਜ਼ ਹੋਣ 'ਤੇ

ਉੱਤਰ - (ੳ) ਦੁਪਹਿਰ ਦੇ ਭੋਜਨ ਦੇ ਗੈਰ-ਵਿਵਸਥਿਤ ਢੰਗ ਤੋਂ ਹੋ ਰਹੇ ਵਿਤਰਣ ਦੀ ਸਥਿਤੀ

ਪ੍ਰਸ਼ਨ 11. ਹੇਠਾਂ ਵਿਚੋਂ ਕਿਹੜੀ ਸ਼ਬਦਾਵਲੀ ਬੈਡਮਿੰਟਨ ਦੇ ਖੇਡ ਨਾਲ ਜੁੜੀ ਹੋਈ ਹੈ?

(ੳ) ਬੈਟਨ **(ਅ) ਸਪੈਸ਼**

(ੲ) ਸਪਾਇਕ **(ਸ) ਕੈਂਟ**

ਉੱਤਰ - (ਅ) ਸਪੈਸ਼

ਪ੍ਰਸਨ 12. ਹੇਠਾਂ ਵਿਚੋਂ ਕਿਹੜਾ ਪ੍ਰਾਣਾਯਾਮ ਦਾ ਪ੍ਰਕਾਰ ਨਹੀਂ ਹੈ?

(ੳ) ਸ਼ਵਾਸਨ **(ਅ) ਉਜੱਈ**

(ੲ) ਨਾੜੀ ਸ਼ੋਧਨ **(ਸ) ਕਪਾਲਭਾਤੀ**

ਉੱਤਰ - (ੳ) ਸ਼ਵਾਸਨ

ਪ੍ਰਸ਼ਨ 13. ਹੇਠਾਂ ਵਿਚੋਂ ਕਿਹੜਾ ਉਦੇਸ਼ ਕਾਰਜ ਸਿੱਖਿਆ ਦਾ ਨਹੀਂ ਹੈ?

(ੳ) ਸਰੀਰਿਕ ਕਾਰਜ ਦੇ ਮਹੱਤਵ ਤੋਂ ਬੱਚਿਆਂ ਨੂੰ ਜਾਣੂ ਕਰਵਾਉਣਾ

(ਅ) ਹੱਥ ਅਤੇ ਮਾਨਸਿਕ ਵਿਚ ਤਾਲਮੇਲ ਦੇ ਮੌਕੇ ਦੇਣਾ

(ੲ) ਸਮੁਦਾਇਕ ਸਰੋਤਾਂ ਦੀ ਚੋਣ ਕਰਾਉਣਾ

(ਸ) ਪ੍ਰਾਕਿਰਤਕ ਸਰੋਤਾਂ ਦੇ ਸੰਗ੍ਰਹਿ ਦੀ ਭਾਵਨਾ ਦਾ ਵਿਕਾਸ ਕਰਨਾ

ਉੱਤਰ - (ਸ) ਪ੍ਰਾਕਿਰਤਕ ਸਰੋਤਾਂ ਦੇ ਸੰਗ੍ਰਹਿ ਦੀ ਭਾਵਨਾ ਦਾ ਵਿਕਾਸ ਕਰਨਾ

ਪ੍ਰਸ਼ਨ 14. ਜੁਲਾਈ ਮਹੀਨੇ ਨੂੰ ਧਿਆਨ ਵਿਚ ਰੱਖਦੇ ਹੋਏ ਕਾਰਜ ਸਿੱਖਿਆ ਦੀ ਸਭ ਤੋਂ ਵਧੀਆ ਉਪਯੁਕਤ ਗਤੀਵਿਧੀ ਕਿਹੜੀ ਹੋਵੇਗੀ?

(ੳ) ਰੰਗੋਲੀ ਬਣਾਉਣਾ **(ਅ) ਪਾਠ-ਪੁਸਤਕਾਂ 'ਤੇ ਜਿਲਦ ਚੜ੍ਹਵਾਉਣਾ**

(ੲ) ਮੋਮਬੱਤੀ ਬਣਾਉਣਾ **(ਸ) ਦੀਵਾਰਾਂ/ਗਮਲਾਂ 'ਤੇ ਗੇਰੂ ਰੰਗਵਾਉਣਾ**

ਉੱਤਰ - (ਸ) ਦੀਵਾਰਾਂ/ਗਮਲਾਂ 'ਤੇ ਗੇਰੂ ਰੰਗਵਾਉਣਾ

ਪ੍ਰਸ਼ਨ 15. ਸੂਤ ਕਾਤਣ ਦੀ ਗਤੀਵਿਧੀ ਦਾ ਆਯੋਜਨ ਕਰਨ ਲਈ ਸਭ ਤੋਂ ਵਧੀਆਂ ਵਿਧੀ ਕਿਹੜੀ ਹੋਵੇਗੀ?

(ੳ) ਪ੍ਰਦਰਸ਼ਨ ਵਿਧੀ **(ਅ) ਫਿਲਮ ਪ੍ਰਦਰਸ਼ਨ**

(ੲ) ਸੂਤ ਕਤਾਈ ਕੇਂਦਰ ਦਾ ਮੁਆਯਨਾ **(ਸ) ਪਰਿਯੋਜਨਾ ਕਾਰਜ ਵਿਧੀ**

ਉੱਤਰ - (ੲ) ਸੂਤ ਕਤਾਈ ਕੇਂਦਰ ਦਾ ਮੁਆਯਨਾ

ਨਿਰਦੇਸ਼: ਪ੍ਰਸ਼ਨ ਨੰਬਰ **16** ਤੋਂ **30** ਤੱਕ ਦੇ ਉੱਤਰ ਬਹੁਤ ਸੰਖੇਪ ਵਿਚ ਦਿਓ:

Note: Answer Question Nos. **16** to **30** very briefly:

ਪ੍ਰਸ਼ਨ 16. ਬਾਜ਼ਾਰ ਤੋਂ ਰੰਗ ਉਪਲਬਧ ਨਾ ਹੋਣ 'ਤੇ ਹਰਾ ਅਤੇ ਪੀਲਾ ਰੰਗ ਕਿਹੜੇ ਸਰੋਤਾਂ (ਪ੍ਰਾਕਿਰਤਿਕ) ਤੋਂ ਪ੍ਰਾਪਤ ਕੀਤਾ ਜਾ ਸਕਦਾ ਹੈ?

ਉੱਤਰ - ਹਰਾ ਰੰਗ - ਪੱਤੇ, ਘਾਸ, ਪਾਲਕ (ਸਬਜ਼ੀ) ਤੋਂ

ਪੀਲਾ ਰੰਗ - ਹਲਦੀ ਜਾਂ ਪੀਲੇ ਗੇਂਦੇ ਦੇ ਫੁੱਲ ਤੋਂ

ਪ੍ਰਸ਼ਨ 17. ਕਲਾ ਸੰਬੰਧੀ ਗਤੀਵਿਧੀਆਂ ਦੇ ਮੁਲਾਂਕਣ ਦੇ ਦ੍ਰਿਸ਼ਟੀਕੋਣ ਵਿਚ ਵਿਅਕਤੀਤਵ ਭਿੰਨਤਾ ਨੂੰ ਸਪੱਸ਼ਟ ਕਰੋ।

ਉੱਤਰ - ਕਲਾ ਸਿੱਖਿਆ ਗਤੀਵਿਧੀਆਂ ਦਾ ਮੁਲਾਂਕਣ ਕਰਦੇ ਸਮੇਂ, ਇਕ ਇਕ ਅਧਿਆਪਕ ਨੂੰ ਵਿਅਕਤੀਗਤ ਮਤਭੇਦਾਂ ਨੂੰ ਧਿਆਨ ਵਿਚ ਰੱਖਣਾ ਹੁੰਦਾ ਹੈ। ਹਰੇਕ ਬੱਚੇ ਦਾ ਵਾਧਾ ਅਤੇ ਵਿਕਾਸ ਵੱਖ-ਵੱਖ ਵਾਤਾਵਰਣ ਵਿਚ ਹੁੰਦਾ ਹੈ। ਆਨੁਵਾਂਸ਼ਿਕਤਾ ਅਤੇ ਵਾਤਾਵਰਣ ਕੇਂਦ੍ਰ; ਦੋਵੇਂ ਹੀ ਮਨੁੱਖਾਂ ਵਿਚ ਪਾਏ ਗਏ ਵਿਆਪਕ ਵਿਅਕਤੀਗਤ ਮਤਭੇਦਾਂ ਦੀ ਭੂਮਿਕਾ ਨਿਰਧਾਰਕ ਕਹੇ ਜਾਂਦੇ ਹਨ।

ਬੁੱਧੀਮੱਤਾ ਦੇ ਸੰਬੰਧ ਵਿਚ ਵਿਆਪਕਾਂ ਦੇ ਵਿਚਕਾਰ ਵਿਆਪਕ ਵਿਅਕਤੀਗਤ ਮਤਭੇਦ ਵੀ ਮੌਜੂਦ ਹੈ।

ਅਸਲ ਵਿਚ, ਕੋਈ ਵੀ ਦੋ ਮਨੁੱਖ, ਸਮਾਨ ਜੁੜਵਾ ਜਾਂ ਵਿਅਕਤੀ ਸਮਾਨ ਵਾਤਾਵਰਣ ਵਿਚ ਪੋਸ਼ਿਤ, ਨੂੰ ਸਮਾਨ ਮਾਨਸਿਕ ਉਰਜਾ ਦੇ ਨਾਲ ਪੂਰਾ ਨਹੀਂ ਕੀਤਾ ਜਾਂਦਾ ਹੈ। ਇਸ ਤਰਾਂ, ਕਲਾ ਸਿੱਖਿਆ ਵਿਚ ਸੰਬੰਧਿਤ ਗਤੀਵਿਧੀਆਂ ਦਾ ਮੁਲਾਂਕਣ ਕਰਦੇ ਸਮੇਂ, ਇਕ ਅਧਿਆਪਕ ਨੂੰ ਵਿਅਕਤੀਗਤ ਰਚਨਾਤਮਕਿ ਕਲਾ ਦੇ ਕੰਮ ਦੇ ਪਿੱਛੇ ਬੱਚੇ ਦੀ ਭਾਵਨਾ ਬਾਰੇ ਸੋਚਨਾ ਚਾਹੀਦਾ ਹੈ। ਭਾਵੇਂ ਗਤੀਵਿਧੀ ਦੇ ਉਦੇਸ਼ ਨੇ ਆਪਣਾ ਟੀਚਾ ਹਾਸਿਲ ਕਰ ਲਿੱਤਾ ਹੋਵੇ, ਕੀ ਗਤੀਵਿਧੀ ਤੋਂ ਬੱਚੇ ਦੀ ਸੋਚ ਵਿਚ ਕੋਈ ਫਰਕ ਪਿਆ? ਆਦਿ।

ਪ੍ਰਸ਼ਨ 18. ਵੱਖ-ਵੱਖ ਨਿਸ਼ਪਾਦਨ ਕਲਾਵਾਂ ਦੇ ਮੁੱਖ ਤੱਤਾਂ ਨੂੰ ਨਿਸ਼ਾਨਬੱਧ ਕਰੋ।

ਉੱਤਰ - ਦੇਖੋ ਪਾਠ-1, ਪ੍ਰਸ਼ਨ 28

ਪ੍ਰਸ਼ਨ 19. ਨਾਟਕਾਂ ਲਈ ਵਿਚਾਰ ਅਤੇ ਪ੍ਰੇਰਨਾ ਦੇ ਕਿਹੜੇ-ਕਿਹੜੇ ਸਰੋਤ ਹੋ ਸਕਦੇ ਹਨ?

ਉੱਤਰ - ਦੇਖੋ ਪਾਠ-1, ਪ੍ਰਸ਼ਨ 8

ਪ੍ਰਸ਼ਨ 20. ਕਲਾ ਨੂੰ ਮਨੁੱਖੀ ਕਲਪਨਾ, ਹੁਨਰ ਅਤੇ ਖੋਜ ਰਾਹੀਂ ਬਣਾਏ ਗਏ ਵਿਚਾਰਾਂ ਨੂੰ ਸਮੀਕਰਨ ਕਿਉਂ ਕਿਹਾ ਗਿਆ ਹੈ?

ਉੱਤਰ - ਦੇਖੋ ਪਾਠ-1, ਪ੍ਰਸ਼ਨ 1

ਪ੍ਰਸ਼ਨ 21. ਕਿਸੇ ਮਨੁੱਖ ਦੇ ਆਹਾਰ ਨੂੰ ਪ੍ਰਭਾਵਿਤ ਕਰਨ ਵਾਲੇ ਕੋਈ ਦੋ ਕਾਰਕ ਲਿਖੋ।

ਉੱਤਰ - ਦੇਖੋ ਪਾਠ-2, ਪ੍ਰਸ਼ਨ 6

ਪ੍ਰਸ਼ਨ 22. ਸਿਹਤਮੰਦ ਅਤੇ ਸਰੀਰਿਕ ਸਿੱਖਿਆ ਦੇ ਸੰਬੰਧ ਵਿਚ ਦਰਪਣ ਵਿਧੀ ਦੇ ਕੋਈ ਦੋ ਲਾਭ ਲਿਖੋ।

ਉੱਤਰ - ਦੇਖੋ ਪਾਠ-2, ਪ੍ਰਸ਼ਨ 21

ਪ੍ਰਸ਼ਨ 23. ਸਰੀਰਿਕ ਸਿੱਖਿਆ ਦੀ ਪਾਠ-ਯੋਜਨਾ ਤਿਆਰ ਕਰਦੇ ਸਮੇਂ ਪਾਠ ਤੋਂ ਪਹਿਲਾਂ ਕੀ ਤਿਆਰੀ ਕਰੋਗੇ, ਬਹੁਤ ਸੰਖੇਪ ਵਿਚ ਲਿਖੋ।

ਉੱਤਰ - ਦੇਖੋ ਪਾਠ-2, ਪ੍ਰਸ਼ਨ 19

ਪ੍ਰਸ਼ਨ 24. ਘਰ ਵਿਚ ਅੱਗ ਸੰਬੰਧੀ ਦੁਰਘਟਨਾ ਤੋਂ ਬਚਾਅ ਲਈ ਕਿਹੜੀ ਦੋ ਮੁੱਖ ਸਾਵਧਾਨੀਆਂ ਵਰਤੀ ਜਾ ਸਕਦੀ ਹੈ?

ਉੱਤਰ - ਦੇਖੋ ਪਾਠ-2, ਪ੍ਰਸ਼ਨ 12

ਪ੍ਰਸ਼ਨ 25. ਕਿਸੇ ਇਕ ਕਰਮਚਾਰੀ ਦੀ ਖਰਾਬ ਸਿਹਤ ਉਸਦੀ ਸੰਸਥਾ ਦਾ ਸੰਗਠਨ ਨੂੰ ਕਿਵੇਂ ਪ੍ਰਭਾਵਿਤ ਕਰਦੀ ਹੈ?

ਉੱਤਰ - ਜਦੋਂ ਕਿਸੇ ਸੰਸਥਾ ਦਾ ਕੋਈ ਕਰਮਚਾਰੀ ਬੀਮਾਰ ਹੋਵੇ ਜਾਂ ਉਸਦੀ ਸਿਹਤ ਸਹੀਂ ਨਹੀਂ ਹੋਵੇ ਤਾਂ ਉਹ ਸੰਸਥਾ ਵਿਚ ਘਟ ਉਪਸਥਿਤ ਰਹਿੰਦਾ ਹੈ ਜਿਸ ਨਾਲ ਸੰਸਥਾ ਦੇ ਉਤਪਾਦਕਤਾ 'ਤੇ ਪ੍ਰਭਾਵ ਪੈਂਦਾ ਹੈ। ਜੇਕਰ ਉਹ ਉਪਸਥਿਤ ਰਹਿੰਦਾ ਵੀ ਹੈ ਤਾਂ ਉਸਦੀ ਉਤਪਾਦਕ ਸਮੱਰਥਾ ਸਿਹਤਮੰਦ ਕਰਮਚਾਰੀਆਂ ਤੋਂ ਘਟ ਹੀ ਰਹਿੰਦੀ ਹੈ।

ਪ੍ਰਸ਼ਨ 26. ਬੱਚਿਆਂ ਵਿਚ ਚੰਗੀ ਆਦਤਾਂ ਦਾ ਵਿਕਾਸ ਕਰਨ ਵਿਚ ਅਧਿਆਪਕ ਦੀ ਭੂਮਿਕਾ ਨਾਲ ਜੁੜ੍ਹੇ ਕੋਈ ਦੋ ਬਿੰਦੂ ਨੂੰ ਨਿਸ਼ਾਨਬੱਧ ਕਰੋ।

ਉੱਤਰ - ਦੇਖੋ ਪਾਠ-2, ਪ੍ਰਸ਼ਨ 11

ਪ੍ਰਸ਼ਨ 27. 'ਫਲੈਟ ਪੈਰ' ਦੀ ਬਿਪਤਾ ਤੋਂ ਪੀੜਤ ਬੱਚੇ ਨੂੰ ਕੀ ਉਪਚਾਰ ਸੁਝਾਇਆ ਜਾ ਸਕਦਾ ਹੈ?

ਉੱਤਰ - ਦੇਖੋ ਪਾਠ-2, ਪ੍ਰਸ਼ਨ 10

ਪ੍ਰਸ਼ਨ 28. ਕਾਰਜ ਸਿੱਖਿਆ ਦੇ ਸੰਦਰਭ ਵਿਚ ਪਰਿਯੋਜਨਾ ਵਿਧੀ ਦੇ ਕੋਈ ਚਾਰ ਮੁੱਖ ਚਰਣ ਦੱਸੋ।

ਉੱਤਰ - ਦੇਖੋ ਪਾਠ-3, ਪ੍ਰਸ਼ਨ 17

ਪ੍ਰਸ਼ਨ 29. ਬੱਚੇ ਦੇ ਮਾਤਾ-ਪਿਤਾ ਨੂੰ ਉਸਦੀ ਪ੍ਰਗਤੀ ਨਾਲ ਸੰਬੰਧਿਤ ਸੰਚਾਰ ਕੀਤੀ ਜਾਣ ਵਾਲੀ ਕੋਈ ਦੋ ਗੱਲਾਂ ਲਿਖੋ।

ਉੱਤਰ - ਦੇਖੋ ਪਾਠ-3, ਪ੍ਰਸ਼ਨ 26

ਪ੍ਰਸ਼ਨ 30. ਸਕੂਲ ਰਾਹੀਂ ਬੱਚਿਆਂ ਨੂੰ ਸਮੁਦਾਇਕ ਸੇਵਾ ਨਾਲ ਜੋੜ੍ਹਨ ਦੇ ਸੰਬੰਧ ਵਿਚ ਕੋਈ ਇਕ ਮੁੱਖ ਉਦੇਸ਼ ਲਿਖੋ।

ਉੱਤਰ - ਸਕੂਲ ਰਾਹੀਂ ਬੱਚਿਆਂ ਨੂੰ ਸਮੁਦਾਇਕ ਸੇਵਾ ਨਾਲ ਜੋੜ੍ਹਨ ਦੇ ਉਪਰਾਂਤ ਉਹ ਸੰਤੁਸ਼ਟੀ ਅਤੇ ਖੁਸ਼ੀ ਦਾ ਅਨੁਭਵ ਕਰੋਗੇ।

ਨਿਰਦੇਸ਼: ਪ੍ਰਸ਼ਨ ਨੰਬੰਰ **31** ਤੋਂ **40** ਦੇ ਉੱਤਰ ਸੰਖੇਪ ਵਿਚ ਦਿਓ:

Note: Answer Question Nos. **31** to **40** briefly:

ਪ੍ਰਸ਼ਨ 31. ਵਾਈਗੋਤਸਕੀ ਦੇ ਅਨੁਸਾਰ, "ਇਕ ਅਧਿਆਪਕ ਦਾ ਕਾਰਜ ਬੱਚੇ ਨੂੰ ਉਸਦੇ 'ਵਰਤਮਾਨ ਪੱਧਰ' ਤੋਂ 'ਸੰਭਵਯ ਪੱਧਰ' ਤੱਕ ਲਾਉਦਾ ਹੈ।" ਉਦਾਹਰਣ ਦਿੰਦੇ ਹੋਏ ਇਸ ਕਥਨ ਨੂੰ ਸਪੱਸ਼ਟ ਕਰੋ।

ਉੱਤਰ - ਦੇਖੋ ਪਾਠ-1, ਪ੍ਰਸ਼ਨ 47

ਪ੍ਰਸ਼ਨ 32. ਤੁਸੀਂ ਆਪਣੇ ਬੱਚਿਆਂ ਨੂੰ ਕਹਾਣੀ ਸੁਣਾਉਂਦੇ ਵੇਲੇ ਕਠਪੁਤਲੀਆਂ ਦਾ ਪ੍ਰਯੋਗ ਕਰਨਾ ਚਾਹੁੰਦੇ ਹਨ। ਕਠਪੁਤਲੀ ਬਣਾਉਣ ਵੇਲੇ ਤੁਸੀਂ ਕਿਹੜੀ ਦੋ ਮਹੱਤਵਪੂਰਨ ਗੱਲਾਂ ਨੂੰ ਧਿਆਨ ਵਿਚ ਰਖੋਗੇ?

ਉੱਤਰ - ਕਠਪੁਤਲੀ ਬਣਾਉਣ ਵੇਲੇ ਅਧਿਆਪਕ ਨੂੰ ਇਹ ਧਿਆਨ ਰੱਖਣਾ ਚਾਹੀਦਾ ਹੈ ਕਿ ਉਹ ਸਿਰਫ ਇਕ ਸਰੋਤ ਹੈ। ਕਠਪੁਤਲੀ ਮਜ਼ੇਦਾਰ ਅਤੇ ਕਹਾਣੀ ਦੇ ਅਨੁਰੂਪ ਹੋਣੀ ਚਾਹੀਦੀ ਹੈ।

ਪ੍ਰਸ਼ਨ 33. ਬੱਚਿਆਂ ਵਿਚ ਸੁਹਜਵਾਦੀ ਦਾ ਵਿਕਾਸ ਕਰਨ ਲਈ ਸਕੂਲ ਵਿਚ ਕੀ-ਕੀ ਕੀਤਾ ਜਾ ਸਕਦਾ ਹੈ? ਉਦਾਹਰਣ ਦੇ ਨਾਲ ਲਿਖੋ।

ਉੱਤਰ - ਦੇਖੋ ਪਾਠ-3, ਪ੍ਰਸ਼ਨ 13

ਪ੍ਰਸ਼ਨ 34. ਸਕੂਲ ਵਿਚ 'ਕਲਾ ਦਿਵਸ' ਦਾ ਆਯੋਜਨ ਕਰਨਾ ਹੈ। ਇਸਦੇ ਲਈ ਕਲਾ ਸਿੱਖਿਆ ਸੰਬੰਧੀ ਕੋਈ ਚਾਰ ਮੁੱਖ ਗਤੀਵਿਧੀਆਂ ਸੁਝਾਓ।

ਉੱਤਰ - 'ਕਲਾ ਦਿਵਸ' ਲਈ, ਇਕ ਅਧਿਆਪਕ, ਨੱਚਣ, ਗਾਣਾ, ਸੰਗੀਤ ਅਤੇ ਖੇਤਰੀ ਕਲਾ ਅਤੇ ਕਰਾਫਟ ਵਰਗੀਆਂ ਸਰਗਰਮੀਆਂ ਦਾ ਆਯੋਜਨ ਕਰ ਸਕਦਾ ਹੈ

ਪ੍ਰਸ਼ਨ 35. ਕਿਸੀ ਵੀ ਸਤਹ 'ਤੇ ਗ੍ਰੈਫੀਟੋ ਤਕਨੀਕ ਤੋਂ ਚਿੱਤਰ ਬਣਾਉਣ ਦੀ ਪ੍ਰਕਿਰਿਆ ਦਾ ਸੰਖੇਪ ਵਿਚ ਵਰਣਨ ਕਰੋ।

ਉੱਤਰ - ਦੇਖੋ ਪਾਠ-1, ਪ੍ਰਸ਼ਨ 16

ਪ੍ਰਸ਼ਨ 36. ਸੰਵੇਦਨਾਤਮਕ ਰੂਪ ਤੋਂ ਸਿਹਤਮੰਦ ਹੋਣ ਦੇ ਮੁੱਖ ਲੱਛਣ ਕੀ ਹੁੰਦੇ ਹਨ?

ਉੱਤਰ - ਦੇਖੋ ਪਾਠ-2, ਪ੍ਰਸ਼ਨ 2

ਪ੍ਰਸ਼ਨ 37. "ਸਿਹਤਮੰਦ ਜੀਵਨ ਸ਼ੈਲੀ ਸਹੀ ਢੰਗ ਵਿਚ ਪ੍ਰਾਪਤ ਕੀਤੀ ਗਈ ਚੰਗੀ ਸਿੱਖਿਆ ਦਾ ਨਤੀਜਾ ਹੈ।" ਉਦਾਹਰਣ ਦਿੰਦੇ ਹੋਏ ਇਸ ਕਥਨ ਦੀ ਪੁਸ਼ਟੀ ਕਰੋ।

ਉੱਤਰ - ਦੇਖੋ ਪਾਠ-2, ਪ੍ਰਸ਼ਨ 4

ਪ੍ਰਸ਼ਨ 38. ਸਵੇਰ ਦੀ ਵਿਧਾਨ ਸਭਾ ਵਿਚ ਸਿਹਤ ਅਤੇ ਸਰੀਰਿਕ ਸਿੱਖਿਆ ਨੂੰ ਅਧਾਰ ਬਣਾਉਂਦੇ ਹੋਏ ਕਿਹੜੀ-ਕਿਹੜੀ ਗਤੀਵਿਧੀਆਂ ਆਯੋਜਿਤ ਕੀਤੀ ਜਾ ਸਕਦੀ ਹੈ? ਚਾਰ ਦਾ ਉੱਲੇਖ ਕਰੋ।

ਉੱਤਰ - ਪ੍ਰਾਰਥਨਾ ਸਭਾ ਵਿਚ ਸਾਰੇ ਅਧਿਆਪਕ-ਬੱਚੇ ਇਕੱਠੇ ਮੌਜੂਦ ਹੁੰਦੇ ਹਨ ਅਤੇ ਮਿਲ ਕੇ ਗਤੀਵਿਧੀਆਂ ਵਿਚ ਹਿੱਸਾ ਲੈਂਦੇ ਹਨ। ਸਾਰੀ ਕਲਾਸਾਂ ਦੇ ਬੱਚੇ ਇਕੱਠੇ ਬੈਠਦੇ ਹਨ ਅਤੇ ਬੱਚਿਆਂ ਨੂੰ ਵੱਡੇ

ਸਮੂਹ ਦੇ ਸਾਹਮਣੇ ਬੋਲਣ ਦਾ ਮੌਕਾ ਮਿਲਦਾ ਹੈ ਜਿਸ ਨਾਲ ਵੱਡੇ ਸਮੂਹ ਵਿਚ ਇਕ ਨਾਲ ਜ਼ਿਆਦਾ ਬੱਚਿਆਂ ਨੂੰ ਸਿੱਖਣ ਦਾ ਮੌਕਾ ਮਿਲਦਾ ਹੈ।

ਸਵੇਰ ਦੀ ਵਿਧਾਨ ਸਭਾ ਮਹੱਤਵਪੂਰਨ ਕਾਰਕਾਂ ਵਿਚੋਂ ਇਕ ਹੈ ਜੋ ਅਧਿਆਪਕਾਂ ਅਤੇ ਬੱਚਿਆਂ ਨੂੰ ਨਿਯਮਿਤ ਅਤੇ ਪਾਬੰਦ ਕਰਦਾ ਹੈ। ਸਵੇਰ ਦੀ ਵਿਧਾਨ ਸਭਾ ਦੇ ਉਪਯੁਕਤ ਅਤੇ ਆਯੋਜਿਤ ਵਿਵਸਥਾ ਰਾਹੀਂ ਅਸੀਂ ਬੱਚਿਆਂ ਵਿਚ ਨਿਸ਼ਚਿਤ ਰੂਪ ਤੋਂ ਚੰਗੀ ਆਦਤਾਂ, ਆਚਰਣ, ਮਾਨਸਿਕਤਾ, ਮੁੱਲ, ਸਮੇਂਨਿਸ਼ਠਾ, ਨਿਯਮਿਤਤਾ, ਸਫ਼ਾਈ ਆਦਿ ਨੂੰ ਵਿਕਸਿਤ ਕਰ ਸਕਦੇ ਹਨ। ਇਸੀ ਕ੍ਰਮ ਵਿਚ ਸਵੇਰ ਦੀ ਵਿਧਾਨ ਸਭਾ ਸਹਿ-ਸਿੱਖਿਅਕ ਗਤੀਵਿਧੀਆਂ ਜਿਵੇਂ- ਕਵਿਤਾ-ਪਾਠ, ਕਵਿਜ਼ ਦਾ ਆਯੋਜਨ, ਤੁਰੰਤ ਭਾਸ਼ਣ, ਸਵੈ-ਸਮੀਕਰਨ ਆਦਿ ਦਾ ਖੇਤਰ ਵੀ ਪ੍ਰਦਾਨ ਕਰਦੀ ਹੈ।

ਪ੍ਰਸ਼ਨ 39. ਕਾਰਜ ਸਿੱਖਿਆ ਦੇ ਅਧੀਨ ਗਤੀਵਿਧੀਆਂ ਦੀ ਚੋਣ ਕਰਦੇ ਸਮੇਂ ਧਿਆਨ ਰੱਖਣ ਯੋਗ ਕਿਸੇ ਚਾਰ ਮੁੱਖ ਬਿੰਦੂਆਂ ਨੂੰ ਸਪੱਸ਼ਟ ਕਰੋ।

ਉੱਤਰ - ਦੇਖੋ ਪਾਠ-3, ਪ੍ਰਸ਼ਨ 18

ਪ੍ਰਸ਼ਨ 40. ਆਕਲਨ ਦੀ ਪ੍ਰਕਿਰਿਆ ਵਿਚ ਸਹਿਪਾਠੀ ਦੀ ਭੂਮਿਕਾ ਦਾ ਮਹੱਤਵ ਦੱਸੋ।

ਉੱਤਰ - ਦੇਖੋ ਪਾਠ-3, ਪ੍ਰਸ਼ਨ 25

ਹੇਠਲੇ ਸਵਾਲਾਂ ਦੇ ਵਿਸਥਾਰ ਵਿਚ ਜਵਾਬ ਦਿਓ:

Answer the following questions elaborately:

ਪ੍ਰਸ਼ਨ 41. ਕਲਾ ਸਿੱਖਿਆ ਵਿਚ ਮੁਲਾਂਕਣ ਦੇ ਸੂਚਕਾਂ/ਸੰਕੇਤਕਾਂ ਦੀ ਅਵਧਾਰਣਾ ਕੀ ਹੈ? ਚੰਗੇ ਸੰਕੇਤਕਾਂ ਦੇ ਲੱਛਣ ਦੱਸਦੇ ਹੋਏ ਸਰੀਰਿਕ ਅਤੇ ਗਤਿਯਾਤਮਕ, ਮਾਨਸਿਕ ਅਤੇ ਸਮਾਜਿਕ-ਸੰਵੇਦਨਾਤਮਕ ਵਿਕਾਸ ਦੇ ਚਾਰ-ਚਾਰ ਸੰਕੇਤਕ ਦੱਸੋ।

ਉੱਤਰ - ਦੇਖੋ ਪਾਠ-1, ਪ੍ਰਸ਼ਨ 52 ਅਤੇ 53

ਪ੍ਰਸ਼ਨ 42. ਤੁਹਾਡੇ ਬੱਚੇ ਚੋਕ ਬਣਾਉਣ ਦੀ ਪ੍ਰਕਿਰਿਆ ਵਿਚ ਸ਼ਾਮਿਲ ਹਨ। ਉਨ੍ਹਾਂ ਦੇ ਆਕਲਨ ਲਈ ਤੁਸੀਂ ਕਿਹੜੇ-ਕਿਹੜੇ ਉਪਕਰਣਾਂ ਅਤੇ ਤਕਨੀਕ ਦਾ ਉਪਯੋਗ ਕਰੋਗੇ। ਕਿਹੜੇ ਸੰਕੇਤਕਾਂ ਦੇ ਅਧਾਰ 'ਤੇ ਮੁਲਾਂਕਣ ਕਰੋਗੇ? ਉਦਾਹਰਣ ਦਿੰਦੇ ਹੋਏ ਸਮਝਾਓ।

ਉੱਤਰ - ਚੋਕ ਬਣਾਉਣ ਦੀ ਪ੍ਰਕਿਰਿਆ ਵਿਚ ਸ਼ਾਮਿਲ ਬੱਚਿਆਂ ਦਾ ਆਕਲਨ ਕਰਨ ਲਈ, ਸਮੂਹ ਮੁਲਾਂਕਣ ਵਿਧੀ ਦਾ ਉਪਯੋਗ ਕੀਤਾ ਜਾ ਸਕਦਾ ਹੈ ਜੋ ਪੂਰੇ ਤਰੀਕੇ ਨਾਲ ਸਮੂਹ ਵਿਚ ਤਬਦੀਲੀ ਦੀ ਗੁਣਵੱਤਾ ਜਾਂ ਮਾਤਰਾ ਬਾਰੇ ਜਾਣਕਾਰੀ ਇਕੱਠੀ ਕਰ ਰਿਹਾ ਹੈ। ਆਕਲਨ ਤਕਨੀਕਾਂ ਨੂੰ ਮੁਲਾਂਕਣ ਲਈ ਲਾਗੂ ਕੀਤਾ ਜਾ ਸਕਦਾ ਹੈ। ਜਿਸ ਵਿਚ ਬੱਚਿਆਂ ਦੇ ਵਿਸ਼ੇ ਵਿਚ ਸਭ ਤੋਂ ਵਧੀਆ ਜਾਣਕਾਰੀ

'ਪ੍ਰਕਿਰਤਿਕ' ਸਥਿਤੀ ਵਿਚ ਇਕੱਠੀ ਕੀਤੀ ਜਾ ਸਕਦੀ ਹੈ। ਕੁੱਝ ਜਾਣਕਾਰੀ ਸਿਖਲਾਈ ਦੇ ਸਮੇਂ ਬੱਚਿਆਂ ਦੇ ਵਿਸ਼ੇ ਵਿਚ ਅਧਿਆਪਕਾਂ ਦੇ ਅਵਲੋਕਨਾਂ 'ਤੇ ਅਧਾਰਿਤ ਹੈ। ਹੋਰ ਜਾਣਕਾਰੀ ਗਤੀਵਿਧੀਆਂ ਕਾਰਜਾਂ 'ਤੇ ਬੱਚਿਆਂ ਦੇ ਨਿਯੋਜਿਤ ਅਤੇ ਉਦੇਸ਼ਪੂਰਨ ਅਵਲੋਕਨ 'ਤੇ ਅਧਾਰਿਤ ਹੈ। ਅਵਲੋਕਨ ਦੇ ਸਮੇਂ, ਅਵਲੋਕਨ ਨੂੰ ਟਿੱਪਣੀਆਂ ਵਿਚ ਲਿੱਖਿਆ ਜਾ ਸਕਦਾ ਹੈ ਨਹੀਂ ਤਾਂ ਅਵਲੋਕਨ ਦੀ ਵੈਧਤਾ ਖਰਾਬ ਹੋ ਜਾਵੇਗੀ।

ਇਕ ਸੂਚਕ ਇਕ ਲੱਛਣ ਜਾਂ ਸੰਕੇਤ ਪ੍ਰਦਾਨ ਕਰਦਾ ਹੈ ਕਿ ਜੋ ਕੁੱਝ ਮੌਜੂਦ ਹੈ ਉਹ ਸੱਚ ਹੈ। ਇਸਦਾ ਉਪਯੋਗ ਕਿਸੀ ਸਥਿਤੀ ਜਾਂ ਸਥਿਤੀ ਦੀ ਮੌਜੂਦਗੀ ਜਾਂ ਸਥਿਤੀ ਦਿਖਾਉਣ ਲਈ ਕੀਤਾ ਜਾਂਦਾ ਹੈ। ਇੱਥੇ, ਮੁਲਾਂਕਣ ਦਾ ਅਧਾਰ ਭੌਤਿਕ ਅਤੇ ਮੋਟਰ ਵਿਕਾਸ ਸੰਕੇਤਕ ਹੋਵੇਗਾ। ਉਦਾਹਰਣ ਲਈ ਸਹਿਸ਼ਕਤੀ ਅਤੇ ਗਤੀਵਿਧੀ ਪੱਧਰ, ਅਨੁਗ੍ਰਹਿ, ਵੈਕਲਪਿਕ, ਸਕਲ, ਮੋਟਰ ਵਿਕਾਸ, ਠੀਕ ਮੋਟਰ ਵਿਕਾਸ ਆਦਿ ਵਰਗੇ ਸੰਕੇਤਕਾਂ ਦਾ ਮੁਲਾਂਕਣ ਕੀਤਾ ਜਾਵੇਗਾ।

NOTES

NOTES

www.ingramcontent.com/pod-product-compliance
Ingram Content Group UK Ltd.
Pitfield, Milton Keynes, MK11 3LW, UK
UKHW021702190726
13853UKWH00001B/396

9 789388 149389